இந்திரா பார்த்தசாரதி சிறுகதைகள்

தொகுதி - 2

AF759213

இந்திரா பார்த்தசாரதி

இயற்பெயர் ஆர். பார்த்தசாரதி. 1964 முதல் சிறுகதைகளும் நாவல்களும் நாடகங்களும் கட்டுரைகளும் எழுதி வருபவர். சரஸ்வதி சம்மான், சாகித்ய அகாதமி, பாரதீய பாஷா பரிஷத் விருதுகள் பெற்றவர். இவருடைய படைப்புகள் பல்வேறு மொழிகளில் மொழிபெயர்க்கப்பட்டுள்ளன. இந்தியாவின் மிகச் சிறந்த விருதுகளில் ஒன்றான 'பத்மஸ்ரீ' விருது பெற்றவர்.

ஆசிரியரின் நாவல்கள்

ஆகாசத் தாமரை
மாயமான் வேட்டை
தந்திர பூமி
திரைகளுக்கு அப்பால்
சத்திய சோதனை
குருதிப்புனல்
கிருஷ்ணா கிருஷ்ணா
வேதபுரத்து வியாபாரிகள்
சுதந்தர பூமி
ஹெலிகாப்டர்கள் கீழே இறங்கிவிட்டன
கால வெள்ளம்
வேர்ப்பற்று
வெந்து தணிந்த காடுகள்
அக்னி
தீவுகள்

இந்திரா பார்த்தசாரதி நாடகங்கள் (முழுத் தொகுப்பு)

இந்திரா பார்த்தசாரதி சிறுகதைகள்

தொகுதி - 2

இந்திரா பார்த்தசாரதி

கிழக்கு

இந்திரா பார்த்தசாரதி சிறுகதைகள் தொகுதி 2
Indira Parthasarathy Sirukathaigal - Part 2
by Indira Parthasarathy ©

First Edition: May 2010
584 Pages

ISBN 978-81-8493-404-5
Title No. Kizhakku 467

Kizhakku Pathippagam
177/103, First Floor,
Ambal's Building, Lloyds Road,
Royapettah, Chennai 600 014.
Ph: +91-44-4200-9603

Email : support@nhm.in
Website : www.nhm.in

Author's Email : parthasarathyindira@gmail.com

Cover Image : Shutterstock ©

Kizhakku Pathippagam is an imprint of New Horizon Media Private Limited

என் மகள் பத்மா ராமநாதனுக்கு...

உள்ளே

முன்னுரை

இலக்கியத் தொகுப்பு என்பது தமிழுக்குப் புதிய வரவு என்று சொல்ல முடியாது. சங்க நூல்கள் என்று நாம் அறிவன யாவும், அவை தோன்றிய காலத்திலிருந்து பல நூற்றாண்டுகளுக்குப் பிறகு தொகுக்கப்பட்டவையாகும். இலக்கியத்தின் உள்ளடக்கத்தின் (அகம், புறம் என்ற வேறுபாடுகள்) அடிப்படையில் இவை தொகுக்கப்பெற்றனவேயன்றி, இன்ன படைப்பாளியின் இன்ன வடிவத்தில் எழுதப்பட்ட ஆக்கங்கள் என்று படைப்பாளியை முதன்மைப்படுத்தி அவை எழவில்லை.

படைப்பாளிக்கு முக்கியத்துவம் தரப்படவில்லை என்ற காரணத்தினால்தான், நம்முடைய தமிழ் இலக்கிய வரலாற்றுச் செயதிகள் பலவும் பெரும்பாலும் கற்பனை வழக்குகளாகவே இருந்து வருகின்றன.

இந்தப் பின்னணியில், இக்காலத்திய எழுத்தாளர் ஒருவரின் படைப்புக்கள் யாவும், அவன் வாழும் காலத்திலேயே வடிவ ரீதியாக தொகுக்கப் பெறுவது வரவேற்கப்பட வேண்டிய செய்தி.

இவ்வாறு செய்வதிலும் பல சிரமங்கள் இருக்கின்றன என்று என்னால் அறிய முடிகின்றது. அநேகமாக, நான் எழுதியுள்ள பெரும்பான்மையான சிறுகதைகள் இத்தொகுதியில் இடம் பெற்றுள்ளன என்றாலும் ஒரு சில கதைகள் விடுபட்டிருக்கக் கூடும். இவ் விஷயத்தில் என்னுடைய ஒழுங்கின்மையே இதற்கு அடிப்படைக் காரணம். சேகரித்து வைக்கும் பழக்கம் (கதைகள் உள்பட) எனக்கு அறவே கிடையாது. என்னுடைய காலத்துக்குப்

பிறகு நான் எழுதியதாக வேறுபல சிறுகதைகளும் பிரசுரிக்கப் படக் கூடிய ஆபத்தும் இருக்கின்றது என்பதையும் உணர் கின்றேன்.

கிட்டத்தட்ட நாற்பது ஆண்டு காலத்தில் நான் எழுதியுள்ள சிறுகதைகளின் தொகுப்பு இது. இந்தத் தொகுப்புக்குப் பிறகு நான் சிறுகதைகள் எழுதப் போவதில்லை என்ற வாக்குறுதி தர இயலாது என்பதும் என் எச்சரிக்கை.

நான் எழுதி, பத்திரிகைக்கு அனுப்பி வெளிவந்த, முதல் சிறுகதையே ('மனித இயந்திரம்') முத்திரைக்கதையாக 'ஆனந்த விகடனில்' பிரசுரமாயிற்று என்பதே நான் தொடர்ந்து எழுது வற்குக் காரணம் என்று சொல்ல வேண்டும். நான் எழுதிய ஐந்து சிறுகதைகளும் முத்திரைக் கதைகளாக அதே பத்திரிகையில் வெளிவந்தன. அக் கால கட்டத்தில், ஜெயகாந்தனும் அந்தப் பத்திரிகையில் எழுதி வந்ததும், வெகுஜனப் பத்திரிகை உலகில், ஓர் ஆரோக்கியமான இலக்கியச் சூழ்நிலை உருவானதற்குக் காரணம் என்று சொல்லலாம். சமரசம் செய்து கொள்ளாமல், வெகு ஜனப்பத்திரிகையில் அக் காலத்தில் ஒரு நல்ல படைப்பாளி எழுத முடிந்தது என்பதையே, ஆரோக்கியமான இலக்கியச் சூழ்நிலை, என்று நான் குறிப்பிடுகின்றேன்.

இலக்கியத் துறைகளில் சிறுகதை சமீபகாலத்தியது என்றாலும், இதற்கென்று ஸ்திரப்பட்டுவிட்ட, சட்ட திட்டங்களுக்குள் அடங்கிய ஒரு மரபு, உண்டாகிவிட்டது. 'எடுப்பு, தொடுப்பு, விடுப்பு' போன்ற நாடகத்துக்குக் கூறப்படுகின்ற இலக்கண அளவுகோலைக் கொண்டு சிறுகதையையும் மதிப்பிடுகின்ற விமர்சகர்கள் இருக்கிறார்கள். 'ஓர் அறையில் துப்பாக்கி இருக்கிறதென்று கதையின் தொடக்கத்தில் கூறப்பட்டிருந்தால், கதை முடிவதற்குள் அந்தத் துப்பாக்கி சுடப்பட்டிருக்க வேண்டும்' என்று செக்காவ் கூறியிருப்பதை விமர்சன வாய்ப்பாடாக ஒப்பிப்பதும் மரபாகிவிட்டது.

சிறுகதைக்கும், கவிதைக்கும் அடிப்படையில் ஓர் ஒற்றுமை உண்டு. இரண்டுமே ஒரே வகையில், 'சிந்தனையின் நடை' (Style in thinking) ஏற்படுகின்ற ஏதோ ஒரு நிகழ்ச்சி, அற்புதமான ஒரு கணத்தில் படைப்பாளியின் சிந்தனையில் விளக்கேற்றி வைக்கின்றது. இந்த அனுபவம் அப் படைப்பாளியின் பாரம் பரிய மரபு அணு, உளவியல் பரிணாமம், சமூக உறவு, கல்வி

ஆகியவற்றுக்கேற்ப, இலக்கிய வடிவம் கொள்கின்றது. பார்க்கப் போனால், தனிமையின் சொர்க்கத்தில், தன்னுருவ வேட்டையில் இறங்கி, தன் அடையாளத்தைக் காண முயல்வதே இலக்கியம்.

இவ்வடையாளம், சூன்யத்தில் பிரசன்னமாவதில்லை. 'நான்-நீ உறவில்தான் அர்த்தமாகிறது. இலக்கியம் தனி மொழியன்று. உரையாடல். உரையாடல் எனும் போது, நடையைப் பொருத்த விஷயம். நடை என்பது சிந்தனையின் நிழல். காற்றாடி பறப்ப தற்கு எதிர்க்காற்று தேவைப்படுவது போல் படைப்பாளிக்கு ஒரு வாசகன் தேவை. 'நான் எனக்காக எழுதுகின்றேன்' என்று சொல்வதெல்லாம், தன்னைத்தானே ஏமாற்றிக் கொள்வதாகும். இலக்கியம், மனிதன் சமுதாயத்தோடு கொள்கின்ற உறவுகளை நிச்சயப்படுத்தும் உணர்ச்சிகளின் பரிமாற்றம்.

சிறுகதையின் வடிவம் அந்தந்த படைப்பாளியின் உள் மனத் தோற்றத்துக்கேற்ப உருக் கொள்கிறது. இதற்கு இலக்கணம் ஏதும் கிடையாது. கோட்பாட்டிற்கேற்ப இலக்கியம் படைப்ப தற்கும், பெண் - மருத்துவ இயல் படித்த பிறகுதான், ஒருத்தி பிள்ளைப் பெற வேண்டுமென்று சொல்வதற்கும் வித்தியாச மில்லை. பின் நவீனத்துவக் கொள்கைகளைப் படித்து கரை கண்டவர்கள் அக் கொள்கைகளின் அடிப்படையில் படைப் பாக்கம் செய்யும்போது, எஞ்சுவன அக்கொள்கைகள் தாம். படைப்பாசிரியரின் சிருஷ்டி ஆற்றலோ, அழகுணர்ச்சி வெளிப்பாடோ, படைப்பில் புலனாவதில்லை. 'கார்டூன் நெட் வொர்க்' தொலைக் காட்சியில் வரும் கதைச் சம்பவங்களையும், தமிழில் எழுதப்படுகின்ற இக்காலத்திய பின் நவீனத்துவக் கோட்பாட்டுக் கதைகளையும், ஒரு மிக மெல்லிய கோடுதான் பிரிப்பது போல் எனக்குத் தோன்றுகிறது. கற்பனை, நேர்க் கோட்டு தர்க்க விதிகளின்படி இயங்க வேண்டியதில்லை என்பதை நான் ஒப்புக் கொள்கிறேன். ஆனால் இது ஓர் உத்திதானே தவிர, உத்தி கருவாகிவிடாது. மகாபாரதத்தைப் படித்து முடித்த பிறகு, 'மீனுக்கு எப்படிக் குழந்தை பிறக்கும்?' 'கங்கை நதி கருவுற்றாள் என்பது எவ்வளவு அபத்தம்?' என்றெல்லாம் நாம் விவாதிப்பதில்லை. இக்காவியத்தைப் படித்து முடித்த பிறகு, நம் சிந்தனையில் நிற்பவர்கள், பீஷ்மன், கர்ணன் போன்ற கதை மாந்தர்கள்தாம். நிகழ்வைச் சார்ந்த யதார்த்தத்தை பத்தொன்பது, இருபதாம் நூற்றாண்டு மத்திய

காலம் வரை, வற்புறுத்தி வந்ததன் விளைவே, பின் நவீனத்துவம். உலகத்து மிகச் சிறந்த இலக்கியங்களில் பண்டைக் காலம்தொட்டு, நிகழ்வின் யதார்த்தத்தைக் காட்டிலும், கதாபாத்திரங்களின் செயல்பாட்டு யதார்த்தம் வலியுறுத்தப் பட்டது என்பதால்தான், இவ்விலக்கியங்கள் காலம் வென்று நிற்கின்றன. Grillet ஐக் காட்டிலும் ஷேக்ஸ்பியரைத் தான், ஒரு மிகச் சிறந்த பின் நவீனத்துவ படைப்பாளியாக என்னால் பார்க்க முடிகிறது.

இத்தொகுதியில் காணும் கதைகள், என்னுடைய வெவ்வேறு பருவத்தில், காலகட்ட உந்துதலில் எழுதப்பட்டவை. இவற்றை இப்பொழுது ஒருங்கு சேர படிக்கும் போது, இவற்றுள் சிலவற்றை என்னுடைய இப்பொழுதைய மனநிலையில் வேறு விதமாக எழுதியிருக்க முடியுமென்றும், எல்லாக் கதைகளின் ஊடே, இவை என்னால்தான் எழுதப்பட்டிருக்க முடியும் என்ற ஓர் உள்ளீடான தர்க்கம் (intrinsic logic) இருப்பது போல் எனக்குப் படுகிறது. இதுவே என் படைப்பாற்றலின் பலமாகவும் இருக்கலாம். பலவீனமாகவும் இருக்கலாம். விவாதத்தை விமர்சகர்களிடம் விட்டுவிடுகிறேன்.

இந்திரா பார்த்தசாரதி

1. தவம்

அமைதியான ஓட்டத்துடன் ஆரவாரமில்லாமல் சென்று கொண்டிருந்த குடும்பத்தில், காலமே நின்று விட்டாற் போன்ற மயக்கநிலை!

பிள்ளைகள் ரவி, மோகன், சந்திரன் அவர்களுடைய மனைவிகள் எல்லோரும் சாவி கொடுத்த பொம்மைகள் போல் இயந்திர கதியில் இயங்குகிறார்களேயொழிய, அவ்வீட்டில் எப்பொழுதும் இருக்கக்கூடிய இயல்பான சூழ்நிலை மறைந்துவிட்டது. குடும்பத்தினரைத் தவிர மற்றவர்கள் ஒன்றும் அறியக்கூடாது என்பதற்காக செயற்கையான முறையில் அவர்கள் இயற்கையாக இருக்க முயன்றாலும், அவ் வீட்டில் நிறைந்திருந்த உணர்ச்சிப் புழுக்கத்தை வேலைக்காரர்கள் அறியாமலில்லை.

ரவியின் மனைவி ராமி மூன்று நாள்கள் வரை பொறுத்துப் பொறுத்துப் பார்த்தாள். அதற்கு மேல் அவளால் பொறுக்க முடியவில்லை. ஓய்வு பெற்ற கலெக்டரின் பெண், அவளால் வெளியில் எப்படி தலைகாட்ட முடியும்? 'மாதர் சங்கத்துக்குப் போனால் அங்கு என்னென்ன பேசுவார்களோ? இதற்கு ஒரு முடிவு வேண்டும்.'

கையில் தினசரித் தாளை எடுத்துக் கொண்டு ரவி மாடிக்குப் போய்க் கொண்டிருந்தான்.

'இதோ பாருங்கள்!'

அவன் திரும்பிப் பார்த்தான்.

'இங்கே வாருங்கள்.'

'என்ன, சொல்லேன்?' என்ன சொல்லப் போகிறாள் என்று அவனுக்குத் தெரியும். கால்கள் தயங்கின. பார்வை தினசரித் தாளில் இருந்தது.

'வேலைக்காரர்களுக்கு இதுமட்டும் தெரிந்தது போதாதா? என்னைக் கத்தவா சொல்லுகிறீர்கள்?'

ரவி கீழே இறங்கி வந்தான்.

'இன்னும் என்ன தெரியவேண்டும். மஞ்சள் பத்திரிகையில் செய்தி வந்தாகிவிட்டது' அவன் தன்னுடைய சட்டைப் பையில் எட்டாக மடித்து வைத்திருந்த அப் பத்திரிகையை அவள் முன்னால் விட்டெறிந்தான்.

ராமி அதை எடுத்துப் பார்த்தாள். அவள் முகம் கலவரமடைந்தது,

'என்ன செய்யப் போகிறீர்கள்?'

'என்ன செய்வது?'

'அம்மாவுக்கு பைத்தியம் பிடித்துவிட்டது என்று சொல்லிவிடலாமா?'

'என்ன?' அவள் கூறிய யோசனை அவனை திடுக்கிட வைத்தது.

'பைத்தியம் பிடித்துவிட்டது என்று சொல்வது எவ்வளவோ மேல். இல்லாவிட்டால் நம் அந்தஸ்து...' அவள் சொல்லி முடிக்கவில்லை. சமையற்காரர் ராமு அய்யர் அங்கு வந்தார்.

ராமி பேச்சை நிறுத்திவிட்டு கையிலிருந்த பத்திரிகையை ரவியின் பையில் திணித்தாள்.

'இன்று சமையலைப் பற்றி ஒன்றும் சொல்லவில்லையே.' அவர் கண்கள் ரவியின் பையை நோக்கின.

'பூசணி இருக்கிறதல்லவா? அதைக் கூட்டுப் பண்ணி, உருளைக் கிழங்கை வதக்கிவிடுங்கள்!'

'அப்பாவுக்கு?' ராமு அய்யர் அந்த இடத்தைவிட்டு அகலுவதாக இல்லை.

ரவி மாடியை நோக்கினான்.

'அம்மா விஷயத்தைப் பற்றி இன்று அப்பாவுக்குச் சொல்லி விட்டால் என்ன?' அவன் ராமியைக் கேட்டான்.

அவள் பதிலொன்றும் கூறவில்லை. ராமு அய்யர் இருப்பதை கண் ஜாடையால் தெரிவித்தாள். அவள் கண் ஜாடை காட்டுவதைக் கண்ட அவர் தன் முகத்தை வேறு புறம் திருப்பிக் கொண்டார்.

'இது என்ன கேள்வி? அப்பாவுக்கு வழக்கம்போல் தானே! முட்டைகோஸ் கொதிக்கவைத்துப் பண்ணுங்கள். அடுப்பிலே இப்பொழுது ஒன்றுமில்லையா?' அவள் எரிச்சலை உணர்ந்த ராமு அய்யரின் முகத்தில் புன்னகையின் கீற்று லேசாகப் படிந்தது.

தோளில் கிடந்த அழுக்கேறிய துண்டினால் அவர் முகத்தைத் துடைத்துக் கொண்டு சமையற்கட்டை நோக்கிச் சென்றார்.

'இது நாம் பேசுவதையெல்லாம் தினம் ஒட்டுக் கேட்கிறது.' ராமி அவர் போன திக்கைப் பார்த்துக்கொண்டே கூறினாள்.

'சரி, சும்மா இரு. ஒன்றுமில்லாததற்கெல்லாம் அலட்டிக் கொண்டு...'

'எது ஒன்றுமில்லை?' அவள் அவன் பையிலிருந்த பத்திரிகையை கையினால் சுட்டிக் காண்பித்தாள்.

'சும்மா இருக்கப் போகிறாயா? இல்லையா?' அவன் குரல் ஓங்கியது. தன் கோபம் மனைவியின் பேரிலா, தாயின் பேரிலா, அல்லது பத்திரிகையின் பேரிலா என்று அவனுக்கு நிச்சயமாகத் தெரியவில்லை.

துவாலையினால் முகத்தைத் துடைத்துக்கொண்டே மோகன் அப்பொழுது வந்தான்.

அவன் ரவியின் கையிலிருந்த பத்திரிகையை வாங்கிக் கொண்டு, அங்கு போடப்பட்டிருந்த ஒரு கூடை நாற்காலியில் உட்கார்ந்தான்.

டென்னிஸ் உடையுடன் கையில் 'ராக்கெட்'டுடன் சந்திரன் அப்பொழுது வாசலை நோக்கிச் சென்றான்.

‘சந்திரா!’ ரவி அவனைக் கூப்பிட்டான். அவன் கையிலிருந்த ‘ராக்கெட்’டை சுழற்றிக்கொண்டே வந்தான்.

‘என்ன?’

‘இப்படி உட்கார்.’ தினசரித்தாளைப் பார்த்துக் கொண்டிருந்த மோகன், தன் அண்ணனை ஏறிட்டு நோக்கினான்.

‘அப்பாவிடம் சொல்லிவிடலாம் என்று நினைக்கிறேன். உங்கள் அபிப்பிராயம் என்ன?’ மோகனும் சந்திரனும் ஒருவரையொரு வர் பார்த்துக் கொண்டார்கள்.

மோகன் கேட்டான்: ‘எப்படிச் சொல்லுவாய்?’

‘எப்படிச் சொல்லுவதா? சொல்லித்தான் ஆக வேண்டும். அப்பா விடம் மூன்று நாள்களாக பொய் சொல்லிச் சொல்லி அலுத்து விட்டது.’

‘சரி, உன் உசிதம் போலச் செய்!’ மோகன் மீண்டும் தன் பார்வையை தினசரித்தாளில் செலுத்தினான்.

இன்னும் சிறிது நேரம் அங்கு நிற்க வேண்டுமா? சந்திரனுக்கு தெரியவில்லை. ரவியையும் மோகனையும் மாறி மாறிப் பார்த்தான். முதல் ‘செட்’ துவங்கியிருப்பார்கள். டென்னிஸ் கோர்ட்டுக்குச் சென்று அரை மணி நேரம் காத்திருக்கவேண்டும். அவனுக்கும் இப்பொழுது உண்மையாகவே அம்மாவின் பேரில் எரிச்சல் வந்தது.

‘இந்த வீட்டைப் பற்றி உங்கள் இருவருக்கும் அக்கறை இருப்பதாகவே தெரியவில்லையே! ஒன்றும் நடக்காதது போல் இருந்து கொண்டிருக்கிறீர்களே!’ ரவி சற்று கோபத்துடன் பேசினான்.

‘என்ன நடந்துவிட்டது?’ சந்திரனுக்கு அண்ணனின் கோபம் வேடிக்கையாக இருந்தது.

‘இதான் நடந்துவிட்டது?’ ரவி ஆத்திரத்துடன் பையிலிருந்து பத்திரிகையை எடுத்து அவன் முன் எறிந்தான்.

சந்திரன் எடுத்து மோகனிடம் கொடுத்தான்.‘நான் நேற்றே பார்த்து விட்டேன்!’ மோகன் அதை வாங்கிப் படிக்கக் தொடங்கினான்.

ரவி சொன்னான்: ‘சந்திரா, ஒன்றும் நடந்து விடவில்லை என்று நீ உண்மையாகவே நினைத்தால், நீ போய் அப்பாவிடம் அம்மா விஷயத்தைப் பற்றி சொல்லவேண்டும். நீதான் அப்பாவுக்கு வேண்டியவன்.’

‘நானா? நான் போய்ச் சொல்ல மாட்டேன். அம்மா விஷயத்தைப் பற்றி சரியோ, தப்போ எனக்கு எந்த விதமான அபிப்பிராயமும் கிடையாது.’

‘அம்மா என்ன தவறு செய்துவிட்டார், அப்பாவிடம் சொல்ல அப்படித் தயங்க வேண்டும்?’ புதிய குரலைக் கேட்டு சகோதரர்கள் மூவரும் குரல் வந்த திக்கை நோக்கினார்கள். சந்திரன் முகம் மலர்ந்தது. அவன் மனைவி ராதிகாதான் இக்கேள்வியைக் கேட்டாள்,

ரவியின் மனைவி ராமிக்கும், மோகனின் மனைவி கீதாவுக்கும் சற்று எரிச்சல். இந்தப் பெண்ணுக்குத்தான் எவ்வளவு துணிச்சல்!

ரவி தன் மனைவியைப் பார்த்தான். அப் பார்வையின் பொருளைத் தெரிந்துகொண்ட ராமி கூறினாள்: ‘அண்ணா தம்பி ஏதோ பேசிக் கொள்கிறார்கள். நமக்கென்ன, ராது?’

‘அம்மா ஏதோ கொலை செய்துவிட்ட மாதிரி, அப்பாவிடம் சொல்லத் தயங்குகிறார்களே, அதற்காகக் கேட்டேன். அம்மா ஒரு குற்றமும் செய்யவில்லை. நம் மனம்தான் இன்னும் வளர்ச்சி யுறவில்லை, அம்மாவைப் புரிந்து கொள்ள. பிறகு நமக்கும் அந்தப் பத்திரிகைக்கும் என்ன வித்தியாசம்?’ அவள் மோகன் கையிலிருந்த பத்திரிகையைச் சுட்டிக் காட்டினாள்.

சந்திரனை நோக்கினான் ரவி. அவன் ராதிகாவை வியப்புடன் நோக்கிக் கொண்டிருந்தான். அவன் முகத்தில் பெருமை ஜொலித்தது.

‘அப்பாவிடம் சொல்ல உங்களுக்கெல்லாம் தயக்கமாக இருந்த ால், நான் போய்ச் சொல்லுகிறேன்.’ ராதிகா தொடர்ந்து பேசிக் கொண்டிருந்தாள்.

‘என்ன இருந்தாலும் உனக்கு இவ்வளவு வாய் ஆகாது!’ ராமிக்கு எல்லை மீறிய ஆத்திரம் வந்தது.

ரவி அவளைப் பார்வையினால் அடக்கினான். 'பிள்ளைகள் நாங்களே எப்படிச் சொல்லுவது என்று தயங்குகிறோம். நீ எப்படியம்மா சொல்லுவாய்?' ரவி புன்னகையுடன் ராதிகாவைக் கேட்டான்.

'ஒரு பெண், மற்றொரு பெண்ணின் உள்ளத்தைப் புரிந்து கொண்டாள் என்ற மனோநிலையில் என்னால் சொல்லமுடியும். அப்பாவும் புரிந்து கொள்ளுவார் என்ற நம்பிக்கை எனக்குண்டு!'

ஒரு பொறுப்பு கழிந்தது என்று ரவிக்குப்பட்டது. அவன் ராமியைக் கேட்டான்: 'என்ன ராமி, ராது சொல்லுகிறேன் என்கிறாளே!' ராதிகாவுக்கு அவன் முகத்தைப் பார்க்கப் பரிதாபமாக இருந்தது.

'என்னை ஏன் கேட்கிறீர்கள்? இந்த வீட்டில் பிள்ளைகள் செய்ய வேண்டிய வேலையை மருமகள்தான் செய்ய வேண்டுமென்றால், நான் அதற்கு என்ன செய்ய முடியும்?'

ராமி பின்னால் தன்னைக் குற்றம் சாட்டுவாளோ என்றஞ்சிய கீதா மெதுவாகக் கூறினாள்: 'ராது போய் அப்பாவிடம் சொல்லுவது அத்தனை நன்றாக இல்லை.'

ராமி இடை மறித்தாள். 'உனக்கேன் கீதா? இந்த வீட்டில் பிள்ளைகளுக்குத்தான் தைரியம் கிடையாதே!'

ரவிக்கு ஆத்திரம் வந்தது. 'சும்மா இரு, வாய்க்கு வந்தபடியெல்லாம் பேசிக்கொண்டு!'

ராதிகா சிரித்துக் கொண்டே கூறினாள்: 'அக்காவை ஏன் கோபித்துக் கொள்கிறீர்கள்! அவருக்கு தோன்றியதைக் கூறினார். ஆனால் நான் நினைக்கிறேன், அம்மாவின் செய்கையினால் பிள்ளைகள் என்ற முறையில் பாதிக்கப்பட்ட நீங்கள், உங்களுடைய உணர்ச்சி நிலையை அகற்றி அப்பாவிடம் பேசக் கூச்சப்படலாம். ஆகவே நான் போய்...'

ராமி கேட்டாள். 'அம்மா செய்தது சரி என்கிறாயா, நீ?'

'சரியா தப்பா என்பது இப்பொழுது பிரச்னை அல்ல.'

'பெரிய பிரச்னையைக் கண்டு விட்டாயே நீ! நம் அந்தஸ்தைப் பார்க்காமல்...'

'ராமி!' என்று ரவி அவளை அதட்டினான். அந்தஸ்து இதைச் சற்று அழுத்தத்துடன் உச்சரித்த ராதிகாவின் முகத்தில் குறுநகை.

'அம்மாவின் உணர்ச்சிகள்தாம் முக்கியமே தவிர, அவற்றின் உண்மைக்கு முன்னால் அவ்வுண்மை கற்பிக்கும் புனிதத் தன்மைக்கு முன்னால் அந்தஸ்து, செல்வாக்கு எல்லாம் அர்த்தமற்றவை!'

'ஐம்பது வயதுக்கு மேல்! புனித உணர்ச்சிகள்! வேடிக்கைதான்.' ராமியின் முகத்தில் ஏளனம் படர்ந்தது.

'காலம் என்ற கணக்கு உடம்புக்குத்தான். நினைவுகளோ உணர்ச்சிகளோ அக்கணக்குக்கு உட்படாதவை.'

ஏதோ ஒரு நினைவினால் திடீரென்று உந்தப்பட்டவன் போல ரவி குறுக்கிட்டான். 'அம்மாவின் செய்கையை என்னால் ஒப்புக் கொள்ள முடியாது.'

'உங்கள் நிலையில் நீங்கள் அப்படித்தான் நினைக்க முடியும். உங்களுடைய உணர்ச்சிகளுக்கு விரோதமாக உங்களைச் சிந்திக்க நான் தூண்டவில்லை.'

'சரி, ராதுவே போய் அப்பாவைப் பார்த்துச் சொல்லட்டும்' என்று தீர்ப்பு வழங்கிய ரவி, ராமியின் முகத்தைப் பார்க்க விரும்பாமல் எழுந்து சென்றுவிட்டான்.

ஒரு விபத்தின் காரணமாக கால்களின் செயலிழந்து சக்கர நாற்காலியில் உட்கார்ந்தவாறு வாழ்க்கையை நடத்திய, ஓய்வு பெற்ற பிரபல தொழிலதிபர் சபேசன், தன்னெதிரே போடப் பட்டிருந்த சிறு மேஜையில் சீட்டுகளை பரப்பி 'பேஷன்ஸ்' விளையாடிக் கொண்டிருந்தார்.

ராதிகாவைக் கண்டதும் அவர் முகம் மலர்ந்தது.

'என்னம்மா? ஊருக்குப் போன மீனாட்சி இன்னும் வர வில்லையா? மூன்று நாட்களாகிறதே! எங்கு போனாலும் ஒரு நாளைக்கு மேல் தங்க மாட்டாளே!'

ராதிகா கட்டிலில் கிடந்த பத்திரிகைகளை ஒழுங்காக மடித்து மேஜைமீது எடுத்து வைத்தாள்.

'மீனாட்சி யார் கல்யாணத்துக்குப் போயிருக்கிறாள்? ஏதோ சொன்னீர்களே, மறந்துவிட்டேனே!' சபேசன் சீட்டுக்களை எடுத்துக் குலுக்கிக் கொண்டே கேட்டார்.

ராதிகா அவர் உட்கார்ந்த சக்கர நாற்காலியின் பின்புறம் போடப் பட்டிருந்த தலையணையைச் சரி செய்தாள்.

'செல்கல்பட்டிலா கல்யாணம்?' கிழவர் விடுவதாக இல்லை.

ராதிகா யோசிதது்க் கொண்டிருந்தாள். 'எப்படி ஆரம்பிப்பது?'

'அம்மா ஒரு கல்யாணத்துக்கும் போகவில்லை. இங்குதான் இருக்கிறாள்.'

சபேசன் வியப்புடன் ராதிகாவை நோக்கினார். 'கல்யாணத் துக்குப் போகவில்லையா? அப்படியானால் கல்யாணத்துக்குப் போயிருப்பதாக எதற்காக சொன்னீர்கள்?'

ஒரு விநாடி தயக்கம். 'அவளுக்கு உடம்பு சரியில்லையா? என்ன மறைக்கிறீர்கள்?'

'அம்மாவுக்கு உடம்பு ஒன்றுமில்லை. நன்றாகத்தான் இருக் கிறார்.'

'அப்படியானால் அவள் ஏன் மூன்று நாள்களாக மாடிப் பக்கமே எட்டிப் பார்க்கவில்லை?' சபேசன் மேஜையின் மீது வீசியெறிந்த சீட்டுக்களை ராதிகா ஒழுங்காக அடுக்கி கட்டுக்குள் வைத்தாள்.

'தியாகத்தையே வாழ்க்கை நெறியாகக் கொண்ட சிலர், வாழ்நாள் முழுவதும் பிறருக்காக வாழ்ந்த பிறகு எப்பொழுதாவது ஒரு சமயம் தமக்காக வாழ விரும்புவார்கள் அல்லவா? அது போல அம்மா இப்பொழுது...'

'என்ன சொல்கிறாய் நீ? புதிர் போடாமல் சொல்.'

'நீங்கள் புரிந்து கொள்வீர்கள் என்ற நம்பிக்கையுடன்தான் நான் உங்களிடம் சொல்ல வந்தேன். ஆனால் நான் ஏதோ உபதேசம் செய்வதாக நீங்கள் நினைக்கக்கூடாது. குறிப்பிட்ட சூழ்நிலை யில் ஒவ்வொருவருடைய மனோ நிலையைப் புரிந்து கொள்ள முயன்றால்தான்...'

சபேசன் குறுக்கிட்டார். 'இதோ பார், நான் வியாபாரி. தொழில் துறையில் வெட்டு ஒன்று துண்டு இரண்டாக இருந்தால்தான்

முன்னேற முடியும். நீ சுற்றி வளைத்துப் பேசுவது ஒன்றும் எனக்கு விளங்கவில்லை. அம்மா எங்கே? முதலில் அதைச் சொல்.'

'மூன்று நாள்களுக்கு முன்பு ஜெனரல் ஆஸ்பத்திரியிலிருந்து போன் வந்தது. மரணத்தறுவாயிலிருந்த நடேசன் என்பவர் அம்மாவிடம் பேச விரும்புவதாகச் செய்தி சொன்னார்கள். அம்மா புறப்பட்டு அங்கு செல்வதற்குள் அவருக்கு நினைவு தப்பிவிட்டது. அவருக்கு மீண்டும் நினைவு வரக்கூடும் என்று அம்மா ஆஸ்பத்திரியில் மூன்று நாள்களாகக் காத்துக் கொண்டிருக்கிறார். செத்துக் கொண்டிருக்கும் எவரோ ஒருவருக்காக அம்மா கண்ணீர் வடித்துக் கொண்டு அங்கு உட்கார்ந்திருப்பது, நம் குடும்பத்தில் ஒரு சலனத்தை உண்டு பண்ணிவிட்டது.'

'யார் அவர் நடேசன்?' சபேசன் நிதானமாகக் கேட்டார்.

ராதிகா பதில் கூறவில்லை. அவர் கண்கள் சிகரெட்டை நாடுகின்றன என்றறிந்து, மேஜையிலிருந்த சிகரெட் டின்னையும் நெருப்புப் பெட்டியையும் அவர்பால் நகர்த்தி வைத்தாள். அவர் ஒரு சிகரெட்டை எடுத்துப் பற்ற வைத்துக் கொண்டார்.

'யார் அவர்?' அவர் குரலிலிருந்த அலட்சிய பாவம், இயற்கையானதா அல்லது வேண்டுமென்றே வரவழைத்துக் கொண்டதா? ராதிகாவினால் ஊகிக்க முடியவில்லை.

'அம்மாவின் ஊராகிய சுவாமிமலையைச் சார்ந்த அவருக்கும் அம்மாவுக்கும்தான் திருமணம் நிகழ இருந்ததாம். ஆனால் நடேசனுடைய விதவை சகோதரி காணாமல் போன காரணத்தினால் நின்றுவிட்டதாம். மாந்தோப்பில் அவர் அம்மாவின் படத்தைப் போட்டுக் கொண்டிருக்கும்போது, அம்மாவின் தந்தை அதைப் பார்த்துவிட்டு, நடேசனை மரத்தில் கட்டி வைத்து அடித்தாராம். அம்மாவின் தந்தை பெரிய பண்ணையார் என்ற காரணத்தினால் ஊராரும் அதுதான் சட்டம் என்று சொன்னார்களாம், நடேசன் போகும்போது சொன்னாராம், 'நான் எப்பொழுதாவது மீண்டும் உன்னைச் சந்திக்க நேரிட்டால், அப்பொழுது தடை இருக்காது என்று நம்புகிறேன்' என்று. அவர் குறிப்பிட்ட சந்திப்பு மூன்று நாள்களுக்கு முன்புதான் நிகழ்ந்தது. சந்திப்பு என்றே சொல்ல முடியாது. அம்மா அவரைப் பார்த்தாள், ஆனால் அவருக்கு நினைவில்லை.' ராதிகா சொல்வதை நிறுத்திவிட்டு சபேசனை கவனித்தாள்.

அவர் கண்கள் மூடியிருந்தன. தூங்குகிறாரா? தட்டப்படாமல், புகைந்து கொண்டிருந்த சிகரெட்டின் சாம்பல் நீண்டுகொண்டே வந்தது.

'அப்புறம்?' அவர் கண்கள் திறந்தன. அவர் முகத்தில் புன்னகை யின் நிழல் படிவது போல் அவளுக்கு பிரமை. அவர் என்ன நினைக்கிறார்?

'அம்மாவின் செய்கை வீட்டில் யாருக்கும் பிடிக்கவில்லை.'

'உனக்குப் பிடித்திருக்கிறதா?'

இந்தக் கேள்விக்கு எப்படி விடை அளிப்பது?

'எனக்குப் பிடித்திருக்கிறதா இல்லையா என்பது பிரச்னையல்ல. அம்மா அங்கு போயிருப்பதும் உண்மை. நடேசனுக்கு நினைவு திரும்பி வராதா என்று காத்திருப்பதும் உண்மை. இவ்வுண்மை களை உருவாக்கிய சூழ்நிலைகளை நான் புரிந்து கொள்ள முயலுகிறேன்.'

'ஐம்பது வயதுக்கு மேல் அம்மாவுக்குக் காதல் ஏற்பட்டுவிட்டது என்கிறார்களா?' அவர் சிகரெட் சாம்பலைக் கீழே தட்டினார்.

'அவ்வளவு குரூரமாக யாரும் சொல்லவில்லை.'

'நான் வியாபாரி, மென்மை உணர்ச்சிகளைப் பற்றி எனக்கென்ன தெரியும்?' அவர் மெதுவாகச் சிரித்தார். அவர் குரல் வறண்டிருந்தது.

அவர் சிந்தனையில் ஓடிக்கொண்டிருக்கும் எண்ணங்களைத் தன்னால் அறிய முடியுமானால்! ராதிகா அவரைக் கூர்ந்து கவனித்தாள்.

அவர் வியாபாரிதான். சந்தேகமில்லை. உணர்ச்சிகளை எப்படி இயல்பாக அவரால் கட்டுப்படுத்த முடிகின்றது?

அங்கு நிலவிய ஒரு நிமிஷ நேர அமைதி ஒரு யுகமாக நீண்டது.

அவர் மெதுவாக பேச ஆரம்பித்தார். 'நான் மீனாட்சியை பெண் பார்க்கப் போனது இன்னும் நினைவு இருக்கிறது. முப்பத்திரண்டு வருஷங்களுக்கு முன்னால், கும்பகோணத்திலிருந்து இரட்டை மாட்டு வண்டியில் சென்றோம். மீனாட்சியின் அப்பா, பெரிய

பண்ணையார் ரொம்ப கோபக்காரர்தான், சந்தேகமில்லை. மரத்தில் கட்டி வைத்து அடித்தாராமா? அந்த காட்சியைப் பார்த்த அந்தப் பெண்ணின் உள்ளத்திலிருந்துதான் அந்த வடுவை அகற்றிவிட முடியுமா?'

'அப்பொழுது அம்மாவின் மனநிலை எப்படி இருந்தது என்று நம்மால் எவ்வாறு சொல்ல முடியும்?'

'நீ தான் சொன்னாய்? ஒரு குறிப்பிட்ட சூழ்நிலையில் ஒவ்வொரு வருடைய மனோநிலையைப் புரிந்து கொள்ள வேண்டுமென்று. மறந்துவிட்டாயா?'

ராதிகாவுக்கு சங்கடமாயிருந்தது.

'நடேசன் அடிபடுவதற்குத் தான்தான் காரணம் என்று மீனாட்சிக்குத் தோன்றியிருக்க வேண்டும்!'

'முப்பத்திரண்டு, மூப்பத்திமூன்று வருஷங்களுக்கு முன்பு நடந்த நிகழ்ச்சி. அம்மாவின் மனத்தில் என்ன தோன்றியிருக்க வேண்டும் என்பதைப் பற்றி அம்மாதான் சொல்ல முடியும்.'

சபேசன் முகத்தின் குறுநகை படர்ந்தது. ராதிகாவுக்கு சற்று எரிச்சலாக இருந்தது. 'எதற்காகச் சிரிக்கிறார்?'

'உன் அவஸ்தைதான் எனக்கு வேடிக்கையாக இருக்கிறது.'

ராதிகாவுக்கு வெட்கமாகப் போனது. ஏட்டிலே தான் கற்ற வித்தை யாவும் இவருடைய அனுபவ அறிவுக்கு முன்னால் எம்மாத்திரம்!

'தற்காலத்தில் சொல்வது போல், காதல், கீதல் என்பதற்கெல் லாம் மீனாட்சிக்கு அப்பொழுது அர்த்தம் தெரிந்திருக்குமோ என்னமோ? ஆனால் நடேசன் அடிபடுவதற்குத் தானும் ஒரு காரணம் என்ற எண்ணம் அவளுக்குத் தோன்றாமலிருந் திருக்காது. நீ என்ன நினைக்கிறாய்?'

கிழவர் தன்னைத் தானே தேற்றிக் கொள்ளும் முயற்சிக்கு ஆதரவு தேடுகிறாரோ? அவள் இப்பொழுது அடக்கத்துடன் கூறினாள். 'இருக்கலாம்.'

சபேசன் முகத்தில் மீண்டும் குறுநகை. 'நீ கெட்டிக்காரி, கவன மாகத்தான் இருக்கிறாய்!'

'வெட்டு ஒன்று, துண்டு இரண்டுமாகப் பேச வேண்டுமென்று கூறிய நீங்கள் ஏன் இவ்வளவு ஆராய்ச்சியில் ஈடபட்டிருக்கிறீர்கள்? காரியரீதியாக இதனால் எந்தவித பயனுமில்லை.' சபேசனை மடக்கிவிட்டோம் என்ற உற்சாகம் ராதிகாவின் குரலில் தொனித்தது.

'சரி, வீட்டில் மற்றவர்கள் என்ன சொல்லுகிறார்கள் என்று நீ சொல்லவில்லையே!' அவர் பேச்சை மாற்றிவிட்டார். அவளுடைய வெற்றியை அவர் ஒப்புக் கொள்ளத் தயாராக இல்லை.

'அம்மாவின் செய்கை நம் அந்தஸ்துக்கே அவமானம் என்பது எல்லோருடைய அபிப்பிராயம். குறிப்பாக ராமி அக்காவுக்கு அம்மாவின் மீது ரொம்பக் கோபம்.'

மற்றவர்களுடைய அபிப்பிராயத்தைப் பற்றி இவருக்கு ஏன் இவ்வளவு கவலை? அவள் உடனே கேட்டாள், 'அம்மா செய்தது சரியா தப்பா என்ற உங்கள் அபிப்பிராயத்தைக் காட்டிலும், மற்றவர்கள் என்ன சொல்லுகிறார்கள் என்பது பற்றி நீங்கள் அதிகக் கவலைப்படுகிறீர்கள் போலிருக்கிறது!'

சபேசன் மற்றொரு சிகரெட்டை எடுத்துப் பற்ற வைத்தார்.

'ஆஸ்பத்திரியிலிருந்து மீனாட்சி வந்ததும் அவளை அக்னிப் பிரவேசம் செய்யச் சொல்லப்போகிறேன் என்று பயப்படுகிறாயா?'

அவருடைய அறிவுக் கூர்மை அவளை மெய்ச்சிலிர்க்கச் செய்தது.

'ஆமாம். அம்மா கல்யாணத்துக்குப் போயிருக்கிறாள் என்று என்னிடம் சொல்லவேண்டும் என்று யோசனை சொன்னது யார்?'

அவள் தயங்கினாள்.

'சொல்லம்மா, யார் சொன்னார்கள்?'

'ரவி. உங்கள் மனம் வேதனையடையக் கூடும் என்று அவர் நினைத்திருக்கலாம்.'

'ஒவ்வொருவருடைய எண்ணத்தின் அடிப்படையை ஆராய்ச்சி செய்வதில் நீ கெட்டிக்காரி போலிருக்கிறதே!'

ராதிகாவுக்கு இரண்டாம் தடவையாக வெட்கமாகப் போனது. அவள் தன் உதட்டைக் கடித்துக் கொண்டாள்.

அப்பொழுது ரவி அங்கு வந்து நின்றான்.

'அம்மா ஆஸ்பத்திரியிலிருந்து வந்துவிட்டாள். கிணற்றடிக்குச் சென்று ஸ்நானம் செய்துவிட்டு, பூஜை அறைக்குச் சென்று கதவைத் தாளிட்டுக் கொண்டுவிட்டாள்.'

சபேசன் ஒன்றும் பேசவில்லை. அவர் கண்கள் மூடியிருந்தன. 'அவருக்கு விஷயம் அனைத்தும் தெரியுமா?' என்ற பொருள் தோன்ற ரவி, ராதிகாவைப் பார்த்தான். அவள் தலையை அசைத்தாள்.

தந்தையும் மகனும் பேசிக் கொள்ளட்டும் என்று ராதிகா அவ்விடத்தை விட்டு புறப்பட்டாள்.

'ராதிகா!' சபேசன் கூப்பிட்டார். அவள் திரும்பினாள்.

'பூஜை முடிந்ததும் மீனாட்சியை மாடிக்கு வரச்சொல்.'

அவள் கீழே இறங்கிச் சென்றாள்.

ரவிக்குத் தன் தந்தையின் போக்கு ஒன்றும் புரியவில்லை.

'அம்மா ஊரெல்லாம் சிரிக்கும்படியாகச் செய்துவிட்டாள்.'

சபேசன் எந்தவித உணர்ச்சியும் இல்லாமல் மகனைப் பார்த்துக் கொண்டிருந்தார். அவர் மனமும் வேதனையுற்றிருக்கிறது என்று ரவி நினைத்தான்.

'அம்மாவுக்குப் பைத்தியம் பிடித்துவிட்டது என்று சொல்லி விட்டால்?' அவன் அவரை நம்பிக்கையுடன் பார்த்தான்.

அதற்கும் அவர் பதில் கூறவில்லை.

'இந்த நிலைமையைச் சமாளிக்க நாம் இப்படிச் சொன்னால்தான் நல்லது. இல்லாவிட்டால், நம் அந்தஸ்து...' அவனுக்கு எப்படி முடிப்பது என்று தெரியவில்லை. தந்தையை நோக்கினான். அப்பொழுதும் அவர் ஒன்றும் பேசவில்லை.

அவர் அமைதி அவனுக்கு ஆத்திரமூட்டியது.

'என்ன, நான் பேசிக்கொண்டே இருக்கிறேன். நீங்கள் வாயை மூடிக்கொண்டே உட்கார்ந்திருக்கிறீர்களே!'

'என்னை என்ன செய்யச் சொல்லுகிறாய்?'

'உங்களுக்கென்ன? நீங்கள் சுகமாக இந்த மாடியில் உட்கார்ந்து கொண்டிருக்கிறீர்கள். உலகத்தை நான்தானே ஏறிட்டுப் பார்க்க வேண்டியிருக்கிறது?'

சபேசன் சிரித்தார்.

அவனுக்குக் கோபம் அதிகரித்தது, 'எதற்காகச் சிரிக்கிறீர்கள்?'

'இல்லை... நான் சுகமாக உட்கார்ந்திருக்கிறேன் என்று நீ சொன்னாய், சிரிப்பு வராமல் என்ன செய்யும்?'

'நான் அதற்குச் சொல்லவில்லை.' சக்கர நாற்காலியைக் கண்டு அவன் மனம் தத்தளித்தது.

'நீ எதற்கு வேண்டுமானாலும் சொல்லிக் கொள். உன் சமாதானம் எனக்குத் தேவையில்லை. நீ எது உன் குடும்பத்துக்கு நல்லது என்று நினைக்கிறாயோ, அதைச் செய். நான் ஒரு தடையும் சொல்லவில்லை.'

'நீங்கள் இந்தக் குடும்பம் இல்லையா?'

'நானும் இந்தக் குடும்பம் என்று நீ நினைத்திருந்தால், இந்த மாதிரி யோசனையை என்னிடத்திலேயே சொல்லுவாயா? ஊராரை திருப்தி செய், பெற்ற தாய்க்குப் பைத்தியம் பிடித்து விட்டது என்று சொல், போ. எங்கள் இருவரையும் மாடியில் வைத்துப் பூட்டிவிடு. இதனால், மீனாட்சிக்கோ எனக்கோ எந்த வித நஷ்டமுமில்லை. ஊராரைத் திருப்தி செய்ய வேண்டுமென்ற அவசியமும் எங்களுக்கு இல்லை.'

'என்னப்பா, நான் சொல்வதைப் புரிந்து கொள்ளாமல் கோபப்படு கிறீர்களே! நான் வெளியே போகும்போதெல்லாம் ஒவ்வொரு வரும் மனத்துக்குள் சிரித்துக் கொண்டு ஏளனம் செய்வது போலிருக்கிறது. நான் படும் நரகவேதனை உங்களுக்குத் தெரியுமா? அம்மா ஐம்பது வயதுக்கு மேல் இப்படிச் செய்தது உங்களுக்கு நியாயமாகப்படலாம். ஆனால், என் ரத்தம் கொதிக்கிறது.'

‘ரத்தம் கொதித்தால், பரசுராமனைப் போல் அவளைக் கொன்று விடேன். ரத்தக் கொதிப்பு அடங்கலாம்.’

‘என்னை என்னதான் செய்யச் சொல்லுகின்றீர்கள்?’ ரவி செயலற்ற தன்மையினால் விளைந்த ஆத்திரத்துடன் கத்தினான்.

‘பூஜை முடிந்ததும் அம்மாவை இங்கு வரச் சொல். நான் அவளுக்காக காத்திருக்கிறேன். இந்தா, போகும்போது இந்த சிகரெட் சாம்பலை தொட்டியில் கொட்டிவிடு. ஒரே குப்பை யாகிவிட்டது!’

2. யக்ஞம்

இந்த நேரத்தில் கன்னாட்ப்ளேஸ் போக ஒரு வாகனமும் கிடைக் காது என்பது மோகனுக்குத் தெரிந்த விஷயம்தான். இருந்தாலும் பஸ் ஸ்டாண்டை நோக்கி அவன் பார்வை போனது. மனிதக் கொசுக்கள் அப்பொழுதுதான் அங்கு வந்திருந்த ஒரு பஸ்ஸை மொய்த்துக் கொண்டிருந்தன. மற்றைய இடங்களில் அலுவலக நேரத்திலாவது, பஸ் ஏற 'க்யூ' உண்டு. ராம் நகரில் இந்தக் கட்டுப்பாடு எப்பொழுதுமே கிடையாது.

ராம் நகரிலிருந்து கன்னாட் ப்ளேஸுக்கு நடந்து போய்விடலாம். அரை மணி நேரமாகும். மோகன் மணியைப் பார்த்தான். 9.30. பத்தரை மணிக்குத்தான் அங்கு போய்ச் சேரவேண்டும்.

சைக்கிள் ரிக்ஷா, டோங்கா, பஸ், கார்கள், ஆட்டோ ரிக்ஷாக் கள்... இவ்வளவு குறுகலான தெருவில் இத்தனை வாகனங்கள் போக எப்படி அனுமதித்திருக்கிறார்கள் என்று தெரியவில்லை. 'எமர்ஜென்சியின்' போது வீதியை அகலப்படுத்த எங்கெங்கோ கட்டடங்களை இடிக்கிறார்கள். ராம் நகருக்கும் ஒரு விடிவு காலம் ஏற்படுமென்று அவன் நம்பினான். இது பற்றி அவன் பத்திரிகைகளுக்குக் கடிதம் எழுதினான். அவன் கடிதங்களும் பிரசுரமாகிவில்லை,'எமெர்ஜென்சி'யும் ராம் நகரை எட்டிப் பார்க்கவில்லை.

இந்த ஜன நெருக்கத்தில் நடந்து போவதே இவ்வளவு கஷ்டமாக இருக்கிறதே, இத்தனை வாகனங்கள் எப்படி போகின்றன? முகங்களே இல்லாத கூட்டம். வயிற்றின் ஏவலில் நடக்கும் கால்கள். டெல்லியில் ஸ்கூட்டர் ஓட்டுகிறவனுக்கு, சர்க்கஸில்

கயிற்றின் மீது நடக்கின்றவருக்குரிய லாகவம் வேண்டும். அதோ... அந்த சர்தார் பையன் எப்படி வளைந்து வளைந்து போகிறான்!

புது டெல்லி ஸ்டேஷனுக்கருகே உள்ள பாலம் வந்து விட்டதே. நாமும் வேகமாகத்தான் நடந்து வந்திருக்கின்றோம் என்று அவனுக்குத் தோன்றியது.

வலப்பக்கத் தெருவின் வழியே திரும்பினால், முனையில் ஷீலா தியேட்டர். அங்கு எப்பொழுதுமே ஜனசமுத்திரம் பொங்கி வழியும். அலுவலக நாள்களில் இத்தனை பேர்களால் எப்படி சினமா பார்க்க முடிகிறது?' இதைவிட முக்கியமான கேள்வி, இன்று தேதி 30. எப்படி பார்க்க முடிகிறது? திரைப்படங்களை தினந்தோறும் எத்தனைப் பேர் பார்க்கிறார்கள் என்பதை மட்டும் வைத்துக்கொண்டு பார்த்தால், இந்தியாவில் வறுமையே கிடையாது என்றுதான் சொல்ல வேண்டும்.

வறுமையே கிடையாதா? - பாலத்தையே கூரையாகக் கொண்டு எத்தனை பேர் வசிக்கிறார்கள்! என்ன ஆச்சரியம்! பாலத்தடி வெறிச்சோடிக் கிடந்தது. பிச்சைக்காரனையே காணவில்லை. தப்பு. அதோ மூலையில் ஒருவன் முடங்கிய நிலையில் கிடந்தான்.

மோகன் அவனருகே சென்றான். கண்களை ஈக்கள் மொய்த்துக் கொண்டிருந்தன. அவற்றில் சலனமே இல்லை. அப்படியென் றால்?

மோகன் குனிந்து அவனைப் பார்த்தான். கடைவாயில் எச்சில் வழிந்து காய்ந்து போயிருந்தது. அவனுக்கு நாற்பது வயதிருக்க லாம். தலைமயிரைக் கொண்டு ஊகித்தால் அப்படித்தான் தெரிகிறது. முகத்தைப் பார்க்கும்போது, அவன் பிறந்து பல யுகங்கள் ஆகியிருக்கவேண்டும் போல் தோன்றியது.

மோகன் அவன் கையைத் தொட்டுப் பார்த்தான். சில்லிட்டிருந் தது. இறந்து போய்ப் பல நாள்களாக அங்கேயே கிடக்கின் றானோ என்ற சந்தேகம் அவனுக்கு அப்பொழுது ஏற்பட்டது. அப்படிக் கிடந்தாலும், இது யாருக்கும் தெரிந்திருக்க நியாய மில்லை. மற்ற பிச்சைக்காரர்கள் அந்த இடத்தைவிட்டு ஏன் போய்விட்டார்கள் என்ற ரகசியம் அவனுக்கு அப்பொழுதுதான் புரிந்தது.

தானும் அவனை - இல்லை, 'அதை' - பார்க்காதது போல் போய் விடலாமா என்று ஒரு கணம் நினைத்தான். போய்விடுவது நல்லதுதான். ஆனால்க் இதனால் அவனுக்குப் பல நாள்கள் உறக்கம் இல்லாமல் போய்விடும்.

போலீஸ்காரனிடம் சொன்னால் அவன் கவனித்துக் கொள்வான் என்று அவனுக்குத் தோன்றியது.

அவன் சிறிது தூரம் நடந்து சென்றான். போக்குவரத்து 'சிக்னல்' அருகே ஒரு போலீஸ்காரன் நின்று கொண்டிருந்தான்.

மோகன் அவனிடம் சென்று விஷயத்தைச் சொன்னான். போலீஸ் காரன் அவனை ஏற இறங்க நோக்கினான். சிறிது நேரம் மௌனம். விஷயத்தைச் சொன்னான்.

'அப்பொழுது நான் போய்வரட்டுமா? தகனத்துக்கு நீங்கள் ஏற்பாடு செய்கிறீர்களா?' என்று கேட்டான் மோகன்.

'அந்தப் பிச்சைக்காரன் என் மச்சான் என்று நினைத்தீர்களா? இப்படி பொது நலத் தொண்டு செய்ய ஆசைப்படுகின்ற நீங்கள் டெல்லி கார்ப்பரேஷனுக்கு போன் செய்யுங்கள். 'பாடி'யை எடுத்துக் கொண்டு போவார்கள்' என்றான் போலீஸ்காரன்.

'அந்தப் பிச்சைக்காரன் எனக்கும் மச்சானல்ல. நான் எதற்காக உங்களிடம் சொன்னேன் என்றால், பிச்சைக்காரன் இயற்கை மரணம்தான் எய்தினான் என்று போலீஸ் உறுதிப்படுத்திக் கொள்ள வேண்டாமா? அதற்காகச் சொன்னேன்.'

'அப்படியானால் போலீஸ் ஸ்டேஷனுக்குப் போய் சொல்லுங் கள். என்னிடம் ஏன் சொல்கிறீர்கள்? நான் போக்குவரத்துக்குத் தான் பொறுப்பாளி. எந்தப் பிச்சைக்காரனை யார் கொலை செய்திருப்பார்கள் என்று உளவறிவதா என் வேலை? - வலது பக்கமாகச் சிறிது தூரம் நடந்து சென்றீர்களானால் அங்கு 'பாடுகன்ஞ் போலீஸ் ஸ்டேஷன் இருக்கிறது' என்று சொல்லிய வாறு அவன் ஒரு 'பீடி'யைப் பற்ற வைத்துக் கொண்டான்.

'இது கொலை என்று நான் நினைக்கவில்லை. பட்டினிச்சாவு என்று நினைக்கிறேன்' என்றான் மோகன்.

'அப்படியானால் கார்ப்பரேஷனுக்கு போன் செய்யுங்கள்.'

'இப்படிப் பயனுள்ள யோசனை சொன்னதற்கு உங்களுக்கு மிகவும் நன்றி' என்றான் மோகன்.

போலீஸ்காரன் தலையசைத்து அதை ஆமோதித்ததிலிருந்து தன்னுடைய கிண்டல் வீணாகிவிட்டது என்பதை மோகன் உணர்ந்தான்.

அடுத்த பிரச்னை, 'பாடுகன்ஞ்' போலீஸ் ஸ்டேஷன் செல்வதா, அல்லது கார்ப்பரேஷனுக்கு போன் செய்வதா என்பதுதான். பிச்சைக்காரனை யார் கொலை செய்யப் போகிறார்கள்? இது இயற்கையான சாவுதான் என்று அவனுக்குப் பட்டது. ரயில்வே ஸ்டேஷன் சென்று பப்ளிக் பூத்திலிருந்து கார்பரேஷனுக்கு போன் செய்வதென்று அவன் தீர்மானித்தான்.

பூத்தை அடைந்ததும் அவன் தன் பர்ஸைத் திறந்து பார்த்தான். ஒரு பத்துப் பைசாதான் இருந்தது. டிக்கெட் கவுண்டருக்குச் சென்று ஒரு ரூபாயை நீட்டி, பத்து, பத்துப் பைசா தரும்படி கேட்டான். தேநீர் குடித்துக் கொண்டிருந்த டிக்கெட் கொடுப்பவன், வேறு எங்கோ பார்த்துக் கொண்டே 'இல்லை' என்றான்.

'ஒருவன் செத்துவிட்டான். போன் செய்ய வேண்டும். சில்லரை தருவீர்களா?' என்றான் மோகன்.

தன் மனைவி செத்திருந்தால்கூட அதைப் பற்றி அவன் அவ்வளவு கவலைப்படமாட்டான் என்று தோன்றியது. மோகனின் கேள்வியை அவன் காதில் போட்டுக் கொண்டதாகக் கூடத் தெரியவில்லை. அவன் தொடர்ந்து வேறு எங்கோ பார்த்துக் கொண்டிருந்தான்.

'என்ன உங்களுக்கு பத்து பைசா வேணுமா, நான் தருகிறேன். யார் செத்துப் போய் விட்டார்கள்?' என்றார் கவுண்டரில் அவன் அருகில் நின்றவர்.

'என் சகோதரன்.'

'மை காட். போன் செய்யுங்கள்' அவர் பர்ஸைத் திறந்து எட்டுப் பத்து பைசா நாணயத்தையும், ஓர் இருபது நாணயத்தையும் கொடுத்தார்.

'இரண்டு 'கால்'தான் செய்ய முடியும்' என்றார் அவர்.

'பரவாயில்லை. தாங்க்யூ வெரிமச்.'

டைரக்டரியில் இது சம்பந்தமான இலாக்காவைத் தேடுவது என்பதே பெரும்பாடாகிவிட்டது. இரண்டு 'கால்'தான் செய்ய முடியும். முகவரியை உறுதி செய்து கொண்டு பிறகு 'போன்' செய்வதே உசிதம் என்று அவனுக்குப்பட்டது.

இருபது நிமிஷத் தேடலுக்குப் பிறகு கார்ப்பரேஷனில் எந்த இலாகா வுடன் தொடர்பு வேண்டுமென்று அவனுக்கு விளங்கியது.

மோகன் விஷயத்தைச் சொன்னான்.

சில வினாடிகள் அமைதி. அதற்குப் பிறகு மிகவும் அமைதியான குரலில் ஒரு கேள்வி. 'நாங்கள் என்ன செய்ய வேண்டும்?'

'உங்கள் வாகனத்தை கொண்டு வந்து பிணத்தை எடுத்துச் செல்லுங்கள்.'

'பிணம் எங்கிருக்கிறது?'

'புது டெல்லி ஸ்டேஷன் அருகே பாலத்தின் கீழ்.'

'ஓ, அங்கேயா? அப்படியானால் புதுடெல்லி முனிசிபல் கமிட்டிக்குப் போன் செய்யுங்கள். எங்களுக்கு சம்பந்தமில்லை.'

'என்னிடம் இன்னும் ஒரு 'கால்' செய்வதற்கான 'சேஞ்' தான் இருக்கிறது. அவர்களுக்கு நீங்களே போன் செய்யுங்கள்' என்றான்.

'அது உங்கள் பிரச்னை. புதுடெல்லி முனிசிபல் கமிட்டிக்கு போன் செய்யுங்கள்' என்று சொல்லிவிட்டு போனை அவன் பலத்த சப்தத்துடன் கீழே வைத்தான்.

கிழிந்து தொங்கிய அந்த டைரக்டரியில் புதுடெல்லி முனிசிபல் கமிட்டியில் இது சம்பந்தமான இலாக்காவைத் தேடுவது சுலபமான காரியமல்ல என்ற உணர்வு மேலோங்கியதும், அநாதைப் பிணம் எக்கேடு கெட்டுப் போனால் நமக்கென்ன, நம் வேலையை கவனிக்கலாமென்று அவனுக்குத் தோன்றியது. ஆனால், இப்பொழுது இது அவனுக்கு ஒரு கௌரவப் பிரச்னையாகப் போய்விட்டது. எடுத்த காரியத்தை முடிக்காமல் பின் வாங்குவதா?

அவனுக்கு சமய நம்பிக்கை அவ்வளவாகக் கிடையாது. இருந் தாலும் 'அநாதைப் பிணத்தை தகனம் செய்ய உதவுவதே பெரிய

யக்கும்' என்று சொல்வதன் அடிப்படையிலுள்ள மனிதாபிமான நோக்கத்தை உணர்ச்சிபூர்வமாக புரிந்து கொண்டான். உயிருக்கு மன்றாடிக் கொண்டிருந்த அந்த டைரக்டரி அவன் பக்கங்களைப் புரட்டியதும், இற்றுப் போய் கீழே விழுந்துவிட்டது. பக்கங்கள் ஒன்றோடொன்று கலந்து போய் விட்டன. இப்பொழுது எப்படித் தேடுவது?

ஸ்டேஷனுக்கு எதிர்தாற் போலிருந்த கடைகளில் ஒன்றில் போய் போன் செய்யலாம் என்று தீர்மானித்து அவன் பூத்தை விட்டு வெளியே வந்தான்.

எலெக்ட்ரிக் சாமான்கள் விற்கும் கடையில் உட்கார்ந்திருந்த வனைப் பார்க்கும்போது, அவன் போன் செய்ய அனுமதிப்பான் போல் அவனுக்குப்பட்டது. சர்தார்ஜிதான், ஆனால் சாத்வீகமான முகம். பெரிய குருநானக் படமொன்று கடை முகப்பில் தொங்கிக் கொண்டிருந்தது.

'சத்ஸ்ரீ ஹால்ஜி' என்றான் மோகன்.

'சத் ஸ்ரீ ஹால் ஜி... என்ன வேண்டும் உங்களுக்கு?'

'கொஞ்சம் டெலிபோன்...''

'அறுபது பைசா. செய்யுங்கள்.'

'டைரக்டரியும் வேண்டும்'

'காலையில் இதென்ன சாவுக்கிராக்கி?' என்பதுபோல் டைக்டரியை வேண்டா வெறுப்பாக அவன் முன் தூக்கி எறிந்த பிறகு, வாசலை நோக்கினான் கடைக்காரன்.

நியூ டெல்லி முனிசிபல் கமிட்டியில், இது சம்பந்தமான இலாக்காவின் போன் இலக்கம் கிடைத்துவிட்டது.

மோகன் விஷயத்தைச் சொன்னான். கடைக்கார சர்தார்ஜி சற்று ஆச்சரியத்துடன் அவனை நோக்கினான்.

'நாங்கள் என்ன செய்ய வேண்டுமென்கிறீர்கள்?'

'உங்கள் வாகனத்தைக் கொண்டு வந்து பிணத்தை எடுத்துச் செல்லுங்கள்.'

'பிணம் எங்கிருக்கிறது?'

'புது டெல்லி ஸ்டேஷன் அருகே பாலத்தின் கீழ்.'

'ஓ... அங்கேயா? அப்படியானால் கார்ப்பரேஷனுக்கு போன் செய்யுங்கள். எங்களுக்கு சம்பந்தமில்லை' என்று பதில் வந்தது.

'கார்ப்பரேஷனில்தான் உங்களோடு தொடர்பு கொள்ளச் சொன்னார்கள்,' என்றான் மோகன்.

'அந்தப் பாலத்துக்குக் கீழ் உள்ள இடம் கார்ப்பரேஷனைச் சேர்ந்ததா அல்லது புதுடெல்லி முனிசிபல் கமிட்டியைச் சேர்ந்ததா என்று ரெக்கார்டுகளைப் பார்த்துத்தான் தீர்மானிக்க முடியும்' போனில் பதில்.

'அதற்குள்பிணம் நாற்றம் எடுத்துவிடும். சமூக ஆரோக்கியம் பாதிக்கலாம்.'

'அப்படியானால் ஹெல்த் டிபார்ட்மெண்டுக்கு போன் செய்யுங்கள்.' போனைக் கீழே வைத்துவிட்டு மோகன் அறுபது பைசாவை எண்ணி சர்தார்ஜி எதிரே வைத்தான்.

'முப்பது பைசா போதும்' என்றார் சர்தார்ஜி.

'ஏன்?'

'பொது நலக் காரியத்துக்காக போன் செய்கிறீர்கள். அந்த அளவுக்கு நானும் உங்களோடு ஒத்துழைக்க வேண்டாமா? ஆனால் நான் உங்களுக்கு ஒன்று சொல்ல விரும்புகிறேன்' என்று சொல்லிவிட்டு அவன் தயங்கினான்.

'சில மாதங்களுக்கு முன்பு பஞ்சாபி பார்க்கில் - நான் இருக்கிற இடம் - ஒரு நாய் ஒரு வாரமாக ரோடில் செத்துக் கிடந்தது. அப்பொழுது கார்ப்பரேஷன் எலெக்ஷன் நடந்தது. எங்கள் தொகுதிக்காரர் ஒருவர் அதை ஒரு தேர்தல் பிரச்னையாக வைத்து ஜெயித்துவிட்டார். பிறகு அந்த நாய்க்குக் கிடைத்த இறுதி மரியாதை இருக்கிறதே மிகவும் பிரமாதம் போங்கள். மாலை போட்டு...'

'இப்போது நீங்கள் என்ன சொல்லுகிறீர்கள்? அந்தப் பிணம் அடுத்த தேர்தல் வரை அங்கேயே கிடந்தால், தேர்தலில் ஜெயிக்க யாருக்காவது வாய்ப்பு உண்டு என்கிறீர்களா?'

சர்தார்ஜி பலமாகச் சிரித்துக்கொண்டே சொன்னான். 'ஏதாவது பலனிருந்தாலொழிய இந்த மாதிரி பொதுக்காரியங்களில்

ஈடுபடுவது பைத்தியக்காரத்தனம். ஆகவே உங்கள் வேலையைப் பார்த்துக்கொண்டு நீங்கள் போவதுதான் விவேகம்.'

மோகன் இதற்கு பதிலொன்றும் கூறாமல் கடையை விட்டு வெளியே வந்தான்.

மணியைப் பார்த்தான். 10.21. இன்னும் பத்து நிமிஷங்களில் அவன் அங்கு போய்ச் சேர்ந்தாகவேண்டும். இண்டர்வியூ பத்தரை மணிக்கு. இண்டர்-வியூ என்று இதைச் சொல்ல முடியாது. 'பத்தரை மணிக்கு வந்து பார் என்னை. தகவல் சொல்லுகிறேன்' என்று அவனுடைய அண்ணாவின் சிநேகிதருடைய 'பாஸ்' சொல்லியிருந்தார். அவர் மிகவும் கண்டிப்பானவர் என்று அவன் அண்ணாவின் சிநேகிதர் எச்சரிக்கை செய்திருந்தார்.

அவன் தனக்கு வேலை கிடைக்குமென்ற நம்பிக்கையை இழந்துவிட்டான். பாஸ் செய்து ஒரு வருஷமாகிறது. எம்.ஏ. தத்துவம், அண்ணா அப்பொழுதே சொன்னான்: 'ஏதாவது உபயோகமாகப் படி' என்று. 'தத்துவம் ரொட்டி சுட்டுத் தராது' என்று யார் சொல்லியிருக்கிறார்கள்? - அவனுக்கு மறந்து போய்விட்டது. ஆனால், வாஸ்தவமான வார்த்தை.

இன்னும் பத்து நிமிஷத்தில் அங்கு போய் சேர்ந்துவிட முடியுமோ? தனக்கு வேலை கிடைக்காது என்ற விரக்தி உணர்வுதான், மனிதாபிமான உணர்வாக மாற்றுரு எடுத்து, காலத்தை விரயம் செய்யும்படி தூண்டியதோ என்ற சந்தேகம் அவனுக்கு ஏற்பட்டது.

அவன் தன் பையிலிருந்த பணத்தை எண்ணிப் பார்த்தான். ஏழு ரூபாய் நாற்பது பைசா. டாக்சியில் போய் விடலாமா? ஆனால் இது அவசியந்தானா? தனக்குத் தெரியாத பல வித்தைகளைப் பற்றி கேள்விகள் கேட்டுவிட்டு அவர் அனுப்பிவிடப் போகிறார். இதற்கு ஓர் அனாதைப் பிணத்தை தகனம் செய்ய உதவிய புண்ணியமாவது தனக்கு வந்து சேரும்.

அப்படியானால் இப்பொழுது யாருடன் தொடர்பு கொள்வது? இதுவும் பிரச்னைதான். அவன் தன்னால் முடிந்தவரை முயன்றான். காரியம் நடக்காவிட்டால் அவன் முயற்சி செய்யவில்லை என்ற குற்றத்தை அவன் மீது சுமத்த முடியாது.

கன்னாட் ப்ளேஸ் சென்று தன் வேலையை கவனிப்பதே உத்தமம் என்று அவனுக்குப் பட்டது.

அப்பொழுது ஓர் ஆட்டோ ரிக்ஷா காலியாகச் சென்றது. அதை நிறுத்தி அவன் ஏறிக் கொண்டான். 'கன்னாட் பிளேஸ்.' 'இவ்வளவு குறைவான தூரம் செல்லவா என்னை நிறுத்தினாய்?' என்ற எரிச்சல் முகத்தில் தெரிய அவனைப் பார்த்தான் டிரைவர்.

மோகன் அந்த அலுவலகத்தைச் சென்றடைந்தபோது மணி 10.50. நடுவில் போக்குவரத்துத் தடைகள் இருந்திராவிட்டால் இன்னும் சீக்கிரம் வந்திருக்கலாம் என்று அவனுக்குத் தோன்றியது.

அது சற்று பெரிய ஆபீஸ் தான். ஹாலில் பதினைந்து பேர் வேலை செய்து கொண்டிருந்தார்கள். அவன் உள்ளே நுழைந்தபோது அவனை யாரும் ஏறிட்டுகூட பார்க்கவில்லை. அவர் மிகவும் கண்டிப்பானவர் என்று அவனுடைய அண்ணாவின் சிநேகிதர் சொன்னது அவன் நினைவுக்கு வந்தது. கொஞ்சம் வயசானவ ராகத் தெரிந்த ஒருவரிடம் சென்று அவன் தான் இன்னாரைப் பார்க்க வேண்டுமென்று அவர் பெயரைச் சொன்னான். அவர் 'மாத்தூரைப் பாருங்கள்' என்று இயந்திர ரீதியாகச் சொல்லி விட்டு தம் ஃபைலில் மூழ்கினார்.

நல்ல வேளையாக ஒவ்வொரு மேஜையிலும் அங்கு உட்கார்ந் திருந்தவர்களுடைய பெயரை தாங்கிய பலகை இருந்தது. மாத்தூருக்கு ஐம்பது வயதிருக்கலாம். தடித்த ஃபிரேம் போட்ட கண்ணாடி அணிந்திருந்த அவர் அவனை கீழ்க் கண்ணால் பார்த்தார்.

அவன் தன் பெயரைச் சொல்லி, இன்னாரைப் பார்க்க வந்திருப்பதாகச் சொன்னான்.

'அப்பாய்ன்ட்மென்ட் உண்டா?' என்றார் அவர்.

'உண்டு.'

எத்தனை மணிக்கு?'

'பத்தரை..'

'இப்பொழுது மணி என்ன தெரியுமா?'

‘பத்து ஐம்பத்தேழு.’

அவர் தம் முன்னாலிருந்த ‘என்கேஜ்மெண்ட்’ பேடை அவனிடம் சுட்டிக் காட்டினார். ‘10.30 - 10.40, மோகன்’ என்று அதில் குறித்திருந்தது.

‘மன்னிக்கவும். நேரமாகிவிட்டது. நான் அவரிடம் இதற்கான காரணத்தைச் சொல்லிக் கொள்கிறேன். அவரால் இதைப் புரிந்துகொள்ள முடியுமென்ற நம்பிக்கை எனக்குண்டு.’

‘உங்களை யார் அனுப்பினார்கள்?’

‘அணில் மேஹ்ரா. உங்களுடைய தர்யா கஞ்ச் பிராஞ்சில் இருக்கிறார்.’

அவர் எழுந்து உள்ளே சென்றார். சில விநாடிகளுக்குப் பிறகு வெளியே வந்தார்.

‘பாஸ் கூப்பிடுகிறார். போங்கள்.’

‘பாஸி’ன் சதுரமான முகம் எந்த விதமான உணர்ச்சியுமின்றி, அண்டார்ட்டிகா கண்டத்திலுள்ள பனிப்பாறைகளை நினைவுக்குக் கொண்டு வந்தது.

அவன் உள்ளே நுழைந்ததும் அவர் தம் கைக் கடிகாரத்தைப் பார்த்தார்.

‘மன்னிக்கவும். வரும்போது, புதுடெல்லி ஸ்டேஷன் அருகே உள்ள பாலத்தின் கீழ் ஒரு பிச்சைக்காரன் செத்துக் கிடந்தான். யாரும் அதைப் பற்றி அக்கறை கொண்டதாகத் தெரியவில்லை. தகனத்துக்கு ஏற்பாடு செய்யலாமென்று முயற்சி செய்தேன். காரியமும் நடக்கவில்லை. நேரமாகிவிட்டது.’

‘உனக்கு டைப் ரைட்டிங் தெரியுமா?’

‘தெரியாது. புதுடெல்லி முனிசிபல் கமிட்டி, இது கார்ப்பரேஷன் பொறுப்பு என்கிறார்கள். கார்ப்பரேஷன், புதுடெல்லி முனிசிபல் கமிட்டியின் பொறுப்பு என்கிறார்கள்.’

‘ஷார்ட்-ஹாண்ட்?’

‘தெரியாது. ஒருவன் உயிருடன் இருப்பதுதான் இந்நாட்டில் பிரச்னை என்றால் இறந்துபோன பிறகு கூடவா பிரச்னை?’

'ஷார்ட்-ஹாண்ட், டைப்-ரைட்டிங் இரண்டும் கற்றுக் கொண்ட பிறகு என்னை வந்துப் பார்.'

அவன் அவரைப் பார்த்து புன்னகை செய்து கொண்டே சொன்னான், 'தாங்க்-யூ.'

அவன் எழுந்து வசாற்கதவை நோக்கிச் செல்லும்போது, அவர் அவனைக் கூப்பிட்டார். அவன் திரும்பினான்.

'இந்தா, ஐம்பது ரூபாயை வைத்துக்கொள். அந்த அநாதைப் பிணத்தின் தகனத்துக்கு ஏற்பாடு செய். ஷார்ட்-ஹாண்ட், டைப்-ரைட்டிங்' கற்றுக் கொள்ள மறந்து விடாதே.' அவன் பணத்தை வாங்கிக் கொள்வதா, வேண்டாமா என்று ஒரு கணம் தயங்கினான். பிறகு பணம் கையிலிருந்தால் நல்லது என்று அவனுக்குப்பட்டது. வாங்கிக் கொண்டான்.

கன்னாட் ப்ளேஸ் வந்தாகிவிட்டது. புதுடெல்லி முனிசிபல் கமிட்டி அலுவலகம் சென்று பார்த்தால்தான் என்ன என்று அவனுக்குத் தோன்றியது.

ஜந்தர்-மந்திர் எதிரே இருந்த புதுடெல்லி முனிசிபல் கமிட்டியின் புதிய பலமாடிக் கட்டடம் ஒரே கலகலப்பாக இருந்தது. அங்கு புணிபுரிந்த பொது நலத் தொடர்பு அதிகாரி தமிழர் என்று அவனுக்கு அப்பொழுது ஞாபகம் வந்தது. அவன் அண்ணன் எப்பொழுதோ அவரைப் பற்றிப் பேசியிருக்கிறான்.

அவன் அவரிடம் சென்று தான் வந்த காரியத்தை தமிழில் சொன்னான்.

அவர் சிறிது நேரம் அவனை உற்றுப் பார்த்தார். பிறகு புன்னகை செய்து கொண்டே, ஹிந்தியில் கேட்டார் 'உங்கள் பெயர்?'

அவன் சொன்னான்.

'நீங்கள் இதில் தலையிடாமல் இருப்பது நல்லது என்று தோன்றுகிறது. நாளைக்கு எவனாவது காணாமல் போனால், போலீஸ்காரர்கள் செத்துப் போன பிச்சைக்காரன்தான் அவன் என்று நிரூபிக்க முற்படுவார்கள். பிறகு பல கேள்விகள் எழும். இதனால் உங்களுக்குத் தொந்தரவுதான் மிஞ்சுமேயன்றி, நீங்கள் நல்ல காரியம் செய்தீர்கள் என்று யாரும் பாராட்டமாட்டார்கள். பேசாமல் உங்கள் வேலையை பார்த்துக் கொண்டு போங்கள்' என்று மிகச் சரளமாக ஹிந்தியில் அவர் பேசினார்.

‘நான் ஐம்பது ரூபாய் தருகிறேன். வேனை அனுப்பி அந்தப் பிணத்தை அப்புறப்படுத்த முடியுமா?’ என்றான் மோகன்.

‘இதற்கு நீங்கள் ‘மந்திர் மார்க்’ போக வேண்டும். அங்குதான் இதற்கான ஆபீஸ் இருக்கிறது. அநாதை பிணம் என்றால் அவர்களும் ‘போலீஸ் சர்டிஃபிகேட்’ கேட்பார்கள். நீங்களும் தமிழர் நானும் தமிழன் என்பதால் சொல்லுகிறேன், உங்கள் வேலையை பார்த்துக் கொண்டு போங்கள்.’

‘நீங்கள் ஏன் தமிழில் பேசாமல், ஹிந்தியிலேயே பேசிக் கொண்டிருக்கிறீர்கள்!’

‘என் மனைவி உத்திரப் பிரதேஷைச் சேர்ந்தவள். வீட்டில் குழந்தைகள் எல்லாமே ஹிந்தியில் பேசுகின்றன. தமிழ் பேச வராது என்பதில்லை. அவ்வளவு சுலபமாகப் பேச வராது.’

அவன் அவரிடம் விடை பெற்றுக்கொண்டு வெளியே வந்த போது மணி 12.30. அவர், அவனிடம் ‘எமெர்ஜென்ஸி’யின் போது வம்பில் மாட்டிக் கொள்ளாமல் செய்த பல சாகசங்களைப் பற்றிச் சொன்னார். ‘ஒன்றிலும் கையெழுத்துப் போட்டுவிடக் கூடாது. மிகவும் சாமர்த்தியமாகச் சமாளிக்க வேண்டும். புதிய ஆட்சிவந்ததும் நான் பாதிக்கப்படவில்லை, பார்த்தீர்களா!’

அவன் வெளியே வந்தபோது மிகவும் பசித்தது. ஒரு நல்ல ஹோட்டலுக்கு சென்று ஆசை தீர சாப்பிடுவோம் என்று அவனுக்கு தோன்றியது. கையில் அந்த ‘பாஸ்’ கொடுத்த ஐம்பது ரூபாய் இருந்தது. பாலத்தடியில் கிடக்கும் அந்த அநாதைப் பிணத்தின் தகனத்துக்கு ஏற்பாடு செய்வது என்பது இனி முடியாத காரியம். இதில் பல சிக்கல்கள் இருக்கின்றன.

ஐம்பது ரூபாயை அவரிடம் சென்று திரும்பக் கொடுத்து விடுவது நேர்மையாக இருக்கலாம். ஆனால், இத்தனை சம்பாதிப்பவருக்கு ஐம்பது ரூபாயா பெரிய பணம்?

அவருக்குப் பெரிய பணமில்லை என்பது எந்த அளவுக்கு அவன் செய்வதை நியாயப்படுத்தும்? அவன் நல்லது செய்ய நினைத்தான். ஆனால், இதில் எத்தனை குழப்பங்கள்? சிலந்தி தன்னைச் சுற்றி ஒரு சிக்கலான வலையைப் பின்னிக் கொண்டு, தன்னை விடுவித்துக் கொள்ள முடியாமல் தவிக்கிறது.

இந்தப் பணம் இப்பொழுது தன்னுடைய பசியைப் போக்க உதவுமானால் நல்ல பணம்தான். செத்துப்போனவன் போய்

விட்டான். உயிருடன் இருப்பவனைப் பட்டினி கிடக்காமல் பாதுகாப்பதே யக்ஞம்.

அவன் 'வோல்கா'வுக்குச் சென்று ஆசை தீர சாப்பிட்டான். பில் 32 ரூபாய், டிப்ஸ் 3 ரூபாய்.

அவன் வெளியே வந்தபோது கோலூன்றிய பிச்சைக்காரன் ஒருவன் அவனைப் பரிதாபமாகப் பார்த்துக் கொண்டிருந்தான். மோகன் அவன் கையில் வைத்துக் கொண்டிருந்த தட்டில் ஐம்பது ரூபாயைப் போட்டான்.

அவன் மனத்திலிருந்து ஒரு பெரிய பாரத்தை இறக்கி வைத்தாற் போலிருந்தது.

தன்னைப் போல் எத்தனைபேர் இந்த முறையில் நிம்மதி அடைந்து வருகிறார்கள் என்று நினைத்துப் பார்க்கும்போது அவன் முகத்தில் புன்னகை தோன்றியது.

3. எல்லை

பதினைந்து வருஷங்களுக்குப் பிறகு இவ்வளவு பெரிய மீசையுடன் வாசுவைப் பார்ப்பேன் என்று நான் எதிர்பார்க்கவில்லை. அக் கருமையின் செறிவில் ஓரிரண்டு மயிர்கள் மின்னின. குடித்துக் குடித்து நிரந்தர சிவப்பு குடியேறிய கண்கள், தரிசு நிலம் போல் காய்ந்து, வெடிப்புகளுடன் காணப்பட்ட உதடுகள், அட்டகாச பொய்ச் சிரிப்பு. அவ்வாறு சிரிக்கும்போது அவன் கண்களைச் சிமிட்டினான். அந்தக் காலத்தில் காவேரி மணல் பரப்பில் உட்கார்ந்தவாறு அவனுடன் ஒன்றாகக் கண்ட கனவுகளை நினைத்துக் கொண்டு போன எனக்கு இந்தப் புதிய வாசுவைப் பார்த்ததும் ஏமாற்றமாக இருந்தது. எல்லைப்புற ராணுவ சேவையின்போது, நானறிந்திருந்த பழைய வாசு இறந்து, கூடுவிட்டு கூடு பாய்ந்த கதையாகி விட்டதோ? 'யார் இந்த ஆசாமி, வாசு என்று சொல்லிக் கொண்டு திரிகிறான்?'

'மைகாட். லடாக்கிய பொண்ணைச் சமாளிக்கணும்னா...' அவன் தோள்களைக் குலுக்கிக் கொண்டான்.'ஐ நோ வாட் இட் மீன்ஸ்.'

நான் அவனை பொறாமையுடன் நோக்கவில்லை என்பது அவனுக்குச் சிறிது ஏமாற்றத்தைத் தந்திருக்க வேண்டும்.

'டில்லியிலே ஜி.பி.ரோடு போனது இல்லையாடா, நீ?' என்று அனுதாபத்துடன் கேட்டான்.

நான் பதில் சொல்லவில்லை. புன்னகை செய்தேன்.

'ஸ்டில் எ மதர்ஸ் குட் பாய்? கவர்ட், கவர்ட்' என்று சொல்லி விட்டு பலமாகச் சிரித்தான்.

'வீட்டில் யாருமில்லையா?' என்று நான் கேட்டேன்.

'அம்மாவுக்கு வயத்திலே ஆபரேஷன். எல்லாரும் வேலூருக்கு போயிருக்கா. அது கிடக்கட்டும், பேச்சை ஏன் மாத்தறே? பொம்பளையைப் பத்திப் பேசினா, இவ்வளவு பயமா?'

'நீ வீட்டிலே தனின்னு சொல்லு.'

'ஆமாம். கான்யு ஹெல்ப் மீ?'

'நான்சென்ஸ். எப்போ இவ்வளவு 'க்ரூடா'ப் போனே நீ?'

'க்ரூட் என்னடா இதிலே க்ரூட். நீங்கள்ளாம் ஏண்டா வெளியூருக்குப் போறீங்க? வீட்டிலே உட்கார்ந்துண்டு, கீரை மசியலையும், வெண்டைக்காய் சாம்பாரையும் சாப்பிடறதுக்கென்ன?'

'கீரை மசியலையும், வெண்டைக்காய் சாம்பாரையும் சாப்பிட்டுண்டு இந்த ஊர்லே உன் மாதிரி இருக்க முடியாதுங்கிறியா? .தாராளமா இருக்கலாம். உன் பிரதாபத்தை, சேஷன் கிட்டே போய்ச் சொல்லு. அவன் சொல்றதைக் கேட்டியானா, உன் மூஞ்சி வெட்கத்தாலே சிவந்து போயிடும்.'

அப்பொழுது கீழே வாசற்கதவு தட்டப்படும் சப்தம் கேட்டது. நாங்கள் இருவரும் மாடி வராந்தாவில் பேசிக் கொண்டிருந்தோம். வாசுவின் வீடு அந்தத் தெருவிலேயே மிகப் பெரிய வீடு. வாசலிலிருந்து பார்த்தால் சிறியதாகத் தெரிந்தாலும் உள்ளே புகுந்தால்தான் அது எவ்வளவு பெரிய வீடு என்று தெரியும். கும்பகோணத்தில், அந்தத் தெருவில் வாசுவின் குடும்பத்தினர் ஐந்தாறு தலைமுறைகளாய் வசித்து வருகின்றனர்.

கீழே இறங்கிப் போன வாசு, சேஷனுடன் மாடிக்கு வந்தான்.

'திங்க் ஆஃப் தி டெவில்' என்று சொல்லிக் கொண்டே அவன் வந்தான்.

சேஷனுக்கு சுருட்டை சுருட்டையான தலைமயிர். வெற்றிலைக் காவி ஏறிய பற்கள். வேட்டியை தூக்கிக்கட்டிக் கொண்டிருந்தான். சிவப்பு நிற அண்டர் வேர் வெளியே தெரிந்தது.

'நீ எப்போ டில்லியிலேந்து வந்தே?' என்று என்னைக் கேட்டான் சேஷன்.

'நாலு நாளாறது.'

'டில்லியிலே நீ தீர்த்தம் சாப்பிடறதுண்டா?' சேஷன் இப்படி திடுதிடுப்பென்று கேட்பானென்று நான் எதிர்பார்க்கவில்லை.

'என்னடா உங்களுக்கு - வாசு டில்லியிலே தேவடியா வீட்டுக்குப் போறதுண்டான்னு கேக்கறான். நீ தீர்த்தம் சாப்பிடறதுண் டான்னு கேக்கறே?'

'இப்போ சப்ஜெக்ட் தேவடியா இல்லே. வாசு தீர்த்தம் கொண்டு வந்திருக்கான், சாப்பிறடதா இருந்தா சாப்பிடலாம்' என்று சொல்லிக்கொண்டே பித்தான் போடாத தன் சட்டையை கழுத்துக்குப் பின்னால் தள்ளிவிட்டு, தன் அகலமான மார்பைக் காட்டினான் சேஷன். கழுத்தில் புலி நகத்துடன் தொங்கிய மைனர் சங்கிலி, வெயிலில் மின்னியது.

'ஸ்காட்ச் கொண்டு வரட்டுமா?' என்று என்னைக் கேட்டான் வாசு.

'உள்ளே போய்ச் சாப்பிடலாம். வெராந்தாவிலே வேண்டாம். எதிர்த்தாத்து ருத்திராட்ச பூனையைப் பாரு. இங்கேயே பார்த்துண்டு இருக்கு.'

'ருத்திராட்ச பூனை' என்று அவன் குறிப்பிட்டது நீலகண்ட தீட்சிதரை. ஆடி ஓய்ந்து உடம்பெல்லாம் திருநீறு பூசிக் கொண்டு உட்கார்ந்திருந்தார். ஒரு கையில் விசிறி, இன்னொரு கை வலப்பக்கத் தோளருகே அழுக்கைப் பந்தாகச் சுருட்டிக் கொண்டிருந்தது.

'ஆல்ரைட். உள்ளே போவோம்' என்றான் வாசு.

உள்ளே சென்றதும் ஒரு பெரிய ஜமுக்காளத்தை எடுத்து கீழே விரித்தான் வாசு. நானும் சேஷனும் உட்கார்ந்தோம்.

வாசு அறை ஓரத்திலிருந்த பெட்டியைத் திறந்து பாட்டிலை எடுத்தான்.

'சோடாவா, தண்ணியா?'

‘எப்படி வேணாலும்’ என்றான் சேஷன். அவன் கண்கள் ஒளி பூத்து நின்றன.

‘வாட் அபௌட் யூ?’ என்று என்னைக் கேட்டான் வாசு.

‘எனக்கு வேண்டாம்.’

‘டோண்ட் பி ஸில்லி, வாட்டர் ஆர் சோடா?’

‘ஆல்ரைட். வாட்டர்.’

கண்ணாடித் டம்ளர்கள் உராய்ந்தன.

‘நீ மாறவே இல்லேடா, அப்படியே இருக்கே. உள்ளுக்குள்ளே ஆசை, பேச்சிலே மட்டும் வீறாப்பு’ என்றான் வாசு.

‘ஞாபகம் இருக்காடா வாசு. இந்தப்பய, நாம, இன்டர்மீடியட் படிக்கறப்போ, அந்த வக்கீல் குமாஸ்தா நாணு, அழைச்சுண்டு போறேன்னு ஏமாத்தினானே... அப்புறம், கடைசி நிமிஷத்திலே இவன் பாக் அவுட்...’

அந்த நிகழ்ச்சியை மறக்க முடியாது. வக்கீல் குமாஸ்தா நாணுவுக்கு எல்லாத் தொழில்களும் அத்துப்படி. ஒரு மலையாளப் பெண்ணை ஏற்பாடு செய்வதாகச் சொல்லி, வாசுவிடம் முப்பது ரூபாய் வாங்கிக் கொண்டு போனான்.

நான் முதலில் வருவதாகச் சொல்லியிருந்தாலும், கடைசியில் போகவில்லை. சேஷனும் வாசுவும் போனார்கள். நாணு அவர்களை ஒரு இருண்ட வீட்டுக்கு அழைத்துக் கொண்டு போனான். முதலில் சேஷன்தான் போனான். வாசு திண்ணையில் உட்கார்ந்து கொண்டிருந்தான். அஞ்சு நிமிஷத்துக்கெல்லாம் சேஷன் அலறிக் கொண்டே வெளியே ஓடி வந்தான். வாசுவின் கைகளையும் பற்றிக்கொண்டு தெரு வெளிச்சத்தை நோக்கி ஓடியிருக்கிறான்.

இதை அவர்கள் என்னிடம் அடுத்த நாள் சொன்னார்கள். சேஷன் உள்ளே போயிருக்கிறான். அங்கு கருகுரு வென்று வளர்ந்த தாடியுடன் ஒருவன் கும்மிருட்டிலே உட்கார்ந்திருக்கிறான். சிம்னி விளக்கின் வெளிச்சத்தில் அவன் கண்கள் ஒரு அசாதாரண ஒளியுடன் பிரகாசித்ததைக் கண்டதும் சேஷன் கொஞ்சம் பயந் திருக்கிறான். உயிரைப் போர்த்தியிருக்க இயற்கை அளித்திருந்த ஆடையைத் தவிர வேறொன்றையும் அவன் அணியவில்லை.

அவன் அடிமேல் அடி வைத்து சேஷனை நெருங்கியதும், அவன் கூச்சலிட்டுக்கொண்டு ஓடி வந்துவிட்டான்.

'நாணு எங்கே இருக்கான் இப்போ?' என்று கேட்டான் வாசு. அவன் தன் டம்ளரை காலி செய்துவிட்டு இன்னும் கொஞ்சம் ஊற்றிக் கொண்டான்.

'இங்கேதான் இருக்கான். அதேதான் வேலை. ரொம்பக் கஷ்டப்படறான்னு கேள்வி.'

'அவன் ஆம்படையா, அந்த மாமி ரொம்ப நல்ல மாதிரி. அவன் குழந்தை பொறந்தபோது நான்தான் போய் பேர்வைச்சேன். வெரி ஸ்மாடர்ட் கேர்ள்' என்றான் வாசு.

'உங்கப்பாகிட்டே குமாஸ்தாவா இருந்தான். அப்போ அவனுக்கு நல்ல வரும்படி. இப்பத்தான் உங்கப்பா பிராக்டீஸையே விட்டுட்டாரே...'

'எங்கப்பாவுக்கு அவன் குமாஸ்தாவா மட்டுமில்லே.' சேஷன் வாய்விட்டு பெரிதாகச் சிரித்தான்.

வாசு தன் அப்பாவைப் பற்றி இப்படி பேசியது எனக்கு ஆச்சரியத்தைத் தரவில்லை. அவன் அந்த நாளிலேயே அப்படித்தான்.

அப்பொழுது மறுபடியும் வாசல் கதவு தட்டப்படும் சப்தம் கேட்டது. 'ஹூ தி டெவில்?' என்று முணுமுணுத்தான் வாசு.

'நான் போய்ப் பார்க்கிறேன்' என்று சொல்லிக்கொண்டே நான் கீழே இறங்கிப் போனேன்.

நாணு!

'சௌக்கியமா சார், எப்போ டில்லியிலேந்து வந்தேள்?'

அதே கட்டுக் குடுமி. காதில் சிவப்புக் கடுக்கன். உடம்பை அஷ்ட கோணலாக வளைத்துக் கொண்டு, எந்த அளவிலும் பாதிக்க வில்லையென்றே பட்டது.

'வாசு சார் இருக்காரா?' அவன் குழைந்தவிதம், எந்த நிமிஷத் திலும் கரைந்து உருகிவிடுவானோ என்று எனக்குத் தோன்றியது.

'இருக்கார். வாங்கோ.'

கதவைத் தாளிட்டுவிட்டு நாணுவுடன் மாடிக்குச் சென்றேன்.

'உங்களைப் பத்தித்தான் பேச்சு' என்றான் சேஷன்.

'வையலிலே?'

'அப்போ முப்பது ரூபாய் வாங்கிண்டு ஃப்ராட் பண்ணேளே, ஞாபகம் இருக்கா?' என்றான் சேஷன்.

'நான் எங்கே ஃப்ராட் பண்ணேன், நீங்க போனது தப்பு அட்ரஸ்' அவன் தோளைக் குலக்கிக் கொண்டு சிரித்தான்.

'சரி நான் போய்யா, ஃப்ராட் நம்பர் ஒன்' என்று சொல்லிக் கொண்டே நாணுவின் வயிற்றில் ஓங்கிக் குத்தினான் சேஷன்.

'வாசு சார், பாருங்க சார். அபாண்டமா பேசறான். சேஷன் அதுக்கப்புறம் என்கிட்டே எவ்வளவு தடவை வந்திருக்கான்னு கேளுங்கோ.'

'அட சீ. ஏன்யா அளக்கிறே? உங்களுக்குத் தெரிஞ்சதெல்லாம் ரிஷி பஞ்சமிதானேய்யா. இதுக்குத்தான் உங்ககிட்டே வந்தேனோ?'

'கொஞ்சம் சாப்பிடறேளா?' என்று நாணுவைக் கேட்டான் வாசு.

'நோ நோ. பேசப்படாது என்கிட்டே. நீங்கள்ளாம் சின்னவா, அனுபவிக்கப் பொறந்தவா. என் மாதிரியா?'

'சாப்பிடுய்யா, சும்மா இந்த பூச்சாண்டியெல்லாம் வேண்டாம்' என்றான் சேஷன்.

'இல்லே, சேஷன். சத்தியமா சொல்றேன். நான் இதைக் கையாலே தொட்டதில்லே. நான் பாக்கி விஷயத்திலே எப்படி வேணாலும் இருக்கலாம். அதுக்கும் காரணமிருக்கு. நான் எதுக்காக இதைச் சாப்பிடணும்?'

நாணுவின் மீது திடீரென்று எனக்கு அனுதாபம் பிறந்தது. 'அதுக்கும் காரணமிருக்கு' என்று அவன் சொல்லக் காரணமென்ன?'

'ஆத்திலே ஒருத்தருமில்லையோ? எல்லாரும் அம்மா ஆபரேஷனுக்காக போயிருக்காளா?' என்று கேட்டான் நாணு.

'ஆமாம். ஏதாவது?...' என்றான் வாசு.

நாணுவின் முகம் திடீரென்று இறுகியது. சிறிது நேரம் யோசித் தான்.

'என்னய்யா யோஜிக்கறே? உன்கிட்டே ஏதுய்யா?' என்றான் சேஷன்.

'பிராமணப் பொண்ணு, காலேஜ் கேர்ள். இஷ்டமா? சொல் லுங்கோ.'

'தாடி உண்டா?' என்றான் சேஷன்.

'சேஷன்! விளையாடாதே. நான் சத்தியமாச் சொல்றேன். வேணும்னா இங்கேயே வரச் சொல்றேன். போறுமா?'

'எவ்வளவு ரூபா?' என்று கேட்டான் வாசு.

'அரை நோட்டு.'

'உங்க கமினுனையும் சேர்த்தா?' என்றான் சேஷன்.

'எனக்கு கமிஷனே வேண்டாம். போறுமா?' வாசு சார் குடும்பத் துக்கு நான் எவ்வளவோ கடமைப்பட்டிருக்கேன்.'

'எங்க மூணு பேருக்கும் சேர்த்து சொல்றயா?' என்று மறுபடியும் கேட்டான் சேஷன். எனக்கு வயிற்றை என்னவோ செய்தது. நான் எழுந்திருந்தேன்.

'சரி, வாசு, நான் வறேன்.' என்று சொல்லிக் கொண்டே டம்ளரைக் காலி செய்துவிட்டு கீழே வைத்தேன்.

'ஓடாதேடா! இது சோலோ வென்ச்சர் தான். நோ பார்ட்னர்ஸ்.' என்றான் வாசு.

'டேய்...இது நியாயமில்லே' என்று தள்ளாடினான் சேஷன்.

'சேஷன் நிறைய சாப்பிட்டுட்டான் போலிருக்கு, காணாததை கண்டது மாதிரி' என்றான் நாணு.

'நாணு! ஜாக்கிரதையா இருங்கே. இல்லேன்னா... இல் லேன்னா...' சேஷன் தலை சுற்றியது. அப்படியே சாய்ந்து விட்டான்.

'சரி. நாணு. இவனை வண்டியிலே போட்டுண்டு அவன் வீட்டிலே விட்டுவிட்டு வரவேண்டியது உங்க வேலை. அப்புறம் அந்த விவகாரம்...' இழுத்தான் வாசு.

'பணம் கொடுத்தேள்னா...'

வாசு எழுந்து சென்று அலமாரியைத் திறந்தான். பர்ஸிலிருந்து அஞ்சு பத்து ரூபாய் நோட்டை எண்ணி நாணுவிடம் கொடுத்தான்.

'ஏமாத்த மாட்டேளே?'

'சத்தியமா இல்லே. என் பொண் பேரிலே ஆணையா சொல்றேன்.'

'ஏன்யா நல்லவா எல்லாரையும் இழுக்கறேள்? உங்க பொண்ணு என்ன படிக்கிறா இப்போ?'

'எஸ்.எஸ்.எல்.சி.'

'நான் தான் பேர் வச்சேன், ஞாபகமிருக்கா?'

'பேஷா! நீங்க பேர் வைச்ச முகூர்த்தம், சமத்தா இருக்கா. நன்னா படிக்கிறா!'

'உங்க பொண்ணு சம்பாதிக்க ஆரம்பிச்சப்புறமாவது இந்த வேலையை எல்லாம் விட்டுடும்.'

நாணு அசட்டுச் சிரிப்பு சிரித்தான்.

சேஷனை மிகுந்த பிரயாசையுடன் நாணுவுடன் வண்டியில் ஏற்றி அனுப்பிய பிறகு நான் வாசுவிடம் சொன்னேன்: 'நீ இப்போ செய்யறது எனக்குப் பிடிக்கலே.'

'ஏன்? ஐ ஆம் அலோன் அன்ட் ஐ வான்ட் எ கேர்ள்.'

'யூ ஆர் நாட் செக்ஸ்-ஸ்டார்வட்.'

'இல்லே. இது ஒரு ஹாபிட் தான். நான் உன்னை ஒண்ணும் சொல்லலியே. யூ கான் கண்ட்டினியூ டு பி வர்ட்சுவஸ்!'

நான் அதற்கு மேல் ஒன்றும் பேசவில்லை. வீட்டுக்குச் சென்றதும் யாருடனும் ஒன்றும் பேசாமல் போய்ப் படுத்துக் கொண்டேன்.

என் மனைவி கண்டுபிடித்துவிட்டாள். கட்டிலருகே வந்து மெதுவாகக் கேட்டாள் - ‘கும்பகோணத்துக்கு வந்துமா இப்படி? இந்த ஊர்லே யார் கொடுத்தா உங்களுக்கு?’

அம்மாவுக்கு தெரிய வேண்டாமென்று ஜாடை காட்டினேன். அவள் விடவில்லை. ஏதேதோ முணுமுணுத்துக் கொண்டிருந் தாள்.

அப்பொழுது தூங்க ஆரம்பித்ததுதான். கண்விழித்தபோது, நன்றாக இருட்டியிருந்தது. எழுந்து உட்கார்ந்து சுற்றுமுற்றும் பார்த்தேன்.

‘அம்மாவுக்கும் தெரியும்’ என்றாள் பக்கத்தில் படுத்திருந்த என் மனைவி.

‘மணி என்ன?’

‘பன்னிரண்டு இருக்கும்.’

அப்படியென்றால் வாசுவின் வீட்டுக்கு நாணு அந்தப் பெண்ணை அழைத்துக் கொண்டு வந்திருப்பான். பச்சையாகப் பல கற்பனைகள் விரிந்தன.

‘சே, வெட்கமில்லாமே...’ திணறினாள் மனைவி.

அடுத்த நாள் எழுந்ததும் அம்மாவின் முகத்தில் விழிக்க எனக்கு என்னவோ போலிருந்தது. வாசுவைப் பார்த்துவிட்டு வந்தால் என்ன?

காப்பி சாப்பிட்ட பிறகு வாசுவின் வீட்டுக்குப் புறப்பட்டேன்.

நான் போனபோது வாசு பேப்பர் படித்துக் கொண்டிருந்தான். தூக்கமில்லாத காரணத்திலோ என்னவோ அவன் முகம் ஒட்டி யிருந்தது.

என்னைக் கண்டதும் அவன் தலையசைத்துவிட்டு பேப்பரில் ஆழ்ந்தான்.

‘என்ன வாசு, சுரத்தில்லாமே? நாணு மறுபடியும் ஏமாத்திட் டானா?’

பதில் சொல்லவில்லை வாசு.

‘அம்பது ரூபா நஷ்டமா?’

வாசு பேப்பரை வீசி நாற்காலியில் போட்டான்.

‘அந்த ராஸ்கலைக் கொல்லணும்’ என்றான் வாசு.

‘ஏன்? ஒருத்தரையும் அனுப்பலையா அவன்?’

‘ராத்திரி ஏழு மணி இருக்கும். யாரோ கதவைத் தட்டினா. போய் திறந்தேன். அவன் பொண்ணு. ராஸ்கல் வழக்கம்போல ஏதாவது சால்ஜாப்பு சொல்லியிருப்பான்னு, ‘என்னம்மா வேணும்?’ னேன். ‘மாமாவைப் பார்த்துட்டு வா’ன்னு அப்பாதான் அனுப்பிச் சான்னு சொன்னா அவ. பாஸ்டர்ட், ஹி மஸ்ட் பி ஷாட் டெட்.’

வாசு எதிர்த்தாற்போலிருந்த ஸ்டூலை உதைத்தான். அது முற்றத் தில் போய் விழுந்தது.

வாசுவா அல்லது நாணுவா? யார் அனுதாபத்துக்கு உரியவன் என்று எனக்குப் புரியவில்லை.

4. பயணம்

வெராந்தாவில் பேப்பர் போடும் சப்தம். பாபு கண் விழித்தான். விடிந்துவிட்டது. ஜன்னல் திரைச்சீலைகளின் வழியே தங்கக் கம்பிகள்.

பேப்பரைப் பார்க்கலாமா, கூடாதா? கல்கத்தா டெஸ்ட் மாட்ச் என்னவாகியிருக்கும்? நேற்று முழுவதும் காமன்ட்ரி கேட்க முடியவில்லை. ஆஸ்பத்திரியில் ஒவ்வொரு வார்டிலும் ஏன் ரேடியோ இருக்கக்கூடாது? டெஸ்ட் மாட்ச் சுவையான கட்டத்தில் இருக்கும்போது நேற்று என்று பார்த்துதானா பாட்டிக்கு 'சீரியஸ்' ஆகவேண்டும்? இதனால் பாட்டியிடம் எனக்கு பாசம் இல்லை என்று அர்த்தமோ? பாசம் இருந்திருந்தால், பாட்டி சாயந்திரம் 'போகும்' போது எனக்கு ஏன் அழுகை வரவில்லை?

சாவை நேருக்கு நேர் சந்தித்தது இதுதான் எனக்கு முதல் அனுபவம். இயந்திரங்களின் உதவியால், பாட்டியின் உயிர் நீடித்துக் கொண்டிருந்தது. 'ஆக்ஸிஜன் சிலிண்டர்', 'ஐயோன் செஸ்ட்' நேற்று முதல் நாள் வரை பாட்டி சிரித்துப் பேசிக் கொண்டிருந்தாள். நேற்று திடீரென்று சூழ்நிலையே மாறி விட்டது.

பாட்டிக்கு வாயினால் பேச முடியவில்லையேயொழிய, கண்கள் பேசிக் கொண்டிருந்தன. நினைவு தப்பாமலிருந்தது ஆச்சரியம் என்றார்கள் டாக்டர்கள். அவ்வளவு நெஞ்சு உறுதி. கடைசிவரை அப்பாவிடம் வந்து இருக்க மறுத்துவிட்டு, போன மாதம்தான் டில்லிக்கு வந்தாள். ஒரு வேளை இதுதான் எனக்கு அழுகை வராமலிருப்பதற்குக் காரணமோ?

பாட்டி ஒரு நீண்ட பெருமூச்சுவிட்டு கண்களை மூடிக் கொண்ட வுடன் அப்பா கைக்குட்டையால் வாயைப் பொத்தியவாறு, அறையைவிட்டு வெளியே போய்விட்டார். உலகத்தில் அப்பாக் களும் அழமுடியும் என்று நேற்றுதான் எனக்குத் தெரிந்தது.

அம்மா, அப்பாவைப் பார்த்துக்கொண்டே நின்றாள். அம்மா வுக்கு என்னுடைய பிரச்னைதான் என்று தோன்றியது. எவ்வளவு முயன்றாலும் அழுகை வரவில்லை.

அம்மாவின் பெரியம்மா அழுததுதான் வேடிக்கையாக இருந்தது. என்னதான் எங்களுடன் இத்தனை வருஷங்களாக இருந்து வரு கின்றாள் என்றாலும், பாட்டி 'போனது' அவளை எப்படி உணர்ச்சிவயப்படச் செய்தது என்று நான் யோசித்தேன்.

உணர்ச்சிவயப்படுவதும், உடனுக்குடனே அதிலிருந்து விடுவித்துக் கொண்டு நடைமுறைக்கு வருவதும், அசாத்தியமான சாகசங்கள். பெரியம்மா கண்களைத் துடைத்துக் கொண்டு, கம்மிய குரலில் சொன்னாள்: 'நாம கொடுத்து வைச்சது அவ்வளவுதான், லட்சுமி. பாபுவுக்குக் கல்யாணமாறதைப் பார்த்துட்டுப் போயிருக்கலாம். ஹூம்... எல்லாம் பெருமாள் விட்ட வழி. சரி. கையிலிருக்கிற வளையலை எப்படி கழட்டறது? நூறு ஊசி போட்டு கையை வீங்க வைச்சிட்டாங்களே படுபாவிங்க.'

'கத்தரிக்கோல் இருந்தா வெட்டி எடுத்துடலாம்' என்றார் அப்பாவின் சிநேகிதர் வேணு, இன்கம் டாக்ஸ் ஆபிசர்.

'அதோ நர்ஸ் வரா, கேளுங்கோ' என்றாள் பெரியம்மா.

நர்ஸ் ஒரு உத்யோகத் திறமையுடன், ஆக்சிஜன் சிலிண்டரை நகர்த்தி வைத்துவிட்டு வெள்ளைத் துணியை எடுத்து உடம்பைப் போர்த்த முற்படும்போதுதான் கையை கவனித்தாள்.

'வளையல்?'

'கழட்ட முடியாது போலிருக்கிறது. கத்தரிக்கோல் இருக்கா?' என்றாள் பெரியம்மா. மலையாள நர்ஸ். தமிழ் தெரியும்.

'கத்தரிக்கோலா? வேண்டாம். இப்படிப் பிடிங்கோ. இட் ஈஸ் ஈஸி.'

பெரியம்மா கையை அழுத்திப் பிடித்துக்கொண்டாள். நர்ஸ் வளையலை கழற்றிவிட்டாள்.

‘நல்ல வெயிட். அஞ்சு பவுன் இருக்குமா?’ என்றாள் நர்ஸ்.

‘அந்த காலத்துப் பவுன். இப்போத்தான் பதினாறு காரட் அது இதுன்னு சீரழியறது’ என்றாள் பெரியம்மா.

வேணு வளையலைக் கையில் வாங்கி தூக்கிப் போட்டுப் பார்த்தார். ‘ஆறு பவுன் இருக்கும்.’

‘பாபு ஜாக்கிரதையா கர்சீப்பிலே முடிச்சுப் போட்டு வைச்சுக்கோ’ என்றாள் பெரியம்மா.

‘பாடியை வீட்டுக்குக் கொண்டு போறீங்களா, என்ன செய்யப் போறீங்க? டாக்டர்கிட்டே பேசியாச்சா?’ நர்ஸ் கேட்டாள்.

‘இந்தா, நீயே ஜாக்கிரதையா வச்சுக்கோ’ என்று நான் கொடுத்த வளையலை புடவைத் தலைப்பில் வைத்து இறுக முடிச்சுப் போட்டுக் கொண்டே, பெரியம்மா சொன்னாள். ‘ஆத்துக்கு எப்படிக் கொண்டு போறது? சொந்த வீடா? அதுவும் மாடி. இங்கேயேதான் வச்சுப்பா போலிருக்கே. நாளைக் காலம்பற வந்து இங்கேயிருந்தே நேரே போயிடலாம்.’

‘அதுவும் சரிதான். டாக்டர் சத்தியநாதன்கிட்டே சொல்லி டீப்-ஃப்ரீஸ்லே வைக்க ஏற்பாடு செய்யறேன்’ என்றார் வேணு.

‘டீப்-ஃப்ரீஸ்லே இடம் கிடைக்கறது கஷ்டம்’ என்றாள் நர்ஸ்.

‘லெட் மீ ஸீ’ என்றார் வேணு.

‘பாபுவோட அப்பாவைக் கேட்க வேண்டாமா?’ என்று கேட்டாள் அம்மா.

‘நான் கோபால்கிட்டே சொல்லிக்கறேன். ஹி கான் அன்டெர்ஸ்டாண்ட்’ என்று சொல்லிக்கொண்டே, அப்பாவை தேடிப் போனார் வேணு.

அப்பா ஒன்றுமே சொல்லவில்லை. கையெழுத்துப் போட வேண்டிய இடங்களில் கையெழுத்துப் போட்டார். கண்கள் சிவந்திருந்தன. முகம் வீங்கினாற்போலிருந்தது.

ஆஸ்பத்திரியிலிருந்து வரும்போது வேணு சொன்னார்: ‘சிரமமாத்தான் இருந்தது. கடைசியிலே, போஸ்ட்மார்டம் பொணம் ஒண்ணைத் தூக்கி வெளியிலே ஏறிஞ்சுட்டு, மாமியை

'டீப்-ஃப்ரீஸ்'லே வைச்சுட்டான். எல்லாம் நம்ம ஃப்ரெண்டு சொன்னதினாலே.'

'பாட்டி அதிர்ஷ்டசாலிதான்' என்று நான் நினைத்தேன். அப்பா காரில் இல்லாமலிருந்தால் சொல்லி இருப்பேன். வேணுவுக்கு இதுதான் சரியான பதில்.

நேற்றிரவு முழுதும் அப்பா தூங்கவில்லை போலிருக்கிறது. படுக்கையில் உட்கார்ந்திருந்தார். வெளியே எழுந்து போனார். ஜன்னலருகே நின்றார்.

★★★

கோபால் உள்ளே வந்தார். திரைச்சீலைகளை ஒரு பக்கமாகத் தள்ளினார்.

நேற்று விடிவதற்கும் இன்று விடிவதற்கும் எவ்வளவு வித்தியாசம்? நேற்று எனக்கு ஒரு அம்மா இருந்தாள். இன்றில்லை. இல்லையா? ஆஸ்பத்திரி டீப்-ஃரீஸில் பத்திரமாக இருக்கிறாள். வேணு மாதிரி ஒரு ஃபிலிஸ்டின் எனக்கு எப்படி நண்பனாக வந்து சேர்ந்தான்? மாமிக்குக் கிடைத்த டீப்-ஃபிரீஸ் சுகத்தைப் பற்றி அவன் நூறு தடவை சொல்லிவிட்டான். ஆனால் அவன் இல்லாவிட்டால், நேற்று என்னால் என்ன செய்திருக்க முடியும்? யார் யாருக்குச் சொல்ல வேண்டுமோ ஒரு லிஸ்ட் தயாரித்து தந்திகள் அனுப்ப ஏற்பாடு செய்து, வாத்தியாருக்குச் சொல்லி... என்னால் சமாளித்திருக்க முடியாது. லட்சுமியின் பெரியம்மாவுக்கு இது ஒரு சாதாரண விஷயம். எட்டு வயதில் கல்யாணமாகி, பத்து வயதில் வீட்டுக்கு வந்துவிட்டாள். இருபது வயதில் அம்மாவும் அப்பாவும் ஒருவர் பின் ஒருவராக... உறவுக்காரர்களில் எந்தெந்த வீட்டில் சாவு நிகழ்கின்றதோ அங்கெல்லாம் பெரியம்மா ஆஜர். இரண்டு சொட்டுக் கண்ணீர், அப்புறம் வைதீக, லௌகீக காரியங்கள் ஆலோசனை. நேற்று மத்தியானமே பெரியம்மா 'எதற்கும் இருக்கட்டும்' என்று வாத்தியாருக்குச் சொல்லி அனுப்பியதாக பாலு சொன்னான். பாலு ஒரு விசித்திரமான பிருகிருதி. கல்யாணமானாலும் சரி, கருமாதியானாலும் சரி, உற்சாகத்தோடு உதவி செய்வான். டில்லியில் பாலு இல்லாமல் ஒரு நல்ல காரியமோ அல்லது கெட்ட காரியமோ நடக்காது. அம்மாவின் நினைவில் சற்று இளைப்பாறலாம் என்றால், வேறு என்னென்னவோ நினைவுகளெல்லாம் வருகின்றன.

அம்மாவின் மன உரம் எனக்கில்லை. கடைசி வரை டில்லிக்கு வர முடியாது என்று சொல்லிவிட்டு யமுனைக்கரைக்காக வந்திருக்கிறாள். வந்த ஒரு மாதத்துக்குள்... நிச்சயம் அம்மாவுக்குத் தெரிந்திருக்க வேண்டும். இந்த ஒரு மாதத்தில் எத்தனை புஸ்தகங்கள் படித்தாள்! அம்மாவின் புஸ்தகப் பசிக்கு என்னால் இரைபோட முடியவில்லை. ஒரு நாளைக்கு நாலு புஸ்தகங்கள். முன்பெல்லாம் அம்மா புஸ்தகங்கள் படிப்பதுண்டு. ஆனால் இப்படியா? அம்மாவின் இந்த அவசரத்தை நான் ஏன் அப்பொழுதே உணராமல் போனேன்?

ஒருவன் தன் அம்மாவை இழப்பதற்கு வயசு என்று ஒன்று உண்டா? தொப்புள் கொடியை, பிறந்ததும் அறுத்து விடுகிறார் கள். அம்மா-பிள்ளை தொடர்பு என்பது இந்த பௌதீகத் துண்டிப்போடு நின்றுவிடுகின்றதா? பாரம்பரியமான நினைவு தான். தொடரை அறுப்பதற்கு கத்தரிக்கோல் உண்டா? அம்மா போவதற்கு முன்னால் ஒரு பார்வை பார்த்தாளே, அப்பார்வை யில் சரித்திரம் அடங்கிக்கிடந்தது. அவளுக்கும் எனக்கும் புரியக் கூடிய சரித்திரம். அந்த ஒரு கணமே நிரந்தரத்துவத்தின் பொறி. என்னால் அப்பொழுது அந்த அறையில் இருக்க முடியவில்லை. அழுகை ஒன்றினால் தான் அம்மாவின் அந்தப் பார்வைக்கு என்னால் பதில் சொல்ல முடிந்தது. எனக்கு அழுகை நின்ற போது அம்மா இல்லை.

'என்ன கோபால்... இப்படி மாமி திடீர்னு...' ராகவன் குரல் கேட்டு கோபால் திரும்பினார். போன மாதம்தான் அவனுடைய அம்மா போனாள். என்னால், அவன் இப்பொழுது சொல்வது போல், ஒரு இயல்பான குரலில் அனுதாபத்தைச் சொல்ல முடியவில்லை. ஐ ஆம் ஆல்வேஸ் செல்ஃப் கான்ஷஸ்.

'என்ன உடம்பு?'

நிஜமாகவே பதிலை எதிர்பார்க்கிறானா? பாபு பின்பு சொல்ல ஆரம்பித்தான், லட்சுமியாவது, யாராவது ஏதாவது நினைத்துக் கொள்ளப் போகிறார்களே என்று அடிக்கடி கண்ணையாவது துடைத்துக் கொண்டாள். பாபு அதுவும் செய்யவில்லை. டெஸ்ட் மாட்ச் நடக்கும்போது பாட்டி போய்விட்டாளே என்ற வருத்தம் அவனுக்கு இருக்கலாம். டிரான்சிஸ்டரை, ஆஸ்பத்திரிக்குக் கொண்டு வரலாமா என்று அவன் லட்சுமியைக் கேட்டான். நான் அவனை முறைத்துப் பார்த்தேன். இப்பொழுது நான் அப்படிக்

கோபத்தோடு பார்த்திருக்க வேண்டாமென்று தோன்றுகிறது. பாட்டி என்று வேண்டாம், மரணம் என்ற ஒரு புனிதமான உண்மைக்குக் காட்ட வேண்டிய மரியாதை என்ற நாகரீகம் கூட ஏன் இந்தக் காலத்தில் இல்லை?

தனிப்பட்ட மனிதன் என்பவனுக்கு மதிப்பு இருந்தால்தானே, வாழ்க்கையில் அடிப்படைத் தத்துவங்களுக்கும் மதிப்பு இருக்கும்? இது ஜனநாயக உலகம். கூட்டம் கூட்டமாக இயங்குவோம். கூட்டம் கூட்டமாக அடித்துக் கொண்டு சாவோம். ஒரு குண்டில் நகரத்தையே அழிக்கக் கூடிய சக்தி மனித அறிவின் சாதனை. மரணம் என்பது புனிதமான விஷயமா? வேடிக்கைதான். 'தனிப்பட்ட மனிதன்' எங்கே இருக்கிறான்? ஜனநாயகத்தின் பேரால் அவனைக் கொல்வோம். மனிதன் செத்தால் என்ன, ஜனநாயகம் பிழைக்க வேண்டும்!

'மிஸ்டர் கோபால். ஐ ஆம் ஸோ ஸாரி' பாரத்வாஜ் வேதனையை முகத்தில் தேக்கிக் கொண்டு வந்தார்.

'ஷீ வாஸ் ஆல்ரைட் லாஸ்ட் வீக்.' பாபுவுக்குத் திரும்பத் திரும்ப எல்லோருக்கும் சொல்வது அலுப்பாக இருந்தது போலிருக் கிறது. அவன் எழுந்து போய்விட்டான்.

பாபு வெராந்தாவிலிருந்து பேப்பரை எடுத்துக் கொண்டு ஒரு அறையில் போய் உட்கார்ந்து கொண்டான். டெஸ்ட் மாட்சில் இந்தியாவுக்குத் தோல்வி. அவனுக்கு எரிச்சலாக வந்தது. பேப்பரை வீசி எறிந்தான்.

★★★

'பாபு. வாத்தியார் இன்னும் வரல்லியே, பார்த்துட்டு வரயா?' என்றாள் பெரியம்மா.

'நிச்சயமா வந்துடுவார். மணி இப்பத்தான் ஏழரையாறது' என்று சொல்லிக் கொண்டே உள்ளே வந்தார் பாலு.

'இங்கே வராரா, ஆஸ்பத்திரிக்கு வரேன்னாரா?'

'எட்டு மணிக்கு ஆத்துக்கு வரேன்னானர். அப்படி வரமுடிய லேன்னா சாமானுக்கெல்லாம் ஏற்பாடு பண்ண அங்கே போயிட்டு, ஆஸ்பத்திரிக்கு வந்துடறேன்னார்.'

'அதுவும் சரிதான். ஆத்துக்கு எதுக்காக வரணும்?' பாலு கையிலிருந்த பையைக் கீழே வைத்து விட்டு, உட்கார்ந்தார். பையிலிருந்து ஐந்தாறு கர்சீப் முடிச்சுகளை எடுத்தார். 'நாலணா, எட்டணா, இருபது பைசா, பத்து பைசான்னு மாத்திண்டு வந்துட்டேன்.'

'ரொம்ப சிரமம் உங்களுக்கு' என்றாள் பெரியம்மா.

'சே! இது என்ன சிரமம்? ஆச்சு, குளிர் காலம் வர ஆரம்பிச்சாச்சு. காலம்பற என்ன குளிர்ரதுங்கறேள்?'

'ஆமாம். ராத்திரி ஆஸ்பத்திரியிலிருந்து வர்ற போதே தெரிந்தது. மாமி இந்த மட்டும் நல்ல குளிர்ல போகலியே! யமுனையிலே டிசம்பரிலே குளிர்னா, எப்படிக் குளிக்கிறது?'

'கோபால் குளிர் காலத்திலே கூட பச்சைத் தண்ணியிலேதான் குளிக்கிறார் போலிருக்கே. அவருக்கு சிரமமில்லே.'

'ஆத்திலே குழாயிலே குளிக்கிறது எப்படி, யமுனையிலே போய்க் குளிக்கிறது எப்படி? இன்னிக்கு இந்தச் சில்லறை போதுமா?'

'தாராளமா.'

'தாராளமாக' என்றால் என்ன அர்த்தம் என்று யோசித்தான் பாபு. இன்னும் ஒருவர் 'போனால்' கூட போதும் என்று அர்த்தமா? பாலு தலையில் மஃப்ளர் சுற்றியிருந்தார். திறந்த உடம்பை சவுக்கத்தினால் போர்த்தியிருந்தார். 'தாராளமாக' என்று சொல்லும்போது அவர் புன்னகை செய்தார். சில்லறை மாற்றிக் கொண்டு வந்த தம் ஆற்றலை தாமே வியப்பது போலிருந்தது. பாலு சில்லறையை எண்ணும்போது பாபுவை ஒரு தடவை நிமிர்ந்து பார்த்தார். என்னையும் எண்ணச் சொல்வாரோ? இந்த இடத்தை விட்டுப் போவதே நல்லது.

'ஹால்' நிறைந்துவிட்டது. அப்பாவின் நண்பர்கள் பலர் வந்து விட்டார்கள். ராஜகோபாலனிடம், வேணு 'டீப்-ஃப்ரிஸை'ப் பற்றிச் சொல்லிக் கொண்டிருந்தார். அவருடைய அம்மாவுக்கு அந்த பாக்கியம் கிட்டவில்லையே என்ற குறையோ அவருக்கு?

அவருடைய அம்மா அவருக்கு பத்து வயது ஆகும் போதே போய் விட்டாளாம். பாவம், அவரும் அவளும் கொடுத்து வைத்தது

அவ்வளவுதான்! வேணுவுக்கு டாக்டர் சத்தியநாதனைத் தெரிந்து என்ன பிரயோசனம்? அவருடைய அம்மாவுக்கு இந்த நட்பால் பயனில்லை.

திடீரென்று அங்கு மௌனம் நிலவியது. ஒருவரையொருவர் பார்த்துக்கொண்டு உட்கார்ந்திருந்தார்கள்.

'கோபால்' என்று கூப்பிட்டார் பாலு. அடுத்த அறையிலிருந்து அப்பா எழுந்துவந்தார்.

'பதினோரு மணிக்கு நல்ல வெய்யில் வந்துடுமே!' என்றார் வேதகிரி.

'வாத்தியார் பதினோரு மணிக்கு மேலதான் 'டைம்' சொல்லி யிருக்கார்' என்றார் வேணு.

'வேன் சொல்லியாச்சோன்னோ?' கிருஷ்ணமூர்த்தி இவ்வாறு கேட்டுக் கொண்டே ஜன்னல் வழியாக எட்டிப் பார்த்தார். வாசலில் அவர் 'ஸ்கூட்டர்' பத்திரமாக இருக்கிறதா என்று பார்த்திருக்கலாம்.

'ஓ எஸ். ஆஸ்பத்திரியிலே கிடைக்குமாம்.'

'என்.டி.எம்.சி. வேனைவிட ஆஸ்பத்திரி வேன் தேவலை. முன்சிபாலிடில இருக்கிறதெல்லாம் ஓட்டை உடைசல்' என்றார் ராஜகோபாலன்.

'வரியை மட்டும் ஏத்திண்டே போறான். பாருங்களேன் தோட்டக் குழாய்க்கு ஆயிரம் காலனுக்கு முக்கால் ரூபாயா இருந்தது இப்போ மூணு ரூபா. இந்த அக்கிரமத்தை எங்கே போய்ச் சொல்றது?' என்று அங்கலாய்த்துக் கொண்டார் சக்கரவர்த்தி.

'என்.டி.எம்.சி.வரி போடல்லே ஓய். கார்பரேஷன். ஒண்ணு கிடக்க ஒண்ணு ஏதோ சொல்றீரே?' என்று அவரைத் திருத்தினார் வேதகிரி.

'என்.டி.எம்.சி. வேன் ஓட்டை உடைசல்னு ராஜகோபாலன் சொன்னது தப்பு. ஃபஸ்ட் கிளாஸ் புது வண்டிங்க' என்றார் கிருஷ்ணமூர்த்தி.

'பப்ளிக் டிரான்ஸ்போர்ட்டைவிட நன்னாயிருக்கோ?' என்று கேட்டார் சக்கரவர்த்தி.

'தூரப் பயணம் பாருங்கோ. அதுக்காக நல்லவண்டி' என்றார் வேதகிரி.

பாபு புன்னகை செய்வதைப் பார்த்துவிட்டு, வேணு சொன்னார்: 'பாபு! அப்பாவைக் கூப்பிடு.'

அப்பொழுது கருப்பு 'சூட்' அணிந்த ஒருவர் கைத்தடியுடன் உள்ளே வந்தார். அறுபது வயசிருக்கலாம். அவரை பாபு பார்த்ததே இல்லை. சக்கரவர்த்தியைப் பார்த்துச் சொன்னார்: 'ஐ ஆம் ஸோ ஸாரி, கோபால். எவ்வளவு வயசு உங்கம்மாவுக்கு?'

சக்கரவர்த்தியின் முகம் சிவந்தது. 'ஐ ஆம் ஸாரி. ஐ ஆம் நாட் கோபால்.'

'யு ஆர் நாட் கோபால்? ஹு ஈஸ் கோபால் ஹியர்?'

யார் இவர்? அப்பாவை யாரென்று தெரியாமல் கூட வந்திருக்கிறார்?

பாபு உள்ளே எழுந்து போனான். ஒரு புதிய மனிதர் வந்திருப்பதைப் பற்றி அப்பாவிடம் சொன்னான். பெரியம்மா அந்த அறைக்குள் எட்டிப் பார்த்துவிட்டு வந்து சொன்னாள்:

'வைகுண்டம் அய்யங்கார். லட்சுமியோட ஒண்ணுவிட்ட மாமா. இங்கேதான் இருக்கார்னு தெரியும். நான்தான் சொல்லி அனுப்பிச்சேன்.'

சக்கரவர்த்திக்கு ஏற்பட்ட சங்கடத்தைப் பற்றி பாபு சொன்னான். கோபால் ஒன்றும் பேசவில்லை. கைகளை தலைக்குப் பின்னால் வைத்துக் கொண்டு வெளியே போனார்.

முன்பின் தெரியாதவர்கள் வந்து கூறும் அனுதாபத்துக்கெல்லாம் தலையாட்டிக் கொண்டிருக்கவேண்டும். இந்த சக்கரவர்த்திக்குத் தான் என்ன குடிமுழுகிப் போய்விட்டது? கொஞ்ச நேரம் கோபாலாக இருந்திருக்கக்கூடாதா? - பணம் பண்ணும் அவ்வியந்திரத்துக்கு நகைச்சுவை ஏது? இந்த பெரியம்மாவுக்குத் தான் வேறு வேலை என்ன? லட்சுமியின் ஒன்றுவிட்ட மாமாவை யார் கண்டார்கள்?

'இவர் தான் கோபால்' என்று வேணு சொன்னதும் கருப்பு 'சூட்' அணிந்த அவர் சொன்னார்: 'ஐ ஆம் ஸோ ஸாரி.கோபால், எவ்வளவு வயசு உங்கம்மாவுக்கு?'

சக்கரவர்த்தி எழுந்து வெராந்தா பக்கம் போகிறான். அவனுடைய முகத்தைப் பார்த்தால் எப்பொழுதும் யாரையோ பறிகொடுத்தது போல்தான் இருக்கிறது. இந்த மாதிரி கேட்கப் பட்டது அவனுக்கு எத்தனையாவது அனுபவமோ? தன் முகத்தை நொந்து கொண்டு 'பால்கனி' அருகே போய் நிற்கிறான் போலிருக்கிறது. கீழே குதித்து விடுவானோ? ஏதேதோ ட்ரான்ஸ்ப்ளான்ட் செய்கிறார்களே, முகத்தை அப்படிச் செய்யமுடியுமா? ஏன், புராணங்களிலேயே இந்த 'ட்ரான்ஸ் ப்ளான்ட்' விவகாரம் இருக்கிறது. புரூ-யயாதி கதை இதுதானே? உடம்பே 'ட்ரான்ஸ்ட்' ஆகிவிட்டது. எனக்கு இன்னும் வயதானால், நேற்று ராத்திரி அம்மா முகம் இருந்ததே அப்படித்தானே இருக்கும்! அந்த உடம்பை நான் இன்று எரிக்க வேண்டும். இது என்ன குரூரமான ஹாஸ்யம்? அப்பா போனபோது அவ்வளவு நினைவில்லை. ஏன் கிறிஸ்துவர்கள் மாதிரி நாமும் புதைக்கக் கூடாது? அதில் அவ்வளவு கொடுமையில்லை. ஆனால் அக்னி என்ற புனிதம் மேலே பட்டால்தான் சொர்க்கத்துக்குப் போகலாம் என்ற நம்பிக்கை. அக்னி, க்ருவ்யவாகனன். இந்த உடம்பின் மதிப்பு அவ்வளவுதான். எனக்கு 'அம்மா' என்று இருந்தது இந்த உடம்பா? அல்லது ஊதுபத்தியின் மென்மையான மணம் போல் என் நெஞ்சில் நிரந்தரமாக நிற்கும் பலவிதமான நினைவுகளின் தொடர்ச்சியா? எனக்கு பத்துப் பன்னிரண்டு வயதிருக்கும். அம்மை போட்டுவிட்டது. உடம்பெல்லாம் எரிச்சல். தூக்கமேயில்லை. அன்றிரவு மிகவும் ஜாஸ்தியாகி விட்டது. படுக்கையில் இருப்புக் கொள்ளாமல் துடிக்கிறேன். திடீரென்று அம்மாவை கவனித்தேன். இரவும் பகலும் என் அருகிலேயே இருந்த அவள் முகம் அன்றிரவு சிம்னி விளக்கொளியில், ரத்தச் சிவப்பாக அசாதாரண ஒலியுடன் தெரிகிறது. என்னையே வெறிக்கப் பார்த்துக் கொண்டிருக்கிறாள். கண்களில் பெருகி ஓடிய நீரை, அவள் துடைத்துக் கொள்ள முயலவே இல்லை. எனக்கு திடீரென்று, எதிரே அம்மாவா அல்லது வேறு யாரேனும் இருக்குமா என்ற சந்தேகம் வந்துவிட்டது. அடுத்த நாளிலிருந்து எனக்கு உடம்பு எரிச்சலே இல்லை. இந்த அனுபவத்தை என் பகுத்தறிவால் இன்னும் புரிந்து கொள்ள முடியவில்லை. இன்னும் இதேபோல்...

'ஆஸ்பத்திரிக்கு ஒம்பது மணிக்குப் புறப்பட்டாத்தான் சரியாக இருக்கும்' என்று சொல்லிக் கொண்டே உள்ளே வந்தார் பாலு.

'ட்ரெஷ்ரியிலே பணத்தைக் கட்டிவிட்டு ரசீது வாங்கிட்டு மார்சுவரிலே கொடுத்தா, பாடியை ரிலீஸ் பண்ணுவான். சரி. புறப்படுவோம்' என்றார் வேணு.

'மார்ச்சுவரியிலயும் சரி, ட்ரெஷரியிலயும் சரி, பெரிய கியூ இருக்கும்' என்றார் பாலு.

'மெடர்னிட்டி வார்டில் இருக்கும் அளவுக்கு மார்சுவரியில் க்யூ இருக்குமா? இது அரசியல்வாதியின் தலைவலி. எனக்கென்ன கவலை. மார்சுவரி க்யூவில் நானும் ஒருவன் என்பதுதான் என் கவலை. எனக்குப் பிறகு பாபு நிற்பான். பாபுவுக்குப் பிறகு அவன் பிள்ளை. நான் சரித்திரமாகக் காத்திருக்கிறேன். ஒவ்வொரு தலைமுறையும் முன் தலைமுறையின் நினைவுச்சின்னம். நிகழ்காலம் இறந்த காலத்தின் நிழல். அப்படியானால் எதுதான் அசல், எது தான் நகல்? தலைசுற்றுகிறது.

பாபு உள்ளே வந்தான். 'பெரியம்மா கிளம்பலாம்னா' கோபால் பனியனைக் கழற்றிவிட்டு மேலே துண்டைப் போட்டுக் கொண்டார்.

ஒவ்வொருவராகப் புறப்படுகிறார்கள். சிலர், அவர்களுடைய மனைவிகள் சொல்லியதை கஷ்டப்பட்டு ஞாபகம் வைத்துக் கொண்டு, சொல்லிக் கொள்ளாமல் கிளம்புகிறார்கள்.

சக்கரவர்த்தியை துக்கம் விசாரித்த கிழவர் பாபுவை நெருங்கிக் கேட்கிறார்.

'நீ தான் கோபாலுடைய பிள்ளையா?'

'ஆமாம்.'

'பாட்டிக்கு எவ்வளவு வயசு?'

அப்பாவைக் கேட்டும் பதில் கிடைக்கவில்லை போலிருக்கிறது. அவருக்கு ஏன் பாட்டியின் வயசில் இவ்வளவு அக்கறை? தானும் கிழவராகி விட்டோமே, வயதானவர்கள் சாதாரணமாக எந்த வயதில் 'போகிறார்கள்' என்ற சுயநலமான அக்கறையோ?

'அறுபத்தைந்து.'

அவர் கைத்தடியைக் கீழே இரண்டு தடவைகள் தட்டினார். தலையை உயர்த்தி கீழ்ப் பார்வை பார்த்தார்.

'ஸோ ஐ கோ' என்றார் புன்னகை செய்தவாறு. எந்த அர்த்தத்தில் சொல்லுகிறார்? கிழவர் வெளியே சென்றார். புறப்படத் தயாராக வாசலுக்கு எல்லோரும் வந்தவுடன் பெரியம்மா கேட்டாள். 'சந்தனக்கட்டை?'

பாலு பதில் சொன்னார்.'மறந்துடுவேனா? வாங்கிண்டு வந்திருக் கேன்.'

'பாலுகிட்ட பொறுப்பை ஒப்படைச்சுட்டா கவலைப்படவே வேண்டாம்' என்றார் வேணு.

'அப்ப எனக்குக் கலையில்லே' என்றாள் பெரியம்மா.

அவள் சொன்னதை யாரும் புரிந்து கொள்ளவில்லை என்று பட்டவுடன் அவள் சிரித்துக்கொண்டே கூறினாள். 'எனக்கு எங்கே நேர்ந்ததோ - காவேரியோ, யமுனையோ... யாருக்குத் தெரியும்? யமுனையாயிருந்தா கவலையில்லேங்கிறதுக்காகச் சொன்னேன்.'

நேற்று, வளையலை பெரியம்மா இறுகப் புடவைத் தலைப்பில் முடிந்து கொண்டது ஞாபகத்துக்கு வருகிறது.

ஆஸ்பத்திரியில் வாத்தியார் காத்துக் கொண்டிருக்கிறார், அவருடன் இன்னும் இரண்டு பேர்.

'பின்பக்கமாக ஒரு வாசல் இருக்கு. அங்கேதான் சாமான்லாம் வச்சிருக்கேன். மார்ச்சுவரியிலேந்து கொண்டு வந்தேள்னா, அப்படியே கொண்டு போயிடலாம். மார்ச்சுவரி ரசீது இருக் கோன்னோ?' என்றார் வாத்தியார்.

அவர் பேசுவதைப் பார்த்தால் தினந்தோறும் ஆஸ்பத்திரிக்கு வந்துவிட்டுப் போகிறவரைப் போல தோன்றியது.

'ட்ரெஷரியிலே பணம் கட்டணும்' என்றார் பாலு.

'இடது பக்கமா போனேன்னா ஒரு பெரிய கட்டடத்துக்குப் பக்கமா ஒரு சின்னக் கட்டடம் இருக்கும். இப்போ திறந்திருப் பான். பணத்தைக் கட்டிட்டு ரசீதை மார்ச்சுவரிக்குக் கொண் டாங்கோ. சரி. நாம போவோமா?'

ஆஸ்பத்திரியின் பின் பக்கத்தில் 'மார்ச்சுவரி' இருந்தது. அங்கே நல்ல கூட்டம். மண்டியில் ஏற்றிய லாரிகள் ஒவ்வொன்றாகப் புறப்படுவது போல், கறுப்பு நிற வேன்கள் கிளம்பிச் சென்றன.

'நான் சொன்ன மாதிரி வெயில் வந்துடுத்தே' என்றார் வேதகிரி.

'இந்த சீசன்லே இவ்வளவு வெயில் ஆச்சர்யம்தான்' என்றார் ராஜகோபாலன்.

'போன வருஷம் சந்தானம் போனானே... அதான் டி.ஜி.எஸ்.டி. சந்தானம் - நல்ல ஜூன்லே போனான். மைகாட். நல்ல வெயில். வி ஹாட் ஹெல் ஆஃப் எ டைம்' என்றார் கிருஷ்ணமூர்த்தி.

'கோபால் இஸ் ஃபார்சுனேட், நல்ல வெயிலும் இல்லாம, குளிரும் இல்லாம, இந்த சீசன்லே அவரோட அம்மா போனது' என்றார் வேதகிரி.

'வேன், இங்கேதானே ஏற்பாடு?' என்று கேட்டார் ராஜ கோபாலன்.

'ஆமாம். முப்பத்திரெண்டு ரூபா' என்று சொல்லிக் கொண்டே வந்தார் வேணு.

'முப்பத்திரெண்டா? இரண்டு வருஷத்துக்கு முன்னாலே, இருபத் தினாலோ என்னவோ இருந்தது' என்றார் கிருஷ்ணமூர்த்தி.

'உயிரோட இருக்கிறதுதான் காஸ்ட்லின்னா 'போற'துமா இவ்வளவு காஸ்ட்லி?' என்றார் வேதகிரி.

'நம்ப ரிலிஜன்லே இருக்கிறதைக் காட்டிலும் 'போற'துதான் ரொம்ப காஸ்ட்லி. இதுக்கு பயந்துண்டே தான் அந்தக் காலத்திலே எல்லோரும் நூறு வயசு மட்டும் இருந்தா' என்று அப்பா சொன்னதும் எல்லோரும் அப்பாவை ஆச்சரியத்தோடு பார்த்தார்கள். அப்பா இப்படி இந்தச் சந்தர்ப்பத்தில் சொல்லுவார் என்று நானும் எதிர்பார்க்கவில்லை.

'நீங்க அட்வான்ஸ் கட்டியிருக்கேள் போலிருக்கு. ரசீது உங்க அம்மா பேரிலே இருக்கு. ரசீது யார் பேர்லே இருக்கோ, அவர் வந்து பாக்கிப் பணம் கட்டினாத்தான், கிளியரன்ஸ் தருவேன் னான். அந்த அம்மா போயிட்டான்னு சொன்னா, 'சக்ஸெஷன்' சர்டிபிகேட் கொண்டாங்கிறான். நல்ல வார்த்தை சொல்லி அப்புறம் வாங்கிண்டு வந்தேன்' என்றார் பாலு.

'மார்ச்சுவரிக்கு யார் போயிருக்கா?' என்றார் வேதகிரி.

'வேணு, இருந்தானாம். இரண்டு பேருமா போகலாம். இன்னும் இரண்டு பேர் கூட வந்தா தேவலை.'

பாட்டியை வெள்ளைத் துணியால் மூடிக் கொண்டு வந்தார்கள். முகத்தைத் திறந்து காண்பித்தும் அப்பா கேவிக் கேவி அழுது கொண்டிருந்தார். கொஞ்ச நேரத்துக்கு முன்னால் அப்படிப் பேசிய அப்பாவா இவர்?

வாத்தியார் இன்னும் இவருடைய உதவியோடு பாட்டியின் உடலை மிகவும் லாகவமாகக் கட்டையில் கிடத்தினார்.

'பொம்மனாட்டி அங்கே வரணும்னு அவசியமில்லே. இங்கேயே அவர் இருக்க வேண்டிய காரியத்தை முடிச்சுண்டுட லாம்' என்றார் வாத்தியார்.

'அதான் சரி. அப்படியே செய்யுங்கோ' என்றார் வேணு.

மந்திரத்தைச் சொல்லி, எல்லோருடைய கையிலும் அட்சதை யைக் கொடுத்தார்.

கடைசியில் அம்மாவுக்கு வெற்றி. கண்களில் இரண்டு நீர்த் துளிகள். பெரியம்மா 'ஓ'வென்று கதறி அழுதாள். 'நான் உங்களை விட இரண்டு வயசுதானே சின்னவ. சீக்கிரம் வந்துடறேன், மாமி.'

கண்களைத் துடைத்துக் கொண்டு பெரியம்மா என்னிடம் மெதுவாகச் சொன்னாள்.

'யமுனையில் ஜாக்கிரதையா இறங்கு. உனக்குப் பழக்கம் கிடையாது.'

'யமுனையில் இப்போ தண்ணியே கிடையாது' என்றார் பாலு.

பெரியம்மா மெதுவாகச் சொன்னாலும் அவர் காதில் விழுந்து விட்டது.

'அப்போ நானும் வரேனே' என்றாள் பெரியம்மா.

'நம்ம பொம்மனாட்டிக அங்கே போகச் சௌகரியப்படாது' என்றார் வாத்தியார்.

'நாங்கள்லாம் இருந்தும் இப்படித் தனியே போறேளே மாமி' என்று பெரியம்மா மறுபடியும் அழ ஆரம்பித்தாள்.

'என்ன செய்யறது. எல்லாரும் தனியாகத்தானே போகப் போகிறோம் ஒரு நா. பாலு சார், சில்லரை மாற்றி வைச்சிருக் கேளா?' என்றார் வாத்தியார்.

'அதைப் பத்திக் கவலையே வேண்டாம்' என்றார் பாலு.

கறுப்பு வேன் வந்து நின்றது.

'இது நமக்கா?' என்று கேட்டார் வாத்தியார். பாலு விசாரித்தான்.

'ஆமாம். புறப்படலாம்.'

'காடி கீ அந்தர்சார் ஆத்மி பைட்சக்தே ஹை(ங்)' என்றான் அந்த வண்டியின் கண்டக்டர்.

'நான் ஒண்ணு, கோபால் சார், வேணு, பாலு, பாபு...' என்று கூறிய வாத்தியாரை இடைமறித்தார் வேதகிரி. 'நானும் வரேன்.'

'நாலு பேர்தான் போகலாம்கிறாளே...' என்றாள் பெரியம்மா.

'இரண்டு ரூபா இவன் கையிலே வைச்சு அழுத்தினா, சரிம்பான்' என்றார் வாத்தியார்.

'நீங்களே சொல்லுங்களேன்' என்றார் வேணு.

வாத்தியார் கண்டக்டரிடம் கீழ்க்குரலில் ஏதோ சொன்னார். அவனும் கால் நிலத்தைக் கீறிக் கொண்டே, கீழே குனிந்தவாறு, ஏதோ பதில் சொன்னான்.

'சரி. எல்லாரும் ஏறுங்க, ஒப்புத்துண்டான்' என்றார் வாத்தியார்.

'வாத்தியாரா கொம்பா' என்று பாலு பாராட்டினார். அவர் அதை ஒரு மௌனப் புன்னகையுடன் ஏற்றுக் கொண்டார்.

பாட்டியின் இறுதி யாத்திரை தொடங்கியது. புராண கில்லாவைத் தாண்டியதும் வலக்கை பக்கமிருந்த ஒரு சந்து வழியாகத் திரும்பியது வேன்.

'என்ன இப்படித் திரும்பறானே? ரோடு, நல்ல ரோடுதானா?' என்றார் வேதகிரி.

'ஃபஸ்ட் கிளாஸ் ரோடு. புதுசா போட்டிருக்கான். இப்படியே போய் பிரிட்ஜை தாண்டி ராஜ்காட்டுக்குப் போயிடலாம்' என்றார் வாத்தியார்.

'ஜனசங், வேறே என்ன செய்யப்பட்டாலும் நல்ல நல்ல ரோடு போட்டிருக்கான்' என்றார் வேணு.

'வேறே என்ன செய்யனுங்கறேள்? இத்தனை வருஷமா காங்கிரஸ்காரன் என்ன கிழிச்சான்?' என்று கேட்டார் வாத்தியார்.

'வாத்தியார் ஜனசங்கோ?' என்றார் வேதகிரி.

'ஜனசங்கும் இல்லே. ஒண்ணுமில்லே. நியாயத்தைச் சொல்றேன். ஜனசங்காரனுக்கு நம்ம மதத்து பேரிலே நம்பிக்கை இருக்கு. காங்கிரஸ்காரனுக்கு, அதுவுமில்லே - நேரு என்ன பண்ணார்? சொத்தை பொண்ணுக்கும் சாம்பலை ஜனங்களுக்கும் கொடுத்தார்.'

'நேருன்னேள், சாந்திவனம் வந்தாச்சு' என்றார் பாலு.

'ஆமாம். ராஜ்காட், சாந்திவனம், விஜய்காட்...' என்று ஒப்பித்துக் கொண்டே போனார் வேணு.

'பாருங்கோ. காந்தி தரிசனத்துக்கு எத்தனை விளம்பரம்!' என்றார் வாத்தியார்.

'காந்தி தரிசனத்துக்கு விளம்பரமா? இல்லாட்டா, காந்திக்கு நாங்க இவ்வளவு பண்ணோம்கிறதுக்கு விளம்பரமா?' என்று வினவினார் வேதகிரி.

'எல்லாத்துக்குந்தான். காந்தி ஈஸ் தி பிக்கெஸ்ட் இன்டெஸ்ட்ரி நௌ' என்றார் வேணு.

அப்பா பேச்சில் கலந்து கொள்ளாமல் மௌனமாக உட்கார்ந்து கொண்டிருந்தார். எனக்கு காஃபி ஹவுஸில் ஒரு விவாதத்தின் மத்தியில் உட்கார்ந்திருப்பது போல்பட்டது. அப்பா தீச்சட்டியை கையில் கொண்டிருப்பதைப் பார்த்தால்தான், கீழே கிடத்தி யிருந்த உடலைப் பார்க்கத் தோன்றியது.

'இதோ வந்தாச்சு' என்றார் வாத்தியார்.

வேன் நின்றது. அது மயானம் மாதிரியே இல்லை. ஒரு அழகிய பூங்கா. வாசல் முகப்பில் மாடர்ன் ஆர்ட். உள்ளே நுழைந்ததும் 'குளுகுளு' என்று காற்று வீசியது.

'கவுண்டர் அங்கே இருக்கு. பணத்தைக் கட்டி விறகுக்கு ஏற்பாடு பண்ணுங்கோ. பாக்கி காரியத்தை இந்த மண்டபத்திலே முடிச்சுடறேன்' என்றார் வாத்தியார்.

பாலுவும் வேணுவும் போனார்கள்.

'கோபாலய்யங்கார், பாபு வாங்கோ. அங்கே போய் குளிச்சிட்டு வரலாம்' என்று சொல்லிக் கொண்டே வாத்தியார் போனார்.

'விறகும் அவாளே தருவாளா?' என்று கேட்டான் பாபு.

ஃபஸ்ட் கிளாஸ் விறகு. யாகத்துக்கு உபயோகப்படுத்தற விறகு. நம்மூர் மாதிரி இங்கே பேரம் கிடையாது' என்றார் வாத்தியார்.

'இதைப் பார்த்தா சுடுகாடு மாதிரியே இல்லே.'

'சே, சே! பேசப்படாது. இங்கெல்லாம் சுடுகாடு புண்ணிய பூமி. இங்கேயிருக்கிற வெட்டியானை எல்லாம் பண்டிட்ஜி... பண்டிட்ஜின்னுதான் கூப்பிடணும். பாட்டி இங்கே போனது விசேஷம்னா.'

'வளவளன்னு பேசாம சும்மா இருக்கப் போறேளா, இல்லையா?' என்று திடீரென்று கத்தினார் கோபால். அவர் ஏன் கத்தினாரென்று வாத்தியாருக்குப் புரியவேயில்லை.

5. சுமைகள்

அவன் ஜன்னலருகே நின்று கொண்டிருந்தான். ஜன்னல் வழியே உலகைப் பார்த்தான். முதல் மாடியில் நின்று கொண்டு, ஜன்னல் வழியே உலகைக் கண்காணிப்பது ஒருவனுக்கு உயர்ந்த தகுதியைத் தருகிறது. உலகத்துக்குத் தெரியாது, ஒருவன் தன்னைக் கண்காணிக்கிறானென்று. தான் கடவுள் என்று ஏற்பட்டுவிடுமோ? 'ஆமாம், நான் தான் கடவுள்!' என்று அவன் சொல்லிக் கொண்டான். 'ஒதுங்கி நின்று, விரல் நகத்தை சுவைத்துக் கொண்டு நான் படைத்த உலகை, நானே பார்த்துக் கொண்டு இருக்கிறேன்.' ஒரு நிமிஷத்தில் தன்னைக் கடவுளாக்கிக் கொண்ட அனுபவம், தான் நிஜமாகவே ஒரு முக்கியமான மனிதனோ என்ற சந்தேகத்தை அவனுக்குத் தந்தது.

அவன் மனம் குதூகலம் அடைந்தது. இந்தக் கணத்தில் தான் ஒரு முக்கியமான மனிதன்தான், சந்தேகமே வேண்டாம். அதோ உலகம், என்ன காரணத்துக்காக இப்படி முண்டி அடித்துக் கொண்டு தலை தெறிக்க ஓடுகிறது? வெந்ததையும், வேகாததை யும் வாயில் போட்டுக் கொண்டு, 8.40 எக்ஸ்பிரஸ் பஸ்ஸைப் பிடிக்க ஓட்டமும் நடையுமாக அவசர அவசரமாக விரையும் கிருதாக்கள், பாதி வழுக்கைகள், அழுக்குப் பையில் டிபன் பெட்டியையும், தினசரித் தாளையும் எடுத்துச் செல்லும் முழுக்கிழங்கள், கையில் ஓர் அடுக்குப் புத்தகங்களைத் தூக்கிக் கொண்டு, நெஞ்சை குனிந்து குனிந்து பார்த்து திருப்தி அடையும் சல்வார் கமிசுகள், டிரின்கா ருபியாக்கள், பெல்பாட்டம்கள், லுங்கிகள், ஃபுல்வாயில் மாதுகள். இந்த மாமிகள் 'லோஹிப்' கட்டிக் கொள்கிறார்களே, நிலைக்கண்ணாடியின் முன்பு தங்கள்

உருவத்தைப் பார்த்துக் கொள்கிறார்களா? நின்று பார்த்தால் மட்டும் போதாது, நடந்து பார்க்க வேண்டும். எல்லோருடைய வீட்டிலேயும் நிலைக்கண்ணாடி இருக்கிறது என்பது என்ன நிச்சயம்? அப்படியானால், நிலைக்கண்ணாடி இல்லாதவர்கள், ‘லோ-ஹிப்’ கட்டிக் கொள்ளக்கூடாது. இதுதான், மாரல்.’

அதோ அந்த மாமி போகிறாளே, அவள் இடுப்புச் சதை எப்படித் தள்ளாடுகிறது! வெந்நீரில் கொதிக்கும் முட்டை ஞாபகம் வருகிறது. அவனுக்கு அந்த மாமியைப் பார்க்கும்போது பரிதாபமாக இருந்தது. சர்க்கஸில் பஃபூனைக் காணும்போது அவனுக்கு உண்டாகும் வேதனை இப்பொழுது ஏற்பட்டது. மாமிகள் இந்த வயதில் எதற்காக வேலைக்குப் போகிறார்கள்? தானும் சம்பாதிக்கிறோமென்ற பெருமைக்காக இருக்கலாம். பொருளாதாரக் காரணங்களுக்காக இருக்கலாம். கணவன் பொறுப்பற்றவனாக இருக்கலாம். குடிகாரனாக, சீட்டாடுபவனாக, தம்போலாப் பிரியனாக, சிவப்பு விளக்கை நாடிச் செல்பவனாக, எழுத்தாளனாக, கிழவனாக, எல்லா முனைகளிலும் ‘ஓய்வு’ பெற்றவனாக (மாமி ஏன் இரண்டாம் தாரமாக இருக்கக் கூடாது?). இப்படி ஆயிரத்தொன்று காரணங்கள் இருக்கலாம், மாமிகள் வேலைக்குப் போவதற்கு. கோவலன் சிவப்பு விளக்கை நாடிச் சென்றபோது, கண்ணகி ஏன் வேலைக்குப் போகவில்லை? நளாயினிக்காவது பரவாயில்லை. வேலை இருந்தது. குஷ்டரோகிக் கணவனை கூடையில் எடுத்துக் கொண்டு தாசி வீட்டுக்கு அழைத்துச் செல்லும் வேலை. கண்ணகிக்கு? அவளால் என்ன வேலை செய்திருக்க முடியும்! பத்தினி வகுப்பு நடத்தியிருக்கலாம்.

அவனுக்கு சிரிப்பு வந்தது. கண்ணகி 1972-ல் இருந்தாளானால்? ‘காலேஜ் ஆஃப் சாஸ்டிடி ஃபார் விமன்’ கற்பைப் பல வகையாகப் பிரித்து வகுப்புகள் நடத்தலாம். உயர்தர வகுப்புப் பெண்களுக்கென்று, நடுத்தர வகுப்புப் பெண்களுக்கென்று, சினிமா கற்பு, காலேஜ் கற்பு (இதுதான் கனவா?) இன்னும் எவ்வளவோ பிரிவுகளாக, வகைப்படுத்திக் கொண்டு பாடம் நடத்தலாம். கற்பை இப்படி பல பிரிவுகளாகப் பிரித்து ஆராய முடியுமா என்று அவன் ஒரு கணம் யோசித்தான். ஏன் கூடாது? சேரன் செங்குட்டுவனே கண்ணகியின் கற்பையும், பாண்டியன் மனைவியின் கற்பையும் ஒப்பிட்டு ஆராய முயலவில்லையா? கற்பை ஒப்பிடுவது, ஆராய்வது என்பது ஒரு வேடிக்கையான

விஷயம்தான். செங்குட்டுவன் ஆராய்ச்சி, கனக விசயர் தலையில் போய் முடிந்தது.

ஒரு விதத்தில் பார்க்கப்போனால் எல்லாமே ஏதோ ஒன்றில் ஆரம்பித்து வேறு எங்கோ போய் முடிகிறது. தத்துவ விசாரணை செய்து ஒரு பெரிய முடிவுக்கு வந்தது போல் அவன் களைப்பு அடைந்தான். பையிலிருந்து ஒரு சிகரெட்டை எடுத்துப் பற்றவைத்துக் கொண்டான். நெஞ்சுக்குள் புகை இறங்கியதன் காரணமாகச் சிறிது இருமினான்.

அவன் இருமும் சப்தம் கேட்டதும், எதிர்த்த வீட்டுப் பெண்மணி அவனை ஏறிட்டு நோக்கினாள். அவளுக்கு முப்பத்தைந்து வயதிருக்கலாம். விதவை. ஒரு கால் ஊனம். ஒரே மூச்சில் மூன்றையும் பற்றி தான் எதற்காக நினைத்திருக்க வேண்டுமென்று அவன் யோசித்தான். தான் அவளைவிட எவ்வளவோ பரவா யில்லை என்று தேற்றிக் கொள்வதற்காகவா? இந்த உலகத்தில் யார்தான் யாரைவிடப் பரவாயில்லை? இப்படி நினைத்துக் கொண்டால்தான் வாழ முடியும் போலிருக்கிறது. எதற்காக வாழ வேண்டும்?

அந்தப் பெண்மணி எதற்காக வாழ்கிறாள்? அவன் மீது ஒரு விநாடிப் பார்வையை செலுத்தி விட்டு அவள் தன் கையிலிருந்த பந்தை வீதியில் விட்டெறிந்தாள். அவள் கையிலிருந்த அப்பந்தை ஆர்வத்துடன் பார்த்துக் கொண்டிருந்த அவளுடைய நாய், பந்து சென்ற வேகத்தோடு அப்பந்தின் மீது பாய்ந்தது. வாயினால் கவ்விக்கொண்டு அவள் காலடியில் கொண்டு சேர்த்தது. தினம் காலையில் இதே நேரத்தில் நடக்கும் சம்பவம் என்றாலும் அவளுக்கும் அலுப்பில்லை, அந்த நாய்க்கும் அலுப்பில்லை. இயந்திர கதியில் விளையாடாமல் அன்றாடம் புதிய உற்சாகத் துடன் அவர்கள் விளையாடிக் கொண்டிருப்பது தான் அவனுக்கு ஆச்சரியத்தைத் தந்தது. அவளையும் அந்த நாயையும் பிணைத்தது, அந்த விளையாட்டு. இது ஒரு வகையான முக்கோணத் தத்துவம், ஒரு புனிதமான அந்தரங்கம். ஒவ்வொரு நாளும் அதே வேகத்தில், ஒரு குறிப்பிட்ட இடத்தில் அந்த பந்தை விட்டெறிகிறாள். நாயும் அதே வேகத்தில், இசை பிறழாத பாய்ச்சலுடன் அந்தப் பந்தைக் கவ்வுகிறது. அந்த நாய் இறந்துவிட்டால் அவள் என்ன செய்வாள்? அல்லது அவள் இறந்துவிட்டால் அந்த நாய் என்ன செய்யும்? அந்தப் பந்துக்கும் இந்தப் பிணைப்பில் இடம் இருக்கிறதோ என்று அவனுக்குத் திடீரென்று ஒரு சந்தேகம் ஏற்பட்டது. பந்து ஒரு

காரணம்தான், காரணங்கள் தியாகிகள். அவை வெறும் காரணங் களாக மட்டும் இருந்து விடுகின்ற உலகம் அவைகளின் பிறப்பின் மூலத்தைப் பற்றிக் கவலைப்படுவதில்லை. அப்பொழுது அவன், தன் சிந்தனை தவறான வழியில் போவதை உணர்ந்தான். சே! காரணத்தைப் பீடத்திலேற்றி குழம்பும் முட்டாள்தனம் மீண்டும் எதற்காக? காரணம் ஒரு சூன்யம். 'சங்கக் கணக்கில் வரும்'... மனம் விளைத்துக் கொண்ட போலி. காரியத்தை ஏற்றுக் கொள்ள மறுக்கும் ஒரு தாழ்வு மனப்பான்மை காரணத்தை நாடி அலை கிறது.

'பண்ட்டி!' அந்த பெண்மணி உரக்கக் குரல் எழுப்பியது அவன் சிந்தனையைக் கலைத்தது. அவள் பந்தை விட்டெறிந்திருக் கிறாள். அந்த நாயும் வழக்கம் போல் பாய்ந்திருக்கிறது. ஆனால் இந்த நிகழ்ச்சியில் ஒரு சிறு மாறுதல் ஏற்பட்டுவிட்டது. நாய் அந்தப் பந்தைக் கவ்வியதும், அதன் கவனம் இன்னொரு திசையில் திரும்பியிருக்கிறது. ஒரு பெண் அழகான குட்டி நாய் ஒன்றை அழைத்துச் சென்றாள். பண்ட்டி அதை நோக்க, அதே சமயத்தில் அக்குட்டி நாயும் அதை நோக்கியது. புண்ட்டியின் வாயிலிருந்து பந்து தானாகவே கீழே விழுந்தது. குட்டி பார்ப்பதற்கு ஒரு ஹிப்பி போலிருந்தது. நெற்றியில் சடை சடையாக மயிர் தொங்கியது. அது தலையைச் சிலிர்த்துக் கொண்டு முகத்தைத் தூக்கி மறுபடியும் பண்ட்டியைப் பார்த்தது. இரண்டாம் தடவை பார்த்தவுடன் அதற்கு, பண்ட்டி ஒரு கிழ நாய் என்று தெரிந்துவிட்டது போலிருக்கிறது. அந்தப் பெண்ணைத் தொடர்ந்து ஓடி விட்டது. பண்ட்டி ஆடாமல் அசையாமல் அதைப் பார்த்துக் கொண்டே நின்றது.

'பண்ட்டி!' மறுபடியும் அந்தப் பெண்மணி மிகுந்த கோபத்துடன் கூப்பிட்டாள். ஒரு குட்டி நாய் அவமானப்படுத்தியது போதாமல், அந்த பெண்மணியும் தான் எஜமானி என்பதை இப்படியா குரலெழுப்பிக் காட்ட வேண்டுமென்ற கோபமோ என்னமோ தெரியவில்லை, பண்ட்டி அவளை ஓர் அலட்சியப் பாவனை யுடன் பார்த்துக் கொண்டே அருகிலிருந்த விளக்குக் கம்பத்தை அசுத்தப்படுத்தியது. அந்தக் குறிப்பிட்ட கணத்தில் தான் தன் னுடைய எஜமானியைவிட முக்கியமானவன் என்று காண்பித்துக் கொண்ட அதன் ஆண்மை அடுத்த கணத்தில் மறைந்தது. ரொட்டி ஞாபகம் வந்திருக்க வேண்டும். பந்தை வாயினால் கவ்வியவாறு வாலைக் குழைத்துக் கொண்டு அவளிடம் ஓடியது.

பந்தை காணிக்கையாக அவள் காலடியில் சமர்ப்பித்தது. அவளுக்கு சாதாரணமாக சாத்வீகமான சுபாவம்தான். ஆனால் இப்பொழுது திடீரென்று அவளுக்கு அந்த ஆவேசம் எப்படி வந்ததோ தெரியவில்லை. மிகுந்த கோபத்துடன் அந்த நாயை காலால் உதைத்தாள். அது ஊளையிட்டது. மறுபடியும் உதைத்தாள். முக்கோணத்துவ விதிகளை மீறி விட்ட கோபமாக இருக்கலாமோ என்று அவன் நினைத்தான். அவள் தொடர்ந்து விளையாட விரும்பவில்லை. பந்தை எடுத்துக் கொண்டு உள்ளே போய் விட்டாள். நாய் அவளைப் பின் தொடர விரும்பவில்லை. வீட்டின் முன்புறமாக இருந்த புல்வெளியில் போய்ப் படுத்துக் கொண்டு கண்களை மூடிக் கொண்டது.

சிகரெட் விரலைச் சுட்டது. சிகரெட் துண்டை ஆஷ்ட்ரேயில் போட்டுவிட்டு அவன் கைகளைக் கட்டிக் கொண்டு சிறிது நேரம் நின்றான். பசியெடுப்பது போல் தோன்றியது. அலமாரியைத் திறந்து ஒரு எவர்சில்லர் டப்பாவை எடுத்தான். அதில் காய்ந்து போன இரண்டு ரொட்டித் துண்டுகள் இருந்தன. இதைச் சாப்பிட்டால் போதும் என்று அவன் தனக்குத்தானே சற்று உரக்கச் சொல்லிக் கொண்டான். சாப்பிடுவதற்கென்று யார் அரை மைல் நடந்து போவார்கள். இதை அவன் உரக்கச் சொல்ல வில்லை. மனத்துக்குள் எண்ணிக் கொண்டான்.

ரொட்டித் துண்டுகளை எடுத்துக் கடித்தான். சரளைக் கற்களை இடித்து மாவாக்கிச் சாப்பிடுவது போலிருந்தது. வெண்ணெய் கொஞ்சம் இருந்தால் தேவலை என்று அவனுக்குப் பட்டது. அலமாரியில் தேடினான். வெண்ணெய் இல்லை என்று அவனுக்கு உறுதியாகத் தெரியும். இருந்தாலும், தேடிப் பார்ப்பது அவனுக்கு அப்பொழுது ஓர் அர்த்தமுள்ள செய்கையாகப் பட்டது. மனத்தில் வேறு எந்தவித எண்ணமுமில்லாமல் வெண்ணெயைத் தேடுவதே வாழ்க்கையின் மகத்தான லட்சியமாக அலமாரி முழுவதும் துழாவினான். அடிமனத்தில் 'வெண்ணெய் இல்லை' என்று மிகச் சன்னமாகச் சொல்லிக் கொண்டிருந்த குரலைப் பற்றி அவன் கவலைப்படவில்லை. ஏழெட்டு முறைகள் துழாவியும் இல்லாத வெண்ணெய் உண்டாகவில்லை. களைத்துப்போய் ஜன்னலருகே சுவரின் மீது சாய்ந்து கொண்டான்.

தெருவில் வாழ்க்கையின் ஓட்டம் கொஞ்சம் குறைந்திருந்தது. மணி பத்தாகிவிட்டது என்று அர்த்தம். முன்பெல்லாம்

வெயிலைக் கொண்டு மணி அறிந்தது போல் இப்பொழுது ஜன நடமாட்டத்தைக் கொண்டு நேரத்தை உணரலாம். கடிகாரம் ஆட்டுவிக்கும் கைப்பொம்மைகள் இக்காலத்து நகர மக்கள் என்று எண்ணிய அவன் அதை வாய்விட்டு உரக்கச் சொன்னான். மோனை இருக்கிறது. இது ஒரு கவிதைக்கு முதல் வரியாக இருக்கக் கூடும் என்று அவனுக்குத் தோன்றியது. என்னிடம் கடிகாரமில்லை, காலண்டர் கூடக் கிடையாது. 'காலா! என் காலருகே வாடா!' இச் சிந்தனை அவனை ஒரு தனிமனிதனாக அவன் மனக்கண் முன் நிறுத்தியது. மானசீகத்தை வைத்துக் கொண்டு அசை போடுவது வெண்ணெய் இல்லாமல் ரொட்டி உண்பது போல்தான் என்ற எண்ணம் வரவே, விசுவரூபக் கற்பனையைக் கலைத்து வேறொரு ரீதியில் தன்னை அணுவினும் சிறியவனாக, ப்ரோட்டானாக, நியூட்ரானாக, எலெக்ட்ரானாக பாவனை செய்து கொண்டான். பௌதீக அளவைப் பொறுத்தவரையில் சரி. ஆடும் சக்தியைப்பற்றி எண்ணும் போது, இந்தப் பாவனை பொருந்துமா? மனித னுடைய ஆற்றலின் எல்லையைப் பற்றி யார் யாரோ என்னவோ வெல்லாம் சொல்லியிருக்கிறார்கள். ஆற்றலின் எல்லையினால் உணரும் பிரபஞ்சத்தின் எல்லையின்மையாகிய அகண்டப் பெருவெளியின் முன்பு தான் ஒரு புள்ளி என்ற நினைப்புத்தான் உண்டாகிறது. இப்புள்ளியின் தனிமை இப்பிரபஞ்சத்தின் அளவு சோகமானது. அர்த்த மற்றது. இதை அர்த்தமுள்ளதாக ஆக்கிக் கொள்ள வேண்டியது அவசியம்தானா என்று அவன் நினைத்தான். அர்த்தத்தின் மூலமாகத்தான் அல்லது அர்த்தத்தை கற்பித்துக் கொள்வதன் மூலமாகத்தான் அர்த்தமின்மையை உணரமுடியும் போலிருக்கிறது என்று அவன் சொல்லிக் கொண்டான்.

அவனுக்கு பசித்தது. அந்தக் காய்ந்துபோன ரொட்டித் துண்டுகளைச் சாப்பிட முடியவில்லை. நேற்றிரவும் சாப்பிட வில்லை. சாப்பிட வேண்டுமென்ற நினைவு இரவு ஒரு மணிக்குத்தான் வந்தது. அந்த நினைவு வந்ததும் பசித்தது. ஆனால் இரவு ஒரு மணிக்கு எந்தச் சாப்பாட்டுக் கடை திறந்திருக்கும்? அதுவும் டில்லி போன்ற பெரிய நகரத்தில்? அவன் ஊரில் இரவு சினிமா முடிந்து வருபவர்களுக்காக மாரிமுத்து தன் டீக்கடையைத் திறந்து வைத்திருந்தது அவன் ஞாபகத்துக்கு அப்பொழுது வந்தது. மாரி முத்துவுக்கே இது இப்பொழுது மறந்திருக்கும் என்று அவனுக்குத் தோன்றியது.

மாரிமுத்து தற்சமயம் ஒரு எம்.பி.சௌத் அவென்யூவில் இருக்கிறான். சென்னையில் மூன்று வீடுகள் வாங்கிவிட்டான். நாலு காதற் கிழத்திகள் நாலுவகையில். ஒரு சமயம் ஜன்பத்தில் மாரிமுத்துவை அவன் பார்த்தான். மாரிமுத்து ஜோத்புரி கோட் போட்டுக் கொண்டு சிவப்புத் தோல்களையெல்லாம் உற்றுப் பார்த்தவாறே பவனி வந்து கொண்டிருந்தான். இவன் அவனைப் பார்த்ததும்'வணக்கம்' என்றான். மாரிமுத்து முதல் தடவையாகப் பார்ப்பது போல் ஏற இறங்க நோக்கினான். தன் பெயரைச் சொல்லிய பிறகு, தான் அவன் கடையில் சினிமா பார்த்துவிட்டு டீ குடிக்கும் பழக்கத்தை ஞாபகம் மூட்டினான். 'அப்படியா, வரட்டுங்களா?' என்றான் மாரிமுத்து. கிழிந்து போன சட்டையை தெருவில் எறிவது போன்றிருந்தது அவன் செய்கை. ஒரு வேளை அவன் தூக்கி எறிந்த சட்டையை தான் போட்டுக் கொண்டிருக் கிறோமோ என்ற சந்தேகம் அவனுக்கு உண்டானது.

அவன் தன் சட்டையைப் பார்த்துக் கொண்டான். கிழிந்துதா னிருந்தது. வேறு சட்டை போட்டுக் கொள்ள வேண்டுமென்று அவனுக்குத் தோன்றியது. அலமாரியின் கீழ் இருந்த கப்போர்ட்டைத் திறந்து பார்த்தான். எல்லாம் அழுக்கு சட்டைகள். கிழிந்த சட்டையை விட அழுக்குச் சட்டை தேவலையா என்று அவன் யோசித்தான். 'கந்தையானாலும் கசக்கிக் கட்டு.' தமிழர்கள் மோனைக்காக இதைச் சொன்னார்களா, அல்லது உண்மையிலேயே தூய்மையில் விருப்பம் கொண்டவர்களா? தூய்மையைக் காட்டிலும் மோனைமீதுதான் அவர்களுக்கு மோகம் அதிகம் என்று அவன் முடிவு செய்தான். மோனையை நன்றாக ஆளத் தெரிந்தவர்கள் ராஜ்யத்தையே ஆளும் அரசியல் அதிசயம் தமிழ்நாட்டில்தான் நிகழ்ந்திருக்கிறது.

அவன் மோனைக்கு அடிபணியும் சராசரித் தமிழனாக இருக்க விரும்பவில்லை. போட்டுக் கொண்டிருந்த சட்டையை மாற்ற வேண்டாம் என்று தீர்மானித்தான். கப்-போர்டை வேகமாக இழுத்துச் சாத்தினான். பிணத்தின் நாக்கு தொங்குவது போல், ஓர் அழுக்குச் சட்டையின் காலர் வெளியே பிதுங்கிக்கொண்டு நின்றது. மறுபடியும் திறந்து மூடலாமா என்று நினைத்தான், காலர் வெளியே தெரிந்தால் என்ன குடி மூழ்கிப் போய்விட்டது என்று தோன்றியது. காலரில் அழுக்கு - பட்டையாகத் தெரிந்தது. இதுதான் தன்னுடைய 'ஸ்கெலிடனோ' என்று அவன் நினைத்தான்.

கடப்-போர்டில் தன் ஸ்கெலிடன்களை வைத்துப் பூட்டியிருந்தால் தான் இப்பொழுது இருப்பதுபோல் இருந்திருக்க வேண்டிய அவசியமே ஏற்பட்டிருக்காது என்று அவனுக்குப்பட்டது. பக்கத்து வீட்டுக் கன்னாவைப் போல் இருக்கலாம். கார், இரண்டு குழந்தைகள், ஆயா, வேலைக்காரன், தோட்டக்காரன், சமூகத்தில் பெரிய புள்ளி, வட்டாரக் கவுன்சிலர். சனிக்கிழமை இரவு தோறும் அவன் வீட்டு வாசலில் நிற்கும் பென்ஸ் காரை, அவரும் எவ்வளவு முயன்றாலும் கப்போர்டில் வைத்துப் பூட்ட முடியாது. தான் ஓட்ட மறுத்ததின் காரணமாகத்தான் அவள் அவனை விட்டுப் போய்விட்டாள்.

அவளைக் கல்யாணம் செய்து கொண்டபோது அவள் அழகு அவனை பயமுறுத்தியது. அவன் படித்து, அப்பா சொன்னபடி ஏதேதோ பாஸ் செய்து நல்ல உத்தியோகத்திலிருந்தான், ஒரு திங்கள் அன்று அவளைப் பெண்பார்க்க அழைத்துப் போனார்கள். அவள் அழகைக் கண்டதும் அவனுக்கு ஒரு திகைப்பு. இந்தத் திகைப்பு ஏற்பட்டதே தன்னுடைய தாழ்வு மனப்பான்மையினால் என்று அவனுக்குப்பட்டது. இந்தப் பெண் வேண்டாம் என்று சொன்னான். அப்பாவுக்குப் பிடித்துவிட்டது. உன் அம்மா போன பிறகு உன்னை எப்படியெல்லாம் கஷ்டப்பட்டு வளர்த்தேன் என்று சொல்லி வாதாடி கல்யாணத்தை நடத்திவிட்டார். இவன் கல்யாணத்திற்கென்று காத்திருந்தவர் போல், கல்யாணம் நடந்த மூன்றாம் நாள் போய்விட்டார். அவளுக்குத் தான் அழகு என்று நிச்சயமாகத் தெரியும். இதைத் தவிர அவளுக்கு வேறு நினைவே கிடையாது. அவன் பாத்ரூமில் தன் முகத்தை அடிக்கடி பார்த்துக் கொள்வான். சற்று அகலமான பெரிய மூக்கு. கூர்மையாக இல்லாமல் தடித்து இருந்தது. தரிசு நிலத்தைப் போல் வெடிப்புகளுடன் கூடிய முகம் இல்லை என்று சொல்வது போல் எப்பொழுதுமே விரிந்திருந்த உதடுகள். ஊசிமுனை போன்ற கண்கள். இவள் எதற்காகத்தான் திருமணம் செய்து கொண்டாள் என்று அவன் அடிக்கடி நினைப்பது வழக்கம். ஒரு நாள் அவனுக்கு விடை கிடைத்தது. அவனிடம் பக்கத்து வீட்டுக்கு வருபவனைப் போல் பென்ஸ் இல்லை. ஃபியட் தான் இருந்தது. தன்னிடம் அம்பாசிடர் இருக்கும்போது அவள் ஏன் ஃபியட்டை நாடினாள் எனறு அவன் யோசித்ததுண்டு. தன்னுடைய மதிப்பு தான் பார்த்த வேலையில் தான் இருக்கிறது என்று அவன் தன்னை அவள் மணந்ததிலிருந்து உணர்ந்தான். இவனுடைய வேலையை மணந்த அவள், இவன் வேலைக்கு அப்பாற்பட்ட

தகுதியை இவனுக்கு அளிக்கவில்லை. ஃபியட் அம்பாசிடரை வென்றது. ஸ்கெலிட்டனை இவன் பூட்டி வைக்கவில்லை. கோர்ட் விவகாரங்கள். இப்பொழுது அவள் ஃபியட்டையும் விட்டுவிட்டு காடிலாக்கிடம் போய்விட்டதாகக் கேள்வி. வாழ்க்கையில் முன்னேற்றம் வேண்டாமா?

தன் வேலையை ஏன் ராஜிநாமா செய்திருக்க வேண்டுமென்று அவனுக்கே தெரியாது. தன் மதிப்புதான் வேலையில்தான் இருக்கிறது என்பது அவனுக்கு அவமானமாக இருந்தது. இந்த நல்ல உத்தியோகத்தில் இல்லாவிட்டால் இந்த அசிங்கத்தை யார் கல்யாணம் செய்து கொள்வார்கள் என்று அவள் கோர்ட்டிலேயே சொன்னாள். நீதிபதி அவனை அனுதாபத்துடன் பார்த்ததுதான் அவனுக்கு இன்னும் எரிச்சலாக இருந்தது. கோர்ட் விவகாரங்கள் முடிந்தவுடன் அவன் ராஜிநாமா செய்துவிட்டான். நாலு ரூம் ஃப்ளாட்டில் இருந்தவன் அதே வீட்டில் ஒரு ரூமில் இருக்கத் தொடங்கினான். அந்த வட்டாரம் முழுவதும் அவனைப் பற்றித் தெரியும். அதைப் பற்றி அவன் கவலைப்படவில்லை.

ஸ்கெலிட்டன் என்றதும் மீண்டும் அவள் நினைவே வந்து கொண்டிருக்கிறது என்பது அவன் மனத்தை சங்கடப்படுத்தியது. ‘பசிக்கிறது, சாப்பிடப் போகலாம்’ என்று அவன் உரக்கச் சொல்லிக் கொண்டான். ரம் சாப்பிட்டு விட்டு போனால் என்ன என்று அவனுக்கு அப்பொழுது தோன்றியது. அலமாரியைத் திறந்தான். முதல் நாள் வாங்கிய புட்டிகளில் ஒன்று மீதியிருந்தது. அந்தப் புட்டியை எடுத்தான். முழுவதும் சாப்பிடக்கூடாது. ஒரு பெக் அல்லது இரண்டு. குடித்துவிட்டு சாப்பிடப் போக வேண்டுமென்று தீர்மானித்தான்.

சோடா இல்லை என்ற நினைவு அவனுக்கு வந்தது. கீழே போய் வாங்கியாக வேண்டும். தற்கொலை செய்து கொள்ள வேண்டுமென்ற எண்ணம் ஒரு சமயத்தில் தோன்றியபோது அதற்கும் முயற்சி செய்ய வேண்டுமே என்று அந்த எண்ணத்தை ஒதுக்கியவன், ரம்முக்காக கீழே போய் சோடா வாங்கத் தயாராக இல்லை. தண்ணீரில் சாப்பிடலாம் என்று தோன்றியது. அறையை விட்டு வெளியே சென்று ரொட்டி வைத்திருந்த எவர் சில்வர் பாத்திரத்தில் தண்ணீர் கொண்டு வந்தான்.

தம்ளரில் ரம்மை ஊற்றிக் கொண்டதும், தண்ணீர் இல்லாமலேயே சாப்பிடலாமென்று அவனுக்குத் தோன்றியது. இரண்டு

பெக் ரம்மை அப்படியே குடித்தான். சிறிது தண்ணீர் விட்டிருக் கலாமென்று அவனுக்குப் பட்டது. மனைவி தன்னை விட்டுப் போய் விட்ட காரணத்தினால் இப்படித் தன்னைத்தானே அழித்துக் கொண்டிருக்கிறோமே என்ற நினைவு அவனுக்கு அப்பொழுது உண்டாகியது. அப்படி நினைத்தால் இது அவன் ஈகோவுக்குச் செய்யும் அவமானம். மனைவி தன்னைவிட்டுப் போய்விட்டாள் என்பதினால் தான் எந்த அளவிலும் பாதிக்கப் படவில்லை என்று நம்பவே அவன் விரும்பினான். 'ஈகோவை தன்னளவில் சீராட்டியதன் காரணமாக எந்த விதத்தில் பக்கத்து வீட்டு கன்னாவை விட நான் உயர்ந்திருக்கிறேன், முதல் மாடியில் இருப்பதைத் தவிர' என்று அவன் யோசித்தான். அவனை எல்லோரும் பைத்தியக்காரன் என்றுதான் சொல்லுகிறார்கள்.

நல்ல வேலையிலிருந்தவன், மனைவி அவனை விட்டுப் போய் விட்டாள் என்றதும் இதை உலகறியப் பகிரங்கப்படுத்தி கோர்ட் விவகாரமாக்கித் தன் வேலையையும் ராஜிநாமா செய்து கடந்த பதினெட்டு மாதங்களாகக் குடிப்பதும், தூங்குவதும் சுற்றுவது மாக ஒருவன் இருப்பானானால் உலகத்தின் கண்களுக்கு அவன் பைத்தியக்காரனாகத் தோற்றமளிப்பதில் உலகமறிந்த மதிப்புக ளுக்கு உட்பட்ட வகையில் தவறில்லைதான். ஆனால் மனைவி அவனைவிட்டு போய்விட்டாள் என்பது, அவன் தான் விரும்பிய முறையில் வாழ்வதற்காக அவனுக்கென்று வந்து அமைந்த வாய்ப்பாகத்தான் கருதினான். 'அவள் ஓடிவிட்டாள் என்பதைப் பற்றி நான் கவலைப்படவேயில்லை' என்று அவன் வாய்விட்டு உரக்கக் கூறினான். அதை மறுபடியும் இரண்டாம் தடவையாகச் சொன்னான். மூன்றாம் தடவையாகச் சொன்னபோது குரல், கூவுவது போலிருந்தது. தெருவில் யார் காதிலாவது விழுந்திருக் குமோ என்று சந்தேகம் அவனுக்கு ஏற்பட்டது. இன்னும் கொஞ்சம் ரம் ஊற்றிக் கொள்ளலாம் என்று அவனுக்குப்பட்டது. ஒரு விரல் அளவுக்கு ஊற்றிக் கொண்டு, அதனுடன் கொஞ்சம் தண்ணீரைக் கலந்தான். ஒரே மடக்கில் குடித்தான்.

அவன் அப்பா ஒரு வக்கீல் குமாஸ்தா. பார்ப்பதற்கு நன்றாகத் தானிருந்தார். அம்மாவைப் பற்றி நினைத்துப் பார்க்கும் போது அவளும் அழகாக இருந்தாள் என்பதுதான் அவன் அபிப்பிராயம். அவள் போகும் போது, அவனுக்கு நாலு வயதோ என்னமோ. ஐந்தரை அடி உயரத்துக்குச் செக்கச்செவேலென்ற ஓர் உருவம் புகையினூடே தெரிவது போல் அவன் மனத்திரையில் நிற்கிறது.

அம்மாவும் அழகாக இருந்து, அப்பாவும் நன்றாக இருந்து இவன் ஏன் இப்படிப் பிறக்க வேண்டும்? பலவிதமான காரணங்களை அவன் நினைத்துக் கொண்டான். அப்பா அவன் மீது உயிரை வைத்திருந்தார் என்றாலும் அவரை, அந்த அளவுக்கு தான் வெறுப்பதை அவன் ஒருநாள் உணர்ந்தபோது, அவனுக்கு மிகவும் வெட்கம் ஏற்பட்டது. தன் மீது தானே பழிவாங்கிக் கொள்வது போல் அவர் தீர்மானித்த பெண்ணை மணந்து கொள்ள முதலில் தீவிரமாக மறுத்தாலும் பிறகு இசைந்து விட்டான். அப்பாவின் மீதிருந்த வெறுப்பு, அவர் போய்விட்ட காரணத்தினால், அவள் மீது திரும்பியிருக்குமோ? அவள் அவனை விட்டுப் போவதற்கும் தன் மனநிலைதான் காரணமோ என்ற சந்தேகம் அவனுக்கு ஏற்பட்டது.

அவளை மணந்த தினத்திலிருந்தே அவன் அவளுடன் நெருங்கி இருக்க விரும்பியதில்லை. அவள் உற்றுப் பார்த்ததெல்லாம் தன்னை வெறுக்கத்தான் என்று அவன் முடிவு செய்து கொண்டான். இரவில் எல்ல விளக்குகளையும் அணைத்துவிடு வான். அவள் கட்டிலில் தன் முகத்தைப் பார்க்கக்கூடாது என்பதற்காக. அவளும் அச்சமயங்களில் தன்னைச் சகித்துக் கொண்டது போல் தான் அவனுக்குத் தோன்றியது. கட்டிலில் கிடந்த இரண்டு பிணங்களைப் போல்தான் இருந்தது அவர்க ளுடைய மண வாழ்க்கை. அவளாகவே இத்தகைய வாழ்க்கைக்கு எதிர்ப்புத் தெரிவிக்க வேண்டுமென்று அவன் விரும்பினான். அவள் வாயைத் திறவாமலிருந்தது அவனுக்கு ஏமாற்றமாக இருந்தது. அவள் தன்னைக் கோர்ட்டில் அசிங்கம் என்று கூறியது ஒரு வேளை, அவள் தன்னிடத்தில் அடைந்த ஏமாற்றத்தினால் ஏற்பட்ட அர்த்தத்தின் காரணமாக இருக்குமோ? அவள் தன்னைத் தன் உத்தியோகத்தின் காரணமாகத்தான் மணந்தாள் என்று ஒரு புறம் இருந்தாலும், அவள் இதற்காகத்தான் தன்னை மணந்தாள் என்ற அதே நினைவின் காரணமாக, ஆடவன் என்ற முறை யிலுமா அவளை தான் ஏமாற்றத்துக்கு உள்ளாக்கியிருக்க வேண்டும். அந்த ஆத்திரம்தான் அவளை அப்படிச் சீற்றங் கொள்ளச் செய்திருக்கலாம் என்று அவனுக்கு இப்பொழுது பட்டது. ஃபியட் கார் அவன் வீட்டுக்கு வரும் செய்தியை முதல் முதலில் அவன் கேட்டபோது, அது என்ன காரணத்துக்காக வருகின்றது என்பதை உறுதியாக உணர்ந்தபோது, அவன் உள்ளத்தின் அடித்தளத்தில் திருப்தி போன்ற ஒரு வகையான உணர்ச்சி ஏற்பட்டது என்பதை அவனால் மறுக்க முடியுமா?

இதைத்தான் அவன் மணமான நாளில் இருந்து எதிர்பார்த்துக் கொண்டிருந்தானா? எதிர்பார்த்தது உடனே நடக்கவில்லை என்பதனால்தான் அவன் அந்தச் செய்தியைக் கேட்கும்வரை அவளிடத்தில் அவ்வளவு வெறுப்பு கொண்டிருந்தானா?

குடித்தது போதும் என்று அவனுக்குப் பட்டது. அலமாரியில் வைத்துவிட்டு கதவுகளைச் சாத்தினான். நல்ல பசியில், பகல் வேளையில், ரம்மை நிட்டாகக் குடித்ததன் காரணமாக வயிற்றில் எரிவது போன்ற ஓருணர்வு. தலை லேசாகிக் கொண்டிருந்தது.

அறையைப் பூட்டிவிட்டு அவன் மாடிப்படிகளில் இறங்கியதும் கீழே வீட்டுக்காரனுடைய பேத்தி ஸ்யாமீஸ் பூனையுடன் விளையாடிக் கொண்டிருந்தது. அவனைக் கண்டதும் 'நமஸ்தே அங்கிள்ஜி' என்று கூறியது. பழுப்பு நிறத்தில் வெல்வட் போன்ற மேனியுடன் இருந்த அந்தப் பூனையை இடுப்பில் தூக்கிக் கொண்டு செக்கச் செவேலென்றிருந்த அந்தக் குழந்தை அவனைப் பார்த்துப் புன்னகை செய்த காட்சி அவனை எல்லையற்ற மகிழ்ச்சிக்குள்ளாக்கியது. அந்தப் பூனையோடு அக்குழந்தையை அப்படியே தூக்கினான். பூனை மிரண்டு கீழே குதித்து ஓடிவிட்டது. 'சோடுதோ அங்கிள்ஜி' 'சோடுதோ அங்கிள்ஜி' என்று சொல்லிக் கொண்டே குழந்தை அவன் கைகளில் திமிறியது.

'கியா பாத்ஹை' என்று கேட்டுக் கொண்டே வீட்டுக்காரன் வந்தான். குழந்தையைத் தூக்கியது அவனுக்கும் பிடிக்கவில்லை என்பது அவன் முகத்தைப் பார்த்ததும் தெரிந்தது. அவன் குழந்தையைக் கீழே இறக்கியதும், 'அந்தர் சலோ பேபி' என்றான். அவன் இரும்புக் கேட்டைத் திறந்து கொண்டு மேலே போக எத்தனித்ததும், வீட்டுக்காரன் 'பாபுஜி ஏக் மினிட்' என்று சொல்லியவாறு அவன் அருகில் வந்தான். வீட்டுக்காரன் என்ன சொல்லப் போகின்றான் என்று அவனுக்குத் தெரியும். அவன் அதே வீட்டில் நாலு அறைகளை வைத்துக் கொண்டிருந்தபோது வீட்டுக்காரன் அவன் ஒரு மொகலாய மன்னன் என்று கருதி நடத்திய விதத்துக்கும், இப்பொழுது அவன் பேசுகின்ற முறைக்கும் எத்தனை வேறுபாடு! அவன் மனைவி போனதும் அவன் இதைக் கோர்ட் விவகாரமாக்கியதே அவனுக்குப் பிடிக்கவில்லை. காலுக்கு சரியில்லாத செருப்பு காணாமல் போய்விட்டால் அதைப்பற்றி ஏன் கவலைப்பட வேண்டு மென்று அவன் யோசனை சொன்னான். 'நல்ல வேலையில்

இருக்கிறீர்கள். இன்னொரு பெண்ணைக் கல்யாணம் செய்து கொள்ளுங்கள். பஞ்ஜாபி பெண் வேண்டுமென்றாலும் நான் பார்த்துத் தருகிறேன்' என்றான். பக்கத்து வீட்டுக் கன்னாவைப் பற்றி வீட்டுக்காரன் சொன்னபிறகுதான் அவனுக்கு தெரியும். ஒரு சின்ன விஷயத்தை இவ்வளவு பெரிய விஷயமாக்கி வீட்டீர் களே, என்று கண்டிப்பது போலிருந்தது. அவன் பேச்சு. பார்க்கப் போனால் சின்ன விஷயம் என்று தான் கருதிய காரணத்தினால் தான் கோர்ட்டுக்கு போனோமென்று அவன் தன்னை சமாதானப் படுத்திக் கொண்டான். தன்னை பாதிக்கிற பெரிய விஷயமென்று கருதினால்தான் மௌனமாக ஸ்கெலிட்டனைக் கப்-போர்டில் வைத்து இறுகப் பூட்டியிருப்பான். அல்லது அவளைக் கொலை செய்திருப்பான். அல்லது அவனுக்குப் பைத்தியம் பிடித்தி ருக்கும். இப்பொழுது பிடிக்கவில்லை என்பது என்ன நிச்சயம். எதற்காக வேலையை ராஜிநாமா செய்திருக்க வேண்டும்? இந்த உத்தியோகத்தினால்தான் தனக்கு மதிப்பு என்றால் இந்த உத்தியோகம் இல்லாமல் வெறும் மனிதனாக அவன் அவளுக் காகவே இந்த உலகில் வாழ முடியுமா என்று முயலத்தான் அவன் ராஜிநாமா செய்தான். தன்னைத் தன் உத்தியோகத்தைக் கொண்டு தான் மதிப்பிட வேண்டுமென்ற அவசியமில்லாமல், உத்தி யோகத்தைவிட அவன் உயர்ந்தவன் என்று காட்டுவதற்காகச் சாதாரண வேலையொன்றைத் தேடி அலைந்தான். ஒன்றும் கிடைக்கவில்லை. அவனுடைய உயர்ந்த படிப்பைக் கண்டு மிரண்டு, சாதாரண வேலையைக் கொடுக்க யாரும் முன்வர வில்லை. உயர்ந்த படிப்பை மறைத்து சாதாரணத் தகுதிகளுடன் கூடியவன் என்று முயன்றால், கடும் போட்டி இருந்தது. இப்பொழுது சில மாதங்களாக வேலை தேடும் முயற்சியில் ஈடுபடுவதை விட்டுவிட்டான். மனத்துக்கு நிம்மதியாக இருந்தது. ஆனால் வீட்டுக்காரன் அவனை நிம்மதியாக இருக்க விட விரும்பவில்லை. அறையை காலி பண்ணச் சொல்கிறான். மூன்று அறை எடுத்துக் கொண்டவர்கள், நாலாவது அறையை யும் கேட்கிறார்கள். ரூ.200 கூடக் கொடுக்கத் தயார்.

'பாபுஜி!' மறுபடியும் கூப்பிட்டான் வீட்டுக்காரன். 'நமஸ்தே, கத்யால் சாஹேப்' என்று சொல்லிக்கொண்டே அவன் புன்முறுவல் செய்ய முயன்றான். ரம்மை 'நிட்'டாக சாப்பிட்ட பிறகு புன்னகை செய்தால் ஏற்கெனவே அசிங்கமான மூஞ்சி இன்னும் அசிங்கமாக இருக்குமென்று அவனுக்குப்பட்டது. வீட்டுக்காரன் மென்று விழுங்காமல் நேரடியாகவே சொல்லி

விட்டான். இந்த மாதக் கடைசியில் காலி செய்தாக வேண்டும். மாதம் முடிய நாலைந்து நாள்கள் இருக்கின்றன. 'நான்தான் ஒழுங்காக வாடகையைக் கொடுத்துக் கொண்டிருக்கிறேனே! எதற்காக காலி செய்ய வேண்டு'மென்று அவன் கேட்டான். அவன் வேலையில்லாமல் நாள் முழுவதும் அறையிலேயே குடித்துக் கொண்டு கிடப்பது பலவிதமான ஒழுக்கப் பிரச்னைகளைக் கிளப்புகின்றன என்றான் வீட்டுக்காரன். 'நான் யாருக்கும் தொந்தரவாக இல்லையே' என்றான் அவன். 'பாருங்கள்! இப்பொழுதுகூட பகல் வேளையில் குடித்திருக்கிறீர்கள்!' என்று சற்று உரத்தக் குரலில் பேசினான் வீட்டுக்காரன். 'நான் வேலைக்கு முயற்சி செய்து கொண்டிருக்கிறேன். கிடைத்தால் இங்கு இருக்கலாம் அல்லவா, இது உங்களுக்கு ஓர் அந்தஸ்தைத் தருமானால்?' என்று அவன் வினவினான். 'நான் உங்களுக்காக வருத்தப்படுவதுண்டு. ஆனால் நீங்களே உங்கள் தலையில் மண்ணை அள்ளிப் போட்டுக் கொள்ளும்போது நான் என்ன செய்ய முடியும்? நாள் முழுவதும் அறையில் உட்கார்ந்துகொண்டு குடித்தால் வேலை கிடைத்துவிடுமா?' என்று கேட்டான் வீட்டுக்காரன். 'நான் வேலையில் இல்லாமலிருப்பதோ அல்லது குடிப்பதோ உங்களை எந்த விதத்தில் பாதிக்கிறது? வாடகையைத்தான் ஒழுங்காகத் தந்துகொண்டிருக்கிறேனே!' முன்பு சொன்னதையே மீண்டும் தான் திரும்பச் சொல்கிறோம் என்பதை அவன் உணராமலில்லை. வீட்டுக்காரன் குடிக்காவிட்டாலும் அவனும் தான் முன்பு சொன்னதையே திரும்பச் சொன்னான். இது ஓர் ஒழுக்கப் பிரச்சனை. அவன் இன்னொரு காரணத்தை இப்பொழுது சேர்த்துச் சொன்னான். அவனைக் கண்டு முதல் மாடியில் குடியிருக்கும் அவர்கள் பயப்படுகிறார்கள். 'ஏன் பயப்படவேண்டும்? நான் ஓர் ஈக்குக் கூட தொந்தரவு செய்யமாட்டேன்' என்றான் அவன். 'நீங்கள் சரியான புத்தியுடன் இருக்கிறீர்களா என்பது பற்றி எல்லோருக்கும் சந்தேகம் இருக் கிறது' என்றான் வீட்டுக்காரன். வேலைக்குப் போகவேண்டிய நிர்பந்தமான கட்டுப்பாட்டுக்குட்படாமல் உலகத்துக்கு எந்தவித மான உருவத்தைக் காட்டவேண்டுமென்ற கவலையில்லாது தன்னளவில் தன் சுதந்தரத்தின் எல்லையுணர்ந்து வாழ்ந்தால், உலகம் தனக்குப் புத்தி இருக்கிறதா இல்லையா என்று சந்தேகிக் கிறது என்பது அவனுக்கு ஆச்சரியத்தைத் தரவில்லை.

இப்பொழுது என்னிடம் பணம் இருக்கிறது, எதற்காக வேலைக்குப் போக வேண்டும்? பணம் தீர்ந்துவிட்டால்,

குறைந்த பட்ச தேவைகளைப் பூர்த்தி செய்வதற்கு வேண்டிய பணம் கூடவா கிடைக்காமல் போய்விடும்? என்று அவன் நினைத்தான். மாதம் ரூபாய் 125 வாடகை கொடுக்க முடியா விட்டால், அப்பொழுது அறையை காலி செய்து விட்டுப் போகிறது. இப்பொழுதே அதைப்பற்றி யோசனை செய்து, அவதிப்படவேண்டுமா3? 'குறைந்த பட்ச தேவைகள்' என்று மாதம் ரூ.125 வாடகை கொடுத்துக் கொண்டு எல்லாவிதமான சௌகர்யங்களுடன் இருப்பது நியாயமாகுமா? இதில் நியாயம், அநியாயம் என்ன இருக்கிறது என்று, அவன் யோசித்துப் பார்த்தான். உயர்ந்த குறிக்கோளின் காரணமாகவா, தனக்குக் குறைந்தபட்ச தேவைகளைப் பூர்த்தி செய்து கொண்டால் போதும் என்று தோன்றுகிறது? - வாழ்க்கையை சிக்கலாக்கிக் கொண்டு தலைமயிரைப் பிய்த்துக் கொள்ள வேண்டாம் என்ற தன்னலம்தான். உயர்ந்த குறிக்கோள் என்று ஒரு மண்ணாங் கட்டியும் கிடையாது.

அவன் பேசாமல் நின்று கொண்டிருந்தது, வீட்டுக்காரனுக்கு அலுப்பைத் தந்திருக்க வேண்டும். அசாத்திய வெறுப்பு முகத்தில் வெளிப்படையாகத் தெரிய, சில நிமிடங்கள் பார்த்துவிட்டு பிறகு சொன்னான். 'காலி செய்யாவிட்டால், சாமான்களைத் தூக்கி வெளியே எறிந்து விடுவேன்.' தூக்கி எறிவதாக இருந்தால், காலிப்புட்டிகளையும், கண்ணாடி டம்ளர்களையும், கிழிந்த துணிகளையும்தான் எறிய வேண்டும். ஓர் அழகான பெண்ணை மணந்த ஓர் உயர்தர உத்யோதகஸ்தருடைய வீட்டுக்கு வேண்டிய சாமான்கள் எல்லாம் ஒரு காலத்தில் அவனிடத்தில் இருந்தன. அவற்றை அவனே தூக்கி எறிந்துவிட்டான். காரைவிற்றான். ஜமேதாருக்கு ரேடியோகிராம், வீட்டில் வேலை செய்த கவொலிப் பையனுக்கு ஃபிரிட்ஜ், வண்ணானுக்கு சோஃபா செட். வீட்டுக்காரன் வந்து கத்தினான். 'என்ன இப்படிச் செய்கிறீர்கள். உங்களுக்கு வேண்டாமென்றால் யார் உபயோகப் படுத்துவார்களோ அவர்களுக்குக் கொடுங்களேன். இப்படியா ஜமேதாருக்கும், வண்ணானுக்கும் கொடுப்பது?' அவன் வீட்டுக் காரனுக்கு டைப்ரைட்டரைக் கொடுத்தான். வீட்டுக்காரன் திருப்தி அடைந்ததாகத் தெரியவில்லை. எதிர்வீட்டு முதல் மாடியிலிருந்த ஆயாவைக் கூப்பிட்டு தன் மனைவியின் அழகான புடைவைகளையெல்லாம் எடுத்துச் செல்லும்படி சொன்ன போது, அவள் சந்தோஷத்தில் அழுதுவிட்டாள். நன்றியை

வார்த்தைகளால் சொல்ல முடியாமல் தவித்த அவள், அவன் கூப்பிட்டிருந்தானானால் அவனுடன் வந்து விடுவாள் போலிருந் தது. கூப்பிடலாம் என்று ஒரு கணம் யோசித்தான். புடைவை களை இதற்காகத்தான் கொடுத்தான் என்று ஆகிவிடும். புஸ்தகங் கள் நிறைய இருந்தன. யார் யார் எடுத்துக் கொண்டு போனார்கள் என்ற கணக்கு அவனிடம் இல்லை.

வீட்டுக்காரன் உள்ளே போய்விட்டான். அவன் லோதிரோட் செல்வதென்று தீர்மானித்து மெதுவாக நடக்கத் தொடங்கினான். அப்பொழுதுதான் அவனுக்கு அந்த எண்ணம் தோன்றியது. திரும்பி வர வேண்டுமென்று என்ன அவசியம்? அவனுடைய ஹிப்பாக்கெட்டில் பர்ஸ் இருந்தது, செக் புக் இருந்தது. அவன் எங்கு வேண்டுமென்றாலும் போகலாம். வீட்டுக்காரனை எதற்காகப் பார்க்க வேண்டும்? தபாலில் செக் அனுப்பிவிடலாம். இன்னும் பாதிபுட்டி ரம் இருக்கிறது. குடி இருந்ததற்கு பாதி புட்டி ரம், அவசியம் கொடுக்க வேண்டும். டைப்ரைட்டர் வேறு கொடுத்திருக்கிறேன் என்று அவன் நினைத்துக் கொண்டான். அந்த வீட்டை விட்டுபோவதென்று தீர்மானித்துவிட்டால் எதிர்த்த வீட்டு ஆயாவை அழைத்து 'ஒரு தடவை என்னோடு தங்கி விட்டுப் போனால் என்ன?'வென்று கேட்க வேண்டும் போல அவனுக்குத் தோன்றியது. எப்பொழுதுமே அவனிடத்தில் தான் கடன்பட்டிருக்கிறோம் என்ற உணர்வை அவளும் விரும்ப மாட்டாள் என்பது நிச்சயம். படுத்துக் கொண்டு விட்டால், ஒரு வேளை இது அவளுக்கு ஆறுதலைத் தரலாம். ஆனால் கூப்பிட்டால் அவள் இப்பொழுது வருவாள் என்று எப்படிச் சொல்ல முடியும்? அன்று அந்த புடைவைகளை வாங்கிக் கொண்டு போனபோது அவள் இதைப் பற்றி யோசித்திருக்கக் கூடும். ஆனால் கூப்பிட்டால் அவள் இப்பொழுது வருவாள் என்று எப்படிச் சொல்ல முடியும்? அன்று அந்த புடவைகளை வாங்கிக் கொண்டு போனபோது அவளுக்கு எப்படி நன்றியைத் தெரிவிப்பது என்ற குழப்பத்தில் அவள் இதைப் பற்றி யோசித் திருக்கக் கூடும். ஆனால் இப்பொழுது அவளைக் கூப்பிட்டு, அவள் மறுத்துவிட்டால்? மறுத்துவிட்டால் என்ன குடி மூழ்கிவிடப் போகிறது? மீதி அரைபுட்டி ரம் இருக்கிறது. குடித்துவிட்டால் போகிறது. அப்படியானால் இதற்குத்தான் முக்கியத்துவம் கொடுக்கிறோமோ என்ற சந்தேகம் அவனுக்கு ஏற்பட்டது. ஒருத்தியைக் கூப்பிட்டு அவள் வர மறுத்ததன்

காரணமாகக் குடிக்கிறோம் என்றால்... ஏன் அப்படி நினைக்க வேண்டும்? உலகில் எதற்குமே முக்கியத்துவம் இல்லை. ஒன்று இல்லாவிட்டால், இன்னொன்று. அவ்வளவுதான் விஷயம். ஒரு பெண் (அழகாக இருக்க வேண்டுமென்ற அவசியமில்லை), இல்லாவிட்டால் ரம் (ரம்மாகத்தானிருக்க வேண்டிய அவசிய மில்லை), இல்லாவிட்டால் ஒரு புஸ்தகம். (நிச்சயம் அது ஒரு நல்ல புஸ்தகமாகத்தானிருக்க வேண்டும்). வாழ்க்கைக்கு இதற்கு மேல் நான் முக்கியத்துவம் கொடுக்க விரும்பவில்லை என்று அவன் சொல்லிக் கொண்டான்.

அந்த ஆயாவுக்கு நாற்பது வயதிருக்கலாம். அல்லையாண்டு அமைந்த மேனி. (நான் கம்பன் படிக்கவில்லையென்று யார் சொன்னார்கள் என்று அவன் நினைத்தான்). முகம், இரண்டு கதவுகளுக்கிடையே அகப்பட்டு நசுக்கிப்போனது போல் இருந்தது. கறுப்பு நிறத்தில் மங்கோலியர்கள் எங்கிருந்து வந்தது என்பது அவனுக்கு ஓர் ஆச்சரியம். அந்த முகத்தில் ஏராளமான அம்மை வடுக்கள். அவன் புடைவைகளைக் கொடுக்க அவளைத் தேர்ந்தெடுக்கக் காரணம் அவள் இப்படி இருக்கிறாள் என்பதி னால்தான். குஷ்டரோகியான ஒரு நீக்ரோ பெண்ணுடன் தங்க விரும்புவதாக ஒரு பிரெஞ்சுக் கவிஞன் கூறியிருக்கிறானே, அவன் பெயர் என்ன? அவன் சிறிது நேரம் யோசித்தான். ஞாபகம் வரவில்லை. இதற்கு என்ன பெயர், மனோதத்துவப் பாஷையில்? மாசொச்சிஸம். அப்படியானால் அந்த ஆயாவுடன் படுப்பதை நான் என்னைப் பொறுத்த வரையில் மாசொச்சிஸமாகக் கருதுகிறேனா என்று அவன் யோசித்தான். ஒரு வேளை அவன் மனைவி தன்னுடன் இருந்தவள், இதை அவளைப் பொறுத்தவரையில் ஒரு மாசொச்சிஸ அனுபவமாகத்தான் கொண்டாளோ? - தான் இதை மாசொச்சிஸ மாகக் கருதுவற்குப் போதிய காரணங்கள் இருப்பன போல, அவளுக்கு இருந்தனவா? - திடீரென்று அவனை அப்பொழுது ஓர் ஆராய்ச்சி வெறி ஆட்கொண்டது.

பெயர்	நலன்கள்	குறை
நான்	(1) நல்ல உத்தியோகம்	கண்ணாடி என் எதிரி,
	(2) வாலிபப் பருவம்	முகத்தை இப்படி அவலட்சணமாகவா படைக்க வேண்டும்?
	(3) அழகுணர்ச்சி உண்டு	யாரைக் கோபிப்பது?

ஆயா	ஒன்றுமே இல்லை. நான் கொடுத்த நல்ல புடவைகளை கட்டிக் கொண்டு இருக்கிறாள்	(1) ஆயா (2) நாற்பதுக்கு மேல் இருக்கும் வயது. (3) ரோடு ரோலர் முகத்தின் மீது ஏறி விட்டதோ?
என் மனைவி	(1) பிரமிக்கவைக்கும் (2) ,, (3) ,,	அழகு என் மனைவி ,, ,,

அவன் மனக்கண் முன்பு இந்த அட்டவணை வந்து நின்றது. என் மனைவி என்னுடன் கொண்ட தொடர்பை ஒரு மாசோச்சிஸ அனுபவமாகக் கொண்டிருக்க வேண்டிய அவசியமில்லை என்று இந்த அட்டவணையிலிருந்து நிரூபணமாகின்றது என்று அவன் உரக்கச் சொன்னான். அவன் வாய்விட்டுப் பேசியதைக் கேட்டதும் எதிர்தாற் போல் வந்து கொண்டிருந்த ஒரு சர்தார்ஜி அவனை முறைத்துப் பார்த்தான்.

அவன் அந்த சர்தார்ஜியைப் பார்த்துப் புன்னகை செய்யலாமா என்று ஒரு விநாடி யோசித்தான். அதற்குள் அவன் தாண்டிப் போய்விட்டான். திடீரென்று அவனுக்கு ஞாபகம் வந்தது. அந்த சர்தார்ஜி எதிர்த்த வீட்டின் பர்ஸாத்தியில் இருப்பவன். சின்னப் பையன்தான். பதினெட்டு வயதிருக்கலாம். உடம்பு முழுவதும் மயிர். அவனை அரை நிஜாரிலேயே பார்த்த பழக்கம். இப் பொழுது முழு பாண்ட் போட்டுக் கொண்டிருக்கிறான். இந்தச் சின்னப் பையனுக்கு ஆண்மை இப்படி மயிர் உருவத்திலா வந்திருக்க வேண்டுமென்று அவன் எண்ணியதுண்டு. செறிந்த மயிர், நிறைந்த ஆண்மையின் அடையாளம் என்று மேஹ்ரா அடிக்கடி கூறுவான். பரிணாம வளர்ச்சியின் இறுதி நிலையில் மயிரே இருக்கக் கூடாதென்று திருமலை அவனைக் கண்டித்து கூறுவது வழக்கம். திருமலைக்கு உடம்பில் கொஞ்சம் கூட மயிர் கிடையாது. வழவழ என்று இருக்கும். ஏன் தனக்கும் அப்படித் தான் என்று நினைவு வந்ததும், அவன் மனைவி யாருடன் சென்றாளோ, அவனைப் பற்றி யோசித்துப் பார்த்தான். அவனை எப்பொழுதும் சூட்டிலேயே பார்த்ததனால், அவன் உடம்பின் மயிர் நிலவரம் பற்றி இவனுக்கு ஒன்றுமே தெரியாது. எப்பொழுதாவது அவளைப் பார்த்தால் கேட்கலாம். பதில்

சொல்வாளென்று என்ன நிச்சயம்? இப்பொழுது அவளிருக்கும் காடிலாக்காரனைப் பற்றி அவனுக்கு ஒன்றும் தெரியாது.

அந்த ஆயாவைப் போய்ப் பார்க்கலாமா? அவளை எங்கே அழைத்துச் செல்வது? அவள் இப்பொழுது வர இசைவாளா? தன் அறைக்குக் கூப்பிட்டால் அவள் வரமாட்டாள். அவன் வீட்டில் குடியிருக்கும் அந்தப் பெண்மணிக்கு அந்த ஆயாவை நன்றாகத் தெரியும். அயலார் முன்பு கற்பவைக் காப்பாற்றிக் கொள்ள வேண்டாமா? அந்த ஆயாவின் கணவன் கோல்ப் லிங்க்ஸில் யார் வீட்டிலேயோ பட்லராக இருக்கிறான். அவளை வேறே எங்கே கூட்டிக் கொண்டு போவது? ஒரு ஹோட்டலுக்குப் போகலாம். அவன் பர்ஸை எடுத்து பணத்தை எண்ணிப் பார்த்தான். கன்னாட் ப்ளேஸ் சென்று சுமாரான ஒரு ஹோட்டலில் ஓர் அறையை எடுத்துக் கொள்ளலாம். ஆனால் தன்னுடைய கிழிந்த சட்டையையும், அந்த ஆயாவையும் பார்த்தால் ஹோட்டல்காரன் இடம் கொடுப்பானா? பணம் கொடுத்தால் கொடுக்க வேண்டியது தானே? சரி, அந்த ஆயாவைக் கூப்பிட வேண்டுமென்றால், திரும்பிச் சென்று 22 படிகளில் ஏறிப்போய் கூப்பிட வேண்டும். தான் போய் கூப்பிட்டால் அந்த வீட்டுக்காரி என்ன நினைத்துக் கொள்வாள்? அதைப் பற்றி தான் ஏன் கவலைப்படவேண்டும்? அந்த ஆயாவை என்னவென்று சொல்லிக் கூப்பிடுவது? இதோ பார் என்னிடம் இவ்வளவு பணம் இருக்கிறது. ஒரு ஹோட்டலுக்குச் சென்று அறையில் தங்குவோம், வருகிறாயா? இதைச் சொல்லிப் பார்த்தான். அந்த ஆயா தமிழச்சிதான். பரவாயில்லை. தமிழிலேயே பேசலாம். வீட்டுக்காரி பஞ்சாபி, தமிழ் தெரியாது. தான் திரும்பிப் போகும் போது, தன்னுடைய வீட்டுக்காரன் வாசலில் இருந்து தன்னைப் பார்த்துவிட்டால் என்ன நினைத்துக் கொள்வான் என்று அவன் சிந்தித்து பார்த்தான்.

தன்னளவில் தன் சுதந்தரத்தின் எல்லையை உணர்ந்து அனுபவிக்க முயற்படும்போது இதைப் பற்றியெல்லாம் எதற்காக நினைக்க வேண்டும்! வீட்டுக்காரன் திரும்பிப் போவதற்குள் இறந்து போயிருக்கலாம். எவ்வளவு பேர் இந்த மாதிரி மாரடைப்பில் போகிறார்கள் என்று அவன் நினைத்தான். சீ...என்ன குரூரமான எண்ணம். தான் அந்த ஆயாவுடன் இருக்க வேண்டுமென்பதற்காக வீட்டுக்காரன் மாரடைப்பில் போக வேண்டுமா? தான் ஆயாவிடம் இதுவரை போகாமலிருப்பதற்கு வீட்டுக்காரனா தடை? வீட்டுக்காரனைப் பற்றிக் கவலைப்படாமல் தன் மனைவி ஓடிப்போய்விட்டாளே! திடீரென்று அவனுக்கு வீட்டுக்காரன் பேரில் ஓர் அசாத்திய வெறுப்பு ஏற்பட்டது. அவன் மாரடைப்பில்

போனால் எந்த சரித்திரத்துக்கு நஷ்டம் உண்டாகிவிடப் போகிறது? யார் போனால்தான் நஷ்டம்?

அவன் திரும்பிச் செல்ல முற்பட்ட அச்சமயத்தில் அவன் பிரச்னையைச் சுலபமாக்குவது போல் எதிரே ஆயா வந்து கொண்டிருந்தாள். அவன் அவளைப் பார்த்துவிட்டு நின்றான். அவனைக் கண்டதும் அவள் மூக்கிலிருந்து கையை எடுத்தாள். புடவையில் துடைத்துக் கொண்டாள். அது அவனுடைய மனைவியின் புடவை. அவள் அவனைப் பார்த்துப் புன்னகை செய்வதுபோல் தோன்றியது. நீண்ட வாய் புன்னகை செய்வதும் செய்யாமலிருப்பதும், உறுதியாகத் தெரிவதில்லை ஐயா. 'எங்கே போறாப்பலே?' என்று அவள் கேட்டாள். தான் ஏற்கெனவே ஒத்திகை நடத்தியதைச் சொல்லலாமா என்று அவன் யோசித் தான். அவள் மூக்கைத் துடைக்கவில்லை. 'ரொம்ப இளைச் சாப்லே இருக்கீங்களே?' என்றாள் அவள். நாற்பது வயதுதானா இவளுக்கு அல்லது மேல் இருக்குமா, நிச்சயம் ஐம்பது சொல்ல லாம் என்று அவன் நினைத்தான். 'வரட்டுங்களா?' என்று சொல்லிக் கொண்டே அவள் மேலே போகத் தொடங்கினாள்.

'இதோ பாரு, ஒரு விஷயம்' என்றான் அவன். அவள் திரும்பினாள். மறுபடியும் மூக்கிலிருந்து கையை எடுத்தாள். புடைவையில் துடைத்துக் கொண்டாள். 'நீ என்னோட வரியா?' 'எங்கேங்க?' 'ஒரு ஹோட்டலுக்குப் போவோம். ரூம் புக் பண்றேன். என்ன சொல்றே?' 'அடப் பாவிப்பயமவனே, இதற்காகத்தான் உம் பெஞ்சாதி புடைவையெல்லாம் எடுத்து வாரி வளங்கினியா? என்னை என்னன்னு நினைச்சுக்கிட்டே, அவுசாரின்னா?' அவள் கோபத்திலே பொழிந்து தள்ளினாள். 'இதோ பாரு, புடைவையை நான் இதுக்காகக் கொடுக்கலே, அதுக்கும் இதுக்கும் சம்பந்தமேயில்லே. உனக்கு வர விருப்பமில்லாட்டா உன்னை, நான் வற்புறுத்தலே.' 'அட சீ, வற்புறுத்தித்தான் பாரேன். ஓணான் மாதிரி இருந்துகிட்டு, என்னோட வாரியான்னு ஒரு குடும்பப் பொம்பளையைப் பார்த்துக் கேக்கறயே, வெக்கமாயில்லே? தூத்தேறி.' 'உம் புருசனைத்தவிர, நான் ஒத்தன்தான் உன்னை இப்படிக் கேட்டிருப்பேன் இல்லியா?' இதைச் சொல்லிவிட்டு அவன் புன்னகை செய்தான். அவள் பதில் சொல்ல வில்லை. உடம்பு படபடத்தது. போய்விட்டாள்.

அவள் வாழ்க்கையில் இது ஒரு மகத்தான நாள் என்று அவன் நினைத்தான். அவள் இதைப்பற்றி ஆற அமர்ந்து யோசித்துப் பார்த்தாளானால் இப்படிக் கோபம் கொண்டதற்கு அவள்

வருந்துவாள் என்று அவனுக்குத் தோன்றியது. அவனைத் தவிர, வேறு யார் அவளுக்கு மதிப்பளித்துக் கூப்பிட்டிருக்கப் போகிறார்கள்? அவளுடைய பட்லர் கணவனே அவளிடம் அலுப்படைந்திருக்கலாம். திடீரென்று இன்னொரு நினைவு வந்ததும், அவன் மனத்தில் சூன்யம் விரிந்தது. இந்த ஆயாவே என்னைத் தூத்தேறி என்று சொல்லிவிட்டாளென்றால், என் மனைவியை பொறுத்தவரையில் என்னுடன் இருந்த அனுபவம் அவள் தன்னைத்தானே வருத்திக் கொண்டதைத் தவிர வேறு இல்லை என்பது என்ன தவறு என்று யோசித்தான். மாசொச்சிஸ அட்டவணை அவனுக்கு ஞாபகம் வந்தது. இந்த ஆயா தன்னை ஒதுக்கி இப்படிப் பந்தாக எறிந்து விட்டதற்கு என்ன காரணம்? அன்று புடைவைகளை கொடுத்தபோது அவள் படுக்கச் சொல்லியிருந்தால் படுத்திருப்பாள் என்பது அவன் பிரமையா? அந்த சமயத்தில் அவள் கண்ணீர் விட்டது உண்மை. நன்றியை அவள் எந்த விதத்தில் தெரிவிப்பது என்று மனம் குழம்பி நின்றதும் உண்மை. உணர்ச்சி செறிவான அந்தக் கணத்தை மீண்டும் நினைவுக்குக் கொண்டு வந்து அவள் இப்போது தன்னிடம் படுப்பாள் என்று அவன் எதிர்பார்த்தது முட்டாள் தனம். மனிதன் ஒவ்வொரு நாளும் செத்து அடுத்த நாள் புது மனிதனாகப் பிறக்கிறான். ஏன் ஒவ்வொரு கணமும் செத்து அடுத்த கணம் புது மனிதனாகப் பிறக்கிறான் என்று வைத்துக் கொள்ளக் கூடாது! செத்துக் கொண்டே பிறக்கிறான். பிறந்து கொண்டே சாகிறான். அப்படியானால் செத்துக் கொண்டே இருப்பதுதான் வாழ்க்கையா அல்லது பிறந்து கொண்டே இருப்பது தான் வாழ்க்கையா?

ஆயா மறுத்துவிட்டாள். அறைக்குச் சென்று மீதியிருக்கும் அரைபுட்டி ரம்மைக் குடிப்பதா அல்லது ஒரு நல்ல புஸ்தகமாக வாங்கிப் படிப்பதா என்று அவன் யோசித்தான். லோதி ரோட் செல்வதென்று புறப்பட்டுவிட்டோம். அறைக்கு மறுபடியும் போகவேண்டாமென்று அவனுக்குப் பட்டது. லோதி ரோட் சென்று சாப்பிட்டுவிட்டு கன்னாட் ப்ளேஸ் போனால் புஸ்தகம் வாங்கிக் கொள்ளலாமென்று அவன் நினைத்தான். அந்த ஆயா அவனை உதாசீனம் செய்துவிட்டாள் என்ற ஞாபகம் மறுபடி வந்தது. அவன் காலால் பூமியை வேகமாக உதைத்தான். அப்பொழுதுதான் அவன் கவனித்தான், காலில் பூட்சோ, செருப்போ ஒன்றும் இல்லை. வெறும் கால்கள். ஒரு வேளை அந்த ஆயா இதனால்தான் தன்னை மறுத்துவிட்டாளோ?

செருப்பில்லாமல் நடக்கும் முட்டாளோடு எவள் வருவாள் என்று அவள் ஒளிவு மறைவில்லாமல் சொல்லியிருக்கலாம். அப்படியானால் என்னைவிட என் செருப்பு முக்கியமா என்ற சந்தேகம் அவனுக்கு ஏற்பட்டது. முதலில் என்னைவிட என் உத்தியோகம், பிறகு என்னைவிட செருப்பு, மைகாட் எனக்கு மதிப்பே கிடையாதா? இச்சிந்தனை அவனுக்கு மிகுந்த சினத்தைத் தந்தது. திடீரென்று இன்னொரு எண்ணம் குறுக்கிட்டு அவன் சமாதானமடைந்தான். ஒரு பெரும் சாம்ராஜ்யத்தைப் பதினாறு வருஷங்கள் செருப்புகள் ஆளவில்லையா? - செருப்பு கள் இவ்வளவு முக்கியமானவை என்றால் ஆயாவிடம் தனக்குப் பதிலாக செருப்புகளை அனுப்பி வைக்கலாமா? யாரோ ஒருவர் விருந்துக்குச் சென்று தாம் சாப்பிடாமல், அங்கு வைத்திருந்த திண்பண்டங்களை தாம் அணிந்திருந்த விலையுயர்ந்த ஆடை களைச் சாப்பிடும்படிச் சொன்னாராம். அந்த மாதிரி வீட்டுக்குத் திரும்பிச் சென்று செருப்பை எடுத்துக் கொண்டு போய் ஆயா விடம் கொடுக்கலாம் என்று நினைத்தான். இதை நினைத்ததும் அவனுக்குச் சிரிப்பு வந்தது. சிரித்தான்.

சிரித்துக்கொண்டே அவன் நடப்பதைக் கண்டு எதிரே வந்தவர் கள் அவனை உற்றுப் பார்த்தார்கள். அவர்கள் உற்றுப் பார்க்கிறார் கள் என்று தெரிந்தும் அவன் இன்னும் பெரிதாக சிரித்தான். நடையில் விரைவும் அதிகமானது. அவன் தெருக்கோடியை அடைந்ததும் ஒரு பெரிய வீட்டின் வாசலில் ஏலம் நடப்பதைப் பார்த்தான். அந்த வீடு கட்டி முடிந்ததும் பல மாதங்கள் காலி யாகவே கிடந்தது. வாடகை கொடுத்து வரும்படி யாருக்கும் கட்டி வரவில்லை. கருங்கல் கட்டடம். ரோமியோ, ஜூலியட் பால்கனி. கடைசியில் அந்த வீட்டை இந்த ஏலக் கம்பெனி எடுத்துக் கொண்டது. ஜூலியட் நின்றிருக்க வேண்டிய இடத்தில் ஏலக் கம்பெனி ஏஜெண்ட் நின்றுகொண்டு 'ஒரு தரம் இரண்டுதரம்' என்று சொல்லிக் கொண்டிருந்தான். இக்காலத்தில் ஜூலியட்களே தங்களை இவ்வாறு ஏலம் விட்டுக் கொள்ளலா மென்று அவனுக்குத் தோன்றியது.

எவ்வளவு வெளிநாட்டுச் சாமான்கள், ஃபிரிட்ஜ்கள், அலமாரி, கப்-போர்டுகள், துணிகள், ரேடியோ, டிரான்சிஸ்டர், டெலி விஷன் செட்டுகள், டைனிங் டேபிள், நாற்காலிகள், சோபா செட், ட்ரெஸ்ஸிங் டேபிள், டேப் ரிக்கார்டர். இவ்வளவு கஸ்டம் விதிகளும், கட்டுப்பாடுகளும் இருப்பதாகச் சொல்கிறார்களே,

இத்தனை சாமான்கள் வெளிநாட்டிலிருந்து எப்படி வருகின்றன! வருஷம் பூராவும் ஏலம் விட்டுக் கொண்டிருக்கின்றானே! டில்லியில் இதுமாதிரி இன்னும் எவ்வளவு ஏலக்கடைகள். இந்திராவுக்கு போட்டியாக இன்னொரு அரசாங்கம் நடந்து கொண்டிருப்பதாக அவனுக்குப்பட்டது. அல்லது இந்திராதான் ஒரு போட்டி அரசாங்கம் நடத்துவதாகச் சொல்ல வேண்டுமோ? இது யோசித்துத் தீர்மானிக்கப்பட வேண்டிய விஷயம் என்று அவன் சொல்லிக் கொண்டான். இந்தியாவிலுள்ள கறுப்புப் பணத்தை எண்ணும் போது சுதந்தரம் அடைந்ததிலிருந்து தொடர்ந்து இக்கறுப்புப் பணத்தை வைத்திருக்கும் பணமுதலை களே ஆதிக்கம் பெற்று வருவதைக் கருதும் பொழுது, இந்திரா தான் போட்டி அரசாங்கம் நடத்துவதாகச் சொல்வது நியாயம் என்று அவனுக்குத் தோன்றியது. திடீரென்று அவன் உடம்பில் இனம் காணமுடியாத ஓர் எரிச்சல் ஏற்பட்டது. சிரித்தது போதும், அழலாமா என்று அவன் நினைத்தான்.

அப்பொழுது ஒரு காடிலாக் கார் அங்கு வந்தது. கொஞ்சம் தயங்கி பிறகு நின்றது. தெரு ஓரமாகச் சாக்கடை அருகே நின்று கொண்டிருந்தவன் அக்காரிலிருந்து இறங்குபவர்களைக் கவனித் தான். அவள் தான்! காடிலாக்காரன் இவன்தானோ? குறுந்தாடி வைத்திருந்தான். வாயில் பைப். நாற்பது வயதிருக்கலாம். செக்கச்செவேலென்று ஆறடி உயரமிருந்தான். Z ஒடியாக் டை விளம்பரம் அவன் நினைவுக்கு வந்தது. இருவரும் அந்த ஏலக்கடைக்குள் நுழைந்தனர்.

அவளைப் போய்ப் பார்த்துப் பேசலாமா? பேசினால் என்ன தப்பு? இவள் என்னைவிட்டுப் போனதைப் பற்றித்தான் நான் கவலைப்படவில்லையே? (நிஜமாகவா?) இருவரும் எப்படி ஒருவரையொருவர் உராய்ந்துகொண்டு ஒருவருக்காக மற்றொரு வர் படைக்கப்பட்டது போல் அவ்வளவு அன்புடன் பரிவுடன், இணைபிரியாத தன்மையுடன் செல்கின்றனர். என் மனைவி அவள் பெயர் என்ன, ரோமியோ-ஜூலியட், எனிஸ் - டைடோ, லைலா-மஜ்னு, உதயணன் - வாசவதத்தை, கோவலன் - மாதவி... காதல் என்ற தத்துவத்தை உலகத்தில் அழியாமல் காக்கத் தோன்றிய அமரஜோதிகள் - நானும் ஆயாவும் என்று இப்பட்டியலில் சேர்ந்திருக்கலாம். ஆயாதான் மறுத்துவிட்டாள். சரித்திரத்தில் புகவேண்டிய சந்தர்ப்பத்தை இழந்துவிட்ட முட்டாள். சற்றுநேரம் முன்புதான் இவளைப் பற்றி நினைத்துக்

கொண்டிருந்தேன். (எப்பொழுதுதான் நினைக்கவில்லை?) இதோ வந்துவிட்டாள். ஆயுள் நூறு வயசு. இதே அழகுடன், மெருகு குலையாமல் கட்டுவிடாமல் அப்பப்பா என்ன கவர்ச்சி, என்ன உடை... எல்லாம் அப்படியே இருக்க வேண்டும். இப்பொழுது போட்டுக் கொண்டிருக்கிறாளே இந்த ட்ரஸ் இதற்கு என்ன பெயர் காச்ரா. இந்த உடைக்கென்றே ஏற்பட்ட உருவம். மனத்தை ஈர்க்கும் ஆடை அலங்காரம் எதற்காக? அது கலைவதற்காக. சே... அன்று படுக்கையில் முடியாததை இப்பொழுது மானசீகமாகச் செய்து கொண்டிருக்கிறேனோ! ஆயாவும் என்னை மறுத்துவிட்டாள். காலில் செருப்பு இல்லாத காரணத்துக்காகவா அல்லது மேஹ்ராவைப் போல்... ஆம் அவளைக் கேட்க வேண்டுமென்று நினைத்தேனே. இப்பொழுது போய்க் கேட்டால் என்ன? மறந்துவிட்டது. காடிலாக்காரனிடம் கண்ணகியாக வாழ்ந்து கொண்டிருக்கும்போது உடம்பில் மயிர் இருக்கிறதா இல்லையா என்பது பற்றிக் கேட்டால் அவள் பதில் சொல்லுவாளா?

அவள் அவன் தோளை இறுகப் பற்றிக் கொண்டு (அவன் குனிந்து ஒரு டபிள் காட்டை பார்வையிடுகிறான்) முகத்தோடு முகம் வைத்து ஏதோ சொல்லியவாறு இருக்கிறாள். இருவரும் சிரிக்கின்றனர். கட்டிலைப் பார்க்கும்போது என்ன ரகஸ்யமாக இருக்க முடியும்? என்னிடமும் டபுள் காட் அல்ல ட்ரிபிள் காட் இருந்தது. இவ்வளவு பெரிசல்ல. இது டபிள் காட் அல்ல ட்ரிபிள் காட். காடிலாக்காரனிடம் ஒரு ஹேரம் இருந்தாலும் இக்கட்டிலில் வைத்துச் சமாளிக்கலாம். அவன் அவள் கன்னத்தில் லேசாக அடிக்கிறான். நான் நிச்சயமாக அவளிடம் சென்று ஃபியட்காரனைப் பற்றிக் கேட்டாக வேண்டும்.

'ஹல்லோ ஹெள ஆர்யு?' அவள் திடுக்கிட்டு நிமிர்கிறாள். முகத்தில் என்னை அடையாளம் கண்டு கொள்ளாதது போல் ஒரு பாவனை. அவனுக்கு நிஜமாகவே என்னைத் தெரிந்திருக்காது. கிழிந்த சட்டையணிந்த ஒருவன், அதுவும் காலில் செருப்புக் கூட இல்லாமல், தன் மனைவியைப்(?) பார்த்து ஹெள ஆர்யு என்று கேட்பது அவனுக்கு ஆச்சரியத்தைத் தருகிறது. அவன் ஒன்றும் புரியாமல் அவளைப் பார்க்கிறான். கட்டில் நல்ல உறுதியான கட்டில்தான். உங்கள் இருவரையும் தாங்கும். வேண்டுமென்றே ஆங்கிலத்தில் நான் பேசியதற்குக் காரணம், அவனுக்கும் புரியவேண்டும். 'யார் நீ?' அவன் கோபத்தில் சீறினான்.

அவனுக்கு நான் பதில் சொல்ல வேண்டுமென்ற அவசிய மென்ன? 'எனக்கொரு சந்தேகம், அந்த ஃபியட்காரனோடு போனாயே, அவனுக்கு உடம்பு முழுவதும் மயிரா, இப்பொழுது தான் அதைப் பற்றி நினைத்துக் கொண்டிருந்தேன், பதில் சொல்ல முடியுமா?' என் கேள்வி அவள் முகத்தையும் சிவக்கச் செய்துவிட்டது. இது நாணமா, கோபமா? ஒரு பேதைப் பெண்ணைப் போல், கண் இமைகள் துடிக்க, எப்படி அழகாக நிற்கிறாள்! சூர்பனகையைக் கண்டு சீதை பயந்த காட்சி, கொற்கைக் கோலம் பூண்டவளைக் கண்டு கண்ணகி நடுங்கிய தோற்றம். 'ஏய் மிஸ்டர், ஆர் யு கிரேஸி?' அவன் என் தோள்களைப் பிடித்து உலுக்கினான். அம்மாடி, என்ன இரும்புப் பிடி. இவ்வளவா தேவை இவளுக்கு? அவள் என்னை ஏற இறங்கப் பார்க்கிறாள். 'காலில் செருப்பு இல்லையே என்று பார்க்கிறாய், செருப்பு இல்லாத காரணத்தினால்தான் ஆயாவைக் கூப்பிட்டேன். வர மறுத்துவிட்டாள். செருப்பும் இல்லை, ஃபியட்டும் இல்லை, அம்பாஸிடரும் இல்லை. காடிலாக்கும் இல்லை.' பெரிய ஹாஸ்யத்தைச் சொல்லிவிட்டது போல் நான் பலமாகச் சிரித்ததைக் கண்டதும் அவள் சற்று ஒதுங்கி நின்றாள். அவன் என்னைப் பிடித்துத் தள்ளிய வேகத்தில் ஓர் அலமாரி கீழே சாய்கிறது. 'யு பிட்ச், யு பிட்ச், யு பிட்ச்...' சொல்லுக்குச் சொல் அலமாரிகள் மேலே விழுந்து கொண்டிருந்தன. உலகமே தன் பாரம் முழுவதையும் வைத்து அழுத்துவது போல் இருக்கிறது.

காடிலாக் அங்கிருந்து சென்ற சத்தம் அவனுக்குக் கேட்க வில்லை.

6. குதுப்மினாரும் குழந்தையின் புன்னகையும்

பாஸ்கரன் டை கட்டிக் கொண்டிருந்தான். பின்னால் கதவருகே புடவையின் சலசலப்பு. அம்புஜம் நின்று கொண்டிருக்கிறாள் என்பதை அவன் உணர்ந்தான். அவள் தன்னையே உற்றுக் கவனித்துக் கொண்டிருக்கிறாள் என்று அவனுக்குப்பட்டது. அப் பார்வை முதுகைத் தொடுவது போலிருந்தது அவனுக்கு.

எதிரேயிருந்த கண்ணாடி வழியே அவன் நோக்கினான். இரு பார்வைகளும் ஒன்றோடொன்று மோதி சற்று நிலை தடுமாறின. அவன் சுபாவமாக இருக்க முயற்சி செய்தான். இதழ்கள் கானடா ராகத்தை முணுமுணுத்தன.

அம்புஜம் உள்ளே வந்தாள். இதழ்கிடையில் புன்னகை கீற்று.

'எங்கே? டிரஸ் எல்லாம் பலமாயிருக்கு?'

அவன் பதில் சொல்லவில்லை. பதில் சொல்லவும் தேவை யில்லை. இரண்டு ஆண்டுகள் ஆஸ்பத்திரியில் இருந்துவிட்டு வந்தாலும் வந்தாள், வியாதி போனதோடு மட்டுமல்லாமல், அவள் புத்தியும் போய்விட்டது. இப்படியா எதற்கெடுத்தாலும் சந்தேகம்?

டை முடிச்சு சரியாக அமைந்திருந்தது. அவன் மனத்தில் திருப்தி. கானடா ராகத்தை கொஞ்சம் உற்சாகத்தோடேயே ஆலாபனம் செய்யத் தொடங்கினான்.

'பாட்டு வேறே. பால்யம்தான் திரும்பியிருக்கு.'

ஆத்திரம் 'குபுக்' கென்று ரத்தமாய் முகத்தில் பாய்ந்து கனன்றது. ஏதேதோ சொல்லவேண்டுமென்ற துடிப்பு. கஷ்டப்பட்டு அடக்கிக் கொண்டான்.

அம்புஜம் ஏன் இப்படிப் பேசுகிறாள்? தன் மீதே நம்பிக்கை இல்லாமல் போய்விட்டதா? தன்னிடத்தில் குறையிருப்பதாக அவள் நினைத்துக் கொண்டிருப்பதன் காரணமாக தன் கணவனும் வயது என்ற குறையைச் சுமந்தால், அல்லது அவனைச் சுமக்கப் பண்ணினால், அதுவே தனக்குத் தற்காப்பு என்று நினைக் கிறாளா?

'அப்பா!' என்று கத்திக்கொண்டே வந்து, பாஸ்கரன் கால்களைக் கட்டிக்கொண்டாள், குழந்தை ரமா.

'என்னடி ஓட்டம்?' கணவனிடம் பேசும்போது ஏளனத்தைத் தோற்றுவிக்க முயன்ற குரல், இப்பொழுது ஏளனமென்ற மேற் பூச்சு இல்லாமல் சுயரூபமான கோபத்துடன் வெளிப்பட்டது.

'குழந்தைகள் ஓடாமல் பின்னே என்ன செய்யும்.'

'நீங்களும் குழந்தைதான். அதோட ஓடுங்கோ...' அம்புஜம் கட்டிலில் உட்கார்ந்தாள். ரமா ஒன்றும் புரியாமல் அப்பா, அம்மா இருவரையும் மாறிமாறிப் பார்த்தாள்.

அம்புஜத்துக்கு மேல் மூச்சு வாங்கியது. உணர்ச்சி வயப்பட்டிருக் கிறாள் என்று புரிந்து கொண்டான் பாஸ்கரன்.

'ஷூ வைக் கொண்டாம்மா ரமா.'

ரமா குதித்துக் கொண்டே ஓடினாள். ஷூவைத் தூக்க மாட்டா மல் தூக்கிக் கொண்டு வந்தாள்.

'நான் ஒண்ணு சொன்னால் கேட்காதே, அப்பா சொன்னா ஓடு. நீ என்ன பண்ணுவே, உனக்கும் என்னைக் கண்டா அவ்வளவு அலட்சியம்.'

பாஸ்கரன் குனிந்து ஷூ லேசை முடிந்து கொண்டான். ஒருவருக்கு உடம்பில் ஏற்படும் ஊறு, அவர் மனோநிலையையும் எப்படி மாற்றிவிடுகிறது. ஒவ்வொருவருக்கும் குண இயல்பு ஏற்படுவதென்பது அவரவர்களுடைய பௌதீகத்தைப் பொறுத்ததுதானோ. உலகமே தன்னை ஒதுக்கி வைத்திருக்கிற தென்று அம்புஜம் ஏன் நினைக்க வேண்டும்!

இரண்டாண்டுகள் அவள் ஆஸ்பத்திரியில் பட்ட பாடு வாஸ்தவம்தான். ததீசி முனிவர் வந்தாலும் அவருக்கும் விலா எலும்பு ஆபரேஷன் செய்யக்கூடிய திறமை பெற்ற டாக்டர் சங்கரன், அம்புஜத்துக்கு முதுகு எலும்பு ஆபரேஷன் செய்து நடமாடச் செய்து விட்டார்.

அம்புஜத்துக்கு கற்பனை கிடையாது. தான் உடம்பில் அனுபவித்த அவஸ்தை அவளுக்குத் தெரியுமேயன்றி, தன் கணவன் மனத்தில் ஏற்பட்ட வேதனையை அவளால் புரிந்து கொள்ள முடியவில்லை. வேதனையை கண்ணீரிலோ அல்லது சொல்லிலோ மொழி பெயர்த்துக் காட்டினால்தான் அது இருப்பதாக அர்த்தமா? பாஸ்கரனுக்கு சுபாவமாகவே இது இயலாத காரியம்.

'பூசல் தரும் புண்கணீர்' இல்லையென்றால் அன்பு இல்லை என்று ஆகிவிடுமோ! அம்புஜத்துக்கு இது ஏன் தெரியவில்லை?

பாஸ்கரன் கோட்டை எடுத்து மாட்டிக் கொண்டான்.

'வர நேரமாகுமா?'

பாஸ்கரனுக்கு ஞாபகம் வந்தது. அன்று மாலை ஓர் ஆங்கில டிராமாவுக்குப் போவதாக இருந்தான். இந்தச் செய்தியை சொல்லும்படியான ஒரு சகஜமான சூழ்நிலை வீட்டிலில்லை. அதனால் அவன் சொல்லவுமில்லை. இப்பொழுது அவள் கேட்டதால் சொன்னான்.

'ஆமாம். ஒரு இங்கிலீஷ் ப்ளே, ஃபைன் ஆர்ட்ஸ் ஹாலிலே. போகப் போகிறேன்.'

'இன்னொரு டிக்கெட் யாருக்கு?'

கோட்டுப் பைகளை அவள் குடைந்திருக்கிறாள். இரண்டு டிக்கெட்டுகளையும் பார்த்திருக்கிறாள்! தினந்தோறும் இந்தப் பரிசோதனை எதற்காக? அவ்வளவு நம்பிக்கையின்மையா? எல்லாவற்றையும் தெரிந்து கொண்டே, எதற்காக 'வர நேரமாகுமா' என்று கேட்டாள்? உண்மையைச் சொல்லுகிறேனா, மறைக்கிறேனா என்று பார்க்கவா? தான் உண்மையைச் சொன்னது அவளுக்கு ஏமாற்றத்தைத் தந்திருக்கவேண்டும்! ஆகவேதான் இன்னொரு வழியான தாக்குதல்! 'இன்னொரு டிக்கெட் யாருக்கு?'

'ராஜு வந்தாலும் வரலாம். இல்லாட்டா, நீ வரயா?'

'இல்லாட்டாத்தானே? முதல்லேயே கேட்கத் தோணித்தோ?'

'இது கொஞ்சம் ஸீரியஸ் ப்ளே. உனக்கு இன்ட்ரெஸ்ட் இருக்கா துன்னு நினைச்சேன்.'

'நான்தான் ரசனை கெட்டவ. ரசனை இருக்கிறவளாப் பார்த்து அழைச்சிண்டு போங்கோ. ராஜுவோ வேறே யாரோ?'

'வேற யாரோன்னா, என்ன அர்த்தம்?' பாஸ்கரனுக்குக் கொஞ்சம் கொஞ்சமாக ஆத்திரம் தலைக்கேறியது.

'எனக்கென்ன தெரியும்? உங்களுக்குன்னா தெரியும்.'

'ஆமாம் மனசுக்குள்ளே நீ என்ன நினைச்சுண்டிருக்கே, சொல்லேன்?'

'நீங்கன்னா சொல்லணும்! டிராமா போகப் போறதை ஏன் மறைக்கணும்? கேட்டப்புறம் சொல்றேள்! இப்படித்தான் ஒவ்வொண்ணும். குத்தமுள்ள நெஞ்சோ என்னமோ?'

'இப்போ நான் என்ன குத்தம் பண்ணிட்டேன், உன்னைக் கல்யாணம் பண்ணிண்ட குத்தத்தைத் தவிர?'

இதைச் சொன்ன பிறகுதான், சொல்லியிருக்கவேண்டாமென்று தோன்றியது அவனுக்கு. அம்பு சரியான இடத்தில் தைத்தது. அம்புஜம், கணவன்-மனைவி என்ற சமூக நிர்பந்தத்தினால் ஏற்பட்ட உறவைக் கடந்து, மனித இனத்தின் ஆதி இயல்பாகிய தற்காப்பு உணர்வின் உருவகமாகிவிட்டாள். திடீரென்று ஏதோ ஒன்று அவளுக்குள் புகுந்து கொண்டு, விசுவரூபம் எடுத்து ஆவேசமாக ஆடியது. அழுகை, ஆரவாரம், கண்ணீர். தெய்வமே! இவளுக்கு என்ன ஆகிவிட்டது? தான் மட்டும் வியாதியினால் உருக்குலைந்து இருக்க கணவனின் கட்டு மாறாத இளமை, தன் பாதுகாப்புக்கு ஆபத்து என்று நினைத்துக் கொண்டு மருகுகிறாள்!

என்ன சங்கடமான நிலைமை!

கல்யாணம் செய்து கொண்டது குற்றமென்று இந்தச் சந்தர்ப்பத் தில் தான் சொன்னது தவறுதான். கணவன் மீது எந்தக் காரணத்தைக் கொண்டு ஆத்திரம் கொள்ளலாமென்று காத்திருந்தவளுக்கு சாரியான தூண்டுகோல். கணவன் மீது கோபமா? அல்லது தன் மீதே எல்லையற்ற வெறுப்பா?

பாஸ்கரன் ஒன்றும் பேசாமல் வெளியேறினான். அம்புஜம் ஏதேதோ அரற்றிக் கொண்டிருந்தாள். அவள் குரல் கொஞ்சம் கொஞ்சமாக தேய்ந்து நினைவாய் நின்றது.

வியாதியில் படுத்து எழுந்த பிறகு அம்புஜத்தின் மனப்போக்கில் இவ்வளவு பெரிய மாறுதல் ஏற்படக் காரணம் என்ன? ஏற்கெனவே அவளுக்குக் கொஞ்சம் தாழ்வு மனப்பான்மை உண்டு. ஒரு பெரிய குடும்பத்தில் வளர்ந்தவள், பெண் பேசினால் குற்றம் என்று கருதிய பழம் சம்பிரதாயத்தில் ஊறிய குடும்பம். சிறுவயதிலேயே தந்தையை இழந்தாள். அண்ணன், தம்பி, மாமா, மாமி, அவர்களுடைய குழந்தைகள் - ஆகிய பெரும் குடும்பத்தில் தனக்கும் குரல் உண்டு என்று அவளுக்கு அறவே தெரியாது. அதிகம் பேசினால் பைத்தியமோ என்று சந்தேகித்த குடும்பம். ஏனெனில், அம்புஜத்தின் சித்தி ஒருத்திக்கு பைத்தியம் பிடித்திருந்த துர்பாக்கியமான சம்பவம். இரண்டாண்டுகள் நோயுடன் மன்றாடி எழுந்த பிறகு, உலகமே தன் எதிரி என்ற மனப்பான்மை அவளிடையே வளர்ந்து விட்டது. அடக்கப் பட்டிருந்த குரல் ஆக்ரோஷத்துடன் ஒலிக்கத் தொடங்கிவிட்டது.

திருமணமாகி, தில்லிக்கு வந்த புதிதில் இருவரும் சந்தோஷ மாகத்தான் இருந்தனர். ஒரு பெரிய குடும்பத்தில் ஓர் எண்ணிக் கையாக வளர்ந்துவிட்ட அம்புஜத்துக்கு தனிப்பட்ட ரசனையோ, ஈடுபாடோ இல்லையென்பது பாஸ்கரனுக்குக் கொஞ்சம் ஏமாற்றத்தை அளித்தது. அவன் தன் ரசனையையோ, ஈடபாட் டையோ அவன்மீது சுமத்த விரும்பவில்லை. ஆனால், இதனால் அம்புஜத்துக்கு, பாஸ்கரன் தன்னிடம் ஒட்டாமல் விலகிச் செல்கிறானென்று தோன்றத் தொடங்கிவிட்டது. இந்நிலையில் தான் அவளுக்கு அந்த வியாதி வந்தது. ரமாவுக்கு அப்பொழுது இரண்டு வயது.

சிறு வயதிலேயே கணவனை இழந்த அம்புஜத்தின் தாய்க்கு ஒரு வக்கிரமான நோக்கு. கணவனை இழப்பதென்றால் என்ன வென்று அவளுக்குத் தெரியும். தன் மகள் பாஸ்கரனுக்கு ஏற்ற மனைவியோ என்று ஏற்கெனவே சந்தேகப்பட்டு, சஞ்சலப் பட்டுக் கொண்டிருந்த அவளுக்கு அம்புஜத்தின் வியாதி ஓர் அதிர்ச்சியைத் தந்தது. பாஸ்கரன் அம்புஜத்தின் பால் கொண்டி ருந்த உடல் பூர்வமான ஈடுபாடும் நீங்கிவிட்டால், என்ன ஆகுமோ என்ற அச்சம். இந்த அச்சம், பெண்மீது ஆத்திரமாக மாறிவிட்டது. ஏற்கெனவே இரண்டுங்கெட்டான். இதில்

வியாதியை வேறு வரவழைத்துக் கொண்டு விட்டாளே அசட்டுப் பெண், தாய் தான் தனக்கு ஆதரவு என்று நினைத்த அம்புஜத்துக்கு தாயின் போக்கும் புரியவில்லை. அம்மாவுக்கும் பெண்ணுக்கும் ஒரு பெரிய சண்டை நடந்து, அம்மா பிள்ளையிடம் போய் விட்டாள்.

பாஸ்கரன்தான் தன் வியாதிக்குக் காரணம் என்ற அபிப்பிராயம் அம்புஜத்தின் மனத்தில் வேரூன்றிவிட்டது. இதற்கு அவள் தாயும் ஓரளவு காரணம். பாஸ்கரன் உள்ளத்தில் ஒரு குற்ற மனப் பான்மையை வளர்த்துவிட்டால், மகளை விட்டு அவன் விலகிச் செல்லமாட்டான் என்ற எண்ணம் அவளுக்கு. 'ஒவ்வொரு ஆம்படையானும் சமையலறையை விட்டு அசையாம பெண் டாட்டிக்கு ஒத்தாசை பண்றான். உன் தலைஎழுத்து, நீ ராக்கண் முழிச்சு, பகல் கண் முழிச்சு ஆம்படையானுக்கு ஓடா உழைச்சு, வியாதியை வரவழைச்சுண்டிருக்கே. யார் என்ன பண்ண முடியும்?'

பாஸ்கரனின் காதருகே, அம்புஜத்தினுடைய அம்மாவின் 'நீட்டி முழக்கிய' குரல் மிகச் சன்னமாகக் கேட்டது. பூனாவில் பிள்ளை யிடம் இருந்து கொண்டு இப்பொழுது சொல்லிக் கொண்டிருக் கிறாளோ, என்னவோ! அந்தக் குரலுக்குக் காலம், இடம் ஆகிய வற்றைத் தாண்டி வருகின்ற வலிமையுண்டு.

★★★

'ஹல்லோ, பாஸ்கரன், என்ன பலமான யோசனை?'

ஆபீஸ் வாயிலை வந்தடைந்துவிட்டோம் என்று பாஸ்கரனுக்கு அப்பொழுதுதான் புரிந்தது. அவன் நண்பன் சுந்தரேசன் சிரித்துக் கொண்டே அவன் தோளைத் தொட்டான்.

'ஹல்லோ...' பாஸ்கரன் சுந்தரேசன் கைகளைக் குலுக்கிக் கொண்டே சிரிக்க முயன்றான்.

'யோசனை பண்ணிப் பண்ணி, மூஞ்சி வெடிச்சுடும் போலி ருக்கே. என்ன விசேஷம், சொல்லேன்!'

பாஸ்கரன் ஒரு கணம் தயங்கினான். புதிய சூழ்நிலைக்கேற்ப மனநிலை மாறும்போது ஏற்படும் இடைவேளை. அவனுடைய இயற்கையான உற்சாகம் அவனை வந்தடைந்தது.

'நாட்டு நிலைமையைக் கண்டுதான். பாரேன், மொழிப் பிரச்னை, மேற்கு வங்காளம், உ.பி...'

'ஷட் அப், சொல்ல இஷ்டமில்லாட்டா போயேன். டோண்ட் டாக் ரப்பிஷ்.'

சுந்தரேசனுக்கு எவ்வளவு கோபம் வருகிறது! தன்னுடைய அந்தரங்கங்களை அறிவதில் அவனுக்கு எத்தனை ஆவல். ஒரு வேளை தனக்கும், தன் மனைவிக்கும் சண்டையென்றால் அவனுக்கு அது ஆறுதலாக இருக்குமோ என்னவோ! 'வீட்டுக்கு வீடு வாசற்படி' என்பது எவ்வளவு பொருத்தமானது.

ஆனால், பிரச்னை அவ்வளவு சுலபமானதா? கணவன், மனைவி, குடும்பம், சமூகம் ஆகியவை எல்லாம் மனிதனின் 'தனிமை'க்குத் தீர்வு காணத்தான்.

'தனிமை'யைக் கண்டு அஞ்சிய மனிதன், கணவன்-மனைவி பந்தத்தில், குடும்ப உறவில், சமூகத் தொடர்பில் துணை தேடுகிறான். ஆனால், அவற்றினால் ஏற்படும் பிரச்னைகள் மீண்டும் அவனை தனிமைக்குக் கொண்டு செலுத்துகின்றன! தனிமை ஒரு தவிர்க்க முடியாத சிருஷ்டி ரகசியம். வீட்டுக்கு வீடு வாசற்படி என்பதோடு திருப்தி அடைந்து விடுகின்றது, சுந்தரேசன் போன்றவர்களுடைய குறுகிய, வரையறைக்குட்பட்ட கற்பனை.

'தனிமை' தான் எவ்வளவு பெரியது? மனிதனின் கற்பனை அத்தனை பெரியது! ஆகர்ஷணம் ஒன்றின் தொடர்பாக மற்றொன்றைக் காண்பது இவையெல்லாம் தனிமையைப் புறங்காண மனிதனின் பகுத்தறிவுக்கு அளிக்கப்பட்ட சிறு சலுகைகள்! பகுத்தறிவே தெய்வமென்பது எவ்வளவு அற்புதமான விஷயம்.

பாஸ்கரன் தன்னறைக்குப் போய் உட்கார்ந்தான். மேஜையில் ஃபைல்கள் குவிந்திருந்தன. அவற்றையே சிறிது நேரம் உற்றுப் பார்த்துக்கொண்டிருந்தான். அவை கொஞ்சம் கொஞ்சமாக வளர்ந்து உலகம் முழுதும் வியாபித்து நிற்பன போலத் தோன்றியது. இவை இந்த மேஜையிலிருந்து நகரா விட்டால், உலகம் ஸ்தம்பித்துவிடவா போகிறது? உலகம் தன்னுடைய கையெழுத்துக்காகவா காத்திருக்கிறது?

'குட்-மார்னிங்.'

பாஸ்கரன் ஏறிட்டு நோக்கினான். மிஸ். உஷா அத்வானி. கம்பெனியின் ஹோஸ்டஸ், மானேஜிங் டைரக்டர் சோப்ராவின் அந்தரங்கக் காரியதரிசி, எல்லாம். குறும்பு செய்துவிட்டு,

சாதுவாக நடிக்க முயலும் ஒரு குழந்தையின் புன்னகை, அவள் முகத்தில் நிரந்தரமாகக் குடியிருந்தது.

'குட்-மார்னிங்.'

அவள், அவனருகில் வந்து நின்றாள். அவள் உபயோகிக்கும் சென்ட் அயல் நாட்டிலிருந்து சோப்ரா வாங்கிக் கொண்டு வந்ததாக இருக்கவேண்டும். கற்பனையைத் தூண்டும் மென்மை யான நறுமணம்.

சோப்ராவுக்கு பாஸ்கரன் மீது ஓர் அலாதியான அன்பு. பாஸ்கரன் ஒருவனோடுதான் அவனால் புத்தகங்களைப் பற்றியும், கலை, தத்துவம் ஆகிய விஷயங்களைப் பற்றியும் விவாதிக்க முடியும். கம்பெனியில் மற்றவர்களுக்கெல்லாம், பணத்தின் பெருமை மட்டும் தெரியும். சோப்ரா ஏன் ஒரு கல்லூரிப் பேராசிரியராகப் போகவில்லையென்று பாஸ்கரன் அடிக்கடி ஆச்சரியப்பட்ட துண்டு. சோப்ராவுக்கு பாஸ்கரனைப் பற்றி அதே ஆச்சரியம் தான். இந்த ஆச்சரியம் தான் இருவரையும் பிணைத்தது.

'மிஸ்டர் சோப்ரா உங்களைக் கூப்பிடுகிறார்.'

'எதற்கு?'

'என் அனுதாபங்கள்.'

'இதற்குத்தானா இந்த அழைப்பு?'

அவள் தலையை அசைத்தாள். பார்வை சரிந்து விழுந்தது.

பாஸ்கரன் இடக் கையை மேஜையின் மீது ஊன்றிக் கொண்டான். விரல்கள் நெற்றியை வருடின.

'உங்களுக்கு உடம்பு சரி இல்லையா?'

அவன் பதில் சொல்லவில்லை. யாருடைய அனுதாபத்தையும் ஏற்க அவன் தயாராகவில்லை.

சோப்ராவின் அறையை நோக்கி நடந்தான். அறை வாசலில் உட்கார்ந்திருந்த சப்ராஸி, கதவை லேசாகத் திறந்துவிட்டான்.

'கம் இன், பாஸ்கரன்.'

பாஸ்கரன் உள்ளே போய், சோப்ராவுக்கு எதிரே போடப்பட்டி ருந்த நாற்காலியில் உட்கார்ந்தான்.

‘உங்களுக்கு விடுமுறை தேவையென்றால், பயன்படுத்திக் கொள்ளலாம்’ சோப்ராவின் குரலில் ஒலித்தது பரிவா, குத்தலா என்று பாஸ்கரனுக்குப் புரியவில்லை. பாஸ்கரன் வெறுமனே புன்னகை செய்தான்.

‘உங்கள் மனைவிக்கு எப்படி இருக்கிறது?’

‘இப்பொழுது தேவலை.’

‘தேவலையென்றால்? நான் அந்தரங்க விஷயத்தில் குறுக்கிடுவ தாக நினைக்காதீர்கள். அவள் உங்களுக்கு எல்லா விஷயங்களிலும் மனைவியாக இருக்கிறாளா?’

பாஸ்கரன் பதில் சொல்லவில்லை. அவன் முகம் சிவந்தது. கோபத்தினாலா, வெட்கத்தினாலா என்று அவனுக்கே விளங்க வில்லை. சோப்ரா ஒரு வியாபாரி. வாழ்க்கையை ஒரு கால அட்ட வணைக்குள் அடக்கி இந்தந்த நேரத்தில் இன்னின்ன செய்ய வேண்டுமென்று வரையறுத்து நடத்தி வருகிறவன். கல்யாண மாகாதவன். ஒழுக்கம், மனக்கட்டுப்பாடென்பதெல்லாம் குறை அமைப்பில் பலஹீனமானர்களுக்குத்தான் என்பது அவன் அபிப் பிராயம். இவற்றை ஒரு கொள்கை அளவில் ஏற்றிப் பேச வேண்டிய அவசியமில்லை என்பது அவன் கொள்கை. ஒரு பெண்ணோடு ஏற்படுகின்ற உடலுறவு, நிறைந்த அனுபவமாக இருந்தால்தான், மனிதனால் வாழ்க்கையின் முக்கியமான பிரச்னைகளை கவனிக்க முடியுமென்று அவன் அடிக்கடி கூறுவது வழக்கம்.

‘இன்று ஃபைல்களைக் கவனிக்கப் போகிறேன்’ என்றான் பாஸ்கரன், சிரித்துக்கொண்டே.

‘முதலில் நான் உங்களை கவனிக்க வேண்டுமென்று நினைக் கிறேன். நீங்கள் ஓய்வு எடுத்துக் கொள்ளுங்கள். மனைவியையோ வேறு யாரையோ அழைத்துக் கொண்டு இரண்டு நாள் பிக்னிக் போய்விட்டு வாருங்கள்.’

‘என்ன சொன்னீர்கள்? மனைவியையோ, வேறு யாரையோவா?’

‘ஆமாம். யாராக இருந்தால் என்ன? அடுத்த நிமிஷத்து அதிசயத் தையோ, மாறுதலையோ எதிர்நோக்குவதுதான் வாழ்க்கையின் சுவாரஸ்யம்.’

‘நான் அந்தச் சூழ்நிலையில் வளரவில்லை.’

'வளரவில்லை என்று சொன்னால் போதும்' என்று சொல்லி விட்டு சிரித்தான் சோப்ரா.

'எது வளர்ச்சி என்பது விவாதத்துக்குரியது.'

'விவாதத்தில் நான் இறங்க விரும்பவில்லை. என்னைப் பொறுத்தவரையில் எனக்கு ஒவ்வொரு புதிய நிமிஷத்திலும் புதிய வாழ்க்கை. ஒரு உருதுப்பாட்டு உண்டு. 'கடந்துபோன நிமிஷம். நிகழும் நிமிஷத்தைப் பார்த்துக் கேட்கின்றது: யார் இந்த அயலான்?' நான் வளர்ந்த சூழ்நிலை இப்படி.'

எந்தவிதக் குழப்பமுமில்லாமல் எப்படி பேசுகிறான் இவன்! ஒரு கொள்கை நியதிக்குள் தங்களை அடக்கிக் கொண்டு வாழாதவதர்களுக்கு எவ்வளவு சௌகர்யம்! வாழ்க்கையில் கணந்தோறும் புதிய வியப்புகள், புதிய வண்ணங்கள்.

வாசற்கதவை யாரோ தட்டும் போது 'யார் தட்டுகின்றார்கள்?' என்று நமக்கு ஏற்படும் ஆவல்தான் எத்தனை உண்மையானது. இது தினசரி நடக்கும் நிகழ்ச்சியென்றாலும், இதுபோல் வாழ்க்கையையே இந்த அடிப்படையில் அமைத்துக்கொண்டு விட்டால், உள்ளம் சோர்வடையாது. தேக்கமில்லை, ஓட்ட முண்டு.

கடந்துபோன நிமிஷம், நிகழும் நிமிஷத்தைப் பார்த்துக் கேட்கின்றது: 'யார் இந்த அயலான்?' எவ்வளவு அழகான கற்பனை! எதனையும், ஒன்றின் தொடர்பாக மற்றொன்றாகக் காண்பதனால்தான் கவலை, மனப்போராட்டம் எல்லாம்! ஒவ்வொரு நிமிஷமும் புது வாழ்க்கையென்றால், நினைவுக ளுக்கோ, வருத்தங்களுக்கோ இடம் இல்லை. கட்டுப்பாடுகள் இல்லை.

'நான் கேட்ட கேள்விகளுக்கு நீங்கள் நேரடியாக பதில் சொல்லா விட்டாலும் பரவாயில்லை. நீங்கள் மனம் குழம்பியிருக்கிறீர்கள் என்று நான் நினைப்பதும் தவறு இல்லையே?'

'சாதாரணமாகச் சொல்லப் போனால் வாஸ்தவம்தான்.'

'எனக்கு மனக்குழப்பம், போராட்டம் ஆகியவற்றில் நம்பிக்கை கிடையாது. ஒவ்வொரு மனிதனும் தன்னை எதிர்த்துத் தானே போராடுகிறான். யதார்த்தத்தைக் கண்டு அஞ்சுவதனால் ஏற்படும்

தற்காப்புப் போராட்டம் இது. சமுதாயப் பாரம்பரியம் இரண்டாக்கித் தந்துவிட்ட மனச்சாட்சி என்ற மானசீகம் அவனைப் பைத்தியமாக்கிவிட்டது. தன்னை அழித்துக் கொள் வதிலே ஒரு இன்பமும், தன்னைக் காத்துக் கொள்வதிலே ஒரு வெறியும் ஒவ்வொரு மனிதனுக்குள்ளும் ஒளிந்து கிடக்கின்றன. அதனால்தான் ஒவ்வொரு நிமிஷத்தையும் சாசுவதமாகக் கொண்டு, நிமிஷத்துக்கு நிமிஷம் அமர வாழ்வு வாழ்கிறேன் நான். நான் சொல்வதைக் கேளுங்கள். உங்களுக்கு சமுதாயம் கற்றுக் கொடுத்திருக்கும் தவறான பாடங்களை மறந்துவிட்டு...' அவன் சிறிதுநேரம் நிறுத்தினான். பேப்பர் வெயிட்டை எடுத்து மேஜையின் மீது உருட்டிவிட்டான். முகத்தில் புன்சிரிப்பு தோன்றியது. 'நீங்கள் நீங்களாக வாழுங்கள்! நான் யார் மற்றவர் களுக்கு யோசனை சொல்ல?'

சோப்ரா ஒரு விசித்திரமான மனிதன்தான்! சந்தேகமில்லை. நிரம்பப் படித்தவன் ஒருவன், வெற்றிகரமான வியாபாரியாகவும் இருப்பது அபூர்வம். ஏற்றுமதி விதிகள், அந்நியச் செலாவணி ஆகியவற்றைப் பற்றி எவ்வளவு அநாயாசமாய் அவனால் பேசமுடியுமோ, அதே ஆற்றலுடன் அத்வைதத்தைப் பற்றியும் அவனால் விவாதிக்க முடியும்.

சோப்ரா பேசப் பேச, காலையில் தனக்கும் அம்புஜத்துக்கு மிடையே நடந்த சண்டை அர்த்தமற்றதாய், காலத்தோடு ஒட்டாத ஒரு வெறும் விவகாரமாய் அவனுக்குப்பட்டது. உலகத்தில் எதற்குத்தான் அர்த்தமுண்டு? அர்த்தமிருக்க வேண்டு மென்ற அவசியம்தான் என்ன? நிகழ்ச்சிகள் உண்டாகின்ற என்ற பௌதீக வரையறையோடு அவற்றின் அர்த்தமும் ஒன்றிவிடு கின்றன. அதற்கு மேல் அவற்றை வைத்துக் கொண்டு ஆராய்வது பகுத்தறிவின் சாபக்கேடு. ஒவ்வொரு நிகழ்ச்சியும் நடப்பதே அதன் அர்த்தம்.

பாஸ்கரன் எழுந்திருந்தான். 'எனக்கு இரண்டு நாள்கள் ஓய்வு தந்து விட்டீர்களென்று நம்புகிறேன்.'

'நிச்சயமாக. மனைவியின் சுகம் எவ்வளவு அவசியமோ அவ்வளவு அவசியம் ஃபைல்களின் நடமாட்டமும். இது தான் வாழ்க்கை. புரிந்ததா?'

'புரிந்தது, வருகிறேன்.'

வெளியே வந்த பாஸ்கரன், உஷா அத்வானி தன்னிடத்தில் உட்கார்ந்துகொண்டு டைப் அடித்துக் கொண்டிருப்பதைப் பார்த்தான்.

'என் அனுதாபங்கள் என்று சொன்னேனே, புரிந்ததா? பாஸ் பேசுகிறாரென்றால் அரைமணி நேரம் 'போர்' என்று அர்த்தம். ஆனால் உங்களுக்கு இது பழக்கமானது. இல்லையா?'

'என்ன டைப் அடிக்கிறாய்? ஆச்சரியமாக இருக்கிறதே? ஒரு ஹோஸ்டஸ் செய்ய வேண்டிய வேலையா இது?'

உஷா தோள்களை குலுக்கிக் கொண்டாள்.

'பார்ட்டி... பார்ட்டி... எனக்கு அலுத்துவிட்டது. மீசை நரைத்த கழுகுகளையும், மீசை முளைக்காத கன்றுக்குட்டிகளையும் பார்த்துப் புன்னகை செய்து செய்து பைத்தியம் பிடித்துவிடும் போலிருக்கிறது!'

அவள் டைப் அடிப்பதை நிறுத்திவிட்டு, கைகளை மேஜையின் மீது ஊன்றிக் கொண்டு, இரு பொட்டுகளையும் பிடித்துக் கொண்டாள்.

'ஒரு நிமிஷம் இரு. இதோ வருகிறேன்' பாஸ்கரன் மறுபடியும் சோப்ராவின் அறைக்குள் சென்றான். பைப்புக்குள் புகையி லையைத் திணித்துக் கொண்டிருந்த சோப்ரா நிமிர்ந்து பார்த்தான்.

'உஷாவுக்கும் இரண்டு நாள் ஓய்வு தர முடியுமா?'

சோப்ராவின் முகம் வியப்பால் மலர்ந்தது.

'ஓ... எஸ். அவளுக்கு ஆட்சேபணை இல்லாவிட்டால்.' அவசர அவசரமாக உள்ளே போய்விட்டு வந்த பாஸ்கரனை முகத்தில் கேள்விக்குறியுடன் நோக்கினாள் உஷா.

'பாஸ், எனக்கு இரண்டு நாள் விடுமுறை தந்திருக்கிறார். எல்லாப் பிரச்னையையும் மூட்டை கட்டி வைத்துவிட்டு, நிகழும் ஒவ்வொரு நிமிஷமும் சொர்க்கமாக வாழ முயன்று பார்க்கலா மென்பது என் உத்தேசம். இப்பொழுது உள்ளே போய் உனக்கும் சேர்த்து விடுமுறை வாங்கிக் கொண்டு வந்தேன்.'

'என்ன துணிச்சல் உங்களுக்கு, இப்படி என்னிடம் பேச?'

‘உன்னிடம் இப்படிப் பேசத் துணிச்சல் வேண்டுமா?’ உஷா சிரித்தாள்.

‘மிஸ்டர் சோப்ரா ஏதாவது மந்திரம் போட்டிருக்க வேண்டும். இல்லாவிட்டால், நீங்கள் இவ்வாறு பேசுவீர்களென்று நான் எதிர்பார்க்கவில்லை.’

‘உனக்கு வர ஆட்சேபணை இருந்தால், நான் வற்புறுத்த விரும்பவில்லை.’

‘ஆட்சேபணைதான் என்றால் என்ன செய்வீர்கள்?’

‘ஒரு பெண் பிகு செய்கிறாள் என்றால் என்ன அர்த்தம் தெரியுமா?’

‘மை காட். உங்களுக்குள் ஏதோ புகுந்துகொண்டு விட்டது. அதுதான் இப்படிப் பேசுகிறீர்கள்.’

‘ஆமாம். மிருகக்காட்சி சாலைகளில் தண்ணீரை வேலியாகப் போட்டிருப்பார்கள். ஏன் தெரியுமா? மிருகங்களுக்கு தண்ணீரைக் கண்டால் பயம். தாண்டி வராமலிருப்பதற்காக அந்தத் தடுப்பு. நானும் அப்படித்தானிருந்தேன். சோப்ரா சொல்வதைப் பார்த்தால் அது தண்ணீர் அல்ல, கானல் நீர் என்று தோன்றுகிறது.’

‘அப்படியானால், கொடிய விலங்கு வெளியே புறப்பட்டு விட்டது என்று அர்த்தம். இதனால்தான் நான் பயப்படுகிறேன்.’

‘இது கூண்டுக்குள் இருந்து இருந்து பூனையாவிட்ட புலி. பயப்படவேண்டாம்.’

‘எங்கே போகப் போவதாக உத்தேசம்?’

‘எங்கே போகலாம் சொல். இப்பொழுதே புறப்படத் தயார்!’

‘வீடு, வாசல், மனைவி, குழந்தை...’ - உஷா முடிக்கவில்லை. பாஸ்கரன் தொடர்ந்தான். ‘சமூகம், ஒழுங்கு, கட்டுப்பாடு. எத்தனை வேலிகள்! நீ நீயாக, நான் நானாக வாழ எத்தனை தடைகள்? பளிங்குச்சிலை போன்ற மனைவியையும், தங்க விக்கிரகம் போன்ற குழந்தையையும் விட்டு தனிமையின் மகத்துவத்தைப் புரிந்து கொள்ளப்போன சித்தார்த்தனுக்கும் எனக்கும் அதிக வித்தியாசமில்லை. இதுவும் ஒருவகையில் துறவுதான்.’

‘துறவா?’ உஷா கண்களை அகல விரித்துக் கேட்டாள்.

‘ஆமாம். சொர்க்கத்தை துறந்து நரகத்தை நாடினான் சித்தார்த்தன். நரகத்தில் வாழ்பவன் சொர்க்கத்தை நாடுவது இயல்பு.’

‘சொர்க்கத்தை விட்டுப் போவது துறவு. நரகத்தை விட்டுப் போவது துறவாகுமா?’

‘பார்க்கப் போனால், சொர்கத்துக்கும், நகரத்துக்கும் அதனதன் அளவில் பொருள் கிடையாது. மாறுதலே இல்லாவிட்டால், சொர்க்கமும் நரகம் ஆகும். மாறுதல் ஏற்பட்டால், நரகமும் சொர்க்கமாகும். சித்தார்த்தன் மாறுதலைத் தேடித்தான் ஓடினான்.’

‘இருபதாம் நூற்றாண்டு சித்தார்த்தன் எங்கே போகப் போகிறார்? காட்டுக்கா, ஆடம்பர ஓட்டலுக்கா?’

‘டைப் ரைட்டரிலிருந்து காகிதத்தை எடுத்து கசக்கிக் கீழே கூடையில் போட்டவாறு, உஷா இந்தக் கேள்வியைக் கேட்டாள்.

‘திட்டமில்லாமல் போகலாம் வா. டாக்சியில் ஏறி உட்கார்ந்து, அந்தந்தக் கணத்தில் எங்கு போகவேண்டுமென்று தோன்றுகின்றதோ, அங்கே போகலாம். இந்தியா கேட், குதுப்மினார், புத்த ஜெயந்தி, பார்க், புராணகில்லா... போவதற்கு இடமா இல்லை?’

‘ஆல் ரைட். இதோ ஒரு நிமிஷத்தில் வருகிறேன்.’

உஷா டாய்லெட் அறைக்குச் சென்றாள். அவள் திரும்பி வந்த போது, அவள் உதட்டில் ஏறியிருந்த சாயம், செயற்கைக் கொண்டை எல்லாம் மறைந்திருந்தன.

‘என்ன இது?’

‘நான் விரும்புவது மாறுதல் தானே?’ என்று சிரித்துக் கொண்டே கேட்டாள் உஷா.

டாக்சியில் ஏறி உட்கார்ந்ததும் பாஸ்கரன் சொன்னான்: ‘குதுப் மினார்’.

காலையில் அம்புஜம் சண்டையிட்டாள். அவள் சண்டையை நியாயமாக்குவதற்காகத்தான் இவ்வளவு பாடா என்று தோன்றியது பாஸ்கரனுக்கு. பக்கத்தில் உஷா உட்கார்ந்திருந்தாள்.

அவளும் ஏதோ தீவிரமாக யோசித்துக் கொண்டிருந்தாள். என்னவாக இருக்கும்? எதற்காக இந்தப் பயித்தியத்துடன் நம்மை யும் பிணைத்துக் கொண்டிருக்கிறோம் என்ற எண்ணமோ? அப்படியிருந்தால் வேஷத்தைக் கலைத்துவிட்டு அவள் வர வேண்டிய அவசியமில்லை. ஹோஸ்டஸ் உத்தியோகம் அவளுக்கு அலுப்புத் தட்டியிருக்கிறது. கேளிக்கை, விருந்து, கை குலுக்கல், ஆரவாரம். இவளுடைய இந்தப் புன்னகைக்காகத் தான் சம்பளம் தருகிறான் சோப்ரா. இயற்கையளித்த செல்வம், செயற்கை மூலதனமாகி அர்த்தத்தை இழந்து, வெறும் அலங்கார மாகி விட்டது. இந்த 'லிப்ஸ்டிக் புன்னகை'க்காக எவ்வளவு கழுகுகள், கன்றுக் குட்டிகள்! வேஷத்தை உஷா கலைத்தது, தனக்கு மட்டும் அளித்த சலுகை.

டாக்சி நின்றது. இருவரும் இறங்கினார்கள். 'குதுப்மினார் எதற் காகக் கட்டப்பட்டது?' என்று கேட்டாள் உஷா.

'ஒவ்வொருவரும் ஏதாவது ஒரு காரணம் பற்றி ஒன்று செய்கிறார்கள். ஆனால், குதுப்மினார் ஒன்றுதான் ஒரு காரணமு மில்லாமல் விண்ணளந்து எழுந்த கட்டடம். வாழ்க்கையின் லட்சியமற்ற வெறும் போக்கை உருவகப்படுத்துவதற்காக உருவான கட்டடம். இது மந்திரமுமில்லை, மசூதியுமில்லை, சமாதியுமில்லை. அரசனின் உள்ளத்துச் சூன்யத்தை, சிந்தனை யின் வெட்டவெளியைக் கல்லிலே வடித்துக்காட்டும் பிரம் மாண்டமான வெறுமை.'

உஷா அவன் சொல்வதைக் கவனிக்கவில்லை. நவநாகரிகமாக உடையணிந்து கொண்டு வந்த ஒரு நங்கையின் கைகளை கோத்துக் கொண்டு இரண்டு ஆடவர்கள் சென்றார்கள். அவர் களைப் பார்த்துக்கொண்டே வந்தாள்.

தான் நீண்ட பிரசங்கங்கள் செய்வது அவளுக்குப் பிடிக்கவில்லை என்று எண்ணினான் பாஸ்கர். கண்ணெதிரே ஒரு பெண் நன்றாக உடையணிந்து செல்லும்போது, 'பிரம்மாண்டமான வெறுமை' யைப் பற்றி அவளுக்கு என்ன கவலை?

அம்புஜத்துக்கும் உஷாவுக்கும் என்ன வித்தியாசம்? விரைந்த ஓட்டத்தை உடைய வாழ்க்கையை விரும்பித் தேர்ந்தெடுத்த உஷாவும் சலிப்படைந்து விட்டாள். திருமணம் புரிந்து கொண்டு, குழந்தைகளைப் பெற்றெடுத்து, கணவன் ஆபீஸ் செல்லும்

போது டை முடிச்சை சரி செய்து, வழி அனுப்பத் தயார்தான் அவள்... ஆனால் இனிமேல் அந்த மாதிரி வாழ்க்கை அவளுக்கு உண்டோ என்பது சந்தேகம்தான்.

ஒரு மூன்று வயது குழந்தை தள்ளாடிக் கொண்டே வந்தது. ஓடி ஓடிக் களைத்துவிட்டது போலிருக்கிறது. அது உஷா அருகில் வந்து அவளை நிமிர்ந்து பார்த்தது. அப்படியே அந்தக் குழந்தையை தூக்கிக் கொண்டாள்.

'குதுப்மினாருக்கு அர்த்தம் கிடையாது என்றீர்களே? இதற்கு அர்த்தம் உண்டா, இல்லையா?' குழந்தையை அவள் அப்படியே கட்டிக் கொண்டாள்.

உஷாவின் கேள்வி அவன் முகத்தில் அடிப்பது போலிருந்தது. 'ரமா இப்பொழுது என்ன செய்து கொண்டிருப்பாள்? காலையில் அவள் ஓடிவந்து அவன் கால்களைக் கட்டிக் கொண்ட காட்சி? மனச்சாட்சி என்பது சோப்ரா சொல்வது போல், வெறும் மானசீகம் தானா? அப்படியென்றால், இந்தக் குழந்தையைக் கண்டதும் தன் நெஞ்சின் ஓரத்தில் ஏற்பட்ட ஊமை வலியும் மானசீகமா? சமுதாயப் பாரம்பரிய உணர்வின் சக்தி வாய்ந்த எதிர்ப்பைச் சமாளிக்கும் துணிச்சல் தனக்கேன் இல்லை?'

குழந்தையின் தாய் சிரித்துக்கொண்டே வந்தாள். தன் குழந்தையை மற்றவர்கள் கொஞ்சுவதைக் கண்டதும் உண்டான பெருமிதம் அவள் முகத்தில் தெரிந்தது. அவள் கணவனும் அருகில் வந்து நின்றான்.

குழந்தையைத் தாயிடம் கொடுத்துவிட்டு, மேலே நடந்த உஷா சொன்னாள், 'கல்யாணமாகியும் குழந்தையில்லாத மலடி என்று என்னைப் பற்றி அவள் நினைத்திருக்க வேண்டும்.'

சர்வசாதாரணமாக அவள் இதைச் சொன்னாலும், அவள் குரலில் ஓர் ஏக்கம் நிழலிட்டுக் கொண்டிருப்பது போல் பாஸ்கரனுக்குப் பட்டது.

'நீ ஏன் கல்யாணம் செய்து கொள்ளக்கூடாது?' என்று கேட்டான் அவன்.

'யாரை?'

அவன் கேள்வியைத் தொடர்ந்து, ஓர் அழுத்தமான அர்த்த பாவத்தோடு வந்த உஷாவின் வினா, அவனைச் சற்று திகைக்க

வைத்தது. இந்த வினாவை, அவள் பல சமயங்களில் தன் மனதுக்குள் கேட்டுக் கொண்டிருக்க வேண்டும். வேரூன்றிவிட்ட கேள்வி. ஆனால், பாவம் விடைக்காகத்தான் காத்துக் கொண்டிருக்கிறாள்.

'மிஸ்டர் சோப்ராவை' அவன் தயங்கிக்கொண்டே சொன்னான்.

உஷா பெரிதாகச் சிரித்தாள். சிரித்துச் சிரித்து அவள் முகம் சிவந்தது. பாஸ்கரனுக்கு ஒன்றும் புரியவில்லை. இந்தப் பெண்ணுக்குப் பைத்தியம் பிடித்துவிட்டதா? அப்படி வேடிக்கையாக என்ன சொல்லிவிட்டோம்? சோப்ராவுக்கு கல்யாணத்தில் நம்பிக்கையில்லை என்பது வாஸ்தவம்தான். 'சோப்ராவை நன்றாகத் தெரிந்து கொண்டும் இப்படி சொல்லுகிறீர்களே' என்பதற்காகவா சிரிக்கிறாள்? பாஸ்கரனின் கையை இழுத்துத் தன் கையின் மேல் வைத்துக் கொண்டு, அவன் புறங்கையை வேகமாகத் தட்டிக் கொண்டே மறுபடியும் சிரித்தாள் உஷா.

எதிரே வந்தவர்கள், இருவரையும் நின்று பார்த்துவிட்டு சென்றார்கள். பாஸ்கரனுக்கு எரிச்சலாக வந்தது.

'எதற்காக இப்படி சிரிக்கிறாய்?'

'மிஸ்டர் சோப்ராவை மணந்துகொள்வது, இவ்வளவு தூரம் சிரிப்பதற்கு உரிய ஒரு விஷயமா? சோப்ரா இதை விரும்ப மாட்டாரென்று நினைக்கிறேன்.'

'மிஸ்டர் சோப்ராவைப் பற்றி இவ்வளவுதானா உங்களுக்குத் தெரியும்?'

'எவ்வளவுதானா?'

'சோப்ராவை உங்களைக் காட்டிலும் நான் அந்தரங்கமாக அறிவேன் என்று ஒப்புக்கொள்கிறீர்களா?'

'நீ அவரை அறிந்த அந்தரங்கம் வேறு, நான் அவரை அறிந்து கொண்ட அந்தரங்கம் வேறு.'

'நான் சோப்ராவை மணந்து, நேர்மையான மனைவியாக இருந்தால், என் குழந்தையைக் கொஞ்சக்கூடிய வாய்ப்பு எனக்கு என்றுமே ஏற்படாது. இதுதான் நான் அறிந்த அந்தரங்கம். நீங்கள் அவரை அறிந்து கொண்ட அந்தரங்கத்துக்கும் அடிப்படை இதுதான்.'

எதிரே வானளாவி நின்ற, 'பிரம்மாண்டமான வெறுமை'யின் சின்னமாகிய குதுப்மினார் இடிந்து, தகர்ந்து தரைமட்டமாகியது. சோப்ரா, தன்னைப்பற்றி உலகம் எந்தவிதமான அபிப்பிராயம் கொள்ள வேண்டுமென்பதற்காக எவ்வளவு பாடுபட்டுக் கொண்டிருக்கிறான். வாழ்க்கையை ஒரு குதுப்மினாராகக் கட்டி, எல்லோரையும் குடியேற்ற முயலுகிறான்! சோப்ராவின் மனநிலையில் சமுதாய ஒழுங்கில், பாரம்பரியத்தின் கட்டுக் கோப்பில் ஆழ்ந்த ஈடுபாடு இருக்கவா முடியும்? நிமிஷத்துக்கு நிமிஷம் செத்துக் கொண்டிருக்கும் அவன், 'ஒவ்வொரு நிமிஷத்தையும் சாசுவதமாக்கிக் கொண்டிருக்கிறேன்' என்று சொல்வதில் ஆச்சரியமில்லை. சோப்ராவுக்கும் அம்புஜத்துக்கும் என்ன வேறுபாடு? தண்ணீரை கானல் நீர் என்கிறான் சோப்ரா. கானல் நீரைக் கூட தண்ணீர் என்று சொல்லி, வேலிக்கு மேல் வேலி இடுகிறாள் அம்புஜம்.

'பெரிய அதிர்ச்சிக்கு உள்ளாகியிருக்கிறீர்கள் போலிருக்கிறது' என்றாள் உஷா.

'அந்தக் குழந்தையின் புன்னகைக்கு எதிரே, குதுப்மினாருக்குப் பொருளில்லை என்று இப்பொழுதுதான் தெரிந்துகொண்டேன்.'

உஷா அவனை உற்று நோக்கினாள்.

'சரி, அடுத்ததாக எங்கே போவோம்?' என்று அவள் நிதானமாகக் கேட்டாள்.

'ஆபீஸ் விடுமுறை முடிந்துவிட்டது.'

7. ஓர் இனிய மாலைப்பொழுது

பூர்வ குடிமக்களைப் பற்றிய சுவாரஸ்யமான புத்தகம் அது. படித்துக் கொண்டிருந்தேன்.

டிசம்பர் மாதத்தில் தில்லியில் ஒரு சொட்டுத் தண்ணீர் மூக்கில் திடீரென்று விழுந்தால் எப்படி இருக்கும்? உடம்பைக் குலுக்கிக் கொண்டு எழுந்தேன். இத்தகைய அடாவடியான காரியம் செய்தவர் யாராயிருந்தாலும் அவரைப் பிடித்து...

என் ஏழு வயது மகள் பத்மா சற்றுத் தள்ளிப் போய் நின்று சிரித்துக்கொண்டிருந்தாள்.

'இடியட். இதென்ன விளையாட்டு?'

'அம்மா கூப்பிட்டுண்டே இருக்கா. ஏன்னு கேக்காம படிச்சுண்டி ருக்கேளே?'

'கல்யாணி, உனக்கு மூளை இருக்கா? குழந்தையை இப்படியா செய்யச் சொல்லுவே?'

'என்ன செஞ்சா?' என்று வரவழைக்கப்பட்ட ஓர் அடங்கிய பாவனையுடன் அடுக்களையிலிருந்து குரல் வந்தது. சமையல் வாசனை மூக்கைத் துளைத்தது.

என் மூக்குக்கு ஏற்பட்ட முதல் அதிர்ச்சியை நான் மறந்து, இப்பொழுது அதற்கேற்பட்ட புதிய, வரவேற்கத்தக்க அனுபவத் தில் ஆழ்ந்து கேட்டேன்: 'என்ன இன்னிக்கு தடபுடல்? ஒரே வாசனையா இருக்கே?'

பதிலில்லை.

எழுந்து உள்ளே போனேன். இரண்டு மூன்று ஐட்டம்கள் தயாராகி இருந்தன. இன்று கல்யாணி பாயசம் செய்து கொண்டிருந்தாள். இன்று என்ன விசேஷம்? எனக்கு ஒன்றும் புரியவில்லை.

'உப்பு போறுமா பாருங்கோ.' கல்யாணி கறியை என் பக்கம் நகர்த்தினாள்.

'ஃபஸ்ட் கிளாஸ், என்ன இன்னிக்கு? அதுவும் ராத்திரி வேளையில், இந்தக் குளிர்லே இப்படிப் பிரமாதமான சமையல்?'

'உங்களுக்குத்தான் புஸ்தகம் படிக்க ஆரம்பிச்சேள்னா ஊர் உலகமெல்லாம் ஒண்ணும் தெரியாதே. பத்மா கேக்கறது சரிதான். நான் கூப்பிட்டுண்டே இருக்கேன். ஏதோ காட்டுமிராண்டிகளைப் பத்திய புஸ்தகத்தை வச்சிண்டு பதில் சொல்லாம உட்கார்ந் திருந்தா?' என்று சொல்லியவாறு அடுப்பிலிருந்து பாயசத்தை இறக்கினாள் கல்யாணி. அவளுக்குக் கோபம் வந்தால் அவள் பிரயோகிக்கும் ஒரே ஆயுதம் பத்மா. எனக்குச் சமமான எதிரியைத் தவிர வேறு யாருடனும் நான் எதிர்த்துப் போராடுவதில்லை என்று அவளுக்கு நிச்சயமாகத் தெரியும்.

'இது நியாயமில்லை, குழந்தையைவிட்டு தாக்கச் சொல்வது. வல்லரசுகள் குட்டி நாடுகளைத் தூண்டி விடுவது போல்.'

'இந்தாங்கோ. ஒரு சொட்டு பாயசம். எல்லாம் சரியா இருக்கா?'

'மார்வலஸ். இன்னும் சொல்ல மாட்டேங்கிறியே, இன்னிக்கு என்ன விசேஷம்னு.'

'நூறு தடவை சொல்லியாச்சு. அன்னிக்கு ஜன்பத்லே பார்த் தேன்னு சொன்னேளே, என் சிநேகிதி கீதா, அவ இன்னிக்குச் சாப்பிட வரா. அப்படியே அந்தத் தட்டை எடுத்து சாம்பாரை மூடுங்கோ. தாங்க் யூ.'

அப்பொழுதுதான் எனக்கு ஞாபகம் வந்தது. கல்யாணி அவளைப் பற்றி இரண்டு நாள்களுக்கு முன்பு சாயந்திரம் முழுவதும் பேசிக் கொண்டிருந்தாள். அவள் கல்யாணியுடன் கல்லூரியில் படித்தவள். இரண்டு பேரும் இணைபிரியாமல் பழகினார்களாம். அவளுக்குத் தான் முதலில் கல்யாணம் ஆகியது. கணவன் ஒரு பெரிய மர வியாபாரி. ஏதோ தொழில் விவகாரமாக அவன் தில்லிக்கு வந்திருக் கிறான். அவனுடன் கீதாவும் வந்திருக்கிறாள்.

‘அவ ஆம்பனையானும் சாப்பிட வரானா?’

‘பின்னே அவா தனியா வருவாளா? இதென்ன அசட்டுத்தனமான கேள்வி?’

திடீரென்று ஒரு பயம் என்னைச் சூழ்ந்துகொண்டது. முன்பின் தெரியாத ஒரு மர வியாபாரியோடு சாயந்தரப் பொழுது முழுவதையும் எப்படிக் கழிப்பது? எதைப்பற்றிப் பேசுவது? - அவனுக்கு ஈடுபாடான விஷயங்கள் என்னவென்று எப்படி அறிவது? - எனக்கு மரத்தைப் பற்றி ஒன்றும் தெரியாது.

மரவியாபாரி என்றால், ஃபர்னிச்சர் மார்ட்டும் வச்சிருப்பானோ? அப்படியென்றால், சோஃபா நாற்காலி, டைனிங் டேபிள் என்று ஏதாவது பேசிக் கொண்டிருக்கலாம்.

‘உங்களை எதுக்காகக் கூப்பிட்டேன்னா, முதல்லே டிரஸ்ஸை மாத்திக்கோங்கோ. அப்படியே உக்காந்திண்டிருக்காதீங்கோ!’

‘டிரஸ்ஸை மாத்தணுமா? எதுக்காக?’

‘சரியாப் போச்சு. கீதா வரான்னு சொல்லலியா?’

‘அவளுக்காக நான் டிரஸ்ஸை மாத்திக்கணுமா? உனக்கு இதிலே எவ்வளவு ரிஸ்க்குன்னு தெரியாமே பேசறே?’

‘நீங்க என்னதான் டிரஸ் பண்ணிண்டாலும் ஒரு ரிஸ்க்கும் கிடையாதுன்னு எனக்கு நிச்சயமாகத் தெரியும்.’

‘என் பேரிலே உனக்கு அவ்வளவு நம்பிக்கை.’

‘ஆமாம் உங்க பேரிலேதான். ரெண்டு மணி நேரம் உங்களோட பேசினால் போறும். பிலாஸஃபி, இலக்கியம்னு அறுத்து எடுத்துடுவேள். அப்படி அசட்டுத்தனமா உங்ககிட்டே யார் வந்தாலும், ‘விட்டால் போறும்’னு பிச்சிண்டு கிளம்பிடுவா. சரி. பைத்தியக்காரப் பேச்சு கிடக்கட்டும். டிரஸ் பண்ணிக்கோங்கோ’ என்று சொல்லிக்கொண்டே சமையலறையைவிட்டு வெளியே சென்றாள் கல்யாணி.

‘நீ ஏன் அப்படிப் பிச்சிண்டு கிளம்பலே?’ என்று கேட்டவாறு நான் அவளைப் பின்தொடர்ந்தேன்.

கல்யாணி தலைப்பின்னலை அவிழ்த்துக் கொண்டே ஒரு பக்கம் தலைச் சாய்த்து புன்னகையுடன் கேட்டாள்:

'நான் அப்படிப் போயிடுவேன்னு உங்களுக்கு ஒரு நம்பிக்கை இருக்கா?'

'மனுஷன் நம்பிக்கையிலேதானே வாழறான்!'

'அப்படியெல்லாம் நம்பிக்கை வேணாம். நான் நிச்சயமாப் போகமாட்டேன். உங்க பிலாஸஃபி, இலக்கியம் எல்லாம் என்னை ஒண்ணும் செய்யாது. உங்ககூட இருந்து இருந்து என்கிட்டே ஒரு இன்யூனிட்டி டெவலப் ஆயிடுத்து. நீங்க என்ன பேசினாலும் என்னாலே தாக்குப் பிடிக்க முடியும்.'

நான் ஒன்றும் பேசாமல் சோபாவில் போய் உட்கார்ந்தேன். புத்தகத்தை பிரித்து மறுபடியும் படிக்க ஆரம்பித்தேன்.

கல்யாணி என் அருகில் வந்து புத்தகத்தை பிடுங்கினாள்.

'வாட் நான்சென்ஸ்!' என்று நான் கூவினேன்.

'டிரஸ் பண்ணிக்கோங்கோன்னா, கேக்காம புத்தகம் படிச்சிண்டி ருந்தா?'

'இதென்ன காட்டுமிராண்டித்தனமா புத்தகத்தைப் பிடுங்கறே?'

'படிக்கிற புத்தகமும் காட்டுமிராண்டிகளைப் பத்தித்தானே?'

'படிச்சாத்தான் தெரியறது - நாம்தான் காட்டுமிராண்டிகள், நம்மை விட அவா எவ்வளவோ தேவலைன்னு. நாம தான் வேஷம் போடறோம்.'

'என்ன வேஷம்?'

'ஆம்படையான் பெண்டாட்டி வேஷம். சமூகத்திலே ஒருத்தருக் கொருத்தர் உருகற மாதிரி வேஷம். ஏழைகளுக்காக விடற முதலைக் கண்ணீர், சமூக தர்மம்னு இன்னும் எவ்வளவு வேஷம். டாமிட். ஐ வில் பி மைசெல்ஃப். யாரோ மர வியாபாரிக்காக நான் வேஷ்டியையும் சட்டையையும் மாத்திக்கத் தயாரா இல்லை.'

'அதுக்காக அழுக்கு வேஷ்டியும் கிழிஞ்ச ஸ்வெட்டரும் போட்டுண்டு தரிசனம் தரணுமா? எனக்குத்தான் அவமானம்.'

'மகாத்மா காந்தி பக்கிங்ஹாம் பாலஸ் போனபோது என்ன டிரஸ்ஸோட போனார் தெரியுமா?'

‘நீங்க மகாத்மா காந்தி இல்லே. நீங்க மகாத்மா காந்தியா இருக்கத் தயாரா இருந்தாலும் நான் கஸ்தூரி பாயாக இருக்கத் தயாராக இல்லே. புவர் வுமன்!’

கல்யாணிக்கு சில விஷயங்களில் ஆணித்தரமான அபிப்பிராயங்கள் உண்டு. அவற்றில் அதுவுமொன்று. ‘ஹிந்து தர்மம்’ என்று சொல்லிக் கொண்டு நம் புராண, காவிய கதாநாயகர்கள் தங்கள் மனைவிமாரை அடிமைகளாகத்தான் நடத்தினார்கள் என்று அவள் அடிக்கடி சொல்வாள். ராமனுக்காக ஒரு சாம்ராஜ்யத்தையே எதிர்க்கத் துணிந்த சீதையின் கதி கடைசியில் என்னவாயிற்று? மனைவியைப் பற்றி என்ன அபிப்பிராயம் இருந்தால் ஒருவன் அவளைச் சபையில் வைத்து சூதாடுவான்? - தம்முடைய கருத்துகளையெல்லாம் மனைவிமீது திணித்த மகாத்மா காந்தியும் இதற்கு விதிவிலக்கல்ல என்பது அவள் கருத்து.

‘காந்திஜியைக் குத்தம் சொல்லப் போறியே, இப்போ உன் அபிப்பிராயத்தை என் பேரிலே திணிக்கறியே, இது நியாயமா? நான் எதுக்காக டிரஸ்ஸை மாத்திக்கணும்?’

‘சரி. அப்படியே இருங்கோ. எனக்கென்ன? வரவா சிரிச்சிட்டுப் போறா. வாடி நீ பத்மா. அந்த அழுக்கு ஸ்வெட்டரைக் கழற்றி வேறே போட்டுக்கலாம்.’

கால்மேல் கால் போட்டுக்கொண்டு பெரிய ஒரு படப் புத்தகத்தைப் பார்த்துக் கொண்டிருந்த பத்மா சிணுங்கினாள்.

‘குழந்தையை ஏன் உபத்திரவப்படுத்தறே? அவ ஸ்வெட்டருக்கென்ன, நன்னாத்தானே இருக்கு’ என்றேன் நான் பலவீனமான குரலில். ஒரு ஒப்புக்கு எழுப்பிய எதிர்ப்புதான். கல்யாணி அவளுடைய ஸ்வெட்டரை மாற்றாமல் விடமாட்டாளென்று எனக்குத் தெரியும்.

‘நீங்க எப்படி வேணும்னா இருங்கோ, குழந்தையை கெடுக்காதீங்கோ’ என்றாள் கல்யாணி.

‘பத்மாவை அவள் ‘தரதர’வென்று உள்ளே இழுத்துக் கொண்டு போனாள்.

எனக்கும் வேறு வழி இருப்பதாகத் தெரியவில்லை. சர்வதேச மகளிர் ஆண்டில் கல்யாணியை நான் பகைத்துக் கொள்ள விரும்பவில்லை. உள்ளே சென்று வேட்டியையும் ஸ்வெட்டரை

யும் மாற்றிக் கொண்டேன். வேட்டிக்கு பதிலாக பாண்ட். வெள்ளை வேட்டி கிடைக்காததால் பாண்ட் போட்டுக் கொள்ளும்படி நிர்பந்தம். மரவியாபாரி சூட்டில் வரக்கூடும். தில்லிக்கு வர வேண்டுமென்பதற்காகவே அவன் சூட்டை தைத்திருக்கலாம்.

அறையைவிட்டு வெளியே வந்தபோது, பத்மா புதிய பெல் பாட்ஸ் அணிந்து மேலே ஒரு சிவப்பு புல்-ஓவர் போட்டுக் கொண்டு பரிதாபமாக நின்றுகொண்டிருந்தாள். அவள் சுதந்தரம் பறிபோய்விட்டது போல் முகத்தில் ஒரு சோகம்.

'குட். ஹெள ஸ்மார்ட் யு ஆர்!' என்றேன் நான் பத்மாவிடம்.

அவள் முகத்தை வேறு பக்கம் திருப்பிக் கொண்டாள். வீட்டுச் சர்வாதிகாரியை எதிர்க்கத் தெரியாதவனுக்கு பேச்சு வேறே என்பது போல் இருந்தது அவள் பாவனை.

'அம்மா எங்கே?'

பதிலில்லை.

நான் மறுபடியும் சோஃபாவில் உட்கார்ந்து 'பூர்வ குடிமக்க ளோடு' உறவாட ஆரம்பித்தேன்.

வாசலில் மணி அடித்தது.

எழுந்து சென்று கதவைத் திறந்தேன்.

கல்யாணியின் சிநேகிதியாகத்தான் இருக்க வேண்டும். இன்டிமேட் வாசனை மூக்கைத் துளைத்தது. நீலப் பட்டுப் புடவை மேல் காஷ்மீர் சால்வையைப் போர்த்தியிருந்தாள். அவளருகில் அவளுடைய கணவன். நான் நினைத்தபடியே சூட்டில் பளபளத்தான். முகத்தை நேரடியாக வந்து தாக்குவது போல் ஆக்ரோஷமான சிவப்பு நிற டை.

'நான் தான் கீதா. மை ஹஸ்பெண்ட், மிஸ்டர் நாதன்.'

'ஹெள நைஸ்! உள்ளே வாங்க.'

நாதன் புன்னகை புரிந்துகொண்டே இருந்தான். திடீரென்று மனைவியின் முகத்தைப் பார்த்தான். புன்னகை புரிந்தது போதுமா, இன்னும் தொடர்ந்து புன்னகை புரிய வேண்டுமா என்று கேட்பது போலிருந்தது.

‘கல்யாணி எங்கே?’ என்றாள் கீதா.

‘பத்மா! அம்மாவைக் கூப்பிடு’ என்றேன்.

‘பத்மா, வாம்மா இங்கே. இந்தா, உனக்கு டாஃபி பிடிக்குமா? எந்த கிளாஸ் படிக்கிறே?’

பத்மா என்னைப் பார்த்தாள்.

‘வாங்கிக்கோ.’

கீதா அவளை அணைத்து முத்தமிட்டாள். பத்மாவுக்கு இது பிடிக்கவில்லை என்பது அவள் முகத்திலிருந்து தெரிந்தது.

கல்யாணி வெளியே வந்தாள். ஆரஞ்சு நிறப் பட்டுப் புடவை. அந்த நிறத்துக்கு மாட்ச்சாக அமைந்த ஒரு பிளவுஸ்.

‘ஹாய் கீதா!’

‘ஹாய் கல்யாணி!’

சிநேகிதிகள் ஒருவர் கையை ஒருவர் பிடித்துக் கொண்டு வாழ்க்கையில் இதுவரையில் இந்தத் தருணத்துக்காகவே காத்திருந்தவர்கள் போல், தங்கள் உற்சாகத்தை வெளிக்காட்டிக் கொண்டார்கள்.

நாதன் சில விநாடிகள் அவ்விருவரையும் பார்த்துவிட்டு பிறகு என்னைப் பார்த்தான். புன்னகை செய்தான். நானும் பதிலுக்குப் புன்னகை செய்தேன்.

‘அவர்தான் என்கணவர். நாதன்...’

கல்யாணி கைகளைக் கூப்பினாள். அவன் எழுந்து கைகளைக் கூப்பிவிட்டு, ஒரு வினாடி தயக்கத்துக்குப் பிறகு உட்கார்ந்தான்.

சிநேகிதிகள் இருவரும் உள்ளே போய்விட்டார்கள்.

எங்களிருவரிடையே சில விநாடிகள் ஒரு சங்கடமான அமைதி நிலவியது.

‘அது என்ன புஸ்தகம்?’

நான் அவனிடம் புத்தகத்தைக் கொடுத்தேன்.

அப்படியும் இப்படியும் புத்தகத்தை திருப்பிப் பார்த்துவிட்டு புன்னகை செய்துகொண்டே அதைத் திருப்பிக் கொடுத்தான்.

'ரொம்ப சுவாரஸ்யமான புத்தகம்' என்றேன் நான்.

'எஸ்,எஸ்.' அவன் ஒப்புக் கொண்டான்.

'நீங்க வியாபாரம் செய்யறேளா?'

'எஸ்.'

'மர வியாபாரமா?'

'எஸ்.'

'இன்ட்ரெஸ்டிங்.'

'எஸ்.'

சில விநாடிகள் அமைதி.

சுவரில் மோன நிலையில் இருந்த ஒரு பல்லி ஒரு பூச்சியைத் துரத்திக்கொண்டு ஓடியது. பூச்சி பறந்துவிட்டது. பல்லி மறுபடியும் மோன நிலையில் ஆழ்ந்தது. பல்லி அந்தப் பூச்சியைப் பிடித்து விடுமோ? ஏனென்றால் பூச்சி மறுபடியும் சுவரில் வந்து உட்கார்ந்தது. பல்லி அசையவில்லை. பல்லிக்குக் கண் தெரி யாதோ? சப்தத்தை வைத்துக் கொண்டுதான் இரை தேடுகிறதோ? என்ஸைக்ளோபீடியாவைப் பார்க்க வேண்டும்.

'நீங்க என்ன, யுனிவர்ஸிடியிலே இருக்கேளா?' என்றான் நாதன்.

'ஆமாம்.'

'எழுதறதா கீதா சொன்னாளே!'

'அதுவுமுண்டு.'

பல்லி புறப்பட்டுவிட்டது. பூச்சி அசாத்தியத் தன்னம்பிக்கையில் இருந்த இடத்தைவிட்டு நகராமல் உட்கார்ந்திருந்தது. ஸ்டுப்பிட், ஃபூல். சீக்கிரம் பறந்து போ. பல்லி வருகிறது. கடைசி விநாடியில் பறக்க முயன்றது. தோற்றுவிட்டது. பல்லியின் வாய் அசைந்தது.

'இடியட்' என்று என்னையும் அறியாமல் வாய்விட்டு சொல்லி விட்டேன்.

'எஸ்?' என்று கேட்டுக் கொண்டே சற்று அதிர்ச்சிக்குள்ளானவன் போல் என்னை பார்த்தான் நாதன்.

'அந்தப்பூச்சி' என்று பல்லியைச் சுட்டிக் காட்டினேன் நான்.

'பூச்சியா?'

'பல்லியின் வயத்துக்குள் இருக்கு.'

'ஐ ஸீ...' அவன் உடம்பு லேசாக நடுங்கத் தொடங்கியது. இது குளிரினாலா அல்லது என்னைப் பார்த்தா என்று எனக்குப் புரியவில்லை.

'அதோ பாருப்பா! பல்லி இன்னொரு பூச்சியை பிடிச்சுடுத்து' என்றாள் பத்மா மிகவும் உற்சாகமாக.

'எஸ். யூ ஆர் ரைட்' என்றேன் நான்.

'பல்லி ஒரு நாளைக்கு எத்தனை பூச்சியை சாப்பிடும்? அதுக்கு வயத்தை வலிக்காது?'

'எனக்கும் அதே சந்தேகம் உண்டு. கிடைச்சுதுன்னா சாப்பிட்டுண்டே இருக்கே! ஒரு வேளை ஒட்டகம் தண்ணியை ஸ்டோர் பண்ணிக்கிற மாதிரி பூச்சி கிடைக்காத அன்னிக்கு அட்ஜெஸ்ட் பண்ணிக்குமோ? ஏன் சார், மிஸ்டர் நாதன், நீங்க என்ன நினைக்கிறீங்க?' என்றேன் நான்.

'இருக்கலாம்.ஏம்மா உன்பேர் என்ன பத்மாவா? மாமி என்ன பண்றா பாரு.'

'என்ஸைக்ளோபீடியாவைப் பார்த்தாத் தெரியும்' என்றேன் நான்.

'எஸ்?' என்றான் நாதன்.

'பல்லியைப் பத்திச் சொன்னேன்.என்ஸைக்ளோபீடியாவைப் பார்த்தாத் தெரியும். நமக்கு சாதாரண விஷயங்களைப் பத்திக்கூட தெரியறதில்லே. செஸ்டர்டன் ஒரு சாக்பீசை வெச்சிண்டு ஒரு கட்டுரை எழுதியிருக்கான். சாக்பீஸ் எப்படிச் செய்யறாங்கிறது அவனுக்கு ஒரே அதிசயமாயிருக்கு. இன்டர்-ப்ளானட்டரி ட்ராவல் கூட எனக்கு ஆச்சரியமில்லே. இந்தச் சின்ன சின்ன விஷயங்கள்தான் எனக்கு ஆச்சரியமா இருக்கு.'

'ஐ ஸீ...'

'மாமி அம்மாவோட பேசிண்டிருக்கா. ஏம்ப்பா சாக்பீஸ் எப்படிச் செய்யறா? செடியிலேருந்து முளைக்கிறதா, இல்லாட்டா...'

'அதுதான் செஸ்டர்டன்னும் கேக்கறான். கலர்கலரா சாக்பீஸ் பார்க்கறதுக்கு எவ்வளவு நன்னா இருக்கு!' என்றேன் நான்.

'சாக்பீஸ் சுண்ணாம்புதானே... சுண்ணாம்புலேந்து' என்று நாதன் சொல்லி முடிப்பதற்குள் பத்மா இடை மறித்தாள். 'அது செடியி லேந்து முளைச்சாத்தான் நன்னாயிருக்கும். இல்லையாப்பா?'

'அப்படியே நினைச்சுக்கோயேன். தப்பு என்ன? அப்படி உன்னாலே நினைக்க முடியறவரையிலும்தான் நீ அதிர்ஷ்டசாலி' என்றேன் நான்.

'இல்லாட்டா?' என்றாள் பத்மா.

'ப்ரொபஸரா போவே, இல்லாட்டா மர வியாபாரம் செய்வே.'

நாதன் என்னைத் திரும்பிப் பார்த்தான்.

'வோர்ட்ஸ் வொர்த் சொல்றான், நாம எல்லோரும் குழந்தை யாகவே இருந்துடணும்னு. அப்போ உலகம் நன்னாத்தான் இருக்கும்' என்று சொல்லிக்கொண்டே 'டாஃபி' தரும்படி பத்மாவிடம் கையை நீட்டினேன் நான்.

அவள் என் வாயில் ஒரு 'டாஃபி'யைப் போட்டாள்.

'மாமாவுக்கு...' என்றேன் நான்.

'நோ. தாங்க்ஸ்.'

'டாஃபி எப்படி செய்யறாப்பா?' என்று கேட்டாள் பத்மா.

'அது தித்திக்கிறது. அதுபோதும். எப்படிச் செஞ்சா என்ன?' என்றேன் நான்.

'சிகரெட்?' என்று கேட்டுக் கொண்டே பாக்கெட்டை என்னிடம் நீட்டினான் நாதன்.

'நோ தாங்க்ஸ்.'

அவன் ஒரு சிகரெட்டை பற்ற வைத்துக் கொண்டான்.

'நீங்க கதை எழுதறேள்னா கீதா. எந்த மாதிரி கதை எழுதறேள்? நான் ஒண்ணும் படிச்சதில்லே' என்றான் நாதன்.

'நல்ல குளிர்லே தில்லிக்கு வந்திருக்கேள். ஹௌ டு யூ லைக் இட்?'

'அப்படியொன்றும் குளிரில்லே. இங்கிலாண்ட்லே பார்க்கணும் குளிர்னா. மை காட்! ஐ வாஸ் தேர் லாஸ்ட் வின்டர்.'

'இங்கே வெயிலும் ஜாஸ்தி.'

'அரப் கன்ட்ரிஸைவிடவா?' ஐ வாஸ் தேர் லாஸ்ட் சம்மர்.'

'வியாபாரத்துக்காக உலகம் பூராச் சுத்தறேளோ?'

'எஸ். ஃபர்னிச்சர் எக்ஸ்போர்ட் பண்றேன். வெளியூர்லே நம்ம சாமான்களுக்கு நல்ல டிமாண்ட்!'

'மரமா வாங்கிச் செய்யறேளா, இல்லாட்டா...'

'ஐ ஹாவ் அன் எஸ்டேட். கேரளாலே. இப்போல்லாம் லேபர் ப்ராப்ளம்தான் கொஞ்சம் ஜாஸ்தி. தாங்ஸ் டு எமர்ஜென்ஸி, இப்போ அது இல்லே.'

தொடர்ந்து அவன் மரங்களைப் பற்றிப் பேச ஆரம்பித்து விட்டான். நான் இதுவரை பேசியதற்குப் பழி வாங்குவது போல இருந்தது.

'மரங்கள்லே மூணு வகை உண்டு. ஒண்ணு கோனிஃபர்ஸ். ஊசி மாதிரி இலை. உசரமா இருக்கும். வருஷம் முழுவதும் இலை இருக்கும். ரெண்டு, பெரிய இலைகளோட கூடிய மரம். கிளை ஜாஸ்தி. பருவத்துக்குத் தகுந்த மாதிரி இலைகள் கீழே விழுந்துண்டு, முளைச்சுண்டு இருக்கும். மூணு பாம்ட்ரி. கலிஃபோர்னியாவிலே மூணு மரம் இருக்கு. நாலாயிரம் வருஷமா இருக்குங்கறா. சில மரம் முந்நூறு அடி உயரம் வளரும். மரத்தோட வயசை எப்படிச் சொல்றா தெரியுமா? ஒவ்வொரு மரத்திலேயும் ஒவ்வொரு வருஷத்துக்கு ஒரு வளையம் சுத்திக்கும். எவ்வளவு வளையம்னு கணக்கெடுத்து வயசைச் சொல்றா. சாஃப்ட்வுட்னா என்னன்னு தெரியுமா?'

'மரங்கொத்திப் பறவை எந்த மரத்தில் உட்காரும்?' என்றேன் நான்.

'என்னது?'

'மரங்கொத்தி பறவை?'

அவன் பதில் சொல்லவில்லை. சிகரெட் புகையை வளையமாக விட்டுக் கொண்டிருந்தான்.

'மரங்கொத்தின்னா என்னப்பா?' என்றாள் பத்மா.

'அது ஒரு பறவை. மரத்தை கொத்திக் கொத்தி சாப்பிடும். எங்கே சொல்லு பார்ப்போம். ஹௌ மச் வுட் வுட் எ வுட் - பெக் வுட் பெக் வுட் எ வுட் - பெக் வுட் பெக் ட்ரி...'

பத்மா சொல்ல முயன்றாள். சரியாகச் சொல்ல வரவில்லை. நான் திரும்பிச் சொன்னேன். மறுபடியும் முயன்றாள். இம்முறையும் தோல்விதான். அவனால் சொல்ல முடியுமா என்று கேட்கலாமா என்று நினைத்தேன். அவன் சிந்தனையில் ஆழ்ந்திருந்தான்.

'இதுக்கு என்னப்பா அர்த்தம்?' என்றாள் பத்மா.

'ஒரு மரங்கொத்திப் பறவை மரத்தை கொத்தினால் அதனால் எத்தனை கொத்த முடியும்?'

'கொத்தற மட்டும் கொத்த முடியும்' என்றாள் பத்மா.

நான் கைகளைப் பலமாகத் தட்டினேன்.

இன்னொரு சிகரெட் பற்றவைத்துக்கொண்டிருந்த நாதன் என்னை ஏறிட்டு நோக்கினான்.

'பட்டரை உங்களுக்கு தெரியுமா?' என்று நான் நாதனைக் கேட்டேன்.

'பட்டர்! ஹூ ஈஸ் ஹி?'

'உடையவர் சிஷ்யர்....'

'உடையவரா? யு மீன் உடையார். அவரும் மர வியாபாரம்தான். டவுன்லே இருக்கார்.'

'அவரைச் சொல்லல்லே. ஐ மீன் தி குட் ஓல்ட் ராமானுஜர். அவருடைய சிஷ்யர் பட்டர். பட்டர் சின்னப் பையனாகத் தெருவிலே விளையாடிக் கொண்டிருக்கச்சே வடநாட்டிலேந்து ஒத்தன் விருது ஊதிண்டு வந்தானாம், தான் தான் சர்வக்ஞன்னு. பட்டர் ஒரு பிடி மணலை எடுத்து அவனைக் கேட்டாராம், 'இது எத்தனை மணல்?'னு. அவன் 'திருதிரு'ன்னு முழிச்சானாம்.

பட்டர் சொன்னாராம். 'டேய் முட்டாளே, இது ஒரு கைப்படி மணல்டா, இதுகூட உனக்குத் தெரியலே, நீயா சர்வக்ஞன்'னு. அந்த மாதிரி மரங்கொத்திப் பறவை எத்தனை கொத்த முடியும்னு கேட்டா அதுக்குப் பதில் 'கொத்தற மட்டும் கொத்த முடியும்'னு பத்மா சொல்றது சரிதான். என்ன சொல்றேள்?'

நாதன் பதில் கூறாமல் என்னையே சிறிது நேரம் பார்த்துக் கொண்டிருந்தான்.

'அப்பல்லாம் 'பர்மீஸ் டீக் வுட்'னு ஒண்ணு உண்டு. அதெல்லாம் இப்போ கிடைக்கிறதில்லே. வெரி ஃபைன்வுட். எங்காத்திலே ஒரு அலமாரி இருக்கு. எங்க தாத்தா வாங்கினது. இப்போ விலை தெரியுமா? மூவாயிரம் ரூபா. அவ்வளவு கொடுத்தாலும் கிடைக்காது' என்றான் நாதன் சில விநாடிகளுக்குப் பிறகு.

'அப்பா, டிரஸ்ஸை அவுத்துடட்டுமா?' என்று கேட்டாள் பத்மா.

'ஏன்?'

'மாமாதான் பார்த்துட்டாளே. இனிமே எதுக்கு? பழசை போட்டுக்கறேன்.'

இதற்குள் கல்யாணியும் கீதாவும் வெளியே வந்தார்கள்.

'பழைய கதையெல்லாம் பேசிண்டிருந்தோம். பொழுது போனதே தெரியலே' என்றாள் கீதா.

'சாப்பிடலாமா?' என்று கேட்டாள் கல்யாணி.

'ஓ எஸ்' என்று சொல்லிக்கொண்டே டைனிங் டேபிளை நோக்கி வேகமாகச் சென்றான் நாதன்.

'அம்மா, பழசை போட்டுக்கட்டுமா? புதுசு உறுத்தறது' என்றாள் பத்மா.

கல்யாணி அவளை கோபத்துடன் முறைத்துப் பார்த்தாள்.

'உங்க கதைன்னா இவருக்கும் ரொம்பப் பிடிக்கும். சொல்லி யிருப்பாரே...' என்றாள் கீதா.

'சொன்னார்' என்றேன்.

'இவர் இங்கிலீஷ் நாவல்தான் நிறையப் படிப்பார், தமிழ்க் கதைன்னா உங்க கதைதான். அதுவும் நான் சொல்லறத்தினாலே.

'என் சிநேகிதி கல்யாணி ஆத்துக்காரர் எழுதியிருக்கார், படிங்கோ'ம்பேன். படிச்சிட்டு ரொம்ப நன்னாயிருக்கும்பார்.'

'கல்யாணி, சாம்பாரை இப்படி நகர்த்திவை' என்றேன் நான்.

'நீங்க ரெண்டு பொம்மனாட்டி பஸ்லே போறதைப்பத்தி ஒரு கதை எழுதியிருந்தேளே ஞாபகம் இருக்கா? அப்படியே வாழ்க்கையைப் படம் பிடிச்சுக் காட்டற மாதிரி இருந்தது. என்ன, உங்களைத்தானே, நான் உங்களைப் படிக்கச் சொல்லலே?'

'எஸ்.எஸ். வெரி ஃபைன் ஸ்டோரி' என்றான் நாதன். அவன் என்னை தலைநிமிர்ந்து பார்க்கவில்லை.

'அப்புறம் ஒரு கறுப்புப் பெண்ணை வச்சிண்டு ஒரு கதை எழுதினேள் இல்லே? அவ வந்து...' என்று கீதா சொல்வதற்குள் நாதன் இடைமறித்தான். 'இந்த டைனிங் டேபிள் புதுசா? பளபளக்கிறதே?'

'ஆமாம்' என்றேன் நான்.

'எண்ணூறு ரூபா. ஆறு நாற்காலியோட இப்போத்தான் வாங்கித்து. ரெண்டு மாசமாறது.'

'எண்ணூறு ஜாஸ்தி. அவனுக்கு எத்தனை அடக்கம் ஆகியிருக்கும் தெரியுமா? நானூறுக்கு மேலே இருக்காது' என்றான் நாதன்.

'கன்னாட் ப்ளேஸ்லே ஒரு சர்தார்ஜி பர்னிச்சர் கடை வச்சிருக் கான். பெரிய கடை. வாசல்லே தினம் ஒரு கவிதை எழுதி ஒட்டியிருப்பான்' என்றேன் நான்.

'கவிதையா?' என்றாள் கீதா.

'ஆமாம். அவன் கவிதை இதைப்பத்தித்தான் இருக்கணும்கிற தில்லே. ஒரு சமயம் பெரிய தத்துவ விசாரணையா இருக்கும். இன்னொரு தடவை மாமிசம் விலை இப்படி ஏறிண்டே இருக்கேன்னு ஓர் அங்கலாய்ப்பாகவிருக்கும். பொம்மனாட்டிக ளோட டைட் டிரஸ்ஸைக் கிண்டல் பண்ணி ஒரு தரம். ரெண்டு மாசத்துக்கு முன்னாலே ஒரு கவிதை எழுதியிருந்தான். 'பேனாவைப் பிடிக்க வேண்டிய கை உளியைப் பிடிக்கிறது' ன்னு. ஆட்டோ பையாகிராஃபிகல் போயம் போலிருக்கு. நன்னாயிருந்தது. ஐ லைக் இட்' என்றேன் நான்.

'இங்கெல்லாம் என்ன செய்யறான் தெரியுமா? பழைய ஃபர்னிச்சரை வாங்கி பாலிஷ் பூசி ஃபோர்மிகா டாப் அது இதுன்னு சொல்லி வித்துடறான். ரொம்ப ஜாக்கிரதையாயிருக் கணும். ஒரு வருஷம் ஆனவுடன் பல்லைக்காட்டும். அப்போத் தான் தெரியும், ஏமாந்து போயிட்டோம்னு.' என்றான் நாதன்.

'அந்த சர்தார்ஜி கவிதை மட்டும்தான் எழுதுவானா, கதையும் உண்டா?' என்று கேட்டாள் கீதா.

'இது நல்ல டேபிளா இல்லையா, பார்த்துச் சொல்லுங்கோ' என்றாள் கல்யாணி.

'கவிதைதான். கதை எழுதறதில்லே. அவன் அபிப்பிராயத்தின் படி கவிதைகள்தான் இலக்கியமாம். மற்றதெல்லாம் இலக்கி யமே இல்லையாம். ஒரு தடவை அவனோட ஒரு மணி நேரம் பேசிண்டிருந்தேன். எ ஃபென்டாஸ்டிக் ஃபெலோ.'

'எனக்கென்னமோ இது அவ்வளவு நல்ல வுட்டாப் படலே. இது அந்த சர்தார்ஜிகிட்டே வாங்கினதோ?' என்றான் நாதன்.

'அவன் 'வுட்' போகஸா இருக்கலாம். ஆனா அவன் கவிதை ரியல்' என்றேன் நான்.

'கல்யாணி. பாயசம் ஃபஸ்ட் கிளாஸ்' என்றாள் கீதா.

'நீ சொல்லிட்டியோன்னோ... நன்னாத்தான் இருக்கணும். வசிஷ்டர் வாயாலே பிரும்ம ரிஷி. அந்த நாள்லேந்து உனக்கு நாக்கு நீளம்' என்றாள் கல்யாணி.

'நாங்க எழுந்திருக்கலாமா?' என்று கேட்டேன், நாதனே கை காய உட்கார்ந்திருப்பதைப் பார்த்தும்.

'நீங்க எழுந்திருங்கோ. பொம்மனாட்டிகள் மெதுவாகத்தான் சாப்பிடுவா!' என்றாள் கீதா. கையை அலம்பிக் கொண்டு சோபாவில் உட்கார்ந்தோம். சுவரில் பல்லி ஓயாமல் பூச்சியை விரட்டிக் கொண்டே இருந்தது. ஒரு வேளை வேறு பல்லியோ? பல்லிகளை எப்படி அடையாளம் கண்டுபிடிப்பது?

நாதன் சிகரெட்டை பற்ற வைத்துக் கொண்டான்.

நான் அவனிடம் வெற்றிலை தட்டை நீட்டினேன்.

'நோ, தாங்க்ஸ்.'

கல்யாணியும் கீதாவும் சாப்பிட்டுவிட்டு வந்து உட்கார்ந்தார்கள்.

'கல்யாணியை நான் இங்கே பார்க்கப் போறேன்னே நினைக்கவில்லை. பேசிண்டிருப்போம் ஊரிலே 'இந்தக் கதையை எழுதறது கல்யாணியின் ஆத்துக்காரர்தாண்டி'ன்னு. ரொம்ப சந்தோஷம் பார்த்ததிலே. இவரும் சொல்லிண்டே இருப்பார். 'உன் சிநேகிதியின் ஆத்துக்காரரைப் பார்க்கணும். எவ்வளவு நல்லா எழுதறார்'ன்னு. பார்த்தாச்சோன்னோ... உங்களுக்கு சந்தோஷம்தானே?' என்றாள் கீதா.

'எஸ். எஸ்' என்றான் நாதன்.

'இட் வாஸ் இன்டீட் எ வெரி ப்ளெஸெண்ட் ஈவினிங்' என்று சொல்லிகொண்டே நான் எழுந்து அவனிடம் கையை நீட்டினேன்.

அவன் திடுக்கிட்டவன் போல் என்னை ஒரு வினாடி பார்த்தான். பிறகு சமாளித்துக்கொண்டு எழுந்து புன்னகை செய்து கொண்டே கையை நீட்டினான்.

பத்மா டைனிங் டேபிள் அருகிலிருந்த நாற்காலியில் உட்கார்ந்த வாறே தூங்கிக் கொண்டிருந்தாள். அவள் கையில் ஓர் அப்பளத் துண்டு இருந்தது.

8. தீர்ப்பு

கடற்கரையோரத்தில் நின்றுகொண்டு சூர்யாஸ்தனமத்தை வெறித்துப் பார்த்துக் கொண்டிருந்தவன் ராகுல்தானா என்ற சந்தேகம் கேசவன் மனத்தில் எழுந்ததில் ஆச்சரியமில்லை.

அசப்பில் அவன் ராகுல் போல்தான் இருந்தான். அதே கூர்மை யான மூக்கு. தீட்சண்யமான கண்கள். அக்கண்களில் இப்பொழுது ஓர் அசாதாரணமான ஒளி தெரிந்தது. ஆனால் அவன் அறிந்திருந்த ராகுல் நெடிய உருவம். அவ்வுருவமைப்புக்கேற்ற உடல்வாகுமுடைய இளைஞன். இது பதினைந்து வருஷங்க ளுக்கு முந்திய செய்தி.

இவனைப் பார்க்கும்போது, கேசவனுக்கு உமர்கய்யாம் பாடலில் ஒரு வரி நினைவுக்கு வந்தது. அதில் குடம், குயவனைப் பார்த்துக் கேட்கிறது. 'என்னை வனையும்போது உன் கைகளில் நடுக்கம் ஏற்பட்டு விட்டதா?' இவன் உடம்பைப் பார்க்கும்போது, அழகிய முகத்தைத் தொடர்ந்த அப்பூதாகாரமான இடையை நோக்கும் போது கேசவன் உள்ளத்தில் ஒரு வேதனை சூழ்ந்தது. இவன் ராகுல்தானா! இவன் ராகுலாக இருக்கக்கூடாது.

ராகுல் அழகின் உபாசகன். நீட்சே, வலிமையற்றவர்கள் இவ்வுல கில் இருக்கத் தகுதி உடைவர்கள் அல்லர் என்று சொன்னான். அவன் குரூபிகளையும் சேர்த்துக் கொண்டிருக்க வேண்டும் என்று அவன் அப்போழுதெல்லாம் சொல்வது வழக்கம். ராகுல் நீட்சேயை மறந்துவிட்டானா? இவன் ராகுலாக இருக்க முடியாது.

ராகுல் அந்நாள்களில் ஓவியக் கூடத்தில் எழுதி வைத்திருந்த வரிகள் கேசவன் ஞாபகத்துக்கு வந்தன. 'எனக்கு வாழ்க்கையில் வேண்டுவன இரண்டு; ஒன்று, ரொட்டித் துண்டு. மற்றொன்று, ஒரு வண்ணமலர். ரொட்டி வாழ்வதற்காக, வண்ணமலர் வாழ்வ தற்கு அர்த்தம் கற்பிக்க.' ராகுல் வண்ணமலர்களை மறந்துவிட் டானோ? இவனுடைய பூதாகாரமான இடையிலிருந்து ரொட்டித் துண்டுகள் எட்டிப் பார்ப்பன போல் கேசவனுக்கு தோன்றியது. இவன் ராகுலாக இருக்க முடியாது.

அவனருகில் சென்று கேட்டுவிடுவதென்று கேசவன் தீர்மானித் தான்.

'குட்மார்னிங், ஐ ஆம் கேசவன், யு ஆர்... ராகுல்?'

அவன் சேசவனை 'சடக்'கென்று திரும்பிப் பார்த்தான். சேர்ந்தாற் போல் ஒரு நிமிட நேரம் உற்று நோக்கினான். பார்க்கப் பார்க்க அக்கண்களில் தெரிந்த பிரகாசம் இன்னும் கூடியது. ஆளை அச் சுறுத்தும் ஒளி. யாருடைய கண்களில் சாதாரணமாக இத்தகைய ஒளி இருப்பதுண்டு? ஓரளவு மனோதத்துவ மருத்துவ நூல் களைப் படித்திருந்த கேசவனுக்கு இப்பொழுது கொஞ்சம் பயமாக இருந்தது.

ராகுலைச் சுற்றி காலம் சதையினால் கல்லறை எழுப்பிவிட்டது. அனார்கலி கதை தெரியுமா உங்களுக்கு? நான் தோளுக்குக் கீழே இறந்துவிட்டேன். அதோ அந்த சூர்யாஸ்தமனத்தைப் பாருங்கள். உமை கவிதை இயற்றுகிறாள். யாருக்காக? பாரதிக் காகத்தான். பாரதி அதிர்ஷ்டசாலி. சீக்கிரம் இறந்துவிட்டான். எஞ்சியிருப்பது சாந்தி.

ஓம் சாந்தி. ஓம் சாந்தி. ஓம் சாந்தி. ஷேக்ஸ்பியர் நம் உபநிஷத்து களை படித்திருக்கவேண்டும். என்ன சொல்லுகிறீர்கள்?

'உங்கள் பேர் என்ன?'

'கேசவன்.'

'கேசவன், கேசவன்' என்று அவன் அந்தப் பெயரை இரண்டு தரம் முணுமுணுத்தான்.

அவன் ராகுல்தான். சந்தேகமில்லை. அதே குரல். ஏன் இப்படி ஆகிவிட்டான்?

‘கேசவனாடா நீ?’ என்று ஆவேசத்துடன் கூறிக் கொண்டே ராகுல் அவனை இறுக அணைத்தான். கேசவனுக்கு மூச்சுத் திணறியது.

அவன் மிக கஷ்டப்பட்டு தன்னை ராகுலிடமிருந்து விடுவித்துக் கொண்டான்.

பதினைந்து ஆண்டுகளுக்கு முன்பு ராகுல் சென்னையைவிட்டு பம்பாய் சென்றான். பிறகு பாரீசுக்குப் போய் ஓவியம் படித்தான் என்று அவன் கேள்விப்பட்டான். சென்னையிலிருந்தபோது அவன் தன் வீட்டிலேயே ஓவியக்கூடம் வைத்திருந்தான். வசதி யான குடும்பம். பம்பாயில் ஒரு விளம்பரக் கம்பெனியில் கிடைத்த நல்ல வேலையை ராஜிநாமா செய்துவிட்டு அவன் பாரீஸ் சென்றான் என்ற செய்தி கேசவனை வியப்புக்குள்ளாக்க வில்லை. ராகுலை அவன் நன்கு அறிந்திருந்தான்.

சென்னையில் இருவரும் ஒன்றாகப் பள்ளியில், கல்லூரியில் படித்தவர்கள். இருவரும் பகிர்ந்து கொள்ளாத ரகசியங்கள் ஒன்றுமேயில்லை என்று சொல்லலாம். பம்பாய்க்குச் சென்ற பிறகு ராகுல் ஒரு தடவை கடிதம் எழுதினான். அதற்குப் பிறகு அவனிடமிருந்து தகவலே இல்லை. இது கூட கேசவனை ஆச்சரியப்படுத்தவில்லை. ராகுலின் சுபாவம் அப்படி. அந்தந்தக் காலத்திய உணர்ச்சி அனுபவங்களின் தூய்மை பாதுகாக்கப்பட வேண்டுமென்றால், அவற்றின் எச்சங்களாகியநிழல்கள் மீது ‘சென்டிமென்ட்’ பூர்வமாக ஈடுபாடு இருப்பது பைத்தியக்காரத் தனம் என்பது அவன் வாழ்க்கைச் சித்தாந்தம். நினைவுச் சுவடுகள் நிகழ்கால இன்பத்துக்குச் செய்யும் அநியாயம் என்பது அவன் அபிப்பிராயம். அப்படிப்பட்டவன் அடிமனத்தில் தன்பெயர் மின்னொளி ஏற்றி வைத்ததன் விளைவாக, அவன் இந்த அளவுக்கு உணர்ச்சிவயப்பட வேண்டுமென்றால், இதற்கு ஒரு வலுவான காரணம் இருக்கத்தான் வேண்டும். ராகுல் மாறிவிட்டான்.

‘கேசவா! உன்னைப் பார்க்க எவ்வளவு சந்தோஷமா இருக்கு தெரியுமா? என்னைப் பொறுத்தவரையில் நீ எப்பொழுதோ செத்துப் போயிட்டே. பட், திஸ் ஈஸ் ரிசரக்ஸன். நீ என்னுடைய கடந்த காலம். ஐ நீட் யு நௌ...நௌ. ஆர் நெவர்’ என்று சொல்லிக் கொண்டே அவன் வாய்விட்டு பலமாகச் சிரித்தான்.

‘நீ இப்போ என்ன செஞ்சிட்டிருக்கே? எப்போ மெட்ராசுக்கு வந்தே?’ என்றான் கேசவன்.

‘கேள்வியும் பதிலும் ஒன்றுக்கொன்று எதிரி. கேள்வி கேள்வி யாகவே இருக்கணும். அதோ பார், கடல், கேள்வி கேட்டுண்டே இருக்கு. ஒவ்வொரு அலையும் ஒரு கேள்வி. கேள்வி, கேள்வி யாகவே கரைஞ்சு போறது. விடை தெரிஞ்சுட்டாபோச்சு. வார்த்தைகளை பேசிட்டா காதல் செத்துப் போயிடும். இது யார் சொன்னா? ஷெல்லி. அவன் அதிர்ஷ்டக்காரன். சீக்கிரம் செத்துப் போயிட்டான்.’

கேசவனுக்கு என்ன செய்வதென்று புரியவில்லை. பேசாமல் வந்த வழியே போய்விடலாமென்று நினைத்தான். இவன் இப்படியிருக்கும் நிலையில் அப்படிப் போவது உசிதம்தானா? அப்படிச் செய்தால், கடந்த கால இனிய நினைவுக்கு இழைக்கும் துரோகம். இவன் எதற்கும் நேரான பதில் சொல்லும் நிலையில் இல்லை. என்ன தர்ம சங்கடமான நிலைமை!

‘நான் இங்கே எதற்கு வந்திருக்கேன் தெரியுமா? ராதிகாவைப் பார்க்கணும். உனக்கு ஞாபகம் இருக்கா? ராதிகா? அவளுடைய படத்தை அந்தக் காலத்திலே நான் வரைஞ்சேன். எஸ், இதோ இன்னும் இருக்கு அந்தப் படம். அவளை தேடிக் கொண்டிருக் கேன்’ என்று கூறியவாறு தன் தோளில் தொங்கிய பையிலிருந்து ஒரு படத்தை எடுத்து அவன் கேசவனிடம் நீட்டினான்.

கேசவன் அந்தப் படத்தை வாங்கிப் பார்த்தான். ராதிகா - அவளை எப்படி மறக்க முடியும்? அந்நாள்களில் ராகுலைஅவளில்லாமல் தனயாகப் பார்க்கமுடியாது. அழகு உலகின் நிரந்தரப் பிரஜைகள், தாங்கள் தாம் என்பது போல் இருவரும் ஒரே விதமான ரசனையுடன், அவர்கள் கற்பனையில் உதித்த சாம்ராஜ்யத்தையே ஈடன் தோட்டமாகக் கண்டு உலாவினார்கள். அப்பொழுதெல் லாம் ராதிகாவை பார்க்கும்போது கேசவனுக்குக் கொஞ்சம் பயமாகக்கூட இருக்கும். சொல்லிலும், செயலிலும் அப்படி யொரு வெறி. அழகுக்கு புறம்பான எதுவுமே உலகில் இருக்கக் கூடாது என்று அப்படியொரு ஆவேசம்.

ராகுல் அவளுடைய படத்தை வரைந்த நாள்கள் கேசவன் மனத்தைவிட்டு அகலவேயில்லை. ‘இதோ பார், ராதிகாவின் ஒவ்வொரு அசைவும் ஒரு கவிதை. கவிதையின் கஷ்டகாலம், அது சொல்லை நம்பியிருக்க வேண்டியிருக்கிறது. இயற்கை, வார்த்தைகளை நம்பியா கவிதை செய்கிறது? ஓவியத்தின் ஏழை உறவு இலக்கியம். நான் சைத்திரிகனாகப் பிறந்திருப்பது நான்

செய்த மாபெரும் அதிர்ஷ்டம்' என்று ஓயாமல் சொல்லிக் கொண்டே இருப்பான். சொல்லில் சிறை செய்ய முடியாத ராதிகாவின் அழகு வண்ணக்கவலையின் சிகரமாக அமைந்தது.

அந்தப் படம் வரைந்து முடிந்த பிறகுதான் அத்துர்பாக்கிய சம்பவம் ஏற்பட்டது. திடீரென்று ராதிகாவுக்கு அம்மை நோய் கண்டது. அதன் சுவடுகளின் விளைவாக, ராதிகா கண்ணாடியின் எதிரியானாள். ராகுல் பம்பாய் சென்றதும் அப்பொழுதுதான். அதற்குப் பிறகு பல தடைவைகள் கேசவன் ராதிகாவைப் பார்த்திருக்கிறான். வெறும் இயந்திர வாழ்க்கை. அவள் தன் கொள்கைக்கேற்ப வாழவேண்டுமானால் ஏன் தற்கொலை செய்து கொள்ள முயற்சி செய்யவில்லை என்று கேசவன் ஆச்சர்யப்பட்டதுண்டு. வசதியான குடும்பத்தில் பிறந்த அவள், முன்பிருந்த வீட்டை விற்றுவிட்டு, அடையாறில் ஒரு சிறிய பங்களாவில் தனியாக வசித்து வந்தாள். ஒரு மாதத்துக்கு முன்புதான் அவளை அவன் ஒரு நூல் நிலையத்தில் சந்தித்தான். சாதாரணமாக அவளை பார்க்கும் போதெல்லாம் அவனை முன்பின் அறியாதவள் போல் சென்றுவிடுவாள். அவனை அப்பொழுது பார்த்தபோது, புன்னகை செய்தாள். அவன் பதிலுக்குப் புன்னகை செய்தான்.

'உங்கள் சிநேகிதரைப் பற்றி உங்களுக்கு ஏதாவது தகவல் தெரியுமா?' என்று அவள் கேட்டாள்.

'எந்த சிநேகிதர்?'

'எந்த சிநேகிதரைப் பற்றி நான் கேட்கப் போகிறேன்? ராகுல்தான்.'

'தெரியாது.'

'அவர் இன்னும் அப்படியேதான் இருக்கிறாரா? அவரை நான் மீண்டும் சந்திக்க விரும்பவில்லை. என்றும் இளமையாக, என்றும் அழகாகத்தான் அவரை நான் கற்பனை செய்து பார்த்துக் கொண்டிருக்கிறேன்.'

கேசவன் பதில் சொல்லவில்லை. பேசாமலிருந்தான்.

'அவர் என்னை ஒரு படம் வரைந்தாரே, ஞாபகம் இருக்கிறதா உங்களுக்கு? அந்தப் படம் இப்பொழுது எனக்குக் கிடைத்தால் தேவலை.'

'எனக்கு ராகுலைப் பற்றி செய்தியே தெரியாது' என்றான் கேசவன்.

'எனக்குப் புகைப்படத்தில் நம்பிக்கை கிடையாது. அது கலையின் கொச்சையான வடிவம் என்பது என் அபிப்பிராயம். ஆகவே நான் புகைப்படங்களே எடுத்துக் கொள்ளவில்லை. அந்தக் காலத்தில் நான் எப்படியிருந்தேன் என்பதற்கு அத்தாட்சி ராகுல் வரைந்த அந்த ஒரு படம்தான். அதை ஒரு முறை பார்க்கவேண்டும் என்ற ஆசை எனக்கு. பார்த்த பிறகு...' என்று சொல்லிவிட்டு அதற்கு மேல் பேசாமல் அவள் நின்று கொண்டிருந்தாள். அவள் தாடை இறுகியது.

'பார்த்த பிறகு?'

'அதைக் கிழித்தெறிய வேண்டும்.'

இதைச் சொல்லும் போது, அவள் கண்களில் அவன் முன்பெல் லாம் அவளிடம் அஞ்சிய அதே வெறித்தனம், வெளிப்படை யாகத் தெரிந்தது.

'அவளுக்கு அம்மை போட்டவுடனே நான் ஓடிப் போயிட்டேன். அவலட்சணத்தைக் கண்டா அவ்வளவு அருவெறுப்பு. ஆனா... இப்போ என்னைப்பாரு. 'எ திங் ஆஃப் ப்யூட்டி ஈஸ் எ ஜாய் ஃபார் எவர்.' எந்த பாஸ்டர்ட் இதைச் சொன்னான்? அவனும் சீக்கிரம் செத்துப் போயிட்டான். அதிர்ஷ்டக்காரன். என்னிக்கும் இளமையா, அழகா இருக்க முடிஞ்சா எவ்வளவு நன்னா இருக்கும்? யயாதி வாஸ் எ லக்கி ஃபெல்லோ. அவனுக்கு ஒரு பிள்ளை இருந்தான் வயோதிகத்தை வாங்கிக்க. நான் கல்யாணமே பண்ணிக்கலே. பட்... வாட் எ வேர்ல்ட் லைஃப் ஐ ஹாட்! டாமிட். நான் இப்போ ராதிகாவைப் பார்க்கணும். அவ எங்கே இருக்கா தெரியுமா உனக்கு?'

'தெரியும். இப்பவே பார்க்கணுமா?'

'எஸ்.நௌ ஆர் நெவர்.'

'ஒரு கண்டிஷன்.'

'என்ன?'

'இந்தப் படம் இருக்கிறது அவளுக்குத் தெரியக்கூடாது. இந்தப் படத்தைப் பார்த்தா கிழிச்செறியணும்னு அவ ஒரு தடவை

சொல்லிக்கிட்டிருந்தா. போன மாசம் அவளை ஒரு லைப்ரரி யிலே நான் பார்த்தேன்.'

'நோ நோ நோ. இதுதான் என் மாக்னெம் ஆபஸ். அப்போ நீயே இந்தப் படத்தை வைச்சுக்கோ. அவ எங்கிருக்கான்னு மட்டும் எனக்குச் சொல்லு.'

'நான் அழைச்சுக்கிட்டுப் போறேன்.'

'நோ. நான் அவளை மீட் பண்றபோது வேறு யாரும் இருக்கக் கூடாது. அவளை நான் பார்க்கிறது எனக்கு ஒரு சித்திரவதை. எஸ். எ கைன்ட் ஆஃப் மாஸஷிஸம். 'தீக்குள் விரலை வைத்தால் உன்னை தீண்டும் இன்பம் தோன்றுதையே!' பாரதி ஒரு மாஸஷிஸ்ட். தெரியுமா உனக்கு? அந்தக் காலத்தில் ரிஷிகள் எல்லாரும் தங்களை வருத்திண்டு தெய்வதரிசனம் செஞ்சாங் கன்னா என்ன அர்த்தம்? மாஸஷிஸமே சச்சிதானந்தம்.'

அவன் பேசிக்கொண்டே போனான். சிற்சில சமயங்களில் தெளி வாகப் பேசிக் கொண்டிருந்தவன், பேசப் பேச அவனுடைய அப்பொழுதைய சிந்தனையே தர்மமாக ஏதேதோ கூறிக் கொண்டிருந்தான். புலர்ந்தும் புலராத காலைப் பொழுது மனநிலை.

'உனக்கு அட்ரஸ் சொன்னா போதுமா? உன்னாலே கண்டுபிடிக்க முடியுமா?' என்று கேட்டான் கேசவன்.

'அமெரிக்காவிலே அஸைலத்திலே ஒரு வருஷம் இருந்தேன். வெளியே வந்தவுடனேயே நேரே மெட்ராசுக்கு வந்தேன். எப்படி வந்தேன்? டு மீட் ராதிகா. இந்தப் படத்தைக்கூட ரொம்ப நாள் மறந்துட்டேன். போன மாசம்தான் என்கிட்டே இருந்த எல்லாப் படங்களையும் கொளுத்தினேன். எஸ். ஸிம்பாலிக் செல்ஃப் டிஸ்ட்ரக்ஷன். எனக்கு இதுக்கு உரிமை இருக்கு. யாராவது இல்லேன்னு சொன்னா, ஐ வில் கில் தெம். இந்தப் படத்தை கொளுத்தப் போறபோதுதான் பார்த்தேன். எ ஃப்ளாஷ் இன் மை இன்வேர்ட் ஐ... அவளைப் பார்க்கிறதுதான் என்னுடைய ஸ்யூஸைட்.'

கேசவன் தன் கைப்பையைத் திறந்து அந்தப் படத்தை வைத்தான். ஒரு சிறிய தாளை எடுத்து ராதிகாவின் முகவரியை எழுதி ராகுலிடம் கொடுத்தான். ராகுல் அம்முகவரியை சிறிது நேரம் உற்றுப் பார்த்துக்கொண்டிருந்தான்.

‘அவ தனியாகவா இருக்கா?’

‘எஸ். என்னுடைய அட்ரசையும் தரேன். நீ எப்போ வேண்டு மானாலும் என் வீட்டுக்கு வரலாம்’ என்று சொல்லியவாறு தன் பர்ஸிலிருந்து கார்டை எடுத்து அவனிடம் நீட்டினான். அவன் அதையும் வாங்கிக் கொண்டான். ஆனால் அதைப் படிக்க வில்லை. புன்னகை செய்தான்.

கேசவனுக்கு அன்றிரவு வெகுநேரம் உறக்கமே வரவில்லை. ராகுலைப்பற்றிய நினைவுகள். ராதிகாவின் முகவரியை தான் கொடுத்தது சரிதானா? அவன் உருவத்தைப் பார்க்கும்போது அவளுக்கும் நிச்சயம் அதிர்ச்சி ஏற்பட்டிருக்கும். அது போதா தென்று அவன் பேச்சு வேறு. அழகற்ற எதுவுமே உலகில் இருக்கத் தகுதியுடையதன்று என்று கூறிக்கொண்டிருந்தவர்கள் இப்பொழுது சந்திக்கப் போகிறார்கள். அவள் அந்தப் படத்தைப் பற்றி அவனிடம் கேட்கப் போகிறாள்! அவன் என்ன பதில் சொல்லுவான்?

அவனுக்கு எப்பொழுது உறக்கம் வந்தது என்று அவனுக்குத் தெரியாது. வாசல் மணி ஒலிக்கும் சத்தம் ஏதோ சொப்பனத்தில் வருவதுபோல் கேட்டது. அவன் கண்களை விழித்தான். இன்னும் விடியவில்லை. யார் இச்சமயத்தில் வரப்போகிறார் கள்? அவன் மனைவியும் மகளும் குற்றாலம் போயிருக்கிறார் கள். போய் நாலைந்து நாள்கள்தான் ஆகின்றன. இதற்குள் ளாகவா திரும்பப்போகிறார்கள்? அவன் அவர்களுடன் இன்னும் நாலைந்து நாள்கள் கழித்துப் போய் சேர்ந்து கொள்ள இருக் கிறான்.

மறுபடியும் மணி ஒலித்தது. அவன் எழுந்து போய் வாசற்கதவை திறந்தபோது... ராதிகா.

‘நீங்களா?’

‘நீங்கள் என்னை எதிர்பார்க்கவில்லை. அப்படித்தானே?’

‘ராகுல் எங்கே?’

‘நீங்கள்தானே அவருக்கு என் முகவரியை கொடுத்தீர்கள்?’

‘ஆமாம். ஏன் என்ன நடந்துவிட்டது?’

‘படம் எங்கே?’

'படமா? எந்தப் படம்?'

'அவர் உங்களிடம் கொடுத்திருக்கும் படம். அவர்தான் சொன்னார் உங்களிடம் இருப்பதாக.'

'அவன் என்னிடம் ஒரு படமும் கொடுக்கவில்லை. அவன் சித்தப் பிரமையில் ஏதாவது உளறியிருக்கலாம். அவன் இந்த நிலையில் இருப்பான் என்று நான் எதிர்பார்க்கவேயில்லை.'

'நீங்கள் சொல்வது வாஸ்தவம்தானா?'

'நான் எதற்காக பொய் சொல்லவேண்டும்? ராகுல் இப்பொழுது எங்கே இருக்கிறான்? நீங்கள் எதற்காக இந்த வேளையில் இப்படி வந்திருக்கிறீர்கள்? எனக்கு ஒன்றுமே விளங்கவில்லை.'

'ராகுல் இறந்துவிட்டார். அவரை நான் கொன்றுவிட்டேன்.'

'என்ன சொல்லுகிறீர்கள்?'

'ராகுலை நான் கொன்றுவிட்டேன். புரியவில்லையா? அழகற்ற எதுவுமே உலகில் இருப்பதற்குத் தகுதியுடையதன்று. நான் போலீஸ் ஸ்டேஷனுக்குச் சென்று சரணடையப் போகிறேன்.'

கேசவன் உடம்பு லேசாக நடுங்கியது. இவள் சொல்வது உண்மைதானா?'

அவள் ஆடாமல் அசையாமல் விளக்கை வெறித்து நோக்கிக் கொண்டிருந்தாள். அவள் முகத்திலிருந்த ஒவ்வொரு அம்மை வடுவும் கண்ணாக மாறி அவனை உற்று நோக்குவது போலிருந் தது. அவனுக்கு வியர்த்தது. இது ஒரு வேளை கனவோ? தான் இன்னும் உறங்கிக் கொண்டிருக்கிறோமோ என்ற சந்தேகம் அவனுக்கு ஏற்பட்டது.

அவள் திடீரென்று சிரிக்க ஆரம்பித்தாள்.

'நீங்கள் சொல்வது உண்மைதானா?' என்று ஈனஸ்வரத்தில் கேட்டான் கேசவன்.

'உண்மை. உண்மையைத் தவிர வேறொன்றுமில்லை. பரிபூரண மான உண்மை. நானறிந்த ராகுல் வேறு. அழகான இளைஞன். சொற்களைத் தேர்ந்தெடுத்து அழகுணர்ச்சியுடன் ரசனையில் பிசிறு தட்டாமல் பேசும் இளைஞன். இப்பொழுது என்னைப்

பார்க்க வந்தவன் யார்? யட்சனைப் போலிருந்தான். 'நான் தான் ராகுல்' என்றான். என் நிலையில் தூய்மையைப் பாதுகாக்க வேண்டுமென்றால் அவனை கொல்வதைத் தவிர வேறு வழி எனக்குப் புலப்படவில்லை. பால்கனியிலிருந்து கீழே தள்ளி விட்டேன். என் ராகுல் இறக்கவில்லை. வந்த தடியன்தான் இறந்துபோனான்.'

'நீங்கள் சொல்வதை என்னால் நம்பமுடியவில்லை. உங்களால் அவனை பால்கனியிலிருந்து கீழே தள்ளியிருக்க முடியாது.'

'நீங்கள் நம்புகிறீர்களா இல்லையா என்பது பற்றி எனக்குக் கவலையில்லை. எனக்கு மரண தண்டனை நிச்சயம். இறப்ப தற்கு முன்னால் அந்தப் படத்தை பார்க்க விரும்புகிறேன். இருக் கிறதா இல்லையா, உண்மையைச் சொல்லுங்கள்.'

'இல்லை.'

'இன்னொரு விஷயம். அவர் பையிலிருந்த உங்களுடைய விசிட்டிங் கார்டை கிழித்தெறிந்துவிட்டேன். பிள்ளைகுட்டிக் காரராகிய நீங்களும் இதில் சம்பந்தப்பட நேரிடுமோ என்ற பயம் உங்களுக்கு வேண்டாம்.'

அவள் போய்விட்டாள்.

வழக்குப் பதிவாகி கோர்ட்டில் விசாரணை நடந்து கொண்டிருந்த போது போலீசாராலும் அவள் சொல்வதை நம்ப முடியவில்லை. அப் பூதாகாரமான உடலை 'பால்கனி'யிலிருந்து இவளால் எப்படி உருட்டித் தள்ளியிருக்க முடியும்? ஆனால் அவள் பிடிவாத மாக தான் சொன்னதையே மீண்டும் மீண்டும் சொன்னாள். அவள் சார்பில் வழக்காடுவதற்கென்று ஒரு வக்கீல் நியமிப்பதாக கோர்ட்டார் சொன்னார்கள். அவள் மறுத்துவிட்டாள்.

குறுக்கு விசாரணையின்போது நீதிபதி அவளைக் கேட்டார்: 'எதற்காகக் கொன்றீர்கள்?'

'கொல்வதற்குக் காரணம் வேண்டுமென்ற அவசியமில்லை.'

'அப்படியானால் உங்களை மனோதத்துவ பரிசோதனைக்கு அனுப்பவேண்டும்.'

'ஜாதிப்பற்று என்ற ஒரு மானசீகமான காரணத்துக்காக, வகுப்புக் கலவரத்தின் போது, மக்கள் ஒருவரையொருவர் அடித்துக்

கொல்கிறார்களே அவர்கள் எல்லாரையுமா மனோதத்துவ பரிசோதனைக்கு அனுப்பவேண்டும்?'

'இதற்கும் அதற்கும் சம்பந்தமில்லை.'

'இப்பொழுது நான் உங்களை தாக்கிக் கொல்கிறேன் என்று வைத்துக் கொள்ளுங்கள். இதற்குக் காரணம் சொல்ல முடியுமா?'

'உங்களை கொலைகாரி என்று சொல்லமாட்டார்கள். பைத்தியம் என்றுதான் சொல்வார்கள்.'

கோர்ட்டில் சிரிப்பொலி எழுந்தது.

'நீங்கள் எனக்குச் சூட்டும் பட்டத்தைப்பற்றி நான் கவலைப்பட வில்லை. நான் தான் அவரைக் கொன்றேன்.'

அரசாங்க வக்கீல் சொன்னார்: 'இது ஒரு விசித்திரமான கேஸ். மிஸ் ராதிகா தான் குற்றவாளி என்று வாதித்து என்னுடைய வேலையை சுலபமாகப் பார்க்கிறார். போலீசாராலும் இவர்தான் கொன்றிருப்பார் என்று உறுதியாக நம்ப முடியவில்லை. மருத்துவ ரிப்போர்ட் போன்றவற்றைப் பார்க்கும்போது, ராகுல் தாமாகவே மாடியிலிருந்து கீழே விழுந்திருக்க வேண்டுமென்று கூடத் தோன்றுகிறது. அப்படியென்றால் அது தற்கொலை. அப்படியானால் அவர் தற்கொலை செய்ததற்கான காரணம் என்ன? மிஸ் ராதிகா நம்முடன் ஒத்துழைக்க மறுப்பது துர்பாக் கியம்தான். மிஸ் ராதிகாவின் வீட்டில் ராகுல் இறந்திருக்கிறார். பதினைந்து ஆண்டுகளுக்கு முன்பு ராகுல் ராதிகாவின் சிநேகிதரா யிருந்தார் என்று தெரியவருகிறது. மருத்துவப் பரிசோதனையின் மூலம் ராகுல் சித்த ஸ்வாதீனம் இல்லாதவர் என்ற காரணத் தினால் அவருக்கு மின் அதிர்ச்சி சிகிச்சை கொடுக்கப்பட்டிருக் கிறது என்று தெரிகிறது. ஆகவே அவராகவே மாடியிலிருந்து கீழே விழுந்திருக்கக் கூடுமென்ற வாதத்தை ஒதுக்கிவிடவும் முடியாது. சந்தேகத்துக்கிடமின்றி நிரூபிக்கப்பட்டாலொழிய சட்டம் யாரையும் தண்டித்துவிட முடியாது. மேலும்...'

'நீங்கள் யார் பக்கம் பேசிக்கொண்டிருக்கிறீர்கள்?' என்று கேட்டாள் ராதிகா.

'நியாயத்தின் பக்கம்.'

'குற்றவாளியே குற்றவாளி என்று ஒப்புக்கொண்ட பிறகு...'

‘நீங்கள் குற்றவாளிதானா என்று நாங்கள் தீர்மானம் செய்ய வேண்டும். உங்களால் அப் பெரிய சரீரத்தை கீழே தள்ளியிருக்க முடியுமா என்பது ஐயத்துக்கிடமின்றி நிரூபணம் ஆகவேண்டும்.’

‘நீங்கள் என் வீட்டுக்கு வாருங்கள். வேண்டுமென்றால் உங்களையும் தள்ளிவிடுகிறேன். அப்பொழுதாவது ஒப்புக் கொள்வீர்களா?’

‘எனக்கு ராகுலைப்போல் அவ்வளவு பெரிய சரீரமில்லை.’

‘நான் கொன்றது ராகுலில்லை - ராகுல் என்று சொல்லிக் கொண்டு வந்த ஓர் அவலட்சணத்தை. அழகற்றது எதுவுமே உலகில் இருக்கக்கூடாது என்பது ராகுலின் சித்தாந்தம். அதை நானும் ஏற்றுக் கொண்டிருக்கிறேன்.’

‘நீங்கள் எப்பொழுதாவது கண்ணாடியில் உங்கள் முகத்தைப் பார்த்துக் கொண்டதுண்டா?’

‘ஷாட் அப் யூ...’ அவள் வெறி பிடித்தது போல் கத்தினாள். கத்திவிட்டு அப்படியே கூண்டில் சாய்ந்தாள்.

கோர்ட்டில் ஒரு பரபரப்பு ஏற்பட்டது. நீதிபதி விசாரணையை சிறிது நேரம் ஒத்திவைத்தார்.

அப்பொழுதுதான் கேசவன் அரசாங்க வக்கீலிடம் சென்றான்.

‘உங்களுடன் நான் பேசவேண்டும்.’

‘ எது சம்பந்தமாக?’

‘இந்த வழக்கு விஷயமாக.’

‘சொல்லுங்கள்.’

கேசவன், தான் ராகுலை சந்தித்தது முதற்கொண்டு நடந்தவற்றையெல்லாம் விவரமாகக் கூறினான்.

‘ஏன் நீங்கள் முன்பே இது பற்றி போலீசாரிடம் ஒன்றும் கூறவில்லை?’

‘போலீசாருக்கு இது புரியும் என்று எனக்குத் தோன்றவில்லை. இந்தப் படத்தை ராதிகாவிடம் காட்டுங்கள். நீங்கள் கேட்ட கேள்வி அவளை ஏற்கெனவே பாதித்திருக்கிறது. இப்படம்

அவளை நிலைகுலையச் செய்யக்கூடும். அப்பொழுது நாம் உண்மையை அறிந்து கொள்ள வாய்ப்பிருக்கிறது.'

'நீங்கள் என்ன நினைக்கிறீர்கள்?'

'ராகுல் தானாகவே மாடியிலிருந்து விழுந்திருக்கக் கூடும். அவனை தான் தள்ளிவிட்டதாகக் கூறுவது மிஸ் ராதிகாவுக்கு மிகவும் பிடித்திருக்கிறது. இறுதிவரை அவள் ராகுலின் சிஷ்யை யாகவே இருக்க விரும்புகிறாள். எ கைன்ட் ஆஃப் மாஸஷிஸம். அவளும் தானே ராகுலைக் கொன்றதாக நம்பத் தொடங்கி விட்டால் அதுதான் அவள் நரகம்.'

'அவள் கொல்லவில்லை என்பதை எப்படி நிரூபிப்பது?'

'அது சட்டத்தின் வேலை. நான் கூறுவது என் யூகம்.'

அரசாங்க வக்கீல் சிந்தனையில் ஆழ்ந்தார்.

கோர்ட் மறுபடி கூடியது.

அரசாங்க வக்கீல் சொன்னார்: 'எனக்கு இப்பொழுது ஒரு புதிய தகவல் கிடைத்திருக்கிறது. மிஸ் ராதிகாவை நான் விசாரிக்க வேண்டும்.'

ராதிகா அழைத்துவரப்பட்டாள். வந்தவுடன் அவள் கூறினாள்: 'நான் என் நடத்தைக்கு மிகவும் வருந்துகிறேன்.'

'பரவாயில்லை. நான் உங்களை ஒன்று கேட்க விரும்புகிறேன்.'

'எஸ்.'

அரசாங்க வக்கீல் தம் கையிலிருந்த படத்தை அவளெதிரே நீட்டினார். 'இந்தப் படத்தில் இருப்பவர் யாரென்று தங்களால் சொல்ல முடியுமா?'

ராதிகா சிறிது நேரம் அந்தப் படத்தை வெறித்து நோக்கினாள். பிறகு வேகமாகக் கைகளை நீட்டி படத்தைப் பறிக்க முயன்றாள். அரசாங்க வக்கீல் எதிர்பார்த்தவர் போல சடக்கென்று நகர்ந்து கொண்டார்.

ராதிகா கைகளினால் கண்களை பொத்திக் கொண்டு கேவிக் கேவி அழ ஆரம்பித்தாள்.

நீதிபதிக்கு ஒன்றும் புரியவில்லை. 'என்ன இது? காலையில் நீங்கள் வரம்பு மீறி கேள்வி கேட்டதே எனக்குப் பிடிக்கவில்லை. அது என்ன படம்?'

'இது இவருடைய படம்தான். பதினைந்து ஆண்டுகளுக்கு முன்பு ராகுல் வரைந்தது' என்று கூறிக் கொண்டே படத்தை நீதிபதியிடம் கொடுத்தார் அரசாங்க வக்கீல்.

'இந்தப் படம் உங்களை ஏன் இப்படி பாதிக்கிறது?' என்று கேட்டார் நீதிபதி.

'எனக்கு அந்தப் படம் வேண்டும்' என்றாள் ராதிகா கரகரத்த குரலில்.

'நீங்கள் உண்மையைச் சொல்லுங்கள் தருகிறேன்.'

கோர்ட்டில் சிறிது நேரம் அமைதி நிலவியது.

'நிச்சயமாய்த் தருவீர்களா?'

'நிச்சயமாக.'

ராதிகா சொல்ல ஆரம்பித்தாள். 'ராகுலை பார்த்தபோது எனக்கு அதிர்ச்சிதான் ஏற்பட்டது. வந்தவனை ராகுல் என்று நான் நம்பத் தயாராக இல்லை. ஆனால் அதே ராகுல். அவன் சம்பந்தமில் லாமல் ஏதோ உளறிக் கொண்டேயிருந்தான். 'நீயும் அவலட் சணம், நானும் அவலட்சணம். இருவரும் ஒருவருக் கொருவர் பொருத்தம்தான். நீ எனக்கு இப்பொழுது வேண்டும். நான் இப்பொழுது பாடிலேரின் சிஷ்யன். என்னை நானே வருத்திக் கொள்ள விரும்புகிறேன். நான் சாவதற்கு முன்பு உன்னுடன் செக்ஸ். இதுதான் என் தற்கொலை' என்று அவன் ஏதேதோ பேசிக் கொண்டேயிருந்தான். நான் அவனிடம் என் படம் இருக்கிறதா என்று கேட்டேன். அவன் அதற்கு பதில் சொல்ல வில்லை. வேறு எவற்றைப் பற்றியெல்லாமோ பேசிக் கொண்டே போனான். அவனை பார்க்கப் பார்க்க என்னுள் ஓர் எரிச்சல் அதிகரித்துக் கொண்டே போனது.

அப்பொழுது என் கைகளைப் பற்றி என்னை வற்புறுத்த முயன்றபோது நான் கோபத்தில் கத்தினேன். 'என் கற்பனையில் வாழும் ராகுல் வேறு. நீ இயற்கையின் பிழை. தயவு செய்து போய்விடு' என்று. அவன் சிறிது நேரம் என்னையே உற்றுப்

பார்த்துக் கொண்டிருந்தான். பிறகு பால்கனிக்குச் சென்றான். சத்தம் கேட்டபிறகுதான் என்ன நடந்திருக்கும் என்று நான் உணர்ந்தேன்.'

'இது உண்மைதானா?' என்று கேட்டார் அரசாங்க வக்கீல்.

'நான் இப்பொழுது பொய் சொல்ல வேண்டுமென்ற அவசிய மில்லை. அப்படி நீங்கள் நம்பாவிட்டாலும் நான் கவலைப்படப் போவதில்லை. இப்பொழுது படத்தைத் தருவீர்களா?'

அரசாங்க வக்கீல் அந்தப் படத்தை நீதிபதியிடமிருந்து வாங்கி அவளிடம் கொடுக்கும் போது, கேசவன் குறுக்கிட்டான்.

'நான் உங்களிடம் கொடுத்தேன். அதை என்னிடம் கொடுங்கள்.'

கேசவன் இருந்த பக்கம் வக்கீல் திரும்பியபோது ராதிகா அவரிட மிருந்து அப்படத்தைப் பறித்துக் கொண்டாள்.

அவள் அந்தப் படத்தைச் சிறிது நேரம் உற்றுப் பார்த்துக் கொண்டேயிருந்தாள்.

'இதுதான் என் கண்ணாடி. கண்ணாடியே, கண்ணாடியே சொல், யார் அழகென்று?' என்று சொல்லி அவள் பலமாக சிரிக்க ஆரம்பித்தாள்.

9. நட்பு

திடீரென்று விழிப்பு வந்தது செந்திலுக்கு. ஜன்னல் வழியே வெளியே பார்த்தான். பொழுது புலர்ந்து விட்டாற்போல் தோன்றியது. தெரு விளக்குப் போடும் 'பகல் வேஷ'மாகவும் இருக்கலாம். மூடியிருந்த ஜன்னல் கண்ணாடிக் கதவு வழி வெளிச்சத்தின் உண்மையை அறிவது கஷ்டம்தான்.

செந்தில் படுக்கப் போகும்போது, ஜன்னல் கதவைத் திறந்து வைத்து விட்டுத்தான் படுப்பது வழக்கம். ஆனால் அவன் தூங்கிய பிறகு, அவன் பாட்டி ஜன்னல் கதவை சாத்திவிட்டுப் போய் விடுவாள். காலையில் வீசும் 'சில்'லென்ற காற்றினால் அவன் உடல்நலம் பாதிக்கப்படக் கூடுமென்ற பயம்.

வெளிக்காற்று உடம்பில் பட்டால்தான் ஆரோக்கியமாக இருக்க முடியுமென்று அவன் பல தடவை பாட்டியிடம் சொல்லியாகி விட்டது. அவன் சொல்வதற்குத் தலையை ஆட்டிவிட்டு, அவன் தூங்கின பிறகு, ஜன்னலை சாத்திவிட்டுப் போனால்தான் பாட்டிக்குத் தூக்கம் வரும் போலிருக்கிறது.

செந்தில் கட்டிலிலிருந்து எழுந்து போய் ஜன்னல் கதவைத் திறந்தான்.

பகல் வேஷமில்லை. விடிந்து விட்டது.

திடீரென்று அவன் மனத்தில் சூன்யம். ஆமாம். இன்றுதான் எதிர்த்த வீட்டிலிருக்கும் அவன் அருமை நண்பன் பாலு, ஊரைவிட்டு போகப் போகிறான். அவன் அப்பாவுக்கு திருச்சிக்கு மாற்றலாகிவிட்டது.

இனிமேல் அவன் பள்ளிக்கூடத்துக்கு தனியாகத்தான் போக வேண்டும்.

செந்திலுக்கு இயல்பாகவே மிகவும் கூச்ச சுபாவம். யாருடனும் தானாகவே போய்ப் பேசமாட்டான். கூச்ச சுபாவமுடைய பையன்களை சீண்டுவதில் முரட்டுப் பையன்களுக்கு ஓர் அலாதி இஷ்டம்.

எட்டாவது வகுப்பில் தொடர்ந்து இரண்டு வருஷமாகப் படித்துக் கொண்டிருந்த மணி ஒரு 'புல்லி'. அவன் செந்திலை ஒரு சமயம் காரணம் எதுவுமில்லாமல் சீண்டித் தொந்தரவு கொடுத்த போதுதான், பாலுவுக்கும் செந்திலுக்கும் சிநேகம் ஏற்பட்டது.

பாலு, பள்ளிக்கூடத்தில் புதிதாகச் சேர்ந்திருந்த பையன். செந்திலுக்குப் பரிந்து கொண்டு மணியோடு மோத அவன் முன் வந்தது பலருக்கு ஆச்சரியத்தைத் தந்தது.

மணியும் இதை எதிர்பார்க்கவில்லை. அவன் தலைமைக்கு இது ஒரு சவால். தன்னைப் பற்றி பாலுவுக்குத் தெரியாமலிருக்கலாம் என்ற 'நல்லெண்ணத்தின்' காரணமாகவோ என்னவோ முதலில் பாலுவுக்கு எச்சரிக்கை செய்யும்படி தன் சிஷ்யர்களில் ஒருவனுக்கு அவன் கட்டளையிட்டான்.

சிஷ்யனும், தலைவர் கட்டளையை சிரமேற்கொண்டு, பாலுவிடம் சொன்னான்: 'நீ புதுப் பையன், யாரோடு மோதறதுன்னு தெரியாம மோதறே. வீட்டுக்குப் பத்திரமாப் போய்ச் சேரணுமா, வேண்டாமா?'

பாலு ஏளனமாகச் சிரித்தான்.

மணி வெறிகொண்டாற்போல், பாலுவின் மீது திடீரென்று பாய்ந்தான்.

அடுத்த கணம் என்ன நடந்ததென்று யாருக்கும் தெரியவில்லை.

நிஜமாகவே மண்ணைக் கவ்வினான் மணி. அவன் வாய் முழுவதும் மண்.

அவனால் எழுந்திருக்க முடியவில்லை. மற்றைய மாணவர்களால் இதை நம்ப முடியவில்லை.

மணியையும் ஒருவனால் எதிர்க்க முடியுமா?

ஒரு புதிய தலைவன் உருவானான். அவனுடைய தலைமைப் பதவி எல்லோராலும் அங்கீகரிக்கப்பட்டது.

பாலு படிப்பிலும் கெட்டிக்காரன். விளையாட்டில் சூரன். பாலு தன்னுடைய நெருங்கிய நண்பன் என்று சொல்லிக் கொள்வதில், செந்திலுக்குப் பெருமையாக இருந்தது.

இன்று பாலு ஊரைவிட்டுப் போக போகிறான். செந்திலுக்குத் துக்கம் நெஞ்சை அடைத்துக் கொண்டது.

'என்னடா இவ்வளவு சீக்கிரம் எழுந்திட்டே?' என்று கேட்டுக் கொண்டே வந்தாள் அவன் பாட்டி.

'பாலு இன்னிக்கு ஊருக்குப் போகப் போறான்' என்றான் செந்தில்.

'இன்னிக்கா போறாங்க?' என்றாள் பாட்டி.

'ஆமாம்.'

'சரி. பல்லை விளக்கிட்டு...' என்று பாட்டி கூறி முடிப்பதற்குள், செந்தில் இடை மறித்தான். 'பழகினவங்க போறாங்க. உங்களுக்கு வருத்தமா இல்லையா பாட்டி?'

பாட்டி பதில் கூறவில்லை. கலைந்திருந்த படுக்கையை சரி செய்தாள்.

'எழுந்திருக்கப்போவே, படுக்கையை சரிபண்ணுன்னு எத்தனை தடவை உன்கிட்டே சொல்றது?' என்றாள் பாட்டி.

செந்திலுக்குக் கோபமாக வந்தது.

'இப்போது அதுவா முக்கியம்?' என்றான் செந்தில்.

'பின்னே எது முக்கியம்?' என்று ஒன்றும் தெரியாமல் கேட்டாள் பாட்டி.

'பாலு இன்னிக்கு ஊருக்குப் போறான்.'

'அவனோட அப்பாவுக்கு மாத்தலாயிடுச்சு, போறான். இதிலென்ன அதிசயம்?'

'ஒரு அதிசயமும் இல்லே. வயசாயிடுச்சின்னா, பெரியவங்க எல்லாருமே உணர்ச்சியே இல்லாத மரக்கட்டைங்க' என்றான் செந்தில் எரிச்சலுடன்.

பாட்டி அவனை ஏற இறங்கப் பார்த்து விட்டு, புன்னகை செய்து கொண்டே சொன்னாள்: 'சரி நான் மரக்கட்டைதான். நீ போய் பல்லை விளக்கிட்டு...'

'பல்லை விளக்கிட்டு, பல்லை விளக்கிட்டு... கிளிப் பிள்ளை மாதிரி ஏன் சொல்லிக்கிட்டிருக்கீங்க? இதோ போறேன்' என்றான் செந்தில்.

அவன் பல்லை விளக்கிவிட்டு ஹாலுக்கு வந்தான். சாப்பாட்டு மேஜையில் ஆவி பறக்க பால் வைக்கப்பட்டிருந்தது.

அவனுக்குக் காப்பி குடிக்க வேண்டுமென்று ஆசை. பாட்டிக்கு விசித்திரமான சில அபிப்பிராயங்கள் உண்டு. கல்லூரிக்குப் போன பிறகுதான் அவன் காப்பி குடிக்கலாமென்பதும் அந்த அபிப்பிராயங்களிலொன்று. அவன் அப்பா கல்லூரியில் சேர்ந்த பிறகுதான் காப்பி குடிக்க அனுமதிக்கப்பட்டாராம். காப்பி உடம்புக்குக் கெடுதல். பள்ளிக்கூடத்தில் காபி குடிக்காமல் பாதுகாக்கப்பட்ட அவன் அப்பாவின் உடம்பு, கல்லூரிக்குச் சென்று காப்பி குடித்ததினால் பாதிக்கப்படவில்லை. கார் விபத்தினால் பறிபோனது. அம்மாவும் அவ்விபத்தில் போய் விட்டாள். அவனுக்கு அப்பொழுது இரண்டு வயது.

பாட்டியிடம், அவ்வளவு கோபமாகப் பேசியிருக்க வேண்டா மென்று அவனுக்குப்பட்டது.

பாட்டி பூஜை அறையிலிருந்தாள். கண்கள் மூடியிருந்தன. இதழ்கள் அசைந்து கொண்டிருந்தன. திருவாசகம் சொல்லிக் கொண்டிருந்தாள்.

பாட்டியைச் செல்லமாக சீண்ட வேண்டும் போல் அவனுக்குத் தோன்றியது.

'பாட்டி, காப்பி.'

பாட்டி கண்களைத் திறக்கவில்லை.

'உங்களுக்கு வச்சிருக்கிற டிகாக்ஷன்லே பாலைக் கலந்து குடிக்கப் போறேன்.'

'என்ன வேணுமானாலும் செய். என்னைக் கேக்காதே' இதுதான் பாட்டியின் அதிகபட்சமான கோபத்தின் அடையாளம். பாட்டி கண்களைத் திறக்காமலேயே இவ்வாறு சொன்னாள்.

செந்தில் மேஜையின் மீதிருந்த பாலை எடுத்துக் குடித்தான்.

தன் மீது இவ்வளவு பாசத்தைப் பொழியும் பாட்டியை 'மரக் கட்டை' என்று சொன்னது தப்புதான்.

ஆனால் பெரியவர்களுக்கு சிநேகிதர்களே இருப்பதில்லை. 'சிநேகிதர்கள்' என்றால் உண்மையான சிநேகிதர்கள். அவனை யும் பாலுவையும் போல.

அப்பா இருந்தபோது, அப்பாவுக்கு சிநேகிதர்கள் என்று கொண்டாடிக் கொண்டு பல பேர் வருவார்களாம். அப்பா போன பிறகு ஒருவன் கூட எட்டிப் பார்க்கவில்லை என்பாள் பாட்டி.

பெரியவனாகி விட்டால், சுயநலம் வந்துவிடுமென்பது பாட்டி யின் அபிப்பிராயங்களில் இன்னொன்று. அப்படியானால் அவன் பெரியவனாகவே ஆகக்கூடாது.

இது சாத்தியமா?

பாலுவும் அவனும் இரண்டு நாள்களுக்கு முன்புதான் எப்பொழு தும் இருவரும் ஒருவரையொருவர் மறக்காமலிருப்பதற்காக பரிசுப் பொருளை பரிமாறிக் கொண்டனர்.

செந்தில், பாலுவுக்கு தான் சின்ன வயதிலிருந்து சேகரித்து வந்த தபால்தலை ஆல்பத்தைக் கொடுத்தான். பாலு அவன் மாமா அமெரிக்காவிலிருந்து வாங்கி வந்த ஒரு பேனாவை கொடுத்தான்.

அதிர்ஷ்டப் பேனா.

அதில் எழுதி எழுதிதான் பாலுவுக்கு எப்போதுமே வகுப்பில் முதலிடம்.

அவனுக்கு அதைக் கொடுக்க எப்படி மனசு வந்தது! தனக்கு அந்த ஆல்பத்தைக் கொடுக்க எப்படி மனசு வந்தது.

சிநேகிதமென்றால் இப்படித்தானிருக்கவேண்டும். பெரியவர்க ளாகிவிட்டால், பாட்டி சொல்வது போல் சுயநலம்தான்.

இரண்டு நாள் முன்பு இருவரும் மொட்டை மாடிக்குச் சென்று பேசிக் கொண்டிருந்தார்கள். சாயந்திர நேரம்.

'திருச்சிக்குப் போனா என்னை மறந்துடுவேயில்லே?'

‘நான்சென்ஸ். நீ என்னுடைய பெஸ்ட் ஃப்ரெண்ட். எப்படி மறக்க முடியும்? நீ மறந்துடுவியா?’

‘நான்சென்ஸ். எனக்குத்தான் நீ வேணுமே தவிர, உனக்கு நான் வேணாம். நீ இல்லாட்டி, அந்த மணி ராஸ்கலும், அவன் ஃப்ரெண்ட்ஸ் எல்லோருமா என்னை டீஸ் பண்ணிக்கிட்டே இருப்பாங்க. நீ வந்தது எனக்கு எவ்வளவு சந்தோஷமா இருந்தது தெரியுமா? ஒரு வருஷத்துக்குள்ளே உங்கப்பாவுக்கு ஏன் மாத்தலாயிடிச்சு?’

‘திருச்சியிலே ஒருத்தன் இங்கே வரணும்னு பாக்கறான். அவனுக்கு பெரிய இடத்து சிபாரிசு. எங்கப்பாவுக்குப் போக இஷ்டமேயில்லே. என்ன செய்யறது, நாய் வேஷம் போட்டா குறைச்சுத்தானே ஆகணுங்கிறார் எங்கப்பா.’

‘நான் திருச்சிக்குப் போனதேயில்லை.’

‘நானும்தான். எந்த இடமா இருந்தா என்ன, ஃப்ரெண்ட்ஸ் கிடைப்பான்னு ஒரு நம்பிக்கை வேணும்.’

‘உனக்கு கிடைப்பாங்க. யு ஆர் ஸ்மார்ட். எனக்கு நீ ஒத்தன்தான் ஃப்ரெண்ட் தெரியுமா? இப்போ நீ போனப்புறம் அட்ஜெஸ்ட் செய்துக்கிறது ரொம்ப கஷ்டமாயிருக்கும்.’

‘டோன்ட் பி ஸில்லி.’

பாலு அவன் தோள் மீது கையை வைத்து தன் மீது சாய்த்துக் கொண்டான்.

செந்திலுக்கு அழுகை வந்துவிடும் போலிருந்தது. கஷ்டப்பட்டு அடக்கிக்கொண்டான்.

‘நீ திருச்சிக்கு வாயேன். மெட்ராஸ்லேர்ந்து திருச்சி எவ்வளவு தூரம்?’

‘என் பாட்டி என்னை எங்கேயும் தனியா அனுப்ப மாட்டாங்க.’

‘நான் வந்து கூட்டிண்டு போறேன். ஓ.கே.?’

செந்தில் புன்னகை செய்தான்.

‘சரி, போகலாமா?’ என்றான் பாலு, சிறிது நேரம் கழித்து.

‘இரு போகலாம். நம்ம ரெண்டு பேரும் இங்கே இருக்கிறது எனக்கு எவ்வளவு சந்தோஷமா இருக்கு தெரியுமா? ரெண்டு நாள் கழிச்சு நீ போயிடுவே. அப்புறம் நான் தனியாத்தான் வந்து மொட்டை மாடியிலே நிக்கணும். நீ வர்றதுக்கு முன்னாலே எனக்கு தனியா இருக்கத்தான் பிடிக்கும்.’

‘தோ பாரு செந்தில்! நீ எல்லோரோடயும் பழகக் கத்துக்கணும். இப்படி ஒதுங்கி ஒதுங்கி கூச்சப்பட்டியானா உன்னை டீஸ் பண்ணத்தான் எல்லாருக்கும் தோணும்.’

‘உனக்கு மட்டும் என்னை டீஸ் பண்ணனும்னு ஏன் தோணலே?’

‘நானும் பண்ணியிருக்கலாம். ஆனா இன்னொருத்தன் ஒரு ‘புல்லி’ கணக்கான உன்னை டீஸ் பண்றச்சே, அவனை சாலெஞ்சு பண்ணணும்னு எனக்குத் தோணித்து. அப்படி சாலெஞ்சு பண்ண தினாலேதான் மத்தவாள்ளாம் சேர்ந்து எனக்குப் பட்டாபிஷேகம் கட்டிட்டா.’

செந்திலுக்கு சற்று ஏமாற்றத்தை தந்தது இப்பதில்.

அப்படியானால் அவன் மீது பாலுவுக்கு உண்மையான பரிவு இல்லையா?

பாலு உடனே சொன்னான்: ‘என்னமோ தெரியலே. உன்னைப் பார்த்ததும் எனக்கு அப்படி ஒரு அட்டாச்மெண்ட். இதுக்குக் காரணமே சொல்ல முடியாது.’

செந்தில் அவன் கையைப் பற்றிக் கொண்டே சொன்னான்: ‘பாலு எனக்கும் அப்படித்தான்.’

இரண்டு நாள்களுக்கு முன்பு நடந்த இந் நிகழ்ச்சியை நினைத்துப் பார்த்துக் கொண்டே, தன் அறைக்குச் சென்ற செந்தில், பாலு கொடுத்த பேனாவை எடுத்துப் பார்த்தான்.

எவ்வளவு அழகான பேனா!

‘புதுப் பேனாவா, வாங்கினியா?’ என்று கேட்டுக் கொண்டே வந்தாள் பாட்டி.

‘பாலு கொடுத்தான். ஊருக்குப் போறானில்லே, அவனை ஞாபகத்திலே வச்சிக்க.’

‘நீ என்ன கொடுத்தே?’

'ஸ்டாம்ப் ஆல்பம்!'

'சின்ன வயசிலேந்து சேகரிச்சுகிட்டு வந்தே, எல்லாத்தியுமா கொடுத்திட்டே?'

'இந்தப் பேனா, அவன் மாமா அமெரிக்காவிலிருந்து வாங்கிட்டு வந்தது. அவன் இந்தப் பேனாவினாலே எழுதி எழுதித்தான் முதல் மார்க் வாங்கறான். அவன் இதைப் பத்தியெல்லாம் யோசிக்காம, பேனாவைக் கொடுத்திருக்கிறப்போ, ஆல்பத்தைக் கொடுத்திட்டியான்னு கேக்கறீங்களே பாட்டி? நல்லா இருக்கா? பாலு என்னோட பெஸ்ட் ஃப்ரெண்ட்.'

அவன் அந்தப் பேனாவின் மூடியைத் திறந்து நிப்பைப் பார்த் தான். பளபளவென்றிருந்தது.

'அவன் முதல் மார்க் வாங்கின பேனாவா? நீயும் எழுதி முதல் மார்க் வாங்கு' என்றாள் பாட்டி.

'முதல் மார்க் முக்கியமில்லே பாட்டி, ஆசையோட கொடுத்த பேனா. அது தான் முக்கியம்.'

'முதல் மார்க்தான் முக்கியம். ஆசை, கீசையெல்லாம் அப்புறம் தான்.'

'இதுதான் சுயநலங்கிறது.'

'யார் தான் சுயநலமாயில்லே? வாழ்க்கையிலே பொழைக் கணும்னா சுயநலமா இருக்கக் கத்துக்க.'

'நீங்க திருவாசகம் படிச்சு என்ன பிரயோஜனம்?'

'சுயநலத்துக்காகத்தான் படிக்கிறேன். நீ நல்லா இருக்கணும். நான் நல்லா இருக்கணும்னு சாமியை வேண்டிக்கிறேன். இதிலே என்ன தப்பு? சாமிக்குக் கடன் நேர்த்தி எதுக்காகச் செய்யறாங்க? 'நீ எனக்கு நல்லது பண்ணு, நான் உனக்கு அதைச் செய்யறேன், இதைச் செய்யறேன்'னு ஒரு ஒப்பந்தம். சாமியும் இதை நல்லாப் புரிஞ்சுக்கும்.'

'உங்களுக்கு சொன்னா புரியாது பாட்டி.'

'எது?'

'எனக்கும் பாலுவுக்குமிருக்கிற சிநேகத்தைப் பத்தி. நீங்க எல்லாத்தையும் சுயநலத்து அடிப்படையிலே பார்க்கறீங்க.'

அவன் பேனாவை மேஜை ட்ராயரில் வைத்துவிட்டு வெளியே சென்றான்.

அவன் தன் அப்பார்ட்மெண்ட்டை விட்டு வெளியே வந்தான்.

பாலு வீடு பூட்டியிருந்தது.

போய் விட்டார்களா! அதற்குள் போய் விட்டார்களா! அதற்குள்ளாகவா? சாமான்களை இறக்கிய சுவடே தெரியவில்லையே. எப்படிப் போயிருப்பார்களோ? பாலுவின் அம்மாவுக்கு பக்கத்துத் தெருவிலிருந்த பிள்ளையார் மீது அளவற்ற நம்பிக்கை. இரண்டு வேளையும் தவறாமல் போவதை அவன் பார்த்திருக்கிறான்.

அவன் தன் வீட்டுக்குள் நுழைந்தான்.

'பாட்டி, எதிர்த்த வீடு பூட்டியிருக்குதே. அவங்க எங்கே?'

'போயிருப்பாங்க.'

'சாமான் ஏத்திக் கொண்டு போக வேண்டாமா? லாரி வந்ததாகவே தெரியலே?'

'விடியற் காலையிலே வந்திருக்கும்.'

'அப்படிச் சொல்லாம கொள்ளாமயா போவாங்க?'

'எதுக்காகச் சொல்லணும்? டவுன்லே அப்பார்ட்மெண்ட்லே இருக்கிறவங்களுக்கெல்லாம் அப்படியென்ன ஒட்டு உறவு இருக்க முடியும்? ரயில் சிநேகம் மாதிரித்தான்.'

'ரொம்ப க்ரூயலா பேசாதீங்க, பாட்டி.'

'என்ன சொல்றே?'

'இரக்கமில்லாம பேசறீங்கன்னேன். பாலு என்கிட்டே சொல்லிக்காம போகமாட்டான்.'

ஒருவேளை, சொல்லிக் கொள்ள வந்தால் அழ நேர்ந்து விடுமென்று, தான் தைரியமாயிருப்பது போல் காட்டிக்கொள்ள சொல்லாமல் போய் விட்டானோ?

அவன் முதல் மாடியிலிருந்து கீழே இறங்கி வந்து, பாலுவின் வீட்டைப் பார்த்தான். திரைச் சீலைகள் அப்படியே இருந்தன. அகற்றப்படவில்லை.

எங்கே போயிருப்பார்கள்?

அவன் கீழே வீட்டு வாசலில் நின்று கொண்டிருந்த அந்தவீட்டு மாமியைக் கேட்டான்: 'மேலே அந்த வீட்டுக்காரங்க இன்னிக்குக் காலி பண்றாங்க இல்லே?'

'ஆமாம், அப்படித்தான் சொன்னா, தெரியலியே. நான் பார்த்த வரைக்கும் சாமானை எதையும் இறக்கிக் கொண்டு வந்ததாகத் தெரியலே. ஏன் அவா யாரும் வீட்டிலே இல்லியா?'

'வீடு பூட்டியிருக்கு.'

'சொந்தக்காராகிட்டே சொல்லிக்கிறதுக்காகப் புறப்பட்டு போயிருக்கலாம்.'

'காலையிலே ஏழு மணிக்கு லாரி வரும்னு அந்த வீட்டுக்காரப் பையன் பாலு, என்கிட்டே நேத்து சொன்னான்.'

'மணி எட்டரை. லாரி வந்ததாகத் தெரியலே.'

'சாரதா, என்ன பண்ணிண்டிருக்கே, வா இங்கே. எனக்கு இன்னிக்குச் சீக்கிரம் ஆபீஸ் போகணும்னு நேத்திக்கு உன் கிட்டே சொன்னது மறந்து போச்சா?' என்று அந்த மாமியின் கணவர் உரத்த குரலில் கூப்பிட்டார்.

சாரதா மாமி உள்ளே போனாள்.

யாரும் யார் காலி செய்து கொண்டு போவதைப் பற்றியும் கவலைப்படுவதாகத் தெரியவில்லை.

செந்தில் தன் வீட்டுக்குச் சென்று மணியை அழுத்தினான்.

'எங்கே போனே?' என்றாள் பாட்டி.

'எதிர்த்த வீட்டுக்காரங்களைப் பற்றி விசாரிக்கப் போனேன். யாருக்கும் ஒண்ணும் தெரியலே.'

'நீ ஸ்கூலுக்குப் போக வேண்டாமா?'

'பாலுவை வழி அனுப்ப வேண்டாமா?'

'அவங்களையே காணோங்கிறே. எப்படி வழி அனுப்பப் போறே?'

‘எங்கே போயிருப்பாங்க?’

‘உனக்கென்ன கவலை? சாப்பிட்டுட்டு பள்ளிக்கூடம் போற வழியைப் பாரு’ என்றாள் பாட்டி.

அன்று மாலைதான் செந்திலுக்கு செய்தி தெரிய வந்தது. பாலுவின் அப்பாவின் அம்மா திடீரென்று காலமாகி விட்டதாக முதல் நாளிரவு தந்தி வந்திருக்கிறது. திருநெல்வேலிக்கு காரில் பாலு, அவன் அப்பா, அம்மா மூவரும் உடனே புறப்பட்டுப் போயிருக்கிறார்கள்.

செந்திலின் பாட்டி, இந்தத் தகவலை வேலைக்காரியின் மூலம் அறிந்து அவனிடம் சொன்னாள்.

‘பாவம்’ என்றான் செந்தில்.

‘பாவம் என்ன? வயசானா எல்லாரும் ஒரு நாள் போக வேண்டியதுதானே? நீ பெரியவனா ஆகணும்னுதான் நான் காத்துக் கிட்டிருக்கேன்.’

‘நான் பெரியவனா ஆகவே மாட்டேன் பாட்டி. அப்போ நீ போகவே முடியாது’ என்று சிரித்துக் கொண்டே சொன்னான் செந்தில்.

‘ஒவ்வொருத்தரையும் கூட்டிக்க எமன் ஒரு வழி பண்ணுவான். உன்னோட அப்பா அம்மாவைக் கூட்டிக்கிட்டானே படுபாவி! அவங்களுக்குப் போற வயசா?’

‘எப்போவோ நடந்ததுக்கு இப்போ ஏன் சாபம் கொடுக்கிறீங்க?’

செந்திலுக்கு ஒரு ஆறுதல். பாலு எப்படியும் திரும்பி வந்து விட்டுத் தான் போகப் போகிறான். அவனை மறுபடியும் பார்க்கலாம்.

பதினைந்து நாள்கள் கழித்துத் திரும்பி வந்தான் பாலு.

பாலு அவன் பெற்றோருடன் வந்துவிட்டானென்பது, வேலைக் காரி சொல்லித்தான் செந்திலுக்குத் தெரியும்.

‘பாலு வந்தாச்சாம் பாட்டி. நான் போய்ப் பார்த்துட்டு வர்றேன்.’

‘இன்னிக்கு சனிக்கிழமை. போகக்கூடாது. நாளைக்குப் போ.’

‘ஃப்ரெண்டைப் பார்க்கப் போறேன். சனியா இருந்தா என்ன, கினியா இருந்தா என்ன பாட்டி.’

'அப்புறம் உன் இஷ்டம். சொல்றதை சொல்லிட்டேன்.'

பாட்டியின் வழக்கமான ஆயுதம்.

இதற்குள் பாலுவே அவனை தேடிக்கொண்டு வந்து விட்டான்.

பாலுவைக் கண்டதும், செந்திலுக்கு ஒரே சந்தோஷம். அதே சமயத்தில் அவன் பாட்டி போய்விட்டாளென்பது பற்றி வருத்தம்.

'உன் பாட்டி... ஐ ஆம் ஸாரி பாலு' என்றான் செந்தில்.

'உன் பாட்டிக்கு என்ன வயசு, பாலு?' என்றாள் செந்திலின் பாட்டி.

'எண்பத்தஞ்சு.'

'தாத்தா இருக்காரா?'

'இருக்கார். அவருக்கு எண்பத்தெட்டு வயசாகிறது.'

'கல்யாணச் சாவு. நல்ல பழுத்த சுமங்கலியா போயிட்டாங்க' என்றாள் செந்திலின் பாட்டி.

'ஒரு ஹாப்பி நியூஸ்' என்றான் பாலு செந்திலின் கைகளைப் பற்றிக் கொண்டே.

'என்ன?'

'எங்கப்பா மாத்தலை கான்ஸல் பண்ணியாச்சு. எங்க தாத்தவை இங்கே கூட்டிண்டு வந்து வைத்தியம் பார்க்கணும்னு எங்கப்பா ஹெட் ஆபீசுக்குச் சொல்லி, ட்ரான்ஸ்ஃபரை கான்ஸல் பண்ணிட்டார்.'

'அப்போ இங்கேதான் இருக்கப் போறே?' என்று கேட்டுக் கொண்டே பாலுவைக் கட்டிக் கொண்டான் செந்தில்.

'ஆமாம். சரி, என் பேனாவை திருப்பிக் கொடுத்திடு. நான் உன்னோட ஆல்பத்தைத் திருப்பித் தந்துடறேன். ஓ.கே?'

அவனைக் கட்டிக் கொண்டிருந்த செந்தில் 'சரேலெ'ன்று விலகி, அவனை ஏற இறங்கப் பார்த்தான்.

அவனுக்கு துக்கம் பொத்துக் கொண்டு வந்தது.

10. மனிதாபிமானம்

ஆயிரத்துத் தொள்ளாயிரத்து ஐம்பத்தாறு என்று நினைக்கிறேன். 55 டிசம்பராகவும் இருக்கலாம். நான் அப்பொழுது சூட் போட்டுக் கொண்டிருந்த ஞாபகம். தில்லியில் தைத்த முதல் சூட். கோல் மார்கெட் அருகிலிருந்த மாஸ்டர்ஜி கடையில், இரண்டு தவணைகளில் தருவதாகச் சொல்லி தைத்த சூட். காம்பினேஷன் - கீழே கருநிறச் சாம்பலில் பாண்ட், மேலே இளமஞ்சள் கோட்.

அந்தக் குளிர்ப் பருவத்தின்போதுதான் தில்லியை மஞ்சள் காமாலை நோய் ஒரு கலக்கு கலக்கியது. திடீரென்று பெய்த மழையினால் யமுனையில் வெள்ளம். தில்லிச் சாக்கடைகளில் பெருகிய கழிநீரும், யமுனையும் கலந்த அற்புதத்தில் விளைந்த இருவேணிச் சங்கமம், தில்லி முழுவதும் இந்நோய் பரவக் காரணமாயிற்று.

நான் அப்பொழுது கரோல்பாகிலிருந்த மெஸ்ஸில் சாப்பிட்டுக் கொண்டிருந்தேன். நான் தங்கியிருந்த அறை வேறோரிடத்தில். இரண்டு அறைகளுடன் கூடிய ஒரு ஃப்ளாட்டை, 'ஆல் இந்தியா ரேடியோவில்' வேலை பார்த்த ஒருவன் வாடகைக்கு எடுத்திருந் தான். அவன் மனைவி பிரசவத்துக்காக மன்னார்குடி போயிருந் தாள். தலைப்பிரசவம்.

ஓர் அறையை எனக்கு வாடகைக்கு விட்டிருந்தான். நாற்பது ரூபாய் வாடகை. அவன் ஒரு விசித்திரமான பேர்வழி. காலையில் காயத்திரி மந்திரம் ஜெபிப்பான். இரவில் நீற நிறப் படங்கள் பார்ப்பான். அவன் அவற்றைப் பார்க்க என்னை அழைத்தபோது, நான் மறுத்தது அவனுக்கு ஆச்சரியத்தைத் தந்தது. என்

ஆண்மையை அவன் சந்தேகித்திருக்கலாமென்றுகூட எனக்குத் தோன்றுகின்றது. இதைப் பற்றி நான் அதிகம் கூற விரும்ப வில்லை. இக்கதை அவனைப் பற்றி அல்ல. இக்கதை இன்னொரு நண்பனைப் பற்றியது. அவனும் என்னைப் போல ஒரு பிரம்மச்சாரி. அவன் கன்னாட் ப்ளேஸில் ஒரு போர்ஷனில் குடியிருந்தான். நான்கு பேர் அவ்வறையில் இருந்தார்கள். அவனுக்கு என்னைப் போல் ஓர் அலுவலகத்தில் வேலை. அவனுக்கு இயற்கை வைத்தியத்தில் அசாத்திய நம்பிக்கை. தில்லி மஞ்சள் காமாலை நோய் அவனையும் விட்டு வைக்க வில்லை. நான் இரண்டாம் நாளே அவனிடம் சொன்னேன்.

'வா, டாக்டரிடம் போகலாம்.'

' வேண்டாம். அல்லோபதி மருந்துகள் ஓர் ஏமாற்று வேலை. இயற்கை வைத்தியத்தில் குணப்படுத்திவிடமுடியும்' என்றான் அவன்.

அவனுக்கு ஆஸ்துமா நோய் வேறு. மூச்சுவிட முடியாமல் கஷ்டப்பட்டான். நான்கு நாள்களாகியும், காய்ச்சல் விட்ட பாடில்லை. அவன் ஒன்றும் சாப்பிடாமல் பட்டினி கிடந்தான்.

ஒரு முக்கியமான விஷயத்தைச் சொல்ல மறந்துவிட்டேன். அவனுக்கு மஞ்சள் காமாலை வருவதற்கு முன்னால், அவனும் நானும் ஒரு திரைப்படத்துக்குப் போவதாக இருந்தோம். 'ரிவோலி'யில். அவனை டிக்கெட் வாங்கச் சொல்லி இருந்தேன். என்னுடன் இன்னொரு நண்பனும் வருவதாக இருந்தான். மஞ்சள் காமாலை வருவதற்கு முதல் நாள் அவன் சொன்னான்: 'டிக்கெட் வாங்கிவிட்டேன். நீ எனக்கு ஏழரை ரூபாய் தரவேண்டும்.'

'ஓ.கே.'

அவன் பணவிஷயத்தில் கண்டிப்பானவன் என்பது எனக்குத் தெரியும். பணத்தைத் தருவதற்குள் அவனுக்கு இந்நோய் வந்து, கடுமையாகிவிட்டது.

நான் ஐந்தாம் நாள் போனபோது, அவன் நினைவில்லாம லிருந்தான்.

ஹோட்டல் முதலாளி என்னிடம் சொன்னார்: 'ஆஸ்பத்திரிக்கு கொண்டு போங்கள். இங்கு ஏதாவது ஆகிவிட்டால், என் ஹோட்டலுக்குக் கெட்ட பேர்.'

நான் ஒரு டாக்ஸிக்கு ஏற்பாடு செய்தேன். ஆனால், அவனை எப்படி கீழே தூக்கிக் கொண்டு போவது என்பது தான் பிரச்னை. அவனுடைய அறை நண்பர்கள் யாரும் அப்பொழுது அங்கில்லை. ஹோட்டலில் வேலை செய்த தொழிலாளிகள் உதவி செய்ய முன்வந்தார்கள். அவனை தூக்கிக் கொண்டு மாடியிலிருந்து இறங்கி கீழே கொண்டு வந்தோம்.

டாக்ஸிக்காரன் இளைஞன், பஞ்சாபி ஹிந்து.

'சவமா?' என்று கேட்டான் நிதானமாக.

'இல்லை.'

'போகும்போதே இறந்து விட்டால்?'

'இறக்கமாட்டார்.'

'மன்னிக்கவும். வேறு டாக்ஸி பாருங்கள்.' அவன் போய் விட்டான்.

தன்னைப் பற்றித்தான் விவாதிக்கின்றார்கள் என்று தெரியாத ஒரு சௌகர்யமான ஞான நித்திரையில் என் நண்பன் ஆழ்ந்திருந்தான்.

ஒரு காலி டாக்ஸி போனது. நிறுத்தினேன். வயதான சர்தார்ஜி.

'இவருக்கு உடம்பு சரியில்லை. சஃப்தர் ஜங் ஆஸ்பத்திரி போக வேண்டும்' என்றேன் நான்.

அவர் என் நண்பனைப் பார்த்தார்.

'சரி தூக்குங்கள்' என்று சொல்லிக் கொண்டே அவரும் கைகொடுத்தார். டாக்ஸியில் ஏற்றினோம்.

'என்ன உடம்புக்கு?' என்றார் அவர் வண்டியை ஸ்டார்ட் செய்தவாறு.

'மஞ்சள் காமாலை என்று நினைக்கிறேன்.'

'தில்லி முழுவதும் பரவியிருக்கிறது. அரசாங்கம் இதைப் பற்றி கவலைப்படுவதாகவே தெரியவில்லை.'

'நீங்களும் நானும் என்ன செய்ய முடியும்?'

'நல்ல கேள்வி' என்று ஆமோதித்தார் அவர்.

சஃப்தார்ஜங் ஆஸ்பத்திரி வந்ததும் அவனை கீழே இறக்கி உள்ளே கொண்டு போவதற்கு அவரும் உதவி புரிந்தார்.

‘எத்தனை தர வேண்டும்?’ என்றேன் நான்.

‘நீங்கள் அவனுக்கு உறவா?’ என்றார் அவர்.

‘இல்லை, நண்பன்.’

‘நானும் நண்பன் என்று வைத்துக் கொள்வோம்.’

அவர் போய்விட்டார்.

‘காஷுவாலிட்டி வார்டில் நல்ல கூட்டம். வெராந்தாவில் பல நோயாளிகளை கீழே கிடத்தியிருந்தார்கள். நான் சுற்றுமுற்றும் பார்த்தேன்.

அப்பொழுது ஒரு மலையாள நர்ஸ் அந்தப் பக்கம் போய்க் கொண்டிருந்தாள். முகம், கேரளம் என்பதை அறிவித்தது. அவளிடம் சென்றேன்.

‘இவருக்கு ஸீரியஸாக இருக்கிறது. கோமாவிலிருக்கிறார்’ என்றேன். அவள் என் நண்பர் நாடியைப் பார்த்தாள்.

‘ஸ்ட்ரெச்சர் அனுப்புகிறேன். எமர்ஜென்ஸிக்குக் கொண்டு போங்கள்’ என்று சொல்லிவிட்டு அவள் போய்விட்டாள்.

சிறிது நேரத்தில் ஸ்ரெச்சர் வந்தது.

‘இங்கு யார் எமர்ஜென்ஸி?’ என்று கேட்டான் வந்த இருவரில் ஒருவன்.

‘இவர் தான், இவர்தான்!’ என்று நாலைந்து குரல்கள் பதில் கொடுக்குமென்று நான் எதிர்பார்க்கவில்லை. என் நண்பனைப் போல் நாலைந்து நோயாளிகள் கீழே கிடந்தனர்.

‘அன்னம்மாவிடம் ஸ்ட்ரெச்சர் அனுப்பும்படி சொன்னவன் நான்’ என்று கூறினேன். நல்லவேளை அவள் பெயரை அறிவித்த அந்த லேபிளை எதேச்சையாகப் படித்து வைத்திருந்தேன் நான். நான் அவர்களிடம் கீழே கிடத்தியிருந்த என் நண்பனை சுட்டிக் காட்டினேன்.

ஸ்ட்ரெச்சர் சவாரி தொடங்கிற்று.

எமர்ஜென்ஸியில் சுமாரான கூட்டம். ஓர் இளைஞன், கழுத்தில் மாலையாக ஸ்டெதஸ்கோப்பைப் போட்டுக் கொண்டு உட்கார்ந்திருந்தான். அவன் பெயர் வினோத்.

'என்ன ப்ராப்ளம்?' என்றான் அவன் என்னிடம்.

'பாருங்கள், கோமாவிலிருக்கிறார்.'

'நீங்கள் டாக்டரா?'

'இல்லை.'

'கோமா என்று எப்படிச் சொல்லுகிறீர்கள்?'

நான் பதில் சொல்லவில்லை. அவன் என் நண்பனை பரி சோதித்துப் பார்த்தான். அவன் நாற்காலியில் போய் உட்கார்ந்து கொண்டான்.

அப்பொழுது ஓர் இளம் பெண் டாக்டர் அங்கு வந்தாள் பெயர் ப்ரவீனா.

'ஹல்லோ, ப்ரவீனா! ஹௌ ஆர்யூ?' என்றான் வினோத். அவன் அவ்வறையிலிருந்த ரேடியோவைத் திருகினான்.

'டேட் வித் யூ என்ற மேற்கத்திய இசை நிகழ்ச்சி. தில்லி 'பி' அலை வரிசையில், வெள்ளிக்கிழமை இரவு 9.30க்கு ஒலிபரப்பாகும் நிகழ்ச்சி.

'லிஸன் ப்ரவீனா. உனக்காக நான் இன்று ஒரு பாட்டு கேட்டிருக் கிறேன்.'

'என்ன பாட்டு?'

'கேள், இதுதான் முக்கியம். இங்கு தான் சஸ்பென்ஸ் இருக்கிறது.'

'பிங் க்ராஸ் பி?'

'கரெக்ட்' என்று உற்சாகமாகத் தலையை ஆட்டினான் வினோத்.

'இவனுக்கு எப்படி இருக்கிறது?' என்று கரடி போல் இடையில் புகுந்து, வினோத்தை கேட்டேன் நான்.

'மோசம்தான். இங்கு எல்லாமே மோசமான கேஸ்கள்தான்.'

'என்ன செய்யப் போகிறீர்கள்?'

‘எங்களால் செய்ய முடிந்ததைச் செய்வோம்.’

‘ஒன்றும் செய்யவே ஆரம்பிக்கவில்லையே?’ அவன் என்னை ஏற இறங்கப் பார்த்தான். முகம் சற்று கடுமையாகியது.

‘யார் நீங்கள்? நாங்கள் என்ன செய்ய வேண்டுமென்று எங்களுக்குச் சொல்லிக் கொடுக்கிறீர்களோ?’

என் பேரைச் சொன்னேன். ஸஃப்தர்ஜங் ஆஸ்பத்திரி மெடிக்கல் சூப்பரின்டெண்டெண்ட் தமிழரென்றும் எனக்குத் தெரியும். ‘பொய்மையும் வாய்மையிடத்து’ என்ற வள்ளுவர் வாக்கறிந்து மனமறிந்து பொய் சொன்னேன்.

‘கர்னல் ஐயர் என் சித்தப்பா.’

அவன் என்னைச் சிறிது நேரம் உற்றுப் பார்த்தான். முகத்தில் பொய்யைத் தேடினான் என்று தோன்றியது. கிடைக்கவில்லை. நான் நடிக்கப் போயிருந்தால், ஆபீஸ் ஃபைல்களுடன் மன்றாட வேண்டிய அவசியம் ஏற்பட்டிருக்காது. என் நடிப்புக்கு நற்சாட்சி, அவனிடம் திடீரென்று ஏற்பட்ட மாறுதல்.

அவன் இன்டர்காமில் பேசினான்.

‘ஒரு ஸீரியஸ் கேஸ். ஐ.ஸி.யுக்குக் கொண்டு வருகிறேன். டாக்டர் பாலகிருஷ்ணனுக்கு போன் செய்யுங்கள். வீட்டில்தான் இருப்பார். ஓ.கே.’

இன்டென்ஸிவ் கேர் யூனிட்டுக்கு என் நண்பன் எடுத்துச் செல்லப் பட்டான். உடனே ‘ஆக்ஸினன் சிலிண்டர்’ கொண்டு வரப் பட்டது.

நான் அந்த அறைக்கு வெளியே நின்று கொண்டிருந்தேன். வினோத் வெளியே வந்தான்,

‘தொண்டை கபத்தால் அடைத்திருக்கிறது. ஆஸ்துமா வேறு. மஞ்சள் காமாலையுமிருக்கலாம். பரிசோதனைக்குப் பிறகுதான் தெரியும். நீங்கள் அந்த அறைக்குச் சென்று நர்ஸிடம், உங்கள் நண்பர் பெயர், வயது போன்ற விவரங்களையெல்லாம் பூர்த்தி செய்து கொடுங்கள். அவர் நிலைமை மோசமாகத்தான் இருக்கிறது.’

நான் நர்ஸ் கொடுத்த ஃபார்ம்களைப் பூர்த்தி செய்து கொடுத்தேன்.

‘உங்கள் நண்பரின் வருமானம்?’

‘தெரியாது. இப்பொழுது அவனைக் கேட்க முடியாதென்று தோன்றுகிறது.’ டாக்டர் பாலகிருஷ்ணன் வந்தார். தென்னிந்தியக் களை. நான் அவரிடம் சென்று அறிமுகப்படுத்திக் கொண்டேன்.

‘கர்னல் ஐயர் உங்களுடைய சித்தப்பாவா?’ என்றார் அவர். வினோத் இந்தத் தகவலையும் சேர்த்து அவரிடம் சொல்லியிருக்கிறான்.

‘இல்லை, பொய் சொன்னேன். அப்போதுதான் பேஷண்ட்டை கவனிப்பான்னு தோணித்து.’

அவர் ஒன்றும் பேசவில்லை. சில விநாடிகள் கழித்து புன்னகை செய்தார். லேசாகத் தட்டிக் கொடுத்தார்.

‘எஸ். யு ஆர்ரைட்.’

அவர் வருவதைப் பார்த்து வினோத் வேகமாக அவரிடம் வந்தான். ‘படபட’வென்று, பல மெடிக்கல் ஜார்கன்களை உதிர்த்துத் தள்ளினான். அவர் மௌனமாக அவ்வறைக்குள் நுழைந்தார். அரை மணிநேரம் பரிசோதனை. பாலகிருஷ்ணன் வெளியே வந்தார்.

‘மோசமாத்தானிருக்கு. பல காம்ப்ளிகேஷன்ஸ். உடனே ஒரு ஆபரேஷன் பண்ணியாகணும். பண்ணாத்தான், ஸம் சான்ஸ். இவரோட உறவுக்காரங்க யாராவது?’

‘யாருமில்லை.’

‘அப்போ ஆபரேஷன் பண்ணறதுக்கு எங்களுக்கு யார் ஒப்புதல் கொடுப்பா?’

‘நான்தான் கொடுக்கணும்.’

‘இது பெரிய பொறுப்பு. ஆபரேஷன் சக்ஸஸ் ஆகும்னும் சொல்ல முடியாது. நாளைக்கு உங்களை அவரோட அப்பா, அம்மா...’

‘அவங்க, மதுரைப் பக்கத்திலே ஒரு கிராமத்திலே இருக்காங்கன்னு நினைக்கிறேன். போன்லே கான்டாக்ட் பண்ணறதும் கஷ்டம்.’

‘அப்போ பொறுப்பை ஏத்துக்க நீங்க தயாராக இருக்கீங்களா?’

‘ஆபரேஷன் பண்ணாத்தான் பொழைக்க சான்ஸ் இருக்குன்னு சொல்றீங்க. அப்போ யாராவது பொறுப்பை எடுத்துண்டுதானே ஆகணும்? எக்ஸிஸ்டென்ஷியல் சாய்ஸ்.’

பாலகிருஷ்ணன் புன்னகை செய்தார். ‘நீங்கள் வாத்தியாரா?’ என்றார்.

‘இல்லே, ஆபீஸ்லே ஃபைல்களுக்கு அடிமை. வீட்டிலே நிறைய புஸ்தகம் படிப்பேன்.’

‘ஓ.கே. அப்படியா? சரி, இப்போ இதுக்கு வழி சொல்லுங்க. ஆபரேஷன் சக்ஸஸ் ஆயிடுத்துன்னா, யு வில் பிகம் தி ஹீரோ. சிநேகிதனுடைய உயிரை மீட்டுத்தந்த மஹான்’ என்று கூறிய வாறு, என் முதுகில் தட்டினார் பாலகிருஷ்ணன்.

‘ஆகலேன்னா?’

‘பாஸிடிவ்வா திங்க் பண்ணுங்க. ஐ பிலிவ் இன் ஃபேட். அதனால் தான் கையெழுத்துப் போட தயாரா நீங்க காத்துண்டிருக்கீங்க. ஓ.கே. வினோத். இவரிடம் கையெழுத்து வாங்கிக் கொள். அப்புறம், டாக்டர் பானர்ஜி, டாக்டர் கன்னா, டாக்டர் கௌரி ஆகிய மூவரையும் ஃபோன் பண்ணி வரச் சொல். எல்லா ஏற்பாடுகளும் அரை மணியில் நடந்தாக வேண்டும்’ என்றார் பாலகிருஷ்ணன்.

‘எஸ், டாக்டர்’ என்று சொல்லிக்கொண்டே விரைந்தான் வினோத்.

‘இவ்வளவு மோசமாகிற வரைக்கும்’ என்று அவர் சொல்வதற் குள் நான் குறுக்கிட்டேன்.

‘அது அவனோட தப்புதான். அஞ்சு நாளா ஜான்டிஸ். அலோபதி மருந்திலே அவனுக்கு நம்பிக்கை கிடையாது. இயற்கை வைத்தியம்...’

‘டாமிட். தன்னைத்தானே கொண்ணுண்டிருக்கான். முட்டாள். சரி, அவரோட அப்பா, அம்மாவுக்கு தகவல் சொல்றது நல்லது. அட்ரஸ் தெரியுமா?’

‘அவரோட ஹோட்டலுக்குப் போய், ரூம் மேட்ஸ் யாருக்கானும் தெரியுமான்னு கேட்டுப் பாக்கறேன்.’

‘டூ இட். ஆபரேஷன் செஞ்சு முடிக்க இரண்டு மணி நேரத்துக்கு மேலாகும். நீங்க இங்கே இப்போ காத்திண்டிருக்கிறதிலே அர்த்தமில்லே. அவரோட உறவுக்காரங்களுக்குச் சொல்லி

விடறது நல்லது. கையெழுத்துப் போட்டுட்டுப் போங்க, கையெழுத்துப் போடலேன்னா, ஆபரேஷன் செய்ய முடியாது.'

நான் கையெழுத்துப் போட்டுவிட்டு ஆஸ்பத்திரியைவிட்டு வெளியே வந்தேன். சாப்பிடவில்லை. பசித்தது. எனக்கும் மஞ்சள் காமாலை வராமல் பார்த்துக் கொள்ள இரண்டு வாழைப் பழமும், ஒரு சாத்துக்குடியும் சாப்பிட்டேன். கன்னாட் ப்ளேஸ் போக வேண்டும். அப்பொழுதெல்லாம் தில்லியில் ஆட்டோ ரிக்ஷாக்கள் இல்லை. டாக்ஸிதான். ஒரு டாக்ஸியில் ஏறி கன்னாட் ப்ளேஸில் என் நண்பன் தங்கியிருந்த ஹோட்டலுக்குச் சென்றேன். அவன் அறையில் மொத்தம் நான்கு கட்டில்கள். மணி பத்தரை. அவர்கள் தூங்கியிருக்கக் கூடும். அவர்களை எழுப்பி என் நண்பன் உடல் நிலையைப் பற்றிய தகவலைச் சொல்ல வேண்டும். அவர்களுக்கும், என் நண்பனுக்குமிடையே இருந்த உறவு பற்றி எனக்கு அதிகம் தெரியாது. அவர்கள் இச்செய்தி கேட்டு கவலைப்படலாம். கவலைப்படாமலுமிருக்கலாம். அவர்களுக்கு இவனுடைய ஊர் முகவரி தெரிந்திருக்குமா? தெரிந்திருக்குமென்று தோன்றவில்லை. அவனுக்கு ஊரிலிருந்து வந்திருக்கக்கூடிய கடிதம் ஏதாவது அகப்படலாம். நான் போனபோது மிக மும்முரமாய் சீட்டாட்டம் நடந்து கொண்டிருந் தது. அவனுடைய அறை நண்பர்களுக்கு என்னைத் தெரியும்.

'வாங்க, அவருக்கு எப்படி இருக்கு?' என்றான் ஒருவன். ஹோட்டல்காரர் சொல்லியிருக்க வேண்டும். அவன் கையில் இரண்டு 'ஏஸ்'கள்.

'சீரியஸ்தான். அவர் ஊர் அட்ரஸ் உங்கள்லே யாருக்காவது தெரியுமா?'

'அட்ரஸா?' என்று கேட்டுவிட்டு, அவன் ஐந்து ரூபாயை களத்தில் போட்டுவிட்டு, 'சரி, காமிங்க!' என்றான். மற்றவன் புரட்டி காண்பித்தான். மூன்று ஏழு!

'ரெண்டு ஏஸை வச்சுக்கிட்டா, இப்படி நிக்கறீங்க? அசாத்திய தைரியம்' என்றான் அவன், பணத்தைத் தன் பக்கம் தள்ளியவாறு.

'என்கிட்டே கலர் இருந்தது. நானே ஒதுங்கிட்டேன். என்ன இப்படி விளையாடறீங்க?'

'அவருக்கு சோழவந்தான் சொந்த ஊரு. அது தெரியும்' என்றான் 'கலர்.'

‘அப்பா பேர், நடேசய்யர்’ என்றான் ‘மூன்று ஏழு’.

‘சரியான அட்ரஸ் கிடைச்சா நல்லது. தந்தி அடிக்கணும்.’

‘அவ்வளவு மோசமா இருக்கா?’ என்றான் ‘ஏஸ்’.

‘மூன்று ஏழு’ எழுந்து சென்று, ஒரு கட்டிலுக்குக் கீழே இருந்த பெட்டியை இழுத்தான்.

‘இதுதான் அவரோட பெட்டி. லெட்டர் எல்லாத்தையும் பத்திரமா பெட்டிலே அவர் வைப்பாரு. ரொம்ப ஜாக்கிரதையான மனுஷன். எங்களை நிம்மதியா சீட்டாட விடமாட்டாரு. முணு முணுத்துக்கிட்டே இருப்பாரு. பெட்டி பூட்டியிருக்குதே?’

‘ஆபத்துக்குப் தோஷமில்லே. பூட்டை உடைக்க வேண்டியது தான்’ என்றான் ‘ஏஸ்.’

‘என்ன, உடைக்கலாமா?’ என்றான் ‘கலர்’. இன்னொரு பொறுப்பு. உடைப்பதற்கு என்னைப் பொறுப்பேறகச் சொல்லு கிறார்கள் இவர்கள்!

‘வேண்டாம். நாளைக்கு அவரோட ஆபீஸ்லே விசாரிக்கிறேன்’ என்றேன் நான்.

‘அதுவும் சரிதான்’ என்றான் ‘கலர்.’ திறந்த பெட்டியை எப்படி இந்த அறையில் வைத்துவிட்டுப் போக முடியும்? பெட்டியில் அவன் பணம் வைத்திருக்கலாம். அவன் பார்வையில் மதிப்பு மிகுந்த பொருள் எது வேண்டுமானாலுமிருக்கலாம். அவர்கள் மறுபடியும் சீட்டாட உட்கார்ந்தார்கள்.

‘நாளைக்கு வந்து பார்க்கிறோம்னு அவர்கிட்டே சொல்லுங்க.’

‘சொல்ல முடியாது.’

‘என்ன அப்படிச் சொல்றீங்க?’

‘அவருக்கு நினைவில்லே. சொன்னா புரிஞ்சிக்க மாட்டார்.’

‘அவ்வளவு மோசமா?’ அப்போ அட்ரஸ் தெரிஞ்சுக்கிறது நல்ல தில்லே? ராத்திரியே தந்தி அடிக்கணும்னா என்ன செய்வீங்க?’

நான் பதில் கூறவில்லை. கீழே இறங்கி வந்தேன். டாக்ஸி காத்துக் கொண்டிருந்தது. ஆஸ்பத்திரி திரும்பிப் போனபோது ஆபரேஷன் நடந்து கொண்டிருப்பதாக நர்ஸ் சொன்னாள்.

'இன்னொரு விஷயம்' என்றாள் நர்ஸ்.

'ஆபரேஷனுக்கு அப்புறம், மிகவும் ஜாக்கிரதையாக பார்த்துக் கொள்ள வேண்டும். கூடவே ஒருவர் இருப்பது நல்லது. அரை மணிக்கு ஒரு தடவை மருந்து தரவேண்டும். நான் மருந்து தருவேன். ஆனால், எனக்கு மறந்து போகலாம். கூட ஒருவர் இருந்தால் ஞாபகமூட்டலாம் இல்லையா? நான் ஒருத்தியே பதினைந்து எமர்ஜென்ஸி கேஸ்களை கவனிக்க வேண்டியிருக் கிறது. இரண்டு நபர்கள் செய்ய வேண்டிய வேலை. வர வேண்டிய இன்னொருத்தி லீவில் இருக்கிறாள். ஆகவே நீங்களே ஒரு தனி நர்ஸ் ஏற்பாடு செய்து கொள்வது நல்லது. உங்களால் பார்த்துக் கொள்ள முடியாதென்றும் எனக்குத் தெரியும்.'

'தனி நர்ஸ் எங்கிருந்து கிடைப்பாள்?'

'நான் ஏற்பாடு செய்து தருகிறேன். இரவு வேலைக்கு ஐம்பது ரூபாய். பகல் வேலைக்கு முப்பது ரூபாய். ஃபோன் செய்து கூப்பிடட்டுமா?'

'இப்பொழுதே பணம் கொடுக்க வேண்டுமா?'

'கொடுத்தால் நல்லது, நீங்கள் அவரோட உறவினர் இல்லை. நண்பர். அப்படித்தானே? நீங்கள் நாளைக்கு வரவில்லை என்றால்? எவ்வளவு பொறுப்புகளைத்தான் ஒரு நண்பரால் ஏற்றுக் கொள்ள முடியும்?'

'ஆபரேஷனுக்கு ஒப்புதல் அளித்து கையெழுத்துப் போட்டிருக் கிறேனே, அதைவிடவா ஐம்பது ரூபாய் பெரிது?'

'அதுவும் சரிதான். சரி, நாளைக்கு கொடுங்கள் போதும்.' அவள் ஃபோனில் மலையாளத்தில் பேசினாள்.

'இன்னும் அரை மணியில் நர்ஸ் வந்துவிடுவாள்.'

'இவ்வளவு சீக்கிரம் உங்களால் எப்படி ஏற்பாடு செய்ய முடிந்தது?'

'என் அக்கா ஒரு நர்ஸ் ஏஜென்ஸி வைத்திருக்கிறாள்.'

கடிகாரத்தைப் பார்த்தேன். மணி பணிரெண்டு. 'அட்ரஸ் கிடைத்ததா?' என்று கேட்டாள் நர்ஸ்.

'இல்லை. நாளைக்குத்தான் அவன் அபீஸில் விசாரிக்க வேண்டும்.'

‘பிழைத்துக் கொண்டுவிடுவார், பயப்படாதீர்கள். டாக்டர் பால கிருஷ்ணன் பார்த்த கேஸ் எதுவும் மயானத்துக்குப் போனதில்லை.’

‘அவ்வளவு கெட்டிக்காரரா?’

‘கைராசி.’

ஒரு மணி நேரம் கழித்து பாலகிருஷ்ணன் வெளியே வந்தார். என் தோளில் லேசாகத் தட்டினார். புன்முறுவல் செய்தார்.

‘ஆபரேஷன் சக்ஸஸ். இன்னும் 12 மணி நேரம் கிரிட்டிகல். பொழைச்சிண்டுருவார். பயப்படாதீங்க. ஆனா எல்லாம் சரியா ஆகறத்துக்கு குறைஞ்சது நாலு மாசமாவது ஆகும். ஆஸ்பத்திரி யிலே ஒரு மாசம் இருந்தாகணும். ஐ வில் டேக் கேர் ஆஃப் இட். கர்னல் ஐயர் அண்ணா பிள்ளை நீங்க. உங்களுக்காக நான் இது கூட செய்யக்கூடாதா?’ என்று சிரித்தார் பாலகிருஷ்ணன்.

‘கர்னல் ஐயருக்குத் தெரிஞ்சா?’

‘டோன்ட் வொர்ரி. அவர்கிட்டே நான் சொல்லிக்கிறேன். நீங்க அவரை இன்னும் அரை மணி நேரம் கழிச்சுப் பார்க்கலாம். அட்ரஸ் கிடைச்சுதா?’

‘இல்லை. நாளைக்குத்தான் அவன் ஆபீஸக்குப் போய் விசாரிக்க லாம்னுருக்கேன்.’

‘ஓ.கே. நாளைக்கு முதல்லே அதைச் செய்யுங்க. தந்தி அடிச்சு வரச் சொல்லுங்க. லெட் தெம் டேக் கேர் ஆஃப் ஹிம். நீங்க இதுவரையில் செஞ்சிருக்கிறதே ரிமார்க்கபிள். நான் பாராட்டுக் காகச் சொல்லலே, ஐ மீன் இட். ஓ.கே. வரட்டுமா?’

அரை மணி நேரம் கழித்து அவனைப் பார்த்தேன். மார்பில் ஐர்ன் செஸ்ட், ஆக்ஸிஜன் - சலைன் குழாய். ஒரே இயந்திரமயமாக இருந்தது. வயிற்றில் ஆபரேஷன் செய்திருந்தார்கள். பெரிய கட்டு போட்டிருந்தது. கண்கள் மூடியிருந்தன. நர்ஸைக் கேட்டேன். ‘எப்படி இருக்கிறது?’

‘ஸ்டில் கிரிட்டிகல்’ என்றாள் அவள்.

நான் கரோல்பாகில் என் அறைக்குத் திரும்பியபோது மணி மூன்று. போய் படுத்துக் கொண்டதுதான் தெரியும். காலையில் எழுந்தபோது மணி எட்டு.

‘குட் மார்னிங்!’

கண்ணை விழித்துப் பார்த்தேன். ஆல் இந்தியா ரேடியோக்காரன் புன்னகை செய்தான்.

‘ராத்திரி எங்கே?’ என்று கண்ணை சிமிட்டிக்கொண்டே கேட்டான்.

‘குதப் ரோட்.’

‘நெஜமாவா? ப்ளூ ஃபிலிம்ஸ் பாக்க மாட்டேங்கறீங்க?’

‘ஐ பிலிவ் இன் ஆக்ஷன்.’

‘நான் அங்கெல்லாம் போனது கிடையாது.’

‘அடுத்த வாரம் வாங்க போவோம்.’

‘என் ஆம்படையாளுக்குத் தெரிஞ்சா, கொன்னு போட்ருவா.’

‘அதுதான் ஆட்சேபணையா?’

‘பின்னே வேற என்ன? ஆமாம். என்ன இப்படி தைரியமா சொல்றேள், குதப் ரோட்னு? உங்களைப் பார்த்தா யாரும் குதப் ரோட் போறவர்னு சொல்ல மாட்டா.’

‘உங்களைப் பார்த்தா சொல்லுவாங்களா, ப்ளூ ஃபிலிம்ஸ் பார்க்கிறவர்னு?’

‘நெஜமா போனேளா?’

நான் பதில் கூறவில்லை. எழுந்து சோம்பல் முறித்தேன். ஆஸ்பத்திரிக்குப் போன் செய்ய வேண்டும்.

‘எங்கே போயிருந்தேள்?’

‘ப்ளீஸ். நான் சொன்னா உங்களுக்குப் புரியாது. லீவ் மீ இன் பீஸ்.’

அவன் சிறிது நேரம் நின்றுவிட்டுப் போய்விட்டான். அவனிடம் இப்படிப் பேசியிருக்க வேண்டாமென்று எனக்குத் தோன்றியது. அவன் கண் சிமிட்டியது எனக்குப் பிடிக்கவில்லை.

ஆஸ்பத்திரிக்கு போன் செய்து விசாரித்தபோது நண்பனின் உடல் நிலையில் சிறிது முன்னேற்றம் இருப்பதாகத் தெரிந்தது.

ஆனால் நினைவு இன்னும் வரவில்லை. அவன் அலுவலகத்துக்குச் சென்று அவனுடைய ஊர் முகவரியை தெரிந்து கொண்டேன். அவன் அப்பாவுக்குத் தந்தி கொடுத்தேன், அவரை 'உடனே புறப்பட்டு வரும்படி.' நான் அன்று என் ஆபீசுக்குப் போகவில்லை. ஆஸ்பத்திரிக்குச் சென்றேன். மூன்றாம் நாள் அவனுக்கு நினைவு வந்தது. அன்றுதான் அவன் தம்பி ஊரிலிருந்து வந்தான். அப்பா வரவில்லை. வயசானவர்.

'உடனேன்னா மூணு நாள் கழித்து வந்திருக்கிறீர்களே' என்றேன் நான் சிறிது எரிச்சலுடன்.

'ரிசர்வேஷன் கிடைக்கவில்லை. இரண்டு நாளும் உட்கார்ந்திண்டே வந்தேன் தெரியுமா?' என்றான் தம்பி.

'எங்கே தங்கி இருக்கீங்க?'

'அண்ணா ரூம்லேதான். அண்ணா ரூம்மேட்ஸ் தங்கமான மனுஷா. அவாதான் இங்கே கார்த்தாலே அழைச்சிண்டு வந்தா. இங்கேயிருந்து குதுப்மினார் ரொம்பப் பக்கமாமே. சாயந்திரம் அழைச்சுண்டு போறேன்னு சொல்லியிருக்கா.'

நான் மௌனமாக அவனை பார்த்துக் கொண்டு நின்றேன். படிப்படியாக என் நண்பர் உடம்பு தேறிக்கொண்டு வந்தது. இருபது நாள்களில் டிஸ்சார்ஜ் செய்துவிட்டார்கள். ரெஸ்ட் எடுத்துக் கொள்ள வேண்டுமென்று டாக்டர் பாலகிருஷ்ணன் சொன்னதால், அவன் தன் ஊருக்குத் திரும்பிப் போய்விட்டான். அவன் தம்பி மிகுந்த கெட்டிக்காரனாக இருக்க வேண்டும். இருபது நாள்களில் அவனுக்கு தில்லியில் வேலை கிடைத்து விட்டது. அவன் ஊருக்குத் திரும்பிப் போகவில்லை. அந்த ஹோட்டலிலேயே தங்கிவிட்டான். அந்த அறையில் சீட்டாட்டத்துக்கு ஒரு புதிய கை சேர்ந்தது. என் நண்பன் மூன்று மாதம் கழித்துத் திரும்பி வந்தான். அவன் அலுவலகத்தில் அவனை மறுபடியும் வேலைக்கு எடுத்துக் கொண்டது எனக்கு சிறிது ஆச்சரியத்தைத் தந்தது.

அவன் திறமை மிக்க அக்கௌண்டன்டாக இருக்க வேண்டும். ஊரிலிருந்து வந்த ஐந்தாம் நாள் என்னை பார்க்க வந்தான்.

'நீ செஞ்ச உதவிக்கு ரொம்ப தாங்க்ஸ்.'

'ஓ.கே. நீ எப்படி இருக்கே இப்போ? ஆஸ்துமா தேவலையா?'

‘ஊரிலிருந்தா ஜாஸ்தியாயிடறது. அதுக்காகத்தான் திரும்பி வந்தேன்.’

‘குட்.’

‘இன்னொரு விஷயம். நீ ரெண்டு சினிமா டிக்கெட் வாங்கச் சொல்லி இருந்தியே. ஞாபகமிருக்கா?’

எனக்கு அது மறந்தே போய்விட்டது. ஒன்றும் புரியாமல் அவனைப் பார்த்தேன்.

‘ரிவோலியிலே ஒரு சினிமா படம், பேர் ஞாபகமில்லே. டிக்கெட் வாங்கின அடுத்த நாள்தான் நான் படுத்துண்டேன்.’

‘ஸோ?’ என்றேன் நான்.

‘எனக்கு நீ ஏழரை ரூபாய் தரணும்’ என்றான் என் நண்பன்.

11. தெளிவு

தமது வீட்டுத் திண்ணையில் சாய்வு நாற்காலியில் அமர்ந்தவாறு ஆதி சங்கரரின் சூத்திர பாஷ்யத்தைப் படித்துக் கொண்டிருந்த சுவாமிநாத தீட்சிதரைக் கண்டதும் வெங்கிட்டுவின் கால்கள் தாமகவே பின்னிக் கொண்டன. காவேரியில் ஸ்நானம் செய்து விட்டு ஈரத்துணியுடன் வந்து கொண்டிருந்த அவன் உடம்பு, அப்பொழுது வீசிய மென் காற்றின் காரணமாகவோ அல்லது தீட்சிதரின் சந்நிதானத்தின் முன் இருக்கிறோம் என்ற உணர்வின் காரணமாகவோ, கொஞ்சம் நடுங்கியது.

சர்வமான்ய அக்கிரஹாரத்து தீட்சிதர் என்றால் சுவாமி மலையே அஞ்சியபாது, வெங்கிட்டு அவரைக் கண்டு நடுங்கியதில் ஆச்சிரியமொன்றுமில்லை. வேதம், வேதாந்தம், வியாகரணம் ஆகிய எல்லாவற்றிலும் தீட்சிதர் கரை கண்டவர். பண்டிதர்களும் பாமரர்களும் அவரிடம் அளவு கடந்த மரியாதை வைத்திருந் தனர்.

முன்பொரு சமயம் தவறான செய்தியொன்றைப் பரப்பியதற்காக தீட்சிதரிடம் தான் பட்ட பாடு அவன் நினைவுக்கு வந்தது. 'ஊர் வம்பு பேசுவதை மறுபடியும் பார்த்தேன், உன் வாலை ஒட்ட நறுக்கி விடுவேன், ஆமாம். ஜாக்கிரதை!' என்று அடிக்காத குறை யாக அவனை அழ வைத்து விட்டார். ஆனால் இப்பொழுது...

இந்த விஷயம் அவர் மகனைப் பற்றியது. 'ஊருக்கு நியாயம் பேசும் அவருக்கு இதுவும் வேண்டும். இன்னமும் வேண்டும். செய்தியைச் சொல்லுவோம், என்ன செய்கிறாரென்று பார்க்கலாம்' என்ற முடிவுக்கு வந்த வெங்கிட்டு, தீட்சிதரை அணுகினார்.

'நமஸ்காரம் மாமா.' வெங்கிட்டுவின் குரல் லேசாகத் தடுமாறியது.

புத்தகத்தில் இருந்து பார்வையை வாசலுக்குச் செலுத்தினார்.

'யார், வெங்கிட்டுவா? என்ன வேணும்?'

'ஒண்ணுமில்லை மாமா. சும்மாத்தான்...'

'ஈரத் துணியோட என்னடா சௌக்கியம் கேட்க வந்துட்டே? என்ன விஷயம்? எதுக்கு வந்திருக்கே?'

'ஒண்ணுமில்லே மாமா. பார்த்து ரொம்ப நாளாச்சேன்னு வந்தேன்.' என்றான் வெங்கிட்டு கொஞ்சம் சலுகையுடன்.

'சரி. வந்து உட்காரு' என்றார் தீட்சிதர். வெங்கிட்டு திண்ணையின் விளிம்போரத்தில் ஒட்டிக் கொண்டான்.

அவன் ஏதோ சொல்ல வந்திருக்கிறான் என்று தீட்சிதருக்குத் தெரியாமலில்லை. வேறொரு சமயமாக இருந்தால் அவனை அதட்டி அவர் திருப்பி அனுப்பியிருப்பார். ஆனால் அவன் பாலனைப் பற்றி ஏதேனும் செய்தி சொல்ல வந்திருப்பானோ? பாலனைப் பட்டணத்துக்கு அனுப்பிப் படிக்க வைத்ததன் பயன். வெங்கிட்டு தனக்குச் சரி சமமாக உட்கார்ந்துகொண்டு செய்தி சொல்ல வந்து விட்டான். ஏற்கெனவே அவர் பாலனைப் பற்றிக் கேள்விப் படத் தொடங்கி விட்டார். இருந்தாலும், வெங்கிட்டு ஏதாவது புது விஷயம் சொல்லப் போகிறானோ என்றறிய அவருக்கு ஆவலாக இருந்தது.

வெங்கிட்டுவின் கைகள் தாமாகவே நீண்டன. அவன் முகத்தில் ஓர் அசட்டுப் புன்னகை. தீட்சிதர் இடுப்பில் செருகியிருந்த வெள்ளிடப்பியை எடுத்துக் கொடுத்தார். அவன் பொடியை எடுத்து பலமாக ஒரு தரம் உறிஞ்சினான்.

'மாமா... ' என்று இழுத்தான் வெங்கிட்டு.

'என்னடா? என்ன இழுக்கிறே? விஷயம் என்ன?' தீட்சிதர் தம் பொறுமையை இழக்கத் தொடங்கினார்.

'நான் சொல்லப் போறது சத்தியமா உண்மைதான், மாமா' என்று பூர்வ பீடிகையுடன் தொடங்கினார்.

'சத்தியம் என்றாலே உண்மைதானேடா? அப்புறம் சத்தியமா உண்மை என்றால் என்ன அர்த்தம்?'

வெங்கிட்டுவுக்கு வியாகரணம் தெரியாது. ஆகவே தீட்சிதர் சுட்டிக் காண்பித்தது அவன் மனத்தை அவ்வளவாகக் கவர வில்லை.

'நான் நேத்திக்கு கும்பகோணம் போயிருந்தேன் இல்லையா?' என்று நிறுத்தினான் வெங்கிட்டு. அவன் ஈரத்துண்டு கீழே விழுந் தது. அவன் அதை எடுத்து உதறி மேலே போட்டுக் கொண்டான்.

'சொல்லேன். ஏன் நிறுத்திட்டே?'

பொங்கியெழுந்த சினத்தை அடக்கிக் கொண்டார் தீட்சிதர்.

'ஏன் மாமா, பாலன்கிட்டேயிருந்து லெட்டர் வந்திண்டிருக்கா?'

'நீ என்னடா சொல்ல வந்தே? முதல்லே அதைச் சொல்லு. பாலன் கிட்டேயிருந்து லெட்டர் வரதும் வராமலிருக்கிறதும் ஒரு பக்கம் இருக்கட்டும்.'

'லெட்டர் வரதா இல்லையா முதலில் அதைச் சொல்லுங்கோ' என்று சற்றுத் துணிவுடன் கேட்டுவிட்டான்.

தீட்சிதரால் அதற்கு மேல் கோபத்தைக் கட்டுப் படுத்த முடியவில்லை. அவர் சீறி விழுந்தார்.

'நீ என்ன சொல்ல இங்கே வந்தே? முதலில் அதைச் சொல்லித் தொலை!'

வெங்கிட்டு போன்றவர்கள் சுயகௌரவத்தை ஒரு எல்லைவரைதான் பாதுகாத்துக் கொள்ள முடியும். அந்த எல்லை கடந்துவிட்டால் பணிவதுதான் விவேகம் என்பது அவர்களுக்கு அனுபவம் கற்றுக் கொடுத்த பாடம்.

'நான் நேத்து கும்பகோணத்திலே பச்சையப்ப முதலித் தெருவிலே ஒரு பையனைப் பார்த்தேன். பட்டணத்திலே படிக்கிறானாம் அவன். பாலனை அவனுக்கு நன்றாகத் தெரியுமாம். ஏதேதோ பாலனைப் பத்திச் சொன்னான். அவனும் பொய் சொல்லக் கூடியவனோ, என்னமோ யார் கண்டா?'

அந்த சமயம் உள்ளிருந்து, 'மாமா, உங்களுக்கு வேறே வேலை இல்லே?' என்று வந்த குரல் விளிம்போரத்தில் உட்கார்ந்திருந்த வெங்கிட்டுவை நிலை தடுமாறச் செய்தது.

சரோஜா. தீட்சிதருடைய தங்கையின் பெண். மழலைப் பருவத்திலேயே தாயை இழந்த அவளை வளர்க்கும் பொறுப்பை தீட்சிதர் ஏற்றுக் கொண்ட பிறகு, மறுமணம் செய்துகொண்ட அவள் தந்தை அவளை வந்து எட்டிக் கூடப் பார்ப்பதில்லை. வீட்டில் விளக்கேற்றி வைக்க ஒரு பெண் இருக்கிறாள் என்ற மகிழ்ச்சியில் தீட்சிதரும் தம் மனைவி இறந்த கவலையை மறந்திருந்தார். தமது ஒரே மகன் பாலனுக்குச் சிறு பருவத்தி லேயே துணை கிடைத்து விட்டது என்ற நிம்மதியும் அவருக்கு இருந்தது. ஆனால்...?

வெங்கிட்டு, சரோஜாவை நோக்கினான். நீராடிவிட்டு வந்ததனால் ஈரம் காய்வதற்காகக் கூந்தலை அப்படியே தளரத் தளர விட்டிருந்தாள். மஞ்சள் பொலிவுடனும், குங்குமச் சிறப்போடும் தோன்றிய அவள் தன்னுடைய நீண்ட பெரிய கண்களால் வெங்கிட்டுவை அளந்தாள்.

'மகாலட்சுமி மாதிரி நீ இங்கே இருக்கிறபோது, அந்தப் பட்டணத்துப் பையன் சொல்றதை யார் நம்புவா?' என்றான் வெங்கிட்டு.

'வம்பு பேசாட்டா உங்க தலை வெடிச்சுப் போயிடுமே? ஈரத் துணி காயாமே வந்து இல்லாததும் பொல்லாததும் சொல்லிண் டிருக்கேளே!'

'மாமா கேட்டேளா? உங்க மருமாள் சொல்றதைப் பார்த்தேளா? ஊர் வம்பு பேசறேனாம்? எனக்கென்ன பொல்லாப்பு? பட்டணத் துலே யாரோ ஊரழிஞ்சவளுடைய பொண்ணோட பாலன் சுத்தறான்னு நேத்து அந்தப் பையன் சொன்னவுடனே என் தலை அப்படியே சுத்தித்து. யாகம் செஞ்ச குடும்பம், இப்படியா போக ணும்னு பாவி மனசு அடிச்சுண்டது, வந்தேன். அதோட அந்தப் பையன் சொன்னதையும் பொய், உண்மைன்னு யார் கண்டா?'

'நீங்க வெளியே போகப் போறேளா இல்லையா?'

சரோஜாவின் ஓங்கிய குரல் வெங்கிட்டுவை ஒடுங்கச் செய்து விட்டது. அவள் முகத்தில் தாண்டவமாடிய கண்ணகி வெறியைக் கண்டு அவன் திண்ணையில் இருந்து கீழே குதித்து விரைந்து வாசலுக்குச் சென்றான்.

தீட்சிதர் எழுந்து உள்ளே சென்றார். அவரும் சரோஜாவும் அதற்குப் பிறகு வெகு நேரம் இதைப் பற்றிப் பேசவே இல்லை.

சாப்பிட்டு முடிந்த பிறகு, மாடி வராந்தாவில் வெற்றிலைப் போட்டுக் கொண்டிருந்தபோதுதான் அவராகவே ஆரம்பித்தார்.

'தூங்கறயாம்மா?' வேதாந்த சர்ச்சையில் சிம்ம கர்ஜனையாகக் கேட்கும் அவர் குரல், இப்போது மிகச் சன்னமாக ஒலித்தது.

ஊஞ்சலில் படுத்துக் கொண்டிருந்த சரோஜா எழுந்து உட்கார்ந் தாள். 'என்ன மாமா?'

அவர் எதைப் பற்றிப் பேசப் போகிறார் என்பது அவளுக்குத் தெரிந்ததுதான்.

'வெங்கிட்டு சொன்னது உண்மையாக இருக்குமா?'

'வெங்கிட்டு விஷயம் தெரிஞ்சும் இப்படிக் கேட்கிறேளே மாமா!'

'வெங்கிட்டு கிடக்கட்டும். நாலஞ்சு நாள் முன்னாலே நம் சுப்பிணி யாத்துப் பையன்கூட வந்து சொல்லலியா? எவளோடயோ பாலன் சுத்திண்டிருக்கான்னு. ஊரழிஞ்ச வளுடைய பொண்ணோட சுத்தும்படி அப்படி விவஸ்தை இல்லாமயா போயிடுத்து?'

தீட்சிதர் சினம் வினாடிக்கு வினாமி அதிகரித்துக் கொண்டு போவதை சரோஜா உணர்ந்தாள்.

சிறிது நேரம் அங்கு அமைதி நிலவியது. தீட்சிதர் மறுபடியும் ஆரம்பித்தார். 'நீ சின்னப் பொண்ணும்மா. உனக்கொண்ணும் தெரியாது. அந்தத் தடியன் இதுவும் செய்வான். இன்னமும் செய்வான். நான் சொல்றபடி கேள், அவனை உடனே புறப்பட்டு வரும்படி தந்தி அடி. முத்துகிட்டே பணத்தைக் கொடுத்தனுப்பு.'

'இப்போ என்ன மாமா அவசரம்? அவர் பெரிய லீவுக்கு வரபோது பார்த்துக்கலாமே.'

'அதெல்லாம் வேண்டாம். சொன்னதை உடனே செய்!' என்று சொல்லிவிட்டு தீட்சிதர் ஊஞ்சலில் போய்ப் படுத்துக் கொண்டார்.

'வெங்கிட்டு, மாமாவிடம் சொன்ன விஷயம் உண்மையாக இருக்கக்கூடாது.' இது தான் சரோஜாவின் பிரார்த்தனை. ஆனால், அது உண்மையாக இருந்துவிட்டால்? இருக்கக் கூடாது, இருக்கவே கூடாது! அவள் தன் மனசுக்குள் அடிக்கடி சொல்லிக் கொண்டாள். அது உண்மையாக இருந்து விட்டால், பாலனும்

அதை மறுக்கமாட்டான். தந்தைக்கு நிகரான துணிச்சல் உடைய வன். இருவருடைய சந்திப்பினால் என்னென்ன விபரீதங்கள் நிகழுமோ?

'மாட்டைக் கொல்லைப் பக்கம் காட்டியாச்சும்மா' என்று சொல்லிக்கொண்டே வந்தான் முத்து.

'சரி இந்தா!' என்று சொல்லிக் கொண்டே பீரோவைத் திறந்து பணத்தை எடுத்து முத்துவிடம் தந்து விட்டு அவள் கூறினாள்: 'சின்ன ஐயாவுக்குத் தந்தி அடிக்கணும். எழுதித் தாரேன். வாங்கிண்டு போ!'

'எதுக்கும்மா தந்தி?' என்று ஆச்சர்யத்துடன் கேட்டான் முத்து.

'பெரிய ஐயாவுக்கு அவரைப் பார்க்கணும் போல இருக்காம். வேறே ஒண்ணுமில்லை. சரி, கீழே யாரோ கதவைத் தட்டறா, யாருன்னு பாரு!'

தீட்சிதரின் குறட்டை பல ஸ்வரங்களில் ஒலித்தது. இன்னும் ஒரு மணிநேரத்துக்கு அவரை யாரும் தொந்தரவு செய்யக்கூடாது.

சரோஜா கீழே இறங்கிச் சென்றாள்.

கூடத்தில் டாக்டர் பஞ்சாபகேசன் உட்கார்ந்திருந்தார். அவர் தீட்சிதருடைய நெருங்கிய நண்பர். திறமையும் அதற்கேற்ற ஆரவாரமற்ற பண்புமுடைய அவருக்கு சுவாமி மலையில் நல்ல செல்வாக்கு. ஓய்வு நேரங்களில் தீட்சிதருடன் தத்துவ விசாரங் களில் ஈடுபடுவதுதான் அவர் பொழுது போக்கு. தீட்சிதர் இளைப்பாறும் நேரம் என்று அவருக்குத் தெரியும். பிறகு எதற்கு வந்திருக்கிறார்?

'என்ன சரோஜா, உன் தூக்கத்தைக் கெடுத்துவிட்டேனா?' என்றார் டாக்டர்.

'இல்லை மாமா. நான் தூங்கலே. மாடியிலிருந்து வரேன்.'

'ஆமாம். என்ன வேணும்?'

'நான் மாமாவைப் பார்க்க வரலே. சொல்லப் போனா உன்னைத் தான் பார்க்க வந்தேன்!'

'என்ன மாமா... என்ன விஷயம்?'

பஞ்சாபகேசன் சிறிது நேரம் வரை பேசவில்லை. பிறகு ஆரம்பித்தார்.

'நீ கெட்டிக்காரப் பெண் என்கிற நம்பிக்கை எனக்கு உண்டு. நான் சொல்றதைப் புரிஞ்சிக்கிறதுக்குக் கொஞ்சம் தைரியம் வேணும். மாமாகிட்டே நான் பேச விரும்பலே. அவர் முரட்டுத்தனமா ஏதாவது செய்துவிடுவார்னு எனக்குப் பயம். முரட்டுத்தனமா செய்யற விவகாரமுமில்லே இது.'

'என்ன சொல்றேள் நீங்க? எனக்கு ஒண்ணும் புரியலியே.'

டாக்டர் இதற்கு விடையொன்றும் கூறவில்லை. தன் சட்டைப் பையில் இருந்து ஒரு கடிதத்தை எடுத்தார்.

'பாலன்கிட்டே இருந்து எனக்கு இன்னிக்கு வந்தது இது. இந்தா, படி.'

அவர், கடிதத்தை அவளிடத்தில் கொடுத்தார்.

சரோஜா அதைப் பிரித்துப் படிக்கத் தொடங்கினாள்.

'அன்புள்ள டாக்டர் மாமாவுக்கு,

எதையும் விஞ்ஞான ரீதியாக ஆராயும் மேல் நாட்டு சாஸ்திரங்களை யெல்லாம் கரை கண்டவர் நீங்கள். எந்தப் பிரச்னையையும் காரண விளைவுகளோடு சீர் தூக்கி உணர்ச்சிகளுடன் ஓடிவிடாமல் முடிவு செய்வதுதான் விவேகம் என்று தெளிந்தவர் நீங்கள் என்பது என் நம்பிக்கை.

நீங்கள் எனக்கு ஒரு உதவி செய்ய வேண்டும். நான் இங்கு ஒரு பெண்ணை விரும்புகிறேன். இது பற்றி அப்பாவுக்குத் தெரிந்துவிட்டதென்றும், அவர் மிகவும் கோபமாக இருக்கிறாரென்றும் நம் சுப்பிணி மாமா வீட்டுப் பையன் என்னிடம் நேற்றுக் கூறினான். ஆனால், ஒன்று மட்டும் நிச்சயம். அப்பா இதைப் பற்றிக் கேட்டால் நான் மறுக்கப் போவதில்லை. என் மனச்சாட்சிக்கு விரோதமாக நான் ஒன்றும் செய்யமாட்டேன். நல்லது, கெட்டது என்பதெல்லாம் அவர்களுடைய மனச்சாட்சியைப் பொருத்த விவகாரங்கள் என்பதை நீங்கள் ஒப்புக் கொள்வீர்கள் என்று எனக்குத் தெரியும்.

ஏதேதோ சொல்லிக் கொண்டு போகிறேனே, நீங்கள் செய்ய வேண்டிய உதவியைச் சொல்ல மறந்து விட்டேன். நீங்கள்

சரோஜாவைச் சந்தித்து அவள் இதைப் பற்றிப் புரிந்து கொள்ளச் செய்ய வேண்டும் என்பது என் வேண்டுக்கோள்.

இப்படிக்கு
தங்கள் அன்புள்ள
பாலன்.'

கடிதத்தைப் படித்து முடித்த அவள் முகத்தில் ஒருவிதச் சலனமு மில்லை. அக்கடிதத்தை அப்படியே மடித்து அவள் அதை அவரிடம் கொடுத்தாள்.

'என்ன எழுதியிருக்கான் பாத்தியா?' அவள்பால் அவருக்கிருந்த அன்பு அவர் குரலைக் கரகரக்கச் செய்தது.

'ஆமாம். இதுக்கென்ன வந்தது?' என்றாள் சரோஜா நிதானமாக.

'நீ ஏதாவது புரிஞ்சிண்டியா? அல்லது புரிஞ்சிக்க மறுக்கிறா யான்னு எனக்குப் புரியலே' என்றார் டாக்டர்.

'அப்படி ஒருத்தரும் புரிஞ்சிக்க முடியாதபடி என்ன எழுதி யிருக்கார் அவர்?'

'அது இல்லேம்மா. புரிஞ்சுண்டளவிலே அது உன்னை எவ்வளவு தூரம் பாதிக்கும்னு நீ யோசிக்கலியா?'

சரோஜா சிரித்தாள்.

டாக்டருக்கு அந்தப் பெண்ணின் போக்கு ஒன்றும் புரியவில்லை. எதற்குச் சிரிக்கிறாள்?

'என் யோசனை கிடக்கட்டும். நீங்க அவர் எழுதியிருக்கிறபடி என்னைப் புரிஞ்சிக்க வைக்க வந்தேளா அல்லது...'

'அந்த முட்டாள் அப்படி எழுதினான்னா, அவன் சொல்றதை யெல்லாம் நான் அப்படியே ஒத்துக்கணும்னு அவசியமா? நான் அவனை வரும்படி ஒரு லெட்டர் போடப் போறேன். அவன் எங்காத்திலேயே வந்து தங்கட்டும். உன் மாமாவுக்கு அவன் வரது தெரியவேண்டாம். நீயும் எங்காத்துக்கு வா! இரண்டு பேருமா அந்த முட்டாள் கிட்டே பேசி...'

சரோஜாவின் முகத்தில் ஒரு புன்னகை தோன்றி மறைந்தது.

'நான் சொல்றது உனக்கு வேடிக்கையா இருக்கா?' என்று கேட் டார் டாக்டர்.

'இல்லே, நீங்களாவது கடிதம் போடுகிறேன் என்கிறேள். ஆனால், மாமாவோ தந்தி அடிக்கச் சொல்லிட்டா.'

'மாமாவா? அவருக்கும் இந்த மாதிரி ஏதாவது தத்துப் பித்துன்னு லெட்டர் போட்டிருக்கானா, பாலன்?'

'இல்லே, காலம்பற வெங்கிட்டு இங்கு வந்திருந்தார்.'

'வெங்கிட்டுவா? அடக்கடவுளே! வெங்கிட்டுவுக்குத் தெரிஞ்சா சுவாமிமலை பூரா தெரிஞ்சா மாதிரின்னா! வெங்கிட்டுவுக்கு எப்பிடித் தெரியுமாம்?'

'வெங்கிட்டுவுக்கு எப்படித் தெரியும்கிறது இப்பொழுது முக்கிய மில்லே. அவர் சொன்னது வாஸ்தவம் என்பதுதான் முக்கியம்.'

எவ்வளவு சூடிகையான பெண்! 'எப்படித் தெரியும்?' என்பது முக்கியமல்ல; வாஸ்தவம் என்பதுதான் முக்கியம்! தன்னையே மடக்கிவிட்டாள்! எஸ்.எல்.ஸி பரீட்சையில் சென்னை ராஜ்யத்திலேயே முதலாவதாகத் தேறியும் மேற்படிப்பு வேண்டா மென்று அவளாகவே மறுத்து விட்டாள். அவள் விரும்பியிருந் தால் தீட்சிதர் அவளை மேற்படிப்புக்கு அனுமதித்திருப்பார். மற்ற எந்த விஷயமாயிருந்தாலும் கண்டிப்புக்குப் பேர்போன தீட்சிதர், சரோஜாவைப் பொறுத்த வரையிலும், அவள் என்ன விரும்பினாலும் நிறைவேற்றத் தயங்க மாட்டார் என்பது நிச்சயம். சில நாள்களுக்கு முன்பு தீட்சிதர் கூறியது அவர் நினைவுக்கு வந்தது. 'ஒவ்வொருவருடைய குண இயல்பை எடை போடுவதில் சரோஜா கெட்டிக்காரி! இந்த சூட்சும அறிவு, தேவியின் வரப்பிரஸாதம்!' இதனால்தான் தீட்சிதர், சரோஜா என்ன முடிவு செய்தாலும் அப்படியே ஏற்றுக் கொண்டு வருகிறார் என்று நினைக்க வேண்டியிருக்கிறது.

'என்ன மாமா யோசிக்கிறேள்?'

'நான் உனக்கு யோசனை சொல்லலாம்னு வந்தேன். ஆனால், நீதான் எனக்கு யோசனை சொல்லணும்னு தெரிஞ்சுண்டேன்.'

'நீங்க என்ன யோசனை சொல்ல வந்தேள்?' என்று சிரித்துக் கொண்டே கேட்டாள் சரோஜா.

'பாலனை வரவழைச்சு நான் பேசறபோது, நீயும் கூட இருக்கணும்னு சொல்லலாம்னு வந்தேன். ஆனால், நான் கூடப் பேச வேண்டாம். நீ பேசினாப் போறும்னு இப்போ தோண்றது!'

‘சினிமாவிலே வர மாதிரி நான் அவர் கிட்டே ‘காதல் பிச்சை’ கேட்கணுமா?’

‘நீ உன் வயசுக்கு மீறிப் பேசறேம்மா. இப்படியெல்லாம் பேசக் கூடாது.’

‘நான் எப்படிப் பேசினா என்ன? தந்தி அடிக்க முத்து போயாச்சு. நாளைக்கு அவர் வந்தாலும் வரலாம். அப்பாவும் பிள்ளையும் பேசிக்கட்டும். வேணும்னா நீங்களும் வந்து பேசிக்குங்கோ. ஆனால், நான் அவரிடத்திலே பேசப் போறதில்லே!’

‘உங்க குடும்பத்திலே யாருக்குத் துணிச்சல் அதிகம்னு சொல்றது ரொம்பக் கஷ்டம்’ என்றார் டாக்டர்.

‘அவர் வந்தப்புறம் அது தெரியும்’ என்றாள் சரோஜா.

அடுத்த நாள் காலை அனுஷ்டானங்களை முடித்துக் கொண்டு பூஜை அறையிலிருந்து வந்த தீட்சிதர், கூடத்தில் பெட்டியும் படுக்கையுமிருக்கக் கண்டு சரோஜாவைப் பொருள் பொதிந்த ஒரு பார்வைப் பார்த்தார்.

‘வந்தாச்சு. பல் தேய்க்கிறார். ஆனால், நீங்க இப்போ ஒண்ணும் அவர்கிட்டே பேசவேண்டாம். சாப்பிட்டப்புறம் பேசிக்கலாம்!’ என்று கூறிக் கொண்டே கையிலிருந்த பாலை ஆற்றி அவருக்குக் கொடுத்தாள்.

துவாலையினால் முகத்தைத் துடைத்துக் கொண்டு வந்த பாலன், தந்தையை ஓரக்கண்ணால் பார்த்தவாறு, சரோஜாவிடம் கூறினான்: ‘மாமியைக் காப்பி கொண்டு வரச் சொல்.’

தீட்சிதர் அவன் வந்திருப்பதைத் தெரிந்து கொண்டதாகக் காட்டிக் கொள்ளவில்லை. அவர் கொடியில் உலர்த்தியிருந்த ஓர் அங்கவஸ்திரத்தை எடுத்து மேலே போட்டுக் கொண்டு வாசலுக்குச் சென்றார். அப்போது கொடியிலிருந்த சில துணிகள் கீழே விழுந்தன.

‘சரோஜா! கீழே துணி விழுந்துடுத்து, எடுத்து வை’ என்றார் அவர், சரோஜா பாலனுக்குக் காப்பி கொண்டு வருவதைப் பார்த்து.

வாசலில் அவர் சாய்வு நாற்காலியைப் பிரித்துப் போடும் சப்தம் கேட்டது.

‘அப்பா ரொம்பக் கோபமாயிருக்காரோ?’ கேட்டான் பாலன்.

‘எதுக்கு கோபம்?’ என்று கேட்டுக் கொண்டே அவள், கீழே விழுந்திருந்த துணிகளைப் பொறுக்கினாள்.

‘கோபம் இல்லாட்டா, எதுக்குப் பேசாமப் போனார்?’

‘வாசல்லே இருக்கார். போய்க் கேளுங்கோ!’ கொடி உலர்த்துகிற குச்சியினால் அவள் துணிகளைச் சரி செய்து கொண்டிருந்தாள்.

சரோஜாவினுடைய அலட்சியம் அவனுக்கு ஆத்திரத்தை மூட்டியது.

அவன் அவளெதிரே சென்று நின்றான். ‘அப்பாவுக்கு ஒரு போக்கிலேதான் சிந்திக்க முடியும். ஆனால், நீ இந்தக் காலப் பெண். நீயாவது, என்னைப் புரிஞ்சிண்டா அதுவே எனக்குச் சந்தோஷம்.’

‘கொஞ்சம் நகர்ந்து நில்லுங்கோ, குச்சி மேலே விழப் போறது’ என்றாள் சரோஜா.

பாலனுக்குக் கோபம் எல்லை கடந்தது.

‘சரோஜா!’ என்று அவன் குரல் ஓங்கியது.

‘சரோஜாவுக்கென்ன காது கேட்கலியா, எதற்கு அடித் தொண்டையிலே கத்தறே?’ என்று கேட்டுக் கொண்டே உள்ளே வந்தார் தீட்சிதர்.

அவரைக் கண்டதும் சரோஜா உள்ளே சென்றாள்.

‘கொஞ்சங்கூட மதிக்காமலிருந்தால் கோபம் வராதா?’ என்றான் பாலன்.

‘நீ இருக்கிற ஒழுங்குக்கு மதிப்பு ஒண்ணுதான் குறைச்சல்’ என்றார் தீட்சிதர்.

அவன் தந்தையை ஏறிட்டு நோக்கி, ‘ஏன், என் ஒழுங்குக்கு என்ன வந்து விட்டது?’ என்று கேட்டான்.

‘ஊரெல்லாம் சிரிக்கிறது. அவ்வளவுதான். ஊரழிஞ்சவளுடைய பொண்ணோடே ஊரெல்லாம் சுத்தறானாம், இவனை மதிக்க வேண்டுமாம். மதிப்பைப் பத்திப் பேச உனக்கென்னடா யோக்கியதை?’

'ஊரழிஞ்சவளுடைய பொண்ணா? இதெல்லாம் யார் கட்டின கதை? ஒரு பெண் என்னை விரும்பி, நானும் அவளை விரும்பி னால், அதிலே என்ன தப்பு?'

'சீ... வாயை மூடு! சரோஜாவினுடைய கால் தூசி பெறுமாடா அந்தப் பட்டணத்துக் கழுதையெல்லாம்? என்ன தப்புன்னு கேட்கக்கூடிய அளவுக்கு வந்துடுத்தா உன் தைர்யம்? உன்னைப் பட்டணத்தில் படிக்க வைச்சதுக்கு இதுதானா பலன்!'

'என்னப்பா, கோபம் வந்தா கண்டபடியா பேசறது? அந்தப் பெண்ணைப் பார்க்காமலே நீங்க இப்படிப் பேசறது நியாய மில்லே.'

'வாயை மூடப் போறியா இல்லையா? பெரிய நியாயத்தைக் கண்டுட்டான், நியாயம்! நீ மறுபடியும் பட்டணத்துக்குப் படிக்கப் போகணும்னா சரோஜாவைக் கல்யாணம் பண்ணிண்டப்புறம் தான் போகணும். போறும், உன்னை அங்கே தனியா விட்டு வைச்சது.'

'சரோஜாவுக்கும் எனக்கும் கல்யாணமா? எனக்கு இஷ்டமில் லாமே கல்யாணம் பண்ணி வைச்சேள்னா அது எனக்கும் நல்லதில்லே, சரோஜாவுக்கும் நல்லதில்லே.'

'உன் இஷ்டத்தை யார்டா கேட்டா? இது என் இஷ்டம், சரோஜா இஷ்டம்.'

'இதிலே என் அபிப்பிராயமே கிடையாதா?'

'சொந்தமா அபிப்பிராயம் வச்சுக்கக் கூடிய யோக்கியதை உனக்கில்லே.'

'இன்னின்ன யோக்கியதை இருந்தால்தான் சொந்தமா அபிப்பிராயம் வச்சுக்கலாம் என்ற கணக்கு உண்டா? நீங்க சொல்றபடிதான் நான் கேட்கணும் என்கிற அவசியமில்லே.'

'என்னடா சொன்னே? சொன்னபடி கேட்கமாட்டியா? சொன்ன படி கேட்க மாட்டியா?' திரும்பத் திரும்பக் கேட்ட தீட்சதரின் உடல் வேகமாக ஆடியது. அவர் முன் தெரிந்த மகனின் உருவம் கொஞ்சம் கொஞ்சமாக மறையத் தொடங்கியது. அவர் தரையில் சாய்ந்தார்.

பாலன் விரைந்து சென்று அவரைத் தாங்கிக் கொண்டான்.

சமையலறையிலிருந்து சரோஜா அவசர அவசரமாக வந்தாள். பாலன் அவளைக் கண்டதும் ஒன்றும் சொல்லத் தெரியாமல் செயலற்று நின்றான்.

சரோஜா கட்டிலில் படுக்கையைத் தட்டிப் போட்டுவிட்டு அறைக் கோடியிலிருந்த மின் விசிறியைக் கட்டிலுக்கருகே ஸ்டூலில் வைத்துச் சுற்றி விட்டாள். பிறகு பாலனைப் பார்த்துக் கூறினாள்: 'மாமாவை இப்படிக் கொண்டு வந்து விடுங்கள்.'

தன்னை ஒரு குற்றமும் சாட்டாமல் அவள் மேற்கொண்ட மௌனம் அவனைச் சங்கடத்துக்குள்ளாக்கியது.

கட்டிலில் விடப்பட்ட தீட்சிதரின் உடல் வியர்வையில் நனைந் திருந்தது.

'தந்தியைக் காட்டிலும் வேகமா வந்துட்டியே!' கேட்டுக் கொண்டே உள்ளே நுழைந்த டாக்டர் பஞ்சாபகேசன், கட்டிலில் தீட்சிதர் விடப்பட்டிருப்பதைக் கண்டு திடுக்கிட்டு நின்றார்.

'நல்ல வேளை. வந்தேளே மாமா. இவா இரண்டு பேருக்கும் ஏதோ வாக்கு வாதம் நடந்தது. மாமா அப்படியே மயக்கம் போட்டு விழுந்துட்டார்' என்றாள் சரோஜா.

டாக்டர் உடனே நாடியைப் பரிசோதித்துப் பார்த்தார். இடுப்பை இறுகப் பிடித்திருந்த வேட்டியைத் தளர்த்தி விட்டார்.

'பயமொன்றுமில்லே, கொஞ்சம் மயக்கம்தான். சரியாய்ப் போயிடும். நீ கொஞ்சம்பாலைக் காய்ச்சிக் கொண்டா.' என்றார் பஞ்சாப கேசன்.

அவர் பாலனுடன் பேச விரும்புகிறார் என்று உணர்ந்த சரோஜா உள்ளே சென்றாள்.

'அப்பாவோடே சண்டை போடணும்னு நான் வரல்லே. அப்பாதான் ஆவேசம் வந்த மாதிரி கத்தினார்.'

'எதுக்குக் கத்தினார்?'

'நான் இப்போவே சரோஜாவைக் கல்யாணம் பண்ணிக்கணு மாம்.'

'நீ என்ன சொன்னே?'

'நான் என்ன சொன்னேனா? நான் எழுதின லெட்டரைப் படிச்சுட்டும் இப்படிக் கேட்கிறேளே?'

'ஓ! அதுவா? யாரோ ஒரு பெண்ணைக் கல்யாணம் பண்ணிக்கப் போறேன்னு எழுதியிருந்தியே, அதுவா? ஞாபகம் இல்லே.'

'நீங்க வேணும்னே அலட்சியமா இருக்கப் பார்க்கிறேள்னு நினைக்கிறேன்' என்றான் பாலன்.

'வேணும்னு அலட்சியமா? என்ன சொல்றே நீ? எனக்குப் புரியல்லியே.'

'என் முடிவு உங்களுக்கும் ஏமாற்றத்தைத் தந்திருக்குமோ என்னமோ!'

'என் ஏமாற்றம் கிடக்கட்டும். உன் முடிவு செஞ்சிருக்கிறதைப் பார்த்தியா?' என்று தீட்சிதரைச் சுட்டிக் காட்டினார் பஞ்சாப கேசன்.

பாலனின் மனத்தில் திடீரென்று ஓர் இனம் தெரியாத பயம் உண்டாகியது. 'அவர் அவ்வாறு கிடப்பதற்குத் தான்தான் காரணம், தானே தான் காரணம்.'

டாக்டர் கெட்டிக்காரர்தான், சந்தேகமில்லை. தன்னுடைய முடிவை மாற்றிக் கொள்ளவேண்டுமென்று வற்புறுத்துவதற்கு உணர்ச்சி மிகுந்த சூழ் நிலையை வாய்ப்பாகப் பயன்படுத்திக் கொள்ளப் பார்க்கிறார். கவனமாக இருக்க வேண்டும். அப்பா வுக்குத்தான் பயமில்லை என்று கூறி விட்டாரே! ஆனால், ஒரு வேளை சரோஜாவுக்கு ஆறுதலாக இருக்க வேண்டுமென்று அப்படிக் கூறியிருப்பாரோ? அவன் மீண்டும் தன் தந்தையை நோக்கினான். அவர் உடம்பில் எந்த வித அசைவுமில்லை.

'என்ன, பேசாமல் இருக்கே?' என்று கேட்டார் டாக்டர்.

'இச்சூழ்நிலையைப் பயன்படுத்திக் கொண்டு என் முடிவை மாற்றநீங்க வற்புறுத்துவது தர்ம விரோதம். இது நான் விரும்பும் அந்தப் பெண்ணுக்குச் செய்யும் நியாயமுமில்லே!'

டாக்டர் மெதுவாகச் சிரித்தார்.

'எதுக்கு சிரிக்கறேள்?' என்றான் பாலன் அவமான உணர்ச்சியோடு.

‘உன் மாதிரி எவ்வளவு பேர் இந்த உலகிலே இந்த மாதிரி இதுவரை பேசியிருப்பாள்னு யோசித்துப் பார்த்தேன். சிரிப்பு வந்தது. நானும் உன் மாதிரி இளைஞனாயிருந்து இந்த மாதிரி யெல்லாம் நினைச்சிருப்பேன்னு நீ யோசித்துப் பார்த்ததுண்டா? ஆனால், இப்போ அதைப் பத்தி யெல்லாம் நினைச்சுப் பார்த்தா வேடிக்கையாயிருக்கு. வாழ்க்கையே நாடகம்னு சொன்னானே, நூத்துக்கு நூறு உண்மை. சொல்லப்போனா, ஒரு நாடகம் என் கிறதைக் காட்டிலும் பல ஓரங்க நாடகங்களுடைய கோவைன்னு சொல்லலாம். குழந்தையாயிருந்து நாடகமாடறோம். அது அப்போது தெரியறதில்லே. இளைஞனான பிறகுதான் ‘குழந்தையா இருந்து நாடக மாடினோமே’ன்னு தெரியறது. இப்போ என் மாதிரி என் வயசிலே இருக்கிறவாளுக்குத்தான், இளைஞனாயிருந்து நாடகமாடியதெல்லாம் தெரியும், புரியும். ஆனால், உலகத்திலே மனுஷ சரித்திரம் ஆரம்பிச்ச திலிருந்து இந்த நாடகம் அலுக்காம, சலிக்காம நடந்துண்டே யிருக்கு.’

‘எனக்கு ஒண்ணும் புரியல்லே.’ என்றான் பாலன் எரிச்சலோடு.

‘புரியலேங்கிறதில்லே. புரிஞ்சுக்க உனக்கு இஷ்டமில்லே.’

‘இப்போ என்ன செய்யச் சொல்றேள் என்னை?’

‘அப்பா சொன்ன மாதிரி சரோஜாவைப் பேசாமல் கல்யாணம் பண்ணிக்கோ. முப்பது வருஷம் கழிச்சு இந்தச் சூழ்நிலையை நீ நினைச்சுப் பார்த்தால், உனக்கே வேடிக்கையா இருக்கும்.’

ஒளிவு மறைவற்ற இந்த யோசனையின் உண்மை வேகத்தை பாலனால் தாங்க முடியவில்லை.

‘என்னை நம்பியிருக்கும் ஒரு பெண்ணை ஏமாத்தச் சொல்றேளா? நான் சரோஜாவை என் மனைவின்னு கற்பனை செஞ்சு கூடப் பார்த்ததில்லையே!’

‘எதுக்கு கற்பனை செய்யணும்? சரோஜா உன் மனைவி என்கிற அனுபவ உண்மையோட பழகிட்டா, பைத்தியக்காரக் கற்பனை யெல்லாம் எதுக்கு?’

‘என் மனசிலுள்ள லட்சியங்களும், கனவுகளும்?’

டாக்டர் இடை மறித்தார்! ‘உன் லட்சியங்களும் கனவுகளும் ஒரு புறம் இருக்கட்டும். சொல்றதைக் கேளு. உங்கம்மா

போனதிலிருந்து நீயே தன் உயிராக, உன்னையே மையமா வைச்சு இயங்கற உங்கப்பாவுக்குச் செய்ய வேண்டிய கடமையைச் செய்ய வேண்டாமா நீ?'

'அப்பாவுக்கு என் பேரிலே உயிரா? அதான் என்னைக் கண்டா அவருக்குக் கொஞ்சம் கூடப் பிடிக்கலியே?'

'உன்னைக் கண்டா பிடிக்கலியா, யார் சொன்னா? உன் பேரிலே அளவு கடந்த ஆசை இருக்கிறதனால்தான், அவருக்கு அதுக்குத் தகுந்த கோபமும் வரது. விருப்பம் வைச்சு ஏமாந்தால் அது வெறுப்பா மாறுவது சகஜம். அளவு கடந்த விருப்புக்கும் வெறுப்புக்கும் நடுவிலே மயிரிழைதான் வித்தியாசம்.'

தீட்சிதர் கண்களைத் திறந்து பார்த்தார்.

'என்ன மாமா? எப்படியிருக்கு?'

'யாரு பஞ்சாமியா?' என்று மெதுவாகக் கேட்டார் தீட்சிதர்.

'ஆமாம். ரெஸ்ட் எடுத்துக்குங்கோ, பேச வேண்டாம்.'

தீட்சிதர் பாலனைச் சற்று நேரம் உற்றுப் பார்த்துவிட்டு பிறகு அறை முழுவதும் தம் கண்ணை ஓட்டினார்.

அதைப் புரிந்துகொண்ட டாக்டர், 'சரோஜாவைப் பார்க்கிறேளா? அதோ வந்துண்டிருக்கா' என்றார்.

சரோஜா பாலுடன் தீட்சிதரின் கட்டிலருகே வந்து நின்றாள்.

'மாமா ஒரு நல்ல சாமாசாரம். பாலன் கல்யாணம் பண்ணிக்க ஒப்புத்துண்டுட்டான்' என்று சரோஜாவைப் பார்த்துக் கொண்டே கூறினார் பஞ்சாபகேசன்.

டாக்டர் கூறிய செய்தி பாலனை வியப்பிலாழ்த்தியது. அவன் அதை மறுக்க நினைத்தான். ஆனால், பேசுவதற்கான மன உறுதி யில்லாமல் தான் பலஹீனமாகிவிட்டதை அவன் உணர்ந்தான்.

அவன் சரோஜாவை நோக்கிய போது பாலை ஆற்றிக் கொண்டிருந்த அவள் முகத்தில் எந்தவித உணர்ச்சியுமில்லை.

தீட்சிதர் முகம் அமைதியிலாழ்ந்திருந்தது.

'என்னம்மா, நல்ல சமாசாரம் சொல்றேன், சர்க்கரை கிடையாதா எனக்கு?' டாக்டர் கேட்டார்.

'என்ன நல்ல சமாசாரம் மாமா? பால் ஆறியிருக்கு. அப்படியே சாப்பிடுங்கோ மாமா.'

'உன் அம்மாஞ்சி தன் முறுக்கையெல்லாம் விட்டுவிட்டார். இது நல்ல சமாசாரமில்லையா?'

'ஓ! அவர் கல்யாணத்தைச் சொல்றேளா? மாமாவும் ஒத்துண்டுட் டாளா?'

'மாமா ஒத்துக்கணுமா? இதைவிட அவருக்கு சந்தோஷம் வேறே என்ன இருக்கப் போறது?' டாக்டருக்கு சரோஜா பேசியது ஒன்றும் புரியவில்லை.

'அந்தப் பட்டணத்துப் பெண்ணை மாமாவுக்குப் பிடிக்காதுன்னு நான் நினைச்சேன். மாமாவுக்கும் சந்தோஷம்னா சரி.'

'என்னம்மா சொல்றே நீ? பட்டணத்துப் பெண்ணா? உனக்கும் உன் அம்மாஞ்சிக்கும் தான் கல்யாணம்!'

'எனக்கும் அவருக்குமா? மாமா, பால் ரொம்ப ஆறிப் போச்சோ! என்ன சொன்னேள். எனக்கும் அவருக்குமா?' அவள் முகத்தில் ஏளனக் குறுநகை படர்ந்தது.

'நீங்க இரண்டு பேரும் பேசினதை நான் கேட்டுண்டுதான் இருந் தேன். எனக்காக அவர் தன்னுடைய லட்சியங்களையும் கனவு களையும் தியாகம் செய்ய வேண்டாம்! நான் அவரைக் கல்யாணம் பண்ணிக்கப் போறதில்லே.'

'என்னம்மா இது அசட்டுத்தனம்? பாலன் இப்போ தயாராக இருக்கிறபோது...'

'ஏன்? அவருக்கு என்னை வேண்டாம்னு சொல்ல உரிமை இருக்கிறபோது, எனக்கு அவரை வேண்டாம்னு சொல்ல உரிமையில்லையா?'

'சரோஜா! விளையாடதே. மாமாவுக்கு மறுபடியும் மயக்கம் வந்துடும். இரண்டு பேருமா சேர்ந்து கிழவரைக் கொன்னுடு வேள் போலிருக்கே.'

தீட்சிதர் எல்லாவற்றையும் கேட்டுக்கொண்டிருக்கிறார் என்று நன்றாகத் தெரிந்தது அவருக்கு. மறுபடியும் கோபம் வந்தால் என்ன செய்வது என்று டாக்டருக்குப் பயம்.

'ஏதோ விளையாட்டுக்காகச் சொல்றா. நீங்க சொன்னா சரோஜா கேட்காமலா இருக்கப்போறா?' என்றார் பஞ்சாபகேசன், தீட்சித ரிடம்.

'நான் விளையாட்டுக்காகச் சொல்லலே, உண்மையாகவே சொல்றேன்!'

தீட்சிதர் மெதுவாகக் கூறினார்: 'சரோஜாவுக்கு இஷ்டமில் லேன்னா வேண்டாம்.'

பாலன் தன் முழு உயரத்துக்கு எழுந்து நின்றான். அவள் தன்னை நிராகரித்தது அவன் சுய கௌரவத்துக்குச் சவால். தனக்காக அவள் காத்திருப்பாள், அவளைத் தேற்றிச் சமாதானப் படுத்த வேண்டும் என்ற அனுதாபத்துடன்தான் அவன் வந்தான். ஆனால், அவளோ அவனை அனுதாபத்துக் குரியவானக்கி விட்டாள். தான் பலஹீனப்பட்டு நிற்கும் போது அவள் தன் முழு பலத்துடன் நிற்கிறாள்.

'சரோஜா! இது தான் உன் முடிவா?' கேட்டான் பாலன்.

'ஏன், உங்களுக்கு ஏமாற்றமாக இருக்கிறதா?' என்றாள் சரோஜா.

பாலன் பதிலொன்றும் கூறவில்லை. தன் அறைக்கு வெளியே இருந்த தன்னுடைய பெட்டியையும் படுக்கையையும் எடுத்துக் கொண்டு அவன் கிளம்பினான்.

டாக்டர் தன் கண்களில் பரவிய நீர்த் திரையை மறைக்க முயல வில்லை.

பாலன் புறப்பட்டுச் செல்வதை தீட்சிதரும் தடுக்க முயல வில்லை. வாசலுக்குச் சென்றவன், வாசலில் சற்று தயங்கி நின்றான்.

12. அந்தணர் என்போர் அறவோர்

தர்மலிங்கம் மணியைப் பார்த்தார். ஒன்பது அடிக்க ஐந்து நிமிடங்கள் இருந்தன. ஐயர் இன்னும் ஏன் வரவில்லை?

கடையைத் தினம் ஒன்பது மணிக்குத்தான் திறப்பதென்றிருந் தாலும் சனிக்கிழமை மட்டும் எட்டே முக்காலுக்குத் திறப்பது என்பது வழக்கமாக இருந்து வருகிறது. ராகு ஆட்சி செலுத்த வரும்போது அவர் கடையைத் திறந்து கொண்டிருந்தால் அவன்கடைக்குள் நுழைந்து விடுவானோ என்ற பயம்.

ஐயர் எட்டரை மணிக்கு வந்து சாவியை வாங்கிக்கொண்டு போவார். அங்க கடை ஆட்கள் காத்துக் கொண்டிருப்பார்கள். ஐயர் கடையைத் திறந்து சாமி படத்துக்கு ஊதுவத்தி ஏற்றி வைத்த பிறகுதான் வியாபாரம் ஆரம்பிக்கும்.

இருபது ஆண்டுகளாக நடந்து வரும் இவ் விதிமுறைக்கு இதுவரை தடங்கல் ஏற்பட்டதே இல்லை.

ஐயருக்கு இன்று என்னவாகிவிட்டது? ஒரு வேளை காய்ச்சலாக இருக்குமோ? முன்பொரு தடவை அப்படி ஏற்பட்ட போது, உடம்பு சரியில்லை என்று தகவல் சொல்லி அனுப்பியது அவர் நினைவுக்கு வந்தது.

ஆமாம். ஒரு தடவைதான். மற்றபடி மனுஷன் லீவு எடுத்துக் கொண்டதே கிடையாது. அவ்வளவு விசுவாசம்.

இன்னும் இரண்டு நிமிஷங்கள்தான் இருந்தன. தாமே போவ தென்று தீர்மானித்து உள் பக்கமாகப் பார்த்துக் குரல் கொடுத்தார்.

‘பாக்கியம், நான் கடைக்குப் போறேன். ஐயருக்கு என்ன எளவோ தெரியலே. இன்னும் வரக் காணலே.’

அவர் செருப்பை மாட்டிக் கொண்டு வாசலுக்கு விரைந்தார்.

எதிர்த்தாற்போல் ஐயர் வந்து கொண்டிருந்தார்.

‘என்னய்யா ஐயரே, ராகு காலம் போதாதுன்னு சகுனத் தடையா எதுத்தாப்பலே வேற வறீங்க?’

‘மன்னிச்சுக்கணும், நாழியாயிடுத்து’ என்று வியர்வை வழிந்த முகத்தை மயில் துண்டால் துடைத்துக் கொண்டார் வெங்கு.

‘உள்ளாற வந்து கொஞ்சம் தண்ணி குடிச்சுட்டுப் போங்க.’ என்று சொல்லிக் கொண்டே வந்தாள் பாக்கியம்.

தர்மலிங்கம் மறுபடியும் மணியைப் பார்த்தார்.

‘ஒன்பதாயிடுச்சே!’ என்று சிறிது எரிச்சலுடன் வெங்குவை நோக்கினார்.

‘உங்ககிட்ட முக்கியமா ஒரு விஷயம் சொல்லணும்.’

‘எதைப்பத்தி?’

‘உள்ளே போய்ப் பேசலாமா?’

தர்மலிங்கம் அவரை ஏற இறங்கப் பார்த்தார். எதைப் பற்றிப் பேசப் போகிறார்? வருமான வரி அதிகாரிகள் வந்து ஏதாவது விசாரித்திருப்பார்களோ?

அவர் உள்ளே போய் நாற்காலியில் உட்கார்ந்தார்.

வெங்கு ஸ்டூலில் உட்கார்ந்தார்.

‘எப்படிச் சொல்றதுன்னு தெரியலே. ராஜுவைப் பற்றிய சமாச்சாரம்...’

மகனைப் பற்றி என்று அறிந்ததும் தர்மலிங்கம் அவரைக் கூர்மையாக நோக்கினார்.

பாக்கியம் அவர்கள் அருகே வந்தாள்.

‘இன்னிக்குக் காலம்பற வக்கீல் குமாஸ்தா இருக்காரே, நாணு வய்யர், அவர் எட்டுமணிக்கு எங்க வீட்டுக்கு வந்தார். ரொம்பக்

கோபமா இருந்தார். என்ன விஷயம்னேன். அவரோட மூணாவது பொண்ணு இருக்காளே, கிரிஜா, ஏதோ சிட்பண்ட் ஆபீசிலே டைப்பிஸ்டா வேலை செய்யறா போலிருக்கு. அவளுக்கும் ராஜூவுக்கும் சிநேகமாம்' என்று சொல்லிவிட்டு வெங்கு நிறுத்தினார்.

தர்மலிங்கம் பாக்கியத்தைப் பார்த்தார்.

'அதனாலே?' என்று குரலைச்சற்று உயர்த்திக் கேட்டாள் பாக்கியம்.

'விஷயம் முத்திப் போச்சு போலிருக்கு. அந்தப் பொண்ணுக்கு இரண்டு மாசமாம்.'

'இது பச்சைப் பொய். வக்கீல் குமாஸ்தா இல்லே? பணம் பறிக்கப் பார்க்கிறாரு அந்த ஐயரு' என்றாள் பாக்கியம்.

'ராஜூவைக் கூப்பிடு' என்றார் தர்மலிங்கம்.

'அவனைக் கூப்பிடுவானேன்? கொஞ்சம் விளையாட்டுப் பிள்ளைதான். இல்லேன்னு நான் சொல்லல்லே. ஆனா, இந்த மாதிரி... சே! இவ்வளவு தூரத்துக்கா? அந்த ஐயரு திட்டம் போட்டு வேலை செய்யறாரு. நல்லாத் தெரியுது.'

அப்போது ராஜூ கையில் டூத் பிரஷ், தோளைச் சுற்றிய டவல் சகிதமாக மாடியிலிருந்து கீழே இறங்கி வந்தான்.

'என்ன வெங்கு சார், சௌக்கியமா? என்ன இந்த நேரத்திலே இங்கே உட்கார்ந்திருக்கீங்க? கடைக்குப் போகலே?' என்றான் ராஜு.

'டேய் ராஜு இங்கே வா!' என்றார் தர்மலிங்கம்.

'பல் விளக்கிவிட்டு வரட்டுமே. என்ன அவசரம்?' என்றாள் பாக்கியம்.

'ஐயரு சொல்றாரே, அது நிஜமாடா?'

'ஐயரு என்ன சொல்றாரு?'

'உனக்கும் அந்த நாணு ஐயரோட பெண்ணுக்கும் சிநேகமாமே?'

'ஆமா. அந்தப் பொண்ணைத் தெரியும். அதுக்கு என்ன இப்போ?'

'என்னவா? அந்தப் பொண்ணு ரெண்டு மாசமா முழுகலியாம்.'

'ரியலி?' என்று ராஜு சற்று அதிர்ச்சி அடைந்தவனாக வினவினான்.

'என்னடா, ரியலி? அந்த ஐயரு இவர் வீட்டுக்கு வந்து ஆகாசத்துக்கும் பூமிக்குமா குதிக்கிறாராம். காலேஜுக்குப் போய் படிடான்னா இந்த மாதிரி வம்பையா விலைக்கு வாங்கிட்டிருப்பாங்க? நீ உருப்படுவியா?'

'இவன் ஆம்பிள்ளை. அந்தப் பொண்ணுக்குப் புத்தி எங்கே போச்சாம்? எல்லாம் வேஷம். 'பசையுள்ள இடம்'னு வலையை விரிச்சுட்டு யாரை ஏமாத்தறாரு அந்த ஐயரு?' என்றாள் பாக்கியம்.

ராஜு மௌனமாகக் கொல்லைக்கட்டை நோக்கிச் சென்றான்.

'இதோ பாருங்க. அந்த ஐயரு கல்யாணம் கில்யாணம்னு வந்தார்னா, அதெல்லாம் நடக்காதுன்னு சொல்லிடுங்க. அந்தப் பொண்ணை நானும் பார்த்திருக்கேன் . ரெண்டு மூணு தடவை. அது போடறஸ்டைலும், கொம்மாளமும்... ஒரு ஏழை வீட்டுப் பொனண்ணாவா இருக்குது? ராஜு மாதிரி எத்தனை அப்பாவிப் புள்ளைக அதுக்குச் சிநேகமோ, யாருக்குத் தெரியும்?'

'நீ கொஞ்சம் சும்மா இருக்கப் போறியா, இல்லையா?' என்று சற்றுக் குரலெழுப்பி அதட்டினார் தர்மலிங்கம்.

'நான் அவர்கிட்டப் பேசிக்கிட்டிருக்கேன். உங்களுக்கென்ன?'

'நீ முதல்லே உள்ளே போ. நான் இவர்கிட்டப் பேசிக்கிறேன்' என்றார் தர்மலிங்கம்.

அவள் உள்ளே போனவுடன் தர்மலிங்கம் சொன்னார்: 'அவ இப்படிப் படபடப்பாகத்தான் பேசுவா. உங்களுக்குத் தெரியுமே, மனசுலே ஒண்ணும் வச்சுக்காதீங்க. இந்தப் பாவி மவன் தப்புக்காரியம்தான் செய்திருக்கான். எல்லாம் அவகொடுத்து வச்சிருக்கிற இடம்தான். ஆனா இப்போ நிலைமையைச் சமாளிச்சாவணும். என்ன செய்யலாங் றீங்க?'

'எனக்கு ஒண்ணும் தோணலே. அந்தப் பொண்ணு இப்படிச் செய்திருக்க வேணாம். வாஸ்தவம்தான். ஆனா... '

'சொல்லுங்க.'

'ஒரு பொண்ணு ரெண்டு மாசமா குளிக்கலேன்னா அது ஒண்ணும் சின்ன விஷயமில்லே. நாணுவுக்குக் கல்யாணத்துக்கு இன்னும் மூணு பொண்ணு இருக்கு. எல்லாத்தையும் யோசிச்சாகணும்.'

'அதுக்காக அந்த வக்கீல் குமாஸ்தாவை என்னோட சம்பந்தியா ஏத்துக்கச் சொல்றீங்களா? நல்லா இருக்கே உங்க நியாயம் ? ஷண்முகம், அவன் மகளுக்கு ராஜூவை ரொம்ப நாளாக் கேட்டுக்கிட்டிருக்கான். எனக்கும் ஒரே மவன் ஷண்முகத்துக்கும் ஒரே மக. அவன் கடையையும் நம்ம கடையையும் ஒண்ணாக் கிட்டு நிர்வாகத்தை உங்க கையிலே ஒப்படைச்சுட்டு நாங்க ஓய்வெடுத்துக்கலாம்னு திட்டமிட்டுக்கிட்டிருக்கிறப்போ... ஐயரே, என்ன இப்படிச் சொல்றீங்க நீங்க?'

'நான் நிர்வகிக்கிறதா?' திடுக்கிட்டுக் கேட்டார் வெங்கு

'ஆமாம். பின்னே யாரு? இந்தப் பய பேருக்குத்தான் முதலாளியா இருப்பான். கடையை நடத்த யோக்கியதை இருக்குதா? எனக்கோ வயசாயிடுச்சு, ஷண்முகமும் என்னை விடப் பெரியவன். சொல்லி வச்சாப்போல எங்க ரெண்டு பேருக்கும், ரொம்ப நாளா கொழந்தை இல்லாம வயசானப்புறம் பொறந்தது பாருங்க, அதுதான்அதிசயம். பொறந்தாலும் இப்படியா ஒரு மவன் பொறக்கணும்? எல்லாம் தலைவிதி. ஹூம் இதோ பாருங்க, கடையையும் ராஜூவையும் நீங்கதான் பார்த்துக்கணும்.'

வெங்குவுக்கு என்ன செய்வதென்று தெரியவில்லை. இருபது வருஷங்களுக்கு முன்பு, ஓர் அனாதையாக, இருபது வயது இளைஞனாக இவரிடம் வேலை கேட்டு வந்தபோது தம்மை ஆதரித்தது இவர்தான். ஐந்து வருஷங்கள் கடைப் பையனாக வேலை செய்த பிறகு பெட்டியடியில் உட்கார்த்தி வைத்து விட்டார். அவ்வளவு நம்பிக்கை.

அவருக்குக் கடையைத் தவிர வேறு உலகமே தெரியாது. கல்யாணம் செய்து கொள்ளவில்லை.

இரண்டு வகையான கணக்குப் புத்தகம் வைத்துக் கொள்ள வேண்டும் என்று தர்மலிங்கம் கூறியபோது முதலில் அவருக்கு அதிர்ச்சியாக இருந்தது. அரசாங்கததை ஏமாற்றலாமா என்ற தர்ம உணர்வு தலை தூக்கியது. வியாபாரத்தில் எது செய்தாலும் அதுதான் நேர்மை என்று, நாணயமாக இருக்க முயன்றவர்களுக் கெல்லாம் ஏற்பட்ட கதியைப் பற்றி தர்மலிங்கம் விரிவாகச்

சொன்ன பிறகு தற்கால அரசியல் சமூகச் சூழ்நிலை விதித்திருக்கும் வணிக தர்மத்தை அவர் இயந்திரரீதியாக அனுஷ்டிக்கத் தொடங்கினார். தேர்தல் வந்தால் கட்சிகளுக்குப் பணம் கொடுக்க வேண்டும். பொருள்களுக்கு ஒரு செயற்கையான பஞ்சம் ஏற்படுத்தி அரசாங்க அதிகாரிகளின் கை விரிப்புக்குத் தீர்வு கண்டு, விலையை ஏற்ற வேண்டும் என்ற பல வகையான நிர்ப்பந்தங்களுக்கிடையே நியாயமான முறையில் வியாபாரம் செய்ய வேண்டுமென்பதற்கு எங்கே இடமிருக்கிறது?

ராஜு முகத்தைத் துடைத்துக்கொண்டே வந்தான்.

'இங்கே வாடா!' என்றார் தர்மலிங்கம்.,

ராஜு டவலினால் முகத்தை மூடிக் கொண்டு அவர் அருகில் வந்து நின்றான்.

'அந்தப் பொண்ணைக் கல்யாணம் கடடிக்கிறதாச் சொன்னியா நீ?'

'ஏதோ தப்பு நடந்து போச்சு. என்ன செய்யணும்கிறீங்க?'

'ஏதோ ரெண்டோ, மூணோ பணத்தை விட்டெறிஞ்சா அந்த ஐயரு வேணாம்னா சொல்லப் போறாரு?' என்று சொல்லிக் கொண்டே வந்தாள் பாக்கியம்.

வெங்குவுக்கு வயிற்றை என்னவோ செய்தது.

'சரிதான். நீ மாடிக்குப் போடா! மறுபடியும் இந்த மாதிரி தப்புத் தண்டா வேலைக்கெல்லம் போய் எங்க மானத்தை வாங்காதே!' என்றாள் பாக்கியம்.

ராஜு மாடிக்குப் போய் விட்டான்.

'ஐயரே, நாணு ஐயரைப் பார்த்து நல்லபடியாப் பேசிப் பாருங்க. அஞ்சு மட்டும் தரலாம்' என்றார் தர்மலிங்கம்.

'அஞ்சு எதுக்கு?' என்றாள் பாக்கியம்.

'நீ சும்மா இருக்கப் போறியா, இல்லையா? சரி. நீங்க போய் நாணுவய்யரைப் பாருங்க. நான் கடைக்குப் போகிறேன்.'

வெங்கு போனபோது நாணுவய்யர் வீட்டில் ஒரு பெரிய ரகளை நடந்து ஓய்ந்து போயிருந்தது.

கிரிஜாவுக்கு அழுது அழுது முகம் வீங்கியிருந்தது. நாணுவய்யரின் மனைவியும், மற்றையப் பெண்களும் மூலைக்கு ஒருவராக நின்று கொண்டிருந்தார்கள்.

நாணுவய்யர் உத்தரத்தைப் பார்த்துக் கொண்டு உட்கார்ந்திருந்தார்.

இதைப் பார்க்கும் போது தர்மலிங்கத்திடமிருந்து பணம் பறிப்பதற்காவோ அல்லது ராஜுவுக்கு வலை விரிப்பதற்காகவோ அவர்திட்டமிட்டு வேலை செய்ததாகத் தெரியவில்லை.

'நான் முதலாளிகிட்ட விஷயத்தைச் சொன்னேன்...' என்று ஆரம்பித்தார் வெங்கு.

'கல்யாணம் பண்ணிக்கட்டும்கிறானா அவன்? அப்படிப் பண்ணா இன்னும் மூணு குட்டி கல்யாணத்துக்கு நிக்கறதே, எவன்யா கல்யாணம் பண்ணிக்க முன்வருவான்? பணக்காரனுக்கு இது சாத்தியம். நான் ஏழைப் பாப்பானாப் பொறந்துட்டேனே!' என்றார் நாணுவய்யர்.

'அவரைப் பேச விடுங்களேன். நீங்க பாட்டுக்குப் போசிண்டே போனா?' என்றாள் அவர் மனைவி.

கல்யாணத்துக்கு இவர் தயாராக இல்லை. பணத்தைப் பற்றி எப்படிப் பேசுவதென்று யோசித்தார் வெங்கு.

'தப்பு நடந்து போச்சு. என்ன செய்யலாம்கிறதுதான் உங்க யோசனை?' என்றார் வெங்கு.

'இவளைச் சமுத்திரத்திலே போய் விழுந்து தொலைன்னுதான் சொல்லிண்டிருக்கேன்.'

வெங்கு கிரிஜாவைப் பார்த்தார். அழகான பெண். ஏழையாப் பிறந்தது இவள் குற்றமா? ஏழையாகப் பிறந்ததோடு மட்டுமல்லாமல், காதலிக்க வேறு வேண்டுமா? காதலித்ததோடு மட்டுமல்லாமல் அதன் விலையை வயிற்றில் வேறு சுமக்க வேண்டுமா?

ராஜு இவளைக் கைவிடத் தயாராக இருக்கிறான் என்றறிந்தால் இவளுக்கு எப்பேர்ப்பட்ட அதிர்ச்சியாய் இருக்கும்.

'ராஜு என்ன சொல்றார்?' என ஈன ஸ்வரத்தில் கேட்டாள் கிரிஜா.

'கட்டின புருஷன். அவனுக்கு வைத்திருக்கிற மரியாதையைப் பார்த்தேளா? 'அவரா'ம். அயோக்கிய ராஸ்கல், அவனைக் கண்ட துண்டமா வெட்டிப் போடறதுக்கில்லாம?' என்றார் நாணுவய்யர் அசாத்தியக் கோபத்துடன்.

'பொண்ணாப் பொறந்துட்டு நீ செஞ்சது தப்பும்மா' என்றார் வெங்கு பரிவுடன்.

'அவர், அப்பா அம்மாவைப் கேட்டுக் கல்யாணம் பண்ணிக்கி றேன்னார்' என்றாள் கிரிஜா.

'அவரோட அப்பா அம்மா சம்மதம் போதுமா? பாப்பாரப் பொண்ணாப் பொறந்துட்டு உன் புத்தி போச்சு பாரு, நாங்க இல்லே, உங்க அப்பா, அம்மா. குண்டுக் கல்லாட்டாம்?' என்று சீறினார் நாணுவய்யர்.

'பாப்பான், பாப்பான்னு மட்டும் சொல்லிண்டாப் போறுமா? கையிலே காசு வச்சுண்டு காலாகாலத்திலே கல்யாணம் பண்ணி வைக்க வேண்டாம்னு யார் சொன்னது? கையிலே காசில் லாட்டா, பாப்பானா இருந்தா என்ன, யாரா இருந்தா என்ன?' என்றாள் அவர் மனைவி.

'சரி. நீ போ, கல்யாணத்துக்கு. நான் வர மாட்டேன். எங்கே ளோடது யாகம் செஞ்ச குடும்பம்.'

'ஆமா, பெருங்காய டப்பா' என்று சொல்லியவாறு தலையைத் தோளில் இடித்துக் கொண்டாள் அவர் மனைவி. எல்லையற்ற சினத்தினால் நாணுவய்யரின் முகம் சிவந்தது. சிறிது நேரம் அவளையே பார்த்துக் கொண்டு நின்றவர், பிறகு ஒன்றும் பேசாமல் மிக வேகமாக வெளியே போய்விட்டார்.

கிரிஜா வெங்கு அருகில் வந்து கேட்டாள். 'அவரோட அப்பா அம்மாவுக்குச் சம்மதமா மாமா?'

'நீ சிட் பண்ட் ஆபீசிலே வேலை செய்யறே. அவனோட உனக்கு எப்படிப் பழக்கம்?' என்றார் வெங்கு.

'என்ன எழவோ, எப்படிப் பழக்கமோ, ஆனது ஆயிடுச்சு. அவா சம்மதிக்கிறாளா இல்லியா, அதைச் சொல்லுங்கோ!' என்றாள் கிரிஜாவின் அம்மா.

‘சொல்ல மனசு கஷ்டமா இருக்கு. இந்தப் பொண்ணும் அவனை நம்பி இப்படிச் செஞ்சிருக்க வேணாம். கல்யாணத்துக்கு அவா சம்மதிக்க மாட்டா போலிருக்கு. பணம் தரேங்கிறா.’

‘அடப்பாவி!’ என்று வீறிட்டாள் கிரிஜாவின் அம்மா.

கிரிஜா ஆடாமல் அசையாமல் அப்படியே நின்று கொண்டிருந் தாள். முகத்தில் எந்த விதச் சலனமும் இல்லை. அவளை அப்பொழுது பார்க்க வெங்குவுக்குச் சிறிது பயமாக இருந்தது.

திடீரென்று கிரிஜாவின் அம்மா அவள் மீது பாய்ந்து வாய்க்கு வந்தபடி திட்டிக் கொண்டே அவளை அடிக்கத் தொடங்கினாள்.

கிரிஜா நகரவேயில்லை. கிரிஜாவின் சகோதரிகளும் அவருமாகச் சேர்ந்து அவளுடைய அம்மாவை விலக்குவதற்குப் பெரிதும் சிரமப்பட்டார்கள். அந்த அம்மாவுக்கு எவ்வளவு அசுர பலம்!

கிரிஜா நின்று கொண்டே இருந்தாள். வெறிக்க வெறிக்க வெட்ட வெளியைப் பார்த்துக் கொண்டிருந்தாள்.

‘நீங்களும் பிராம்மணர்தானே! ஒரு பிராமணப் பெண்ணை அவன் கெடுத்திருக்கான். உங்க முதலாளிகிட்ட நல்லபடியாச் சொல்லிக் கல்யாணம் செஞ்சு வைக்க உங்களுக்குத் துப்பில்லே? பிராமணக் குடும்பம் இப்படியா சீரழியணும்? இவ அப்பனும் பிராமணர் தான். பொய்க்கு வக்காலத்து வாங்கி எத்தனைபேர் வயித்தெரிச் சலைக் கொட்டிண்டாரோ, இது இங்கே வயத்தைச் சாச்சிண்டு நிக்கறது. சாமானை ஒண்ணுக்கு நாலு விலை சொல்ற படுபாவி யோட கூட்டாளியாப் போய் உங்களுக்கு வாயடைச்சுப் போயிடுத்து. தூ! நீங்கள்ளாம் பிராம்மணாள்னு சொல்லிக் கிறத்தைக் காட்டிலும் கழுத்திலே பூணூலைச் சுருக்கு மாட்டிண்டு செத்துப் போனாலும் நிம்மதியா இருக்கும்.’

கிரிஜாவின் அம்மா இன்னும் என்னென்னவோ சொல்லிக் கொண்டே போனாள். வெங்குவுக்குத் தலை சுற்றியது.

அவர் மௌனமாக அந்த வீட்டை விட்டு வெளியேறினார்.

அவர் கடைக்குச் சென்றபோது தர்மலிங்கம் பெட்டியடியில் உட்கார்ந்து கொண்டு பணத்தை எண்ணியவாறு இருந்தார். வெங்குவைப் பார்த்ததும், ‘டேய் ஆறுமுகம்! கடையைக் கவனிடா. ஐயரே, உள்ளே வாங்க!’ என்று சொல்லிக் கொண்டே உள்ளே போனார்.

பின்னால் சாமான் அடுக்கி வைத்திருந்த கோடவுன் இருந்தது. சற்று இருட்டான இடம். அங்கு ஒரு ஸ்டூல் இருந்தது. அவர் அதில் உட்கார்ந்தார்.

வெங்கு நின்று கொண்டிருந்தார்.

'காயா, பழமா?'

வெங்கு பதில் கூறவில்லை.

'என்னய்யா சொல்றாங்க?'

'அம்மா நினைச்ச மாதிரி யாரும் வலை விரிக்கவில்லை. இது துர்ப்பாக்கியமா ஏற்பட்டுவிட்ட ஒரு சம்பவம். நாணுவய்யர் கல்யாணத்துக்கும் சம்மதிக்கலே. பொண்ணைச் 'சமுத்திரத்திலே விழுந்து செத்துப்போ'ன்னு சொல்லிட்டுப் போயிட்டார். அவாளுக்கும் தன்மானம் இருக்கு.'

'பணமும் வேண்டாங்கறாங்களா?'

'பணத்தைப் பத்திப் பேசறதுக்கே எனக்கு அசிங்கமாப் பட்டது. இருந்தாலும் சொன்னேன். அவ்வளவுதான், அந்த அம்மா, நாணுவய்யரோட சம்சாரம் தர்ம தேவதை மாதிரி ஆவேசம் வந்தாப்பலே கத்தினா. நான் கூனிக் குறுகி அவமானம் தாங்க முடியாம வந்துட்டேன்.'

தர்மலிங்கம் சிறிது நேரம் பேசாமல் இருந்தார்.

ஆறுமுகம் அப்பொழுது அங்கு வந்தான்.

'அம்மா போன்லே கூப்பிடறாங்க.'

'காரியமா இருக்கேன், பேச முடியாதுன்னு சொல்லு. போ!' என்று சீறி விழுந்தார் தர்மலிங்கம்.

'இப்போ என்ன செய்யலாம்கிறீங்க?'

'எனக்கு ஒண்ணும் புரியலே' என்றார் வெங்கு.

'நான் ஒண்ணு சொல்லட்டுமா?'

வெங்கு அவரை ஏறிட்டு நோக்கினார்.

'தப்பா நினைச்சுக்க மாட்டீங்களே?'

'எதுக்கு?'

'நீங்க அந்தப் பொண்ணைக் கட்டிக்குங்க. இருபதோ, முப்பதோ, நான் கல்யாணம் செய்து தரேன்.'

வெங்கு திடுக்கிட்டு நின்றார்.

'அது தற்கொலை கிற்கொலை செய்துக்கிட்டுதுன்னா வீண் வம்பு வேறே. நாணுவய்யரும் பிராம்மண சம்மபந்தம்தான் வேணுங் கிறாரு. உங்களுக்கும் அப்படியொண்ணும் வயசாயிடல்லே. நாற்பது வயசு ஒரு வயசா என்ன? அந்தப் பொண்ணும் தெரியாத் தனமா தப்புச் செஞ்சிருச்சு. அதுக்காகச் சாவணுமா? வேற ஏற்பாடு எத்தனையோ இருக்குது.நான் கவனிச்சுக்கிடறேன். என்ன சொல்றீங்க?'

'நான் கல்யாணம் பண்ணிக்கணும்னு நினைச்சிருந்தா எப்பவோ பண்ணிண்டிருப்பேனே?'

'ஏன் செய்துக்கல்லே?'

'அதப்பத்தி யோசிக்கலே.'

'இப்போ யோசியுங்க. ஒரு பிராமணப் பெண்ணைக் காப்பாத்தின புண்ணியம் வந்து சேரும். எனக்காக நீங்க எவ்வளவோ ஒளைச்சிருக்கீங்க. இந்த உதவிகூட நான் உங்களுக்குச்செய்யக் கூடாதா?'

'உதவியா?'

'ஆமாம், உதவிதான். கல்யாணத்தைத் தடபுடலா நடத்திக் காட்டறேன். நாணுவய்யர் முப்பது ரூபா செலவழிச்சு மகளுக்கு கல்யாணம் கட்டிக் கொடுக்க முடியுமா? சொல்லுங்க ஐயரே. வாழ்றதிலே ஒரு அர்த்தம் இருக்கணும். சும்மா என் கடைக்கே ஒளைச்சு ஒளைச்சு சுவடு தெரியாமபோறதிலே யாருக்கு லாபம்? இப்போ ஒரு பொண்ணுக்கு வாழ்வு தரப் போறீங்கங்கறது எவ்வளவு பெரிய உபகாரம்! யோசிச்சுப் பாருங்க.'

வெங்குவுக்கு என்ன பதில் சொல்வதென்று தெரியவில்லை. பிரச்னை தீர்வதற்கு இதுதானா வழி? கிரிஜாவின் அம்மா சொன்ன மாதிரி அநியாய வியாபாரத்துக்கு இதுவரை தர்மலிங்கத் துக்குத் துணை போய்விட்டு இப்பொழுது, 'ஒரு கெட்டுப்போன

பெண்ணைக் கல்யாணம் செய்து கொள்ளுங்கள்!' என்று ஒரு பிராமணனை வற்புறுத்துகிறீர்களே! இது சரியா? என்று கேட்பதற்கு அவருக்கு என்ன தகுதி இருக்கிறது?

கிரிஜா இதற்குச் சம்மதிக்க வேண்டுமே, அவள் ஒப்புக் கொள் வாள் என்பது என்ன நிச்சயம்?

'ஐயரே, என்ன யோசிக்கிறீங்க?'

'அந்தப் பொண்ணு சம்மதிக்க வேணாமா?'

'நீங்க அதைக் கூட்டியாங்க. நான் சொல்றேன்.'

'அவ வரமாட்டா.'

'அப்படின்னா நாமபோவோம் வாங்க!'

அவர்கள் நாணு ஐயர் வீட்டுக்குச் சென்றபோது, கிரிஜா முழங் காலைக் கட்டிக்கொண்டு தூண் அருகே உட்கார்ந்திருந்தாள். அவள் அம்மா அரிசி புடைத்துக் கொண்டிருந்தாள்.

அவர்களைக் கண்டதும் கிரிஜாவின் முகத்தில் லேசாக ஒரு வியப்புக்குறி தோன்றி மறைந்தது. அவள் எழுந்திருக்க வில்லை.

'நமஸ்காரம். நாணுவய்யர் இருக்காங்களா?' என்றார் தர்மலிங்கம்.

'இல்லே. உட்காருங்க' என்றாள் கிரிஜாவின் அம்மா.

தர்மலிங்கம் அங்கு போடப்பட்டிருந்த ஒரு பெஞ்சில் உட்கார்ந் தார்.

'நான் ராஜுவோட அப்பா.'

'தெரியும்.'

'ஒரு தப்புக் காரியம் நடந்து போயிடுச்சு. அதுக்கு உங்க மகதான் காரணம்னு நான் செல்ல வரல்லே. என் மவன் தான் காரணம். வயசானப்புறம் பொறந்த மவன். செல்லம் கொடுத்து வளர்த்த தோட பலன் உருப்படாத பிள்ளையாப் போயிட்டான். அவன் இனிமே திருந்துவான்னு எனக்கு நம்பிக்கை இல்லை. இப்போ நாம இதுக்கு ஒரு வழி செய்தாவணும்.'

'என்ன செய்யணும்கிறேள்?'

'என் மவனைப் பத்தி எனக்கு நல்லாத் தெரியும். கல்யாணம் கட்டிக்கிட்டாலும் நாய் மாதிரி அலைஞ்சுக்கிட்டுத்தான் இருக்கப் போறான். என் பொண்டாட்டி இருக்காளே அவளைப் பத்தியும் எனக்கு நல்லாத் தெரியும். கிரிஜா எங்க வீட்டுக்கு வந்தா ரெண்டு பேருமாச் சேர்ந்து இந்த அறியாப் பொண்ணை என்ன பாடு படுத்துவாங்களோ, அதை நினைக்கிறப்போ, எனக்கு ஒரே பயமா இருக்குது. அதனாலே, என் மனசிலே படறத்தைச் சொல்றேன். ஏத்துக்கிறதும், ஏத்துக்காம இருக்கிறதும் உங்க பிரியம்.'

'என்ன சொல்றீங்க?'

'வெங்கு ஐயரு இருக்காரே, இவர் மாதிரி ஒரு உத்தமமான பெறவி கலியுக அதிசயம்தான்னு சொல்லுவேன். இருபது வயசிலே அனாதையா என்கிட்ட வந்தாரு. அஞ்சு வருஷத்துக்குள்ளாற பொட்டிச் சாவியை அவர்கிட்டக் கொடுத்திட்டு நிம்மதியா இருக்கேன். என் மவனைக் கூட நான் நம்பத் தயாரா இல்லை. இவருக்கு இப்போ நாற்பதுதான் ஆவுத. நாப்பதுன்னு யாரானும் சொல்லுவாங்களா? அப்படி ஒரு நெருப்பு மாதிரி இருந்துக்கிட்டு வராரு. உங்க பொண்ணுக்கு நல்லதைத்தான் நான் சொல்றேன். இவரை அவ கட்டிக்கிடட்டும். முப்பதோ, நாப்பதோ செலவழிஞ் சாலும் பரவாயில்லை, நான் கல்யாணம் செய்து தாரேன்.'

நாணுவ்யரின் மனைவி அதிர்ச்சியடைந்தவளாய் கிரிஜாவைப் பார்த்தாள்.

கிரிஜா எழுந்து நின்றாள்.

'காதல் கீதல்ங்கிறதெல்லாம் நம்மை நாமே ஏமாத்திக்கிற வேலை. வெங்கு ஐயர் உங்க மவளைப் பூப்போல வச்சுப்பாரு. உங்க மவ சுகம்தான் உங்களுக்குப் பெரிசு. நான் மண்டையைப் போட்டப் புறம்கூட என் மவனாலே இவரை வேலையைவிட்டு அனுப்பிட முடியாது. அப்படித்தான் உயில் எழுதி வைக்கப் போறேன். உங்க மக உண்டாயிருக்குறது, உண்மைதான். இரண்டு மாசம்தானே, வேற ஏற்பாடு செய்துக்கிடலாம். அதையும் நான் கவனிச்சிக் கிறேன்.'

'ஒரு ஏற்பாடும் பண்ணவேண்டாம். நான் நீங்க சொல்ற யோசனையை ஏத்துக்கறேன். ஆனா மூணு கண்டிஷன்' என்றார் வெங்கு ஐயர்.

தர்மலிங்கத்துக்கு ஆச்சரியமாக இருந்தது.

அதுவரை நின்று கொண்டிருந்த வெங்கு தர்மலிங்கம் அருகில் பெஞ்சில் உட்கார்ந்தார்.

‘என்னய்யா கண்டிஷன்?’ என்று குரலில் சிறிது எரிச்சல் தோன்றக் கேட்டார் தர்மலிங்கம்.

வெங்கு கிரிஜாவைப் பார்த்தார். அவளும் முகத்தில் சிறிது ஆச்சரியம் தோன்ற அவர் என்ன சொல்லப் போகிறார் என்று ஆவலுடன் காத்துக் கொண்டிருப்பது போல் தோன்றியது.

‘ஒண்ணு, கிரிஜா விஷயமாக வேறு ஒரு ஏற்பாடும் நீங்க பண்ண வேண்டாம். இது சம்பந்தமாக உங்களுக்கோ, எனக்கோ, கிரிஜாவுக்குமோ சரி, எந்த உரிமையும் கிடையாது. ரெண்டு, நீங்க முப்பதும் நாற்பதும் செலவழிச்சு இந்தக் கல்யாணத்தை நடத்தி வைக்க வேண்டிய அவசியம் இல்லே. கிரிஜாவுக்குச் சம்மதம்னா என்கிட்டே கொஞ்சம் பணம் இருக்கு. பார்த்துக்கறோம். மூணு, இனிமே நான் உங்ககிட்ட வேலை செய்யப் போறதில்லே.’

தர்மலிங்கம் பேசுபவர் வெங்குதானா என்ற திகைப்பில் அவரையே சிறிது நேரம் உற்றுப் பார்த்துக் கொண்டிருந்தார்.

வெங்கு மேலே தொடர்ந்தார்.

‘கிரிஜாவோட அம்மா கொஞ்ச நேரத்துக்கு முன்னாலே சொன்னா. தூ! நீங்கள்ளாம் பிராமணாள்னு சொல்லிக்கிறதைக் காட்டிலும் கழுத்திலே பூணூலைச் சுருக்கி மாட்டிண்டு செத்துப் போனாலும் நிம்மதியா இருக்கும்னு. வாஸ்தவம்தான். பொறவியினாலே மட்டும் ஒருத்தன் பிராம்மணனா ஆயிட மாட்டான். அவன் சமூகத்தோட மனச்சாட்சிக்குத் தர்மகர்த்தாவா இருக்கணும்கிறதுதான் இதுவரைக்கும் இருந்து வந்த நம்பிக்கை. ஒருத்தன் வேதம் சொல்லலாம். இல்லாட்டா விறகு வெட்டலாம். மனச்சாட்சியை விக்கத் தயாராக இல்லாத வரைக்கும் அவன் பிராமணன் தான். கிரிஜாவும் தப்பு பண்ணியிருக்கா. நானும் இதுவரைக்கும் பண்ணிண்டு வந்திருக்கேன். இதிலே எந்தத் தப்பு ரொம்ப மோசமானதுன்னு முடிவு கட்ட முடியாது. ரெண்டு பேரும் புதுசா வாழ்க்கையை ஆரம்பிக்கப் போறோம். கூடிய வரைக்கும் மனசாட்சிக்கு விரோதமில்லாத பிராமணனா வாழ்க்கையை நடத்த முடியுமான்னு பார்க்கறது தான் என் ஆசை.’

கிரிஜா அவரைச் சற்று அதிர்ச்சியுடன் நோக்கினாள்.

13. பதி பசி பாசம்

கோபாலனுக்குத் திடீரென்று விழிப்பு வந்தது. அப்போதுதான் பார்த்தார், அவர் மனைவி கமலா தூங்காமல், கட்டிலில் உட்கார்ந்து கொண்டிருப்பதை.

என்ன காரணம் என்பது அவருக்குத் தெரிந்ததுதான். நடுராத்திரியில் மறுபடியும் அதைக் கேட்டறிய வேண்டுமா என்று அவர் யோசித்தார்.

நான்கு நாள்களுக்கு முன்பு கமலா அவரிடம் சொன்னாள்: 'நேத்து ராத்திரி எனக்கு ஒருசொப்பனம் வந்தது.'

'என்ன?'

'யாரோ ஒரு பெண் என் காதிலே வந்து பேசற மாதிரி இருந்தது.'

'வயசு?'

'விளையாடாதீங்கோ. அது கனவா, நெஜமான்னு தெரியலே. அப்படி தத்ரூபமா இருந்தது.'

'என்ன பேசினா?'

'அதுதான் புரியலே. முனகற மாதிரி இருந்தது.'

'ஒருவேளை நீயே முனகி, அதன் எதிரொலியாகவும் இருக்கலாம்.'

கமலா அவரைச் சிறிது நேரம் முறைத்துப்பார்த்தாள். பிறகு, முகத்தை வேறு பக்கம் திருப்பிக் கொண்டு சொன்னாள்: 'நான் இனிமே உங்ககிட்டே ஒண்ணும் சொல்லப் போறதில்லை.'

'கமலா! நான் சொல்றதைக்கேளு. பேய், பிசாசுன்னு ஏதாவது நினைச்சிண்டியானா, நீ நினைச்சுக்கறதை என்னாலே தடுக்க முடியாது. ஆனா எனக்கு அதிலே நம்பிக்கை இல்லே.'

'பேயுமில்லே, பிசாசுமில்லே. எனக்குப் பயம் ஒண்ணும் ஏற்படலே. அந்தப் பெண் ஏதோ என்கிட்டே குறையைச் சொல்ல வந்த மாதிரி இருந்தது. அதுதான் முனகலா எனக்குப் பட்டது.'

'சரி, இன்னிக்கு இடம் மாறிப் படுத்துப்போம். அவளோட குறை என்னன்னு கண்டுபடிச்சுச் சொல்றேன்.'

அன்றிரவு அவர்கள் இடம் மாறிப் படுத்தார்கள்.

அவர் பத்து மணிக்கு உறங்க ஆரம்பித்தவர், காலையில் தான் எழுந்தார். எந்தப் பெண்ணும் அவர் காதருகே முனகவில்லை.

கமலா எழுந்ததும் சொன்னாள் : 'நாம இடம்மாறிப் படுத்தது அந்தப் பொண்ணுக்குத் தெரிஞ்சு போச்சு. நேத்து ராத்திரியும் எனக் காதுகிட்டே வந்து முனகினா.'

'உடனே என்னை எழுப்பறதுக்கென்ன?'

'சொப்பனமா, நெஜமான்னு தெரியலே. நான் பிரக்ஞையோட இருந்த மாதிரியுமிருந்தது. இல்லாத மாதிரியுமிருந்தது.'

கோபாலன் மௌனமாகச் செய்தித்தாளைப் படிக்கத் தொடங்கினார்.

'என்ன பேசாம இருக்கேள்?'

'நான் நினைக்கிறேன்...' அவர் மேலே பேசாமல் நிறுத்தினார்.

'சொல்லுங்கோ.'

'ஒரு சைக்கியாட்ரிஸ்டைக் கன்ஸல்ட் பண்ணா நல்லதுன்னு எனக்குப் படறது.'

கமலா கோபத்துடன் எழுந்து சமையலறையை நோக்கிச் சென்றாள்.

அடுத்த நாள் கமலா தன் கனவைப் பற்றி அவரிடம் எதுவும் கூறவில்லை.

இப்பொழுது கட்டிலில் உட்கார்ந்திருக்கிறாள். 'அதே கனவு தானா?'

கமலா எழுந்து ஹாலுக்குச் சென்று சோபாவில் உட்கார்ந்தாள் என்பதை, சோபா எழுப்பிய சிறிய 'கீறிச்' என்ற ஆட்சேபணைக் குரல் மூலம் அவரால் உணர முடிந்தது.

சோபாவைப் பழுது பார்க்கவில்லை என்பது கமலாவின் குறை களிலொன்று. அதை விற்றுவிட்டுப் புதிதாக வாங்கி விடலா மென்ற அவருடைய யோசனையை அவள் நிராகரித்துவிட்டாள். 'ரிடையர் ஆனப்புறம் புதுசு கிதுசுங்கிற பேச்செல்லாம் வேணாம். நாமென்ன புதுசோ? ரிப்பேர் பண்ண ஆளைக் கூட்டிண்டு வாங்கோன்னா, அது பண்ணமாட்டேங்கிறேள். புதுசா வாங்க லாங்கிறேளே! இருக்கிற பணத்தை இப்படிச் செலவழிச்சுட்டா வயசானப்புறம் என்ன செய்யறது?'

'இப்போ நமக்கு வயசு ஆகலேங்கிறியா? ரொம்ப சந்தோஷமா இருக்கு, கேக்கறதுக்கு.'

'உங்களைப் பாத்தா வயது ஆனதற்கான சீரியஸ்னஸ் இல்லியே... எப்போ பார்த்தாலும் குழந்தை மாதிரிதானே பேசிண்டிருக் கேள்?' இது அவளுடைய வழக்கமான தாக்குதல்.

அவள் எதற்காக இப்பொழுது சோபாவில் போய் உட்கார்ந்திருக் கிறாள்?

மணி என்ன இருக்கும்?

அவர் அருகிலிருந்த ட்ரெஸ்ஸிங் டேபிளிலிருந்து கைக்கடிகா ரத்தை எடுத்துப் பார்த்தார். ஜன்னலுக்கு வெளியேயிருந்த லாந்தர் கம்ப ஒளியில், இரண்டு மணி என்று மங்கலாகத் தெரிந்தது.

கோபாலன் எழுந்து ஹாலுக்குச்சென்றார்.

விளக்கைப் போட்டார்.

திடீரென்று பாய்ந்த ஒளி காரணமாகக்கண்களை இடுக்கிக் கொண்டாள் கமலா.

'ஏன் விளக்கைப் போடறேள்?'

'என்ன? ரெண்டு மணியாறது. அதுக்குள்ளே ஏன் எழுந்து உட்கார்ந்திருக்கே?'

'எனக்குத் தூக்கம் வல்லே.'

'ஏன், மறுபடியும் சொப்பனமா?'

கமலா பேசாமலிருந்தாள்.

'சொல்லு.'

'சொல்லி என்ன பிரயோசனம்? நீங்க நம்பப் போறதில்லே!'

'எதை நம்பணுங்கிறே?'

கமலா எழுந்து ஜன்னலருகே போய் நின்றாள்.

கோபாலன் அவள் பக்கத்தில் போய் அவள் தோளைத் தொட்டு, ஓர் இதமான குரலில் கேட்டார். 'எதை நம்பணுங்கிறே?'

'நாம ஒரு சுமங்கலிப் பிரார்த்தனை செஞ்சா நல்லதுன்னு எனக்குப் படறது'.

'சுமங்கலிப் பிரார்த்தனையா?'

'ஆமாம். நம்ப குடும்பத்திலே யாரோ ஏதோ ஒரு பெண்ணுக்குத் துரோகம் பண்ணியிருக்கணும். அதான் அந்தப் பொண்ணு இப்படி வந்து தெனோம் புலம்பறது.'

'அந்தப் பொண்ணு பேசினது புரிஞ்சுடுத்தா?'

'புரியணுமா என்ன? புலம்பறதிலேருந்து தெரியலியா?'

'என் குடும்பத்திலியா, உன் குடும்பத்திலியா?'

'நம்ம குடும்பம்னா உங்கு குடும்பம்தான். கல்யாணத்துக்கப் புறம், எ னக்கேது குடும்பம்?

'துரோகம் செஞ்சிருக்கணுங்கிறதினாலே கல்யாணத்துக்கப்புறம் பெண்ணுக்கு ஏது குடும்பம்னு பழியை என் குடும்பத்து மேலே போடப் பாக்கிறியா?'

'யோசிச்சுப் பாருங்கோ! நீங்க செஞ்சிருக்கமாட்டேள், தெரியும். உங்கப்பாவும் செஞ்சிருக்க மாட்டார். அவ்வளவு நல்லவர் அவர். உங்க தாத்தா!'

'நான் செஞ்சிருக்க மாட்டேங்கிறது உன் நம்பிக்கை. அப்புறம்...'

'அப்படிச் செஞ்சிருந்தா சொல்லுங்கோ.'

‘என் தாத்தா காலத்திலே, என் வயசிலேருக்கிற எல்லாருடைய தாத்தாக்களும், அவாவா வசதிக்குத் தகுந்தபடி வப்பாட்டி வச்சிண்டிருந்துப்பா. அதுவும் அவர் தஞ்சாவூர் ஜில்லாவைச் சேர்ந்த மிராசாருந்தா. இதைத் துரோகம்னு சொல்ல முடியாது. வாழ்க்கை நியதி.’

‘இது துரோகமில்லையா?’

‘இது துரோகமாயிருந்தா, உன் வயது பொம்மனாட்டி எல்லா ருடைய காதிலேயும் ஏதாவது ஒரு பொண்ணு புலம்பிண்டிருக் கணும். அப்படிப் புலம்பறதாத் தெரியல.’

‘இந்தக் குதர்க்கப் பேச்செல்லாம் வேணாம். சுமங்கலிப் பிரார்த் தனை செஞ்சாகணும். நமம குழந்தைகளுக்கும் நல்லது. எங்கெங் கேயோ இருக்கா வெளிநாட்டிலே. தயவு செய்து பிடிவாதம் பண்ணாதீங்கோ.’

‘இதோ பாரு. நீ சுமங்கலிப் பிரார்த்தனை செய்யறதை நான் வேண்டாம்னு சொல்லலே. ஆனா உன் காதிலே யாரோ வந்து பேசற மாதிரி இருக்குன்னா, சுமங்கலிப் பிரார்த்தனை ஒரு பக்கம் நடக்கட்டும். நாம ஒரு சைக்கியாட்ரிஸ்டைப் பார்த்துடறதும் நல்லது.’

‘முதல்லே உங்களுக்குப் பார்த்துக்கோங்கோ. எனக்கு வேணாம்’ என்று சொல்லிக் கொண்டே படுக்கை அறையை நோக்கிச் சென்றாள் கமலா.

கோபாலன் சுமங்கலிப் பிரார்த்தனை செய்வதற்கு இசைந்து விட்டார் என்பதே அவள் முகத்தைச் சந்தோஷத்தால் மலரச் செய்திருந்தது. தனக்கு இவ்வளவு சுலபமாக வெற்றி கிடைக்கு மென்று அவள் எதிர்பார்க்கவில்லை.

கோபாலனை நாஸ்திகர் என்று சொல்ல முடியாது. சடங்குகளில் அவருக்கு நம்பிக்கை இல்லை. அப்படி நம்ப முடிந்தால் மனோ தத்துவ ரீதியாக எவ்வளவு சௌக்கியமானது என்றும் அவர் யோசிப்பதுண்டு.

கமலா, தன் காதருகே ஒரு பெண் வந்து பேசுகிறாள் என்பதை உறுதியாக நம்புகிறாள் என்றும் அவருக்குத் தெரியும். கமலா வால் பொய் பேச இயலாது.

ஆனால், அவர் குடும்பத்தில் யாரோ ஒரு பெண்ணுக்குத் துரோகம் செய்திருக்க வேண்டுமென்ற எண்ணம் அவள் மனத்தில் எப்படி வேரூன்றியது? அதுதான் அவருக்குப் புரியவில்லை.

படுக்கையில் படுத்ததும் அவர் கமலாவைக் கேட்டார் : 'நம் குடும்பத்திலே யாரோ ஒரு பெண்ணுக்குத் துரோகம் செஞ்சிருக்கணும்ங்கிற எண்ணம் உனக்கு எப்படி ஏற்பட்டது? அந்தப் பெண்ணு உன்கிட்ட மட்டும் வந்து புலம்புவானேன்?'

கமலா குறுக்கிட்டாள். 'இதுக்கெல்லாம் ஒரு சூட்சுமக் காது வேணும். அலை வரிசை ஒத்திருக்கணும்.

'அலை வரிசை ஒத்திருக்கணும்னா என்ன அர்த்தம்? நான் உனக்கு என்ன துரோகம் செஞ்சேன்?' என்று சற்றுக் கோபத்துடன் வினவினார் கோபாலன்.

'சேச்சே. நான் அந்த அர்த்தத்திலே சொல்லலே. நம்ம குறையை இவ புரிஞ்சுப்பாங்கிற நம்பிக்கை.'

'சுமங்கலிப் பிரார்த்தனை பண்ணினால் அவளுக்கு எந்த விதத்திலே பிரயோசனப்படப் போறது?'

'அவளுக்காக இல்லே. நமக்காக நம்ம குழந்தைகளோட க்ஷேமத்துக்காக. ஒரு வயசான, ரொம்ப ஏழையாயிருக்கிற சுமங்கலிக்குப் புடவை வாங்கிக் கொடுத்தா, அவ நம்மை வாழ்த்தினாலே போறும். நமக்கு ஒரு கஷ்டமும் வராது.'

'அப்புறம் இந்தப் பொண்ணு உன்கிட்டே வந்து புலம்ப மாட்டாளா?'

'நிச்சயம் வரமாட்டா. வயசான சுமங்கலி வாழ்த்தறதிலே அத்தனை சக்தி இருக்கு.'

'அது உன்னோட வடிகட்டின சுயநலதத்தனம். ஏதோ அந்தப் பொண்ணுக்கும் பரிதாபப்படற மாதிரி, 'ஒத்த அலைவரிசை, சூட்சமக் காது'ங்கிற புண்ணாக்கெல்லாம் வேணாம்' என்றார் கோபாலன்.

'எப்படி வேணுமானாலும் வச்சுக்கோங்கோ. எனக்குப் பரிகாரம் தான் முக்கியம்' என்று கூறியவாறு, திரும்பிப் படுத்துக் கண்களை மூடிக்கொண்டாள் கமலா.

அடுத்த நாள் மதியம், படுக்கையில் சற்றுக் கண்ணயரலாமா அல்லது சாய்வு நாற்காலியில் உட்கார்ந்து கொண்டு புத்தகம் படிக்கலாமா என்று கோபாலன் சிந்தித்துக் கொண்டிருந்த போது, வாசல் மணி ஒலித்தது.

அவர் கொஞ்சம் எரிச்சல் அடைந்தார். யாரிந்தக் கொளுத்தும் வெய்யிலில்? தேடி வருவதற்கும் ஒரு வேளை வேண்டாமோ? அவர் போய்க் கதவைத் திறந்தார்.

மிகவும் வயதான பெண்மணி ஒருத்தி நின்றிருந்தாள். கன்னங்கள் ஒன்றோடொன்று உறவாடிக் கொண்டிருந்தன. தோல் அலை பாய்ந்திருந்த, மிகவும் மெலிதான சரீரம், கண்கள் குழிவடைந் திருந்தன. பற்கள் விடைபெற்றுக் கொண்டு போய் பல வருஷங் கள் ஆகியிருக்கும் போல் பட்டது. நெற்றியில் வட்ட வடிவத்தில் பெரிய குங்குமம்.

பொக்கை வாய் புன்னகைக்கே ஒரு தனிக் கவர்ச்சி உண்டு. அதை கோபாலனால் இப்பொழுது உணர முடிந்தது. எரிச்சலடைந் தவர், குரலில் பவ்யம் தோன்ற வினவினார்.

'உங்களுக்கு யார் வேணும்?'

அதற்குள், 'வாங்கோ, வாங்கோ!' என்று சொல்லிக் கொண்டே கமலா வந்தாள்.

அந்த வயதான மாது சற்றுத் தயக்கத்துடன் உள்ளே நுழைந்தார்.

'சுமங்கலிப் பிரார்த்தனை விஷயமாக மாமி வந்திருக்கா. காலம் பற கீழாத்துக்கு ஒரு குருக்கள் வந்திருந்தார். அவர்கிட்டே சொன் னேன். அனுப்பி வச்சிருக்கார் போலிருக்கு. உட்காருங்கோ மாமி. இருங்கோ... ஒரு பாயைப் போடறேன்' என்றாள் கமலா.

'வேணாம்மா. தரை எவ்வளவு வழவழப்பாயிருக்கு. பாய் எதுக்கு?'

அந்த முதிய பெண்மணி உட்கார்ந்து விட்டார். உட்காரும் போது இடுப்பைப்பிடித்துக் கொண்டு சற்றுக் கஷ்டப்பட்டு உட்காருவது போல் கோாலனுக்குத் தோன்றியது.

'என்ன வயதிருக்கும் இந்தப் பெண்மணிக்கு?' என்று யோசித்தார் கோபாலன்.

எண்பதிருக்கலாம். தொண்ணூறு என்றாலும் ஆச்சரியப்படுவதற் கில்லை.

கமலாவின் 'கனவு சுமங்கலி' இந்த அம்மாவாகத்தானிருக்க வேண்டும்.

'உங்க ஆத்துக்காரர் என்ன செய்யறார்?' என்று கேட்டார் கோபாலன். கேட்ட பிறகுதான் அது அசட்டுத்தனமான கேள்வி என்பதை அவர் உணர்ந்தார்.

'என்ன செய்ய முடியும்? ஆத்திலே படுத்திண்டிருக்கார். எண்பத்தி மூணு வயசாறது. எனக்கு எழுபத்தஞ்சு. நான் முந்திக்கணும்னு பாக்கறேன். அவன் என்ன எழுதியிருக்கானோ, யாருக்குத் தெரியும்? அப்படித்தானே நடக்கும். கொஞ்சம் சாதம் தரயா, அம்மா? இன்னிக்கு கார்த்தாலேந்து ரெண்டு பேரும் பட்டினி. வயசாயிட்டா, பசிக்காதும்மா. ஒருவேளை பணக்காரர்களுக்கு அப்படியிருக்குமோ என்னமோ, எங்களுக்கெல்லாம் அப்படி யில்லை. வயத்திலே நெருப்பு இருந்துண்டேயிருக்கு. நெருப்பு எங்களை ஜீரணிக்கச்சேதான் எங்களோட இந்த நெருப்பும் அணையும் போலிருக்கு.'

'நெறையச் சாதமிருக்கு, கொண்டு வரேன்' என்று கூறிக் கொண்டே உள்ளே சென்றாள் கமலா.

'உங்களுக்குக் குழந்தை குட்டி கிடையாதா?' என்றார் கோபாலன்.

'இருக்கா. மூணு பிள்ளைகள். படிப்பும் இல்லாம ஒண்ணு மில்லாம. அப்பப்போ பிராம்மணார்த்த சாப்பாட்டுக்காக ஆலா பறந்துண்டிருக்கா. எங்கே இருக்கான்னு கூட எங்களுக்குத் தெரியாது. பட்டினி கிடக்கிறபோது பாசமாவது, பந்தமாவது!'

கமலா ஒரு அலுமினியப் பாத்திரத்தில் சாதம் கொண்டு வந்தாள்.

'பாத்திரத்தைத் திருப்பிக் கொடுக்கணுங்கிறதில்லே. நீங்க அடுத்த வெள்ளிக்கிழமை சுமங்கலிப் பிரார்த்தனைக்கு வந்துடுங்கோ!'

'அடுத்த வெள்ளிக்கிழமையா? நாளைக்கில்லையா?'

'நாளைக்கு முடியாது. அடுத்த வெள்ளிக்கிழமை வாங்கோ.' என்றாள் கமலா உறுதியான குரலில்.

அந்தக் கிழவியின் முகத்தில் ஏமாற்றம் வெளிப்படையாகத் தெரிந்தது.

'சரி.உங்க இஷ்டம்' என்று சொல்லிக்கொண்டே எழுந்தாள் அந்தப் பாட்டி.

கோபாலன் அவள் போனபிறகு கமலாவைக் கேட்டார் : 'ஏன், நாளைக்கே வச்சுக்க முடியாதா? அந்தப் பாட்டியைப் பார்த்தா பாவமாயிருந்ததே?'

'எவ்வளவு வேலையிருக்கு. நீங்க சுலபமாச் சொல்லிடுவேள். பண்றவாளுக்குன்னா தெரியும்? நான் சமையலுக்கு யாரையும் கூப்பிடப் போறதில்லே. நானே தனியா பண்ணப் போறேன். சாமான் வாங்கணும், நல்ல புடவை வாங்கணும். எப்படி இவ்வளவு வயசான, சாப்பாட்டுக்கே வழியில்லாத ஒரு சுமங்கலி கிடைச்சிருக்கா, பாருங்கோ. நல்ல அதிர்ஷ்டம்தான்' என்றாள் கமலா.

'சாப்பாட்டுக்கே வழியில்லாத சுமங்கலி கிடைச்சிருக்கிறது உன் அதிர்ஷ்டமா? உனக்கு ஈவு, இரக்கம் இல்லேன்னு யாரும் சொல்லமாட்டா' என்றார் கோபாலன்.

'எதுக்கெடுத்தாலும் உங்களுக்குக் குதர்க்கம்! எத்தனை பேர் ஏழைன்னு சொல்லிண்டு ஏமாத்தறா? அதுக்காகச் சொன்னேன்.'

'அது கிடக்கட்டும். அந்தக் கிழவரையும் கூப்பிட்டு, சாப்பாடு போட்டு வேஷ்டி கொடுக்கலாமில்லையா? உனக்கேன் தோணலே?'

'உங்களுக்குத் தோணித்தே, ஏன் சொல்லலே?' என்றாள் கமலா.

'சரி பரவாயில்லே. அடுத்த வெள்ளிக்கிழமை, அந்தப் பாட்டி கையிலேயே வேஷ்டியையும் சாப்பாட்டையும் கொடுத்தனுப் பிச்சுடு!' என்றார் கோபாலன்.

அடுத்த வெள்ளிக்கிழமை காலை கோபாலனுக்கு விழிப்பு வந்தபோது மணி ஆறு. பக்கத்தில் கமலாவைக் காணவில்லை.

அவர் எழுந்து சமையலறைகுச் சென்றார். நீராடி, ஆசாரமாகப் பட்டுப்புடவை கட்டிக் கொண்டு, அடுப்படியில் மும்முரமாக வேலை செய்து கொண் டிருந்தாள் கமலா.

‘சமையல் வாசனை மூக்கைத் துளைக்கிறது’ என்றார் கோபாலன்.

‘இதுதான் பொய். நான் சமையலையே ஆரம்பிக்கலே. உங்களுக்கு காப்பி கலந்திண்டிருக்கேன்.’

‘எத்தனை மணிக்கு வருவா பாட்டி? டைம் சொல்லலியே?’

‘பத்து மணிக்குத்தான் வருவா. அவாள்ளாம் என்ன, உங்க மாதிரி ‘ப்ரேக்ஃபாஸ்ட்’ சாப்பிடறவாளா? இன்னொரு விஷயம்- உங்களுக்குஇன்னிக்கு ப்ரேக்ஃபாஸ்ட் கிடையாது. பதினோரு மணிக்கெல்லாம் நாம ரெண்டு பேருமே சாப்பிட்டுடலாம். பாட்டி சாப்பிட்டுட்டுப் புடவை வாங்கிண்டு போனப்புறம்.’

மணி பதினொன்றாயிற்று. பாட்டி இன்னும் வரவில்லை.

‘என்ன கமலா, பாட்டி இன்னம் வரலியே? எனக்குப் பசிக்கிறது’ என்றார் கோபாலன்.

அப்பொழுது மணி ஒலித்தது.

கோபாலன் எழுந்து போய்த் திறந்தார்.

ஒரு வயதான தாத்தா! எலும்புக்கூட்டுக்கு ‘டைட் ட்ரெஸ்’ போட்டாற் போல் தோல் பூச்சு. இருட்டாய் இருந்திருந்தால், அந்தத் தோலும் கண்ணுக்குத் தெரிந்திருக்காது. பசி, தோலையும் தின்று விட்டதோ?

உயிர், பழக்க வாசனையால் அந்த உடம்பில் ஒட்டிக்கொண்டிருப் பது போல் பட்டது கோபாலனுக்கு.

‘நான் மகாலட்சுமியோட ஆத்துக்காரர். இங்கே சுமங்கலிப் பிரார்த்தனை?’

‘ஆமாம். உள்ளே வாங்கோ!’ என்றார் கோபாலன்.

அந்தக் கிழவருக்கு சோபாவில் உட்கார்ந்து பழக்கமிருக்கிறது. சோபாவில் உட்கார்ந்ததும் சுற்று முற்றும் பார்த்தார்.

கமலா சமையலறையிலிருந்து வெளியே வந்தாள்.

‘இவர்தான்....’ என்று கோபாலன் சற்றுத் தயங்கியதும், கிழவர் சொன்னார், ‘என் பேர் செல்வநம்பி. மகாலட்சுமியோட ஆத்துக்காரர். சுமங்கலிப் பிரார்த்தனை விஷயமா...’

'மாமி எப்போ வரேன்னா?' என்று கேட்டாள் கமலா.

'அவளாலே இன்னிக்கு வர முடியாது. உடம்பு சரியில்லை. அதுக்காகத்தான் நான்...' என்று முடிப்பதற்குள் கமலா சீறினாள். 'அப்படின்னா... முன்னாலயே சொல்லியிருக்கக்கூடாதா? வேற ஏற்பாடு பண்ணியிருப்போமே!'

கமலா இவ்வளவு கடுமையாக இதைச் சொல்லியிருக்க வேண்டா மென்று கோபாலனுக்குத் தோன்றியது. கிழவர் முகத்தைப் பார்ப்பதற்குக் கொஞ்சம் பரிதாபமாகஇருந்தது.

'திடீர்னு உடம்புக்கு வந்திருக்கும். வயசானா அப்படித்தான்' என்றார் கோபாலன். கிழவர் முகத்தில் தெரிந்த நன்றியுணர்வைக் கவனிக்கத் தவறவில்லை.

'ஆ... மா... ம். கார்த்தாலே குளிச்சிட்டுக் கிளம்பினா. தலை சுத்தறதுன்னு உடகார்ந்துட்டா. விஷயத்தைச் சொல்லிட்டுப் போகலாம்னு நான் வந்தேன்.'

'மாமி வராம என்ன செய்யறது? அடுத்த வாரம் பாத்துக்கலாம்' என்றாள் கமலா.

'அடுத்தவாரமா?' என்று கேட்ட செல்வநம்பியின் முகம் சிறிது சுருங்கியது.

'நீங்க குளிச்சாச்சா?' என்றார் கோபாலன்.

'ஆச்சு.'

'அப்போ, நீங்க சாப்பிட்டுட்டு, மாமிக்கும் வேணும்னா சாப்பாடு எடுத்துண்டு போங்கோ. சுமங்கலிப் பிரார்த்தனை அடுத்த வாரம் பாத்துக்கலாம்' என்றார் கோபாலன்.

'சுமங்கலிப் பிரார்த்தனைக்கு வாங்கியிருக்கிற புடவையை நான் கொஞ்சம் பார்க்கலாமா?' என்றார் கிழவர்.

கமலா இதை எதிர்பார்க்கவில்லை. 'நன்னாயிருக்கு, நீங்க பேசறது. புடவை டிஸைனைப் பார்த்துத்தான் வாங்கிப்பேளா?' என்றாள் கோபத்துடன்.

'நல்ல சிவப்பா வெளிர் மஞ்சள் தலைப்பிலே புடவை வேணும்னு அவ ரொம்ப நாளா ஆசைப்பட்டா. அதுக்காகக் கேட்டேன்.'

‘சரி. நீங்க இப்போ சாப்பிட்டுட்டுப் போங்கோ. புடவையைப் பத்தி அப்புறம் பேசிக்கலாம்’ என்றார் கோபாலன்.

‘கொஞ்ச நேரம் கழிச்சு வந்து சாப்பிடலாமா? வயத்து நெருப்பு அடங்கமாட்டேங்கிறது. அவ சொல்லுவா, அக்னி நம்மை ஜீரணிக்கச்சேதான்- நம்ம இந்த வயத்து நெருப்பும் அடங்கும்னு. எனக்கு எப்போ அடங்கப் போறதோ, அவனுக்குத்தான் வெளிச்சம்.’

‘என்ன சொல்றேள்?’ என்றாள் கமலா.

‘அவ வயத்து நெருப்பு அடங்கியாச்சு.’

‘நெஜமாவா?’ என்றாள் கமலா சற்றுக் கீறிச்சிட்ட குரலில்.

‘ஆமாம். குளிச்சிட்டு வந்தவுடனே, தலை சுத்தறதுன்னு உட்கார்ந்தவதான். தீர்க்க சுமங்கலியாய் போயிட்டா. அவளோட ரொம்ப நாள் ஆசை, நல்ல சிவப்பிலே புடவை கட்டிக்கணும்ங் கறது. நீங்க வாங்கியிருக்கிற புடவை அந்த மாதிரி இருந்தா கொடுங்கோ. மேலே போர்த்திடறேன். அப்புறம் அவ ஆத்மா புலம்பாது பாருங்கோ.’

கோபாலனும், கமலாவும் ஒருவரையொருவர் பார்த்துக் கொண்டனர்.

சிறிது நேரம் கண்களை மூடிக்கொண்டு உட்கார்ந்திருந்த கிழவர் எழுந்தார்.

‘சரி, நான் வரேன். நான்தான்கொள்ளி போட்டாகணும். என் சீமந்த புத்திரன் யாராத்திலே யாருக்காகப் பிராம்மணார்த்தம் சாப்பிட்டிண்டிருக்கானோ, யாருக்குத் தெரியும்? காரியம் முடிஞ்சப்புறம் வந்து சாப்பிடலாமா?’

14. கால ஓட்டம்

இந்தத் தெருதானா? ஆமாம் இதுதான். ஜாதியைப் பெயர்ப் பலகையிலிருந்து ஒழித்துவிட்டார்கள் என்று தெரிந்தது.

நாற்பத்தைந்து வருஷங்களுக்கு முன்னால் இந்தத் தெருவில் அவர் சுமார் பதினைந்து நாள்கள் நடமாடியிருக்கிறார்.

அவருக்கு அப்பொழுது பதினெட்டு வயது. அப்பொழுதிருந்த உலகம் வேறு.

இந்தத் தெருவிலிருந்தவை அனைத்தும் தனித்தனி பங்களாக்கள், பசுமையில் பூத்த பங்களாக்கள்.

இப்பொழுது கண்ணுக்குத் தெரிந்தவரை எல்லாமே பல மாடிக் கட்டடங்களாக மாறியிருந்தன. அங்குமிங்கும் ஓரிரண்டு செடிகள்.

அவர் அவனாக இருந்த காலம்.

கும்பகோணத்தில் இன்டெர்மீடியட் படித்துவிட்டு சென்னை யில், அப்பொழுதுதான் தொடங்கியிருந்த விவேகானந்தா கல்லூரியில் பி.காம் படிப்பதற்காக வந்தான் கிருஷ்ணன்.

கிருஷ்ணன் முதல் தடவையாகச் சென்னைக்கு விஜயம் செய் கிறான். சொல்லப் போனால், கும்பகோணத்திலிருந்து மாயவரத்தைத் தாண்டி வருவதே இதுதான் முதல் தடவை அவனுக்கு.

அவன் தாத்தா - அம்மாவின் அப்பா, சென்னையிலிருந்த அவருடைய பெரியம்மாவின் பேரன் ஒருவருக்கு, ஸ்டேஷனுக்கு வந்து அவனை அழைத்துப் போகும்படி கடிதம் எழுதியிருந்தார்.

தாத்தாவின் பெரியம்மாவின் பேரன் எழும்பூருக்கு வந்திருந்தார்.

வண்டியிலிருந்து இறங்கியதும் கிருஷ்ணனுக்கு ஒரே பிரமிப்பு.

ப்ளாட் ஃபார்மில் கார்கள் நின்று கொண்டிருந்தன.

தாத்தாவின் பெரியம்மாவின் பேரன் தன்னை அடையாளம் கண்டு பிடித்து வருவாரா? அவன் தாத்தா சொன்னபடி வெளிர் நீலச்சட்டையும் வெள்ளைநிறப் பாண்ட்டும் அணிந்திருந்தான்.

அவன் பாண்ட் போட்டுக் கொள்வது இதுதான் முதல் தடவை.

தாத்தா அவரைப் பற்றி அவனிடம் சொல்லியிருந்தார். ஆறடி உயரம். தீர்க்கமான மூக்கு. பாரம்பரியச் செல்வம் அளித்திருந்த நிமிர்ந்த பார்வை, ஜொலிக்கும் நிறம்.

அவர் பெயர் நரசிம்மன்.

தாத்தா சொல்லியிருந்த அடையாளத்தில் ஒருவர் அவனை நோக்கி வந்தார்.

முப்பத்தைந்து வயதிருக்கலாம். தாத்தா சொன்னது வயதும் அதுதான்.

அவர் அவனருகே வந்து நின்றார்.

‘உன் பேரு கிருஷ்ணனா?’

‘ஆமாம்.’

‘சரி. வா என்னோட.’

அவன் பெட்டி படுக்கையை எடுத்துக்கொண்டான்.

ஃபோர்ட் கார். அவர் டிக்கியைத் திறந்தார்.

‘சாமானை வை!’

அவன் வைத்தான்.

அவர் பின் சீட் கதவைத் திறந்தார்.

'உட்காரு.'

அவன் உட்கார்ந்தான்.

வண்டி சிறிது தூரம் சென்றதும், அவர் கேட்டார்.

'நீ இங்கே என்ன படிக்க வந்திருக்கே?'

'பி.காம்.'

'கும்பகோணத்திலே பி.காம். கிடையாதா?'

'இல்லை. இப்போத்தான் பி.எஸ்ஸியே வந்திருக்கு. மூணு வருஷமாறது.'

'நீ பி.காம். படிச்சுட்டு என்ன பண்ணப் போறே?'

இதற்கு என்ன பதில் சொல்வதென்று கிருஷ்ணனுக்குத் தெரிய வில்லை. பேசாமலிருந்தான்.

'உங்கப்பா அத்தியயனம் பண்ணுவார் இல்லையா?'

'ஆமாம்.'

'நெடுந்தெருவிலேதானே உங்களுக்கு நில புலனெல்லாம் இருக்கு?'

'ஆமாம்.'

'உங்கப்பாக்கு இருக்கிற ஆஸ்திக்கு ஒரு வேத பாராயண பாட சாலை நடத்தலாமில்லையா?'

இது அவன் அப்பாவிடம் கேட்க வேண்டிய கேள்வி. அவன் பதில் சொல்லவில்லை.

நீங்கள் அத்யயனம் பண்ணினவரா என்று கேட்கலாமா என்று அவனுக்குத் தோன்றியது.

கேட்கவில்லை.

அவன் சிந்தனை ஓட்டத்தைப் புரிந்து கொண்டவர் போல், அவர் சொன்னார், 'நீ என்னைக் கேக்கலாம், நான் அத்யயனம் பண்ண வனான்னு. பண்ணினது இல்லே. ஒப்புத்துக்கறேன். எங்கப்பா வும் அத்யயனம் பண்ணவரில்லே. ஜட்ஜா இருந்தவர். நாங்கதான்

பட்டணத்துக்கு வந்து கெட்டுப் போயிட்டோம். உங்கப்பா, அத்யயனம் பண்ணவர், உன்னை பி.காம். படிக்க பட்டணத்துக்கு அனுப்பி வைக்கிறாரே, அது என்ன நியாயம்?'

'எங்கப்பாவுக்கு என்னை மெட்ராசுக்கு அனுப்பறதிலே இஷ்டமேயில்லே. கும்பகோணம் காலேஜ்லியே 'பி.ஏ. படி'ன்னுதான் சொன்னார். தாத்தாவுக்குத்தான் நான் வெளியிலே போய், நாலு பேரோட பழகணும்னு ஆசை. நான் ஐ.ஏ.எஸ். பரீட்சைக்குப் போகணும்னு சொல்லிண்டிருக்கார்.'

'ஐ . ஏ. எஸ்ஸா?' என்று கேட்டுவிட்டு நரசிம்மன் பெரிதாகச் சிரித்தார்.

'எதுக்குச் சிரிக்கிறீங்க?'

'கை கட்டிச் சேவகம் பண்ண, முன்னே சீமைக்குப் போய்ப்படிக் கணும். இப்போ பேஷா இங்கேயே படிக்கலாம்.'

திடீரென்று வண்டியை நிறுத்தி, 'சரி. நீ இங்கே வந்து என் பக்கத்திலே உட்காரு. நாளைக்கு நீ இந்த மெட்ராசுக்கே கலெக்டரா வரலாம். அப்போ நான் சொல்லிக்கலம் பாரு, 'இப்போ காலக்டரா இருக்காரே, இவரை நான் என் பக்கத்திலே உக்காத்தி வச்சுண்டு வண்டி ஓட்டினே'ன்னு. ஹஹ்...ஹா ஹ்ஹா...' அவர் திடீரென்று உரக்கச் சிரித்தது, அவனுக்குச் சிறிது அச்சத்தைத் தந்தது. அவரருகில் உட்காரலாமா வேண்டாமா என்று யோசித்தான்.

'வா உட்காரு!' என்று அவர் குரலை எழுப்பிக் கூப்பிட்டார்.

கிருஷ்ணன் எழுந்துபோய் அவரருகில் உட்கார்ந்தான்.

பெரிய பங்களா. பூத்துக் குலுங்கும் பெரிய தோட்டம். கண்ணுக்கு மிகவும் குளிர்ச்சியாக இருந்தது.

வேலைக்காரன் ஒருவன் வேகமாக வந்து கேட்டைத் திறந்தான்.

தோட்டத்தின் நடு மத்தியில், பங்களாவை நோக்கி நின்ற நிலையில் குழலூதும் கண்ணனின் அழகிய சிலை. இசையில் மெய் மறந்து நிற்கும் ஒரு பசு மாடு.

லட்சுமி கடாட்சமாய் உள் பக்கத்திலிருந்து ஒரு பெண் வந்தாள். நரசிம்மன் மனைவியாயிருக்க வேண்டும்.

‘கும்பகோணத்துப் பையன். எஸ்.பி.எஸ். பேரன்.’

அந்தப் பெண்மணி அழகாகப் புன்னகை செய்தாள்.

திடீரென்று மூன்று குழந்தைகள் அங்கு முளைத்தன. பெரியவனுக்குப் பத்து வயதிருக்கலாம். அடுத்தவனுக்கு, எட்டு வயது. மூன்றாவது பெண், ஐந்து வயதிருக்கலாம்.

கிருஷ்ணனை, ஒரு விசித்திரப் பிராணியைப் பார்ப்பது போல், அவர்கள் பார்த்தார்கள்.

‘மாடிக்குப் போய் வேற ட்ரெஸ் ஸை எடுத்துண்டு வா. கீழே இருக்கு பாத்ரூம். குளிச்சிட்டு சாப்பிட வா. சாப்பாடு 9 மணிக்கு. மத்தியானம் டிஃபன் ரெண்டரை மணிக்கு, ராத்திரி ஏழரை மணிக்கு சாப்பாடு. எல்லாம் டயத்துல செஞ்சாத்தான் எனக்குப் பிடிக்கும். சரி, விசேகானந்தா காலேஜ்லே சேரப்போறே, ஹாஸ்டல்?’

‘வெங்கடேஸ்வரா ஹாஸ்டல்லே எங்க தெருப் பையன் ஒத்தன் இருக்கான். ‘அங்கே இடமிருக்குன்’னு அவன் எனக்கு லெட்டர் போட்டிருந்தான்.’

‘ஹாஸ்டல்லே இடம் கிடைக்கிற வரைக்கும் இங்கே இருக்கலாம். ஏய்... பசங்களா! நீங்க பள்ளிக்கூடம் போற வழியைப் பாருங்க.’

வீட்டில் அவர் குரல்தான் ஓங்கி ஒலித்துக் கொண்டிருக்க வேண்டுமென்பது, அவருடைய குழந்தைகள் உடனே திரும்பிச் சென்றதிலிருந்து தெரிந்தது.

‘சரி. நீ போ மாடிக்கு.’

அவனுடைய அறை விசாலமாயிருந்தது. அவ் வீட்டிலிருந்த எல்லாப் பொருள்களும் பழமையை அறிவித்தன. பாரம்பரியமாகச் செல்வம் கொழிக்கும் குடும்பம் என்று தெரிந்தது.

கீழே ஹாலிலிருந்த ஊஞ்சலைப் பார்க்கும்போது அது ஒரு நூற்றாண்டுக் காலமாக இருந்துகொண்டு வந்திருக்க வேண்டுமென்று தோன்றியது.

அவன் அறையிலிருந்த அலமாரிகளில் ஒரு மியூசியத்தை அலங்கரிக்க வேண்டிய மிகத் தொன்மைக் காலத்திய பொருள்கள் வைக்கப்பட்டிருந்தன.

அவன் குளித்துவிட்டு, உடை மாற்றிக் கொண்டு வந்தபோது நரசிம்மன் ஊஞ்சலில் உட்கார்ந்தவாறு தினசரித் தாளில் ஆழ்ந்திருந்தார்.

அவன் அவரருகில் போய் நின்றான்.

சில நிமிஷங்களுக்குப் பிறகு அவர் அவனை நிமிர்ந்து நோக்கினார்.

'குட். வேஷ்டி, சட்டை. உன்னைக் காலம்பற பாண்ட்லே பாத்த போது...'

அவர் மேலே தொடராமல் சிரித்தார்.

அவன் பேசாமலிருந்தான்.

'இப்போதான் முதல்லே பாண்ட் போட்டுக்க ஆரம்பிச்சியா?' என்றார் அவர் சிரிப்பை நிறுத்தாமல் .

'ஆமாம்.'

'ரொம்ப செல்ஃப் - கான்ஷியஸ்ஸா ஸ்டேஷன்லே நின்னுண்டி ருந்தே. பாண்ட் போட்டுக்கோன்னு உன்னோட தாத்தா தான் சொன்னாரோ?'

அவன் இதற்கு பதில் சொல்லவில்லை. அவருடைய இரண்டு பையன்களும் பள்ளிக்கூடம் போகத் தயாராக வந்து நின்றனர். நீல அரை நிஜார், வெள்ளைச் சட்டை, கறுப்பு டை, இங்கிலீஷ் மீடியம் பள்ளிக்கூடமென்று தெரிந்தது.

'ஸ்தோத்திரம் சொல்லிட்டேளா?' என்று கேட்டார் அவர் அவர்களிடம் . அவர்கள் தலையசைத்தனர்.

'நீ குளிச்சுட்டு வந்தியே, ஸ்தோத்திரம் சொல்ற பழக்கம் உனக்குக் கிடையாதா? அதோ கோயில் மாதிரி பூஜை அறை இருக்கு. எட்டிப் பாக்கணும்னு கூட உனக்குத் தோணலியே?' என்றார் நரசிம்மன் கிருஷ்ணனிடம்.

அறுசுவை உண்டி என்று அவன் கேள்விப்பட்டிருக்கிறான். அன்றுதான் அதற்கு அவனுக்கு அர்த்தம் தெரிந்தது.

நரசிம்மன் சாப்பிடுவதை ஒரு கலையாகப் பயின்றிருந்தார்.

அவர் சமையற்காரக் கிழவரைச் சுட்டிக் காண்பித்து விட்டுக் கிருஷ்ணனிடம் சொன்னார்: 'இவருக்குச் சொந்த ஊரு மன்னார் குடி. முப்பது வருஷமா எங்காத்திலே தளிகை பண்றார். இவர் தளிகையைச் சாப்பிட்டபுறம், வேற எங்கேயும் சாப்பிடத் தோணாது.'

கிழவர் புன்னகை செய்தார்.

நரசிம்மன் சாப்பிட்டு முடிக்க அரை மணியானது. அதுவரை அவன் காய்ந்துபோன எச்சில் கையுடன் உட்கார வேண்டியிருந் தது.

அவன் கல்லூரிக்குப் போகத் தயாரானவுடன் அவர் கேட்டார். 'சரி, உன் ப்ரொக்ராம் என்ன? இன்னிக்கு முதல் நாள் க்ளாஸ்லாம் ஒண்ணுமிருக்காது. எல்லாம் சரியா ஆரம்பிக்க ரெண்டு, மூணு நாளாகும்.'

'வெங்கடேஸ்வரா ஹாஸ்டலுக்குப் போய் இடத்துக்கு ஏற்பாடு பண்ணணும்.'

'மத்தியானம் டிஃபனுக்கு வருவியா?'

'தெரியலே.'

'அப்படி வந்தா, இரண்டரை மணிக்கு கரெக்டா வந்துரு. சாயந் திரம் சரியா ஆறு மணிக்கு ஆத்துக்கு வந்தாகணும், தெரிஞ்சுதா?'

'சரி.'

கிருஷ்ணன் அந்த வீட்டில் பதினைந்து நாள்கள் இருந்தான். நரசிம்மன் எந்த வேலைக்கும் போகவில்லை. அருவடைய முழுநேர வேலையே அவருடைய குடும்பத்தின் வேர் ஆழத்தைப் பற்றிய ஆராய்ச்சிதான்.

கிருஷ்ண தேவராயர் காலம் வரை அவரால் போக முடிந்தது. அதற்கு முந்திய சரித்திரம் தெரியவில்லை.

அவருடைய வீட்டிலிருந்த ஒவ்வொரு பொருளும் வரலாற்றில் இடம் பெற வேண்டியது என்பது அவருடைய அசைய முடியாத நம்பிக்கை.

'ஆனா இது பத்தி மத்தவங்களுக்குத் தெரியணும்னு அவசிய மில்லே. இதெல்லாம் என்னோட குடும்பத்துப் பொக்கிஷம்.

கவர்மெண்ட்டுக்குத் தெரிஞ்சா 'எங்க கிட்டே கொடும்'ம்பான். எதுக்காகக் கொடுக்கணும்? கற்பூர வாசனையைப் பத்தி தெரியுமா இவங்களுக்கு? எனக்கப்புறம் என் பிள்ளைகள், அப்புறம் அவா பிள்ளைகள் அப்படின்னு ஒரு தொடர்ச்சியா, இந்தப் பெருமையை என் வாரிசு காப்பாத்திண்டு வந்தாப் போதும்!'

அதைச் சொல்லும்போது, இத்தொடர்களைக் கண்ணெதிரே காண்பது போல், அவர் சிறிது நேரம் மௌனமாகி விடுவார்.

அந்தப் பதினைந்து நாள்களுக்குப் பிறகு, கிருஷ்ணனுக்கு நரசிம்மனோடு எந்தவிதமான தொடர்பும் இல்லாமல் போய் விட்டது.

கிருஷ்ணன் தில்லியில் ஒரு தொழில் நிறுவனத்தில் வேலைக்குச் சேர்ந்தான்.

படிப்படியாக முன்னேற்றம்.

'அவன்' 'அவராகி' அத்தொழில் நிறுவனத்தில் ஜெனரல் மானேஜர் பதவிக்கு உயர்ந்து ஓய்வு பெற்றதுதான் கிருஷ்ணன் கதை.

கிருஷ்ணனுக்குக் குழந்தைகள் இல்லை. அவருடைய மனைவிக்குத் தில்லியிலிருக்க விருப்பமில்லை. சென்னை யில் மியூசிக் அகாடமி அருகில் ஒரு வீட்டை வாங்கி டிசம்பர் மாதத்திய கச்சேரிகளைத் தினந்தோறும் கேட்க வேண்டு மென்பது அவளுடைய நெடு நாள் கனவு.

அது பூர்த்தியானது.

ஆழ்வார்பேட்டையில் ஒரு வீடு நல்ல விலைக்கு வந்தது. கிருஷ்ணன் அதை வாங்கிச் சென்னைக்குக் குடியேறினார்.

அவர் காலையில் தினந்தோறும் வாக்கிங் போய்க் கொண்டிருந் தார்.

இன்று, அவருக்கு நரசிம்மன் என்ன ஆனார் என்று பார்க்க வேண்டுமென்று ஓர் எண்ணம் திடீரென்று உதயமானது.

நாற்பத்தைந்து வருஷங்களுக்கு முன்பு பதினைந்து நாள்கள் நடமாடிய ஓர் இடத்தைத் தேடிக் கண்டுபிடிப்பது என்பது அவ்வளவு சுலபமான காரியமன்று.

அந்தத் தெருவின் பெயர், நினைவின் அடித்தளத்தில் ஒட்டிக் கொண்டிருந்தது. ஜாதிப் பெயரை இணைத்துப் பார்த்தவுடன், இந்தத் தெருதான் என்ற ஞாபகம் மின்னல் கீற்றாய் ஒளிர்ந்தது.

நரசிம்மன் வீட்டை எப்படிக் கண்டு பிடிப்பது? பங்களாக்கள் பல மாடிக் கட்டடங்களாக மாறி உருத்தெரியாமல் போயிருந்தன.

நரசிம்மனை அவன் அறிந்த வகையில், அவர் நிச்சயமாகத் தம் பங்களாவை பல மாடிக் கட்டடம் கட்டுவதற்குக் கொடுத்திருக்க மாட்டார்.

நரசிம்மன் இருக்கிறாரா?

இருந்தால், எண்பது வயதிருக்கும்.

அவர் இல்லாவிட்டாலும், அவருடைய பையன்கள் இருக்கலாம்.

அதோ... அந்த வீடு!

கிருஷ்ணன் அதிர்ச்சி அடைந்தார். வீடு சிதிலமடைந்த வரலாற்றுச் சின்னம் போல் தெரிந்தது.

குழலூதும் கண்ணன் கையில் குழலில்லை. மெய் மறந்து நின்று கொண்டிருந்த பசுமாடு, வேறு புதிய கிருஷ்ணர்களைத் தேடித் சென்று விட்டது போல் தோன்றியது.

கிருஷ்ண தேவராயரோடு தொடர்புடைய குடும்பம் என்பதால், அவருடைய வீடு ஹம்பியிலுள்ள சின்னங்களைப் போலவா காட்சியளிக்க வேண்டும்?

கேட்டைத் திறந்து கொண்டு கிருஷ்ணன் உள்ளே நுழைந்தார்.

இடிந்து விழுந்திருந்த படிக்கட்டுகளில் ஏறுவது சற்றுச் சிரமமாக இருந்தது.

வாசற் கதவை லேசாகத் தட்டினார்.

பதிலில்லை

கதவை மெள்ளத் திறந்தார். மரத்தூள் உதிர்ந்தது.

'சார்...' என்று கூப்பிட்டார் கிருஷ்ணன். ஹால் இருட்டில் மூழ்கியிருந்தது. ஊஞ்சல் மெதுவாக ஆடிக் கொண்டிருந்தது. அதில் படுத்துக் கொண்டிருக்கும் உருவமா நரசிம்மன்?

பழக்கத்தின் வாசனையாக உயிர் அந்த உடம்பில் ஒட்டிக் கொண்டிருப்பது போல் தோன்றியது. எலும்பை மூடிய மெல்லிய திரையாக உடம்பு தெரிந்தது.

கிருஷ்ணன் ஊஞ்சலருகே சென்றார்.

'சார்...'

நரசிம்மன் மிகச் சிரமப்பட்டுக் கண்களைத் திறந்தார்.

திடீரென்று ஆவேசத்துடன் எழுந்து உட்கார்ந்தார்.

'நோ நோ நோ. ஐ ஆம் நாட் செல்லிங் தி ஹவுஸ்' என்று கத்தினார்.

கிருஷ்ணனுக்கு விஷயம் புரிந்தது.

'நான் ரியல் எஸ்டேட்காரன் இல்லே. என் பேர் கிருஷ்ணன். நாப்பத்தஞ்சு வருஷங்களுக்கு முன்னாலே இங்கே உங்காத்திலே பதினைஞ்சு நாள் தங்கியிருந்தேன். விவேகானந்தா காலேஜ் பி.காம். படிக்க, கும்பகோணத் திலேந்து வந்தேன். எஸ்.பி. எஸ். பேரன்.'

நரசிம்மன் மௌனமாகக்கேட்டுக் கொண்டிருந்தார். அவர் தம்மை அடையாளம் கண்டு கொண்டாரா இல்லையா என்று கிருஷ்ணனுக்குத் தெரியவில்லை.

பிறகு திடீரென்று உரக்கச் சிரித்தார்.

கிருஷ்ணனுக்குப் பயமாக இருந்தது. திரும்பிப் போய்விடலாமா என்று நினைத்தார்.

'நோ. நான் வீட்டை விக்க மாட்டேன். இந்த வீட்லே இருந்த சாமான்களை எல்லாம் கொள்ளை அடிச்சுண்டு போயிட்டீங்களே படு பாவிப் பசங்களா, இதுக்காடா சுதந்தரம் வந்தது உங்களுக்கு? என் குழந்தைகள் என்னைவிட்டுப் போகாம இருந்திருந்தா இப்படி நடந்திருக்குமா? அவளும் ஒரேயடியா போயிட்டா, என்னை விட்டு. நோ. நான் இந்த வீட்டை விக்கமாட்டேன். நோ. நான் விக்க மாட்டேன்.' என்றார் அவர் தலையை ஆட்டிக் கொண்டே.

கிருஷ்ணனுக்கு அவருடன் பேசிப் பயனில்லை என்று தோன்றியது.

வீட்டை விட்டு வெளியே வந்தார்.

கிருஷ்ணன் வயதையொத்த ஒருவர் அவரை நோக்கி வந்து கேட்டார். 'யாரைப்பாக்க வந்தீங்க?'

'நரசிம்மன். அவரை யார் பாத்துக்கிறா?'

'பகவான் தான். பிள்ளைங்க ரெண்டு பேரும் அமெரிக்காலே இருக்காங்க. பொண்ணு கனடாவிலே இருக்கா. ஆம்படையா போயிட்டா. வீட்டை விக்க மாட்டேன்னு பிடிவாதமா இவர் இங்கே உட்கார்ந்திருக்கார். பிள்ளைங்க எவ்வளவோ தங்களோட இருக்கும்படிக் கூப்பிட்டுப் பார்த்தாச்சு. அப்படிப் போனா வீட்டை வித்துருவாங்களோன்னு பயம் வீட்டிலேருக் கிற எல்லா பழைய சாமான்களையும் கவர்மெண்டுக்குக் கொடுத்துட்டாங்க பசங்க. கிழவருக்குச் சமைச்சுப் போட ஓர் ஆளிருக்கான். அவன் பங்குக்கு அவன் சுருட்டிண்டிருக்கான். ரொம்ப பரிதாபம்தான்' என்றார் அவர்.

'வீடு இப்படிப் பாழடைஞ்சிருக்கே, இதை ஒழுங்கா வச்சுக்கக் கூடவா பிள்ளைகளுக்கு இஷ்டமில்லே?'

'எதுக்காக? அவர்களோ இங்கே வரப்போறதில்லை. கிரவுண் டுக்குத்தான் மதிப்பு, வீட்டுக்கு என்ன மதிப்பு? கிழவர் போறத் துக்காக, பசங்க, ரியல் எஸ்டேட்காரன் எல்லாரும் காத்திண்டிருக்கா'.

கிருஷ்ணன் ஒன்றும் பேசாமல்மௌனமாக நடந்தார். பழங் காலத்து அருமையான வீடு, அப்படியே வைத்துக் கொண்டு, பராமரிக்க முடியாதா? முடியும்.கால ஓட்டத்தை நிறுத்தி வைக்க முடிந்தால்.

15. ஏற்பாடு

இரவு பத்தரை.

'விளக்கை அணைச்சிட்டுப் படுங்க' என்ற என் பக்கத்து வாசியின் முணுமுணுப்புக்குச் செவி சாய்த்து, புத்தகத்தை மூடிவிட்டு, விளக்கை அணைக்கப் போனேன் நான். டெலி ஃபோன் ஒலித்தது.

'யாரு இந்த நேரத்திலே?' என்றாள் அவள்.

நான் கட்டிலை விட்டு இறங்கி, ஹாலுக்குச் சென்றேன்.

'பேச உக்காந்துடாதீங்க' என்ற குரல் என்னைத் தொடர்ந்தது.

'நான்தான் ராகவன் பேசறேன். நீ தயவு செய்து உடனே வரயா?'

'ஏன், என்ன ப்ராப்ளம்?' என்றேன் நான்.

'அப்பாவுக்கு சீரியஸ். டாக்டரைக் கூப்பிட்டேன். வந்து பாத்துட்டு, ஆஸ்பத்திரிக்குக் கொண்டு போகச் சொல்லிட்டார். ஐ நீட் யுவர் ஹெல்ப்.'

ஃபோனை வைத்துவிட்டுத் திரும்பினேன். நான் பாண்ட்டைப் போட்டுக் கொள்வதைப் பார்த்த அவள் கேட்டாள் : 'யாரு ஃபோன்? எங்கே போறீங்க?'

'ராகவன். அவன் அப்பாவுக்கு சீரியஸ்ஸாம். ஆஸ்பத்திரியிலே அட்மிட் பண்ணணுமாம்.' அவள் படுக்கையில் எழுந்து உட்கார்ந்தாள். சோம்பல் முறித்துக் கொண்டு என்னைப் பார்த்தாள்.

‘உங்க ஃப்ரெண்டுக்கு எத்தனை வயசாறது?’

நான் பதில் சொல்லவில்லை. புள்ளி விவரத்தை அறிந்து கொள்வதற்காகக் கேட்கப்பட்ட கேள்வியில்லை இது.

ராகவனுக்கு நாற்பது வயதாகிறது. உலகமே தெரியாதவன். அவன் சின்ன வயதில் அம்மாவைக் கேட்டானாம் : ‘ஏம்மா, சாதுன்னாலும், அசடுன்னாலும் ஒண்ணா?’

‘ஏண்டா இப்படிக் கேக்கறே?’

‘இங்கே, நீ, அப்பா எல்லோரும் என்னை சாதுங்கிறீங்க, ஆனா பள்ளிக்கூடத்திலே வாத்தியார், பசங்க எல்லாரும் என்னை அசடுங்கிறா.’

‘போடா, பைத்தியம், என் கண்ணு சாது சாதுதான்!’

இதை அவன் அம்மாவே என்னிடம் சொல்லியிருக்கிறாள். இந்தச் சாது, படித்துப் பட்டம் பெற்று கல்யாணம் செய்து கொண்டு, இரண்டு குழந்தைகளுக்குத் தகப்பனாகியும் விட்டானே தவிர, வாழ்க்கை நடைமுறை களைப் பற்றி அவனுக்கு எதுவும் தெரியாது.

இதற்கு அவன் அம்மாவே காரணமாக இருக்கலாம். எப்படி என்பது போன்ற மனோத்துவ ஆராய்ச்சியில் நான் இறங்க விரும்பவில்லை. நேரமுமில்லை. நான் ராகவன் வீட்டுக்குப் போயாக வேண்டும். அவன் காத்துக் கொண்டிருப்பான்.

ஆனால் ஒன்று மட்டும் சொல்வேன். அவன் அடிக்கடி கூறுவான், அவள் மனைவி அவனைக் கிண்டல் செய்வாளாம். அவன் ‘அம்மா கோண்டு’ என்று.

நான் ராகவன் வீட்டுக்குப் போனபோது, எல்லோரும், ராகவன் அப்பாவினுடைய படுக்கையறையிலிருந்தார்கள். ராகவன், அவன் மனைவி பங்கஜம், அவன் அம்மா.

குழந்தைகள் அவர்கள் அறையில் தூங்கிக் கொண் டிருந்தன. அவர்களை எழுப்ப வேண்டாமென்று ராகவனுடைய அம்மா சொல்லிவிட்டாள்.

ராகவனின் அம்மா என்னைப் பார்த்ததும் புன்னகை செய்தாள்.

அருகில் கணவர் கோமாவில் இருக்கும்போது, அந்தப் புன்னகையை நான் எதிர்பார்க்கவில்லை என்றுதான் சொல்ல வேண்டும்.

ராகவனுடைய அப்பாவுக்கு எழுபத்தைந்து வயதாகிறது. போன மாதம்தான் பிறந்த நாள் கொண்டாடினார்கள். நானும் என் மனைவியும் சாப்பிடப் போயிருந்தோம்.

'எழுபத்தஞ்சு வயசிலே எப்படி 'கிண்'ணுன்ருக்கார் பாருங்கோ!' என்றாள் என் மனைவி.

ராகவனுடைய அம்மாவுக்கு அறுபத்தைந்து வயது. பழுத்த சுமங்கலியின் களை முகத்தில் பளீரென்று தெரிந்தது.

'ஆஸ்பத்திரிக்கு ஃபோன் பண்ணிட்டேன். ஆம்புலன்ஸ் வரணும், காத்துண்டிருக்கோம்' என்று சொன்னாள் ராவகன் அம்மா.

' டாக்டர் என்ன சொன்னார்?'

'அவர் சொல்றதுக்கு என்ன இருக்கு? கோமாவிலேருந்தார்' என்றாள் அவள்.

ராகவன், கண்களில் ஈரக்கசிவு. அப்பாவையே பார்த்துக் கொண்டு நின்றான்.

ராகவனின் மனைவி பங்கஜம், முகத்தை சீரியஸாக வைத்துக் கொள்ள மிகவும் முயற்சி செய்வதாக எனக்குத் தோன்றியது. என்னைப் பார்த்ததும், புடவைத் தலைப்பால் வறண்டிருந்த கண்ணைத் துடைத்துக் கொண்டாள்.

வாசலில் கார் சப்தம் கேட்டது.

'அப்பாடா, ஆம்புலன்ஸ் வந்தாச்சு. நீ ராகவனோட ஆஸ்பத்திரிக் குப்போ. அவனைப் பத்தி உனக்குத்தான் தெரியுமே, ஒண்ணுமே தெரியாம வளர்ந்துட்டான். அங்கே டாக்டர் திருமூர்த்தின்னு இருப்பார். அவருக்கும் ஃபோன் பண்ணிச் சொல்லிட்டேன், ஆஸ்பத்திரிக்கு வரச்சொல்லி. என் நாத்தனாரோட மாப்ளே. ஸ்பெஷல் வார்டுக்கும் சொல்லிட்டேன். இந்தா! இதிலே ரெண்டாயிரமிருக்கு. டெபாஸிட் கேப்பா. பணத்தைக் கட்டிட்டு, ரசீது வாங்கிக்கோ. வைத்தியத்தைப் பத்தி திருமூர்த்தி பார்த்துப் பார். அப்புறம் பகவான் விட்ட வழி' என்றாள் ராகவன் அம்மா.

அம்மா சொன்னது எதுவுமே ராகவன் காதில் விழுந்ததாகத் தெரியவில்லை. இது எனக்கும் அவன் அம்மாவுக்குமிடையே உள்ள விவகாரம் என்பது போல், அவன் தன்னை ஒதுக்கிக் கொண்டு, அவன் அப்பாவையே பார்த்துக் கொண்டிருந்தான்.

'நீங்க வரலியா?' என்று கேட்டேன் நான்.

'நான் வந்து என்ன செய்யப்போறேன்? வாஸ்தவமா சொல்லப் போனா, எனக்குத் தோணறது, வேளை வந்தாச்சுன்னு. மத்த காரியத்தையெல்லாம் கவனிக்க ஆள் வேணுமே? உன் சிநேகித னுக்கோ ஒண்ணும் தெரியாது.'

ராகவனுடைய மனைவி மாமியாரைக் கோபத்துடன் பார்ப்பது போல் தோன்றியது. அடிக்கொருதரம், 'அவனுக்கு ஒண்ணுமே தெரியாது' என்று ராகவன் அம்மா சொல்லிக் கொண்டிருந்தது அவளுக்குப் பிடிக்கவில்லை என்பது காரணமாக இருக்கலாம்.

ஆம்புலன்ஸில் ஏறும்போது ராகவன் அம்மா என்னிடம் சொன் னாள்: சிரமத்தைப் பார்க்காம நீயும் அவனோட ராத்திரி இருந்தா நன்னாயிருக்கும். அவசியமானா, உடனே ஃபோன் பண்ணு.'

டாக்டர் திருமூர்த்தி எங்களிடம் சொன்னார். 'ஒண்ணும் சொல்றதுகில்லை. உங்க அம்மாவை வேணும்னா வரச் சொல்லுங்க ராகவன், அன்ட் வி வில் ட்ரை அவர் பெஸ்ட். '

நான் ராகவன் அம்மாவுககு ஃபோன் செய்து விஷயத்தைச் சொன்னேன்.

'ராகவன் எப்படி இருக்கான்?'

'நீங்க வரேளா? நான் கூட்டிண்டு போக வரட்டுமா?'

'வைத்தியம் பாக்கறாளோன்னோ.'

'இன்ஜெக்ஷன் போட்டிருக்கா. பெரிய டாக்டர் நாளைக் கார்த்தாலே வந்துதான் பார்ப்பாளாம். '

'உன் ஆம்படையா ஃபோன் பண்ணா. வந்துடுவான், கவலைப் படாதேன்னு சொன்னேன். நீ நேரே உன் ஆத்துக்குப் போ! நான் டாக்ஸிக்கு ஃபோன் பண்ணி ஆஸ்பத்திரிக்குப் போறேன். எனக்கு ஒரு பயமுமில்லை.'

'இல்லை மாமி. நான் வந்து உங்களை...'

‘சொல்றதைக் கேளு. நீ ஆத்துக்குப் போ. ஒண்ணு செய், கர்த்தாலே எங்காத்துக்கு சாஸ்திரி வருவார் எட்டு மணிக்கு. அவர்கிட்டே விஷயத்தைச் சொல்லி, எதுக்கும் தயாரா இருக்கச் சொல்லு. கடைசி நிமிஷத்திலே சில்லறை இல்லே, அது இல்லேன்னு விஷயத்தைக் குழப்பக் கூடாது.’

‘சரி, மாமி.’

‘நீயும் எனக்கு ஒரு பிள்ளை மாதிரின்னு உன் ஆம்படையாகிட்டே சொல்லு. எனக்குக் கொள்ளி போடற போது, ராகவனும் நீயும் சேர்ந்துதான்போடணும்.’

‘என்ன இப்படிப் பேசறேள், என் ஆம்படையா ஏதாவது சொன்னாளா?’

‘சேச்சே. அவ குழந்தை. அவளைப் பத்தி யார் சொன்னா? உன்கிட்ட என் ஆதங்கத்தைச் சொன்னேன். அவ்வளவுதான். தோ பாரு. அவளைப் போய் நீ ஒண்ணும் கேக்கக்கூடாது, தெரிஞ்சுதா?’

நான் கேட்கவில்லை. அவள் ஏதேனும் சொல்லியிருக்க வேண்டு மென்பதும் எனக்குத் தெரிந்ததுதான்.

அடுத்த நாள் காலை நான் ராகவன் வீட்டுக்குப் போனபோது, சாஸ்திரிகள் மட்டுமிருக்கவில்லை. ராகவன் அம்மாவும், ஆஸ்பத்திரியிலிருந்து வந்துவிட்டாள்.

‘பங்கஜம் வந்தா. அவளைப் பார்த்துக்கச் சொல்லிட்டு நானும் ராகவனும் வந்துட்டோம். பைத்தியம் மாதிரி குழந்தைகளையும் அழைச்சிண்டு வந்து நிக்கறா.’

‘மாமாவுக்கு எப்படி இருக்கு?’

‘என்ன சாஸ்திரிகளே, நான் சொன்னதையெல்லாம் நினைவு வச்சுக்கோங்கோ. அவர் ஓஹோன்னு இருந்தார். எங்க யாருக்கும் ஒரு குறை வைக்கலை. வைதீக காரியமெல்லாம் விக்னமோ குறையோ இல்லாம நன்னா நடக்கணும். கோதானம்னா, அதே மாட்டைத் திருப்பித் திருப்பித் தர்றதுங்கிற சில்மிஷமெல்லாம் வேணாம்.’

‘என்ன மாமி அப்படிச் சொல்றேள்? நான் அந்த மாதிரியெல்லாம் செய்வேனா?’

‘காலம் அப்படி இருக்கு சாஸ்திரிகளே, நீங்க செய்யாமலிரு க்கலாம். சரி, நீங்க போகலாம்.’

‘ராகவன் எங்கே?’ என்றேன் நான்.

‘குளிக்கிறான். குளிச்சிட்டு ஆஸ்பத்திரி போக வேணாமா?’

‘நீங்க?’

‘நான் உன்கிட்ட நேத்திக்கே சொன்னேனே? எல்லாத்தையும் நான்தான் பொறுப்பா செஞ்சாகணும்னு. ஒரு நல்ல சாவுங்கிறது கல்யாணம் மாதிரி. இதிலே துக்கத்துக்கு இடமேயில்லை. நாங்க ரெண்டு பேரும் 51 வருஷம் சந்தோஷமா குடித்தனம் நடத்தினோம். அவருக்கு அசாத்திய முன்கோபம். உப்புப் பெறாத விஷயத்துக்கெல்லாம் ‘தாம் தூம்’னு குதிப்பார். கோபம் தணிஞ்சவுடனே கொஞ்சுவார். அவர் சண்டை போடறபோதும் எனக்குச் சந்தோஷமா இருக்கும். சமாதானமாகி கொஞ்சறபோதும் சந்தோஷமா இருக்கும். நல்லவாளுக்குத்தான் கோபம் வரும். எனக்கு ஒரு தலைவலின்னா துடிதுடிச்சுப் போயிடுவார். ‘அந்த டாக்டரைக் கூப்பிடு, இந்த டாக்டரைக் கூப்பிடு’ன்னு அமர்க்களப் படுத்தி விடுவார். எட்டு திக்கும் விட்டெறிஞ்ச கை. இப்போ பார், யாருடைய தரிசனம் கிடைச்சிண் டிருக்கோ தெரியலே, மூஞ்சியிலே அப்படியொரு தேஜஸ். கண்ணை மூடிண்டு படுத்திண் டிருக்கார். நீ மூஞ்சியிலே அந்தப் பிரகாசத்தைப் பார்த்தியா?’

‘பார்த்தேன்.’

இதற்கு வேறு பதில் இருப்பதாக எனக்குத் தெரியவில்லை.

ராகவன் குளித்துவிட்டு வந்தான்.

‘ராகவா, நீ குழந்தைகளைப் பள்ளிக்கூடத்திலே விட்டுட்டு ஆஸ்பத்திரிக்குப் போ. பங்கஜம் அங்கே இருக்கிறதானா இருக்கட்டும். இல்லாட்டா வரட்டும். நான் தளிகை பண்ணப் போறேன். இன்னிக்கு, அவருக்குப் பிடிச்ச கத்திரிக்கா பருப்பு உசிலி, தக்காளி ரசம்....’

‘பண்ணி என்ன பண்ணப் போறே?’ என்று கேட்டான் ராகவன்.

‘நான் சாப்பிடறேன். நான் சாப்பிட்டா அவர் சாப்பிட்ட மாதிரி’ என்று சொல்லிக் கொண்டே ராகவன் அம்மா உள்ளே எழுந்து போனாள்.

ராகவன் குழந்தைகளை அழைத்துக் கொண்டு புறப்பட்டான். போகும் போதே, என்னிடம் கேட்டான், 'நீ இன்னிக்கு லீவ் எடுக்க முடியுமா?'

'நோ ப்ராப்ளம். நீ போ. நான் இங்கே இருக்கேன்.'

நான், ராகவன் போனபிறகு அங்கிருந்த வாரப் பத்திரிகை ஒன்றை எடுத்து வைத்துக்கொண்டு, சோபாவில் உட்கார்ந்தேன். தூங்கி விட்டேன்.

'நீ என்ன பண்ணப் போறே?' என்று கேட்டுக் கொண்டே ராகவன் அம்மா வந்தாள். குரல் கேட்டதும் எழுந்து கண்களைத் துடைத்துக் கொண்டேன்.

'உங்காத்திலேதான் சாப்பிடப் போறேன். கத்திரிக்கா பருப்பு உசிலி, தக்காளி ரசம். நாக்கிலே ஜலம் ஊர்றது மாமி!' என்றேன் நான்.

'நான் கல்யாணமாகி தனிக் குடித்தனம் போனபோது, பண்ண முதல் தளிகை இதுதான். சாப்பிட்டு மனுஷன் அதை சிலாகிச்சுப் பேசியிருக்கார், பேசியிருக்கார், அப்படிப் பேசியிருக்கார். எனக்கு இன்னும் நன்னா ஞாபகமிருக்கு. ஆனா ஒண்ணு பிடிக்கலேன்னா ருத்ர தாண்டவம்தான். வாங்கோ, சாஸ்திரி களே, நீங்க என்ன இவ்வளவு அவசரப்படறேள்?'

'இல்லே மாமி. ஐந்நூறுக்குச் சில்லறைன்னா... ஏக கனமாக் கனக்கிறது. கொடுத்திட்டுப் போகலாம்னு வந்தேன். வைதீகாளுக்கெல்லாம் சொல்லியாச்சு. யாரும் பத்து நாளைக்கு எங்கேயும் போகமாட்டா. மாட்டுக்கும் ஏற்பாடு செஞ்சாச்சு. ஆனா இதுக்கெல்லாம் அவசியமில்லாம போகணும்ங்கறதுதான் என் ஆசை. மாமா பொழைச்சுக்கணும்'

ஃபோன் ஒலித்தது.

'என்ன ஃபோன் பாரு!' என்று என்னிடம் சொல்லிக் கொண்டே உள்ளே போனாள் ராகவன் அம்மா.

நான் ஃ போனை எடுத்தேன்.

'ராகவன் பேசறேன். யாரு நீயா? அம்மாகிட்டே சொல்லு. அப்பாவுக்குக் கொஞ்சம் தேவலைன்னு. கண்ணைத் திறந்து

பார்த்தார். நினைவு இன்னும் சரியா வரலே. ட்ரீட்மெண்ட் கொடுக்க ஆரம்பிச்சுட்டா. இது மிராகிள்தான். அம்மாவைக் கூப்பிடு.'

நான் உள்ளே சென்றேன்.

ராகவன் அம்மா பூஜையறையில் உட்கார்ந்திருந்தாள்.

'மாமி...'

பதிலில்லை.

அருகே போய் நின்றேன். முகத்தைத் திருப்பிப் பார்த்தேன்.

முகம் சாய்ந்தது.

சாஸ்திரிகள் உள்ளே வந்தார்.

'என்ன இது? ' என்றார் திடுக்கிட்ட குரலில்.

'நீங்க செய்திருக்கிற ஏற்பாடெல்லாம் வீணாப் போகாது' என்றேன் நான்.

16. நம்பிக்கை – 2

‘கூனூர் போற பஸ் எது?’ என்று நான் டீக்கடையில் கண்டக்டர் மாதிரி தென்பட்ட ஒருவரைக் கேட்டேன்.

ஒரு காதைக் குடைந்து கொண்டே தேநீர் குடித்துக் கொண்டிருந்த அவர், தினசரித் தாளில் ஆழ்ந்திருந்த பார்வையை விலக்காமல் ‘ஒரு பஸ் போகாது’ என்று ‘ஒரு’வில் அழுத்தம் தெரிவித்துப் பதில் சொன்னார்.

‘ஏன்?’

‘விவசாயிகளைக் கேளுங்க.’

‘யாரை?’

‘விவசாயிகள். சாலை மறியல்...’

அவர் நிமிர்ந்து என்னைப் பார்த்தார். அவர் சில விநாடிகள் என்னையே பார்த்துக் கொண்டிருந்தார். அவர் பார்த்த பார்வையில், ஒரு வேளை எனக்கு வேறு யோசனை சொல்லப் போகிறாரோ என்று தோன்றியது.

‘எனக்கு அவசரமா போயாகணும். வேற வழி இருக்கா?’

‘நடந்தாத்தான் உண்டு. ஆனா, இது நடக்கிற காரியமா கோயம்புத்தூர்லேர்ந்து கூனூருக்கு?’

அவருடைய சிலேடை அவருக்கே மகிழ்ச்சி அளித்திருக்க வேண்டும். புன்னகை செய்தார்.

பஸ் நிலையத்தைவிட்டு வெளியே வந்தேன். வரிசையாக, டாக்ஸிகள் நின்று கொண்டிருந்தன. ஒன்றிலாவது டிரைவர் இருந்ததாகத் தெரியவில்லை.

நான் சுற்றுமுற்றும் பார்த்தேன். இப்பொழுது எப்படியாவது கூனூருக்குப் போயாக வேண்டும். கூனூரிலிருந்து ஊட்டிக்கு. அங்குதான் என் மனைவி கமலி வீட்டிலிருந்தாள்.

நான் கோயம்புத்தூருக்கு ஒரு காரியமாக வந்தேன். உடனே திரும்பிவிட வேண்டுமென்பதுதான் திட்டம். நேற்றிரவு புறப்பட முடியவில்லை. ஆனால் திடீரென்று இப்படி சாலை மறியல் நிகழப் போகிறது என்று யார் எதிர்பார்த்தார்கள்?

என் மைத்துனன் ராணுவத்திலிருந்தான். அவன் இம்பாலிலிருந்த போது என் மனைவி இப்படித்தான் அவனுடன் சில நாள்கள் தங்கப் போயிருந்தாள்.

என் மனைவி யாரையும், எதையும் சுலபமாக நம்பிவிடக் கூடியவள். இம்பாலில் குறி சொல்லத் தெரியுமென்று ஒரு பெண் வீட்டுக்கு வந்தாள். முகம் நல்ல களையாக இருந்தது. என் மனைவி, 'அவளைப் பார்த்தால் மஹாலட்சுமி மாதிரி இருக்கிறது' என்றாள் . மங்கோலிய மகாலட்சுமி.

சுவாமி வந்தது போல் அந்தப் பெண்ணின் உடம்பு சிறிது நேரம் ஆடியது. பிறகு மணிப்புரி மொழியில் வெளுத்து வாங்கினாள். என் மைத்துனனின் ஆர்டரிலி மொழி பெயர்த்தான்.

அவள் மனக் கண்ணில் ஒரு நல்ல பாம்பு வந்து குறி சொல்லு கிறதாம். என் மனைவியின் ஆஸ்துமா நாற்பத்தெட்டு நாள்களில் குணமாகிவிடுமென்றது அந்தப் பாம்பு. இதற்குத் தினந்தோறும் ஒரு புற்றுக்குப் பாலிட வேண்டுமென்பதுதான் அதன் கட்டளை. நாற்பத்தெட்டு நாள்கள் ஊற்றவேண்டும். தில்லியில் புற்றைத் தேடிக் கொண்டு போவது எப்படி? அந்தப் பாம்பை மறுபடியும் யோசித்துச் சொல்லும்படி கேட்டுக் கொண்டாள் என் மனைவி. 'சதா சர்வகாலமும் நாகத்தைத் தியானம் செய்து, புற்றுக்கு ஊற்றுவதாக நினைத்து அந்தப் பாலைக் குடித்து விடு' என்று சொல்லியது சர்ப்பம்.

அவள் ஆஸ்துமா போயிற்றோ இல்லையோ, அவள் கனவில் இதற்குப் பிறகு பாம்பு வர ஆரம்பித்தது. இந்தப் பாம்பு குறி

சொல்ல வரவில்லை. பயமுறுத்தியது. திடீரென்று நள்ளிரவில் எழுந்து உட்கார்ந்து 'பாம்பு!' என்று கத்துவாள். இந்தப் புது பிரச்னையை எப்படிச் சமாளிப்ப தென்று எனக்குத் தெரிய வில்லை. ஒரு டாக்டரிடம் அவளை அழைத்துச் சென்றேன். அவர் எத்தனையோ மருந்து கொடுத்துப் பார்த்தார். கனவில் பாம்பு வருவது நிற்கவில்லை. அவர் பிறகு ஒரு நாள் என் மனைவியிடம் சொன்னார், ஒரு கீரிப்பிள்ளையைச் சதா சர்வகாலமும் தியானம் செய்யுங்கள்.'

ஊட்டியில் அவளிடம் யாராவது இப்படி ஆஸ்துமாவைக் குணப் படுத்துகிறேன் என்று வந்தால் என்ன செய்வதென்ற பயத்தில் தான் ஊரைப் போயடைவதில் முனைப்பாக இருந்தேன்.

'எதுக்கும் நம்பிக்கை வேணும்' என்பாள் என் மனைவி அடிக்கடி. அவளுக்கு நம்பிக்கை அசாத்தியமாக இருந்தது.

இன்னொரு நிகழ்ச்சியையும் கூற வேண்டும். தில்லியில் நாங்கள் இருக்கும் பகுதியில் திருப்பதி ஐயங்கார் என்றொருவர் இருந்தார். அவர் ஒரு லையசன் ஆஃபீஸர். நான் ஒரு சாயந்திரம் அலுவலகத்திலிருந்து வந்ததும் என் மனைவி சொன்னாள். 'வாங்க போகலாம். திருப்பதி ஐயங்கார் ஆத்துக்கு.'

'ஏன், என்ன விசேஷம்?' என்றேன்.

'இப்பத்தான் பட்சணக்கார மாமா வந்து சொல்லிட்டுப் போனார், திருப்பதி ஐயங்கார் ஆத்து நாய் 'கோவிந்தா, கோவிந்தா!' என்கிறதாம்.'

நான் பலமாகச் சிரித்ததும் அவளுக்குக் கோபம் வந்துவிட்டது.

'எதுக்கும் நம்பிக்கை வேணும்' என்றாள் அவள் முகம் சிவக்க. 'சரிவா, போய்ப் பார்க்கலாம்' என்றேன் நான்.

திருப்பதி ஐயங்கார் வீட்டு வாசலில் ஒரே கூட்டம். கேட்டை அடைத்திருந்தார்கள். நான் திரும்பிப் போய் விடலாமென்றேன். என் மனைவி கேட்கவில்லை. பக்கத்து வீட்டுக்குச் சென்று, திருப்பதி ஐயங்கார் மனைவிக்குப் போன் செய்தாள். வீட்டின் பின்புறமாக வரச் சொன்னார்கள்.

ஹாலின் நடுவே கம்பீரமாக வீற்றிருந்தது அந்த அல்சேஷியன் நாய். அறை முழுவதும் ஊதுவத்தி மணம். அரசாங்கத்தில்

பணிபுரியும் பெரிய உத்தியோகஸ்தர்கள் அறையில் விரிக்கப் பட்டிருந்த கம்பளத்தில் அமர்ந்திருந்தார்கள். எல்லோரும் அந்த நாயையே பார்த்துக் கொண்டிருந்தார்கள்.

என்னை உட்காரும்படி சைகை காட்டினார் திருப்பதி ஐயங்கார். என் மனைவி உட்காரப் போனவளைத் தடுத்து, 'நமஸ்காரம் பண்ணிட்டு உட்காரும்மா!' என்றாள் திருப்பதி ஐயங்கார் மனைவி. 'எதுக்கு?' என்று நான் குரலைச் சற்று உயர்த்திக் கேட்டேன். மற்றவர்கள் என்னை உற்றுப் பார்த்தார்கள். 'உங்களுக்கு இதிலெல்லாம் நம்பிக்கை கிடையாது, எதுக்கு வந்தேள்?' என்றார் திருப்பதி ஐயங்கார். என் மனைவி நமஸ்காரம் செய்தாள்.

அப்பொழுது நாய் உடம்பைச் சிலிர்த்துக் கொண்டது. பலஹீனமான குரலில் அது குரைப்பது போல் எனக்குக் கேட்டது.

'கோவிந்தா, கோவிந்தா', என்று கூவிக் கொண்டே ஹாலி லிருந்த மற்றவர்கள் நமஸ்கரித்துவிட்டு எழுந்தார்கள்.

'உங்கள் காதிலே விழலியா?' என்று என்னைக் கேட்டார் திருப்பதி ஐயங்கார்.

'இல்லியே.'

'அதான். எதுக்கும் நம்பிக்கை வேணும்' என்றார் அவர்.

நாய் குரைக்கவில்லை, 'கோவிந்தா' என்றுதான் சொன்னதாக என் மனைவி வீட்டுக்கு வந்த பிறகு கூறினாள். அவளைப் போல் எனக்கு நம்பிக்கை இருக்கு மானால், என்னால் எப்பொழுதுமே சந்தோஷமாக இருந்திருக்க முடியுமென்று எனக்குத் தோன்றியது.

'கூனூருக்குப் போகணுமா, சார்?' திரும்பிப் பார்த்தேன். ஐம்பது வயதிருக்கும். மேஜை வேலை செய்து கூனல் விழுந்த முதுகு. கண்ணாடி மூக்கில் தள்ளாடியது. மற்றவர்களால் சுலபமாக விரட்டப்படக் கூடியவரென்று முகத்தில் எழுதி ஒட்டியிருந்தது.

அவர் பக்கத்தில் நின்றவனுக்கு நாற்பது வயதிருக் கலாம். கதர் பைஜமா, ஜிப்பா. கழுத்தில் சங்கிலி மினுமினுத்தது. கையில் விலையுயர்ந்த சிகரெட் டப்பா. திரைப்பட இயக்குநராக இருக்கலாமென்று தோன்றியது.

இருவருக்கும் என்ன சம்பந்தமிருக்க முடியும்! எதற்காக இருவரும் சேர்ந்து வந்திருக்கிறார்கள்?

நான் பதில் கூறாமல் அவர்களைச் சில விநாடிகள் பார்த்துக் கொண்டு நின்றேன்.

'ஆமாம். எப்படிப் போகலாங்கிறீங்க?' என்றேன் நான்.

டாக்ஸிக்கார இளைஞன் புகைத்துக் கொண்டிருந்த சிகரெட் துண்டைக் கீழே போட்டுக் காலால் மிதித்து விட்டு வண்டியில் உட்கார்ந்து அதைக் கிளப்பினான்.

'எம் பேர் கிருஷ்ணன். இவர் பேரு விஜயன், நீங்க இவரைப் பத்திக் கேள்விப்பட்டிருக்கலாம். பெரிய தொழிற் சங்கத் தலைவர்.'

'அப்படியா?' என்று கேட்டு விட்டு கைகுலுக்கியவாறு என்னை அறிமுகப்படுத்திக் கொண்டேன்.

கிருஷ்ணன், அந்தத் தொழிற்சங்கத் தலைவருடைய பையையும் ஏன் சுமந்துகொண்டு வந்தாரென்று எனக்குப் புரியவில்லை. கிருஷ்ணனைப் பார்த்தால் எந்தத் தொழி லாளர் இயக்கத்திலும் பங்கு கொள்ளக் கூடியவராகவும் எனக்குத் தோன்றவில்லை.

'வண்டியை நிறுத்தங்க!' என்றான் விஜயன். தமிழ் உச்சரிப்பில் கேரள வாடை.

'அந்தப் பழக்கடையிலே நல்ல ஆப்பிள் இருக்கிற மாதிரி இருக்கு. போய் வாங்கிட்டு வாங்க!' என்றான் விஜயன்.

'இதோ வாங்கிட்டு வரேன்' என்று கூறிக் கொண்டே கீழே இறங்கினார் கிருஷ்ணன்.

நானும் அவரைத் தொடர்ந்தேன். கடைக்குப் போன பிறகுதான் அவர் சொன்னார். 'எங்க யூனியன் தலைவர் அவன். எங்க ஆஃபீஸ்லே ஒரு ரிசர்ச் ஆஃபீஸர் வேலை காலியா இருக்கு. நான் பொட்டியடிச்சு அடிச்சு எனக்கு அலுத்துப் போச்சு. என் பிள்ளை எம். எஸ்ஸி. அவனுக்கு அந்த வேலை கிடைக்கணும்னா இவனைப் பிடிச்சா போறும்னு சொன்னார் என்னோட பாஸ். எம்.டி-க்கு இவனைக் கண்டா பயம். இவனும் செய்யறேன்னு சொன்னான். மனுஷம் பிடுங்கித் திங்கிறான். என்ன செய்யறது?

எல்லாம் என் தலைவிதி. மெட்ராஸ்லேர்ந்து கூட்டிண்டு வர்றேன்.'

பழங்களை வாங்கிக் கொண்டு திரும்பினோம். நானும் அரை டஜன் ஆப்பிள் வாங்கினேன்.

நாலைந்து கிராமங்கள் தாண்டிப் போய்விட்டோம். திடீரென்று கண்ணுக்குத் தென்பட்டது அந்தக் கூட்டம். வண்டியின் வேகத்தைக் குறைத்து கூட்டம் அருகில் வந்ததும் காரை நிறுத்தினான் டிரைவர்.

'என்னய்யா நினைச்சுகிட்டே? எங்கே போறே?' என்று சீறினான் ஒரு இளைஞன்.

'என்ன அவசரம்?'

என்னைச் சுட்டிக் காண்பித்து அவன் சொன்னார், 'அவரு பத்திரிகைக்காரர், அவரைக் கேளுங்க.'

'பத்திரிகைக்காரரா?'

'ஆமாம். நான் போட்டோ கிராபர். அந்தப் பையை எடுய்யா!'

கிருஷ்ணன் அவன் பையை அவனிடம் கொடுத்தார்.

அவன் பையிலிருந்து கேமராவை எடுத்தான். விலையுயர்ந்த ஜப்பானிய கேமரா.

அவன் வண்டியிலிருந்து இறங்கினான். 'இறங்குங்க!' என்றான் என்னிடம். நானும் தன்னிச்சையாய் இறங்கினேன்.

'ரெண்டு பேரும் வாங்க!' என்று எங்களை ஒரு முதியவரிடம் கூட்டிக் கொண்டு சென்றான் அவ்விளைஞன்.

முதியவருக்கு எண்பது வயதிருக்கலாம். தோல் திரை பாய்ந்திருந் தது. அவர் உட்கார்ந்திருந்த கட்டிலின் கயிறு நாராய்த் திரிந்து, அவரைப் போல் தளர்ந்திருந்தது. அவர் கண்களை இடுக்கிக் கொண்டு இடக்கையைக் குடையாய்க் குவித்து எங்களை ஏறிட்டு நோக்கினார்.

'இவங்க பத்திரிக்கைக்காரங்க!' இன்று எங்களை அறிமுகப்படுத் தினான் அவ்விளைஞன்.

முதியவரைச் சுற்றி ஏழெட்டுப் பேர் நின்று கொண்டிருந்தார்கள்.

‘என்ன வேணுமாம்?’ என்று கேட்டான் அவர்களில் ஒருவன். அவன் மீசை அச்சுறுத்தம் அளவுக்கு ஆக்ரோஷமாக வளர்ந் திருந்தது.

‘உங்க பிரச்னையைச் சொல்லுங்க, எழுதறோம். டெல்லியி லேந்து வந்திருக்கோம்’ என்றான் விஜயன் .

‘இதுக்காகவா வந்திருக்கீங்க?’ என்றார் பெரியவர்.

‘உண்மையா சொல்லப் போனா இல்லே. நாங்க ஊட்டிக்குப் போய்க்கிட்டிருக்கோம். அங்கே தொழிலாளர் பிரச்னை. அரசாங்கம் முதலாளி பக்கம் சேர்ந்துகிட்டு தொழிலாளிங்க வயத்திலே அடிக்கப் பாக்குது. அதைப் பத்தி எழுதப் போய்க் கிட்டிருக்கோம். இன்னிக்குள்ளே போயாகணும். போற வழியிலே உங்க பிரச்னை. இதப்பத்தியும் எழுதப் போறோம். நான் போட்டோ எடுப்பேன். இவர் எழுதுவார்’ என்று என்னைச் சுட்டிக் காண்பித்தான்.

முதியவர் என்னை ஏற இறங்க நோக்கினார்.

‘என்ன எழுதப் போறீங்க?’ என்றார் அவர்.

‘சொல்லுங்க, எழுதுறோம்’ என்றான் விஜயன்.

கிழவர் சில, விநாடிகள் மௌனமாக இருந்தார்.

‘எங்கே, உங்களை முதல்லே போட்டோ எடுக்கிறேன். இப்படி வாங்க!’ என்று சொல்லிக்கொண்டே கேமராவைத் தோளிலிருந்து கையில் எடுத்து வைத்துக் கொண்டான் விஜயன்.

அவ்வளவுதான். ‘திமுதிமு’வென்று குழந்தைகள், பெரியவர்க ளென்று அங்கிருந்த அனைவரும் முண்டியடித்துக் கொண்டு அவன் முன்னால் வந்து நின்றார்கள்.

முதியவர் கோபத்துடன் எழுந்தார். எழுந்த வேகத்தில் அவர் உடம்பு தள்ளாடியது.

‘படம் எடுக்கிறான்னவுடனே ஓடியாறீங்களே பன்னாடை மாதிரி. உங்களுக்கு அறிவு இருக்கா? சினிமாக்காரன் ஆண்டா நாடு எப்படி உருப்படும்? நெலம் தரிசா கெடக்குது, அத எடுக்கச் சொல்லுங்கடா முதல்லே. கெணத்துலே தண்ணி இருக்குதா? சாகும்படி எப்படி செய்யறது? கரண்ட் வெலையை ஏத்திக்

கிட்டே போறான். கெணத்தைக் காமிங்கடா அவங்களுக்கு, படம் பிடிக்கட்டும். உங்க முகரக்கட்டைதான் என்னிக்குமிருக்கே. ஹூம்... வயலைப்போய்ப் பார்ப்போம். வாங்க!' என்றார் கிழவர்.

'நீங்க உட்காருங்க. நாங்க போய் பார்க்கிறோம்' என்றேன் நான் கிழவரிடம்.

அவர் கேட்கவில்லை. ஒரு புதிய கோபத்துடன் எங்களுக்கு முன்னால் விரைவாக நடந்தார்.

'பாருங்க கெணத்தை, என்ன தெரியுது?' என்று என்னைக் கேட்டார்.

'ஒண்ணுமில்லே.'

'ஒண்ணுமில்லையா? அதிலேதான் எல்லாம் இருக்குது.'

எனக்கு ஒன்றும் புரியவில்லை. இது தத்துவ விசாரணையா அல்லது தண்ணீர் பிரச்னையா என்று விளங்கவில்லை.

'என்ன சொல்றீங்க?' என்று குரலைச் சற்று உயர்த்திக் கேட்டார் கிழவர்.

'நீங்க சொல்றது புரியலே.'

'என்ன புரியலே? கெணத்துலே தண்ணி இல்லே, பாசனம் செய்றது எப்படி? கரண்ட் வெலையை ஏத்திக்கிட்டே போறது அரசாங்கம். இது நியாயமா?'

'அநியாயம். இந்தக் கெணத்தைப் படம் எடுத்துக்கறேன்' என்று கூறிக் கொண்டே கேமராவை இயக்கினான் விஜயன்.

'நீங்க டெல்லியிலே போய் சொல்லுங்க. நம்ம ஆளுகதான் நம்மைச் சுரண்டறான். அயல் ஆளுக புரிஞ்சுப்பான்' என்றார் பெரியவர்.

டெல்லி என்பது அயல்நாடு அல்ல, இந்தியா என்பது ஒரு தேசம் என்று தேசிய ஒருமைப்பாட்டைப் பற்றி அவரிடம் சொல்ல லாமா என்று ஒரு கணம் யோசித்தேன். ஆனால், கிணற்றில் தண்ணீர் இல்லாமல் நிலம் வறண்டு கிடக்கும் நிலையில் கோபமாக இருக்கும் அவரிடம் இதைப் பற்றிச் சொல்வது விவேகமில்லை என்று எனக்குத் தோன்றியது. சினத்தில் அந்தக்

கிணற்றிலேயே என்னைத் தள்ளி விடக்கூடிய வாய்ப்புண்டு என்று எனக்குப்பட்டது.

திடீரென்று முதியவர் என்னைப் உற்றுப் பார்த்தார். பிறகு நிதானமான குரலில் கேட்டார். ‘நீங்க பத்திரிகைக் காரங்கதானா? எப்படி நம்பறது? அடையாளம் ஏதேனும் இருக்குதா?’

எனக்கு இதயம் நின்றுவிடும் போலிருந்தது. இந்தக் கேள்வியை நான் எதிர்பார்க்கவில்லை. ஆனால், ‘பளிச்’ சென்று ஒரு யோசனை தோன்றியது.

‘பர்ஸை’ எடுத்து அதிலிருந்து ஒரு கார்டை எடுத்துக் கொடுத்தேன். ‘இண்டியா இண்டர்நேஷனல் சென்டர்’ என்று தில்லியிலிருக்கும் ஒரு பண்பாட்டு நிறவனத்தின் அங்கத்தினர் என்று அறிவிக்கும் கார்ட். கரும்பச்சை நிறத்தில் அழகாக அச்சிடப்பட்டிருந்த கார்ட். பார்த்தாலே ஒருவித மரியாதையை ஏற்படுத்தும். மனிதனைக் காட்டிலும் சின்னங்களைத்தானே நாம் மதிக்கக் கற்றுக் கொண்டிருக்கிறோமென்ற நம்பிக்கையில் கொடுத்து விட்டேன்.

முதியவர் அதைச் சில விநாடிகள் உற்றுப் பார்த்து விட்டு பிறகு எங்களை வழிமறித்து, அவரிடம் அழைத்துச் சென்ற இளைஞனிடம் அந்த கார்டை கொடுத்துவிட்டுச் சொன்னார். ‘மீனாச்சி, இதப்பாரு. இங்கலீஸ்லே எழுதியிருக்கு. இவரு பத்திரிக்கைக் காரர்தானா?’

பயம், மின்சாரம் போல் என் சரீரம் முழுவதும் பரவியது. கொங்கு நாட்டு மக்களின் கோபத்தைப் பற்றி நான் கேள்விப்பட்டிருக்கிறேன். பொய் சொன்னேன் என்று தெரிந்தால், என்னைக் கொன்று அந்த வயலிலேயே புதைக்கத் தயங்க மாட்டார்கள் என்ற கற்பனை உருவாகியதும், உடம்பு வியர்க்கத் தொடங்கியது.

மீனாட்சி அந்த கார்டை வாங்கிக் கொண்டே என்னைப் பார்த்தான். அந்தக் கூட்டத்தில் அவனுக்குத்தான் ஆங்கிலம் தெரியும் போலிருக்கிறது. பள்ளிக்கூடம் போயிருக்கிறான்.

என் உயிர் அவன் வழங்கப் போகிற தீர்ப்பிலிருந்தது.

அவன் அந்த கார்டையே சில விநாடிகள் உற்றுப் பார்த்துக் கொண்டிருந்தான்.

‘சரிதான். இவரு பத்திரிகைக்காரர்தான்’ என்று கூறிவிட்டு கார்டை என்னிடம் கொடுத்தான் மீனாட்சி.

அவன் தனக்கு ஆங்கிலம் தெரியுமென்று மற்றவர்கள் நம்பும் போது, அவர்களை ஏமாற்றத்துக்குள்ளாக்க விரும்பவில்லை என்று தோன்றியது. ‘நம் பள்ளிக்கூடங்கள் வாழ்க!’ என்று மனமாற வாழ்த்தினேன்.

‘உங்க எல்லாரையும் படம் எடுத்துக்கலாமா? ’ என்றான் விஜயன்.

எல்லோரும் முதியவரைப் பார்த்தார்கள்.

‘சரி. நில்லுங்க!’ என்றார் பெரியவர்.

நாங்கள் காரில் போய் உட்கார்ந்ததும் பெரியவர் கேட்டார். ‘நீங்க எளுதி வெளியானவுடனே அந்தப் பத்திரிகையை அனுப்பறீங்களா?’

‘நிச்சயமா’ என்றான் விஜயன்.

முதியவருக்கு அந்த வட்டாரத்தில் நல்ல செல்வாக்கு உண்டு என்று தோன்றியது. எங்களை கூனூருக்குச் செல்ல அனுமதிக் கும்படி ஒரு சீட்டு கொடுத்திருந்தார். பக்கத்துக் கிராமங்கள் அனைத்தும் அவர் சொல்லைத் தட்ட மாட்டா என்று வாக்குறுதி அளித்தார்.

எனக்கு விஜயன் மீது ஒரு மரியாதை ஏற்பட்டது. கிருஷ்ணனைப் பிடுங்கித் தின்றாலும் அவருடைய மகனுக்கு வேலை வாங்கித் தரவேண்டுமென்ற காரணத்துக்காகத்தானே பொய் மேல் பொய்யாக அடுக்கிக் கொண்டே போனான். கூனூருக்கு அன்றே போக வேண்டுமென்ற அவசரம் அவனுக்கில்லையே, கிருஷ்ணன் காரியமாகத் தானே!

‘நீங்களும் நன்றாக நடித்தீர்கள்’ என்று பாராட்டிக் கொண்டே புன்னகை செய்தான் விஜயன்.

‘பாராட்டு உங்களுக்குத்தான். நடிக்கத் தெரியும் என்று எனக்கே தெரியாது. அந்த ஆற்றலைப் புலப்படுத்திய பெருமை உங்களுக்குத்தான்.’

நான் வழங்கிய பாராட்டை மௌனமாகத் தலையசைத்து ஏற்றுக்கொண்டான் விஜயன்.

‘என்ன நடந்தது?’ என்று கேட்டார் கிருஷ்ணன்.

‘ஒண்ணுமில்லே, அது உங்களுக்குத் தெரிய வேண்டிய அவசிய மில்லே’ என்றான் விஜயன்.

அவன் அவரை அப்படித் தூக்கியெறிந்து பேசியது எனக்குச் சிறிது ஆச்சர்யத்தைத் தந்தது. அவனுடைய நடிப்புத் திறனைப் பற்றி அவரிடம் சொல்லாலாமென்று நினைத்தேன். அவன் அதை விரும்பவில்லையென்று எனக்குப் பட்டது.

‘நீங்க சொன்னேள் அவன் பார்த்துப்பான்னு. அப்படியே ஆச்சு. அவன் பாத்துண்டான். நாம இப்போ போறோம், ஒரு தடையு மில்லாம. என் ஆம்படையா அடிக்கடி சொல்லுவா, எதுக்கும் நம்பிக்கை வேணும்னு.’

‘ஆமா. நிச்சயமா வேணும், மனுஷன் உயிர் வாழறதே நம்பிக்கையில்தான். என்ன சொல்றீங்க, மிஸ்டர் விஜயன்?’

விஜயன் பதில் சொல்லவில்லை. மௌனமாக சிகரெட் புகையை உள்ளே இழுத்து வெளியே விட்டுக் கொண்டிருந்தான்.

கூனூர் போய்ச் சேர்ந்ததும் கிருஷ்ணன் எனக்கு நன்றி தெரிவித்தார்.

‘நாம எல்லோரும் ஒத்தொருக்கொருத்தர் நன்றி சொல்லணும்’ என்றேன் நான்.

‘எஸ். முதல்லே டிரைவருக்கு. கிருஷ்ணன், அவருக்கு அம்பது ரூபா சேர்த்துக் கொடுங்க!’ என்றான் விஜயன்.

‘பரவாயில்லை!’ என்று மறுத்துவிட்டான் ட்ரைவர்.

கிருஷ்ணனைப் பார்த்தால் அவனுக்கு பரிதாபமாக இருந்திருக்க வேண்டும்.

நான் ஊட்டியைச் சென்றடைந்ததும் என் அனுபவத்தை என் மனைவிக்கும் மற்றவர்களுக்கும் சொன்னேன்.

‘பாத்தேளா? என்னோட நம்பிக்கை உங்களை அழைச்சிண்டு வந்திருக்கு.’

‘இல்லாட்டா என்ன ஆகியிருக்கும்? மறியல் முடிஞ்சதும் வந்திருக்கப் போறேன்’ என்றேன் நான்.

‘நாளைக் காலம்பற கோயிலுக்குப் போயிருக்க முடியாதே!’ என்று சிரித்துக் கொண்டே சொன்னான் என் மைத்துனன்.

‘கோயிலா?’

‘இங்கே பாலாஜிகோயில் ஒண்ணு இருக்கு. இந்த மலைஜாதி ஆள் ஒருத்தன், அவன் அக்காவோட கனவிலே பெருமாள் பிரத்யட்சமாகி ‘நான் இங்கே இருக்கேன், கோயில் கட்டு!’ன்னு சொல்லியிருக்கார். அவன் அங்கே இங்கேன்னு பணம் புரட்டிக் கட்டி முடிச்சிருக்கான். ரொம்ப சக்தி வாய்ந்த பெருமாள். நாளைக் காலம்பற நாம போறோம்’ என்றாள் என்மைத்துனனின் மனைவி.

‘தம்பதி சமேதரா போனாத்தான் விசேஷமாம்’ என்றான் என் மைத்துனன் புன்னகையுடன்.

அடுத்த நாள் கோயிலுக்குப் போனபோதுதான் நம்பிக்கையின் வலிமை எனக்குத் தெரிந்தது. கனவில் பெருமாள் தோன்றிய பெண்மணி பயங்கரமாக ‘சாமி’ ஆடிக்கொண்டிருந்தாள் என்பது வெளியே நின்ற எனக்குப் புரியவில்லை. ‘நம்பிக்கை இல்லாத வங்க வெளியே போங்க!’ என்று அவள் ஆரம்பத்தில் கூப்பாடு போட்டதும் என் மனைவி என்னை வெளியே அனுப்பிவிட்டாள்.

எனக்கு நம்பிக்கை இல்லை என்று சொல்ல முடியுமா? எனக்கே விளங்கவில்லை.

அன்று மாலை என் மனைவியின் முகத்தில் ஒரு புதுப்பொலிவு தெரிந்தது. ‘எனக்கு இனிமே ஆஸ்துமா வரவே வராது’ என்றாள் அவள் நம்பிக்கையுடன். அப்பொழுது என் மைத்துனன் உள்ளே நுழைந்தான்.

‘நேத்து உங்களோட ஒருத்தன் வந்தான்னு சொன்னீங்களே. டிரேட் யூனியன் லீடர்... அவன் பேரென்ன?’ என்று அவன் கேட்டான்.

‘விஜயன்.’

என் மைத்துனன் புன்னகையுடன் உட்கார்ந்தவாறு தன் கால் ஷூக்களைக் கழற்றத் தொடங்கினான்.

‘ஏன், எதுக்குக் கேட்டே? ’ என்றேன் நான்.

அவன் குனிந்த நிலையில் என்னைப் பக்கவாட்டமாகப் பார்த்துக் கொண்டு சொன்னான், ‘அவன் - அவர் பேரென்ன? அவனைக் கூட்டிண்டு வந்தவர்.’

‘கிருஷ்ணன்.’

‘ஹாங்... கிருஷ்ணன் சொன்ன மாதிரியே எம்.டி- யைப் பார்த்தான். ஆனா...’

அவன் ஷூக்களை நகர்த்தி வைத்துவிட்டு நிமிர்ந்தான்.

‘என்ன சஸ்பென்ஸ்? சொல்லேன்.’

‘அந்த ரிசர்ச் ஆஃபீஸர் வேலை விஜயன் தம்பிக்குக் கிடைச்ச மாதிரி.’

‘விஜயன் தம்பிக்கா?’

‘ஆமாம். தன் தம்பிக்குத்தான் அந்த வேலையைக் கேட்க கிருஷ்ணன் செலவிலே அவன் வந்திருக்கான்.’

‘உனக்கு எப்படித் தெரியும்?’

‘அந்த எம்.டி. என்னோட பெஸ்ட் ஃப்ரண்ட். விஜயன் வந்து பேசினபோது நான் அவர் ரூம்லே இருந்தேன். முதல்லே விஜயன் தயங்கினான். எம்.டி. நான் அவரோட க்ளோஸ் ஃப்ரெண்ட்’ன்னு சொன்னார். அப்புறம் அவன் இதப் பத்தி பேசினான்.’

‘நீ அவர்கிட்டே கிருஷ்ணனைப் பத்தி சொல்லலியா?’

‘அப்புறம் சொன்னேன். அவர் வியாபாரி. அவர் வால்யூ - ஸிஸ்டத்திலே எது நியாயம், எது அநியாயங்கிறது சௌகர் யத்தைப் பொறுத்தது. அவருக்கு விஜயன் முக்கியமா, கிருஷ் ணன் முக்கியமா? நீங்க வியாபாரியா இருந்தா உங்களுக்குத் தெரியும்.’

‘பாவம் கிருஷ்ணன், அவனை நம்பிண்டிருக்கார்’ என்றேன் நான்.

‘எதுக்கும் நம்பிக்கை வேணும், அதுதான் முக்கியம். என்ன, நான் சொல்லறது சரிதானே?’ என்றுசொல்லியவாறு என் மனைவியைப் பார்த்துப் புன்னகை செய்தான் என் மைத்துனன்.

17. ஒரு கப் காப்பி

ராஜப்பா திடீரென எழுந்து உட்கார்ந்தான். அவன் உடம்பு வியர்வையினால் நனைந்திருந்தது. பக்கத்தில் இருந்த பழுப் பேறிய சாயத் துண்டினால் முதுகைத் துடைத்துக் கொண்டான். என்ன விசித்திரமான சொப்பனம்!

‘வனாந்திரமான இடம். பாம்புப் புற்று போல் ஓங்கி வளர்ந்திருந்த மண் மேடிட்ட பெரிய குகைள். அவன் தனியாக அந்தப் பிரதேசத்தின் வழியாகப் போய்க் கொண்டிருக்கிறான். அங்கு நிலவிய நிசப்தம் ஒரு பாரமாகச் சூழ்ந்து அவன் நெஞ்சை அழுத்தியது. குகைகளிலிருந்து பாம்புகள் புறப்பட்டுத் தன்னைத் தாக்க வருமோ என்ற பயம் அவனை வேகமாக நடக்கத் தூண்டியது. குகைகளில் பாம்பு இல்லை. திடீரென்று அவற்றி லிருந்து கூட்டங் கூட்டமாக ஜனங்கள் வெளியே வந்தார்கள். அனைவரும் முடவர்கள்! அப்பா, அம்மா குழந்தைகள் என்று குடும்பம் குடும்பமாக முடவர்கள்! அவர்கள் வரிசை வரிசையாக நின்று கொண்டு அவனைப் பார்க்கிறார்கள். அவர்களுடைய பார்வையின் வேகத்தில் அவனுடைய கையும் கொஞ்சம் கொஞ்சமாகக் கழன்று... ஐயோ! அவனுடைய கைகள்! கீழே விழுந்துவிட்ட அவன் கைகளை எடுத்து வைத்துக் கொண்டு குழந்தைகள் விளையாடுகிறார்கள்! எல்லாரும் அவனைப் பார்த்துச் சிரிக்கிறார்கள். ‘ஓ’ என்ற அவர்கள் சிரிப்பு, அந்த அகன்ற பிரதேசத்தில் எதிரொலிக்கிறது.’

உடம்பைத் துண்டினால் துடைத்து விட்ட பிறகு, ராஜப்பா தன் கைகளை உற்றுப் பார்த்தான். அவற்றுக்கு ஓர் ஆபத்தும் ஏற்படவில்லை. பத்திரமாக இருந்தன.

எதற்காக? அதுதான் அவனுக்கும் புரியவில்லை. இந்தக் கைகளினால் உழைத்து அவன் சம்பாதித்தது கிடையாது. வயிறுதான் உழைத்தது. கல்யாணம் எங்கே, கருமாதி எங்கே என்று வீடு தேடிச் சென்று உழைக்கிறது. கடந்த சில நாள்களாக அந்த உத்தியோகத்துக்கும் வழியில்லை. ஊரில் கல்யாணமும் நடக்கவில்லை, ஜனங்களும் ஆரோக்கியமாக இருக்கிறார்கள்.

போன வாரம் மேலத் தெரு பாமா பாட்டிக்குப் பிராயச்சித்தம் நடக்கிறது என்று கேள்விப்பட்டவுடன், அவன் அவசரம் அவசரமாக அங்கு ஓடினான். உதட்டைப் பிதுக்கிக் கொண்டு வெளியே வந்த டாக்டரைப் பார்த்ததும் அவனுக்கு நம்பிக்கை யாக இருந்தது. பாட்டிக்குத் தொண்ணூறு வயது என்றார்கள். மேல் மூச்சு வாங்கிக் கொண்டிருந்தது. கல்யாணச் சாவுதான். கை ஓங்கிய குடும்பம். பதினைந்து நாள் சாப்பாட்டுக்குக் கவலை யில்லை. கிடைக்கப் போகிற பணம், அவன் பெண் மைதிலிக்குப் புடவை வாங்கப் போதுமா என்று அவன் யோசித்துக் கொண்டிருந்தபோது, பாட்டி கண்களைத் திறந்து மிரள மிரளப் பார்த்தாள். அவ்வளவுதான், வந்த யமன் பயந்து போய் ஓடிவிட் டான். பிராயச்சித்தத்துக்குக் கிடைத்த பணம் வெற்றிலை சீவல் வாங்கத்தான் சரியாக இருந்தது.

ராஜப்பா திண்ணையிலிருந்து கீழே இறங்கினான். திண்ணை ஓரத்தில் படுத்துக் கொண்டிருந்த ஆராமுது எழுந்து கோயில் காரியத்தைக் கவனிக்கப் போய்விட்டான். ஆராமுதைப் பார்த்தால் பொறாமையாக இருக்கிறது. பிரம்மச்சாரி. பிரம்மச் சாரியாக இருப்பதற்கு அவன் உடம்பும் ஒரு காரணம். சாய்வு நாற்காலியைப் போல் வளைந்த சரீரம். முதுகும் வயிறும் ஒன்றோடொன்று ஒட்டிக் கொண்டிருந்தன. எந்தப் பெண் இவனைப் பார்த்தக் கல்யாணம் செய்து கொள்ள முன் வருவாள்?

ராஜா மாதிரி இருக்கிறான் என்பதற்காக அவனுக்கு ராஜப்பா என்று பேர் வைத்தார்கள். சின்ன வயசில் ராஜா மாதிரிதான் இருந்தான். சாப்பிடுவதற்குச் சம்பாதிக்க வேண்டுமென்ற விவரமே அவனுக்கு அப்போது தெரியாது. பள்ளிக்கூடத்தில் ஒழுங்காகப் படித்திருந்தால், எமனை நம்பி வாழ்க்கை நடத்த வேண்டிய அவசியமிருந்திருக்காது. அல்லது, ஆரம்பத்தி லிருந்தே ஒழுங்காக அத்தியயனமாவது செய்திருக்கலாம். வடக்கே வைதீகர்களுக்கு ஏகப்பட்ட கிராக்கி என்று தில்லியிலிருந்து வந்த அந்த நாச்சியார்கோயில் பையன்

சொன்னான். பிராமணனாய்ப் பிறந்துவிட்டு, மந்திரமும் தெரியாது. வேறு எந்தத் தொழிலுக்கும் லாயக்கில்லை என்றால் தன்னைப் போல் வயிற்றை மூலதனமாகக் கொண்டு வாழ்வதைத் தவிர, வேறு வழி என்ன இருக்கிறது.

அவன் தம்பி படித்துவிட்டு உள்ளூரிலேயே எல்.ஐ.சி யில் இருக்கிறான். அவனுக்கு நான்கு பெண்கள். இரண்டு வருஷங் கள் முந்திவரை, அம்மா உயிரோடிருந்த காலத்தில், ஒரே குடும்பமாகத்தானிருந்தார்கள். சுபஸ்வீகாரம் முடிந்த மறுநாளே தம்பி சொல்லிவிட்டான்: 'இதோ பாரு ராஜப்பா, எனக்கும் நாலு பொண்ணாச்சு. நாம சேர்ந்து இருக்கிறது என்கிறது கட்டுப்படி யாகாது. இடைக்கட்டு ரூம நீ வச்சுக்கோ! ஒரு ரூம் போறுமான்னு கணக்குப் பாக்க ஆரம்பிச்சா, உனக்கே தெரியும், ஏதோ அம்மா இருந்தா, உன் சக்கரம் ஓடியாச்சுன்னு. எத்தனை நாளைக்குத்தான் நீ பொறுப்பு இல்லாம இருக்க முடியும்? உன் மூணு பொண்ணை யும் ஆம்படையாளையும் நீதான் இனிமே காப்பாத்தியாகணும். சொல்றேன்னு கோவிச்சுக்காதே.'

அன்று முதற்கொண்டு ஒரே வீட்டில் இரண்டு குடித்தனம். அவன் பெண்களும் அவனைப் போலவே, சரஸ்வதியை அடித்து விரட்டிவிட்டார்கள். படிப்புமில்லை, பணமுமில்லை.எப்படி அவர்களுக்குக் கல்யாணம் பண்ணுவது? பிரச்னைதான்.

இது இப்பொழுதையப் பிரச்னையல்ல. இப்பொழுதையப் பிரச்னை அவன் காப்பி குடித்தாக வேண்டும். நேற்றே அவன் மனைவி சொல்லிவிட்டாள்: 'காப்பிப் பொடி கிடையாது. காசு கொண்டு வந்தா காப்பி. இல்லாட்டா தீர்த்தத்தைக் குடிச்சுட்டு சும்மா கிடங்கோ. நான் வீடு வீடாப் போய்க் கடன் வாங்கத் தயாரா இல்லே.'

ராஜப்பா வீட்டுக்குள் நுழைந்தான் .கூடத்தில் அவன் தம்பி பெஞ்சில் உட்கார்ந்து கொண்டிருந்தான். கையில் தினசரித்தாள். அவன் அருகில் ஆவி பறக்கும் காப்பி. தினசரித் தாளில் லயித்திருந்த பார்வையை விலக்கி, ஒரு விநாடி காலம் அண்ணனை அவன் உற்றுப் பார்த்தான். காலையில் எழுந்ததும் காப்பி குடிக்காமல் அண்ணன் எவ்வளவு கஷ்டப்படுவான் என்பது அவனுக்குத் தெரியாத விஷயமல்ல. அவன் என்ன நினைத்துக் கொண்டானோ, திடீரென்று எழுந்து உள்ளே சென்றான். ஒருவேளை மனைவியிடம் இது பற்றி மன்றாடச்

சென்றிருக்கலாம். வெகு நேரம் வெளியில் வராமல் இருந்து விட்டானானால், அவன் சிபாரிசு பலனளிக்காமல் போய்விட்டது என்று அர்த்தம். அவள் தெய்வாதீனமாகக் காப்பி கொடுக்கச் சம்மதித்துவிட்டால் தம்பி என்ன செய்வான் என்பது ஒரு சுவாரசியமான விஷயம். அவன் கூடத்துக்கு வந்து பெஞ்சில் உட்கார்ந்துகொண்டு சற்று ஓங்கிய குரலில், 'டீ, ராஜப்பாவுக்குக் காப்பி கொண்டா!' என்று சொல்லுவான். அவன் சொல்கிறபடி மனைவி கேட்கிறாளாம்!

ராஜப்பா சிறிது நேரம் அங்கேயே நின்று கொண்டிருந்தான். உள்ளே போன தம்பி, போனவன் போனவன் தான்! தனக்குக் காப்பி கிடைக்காது என்று அவனுக்கு உறுதியாகத் தெரிந்தது.

அவன் கொல்லைக்கட்டை நோக்கிச் சென்றான். அவன் மனைவி முள்வேலியருகே நின்று கொண்டிருந்தாள். அவன் பூணூலைக் காதில் மாட்டிக் கொண்டே கேட்டான்: 'என்ன?'

'என்ன? அதான். ருக்கு தளிகை. கூடமாட ஒத்தாசை பண்ணப் போங்கோ.'

'ருக்குவா? ஏன், மைதிலி எங்கே?'

'அபிராமி மாமியாத்திலே ராஜராஜேஸ்வரி பூஜை பண்றாளாம். கன்னிப் பொண்ணுக்குப் புடவை வாங்கித் தரப் போறாளாம். அனுப்பிச்சேன்.'

'அபிராமி ஆத்திலியா? ஸ்மார்த்தப் பொண்ணுக்குன்னா கொடுப்பா?'

'நான்தான் அபிராமி மாமி கால்லே விழாத குறையாக் கெஞ்சிக் கேட்டுண்டேன். பதினெட்டு வயசாச்சு, மைதிலிக்குக் கட்டிக்க ஒரு நல்ல புடவை கிடையாது. எல்லாம் கிழிசல். கல்யாணத் துக்கு இருக்கிற பொண்ணு.'

'பராம்மணாளுக்கும் சாப்பாடு உண்டோ?'

'புடவை கட்டிண்டு போனா உண்டு'.

ராஜப்பா தன் மனைவியை உற்றுப் பார்த்தான். இதழோரத்தில் ஒட்டிக் கொண்டிருந்த விஷமப் புன்னகையுடன் அவள் வைக்கோலறையை நோக்கிச் சென்றாள்.

அவன் காதிலிருந்து பூணூலை எடுத்துக் கொண்டே திரும்பி வந்தபோது அவள் வைக்கோலறையில் உட்கார்ந்திருந்தாள். அதற்குப் பேர்தான் வைக்கோல் அறை. ஒரு காலத்தில் அவனுடைய தாத்தா 'மிராசு' என்று கொழித்த காலத்தில் வீட்டில் மாடுகள் இருந்தன. வைக்கோலுமிருந்தது. வைக்கோற்போரை அந்த அறையில்தான் அடுக்கி வைப்பது வழக்கம். அவன் தாத்தாவினுடைய விளையாட்டெல்லாம் ஓய்ந்த பிறகு அப்பா காலத்தில் நாலு வேலி ஒரு வேலி ஆனது. அவனுடைய அப்பா சாப்பிட்டே தீர்த்தார். இப்பொழுது இருப்பது கொல்லைப் புறத்திலிருக்கும் முள்வேலி தான். வீடு மிஞ்சியிருக்கிறது.

அவன் வைக்கோலறையைத் தாண்டி உள்ளே செல்ல முற்பட்ட போது, 'அப்படியே கிணத்தடியிலே குளிச்சிட்டுப் போங்கோ!' என்ற குரல் கேட்டது. மனைவியின் உத்தரவு.

'எதுக்காக?'

'எதுக்காகவா? அதான் சொன்னேனே, ருக்கு ஒண்டிமா...'

'வைதேகி எங்கே?'

'குழந்தைதானே, 'நானும் போறேம்மா'ன்னா. காய்கறி திருத்திக் கொடுத்தா, அபிராமி மாமி சாதம் போட மாட்டாளா?'

கொடியில் உலர்த்தியிருந்த பழுப்பேறிய வேட்டியையும் துவாலையையும் எடுத்துக்கொண்டு கிணற்றங்கரைக்குச் சென்றான் ராஜப்பா. ராட்டினத்தில் கயிறு இல்லை.

'கயிறு எங்கேடி ?'

'ஏற்கெனவே இத்துப் போயிருந்தது. நேத்திக்கி சாயங்காலம் அப்படியே துண்டு துண்டா போயிடுத்து. அதோ பாருங்கோ, மிஞ்சியிருக்கிறது ஒரு சாண்தான். அதுவும் சமயத்துக்கு வேண்டியிருக்குமேன்னு வச்சிருக்கேன்.'

'யாருக்கு வேண்டியிருக்கும்? எனக்கா?'

'உங்களுக்கு எதுக்கு வேண்டியிருக்கும்? எனக்குத்தான். இந்த மாதிரி குடும்பம் நடத்றதை விட...'

'என்னை என்ன பண்ணச் சொல்றே?'

'பிராம்மணார்த்தத்தை நம்பிக் குடும்பம் நடத்த முடியுமா? ஒரு கடையிலே போய்க் கணக்கு எழுதறது.'

'எவண்டி வேலை தரேங்கிறான்? நான் கணக்கு எழுதமாட்டேன்னு சொன்னேனா?'

'அம்பது வயது வரையிலும் வேலை செய்யாம உட்கார்ந்திட்டு, 'இப்போ வேலை தா!'ன்னா எவன் தருவான்? நம்ம அதிர்ஷ்டம் யாராத்திலேயும் ஒரு மாசத்துக்கு சிரார்த்தம் கிடையாது.

'விசாரிச்சுட்டியா?'

'ஆமாம். வீடு வீடாப் போய் 'உங்காத்திலே எப்போ சிராத்தார்த்தம்'னு விசாரிச்சேன். கேக்கறதைப் பாரு. அன்னிக்குக் குப்பு வாத்தியார் வந்தார், சொன்னார்.'

'சரி. அது கிடக்கட்டும். இப்போ எப்படி ஸ்நானம் பண்றது?'

'தம்பி ஆம்படையாளைக் கேளுங்கோ. தினம் துவைக்கிற கல் மேலே அவ கயத்தை வச்சிருப்ப, இன்னிக்கு நாம எடுத்துடப் போறோமோன்னு மகராசி, உள்ளே கொண்டு போயிட்டா.'

அப்பொழுது அவனுடைய தம்பியின் மனைவி, கயிற்றைத் துவைக்கிற கல்லின் மீது 'தொப்' பென்று கொண்டு போட்டு விட்டு உள்ளே போனாள்.

'பார்த்தேளோன்னோ, எப்படிக் கொண்டு போடுறான்னு? நீங்க இங்கே குளிக்க வேணாம். குளத்துக்கே போய்...'

'வெக்கம் மானம் பாத்தா நம்மாலே இருக்க முடியுமோடி? எல்லாத்தையும் எப்பவோ துடைச்சு எறிஞ்சாச்சு' என்று சொல்லிக் கொண்டே கயிற்றை ராட்டினத்தில் மாட்டினான் ராஜப்பா.

நாலு வேலி 'மிராசு' ராஜகோபால் அய்யங்கார் தமது பேரன் மற்றவர்களுடைய பிதுர்க்களின் பிரதிநிதியாக இருந்து அவர்களுடைய பசியைத் தீர்த்து வைப்பான் என்று எதிர்பார்த்திருப்பாரா? அல்லது அவனுடைய அப்பாதான் இதை நினைத்துப் பார்த்திருப்பாரா? பார்க்கப் போனால் அவனுடைய இப்பொழுதைய 'உத்தியோகம்' அவனுக்கே ஆச்சரியத்தைத் தருகிற விஷயம். அம்மா போன பிறகு வயிற்றுப் பிரச்னை எழுந்தபோது

குப்பு வாத்தியார்தான், அவனை இந்தத் தொழிலில் ஈடுபடுத்தினார். இதற்காக அவன் 'வேஷம்' தரிக்க வேண்டியது அவசியமானது. கிராப்பு போய்க் குடுமி வந்தது. தட்டுச்சுற்று போய்ப் பஞ்சக்கச்சம். நெற்றியில் 'பளிச்'சென்று நாமம். அவனுடைய தம்பிக்கு ஆரம்பத்தில் இது பிடிக்கவில்லை. ஆனால் ஆட்சேபித்தால் தன்னைப் பாதிக்குமோ என்று பயந்து பேசாமலிருந்து விட்டான்.

ராஜப்பா ஸ்நானம் செய்துவிட்டு உள்ளே போன போது, ருக்கு சமைத்துக் கொண்டிருந்தாள்.

'என்ன தளிகை?' என்று கேட்டான் ராஜப்பா.

'சாதம் ஆயிடுத்து. நேத்தி சாத்தமது இருக்கு. அப்பளம் காய்ச்சப் போறேன்.'

'காப்பிக்கு வழி உண்டா?'

ருக்கு காப்பி டப்பாவைக் கவிழ்த்துக் காட்டினாள்.

'நான் அப்பளாம் காய்ச்சறேன். நீ போய் குப்பு வாத்தியார் ஆத்திலேந்து....'

'நான் ஒத்தர் ஆத்துக்கும் போய்க் காப்பிப் பொடி வாங்கிண்டு வரமாட்டேன்.'

'காப்பி குடிக்காம என்னமோ மாதிரி இருக்குடி.'

'அப்புறம் இன்னோராத்துக்குப் போய் சர்க்கரை வாங்கிண்டு வரணும். அதுக்கு நீங்களே போய் யாராத்துலயாவது காப்பி குடிச்சுக்குங்கோ. நீங்க அப்பளம் காய்ச்ச வேணாம், நானே காய்ச்சிடறேன்.'

ராஜப்பாவுக்கு ஒரே எரிச்சலாக இருந்தது. யார் மீது கோபித்துக் கொள்ள முடியும்?

காப்பி குடிக்க வேண்டுமென்ற ஆவேசம் அவனுள் எழுந்தது. வெளியே போனால் யாராவது அகப்பட மாட்டார்களா?

அபிராமி மாமி வீட்டுக்குப் போய், 'வைதேகி வந்திருக்கா ளான்னு விசாரிக்க வந்தேன்' என்று கேட்டு விட்டுக் கொஞ்ச நேரம் அங்கு தயங்கிக் கொண்டே நின்றால், காப்பி கிடைக்கக்

கூடும். இல்லாவிட்டால், ரிடையர்டு எஞ்சினியர் ராமதேசிகன் வீட்டுக்குப் போகலாமென்றால், அவர் பெண்ணுடன் சீராட கும்பகோணம் போயிருக்கிறார். காலத்தை அனுசரித்துக் கோயிலில் பெருமாளுக்குக் காலையில் காப்பி நைவேத்தியம் பண்ணக்கூடாதா? ஸ்ரீரங்கத்தில் ரங்கநாதருக்கு ரொட்டி தருகிறார்கள். இந்த ஊர்ப் பெருமாளுக்கு காப்பி குடிக்கும் ஒரு நாச்சியார் இருந்திருந்தால், எவ்வளவு நன்றாக இருக்கும்? கோயிலில் தினம் காப்பிப் பிரசாதம் கிடைத்திருக்கும்.

'நீங்க சாப்பிடப் போறேளா இப்போ?' என்று கேட்டாள் ருக்கு.

'அதுக்குள்ளேயுமா? நான் கொஞ்சம் வெளியிலே போயிட்டு வரேன்.'

ராஜப்பா வீட்டை விட்டு வெளியில் வந்து தெருவின் இரு திசைகளிலும் நோக்கினான். காப்பிக்கு வழி உண்டா என்பது தான் அவனுடைய மகத்தான பிரச்னை.

பஸ் ஸ்டாண்டுக்குப் போனால் யாராவது தென்படக் கூடும்.

பஸ் ஸ்டாண்டில் நல்ல கூட்டம். கல்யாண நாளில்லை. இத்தனை பேர் எங்கு வருகிறார்கள். எங்கு போகிறார்கள் என்று தோன்றியது ராஜப்பாவுக்கு

மாணிக்கத்தின் பழக்கடையில் கணவன், மனைவியுமாக இரண்டு பேர் நின்று கொண்டிருந்தார்கள். கணவ னுக்குத் தன் வயசுதான் இருக்குமென்று ராஜப்பாவுக்குப்பட்டது. தடித்த ஃபிரேம் போட்ட கண்ணாடி. ஜரிகை வேட்டி, அங்கவஸ்திரம், காலில் போட்டிருந்த செருப்பைப் பார்க்கும் போது வடக்கேயிருந்து வந்திருப்பவன் போல் பட்டது. அவன் மனைவிக்கு நாற்பது வயதிருக்கலாம். பட்டுப் புடைவை. ஒடிசலாக இருந்தாள். கையில் பை, அவளும் கண்ணாடி அணிந்திருந்தாள்.

ராஜப்பா அவர்களை நோக்கிச் சென்றான்.

'ரூபாய்க்கு எட்டுப் பழம் கொடுப்பா!' என்று கணவன், மாணிக்கத்திடம் பேரம் பேசிக் கொண்டிருந்தான்.

'கட்டுப்படியாகாதுங்க. ஏழு பழம்னு எடுத்துக்குங்க.' என்றான்.

'என்னடா மாணிக்கம், ஊருக்குப் புதுசுன்னு ஏமாத்தப் பாக்கறியா? டஜன் ஒரு ரூபாய்னு சிரிப்பா சிரிக்கிறது பழம்'

என்று கடைக்காரனிடம் சொல்லிவிட்டுக் கணவனைப் பார்த்துப் புன்னகை செய்தான் ராஜப்பா.

'வாய்யா. நீ எப்போய்யா காசு கொடுத்துப் பளம் வாங்கிச் சாப்பிட்டிருக்கே? பெரிய நியாயமில்ல பேச வந்துட்டாரு' என்றான் மாணிக்கம்.

ஜரிகை வேட்டிக்காரன் ராஜப்பாவை சிறிது நேரம் உற்றுப் பார்த்தான். எதற்காக அவன் தன்னை அப்படிப் பார்க்கிறான் என்று ராஜப்பாவுக்குப் புரியவில்லை. கொஞ்சம் சங்கடமாகவும் இருந்தது.

'உங்க பேரு?' என்று கேட்டான் ஜரிகை வேட்டிக்காரன்.

'ராஜப்பா.'

'நினைச்சேன். மை காட், இது என்னடா வேஷம்? பஞ்சக்கச்சம் நாமம், குடுமி?'

ராஜப்பாவுக்கு ஒன்றும் புரியவில்லை.

'தெரியலியாடா என்னை? உத்துப் பார்றா.'

ராஜப்பா நினைவைத் துழாவினான். ஒன்றும் பொறி தட்ட வில்லை.

'ஆச்சாபுரம் அனந்துன்னு சொன்னா போறுமா?' என்று கேட்டுக் கொண்டே அவன் ராஜப்பாவின் தோளில் கையை வைத்தான்.

'அனந்துவா? நீங்க, எங்கேயோ வடக்கே...'

'கரெக்ட். டில்லியிலே இருக்கேன். இவதான் என் ஆம்படையா, சரோஜா. அது கிடக்கட்டும், என்னடா 'நீங்க' போட்டுப் பேசறே? வருஷம் போனாலும் சிநேகிதம் போயிடுமா?'

அனந்து! இத்தனை உரிமையுடன், பழைய நட்பை உணர்ச்சிப் பூர்வமாக நினைத்து இவனால் பேச முடி கின்றதே, தன்னால் முடியுமா? அனந்துவின் மாமா சவுக்குத் தோப்பு நாராயண அய்யங்காருக்கு இந்த ஊர் தான். மேலத் தெருவில் இருந்தார். இப்பொழுது அவர் காலம் ஆகி, பிள்ளைகளும் ஆளுக்கொரு திசையாகப் போய்விட்டார்கள். அப்பொழுதெல்லாம் அனந்து, விடுமுறைக்கு இங்கு வந்துவிடுவான். அனந்துவுக்கு

சினிமா என்றால் ஒரே பைத்தியம். சினிமாவில் சேர்ந்துவிடப் போவதாகச் சொன்னான். இப்பொழுது என்ன செய்கிறான்?

'பாத்துக்கோ சரோஜா, இவன்தான் சின்ன வயசிலே என்னோட பெஸ்ட் ஃப்ரெண்ட். ஆத்தங்கரைக்குப் போய் ஒண்ணா சிகரெட் பிடிப்போம். அப்புறம் ராத்திரி ஆட்டம் சினிமா. உடம்பு பூரா பவுடரைக் கொட்டிண்டு மல் ஜிப்பாவுமா அதுவுமா இருந்த இவன், இப்போ பாரு, வேத வித்தா, நெருப்பா நிக்கறான். உலகத்திலே என்னென்ன அதிசயமெல்லாம் நடக்கிறது பாரு!' என்று அனந்து தன் மனைவியிடம் சொல்லிக் கொண்டிருந்தான்.

'நீ... ங்...க... நீ என்ன செய்யறே இப்போ?' என்று கேட்டான் ராஜப்பா.

'என்ன செய்யறேன், வயத்துப் பொழப்புக்கு ஒரு கம்பெனியிலே இருக்கேன். நாலு காசு சம்பாதிக்க என்னென்ன அக்கிரமமெல் லாம் பண்ணணுமோ, அதெல்லாம் பண்ணிண்டிருக்கேன். உன்னைப் பார்த்தா பொறாமையா இருக்குடா ராஜப்பா. யாரையும் ஏமாத்த வேணாம். ஊரோட வாசம். பெரியவா எழுதி வச்ச மந்திரம், சோறு போடறது. நீ வாத்தியாராத்தானே இருக்கே? நீ சொல்லாட்டாலும் உன் வேஷம் சொல்றதே! மஞ்ச சூர்ணம், முகத்தில் தேஜஸ்....'

'நன்னாயிருக்கு நீங்க இப்படித் தெருவிலே நின்னுண்டு பேசறது. ரூமுக்குப் போய்ப் பேசிக்கலாம், வாங்கோ!' என்றாள் சரோஜா.

'ரூமுக்கா?' என்று கேட்டான் ராஜப்பா.

'ஆமாம். அதோ தெரியறது பாரு லாட்ஜ், அங்கேதான் இருக் கேன். நீ இங்கே இருக்கிறது எனக்குத் தெரியாம போச்சேடா. இல்லாட்டா, 'ஜாம் ஜாம்'னு உங்காத்திலேயே வந்து தங்கியிருப்பேனே. இந்தாய்யா கடைக்காரரே! ரெண்டு டஜன் பழம் எடு. உன்னாலேதான் நம்ம பழைய சிநேகிதனைப் பார்க்க கொடுத்து வச்சுது' என்று பேசிக் கொண்டே போனான் அனந்து.

அறைக்குச் சென்றதும் ராஜப்பா கேட்டான்: 'நீ எப்படி இந்த ஊர் பக்கம் வந்தே?'

'சொன்னா நம்ப மாட்டே. நான் சவுத்துக்கு வந்து பத்து வருஷமாறது. என் ஆம்படையா டில்லியிலேயே பொறந்து வளர்ந்தவ. வேட்டாமும் டில்லியாயிடுத்து. எனக்கும் இங்கே

யாருமில்லே, இந்தப் பக்கம் வர அவசியமே இல்லாமப் போயிடுத்து. அப்படி வந்தாலும், மெட்ராசுக்கு வந்து திரும்பிடு வேன். இப்பத்தான், இந்த ஊரிலே நாம சின்ன வயசிலே இருந்திருக்கோமே, சரோஜாவுக்கும் சுத்திக் காமிக்கலாம்னு வந்தேன். இந்த ஊருக்கு வந்தவுடனே உன் நினைவு வராம லில்லே. ஆனா நீ எங்கே இருக்கேன்னு யாருக்குத் தெரியும்? உன்னை இங்கே பாக்கப் போறோம்னு நான் சத்தியமா நினைச்சுக்கூடப் பார்க்கலேடா. அதுவும் இந்தக் கோலத்திலே... 'கோலம்'னு தப்பா சொல்லலே. உன்னைப் பாத்தா பெருமையா இருக்கு. அது கிடக்கட்டும், உனக்குக் கல்யாணம் எங்கே, யாரு பொண்ணு, உனக்கு எத்தனை குழந்தைகள்?'

'என் ஆம்படையாளுக்கு வடுவூர். குழந்தைகளுக்குக் குறைச்ச லில்லே, மூணு பொண்ணு. எல்லாம் கல்யாணத்துக்கு நிக்கறது.'

'மூணு பொண்ணு என்னடா பெரிய குழந்தைகள்? 'ஜாம் ஜாம'னு கல்யாணம் ஆயிடறது. பகவத் பிரீதி இருந்தா எதுதான் நடக்காது? எனக்கு ஒரே பிள்ளை. அமெரிக்காவிலே டாக்டரா இருக்கான். ஒரு பொண்ணு இருந்தா நன்னாத்தான் இருந்தி ருக்கும். ஆனா இந்த விஷயத்திலே பகவான் எனக்கு அநுக்கிரகம் பண்ணலே'

'என்ன நீங்க பேசிண்டே இருக்கேளே, அவரை ஒண்ணும் சாப்பிடச் சொல்லாம ? காப்பி குடிக்கிறேளா?' என்று கேட்டாள் சரோஜா.

'அட சீ! டில்லிக்காரின்னு காமிச்சுட்டியே... வேதவித்தா நிக்கறான். கண்ட கண்ட ஓட்டல்லேந்து காப்பி குடிப்பானா? இவ சொல்றதெல்லாம் டில்லியிலே நடக்கும். என் ஊர் வைதீகாளைப் பத்தி எனக்குத் தெரியுண்டி. பாலுக்குத் தோஷமில்லே, குடிக்கிறியா?'

'வேணாம்.' - ராஜப்பாவின் குரல் பலகீனமாய் ஒலித்தது.

'பாத்தியாடி? பால்கூடக் குடிக்க மாட்டேங்கிறான். அந்தக் காலத்து ராஜப்பாவான்னு இருக்கு. வேதம் படிச்சா என்ன கட்டுப்பாடு வந்துடறது பாத்தியா? ராஜப்பா, உன் மாதிரி அத்தியயனம் பண்ணவாளைப் பாத்தா, கால்லே விழுந்து சேவிக்கணும் போலிருக்குடா. நிஜமாச் சொல்றேன். சமுஸ்கிருத மந்திரத்தைப் படிச்சவா சொல்லிக் கேக்கணும்னு எனக்குக்

கொள்ளை ஆசை. டில்லியிலே பள்ளிக்கூடத்திலே ஒரு சமஸ்கிருத வாத்தியார் இருக்கார். நம்மடவர். ஸ்ரீநிவாச வரதன்னு பேரு. மந்திரம் சொன்னார்னா கணீர்னு இருக்கும். அவரை அடிக்கடி ஆத்துக்கு வரச்சொல்லி, புருஷ சூக்தம் சொல்லச் சொல்வேன். ஒரு தடவைக்குப் பத்து ரூபா தட்சிணை, சாப்பாடு. அவருக்குக் கனாகபிஷேகம் செய்யலாம், நியாயமா பாக்கப் போனா. ஆனா என்னாலே முடிஞ்சது இவ்வளவுதான். தொழிலுக்காக நாம எவ்வளவோ தபபுகாரியம் பண்றோம். அதுவும் என் மாதிரி தொழில்லே இருந்தா கேக்க வேணாம். இதுக்கு உன் மாதிரி வேதம் படிச்சவாளைக் கூப்பிட்டு கவுரவம் பண்றது ஒரு வகையான பிராயச்சித்தம்னு வேணுமானாலும் வச்சுக்கோ.'

'வாய் ஓயாம நீங்களே பேசிண்டிருக்கேளே! அவரைக் கொஞ்சம் பேச விடுங்கோ...' என்றாள் சரோஜா.

'ஆமாமாம். பேச ஆரம்பிச்சேன்னா ஓய மாட்டேன். என் தொழில் அப்படி. நீ கொஞ்சம் சாம வேதம் சொல்லேன். கேக்கணும்னு ஆசையா இருக்கு.'

'என்னை டில்லிக்காரின்னு சொல்லிட்டு நீங்க இப்போ இப்படி அவரைப் போய்க் கேக்கறது நன்னாயிருக்கா? வேதம் சொல்ல வேளை, இடமெல்லாம் கிடையாதா?' என்றாள் சரோஜா.

'எனக்கிருக்கிற ஆதங்கத்திலே பேத்திண்டே போறேன். நீ சொல்றது சரிதான், சரோஜா. ராஜப்பா, புறப்படு. உங்காத்துக்குப் போவோம். உன் ஆம்படையா, குழந்தை எல்லாரையும் பாக்கணும் போலிருக்கு. எங்களுக்கு இன்னிக்கு உங்காத்திலே தான் சாப்பாடு. இந்தா, பழமாவது சாப்பிடு. காப்பியோ பாலோ வேற எதுவும் தொடமாட்டேங்கிறே.'

'திடுதிப்னு உங்காத்திலே சாப்பிட வரோம்னா என்ன அர்த்தம்? பாவம், அவரோட ஆம்படையா என்ன செய்வா? ஆத்திலே என்ன சௌகர்யமோ, ஒண்ணும் தெரியாம இப்படிச் பேசினா...' என்றாள் சரோஜா.

'இது டில்லியில்லேடி, தெரிஞ்சுக்கோ! டில்லியிலேதான் ஒத்தருக்கு சாப்பாடுன்னாலும் அரை வயத்துச் சாப்பாடு. இங்கெல்லாம், கூட ரெண்டு பேர் சாப்பிடறதுக்குத் தயாரா சமைச்சி வச்சிருப்பா. என் ஊரைப்பத்தி எனக்குத் தெரியாதா?

உன்னை எதுக்காகக் கூட்டிண்டு வந்தேன் தெரியுமா? என் ஊர் பெருமையைக் காட்டத்தான். சின்ன வயசிலே, இவாத்திலே எத்தனை தடவை சாப்பிட்டிருக்கேன் தெரியுமா? இவனோட அம்மா ஒரு ஊறுகா போடுவா, அதுக்குப் பேர் என்னடா ராஜப்பா? எஸ். மாகாளிக்கிழங்கு. மூட்டைப் பூச்சி வாசனையா இருக்குமே. வாயிலே போட்டா என்ன ருசியா இருக்கும் தெரியுமா? உங்கப்பா பெரிய சாப்பாட்டுப் பிரியர், பக்தர்னு சொல்லணும், அப்படித்தானே?'

அப்பா சாப்பாட்டுப் பக்தர்தான். தாத்தா வைத்துவிட்டுப் போன நிலத்தையெல்லாம் சாப்பிட்டே தீர்த்தார். இவன், சாப்பாட்டை நினைத்துக் கொண்டு வீட்டுக்கு வருகின்றேன் என்கிறானே, இந்த நிலைமையை எப்படி சமாளிப்பது? இந்த ஊரைப் பற்றிய அவனுடைய முப்பத்தைந்து வருடத்திய ஆதாரமான நினைவுக்குப் பங்கம் வரக்கூடாது என்ற பிடிவாதத்துடன், ஆவேசம் வந்தவன் போல் பேசுகிறான். அவனுடைய இளமைப் பருவ உலகத்தைக் காட்டுவதற்காக மனைவியையும் அழைத்துக் கொண்டு வந்திருக்கிறான். தன் வீட்டு நிலைமையைப் பற்றித் தெரிந்தால் இவனுக்கு எவ்வளவு ஏமாற்றமாக இருக்கும்! தனக்கு இப்பொழுது காப்பிக்குக் கூட வழியில்லை!

ஊருக்குப் புதியவர்கள் போல் இருந்தார்களே, கோயிலையும் குளத்தையும் சுற்றிக் காண்பித்து காப்பிக்கு வழி பண்ணிக் கொள்ளலாம் என்று தான் போட்ட திட்டம், கிணறு வெட்டப் பூதம் போல் ஆகிவிட்டதே! இவனிடமிருந்து எப்படித் தப்பித்துக் கொள்வது?

புருஷ சூக்தமாம், சாம வேதமாம். யாருக்குத் தெரியும் இவையெல்லாம்? அது கிடக்கட்டும். படிப்பது எதற்காக? பண முள்ளவனிடம் விலையாவதற்காகவா? இவன் சம்பாதிப்பதற் காகத் தப்புத்தண்டா செய்வானாம்.

பிராயச்சித்தம் செய்ய ஒரு பிராம்மணன், வேதமந்திரம் எல்லாம்! அநியாயத்துக்கு துணை போக! நான் எவ்வளவோ தேவலை இவனுக்கு! வேஷத்திலே எது ஒசத்தி வேஷம், தாழ்த்தி வேஷம்!

'என்ன ராசப்பா போகலாமா, உங்காத்துக்கு?' என்றான் அனந்து.

'சொல்லாம கொள்ளாம சாப்பிடப் போக வேண்டாம், போய் பாத்துட்டு வருவோம். வேணும்னா, காப்பி குடிச்சிட்டு...'

அனந்து இடைமறித்தான். 'என்னை கரெக்ட் பண்ணிட்டு என்னடி நீயே சொல்றே, வேதவித்து அவாத்திலே காப்பி குடிப்பாளா?'

ராஜப்பாவால் பொறுத்துக்கொள்ள முடியவில்லை. உண்மையை அவர்கள் சந்திக்க வேண்டிய நேரம் வந்து விட்டது.

'தோ பாரு, அனந்து! நான் வேதவித்துமில்லே, ஒரு மண்ணாங்கட்டியுமில்லே. வேதவித்து வேணும்னா நீ வேத காலத்துக்குத்தான் போகணும். முதல்லே நான் கேக்கறதை முதல்லே கொடு, அப்புறம் எல்லாத்தையும் விவரமா சொல்றேன்.'

அதிர்ச்சி அடைந்த அனந்து பலகீனமான குரலில் கேட்டான். 'என்ன வேணும்?'

'ஒரு கப் காப்பி.'

18. தொலைவு

ஜன்பத் போக்குவரத்துத் தீவு. பச்சை ஒளி தந்த அனுமதியில் அதுவரையில் சிலையாக நின்ற ராட்சச பஸ்கள் சீறிக் கொண்டு புறப்பட்டன.

'அப்பா, அதோ ஸ்கூட்டர்...*' என்று கூவியவாறே வாசுவின் பாதுகாப்பிலிருந்து விடுவித்துக் கொண்டு சிவப்பு ஒளியையும் பாராமல் வீதியின் குறுக்கே ஓடினாள் கமலி.

'கமலி!' என்று கத்தினான் வாசு.

அவள் ஏமாற்றத்துடன் திரும்பிப் பார்த்தாள். வாசு அவள் கையைப் பற்றி வேகமாகப் பின்னால் இழுத்துக் கொண்டு வந்தான்.

'வாக்னு வந்தப்புறம்தான் போகணும்னு நான் எத்தனை தடவை சொல்லியிருக்கேன்? வயசு ஏழாச்சு, இது கூடத் தெரியலியே?'

'அந்த ஸ்கூட்டர் காலியாயிருக்கு. யாரானும் ஏறிடுவாப்பா.'

'ஏறிட்டுப் போகட்டும். ரோடை இப்போ கிராஸ் பண்ணக் கூடாது.'

'அதோ எல்லாரும் பண்றாளேப்பா!'

'ஒருத்தர் தப்புப் பண்ணினா எல்லாரும் பண்ண ணுமா?'

கமலிக்கு அப்பாவின் பேரில் கோபம் கோபமாக வந்தது. அரை மணி நேரமாக இருவரும் ஸ்கூட்டருக்காக அலைகிறார்கள்.

---

* தில்லியில் ஆட்டோரிக்‌ஷாவை 'ஸ்கூட்டர்' என்று குறிப்பிடுவது வழக்கம்.

ப்ளாஸாவிலிருந்து அவளை இதுவரை நடத்தியே அழைத்து வந்து விட்டான் வாசு.

அவர்கள் பஸ்ஸில் போயிருக்கலாம். ஆனால் ஒவ்வொரு பஸ்ஸிலும் கூட்டம் பொங்கி வழிந்தது. குழந்தையையும்

இழுத்துக்கொண்டு முண்டியடித்து ஏற முடியுமா? வாசுவால் இதை நினைத்துக்கூடப் பார்க்க முடியவில்லை. டாக்சியில் போகலாமென்றால் அதற்கு வசதியில்லை. லோதி காலனி போவதற்கு நாலு ரூபாய் ஆகும். இடைக்கால நிவாரணம் கொடுக்கப் போகிறார்கள், வாஸ்தவம்தான். போன மாதம் அக்காவுக்கு உடம்பு சரியில்லை என்று அவன் பம்பாய் போய் வரும்படியாக ஆகிவிட்டது. அதற்கு வாங்கிய கடன் தீர வேண்டும். கடன் வாங்குவது என்பது அவனுக்குப் பிடிக்காத காரியம். ஆனால் திடீரென்று செலவுகள் ஏற்படும்போது அவற்றை எப்படிச் சாமாளிப்பது?

'அப்பா, அந்த ஸ்கூட்டரிலே யாரோ ஏறிட்டா!' என்று அலுத்துக் கொண்டே சொன்னாள் கமலா.

குழந்தையின் எரிச்சல் அவனுக்குப் புரிந்தது. ஆனால் என்ன செய்ய முடியும்? சாயந்திரம் ஐந்துமணிக்கு மேல் ஆகிவிட்டால் ஒரு ஸ்கூட்டர் கூடக் கனாட் பிளஸேில் கிடைக்காது. கிடைப்பதும், கிடைக்காமல் இருப்பதும் ஒவ்வொருவருடைய அதிர்ஷ்டத்தைப் பொறுத்தது.

தனக்கு என்றுமே அதிர்ஷ்டம் கிடையாது என்று நினைத்தான் வாசு. அவன் மெடிக்கல் காலேஜில் சேரவேண்டுமென்று ஆசைப்பட்டான். அதற்கு வேண்டிய நல்ல மார்க்கும் வாங்கி யிருந்தான். ஆனால் இண்டர்வியூவில், 'மத்திய ஆப்பிரிக்காவில் இரண்டாண்டுகளுக்கு முன் எவ்வளவு அங்குலம் மழை பெய்தது?' என்று கேட்டபோது, அவனுக்குப் பதில் தெரிய வில்லை. ஆகவே, அதற்கு அடுத்த வருஷம், 'உலகம் நெடுக எங்கெங்கு மழை பெய்கிறது? எப்படி வெயில் காய்கிறது?' என்பவை பற்றியெல்லாம் அலசி ஆராய்ந்துவிட்டு, இண்டர்வியூ வுக்குப் போனான். 'மெக்ஸிகோவில் மத்தியான வேளைகளில் மக்கள் என்ன செய்கிறார்கள்?' என்று கேட்டார்கள். அந்த வருஷமும் அவனுக்கு இடம் கிடைக்கவில்லை. பி.ஏ. படித்து விட்டுத் தில்லியில் மத்திய அரசாங்கத்தில் வேலை செய்ய

வேண்டுமென்று அவன் தலையில் எழுதியிருந்தது. அப்படித் தான் அவன் அதை ஏற்றுக்கொண்டான்.

'அப்பா, 'வாக்'னு வந்துடுத்து.'

'சரி, கையைப் பிடி. ஓடாதே!' ஸிந்தியா ஹவுஸ் பக்கம் போய் இருவரும் நின்றார்கள்.

'காலை வலிக்கிறது'எ ன்றாள் கமலி. மரீனா ஹோட்டலருகே நின்று கொண்டிருந்த ஸ்கூட்டரில் ஏறியிருந்தால் இத்தனை நேரம் அவர்கள் வீட்டுக்குப் போயிருக்கலாம். அந்த ஸ்கூட்டர் காரனும் லோதி காலனிப் பக்கம்போக வேண்டியவன்தான் போல் இருக்கிறது. வாசுவை ஏற்றிக் கொள்ள இணங்கினான். ஆனால் ஒரு பெண் கோபமாக வந்து, அந்த ஸ்கூட்டரைத் தானே முதலில் கூப்பிட்டதாகச் சொன்னாள். ஸ்கூட்டர்காரன் அவள் எங்கே போக வேண்டுமென்று கேட்டான். அந்தப் பெண் கர்ஸன் ரோட் போக வேண்டும் என்றாள். நடந்தே போய்விடலாம் என்று யோசனை சொன்னான் ஸ்கூட்டர்க்காரன். அந்தப் பெண் முதலில் கூப்பிட்டிருந்தால் அவள் கோபம் நியாயமானது என்றே பட்டது வாசுவுக்கு. அவளை அழைத்துப் போகும்படி சொல்லிட்டு விலகிக் கொண்டான். அந்தப் பெண் நன்றியைச் சொல்லாமல் உரிமைப் போராட்டத்தில் வெற்றி அடைந்தது போல் ஏறிக் கொண்டாளே என்ற வருத்தம் இல்லாமல் இல்லை. நியாயத்தைப் பற்றி அப்பொழுது அவன் அவ்வளவு கவலைப் படாமல் இருந்திருந்தானானால் கமலிக்கு இப்பொழுது காலை வலித்திருக்காது.

வாழ்க்கையில் அடிப்படையான சில விஷயங்களுக்கு மதிப்பு அளிக்காவிட்டால், சமூகத்தில் வாழ்ந்து என்ன பிரயோசனம்? சிக்கலாகிக் கொண்டு வரும் சமுதாயத்தில் இது சாத்தியமா?

பிளாஸா அருகே மூன்று ஸ்கூட்டர்கள் காலியாக நின்று கொண்டிருந்தன. வாசு கமலியின் கையைப் பிடித்துக் கொண்டு பரிதாபமாக நின்றான். ஒருவராவது அவனை ஏறிட்டுப் பார்க்கவில்லை. வாசு, கால் மேல் கால் போட்டுக் கொண்டு சிகரெட் பிடித்துக்கொண்டிருந்த ஒருவனைப் பார்த்துச் சொன்னான் : 'ஸ்கூட்டர் வேண்டும்.'

அவன் வாசுவைப் பார்க்காமலே கேட்டான்: 'எங்கே போக வேண்டும்?'

‘லோதி காலனி.’

அவன் பதில் சொல்லவில்லை. சிகரெட்டைப் பலமாக இழுத்துப் புகையை விட்டான். இன்னொருவன் வாசு செங்கோட்டை வருவதாக இருந்தால் அங்கு அழைத்துப் போவதாகக் கூறினான். லோதி காலனிக்குப் பதிலாகச் செங்கோட்டைக்கு அருகில் தான் இருந்திருக்கக் கூடாதா என்று வாசுவுக்குத் தோன்றியது. அப்பொழுது சுவரருகே நின்று விட்டுப் பைஜாமாவை இறுகக் கட்டிக் கொண்டே வந்த ஒருவன், நாலு ரூபாய் கொடுப்பதானால் லோதி காலனிக்கு வருவதாகச் சொன்னான். டாக்ஸிக்கே நாலு ரூபாய்தான் ஆகும். அந்த வசதி இருந்தால் ஸ்கூட்டருடன் எதற்காகப்பேரம்? - வாசுவுக்கு மிகுந்த கோபம் வந்தது. யார் மீது என்று அவனுக்கே புரியவில்லை.

‘அப்பா, அதோ ஸ்கூட்டர்’ என்றாள் கமலி.

மேற்புறம் திறந்து வெயிலுக்குச் சௌகரியமாய், காற்றோட்ட மாய் இருந்தது அந்த ஸ்கூட்டர். சார்ட்டைப் பார்க்க வேண்டிய அவசியமில்லாமல் புதிதாகப் பொருத்தப் பட்டிருந்தது கட்டண மீட்டர். வாழக்கையின் லட்சியமே கைகூடி விட்டாற் போல் ஓடினான் வாசு. ஆனால் இரண்டு தடவை கேட்டும் ஸ்கூட்டர் காரன் பதில் சொல்லவில்லை. மூன்றாம் தடவை கேட்டும் ஸ்கூட்டர்காரன் பதில் சொல்ல வில்லை. சீறி விழுந்தான். ‘ரேடியேட்டர் சூடாகிவிட்டது. இன்னும் ஒரு மணி நேரத்துக்கு எங்கும் போவதாக இல்லை’ ரேடியேட்டரைக் காட்டிலும் அவன்தான் சூடாயிருந்தான் என்று வாசுவுக்கு தோன்றியது.

தனக்கு மிகவும் பிடித்திருந்த ஸ்கூட்டர் கிடைக்கவில்லையே என்று எரிச்சலாக வந்தது, வாசுவுக்கு.புதிய கட்டணம் அமலுக்கு வந்து ஆறு மாதமாகிறது. முக்கால்வாசி ஸ்கூட்டர்களில் சார்ட்தான் தொங்குகிறது. கணக்குப் பார்த்துக் கொடுப்பதற்கு ஒருவன் தன் சிந்தனை முழுவதையும் ஒருமைப்படுத்தியாக வேண்டும். இல்லா விட்டால் ஏமாற்றி விடுவார்கள். புதிய மீட்டரில் பழைய மீட்டரைக் காட்டிலும் அதிகமாகக் கொடுத் தாலும் பரவாயில்லை. பழைய மீட்டரில் ஏமாறாமலிருப்பது தான் தீய எதிர்ச் சக்திகளிலிருந்து தன்னைக் காப்பாற்றிக் கொள்வது போலாகுமென்று நினைத்தான் வாசு. தில்லி போன்ற நகரங்களில் ஒருவனுக்கு, தான் ஏமாறாமல் இருக்க

வேண்டுமென்ற ஜாக்கிரதை உணர்வே முழுநேரக் காரியமாக இருந்தால், அவன் ஆக்கப் பூர்வமாக வளர்வது எப்படி?

'டாக்ஸியிலே போகலாமாப்பா?' என்ற கேட்டாள் கமலி. அவளுக்குக் கால் வலிக்கிறது என்ற பிரத்தியட்ச உண்மையைத் தவிர, மாதத்துக் கடைசி வாரத்தில் மத்திய சர்க்கார் அஸிஸ் டெண்டால் இதைப் பற்றி யோசித்துப் பார்க்க முடியுமா என்ற பொருளாதாரப் பிரச்னையைப் பற்றிக் கவலையில்லை. இப்போது அவனால் அது முடியாது என்பது இருக்கட்டும். மாத முதல் வாரத்தில்கூட என்றைக்காவது குற்ற உணர்ச்சி இல்லாமல் அவனால் டாக்ஸியில் போக முடிவதில்லை. பொருளாதாரத்தை அடிப்படையாகக் கொண்ட இயந்திரபூர்வமாகிவிட்ட சமூகத்தின் ஒழுக்க நியதிகள், ஒருவனைக் குற்ற உணர்ச்சியால் அவஸ்தைப்படும் நிலைக்குக் கண்டிஷன் செய்துவிடுகின்றன போல் இருக்கிறது.

'ஸ்கூட்டரே கிடைக்காது' என்று சாபம் கொடுப்பது போல் சொன்னாள் கமலி.

'அவசரப்படாதே, கிடைக்கும்.'

'பஸ்ஸிலே போகலாமே!' அப்பா தன்னை டாக்ஸியில் அழைத்துச் செல்லத் தயாராக இல்லை என்பது அவளுக்குப் புரிந்துவிட்டது. ஸ்கூட்டரே குறிக்கோளாக அலைவதைக் காட்டிலும் பஸ்ஸில் போகலாமே என்று அவளுக்குத் தோன்றியது.

'கூட்டத்திலே ஏற முடியுமா உன்னாலே?'

'பின்னே என்னதான் பண்றது? ஆத்துக்குப் போகாமலேயே இருக்கலாங்கறேளா?'

இக்கேள்வி ஒரு பயங்கரமான எதிர்காலத்தை அவன் மனக் கண் முன்பு நிறுத்தியது. ஸ்கூட்டரே கிடைக்காமல் ஸ்கூட்டரைத் தேடி இருவரும் வாழ்நாள் முழுவதும் கனாட் பிளேஸில் அலைந்து கொண்டிருக்கிறார்கள். அவன் கிழவனாகி விடு கிறான். கமலியும் வளர்ந்து பெரிய பெண்ணாகி விடுகிறாள். ஸ்கூட்டர்க்காரர்களின் அடுத்த தலைமுறையும் அவர்களை ஏற்றிச் செல்ல மறுத்துவிடுகிறது.

'அப்பா, இதோ பஸ் காலியா வரது. போயிடலாம்.'

வாசு திரும்பிப் பார்த்தான். பஸ் காலியாகத்தான் இருந்தது. ஆனால் லோதி காலனி செல்லும் பஸ் அல்ல, அது மதறாஸ் ஹோட்டலுடன் நின்றுவிடும். அதனால்தான் கூட்டமே இல்லை.

'இந்த பஸ் லோதி காலனி போகாது' என்றான் வாசு.

'ஏன் எல்லாப் பஸ்ஸையும் லோதி காலனிக்கு விடமாட்டேங்கறா?'

இந்தக் கேள்விக்கு எப்படிப் பதில் சொல்வது? லோதி காலனி ரோம் அல்ல, எல்லாச் சாலைகளும் அங்கே செல்ல. அரசாங்கம் பஸ் போக்குவரத்து நடத்துவதன் நோக்கம் என்ன என்று கமலிக்கு விளங்க வைக்க முடியுமாவென ஒரு கணம் யோசித்தான். சமூகத்தைப் பற்றிக் கவலைப்படும் சர்க்காருக்குத் தான் தனி மனிதனைப் பற்றி அக்கறை இல்லை. தனி மனிதன் தன் உரிமைகளைத் தியாகம் செய்யத் தயாராக இருந்ததால் தான் சமூகம் என்ற கருத்துப் பிறக்கிறது. இது கமலிக்குப் புரியுமா?

அவளுக்கு என்ன, இது யாருக்குத்தான் புரிகிறது? தனிமனிதன் சமூகத்துக்குள் புகுந்து கொள்வதே, சமூகம் என்ற மானசீகத்தைத் தனக்குச் சௌகரியமாகப் பயன்படுத்திக் கொள்ளத்தான் என்று தோன்றுகிறது. இதில் வெற்றியடையும் சிலரே தங்களை அத்தகைய 'ஃப்ராங்கென்ஸ்டீன்' பூதமாக்கிக் கொண்டு தனி மனிதனை மேய்ந்து வருகிறார்கள். ஆனால் தன்னளவில் ஒரு கட்டுப்பாட்டுக்குள் அடங்கி, சமூகத்தில் ஒழுக்கவிதிகளைப் பின்பற்றுவதே இந்து ஸ்தாபனத்தின் யந்திரக் குரூரத்தை ஓரளவு எதிர்த்துப் போராடுவது போல்தானே? ஹரிச்சந்திரன உண்மையைத் தவிர வேறு பேசுவதேயில்லை என்பதைக் கண்டதும் விசுவாமித்திரனுக்கு எவ்வளவு எரிச்சல், ஆத்திரம்!

'அப்பா அதோ மூர்த்தி மாமாபோறா!'

வாசு திரும்பிப் பார்த்தான். கமலியின் குரலைக் கேட்டதும், மூர்த்தி காரை நிறுத்தினான். அவன் வாசுவோடு படித்தவன். கல்லூரியில் படிக்கும்போது அவன் பெயர் கோபாலன். பெயர் வைத்த தோஷமோ என்னவோ, வெண்ணெய்க்குப் பதிலாக அவன் மற்ற மாணவிகளின் சைக்கிள்களையெல்லாம் திருடி விற்றுவிடுவது வழக்கம். ஒரு நாள் அகப்பட்டுக் கொண்டான். அவனும் நாதன் என்ற இன்னொரு பையனுமாகச் சேர்ந்து அந்தக் களவைச் செய்து வந்தார்கள். இரண்டு பேருக்கும் ஆறுமாதச்

சிறைத் தண்டனை கிடைத்தது. நாதன் இப்போது சென்னையில் பிரபல கிரிமினல் வக்கீல். கோபலனோ மூர்த்தியாகி, தில்லியில் ஒரு கம்பெனியில் லையாசான் ஆபீஸராக இருந்து வருகிறான்.

இரண்டு மூன்று மாதங்களுக்கு முன்னர் மூர்த்தியை உத்தியோக் பவனில் வாசு பார்த்தான். 'கோபாலன்!' என்று கூப்பிட்டதும் ஓரளவு திடுக்கிட்டு அவன் திரும்பிப் பார்த்தான். பிறகு வாசுவைத் தெரிந்த மாதிரியே காட்டிக் கொள்ளவில்லை. 'என் பெயர் மூர்த்தி, கோபாலன் இல்லை. யூ ஆர் மிஸ்டேக்கன்' என்றான். வாசுவுக்கு ஒரே குழப்பமாக இருந்தது. இப்படி உருவ ஒற்றமை சாத்தியமா? இரண்டு நாள் கழித்து வாசுவின் வீட்டைத் தேடி வந்து அவன் சொன்ன பிறகுதான் விஷயம் புரிந்தது. 'என் பெயர் இனிமே மூர்த்திதான். கோபாலனை மறந்துடு. இங்கே ஏதோ நல்லபடியா இருக்கேன். கிட்டத்தட்ட காலேஜ்லே செஞ்சிண்டிருந்த வேலை மாதிரிதான். ஆனா அப்போ நாதன் பார்ட்னர். இப்போ கவர்ன்மென்ட்டு. கார் வெச்சிண்டிருக்கேன். சுந்தர் நகர்லே வீடு. ஆத்துக்கு வாயேன் ஒருநாள்.'

உத்தியோக் பவனில் வேலை பார்க்கும் தன்னைப் பயன்படுத்திக் கொள்ளப் பார்க்கிறான் என்பது வாசுவுக்கு அவன் வீட்டுக்குப் போன பிறகுதான் புரிந்தது. போவதை நிறுத்திவிட்டான். ஆனால் அவன் வாசுவின் வீட்டுக்கு ஐந்தாறு தடவை வந்து போயிருக்கிறான்.

'ஹல்லோ, வாசு! எங்கே போகணும், வீட்டுக்கா?'

'ஆத்துக்குத்தான்' என்று சொல்லிக் கொண்டே வாசுவை நம்பிக்கையுடன் பார்த்தாள் கமலி.

ஸ்கூட்டர் கிடைக்கவில்லையே, இவனுடன் போய் விடலாமா என்று ஒரு கணம் சிந்தித்தான் வாசு. கூடாது. தான் அவனுக்கு ஓரளுவு கடமைப்பட்டிருக்கிறோம் என்ற உணர்வு தனக்கு ஏற்படக் கூடாது. இந்த உணர்வே சால்ஜாப்பாக, அவனிடமிருந்து வேறு பல சௌகரியங்களை எதிர்பார்க்கக் கூடிய இச்சை ஏற்படக்கூடும். தனக்கு அப்படி ஏற்பட வேண்டும் என்றுதான் மூர்த்தி எதிர்பார்க்கிறான். ஒருவருடன் ஒருவர் இணைந்து வாழ்வதுதான் சமூகம் என்ற கருத்து, எப்படி ஒருவரையொருவர் பயன்படுத்திக் கொண்டு சமூகம் தரும் வாய்ப்புகளையெல்லாம் தங்களுக்கு உரிமையாக்கிக் கொள்வது என்று ஆகிவிட்டது! -

மூர்த்தியுடன் போனால் தானும் இந்தக் கருத்துக்கு உடன்பட்டது போலாகும். உடனடியான சௌகரியத்துக்காகக் கொள்கையைத் தியாகம் செய்யலாமா?- கூடவே கூடாது.

'நான் வல்ல, நீ போ!' - என்றான் வாசு.

'நீ எதிர்த் திசையிலே போறே. லோதி காலனிப் பக்கம்தான் போறேங்கிறியே?'

'இங்கே ஒத்தரைப் பார்த்துட்டு, லோதி காலனி போகணும், வா.'

'நீ சுந்தர் நகரிலே இருக்கே. லோதி காலனி வழியாச் சுத்திண்டு போகணுமா? - நீ போ. தாங்க்யூ!'

'என்ன இவ்வளவு பிகு பண்ணிக்கிறே? - உத்தியோக் பவனுக்கு வந்து உன்னைத் தொந்தரவு பண்ணமாட்டேன். சரிதானே? ஐ நோ லாட்ஸ் ஆஃப் அதர் பீபிள் இன் உத்யோக்பவன்.'

எதற்காக இதைச் சொல்லுகிறான்- 'நீ உன் ஆபீஸில் அற்பமான வன். உன் உதவி தேவையில்லை' என்பதற்காகவா? அல்லது, 'யார் யாருக்கோ நான் பணம் தரத் தயாராக இருக்கும்போது என்னுடன் படித்த நீ ஏன் இப்படி அப்பாவியாய் இருக்கிறாய்?' என்று சுட்டிக்காட்டவா? பணத்தினால் எதைத்தான் சாதிக்க முடியாது? - இதோ, இப்பொழுது இவனுடைய அந்தரங்கத்தை ஆராய்ந்து கொண்டிருக்க வேண்டிய அவசியம் இருந்திருக்காது. டாக்ஸியில் போயிருக்கலாம். ஏன், சொந்தக் காரே வைத்திருக்க லாம்.

'என்ன யோஜிக்கறே? கம் ஆன், ஏறு!'

'நோ. ப்ளீஸ்...' கமலியின் கையை இழுத்துக் கொண்டு வேகமாக நடந்து சென்றான் வாசு.

கமலி கோபத்தில் வாசுவின் கைகளை உதறினாள். 'எனக்கு நடக்கத் தெரியும்.'

வாசு அவள் கோபத்தைப் புரிந்துகொண்டான். ஒன்றும் சொல்ல வில்லை.

'ஸிந்தியா ஹவுஸ்' எதிரே இரண்டு ஸ்கூட்டர்கள் நின்று கொண்டிருந்தன. ட்ரைவர்களைக் காணவில்லை. ஒரு ஸ்கூட்ட ரின் அருகே போய் நின்று சுற்றும் முற்றும் பார்த்தான் வாசு. அப்பொழுது கமலி 'ஹார்ன்' அடித்தாள்.

‘நோ. அப்படியெல்லாம் அடிக்கக் கூடாது.’

எங்கிருந்தோ ஒரு டிரைவர் அப்பொழுது அங்கே திடீரென்று தோன்றினான். ‘எங்கே போகவேண்டும்?’ என்றான்.

‘லோதி காலனி.’

‘திரும்பி வர வேண்டுமா?’

‘இல்லை.’

டிரைவர் பதில் கூறாமல் பீடியைப் பற்ற வைத்துக் கொண்டான்.

‘என்ன, ஸ்கூட்டர் வருமா? வராதா?’

‘என் நம்பர் இப்பொழுது இல்லை. அந்த ஸ்கூட்டர்காரனைக் கேளுங்கள்.’

‘அந்த ஸ்கூட்டர்காரன் எங்கே?’

‘தெரியாது.’

இதற்குள் ஐந்தாறு பேர்கள் ஸ்கூட்டருக்காக அங்கு வந்து விட்டார்கள். எல்லாருக்கும் ஒரே பதில் தான்.

அந்த இன்னொரு ஸ்கூட்டர்காரன் கால்மணி கழித்து வந்தான். வாசு அவனிடம் ஓடினான். ‘லோதி காலனி போக வேண்டும்’ என்றான்.

அப்பொழுது ஓர் அழகான பெண், கண்களால் சிரித்துக் கொணடே கேட்டாள்: ‘காக்கா நகர் போக வேண்டும்.’

ஸ்கூட்டர்காரன் அந்தப் பெண்ணை ஏறச் சொன்னதும் வாசு கூறினான் : ‘நான் இங்கே கால்மணி நேரமாகக் காத்துக் கொண்டிருக்கிறேன். இந்த ஸ்கூட்டர் காரரைக் கேளுங்கள்.’

அந்த ஸ்கூட்டர்காரன் வாசு தன்னைச் சாட்சிக்கு அழைத்ததும் வேறு பக்கம் திரும்பிக்கொண்டுவிட்டான். வாசு விடவில்லை. ‘யார் முதலில் வந்தார்கள்?’ என்று அவனைக் கேட்டான்.

‘யார் வந்தால் என்ன? அதோ அவன் கிளம்பிப் போய் விட்டான்’ என்று சிரித்துக் கொண்டே சொன்னான், அந்த ஸ்கூட்டர்க் காரன்.

அந்தப் பெண் வாசுவுக்கு 'டாடா, பைபை' சொல்லாத குறை! ஸ்கூட்டர் போய்விட்டது. அவன் உடம்பு கோபத்தால் ஆடியது. அங்கிருந்த இன்னொரு ஸ்கூட்டரையும், டாக்சி ஸ்டாண்டி லிருந்த டாக்சிகளையும், தெருவில் போய்க் கொண்டிருந்த கார்களையும், பஸ்களையும் - எல்லாவற்றையும் அடித்து நொறுக்கிவிட வேண்டுமென்ற வெறி வந்தது. கும்ப கோணத்தி லிருந்து சுவாமி மலைக்குப் போவதற்கு அவன் பத்து வருஷத் துக்கு முன்னால் பஸ்ஸையோ, ஸ்கூட்டரையோ அல்லது டாக்சியையோ எதிர்பார்த்துக் கொண்டா இருந்தான்? தன்னால் இப்பொழுது கமலியைத் தூக்கிக் கொண்டு லோதி காலனிக்கு நடந்து போக முடியாதா?

கமலி தூக்கக்கூடாது என்று முரண்டு பிடிக்கலாம். அவளைச் சமாதானப்படுத்தி, தூக்கிக் கொண்டே போகலாம் என்றாலும் அவனுக்குப் பைத்தியக்காரன் என்ற பட்டம்தான் கிடைக்கும். சிக்கலாகிவிட்ட சமூகத்தில் ஒருவன், 'சமூகம் என்றால் தன்னைத் தவிர மற்றவர்கள்' என்ற பிரக்ஞையோடு அவர்கள் அபிப்பிராயத்துக்கு இசைந்து வாழ வேண்டியிருக்கிறது. ஆனால் இதை எதிர்த்துப் போராட வேண்டும்.

'கமலி வா, நடந்தே போயிடலாம்' என்றான் வாசு.

'நடந்தேவா?' என்று அவள் திகைத்தாள்.

'நடக்க முடியலேன்னா சொல்லு, தூக்கிண்டு போறேன்' என்றாள் வாசு.

வரிசை வரிசயையாகக் கார்களும், டாக்ஸிகளும் விரைந்து கொண்டிருந்தன.

வாசுவும் கமலியும் இன்னும் வெகுதூரம் போக வேண்டும்.

19. யுகதர்மம்

மணி 9.15 (காலை நேரம்). வழக்கப்படி அவள் லான்ஸில் உட்கார்ந்திருந்தாள். எதிர்த்தாற்போல் அவள் கணவன். அவளை விட நான்கைந்து வயது சின்னவனாகத்தான் இருக்கவேண்டும். அவனுக்குக் குறைந்தது நாற்பது இருக்கும். பிளான்ட்டை பூசிக் கொண்டாலும் முகத்தின் சுருக்கங்கள் பொய் சொல்ல மறுத்தன. கணவனுக்குக் கோப்பையில் தேநீர் கொடுத்துக் கொண்டிருந் தாள். முண்டா பணியனும் பான்ட்டும் போட்டுக் கொண்டிருந்த அவன் உருண்டையாக இருந்தான். அந்த உருவத்துக்குத் தகுந்த முகம் இல்லை. குழந்தை உணவு தயாரிக்கின்றவர்கள் இவனை இன்னும் இதுவரை பார்க்கவில்லை என்று தோன்றுகிறது. முகத்தை மட்டும் படம் எடுத்துத் தாராளமாகப் பத்திரிகைகளில் விளம்பரம் செய்யலாம்.

அவர்கள் உட்கார்ந்திருந்த இடத்துக்குச் சற்று தள்ளி அவர்க ளுடைய இரண்டு வயதுப் பையன் ஒரு அழகிய கருப்பு நாயுடன் விளையாடிக்கொண்டிருந்தான். பையனுக்குச் சுருள் சுருளாக மயிர். நாய்க்குச் சடை சடையாக மயிர் தொங்கியது. அந்தப் பையன் ஓடும்போதெல்லாம் நாயும் ஓடும். அவன் நின்றால் நாயும் நிற்கும். ஏற்கெனவே ஒத்திகை நடந்து அரங்கத்துக்கு வந்த காட்சிபோல இருந்தது.

இந்தக் காட்சியைக் கணவனும் மனைவியும் பார்த்து ரசித்துக் கொண்டிருந்தனர். அவள் திடீரென்று எழுந்து பையன் விளை யாடிக் கொண்டிருந்த இடத்துக்குச் சென்றாள். அவள் முகத்தில் ஆசை பொங்கி வழிவது வெளிப்படையாகத் தெரிந்தது.

அப்படியே தூக்கினாள், நாயை இறுகத் தழுவி முத்தம் கொடுக்கத் தொடங்கினாள். இதை நிமிர்ந்த பார்த்த அந்தப் பையன் அம்மாவையே சிறிது நேரம் பார்த்துக் கொண்டிருந்தான். பிறகு வேகமாகச் சென்று அம்மாவின் மடியில் உட்கார்ந்தான்.

அவள் நாயைக் கொஞ்சிக் கொண்டே நிமிர்ந்து பார்த்தாள். பால்கனியில் நின்றவாறு இக்காட்சியை உன்னிப்பாகக் கவனித்துக் கொண்டிருந்த என்னைப் பார்த்தாள். அவள் அப்படி திடீரென்று பார்ப்பாள் என்று எதிர்பார்க்காத நான் லேசாகத் திடுக்கிட்ட நிலையில் என் பார்வையை வேறு பக்கம் திருப்பினேன்.

மைதானத்தில் வயசான ஆயாக்கள் வம்பளந்து கொண்டிருந்தார் கள் என்று தோற்றியது. வேலை செய்கிற இடத்து ரகஸ்யங் களைப் பகிர்ந்து கொண்டிருக்கலாம் என்று பட்டது. அவர்கள் பொறுப்பில் இருந்த குழந்தைகள் தட்டான்பூச்சி பறப்பதை வேடிக்கை பார்த்துக் கொண்டிருந்தன.

நான் மறுபடியும் எதிர்த்த வீட்டை நோக்கினேன். அவள் உள்ளே போய்விட்டாள். அவள் கணவன் குழந்தையைத் தோள் மீது தூக்கிக் கொண்டு நாய் குரைக்க குரைக்க அதைச் சுற்றி ஓடி வந்து கொண்டிருந்தான். குழந்தை சிரிப்பது, சூரிய வெளிச்சத்தில் பளிச்சென்று தெரிந்தது.

கட்டில் மீது கிடந்த தினசரியை எடுத்து நான் நாற்காலியில் உட்கார்ந்தவாறு படிக்கத் தொடங்கினேன். தன்னை விட மிகவும் மூத்தவளாகிய இவளை மணந்து, ஒரு குழந்தைக்கும் தகப்பனாகி விட்டான் இவன். அவனைப் பார்த்தால் எங்கேயும் வேலையில் இருப்பதாகத் தெரியவில்லை. நாள் முழுதும் வீட்டிலேயே இருக்கிறான். அவளைத் தினந்தோறும் ஆபீசுக்குக் காரில் கொண்டுவிட்டு மீண்டும் அழைத்து வருவதுதான் அவன் வேலை. அந்தக் கார் புறப்படும் காட்சி கண் கொள்ளாதது. அவன் வீட்டு ஷெட்டில் ஒரு இஸ்த்திரிக்கடை. அந்தக் கடைப் பையன்கள் நாலைந்து பேராக காரைத் தேர் இழுப்பது போல் பெரிதாக சப்தம் போட்டுக் கொண்டு தள்ளுவார்கள். அவனுடைய குழந்தையும் தன்னுடைய பிஞ்சுக் கைகளினால் தள்ளும். சுற்றி இருக்கக்கூடிய வீடுகளில் இருக்கும் நாய்கள் ஐந்தாறு பின்னால் குரைத்துக் கொண்டே போகும். காரை ஸ்டார்ட் செய்தவுடன் அவன் கார் ஜன்னல் வழியாகத் தலையை

நீட்டி 'கம் ஆன்!' என்று கூப்பாடு போடுவான். அவன் மனைவி காரை துரத்திக் கொண்டே ஓடுவாள்.

இதோ அவன் காரை ஸ்டார்ட் செய்ய வெளியே வந்துவிட்டான். கடைப் பையன்கள் இஸ்திரி போடுவதை நிறுத்திவிட்டுத் தயாராக அவன் அழைப்புக்காகக் காத்துக் கொண்டு நிற்கின்றனர். கார் அவர்களை ஏமாற்றிவிட்டது. இன்று ஏனோ தெரியவில்லை. உடனே புறப்பட்டுவிட்டது.

அவள் வருகைக்காக அவன் மட்டும் காத்திருக்கவில்லை, நானும் வாசலையே பார்த்திருந்தேன். லான்ஸில் பதினைந்து நிமிஷங்களுக்கு முன் நாற்பது வயதுடன் உட்கார்ந்திருந்தவள் ஆபீசுக்கு போகும்போது காலண்டரைப் பதினைந்து வருஷங்கள் பின்னோக்கி கிழித்துவிட்டுக் காட்சி அளிப்பது நான் அன்றாடம் காணும் அதிசயம்! பார்க்கப் போனால், இக் காட்சி அதிசயமாக இருக்கலாமே ஒழிய, ஆச்சரியப்படுவதற்கு ஒன்றுமில்லை. அவள் பெரிய ஹோட்டல் ஒன்றில் 'ப்யூட்டி கிளினிக்' வைத்து நடத்துகிறாள்.

அவள் வந்துவிட்டாள்! காதில் பெரிய பச்சைத் தோடு. பென்சிலால் எழுதப்பட்ட புருவங்களும், கண்களும் சிரிக்கும் போது கன்னம் குழிவடையும் இடத்தில், செயற்கையின் உதவியுடன் ஏற்படும் சிவப்பு வெட்கம். பச்சைக் கமீஸ், சுரிதார், செருப்பு, புன்னகையையும் ஒரு சாதனமாக்கி வயதில் இன்னும் இரண்டு வருஷங்கள் உதறி எறிந்துவிட்டு வெளியே வந்தாள்.

காரில் உட்காருவதற்கு முன்னால் தெருவை ஒரு நோட்டம் விட்டாள். இந்தப் பக்கத்து எதிர்த்த வீட்டிலிருந்த, அந்த வேளையில் எப்பொழுதுமே டர்பன் கட்டிக் கொள்ளும் சர்தார்ஜி அவனுடைய பக்கத்து வீட்டு பர்ஸாதியிலிருந்த, திறந்த வெளியில் குளித்துவிட்டு உடம்பைத் துடைத்துக் கொள்ளும் இளைஞன், பால்கனியிலிருந்த நான், எல்லோரும் பார்த்துக் கொண்டிருக்கிறோமென்று திருப்தி அடைந்தபிறகே அவள் காரில் உட்கார்ந்தாள்.

கார் நின்றுவிட்டது. அவள் கணவன் ஏதேதோ செய்து பார்த்தான். கார் புறப்படவில்லை. கீழே இறங்கி கைதட்டிக் கடைப் பையன்களைக் கூப்பிட்டான். அவர்கள் சந்தோஷத்துடன் ஓடி வந்தார்கள்.

அவள் காரைவிட்டுக் கீழே இறங்கினாள். அவள் மிகுந்த கோபத்தில் இருந்தாள் என்பது அவள் முகத்தைப் பார்த்தாலே தெரிந்தது. அந்தப் பக்கம் அப்பொழுது போய்க்கொண்டிருந்த ஒரு டாக்சியை நிறுத்தினாள். பேனெட்டைத் திறந்து ஏதோ பார்த்துக் கொண்டிருந்த அவள் கணவன் அவள் டாக்சியில் ஏறுவதைத் திரும்பிப் பார்த்தான். உடனே அவளிடம் சென்று அவளைக் கீழே இறங்கும்படியாக சொல்லியிருக்க வேண்டும். அவள் மறுத்துவிட்டாள். எல்லாரும் பார்த்துக் கொண்டிருக்கும் போது காரில் ஏறி அது தன்னை ஏமாற்றிவிட்ட அவமானம். டாக்சி போய்விட்டது.

'அவளை வழியனுப்பியாச்சா?'

நான் சிரித்துக் கொண்டே திரும்பினேன். பூஜையை முடித்துவிட்டு, இடுப்பில் கையை வைத்துக் கொண்டு, என் மனைவி நின்று கொண்டிருந்தாள். பால்கனியை ஒட்டியிருந்த ஹாலின் கதவைத் திறந்து கொண்டு வந்ததினால் ஊதுபத்தியின் மணத்தையும் அவள் கூட்டிக் கொண்டு வந்தாள். அவளும்தான் எனக்கும் சேர்த்து தினந்தோறும் இரண்டு மணி நேரம் பூஜை செய்கிறாள்.

'செல்வத்தைப் பெருக்குவது எப்படி?' என்று அமெரிக்காவில் உழைப்பை வற்புறுத்தி ஏராளமான புத்தகங்கள் வெளியாகின்றன. நம் நாட்டில் தேசிய பண்புக்கு ஏற்ப செல்வத்தை பெருக்குவதற்கு யோசனை கூறும் ஸ்தோத்திர நூல்கள் வெளிவருகின்றன. என் மனைவியிடம் இத்தகைய புஸ்தகங்கள் அடங்கிய ஒரு நூல் நிலையம் இருக்கிறது.

'பூஜையெல்லாம் ஆச்சா?' என்று கேட்டுக்கொண்டே கையிலிருந்த தினசரியை கட்டிலில் விட்டெறிந்தேன்.

'உங்க பூஜையை நீங்க பண்ணுங்கோ. நான் என் பூஜையை பண்றேன்.'

'நான்சென்ஸ். நான் பூஜை பண்றேனா? புஸ்தகத்தையெல்லாம் படிக்கறதைக் காட்டிலும் மனுஷாளைக் கவனிக்கிறது சுவாரஸ்யமா இருக்கு.'

'அவளை என்ன பார்க்க வேண்டியிருக்கு. ஒருநாளைக்கிப் பார்த்தாப்பலே?'

'இயற்கைக்கும் செயற்கைக்கும் நடக்கிற போராட்டத்திலே, செயற்கை எப்படி தினமும் ஜெயிக்கிறதுங்கறது எனக்கு

அதிசயமா இருக்கு. பதினைந்து நிமிஷத்திலே, வாசல்லே கிழவியா உட்காரந்திருக்கிறவ, வேறே உடம்பை மாட்டிண்டு வெளியிலே வரமாதிரி, உள்ளே போய் குமரியா வந்துடறா பாரு!

'அவ உத்தியோகமே அதுதானே? நரைச்ச தலைக்கு தைலம் விக்கிறவன், நரைச்ச தலையோட வந்தா யார் வாங்குவா? அந்த மாதிரிதான்.'

'இன்னிக்கு அவனுக்கும் அவளுக்கும் ஸ்லைட்டா ஊடல். காரிலே ஏறி உட்கார்ந்து அது கிளம்பலேன்னு உடனே டாக்சி யிலே ஏறிப்போயிட்டா.'

'நீங்க சமரசம் செஞ்சு வைக்க கூடாதா, பாவம். கும்பகோணத்திலே திண்ணையிலே உட்கார்ந்து போறவா வரவாளோட வம்பளக்கிற மாதிரின்னா, டில்லிக்கும் வந்து உட்கார்ந்திருக்கேள். உங்களுக்குத் தகுந்த மாதிரி உத்தியோகம், சாயங்காலம் காத்து வாங்கப் போறாப் பலே. சரி, சரி. குளிச்சிட்டு, சாப்பிட வாங்க!'

அதற்கு மேல் பேசுவதற்கு தனக்கு நேரமில்லை என்பதுபோல் அவள் உள்ளே போய்விட்டாள்.

குளிக்கும்போதும் நான் அவர்கள் இருவரையும் பற்றித் தான் நினைத்துக் கொண்டிருந்தேன். அவனுக்கு அவளிடம் அந்த மாதிரி அவள் மேக்-அப் செய்து கொண்டிருந்த நேரத்தில் பார்த்த போது தான் காதல் ஏற்பட்டிருக்க வேண்டும். ஆனால் அவளை வீட்டில் சுய உருவத்தில் கண்டபோது கூட அந்தக் காதல் உணர்வு தாக்குப்பிடித்துக் கொண்டிருக்குமோ? நிச்சயமாக வயதில் அவ்வளவு இல்லாவிட்டாலும் அனுபவத்தில், அவனைவிட அவள் பல வருஷங்கள் மூத்தவள் என்பதில் சந்தேகமில்லை.

இருவரையும் பார்க்கும்போது, ஆதர்ச தம்பதிகளாகத்தான் தோன்றுகிறது. லான்ஸில், மாலை நேரங்களில் அவன் மடியில் படுத்தவாறு, அவள் புத்தகம் படித்துக் கொண்டிருப்பாள். அவன் இரு கைகளையும் கீழே ஊன்றி இதுவும் தன்னுடைய தினசரிக் கடமைகளில் ஒன்றுபோல், உட்கார்ந்திருப்பான். அவள் தான் படித்துக் கொண்டே கடிக்கும் பழத்தை அவன் வாயருகே நீட்டுவாள். பந்தைக் கவ்வும் நாயைப் போல், அவனும் அந்தப் பழத்தை ஒரு கடி கடிப்பான். ஒரு சமயம் இந்தக் காட்சியைப் பார்த்த என் மனைவி சொன்னாள்:

'விவஸ்தை கெட்ட ஜன்மம்.'

'இதான் உண்மையான காதல். தங்களுக்காக வாழறா அவா. சுற்றுப்புறத்தைப் பற்றி அவாளுக்கு என்னகவலை? நோ இன்ஹிபிஷன்ஸ்.'

'நீங்க இப்படிச் செய்வேளா?'

'ஓ... உனக்குப் பொறாமையா?'

'ஐய! உங்களுக்கு வெக்கமா இல்லே இப்படிப் பேச?'

'வெக்கம் கிடக்கட்டும். அவனுக்கும் அவளுக்கும் நல்ல வயசு வித்தியாசம் இருக்கும் போலிருக்கு. ஆனா ரெண்டு பேரும் இருக்கிற அந்நியோன்யத்தைப் பாரு.'

'நீங்கதான் மெச்சணும். இவன் யார்கிட்டேயோ வேலையாயிருந் தானாம், அவனோட பெண்டாட்டி இவ. ஆம்படையானை விட்டுட்டு வந்துட்டா.'

'அப்போ நிச்சயமா காதல்ங்கறது உறுதிப்படறது. நன்னா சம்பாதிச்சுண்டிருந்த ஆம்படையானை விட்டுட்டு இவனோட வந்துட்டான்னா, என்ன அர்த்தம்?'

'முதல் ஆம்படையான் மூலமா ஒரு குழந்தையாம். அதை அவன்கிட்டேயே விட்டுட்டு வந்துட்டா. நாயை மாத்திரம் எடுத்துண்டு வந்துட்டாளாம். இப்போ இவன் கிட்டே ஒரு குழந்தை.'

'எத்தனை நாழி குளிப்பேள். வரல்லியா, எனக்குப் பசிக்கிறது.'

நான் குளியலறையைவிட்டு வெளியே வந்தேன். மேஜையில் தட்டைப் போட்டு சாதத்தையும் பறிமாறிவிட்டாள். முதலில் எனக்குச் சாப்பாட்டைப் போட்டுவிட்டுத் தான் அப்புறம் சாப்பிட வேண்டுமென்று அவ்வளவு அவசரம். முன்பெல்லாம் அவளுக்குப் பசித்தால் எனக்கு முன்னால் சாப்பிட்டு விடுவது வழக்கம். பூஜை, அனுஷ்டானம் என்று ஆரம்பித்த பிறகு என்னுடைய சுதந்தரமான போக்குக்குத் தடை ஏற்பட்டுவிட்டது. அவள் சாப்பிடவேண்டுமென்பதற்காக, நான் எப்பொழுது சாப்பிட வேண்டுமென்று கால நிர்ணயம் செய்துவிட்டாள்!

நான் சாப்பிட்டு முடித்துக் கையில் புத்தகத்துடன் சோபாவில் உட்கார்ந்ததும் என் மனைவி சொன்னாள்:

'அவ வீட்டிலே குடியிருக்கானே ஒரு தடியன், அவனோட நேத்து ராத்திரி வாசல்ல உட்காந்துண்டு கொம்மாளம் போட்டுண்டிருந்தா அவ.'

'சே, சே! வீணா அபாண்டம் சொல்லாதே!'

'ஆமாம், நான் சொல்றது அபாண்டம். நீங்க பார்த்திருந்தேள்னா உங்களுக்கே தெரிஞ்சிருக்கும். அவன் வயத்திலே இவ குத்தறதும் அவன் குழந்தையைத் தோள்மேலே வச்சிண்டு இவளை முட்டறதும்... பார்க்க சகிக்கலே.'

'உன் கண்ணுக்கு எல்லாமே தப்பாத்தான் தெரியும். அவா சகஜமா பழகறா. சோபிஸ்டிகேடட் பீபிள்.'

'சகஜமா பழகறது நன்னாயிருக்கு. ஆம்படையானை எதிரிலே வைச்சுண்டு கொட்டம் அடிக்கறா, அவனும் அசட்டு அம்மாஞ்சியாட்டம் பாத்துண்டு நிக்கறான்.'

'ஆம்படையானை எதிரிலே வைச்சுக்கக்கூடாதுங்கறியா?'

'சரி போதும், வாயை மூடுங்கோ!'

அவள் இவ்வாறு கூறிக்கொண்டே தட்டைக் கையில் எடுத்தவாறு கை அலம்பப் போனாள்.

நானும் என் மனைவி குறிப்பிட்ட 'தடியனை'ப் பார்த்திருக்கிறேன். அவன் அந்தக் குழந்தையை அளவுக்கு மீறிக் கொஞ்சுவதாக எனக்கும் பட்டது. வாசலில் போகும் பலூன்காரனிடம் தினம் ஏதாவது அந்தக் குழந்தைக்கு வாங்கிக் கொடுத்துக் கொண்டே இருப்பான். நல்ல உயரமாக, அதற்கு ஏற்ற ஆகிருதியுடன் இருப்பான். தடித்த ஃபிரேம் கண்ணாடியுடன் அவன் வழுக்கைத் தலையையும் சேர்த்துப் பார்த்தால் ஒரு கல்லூரிப் பேராசிரியராக அவன் இருக்கலாம் என்று சொல்லத் தோன்றும். ஆனால் அவன் ஒரு மருத்துவக் கம்பெனி விற்பனையாளன் என்று பிறகுதான் தெரியவந்தது.

நான் என் மனைவி சொன்னதை நம்பவில்லை. நாகரிகமான பெண்கள் கண்களில் சிரிப்புடனும் குரலில் கனிவுடனும் பேசும் போது கிராமத்திலிருந்து வரும் எளிய சுபாவமுடைய யாருக்குமே தன் பால் ஈடுபாடு கொண்டுதான் அவர்கள் அப்படிப் பேசுகிறார்கள் என்று எண்ணத் தோன்றும். அதுபோல்தான்,

நாகரிக சேட்டையாக அவளும் அந்தத் தடியனைத் தொட்டுப் பேசியிருக்க வேண்டும். என் மனைவியின் கண்களுக்கு அது தப்பாகப்பட்டிருக்கிறது.

லூதியானாவுக்குப் பக்கத்திலிருந்து ஒரு கிராமத்திலிருந்து டிராக்டர் வாங்க வந்த ஒரு எளிய முரட்டு சர்தாரை அந்த டிராக்டர் கம்பெனி ரிஸப்ஷனிஸ்ட், புன்னகையுடன் வரவேற்று இனிய வார்த்தைகள் பேச, அந்தப் பெண் விலைக்கு இல்லை என்று அந்த சர்தாருக்குப் புரியும்படியாகச் சொல்வதற்குள் போதும் போதுமென்றாகிவிட்டது என்று ஒரு கதை உண்டு.

அவள் விலைக்கு இல்லை என்றால் தன்னைப் பார்த்து ஏன் சிரித்தாள் என்பது சர்தாருடைய வாதம். என்மனைவி எதிர்த்த வீட்டுக்காரியை அவ்வீட்டில் குடியிருந்த தடியனோடு சேர்த்துப் பேசியது எனக்கு இந்தக் கதையைத்தான் ஞாபகப்படுத்தியது.

அடுத்தநாள் காலை அவளை லான்ஸில் நான் பார்க்கவில்லை. அவன் மட்டும் கைகளை ஊன்றி உட்கார்ந்து கொண்டிருந்தான். மடி காலியாக இருந்தது. குழந்தை அழுதுகொண்டு வராந்தாவில் நின்றது. அவள் எங்கே?

'ஏன் அவன் ஒரு மாதிரி சோர்ந்து போய் உட்கார்ந்திருக்கேள்? அவளைக் காணலியா?' என்று கேட்டுக் கொண்டே வந்தாள் என் மனைவி.

'ஆமாம், எங்கே அவ? ஊருக்குப் போயிருக்காளா?'

'என்னை ஏன் கேக்கறேள்? அவனைப் போய் கேளுங்களேன்!'

அப்பொழுது அவன் அழுது கொண்டிருந்த குழந்தையைத் தூக்கிக்கொண்டு காரில் போய் உட்கார்ந்தான். குழந்தை அழுகையை மறந்துவிட்டு ஹாரனை அழுத்தியது. டர்பன் கட்டிக் கொண்டிருந்த சர்தார் அவசர அவசரமாக மாடியிலிருந்து எட்டிப் பார்த்தான். குளித்துக்கொண்டிருந்த இளைஞன் எழுந்து நின்றான். எங்கள் அனைவருக்கும் ஏமாற்றம். கார் கிளம்ப வில்லை. குழந்தை ஹாரனை அழுத்திக்கொண்டே இருந்தது.

அன்றும் அடுத்த நாள் முழுவதும் அவளைப் பார்க்க முடிய வில்லை. ஊருக்குத்தான் போயிருக்கவேண்டும். மூன்றாம் நாள் இரவு வெளியிலிருந்து வந்து சாப்பிட உட்கார்ந்ததும் என் மனைவி சொன்னாள்:

‘தெரியுமா, சேதி?’

‘என்ன?’

‘உங்க ஃபிரண்ட் ஓடிப்போயிட்டா?’

‘என் ஃப்ரெண்டா? யாரு?’

‘எதிர்த்த வீட்டுக்காரி. அவ வீட்டிலே குடியிருந்தானே, அந்த தடியன்! ஃப்ரொபஸர் மாதிரி இருக்கான்னு நீங்க சொல்வேளே, அவனோட ஓடிப்போயிட்டா.’

அவள் இதைச் சொல்லும்போது குரலில் அசாத்திய உற்சாகம். தான் சந்தேகப்பட்டது நடந்துவிட்டது என்ற மகிழ்ச்சி.

‘யாரு சொன்னா?’

‘அவன்தான். நம்ம வீட்டுக்காரன்கிட்டே சொல்லி அழுதானாம். வீட்டுக்காரி சாயந்தரம் என்கிட்டே சொன்னா.’

‘சந்தோஷம்தானே உனக்கு?’

‘எனக்கென்ன சந்தோஷம்? நீங்கதான் ஏதோ இங்கிலீஷ்லே பெரிய பெரிய வார்த்தை சொன்னேள், அது இதுன்னு. அந்த முட்டாளும், அவ ஆம்படையான்காரன் இருக்கானே, அவ இப்படி ஓடிப் போயிட்டாளேன்னு அழலியாம். அவ யாரோட போயிருக்காளோ அவன் கிட்ட ஒரு சோபா செட்டு கூட இல்லே, அவனோட போயிட்டாளேன்னு அழுதானாம்.’

‘அவ முதல் ஆம்படையானைவிட்டு இவன் கிட்ட வரபோது, இவன்கிட்டே சோபாசெட்டு இருக்குன்னுதான் வந்தாளாமா?’

என் மனைவி சிரித்தாள்.

எனக்கு சிரிப்பு வரவில்லை. எரிச்சலாக வந்தது. குழந்தையை இவ்வளவு அழகான குழந்தையை விட்டுப் பிரிய அவளுக்கு எப்படி மனம் வந்தது? முதல் கணவனைவிட்டு இவனுடன் வந்தபோது கூட முதல் கணவனுக்குப் பிறந்த குழந்தையை அவனிடம் விட்டுத்தான் வந்தாள் என்று என் மனைவி சொன்ன செய்தி என் நினைவுக்கு வந்தது. ஒவ்வொரு கணவனிடமும் ஒவ்வொரு குழந்தையைப் பெற்றுத் தந்து விட்டுப் போவது என்பது எப்பேர்பட்ட தியாக மனப்பான்மை! இதற்கு என்ன

காரணம்? திருமணம் செய்து கொண்டு ஒரு கட்டுப்பாட்டுக்குள் வாழ்வது என்பது அவளுக்கு இயலாத காரியமாக இருக்கலாம். சமூக தர்மத்தால் பிணைக்கப்பட்டு பந்தம் இறுகும்போது அவள் கட்டவிழ்த்துக் கொண்டு விடுதலையை நோக்கி ஓடுவது என்பது சகஜமாகிவிட்டது. இதைப் புரிந்து கொள்ளாமல் அவள் செய்கைக்கு ஒரு லட்சிய அந்தஸ்து அளித்து, காதல் கீதல் என்றெல் லாம் நினைத்தது என் அறியாமை. இது அந்த வழுக்கைத் தலைக்காரனுக்குத் தெரியாமலா இருக்கும்! ஒரு வேளை அவனுக்கும் ஒரு குழந்தை தேவையாக இருக்கிறதோ என்னவோ!

மறுநாள் காலை ஏழு மணியிருக்கும். மைதானத்தில் வழக்கப்படி ஆயாக்களின் மகாநாடு. முண்டா பனியன், பான்ட் அணிந்த எதிர்த்த வீட்டு உருண்டை வடிவம். தோளின் மீது குழந்தையைத் தூக்கியவாறு அங்கே நின்று கொண்டிருந்தது. ஆயாக்களும் அவனுடன் பேசிக் கொண்டிருந்தனர் என்று தெரிந்தது. அப்பொழுது வயதான ஆயா ஒருத்தி எழுந்து அவனிடமிருந்து குழந்தையை வாங்கிக் கொண்டாள். தள்ளாடித் தள்ளாடி, நடை பயின்று கொண்டிருந்த ஒரு குழந்தை இதைத் திரும்பிப் பார்த்து விட்டுப் ப்ராம் அருகில் வந்து நின்று அவன் குழந்தையை வேடிக்கை பார்த்தது. அந்தக் கணத்தில் எனக்கு அங்கு மைதானத்தி லிருந்த எல்லாக் குழந்தைகளுமே அனாதைகளாகத் தோன்றின. கையைக் கட்டிக்கொண்டு ஒரு மரத்தின் மீது சாய்ந்து கொண்டிருந்த அவனைப் பார்த்தாலும் அனாதையாகப்பட்டது. அவன் வீட்டுகாகாரனிடம் மனைவி போய்விட்டாள் என்று அழுதான் என்பதை அப்படியே அப்பொழுது ஏற்றுக்கொள்ளவில்லை. ஆனால், அவனைப் பார்க்கும்போது அழுதிருக்கவேண்டும் என்றுதான் படுகிறது. அவளிடம் அவனுக்கு அவ்வளவு பாசமா? அல்லது அவள் அவனுக்கு ஒரு பொருளாதார ஏற்பாடா! - தான் போவது மட்டுமல்லாமல், 'குழந்தை' என்ற ஒரு புதிய பொறுப்பை யும் சுமத்திவிட்டுப் போய்விட்டாளே!

'என்ன பாத்துண்டிருக்கேள்?' என்று கேட்டுக் கொண்டே காப்பியை என்னிடம் கொடுத்தாள் என் மனைவி.

'அதோ பார்! பாவம், மரத்துங்கிட்டே சாஞ்சுண்டு அவன் நிக்கறான். பாத்தா, பரிதாபமா இருக்கு.'

'முன்னெல்லாம் ஆம்படையான் விட்டுட்டு போயிட்டான், பாத்தா பரிதாபமா இருக்குன்னு ஆம்படையாளைப் பார்த்து

சொல்லுவா. இப்போ ஆம்படையானைப் பார்த்து சொல்ல வேண்டியிருக்கு. இதான் காலம்.'

'எல்லாப் பிரச்னைகளுக்கும் அடிப்படை, பொருளாதாரம்தான். அவ சம்பாதிச்சிட்டிருந்தா, இவன் சாப்பிட்டுண்டிருந்தான். பாவம்! இப்போ என்ன பண்ணுவானோ, தெரியலே. கார், வீடு, குழந்தை, எல்லாத்தையும் எப்படி மேனேஜ் பண்ணப் போறானோ? அவன் உடம்பைப் பார்த்தா வேறே எந்த வேலைக்கும் வாயக்கில்லே, அடியாள் மாதிரி இருக்கு.'

'யார் சொன்னா அவளை நம்பிண்டுதான் அவன் இருந்தான்னு? கார் அவனோடது. வீடும் சொந்த வீடு.'

'குழந்தைதான் அப்படி நிச்சயமா சொல்ல முடியாதோ?'

'போறும். ஆரம்பிச்சுடாதீங்கோ. சம்பாதிச்சுண்டிருந்தா, போயிட்டாளேன்னு அவன் அழலே. தன்கிட்டே கார் இருக்கு, சோபா செட் இருக்கு, தன்னை விட்டுட்டு சோபா செட்டு கூட இல்லாதவன் கிட்டே போயிட்டாளேன்னு அவன் வருத்தம்.'

'ஆமாம் நாய் என்னாச்சு?'

'அதைத் தூக்கிண்டு போயிட்டாளாம். அவ என்ன மனுஷியோ தெரியலே, குழந்தையை விட்டுட்டு நாயை மட்டும் தூக்கிண்டு போக.'

அப்பொழுது எனக்கு மூன்று நாள்களுக்கு முன் லான்ஸில் அவள் உட்கார்ந்திருந்தபோது நடந்த நிகழ்ச்சி ஞாபகத்துக்கு வந்தது. குழந்தையும் நாயும் விளையாடிக் கொண்டிருந்தபோது ஆசை பொங்க நாயை எடுத்து முத்தம் கொடுத்தாள். முதல் கணவனை விட்டு வரும்போது நாயைத்தான் எடுத்துக்கொண்டு வந்தாள். குழந்தையைப் பற்றிக் கவலைப்படவில்லை. இதற்கு என்ன காரணம்? மனித ஜாதியின் மீதுள்ள அவளுடைய நம்பிக்கையின்மையை இது தெரிவிக்கிறதோ? அவள் வளர்ந்த சூழ்நிலை எப்படியோ?

அச்சமயம் மைதானத்திலிருந்த அவனுடைய குழந்தை அழத் தொட்ங்கியது. ப்ராமிலிருந்த குழந்தையை இறக்கி, அந்த ஆயா சமாதானப்படுத்த என்னென்னவோ செய்தாள். அது அழுகையை நிறுத்தவில்லை. அவன் குழந்தையை வாங்கிக் கொண்டான்.

அவனும் ஏதேதோ விளையாட்டுக் காட்டினான். அப்பொழுதும் அது விடாமல் அழுது கொண்டேயிருந்தது.

அவன் குழந்தையை எடுத்துக்கொண்டு வீட்டை நோக்கி வந்தான். என் வீட்டுக்காரன் வாசலில் நின்று கொண்டிருந்தான்.

'ஏன் அழுகிறது?' என்று கேட்டான் என் வீட்டுக்காரன்.

அவன் எங்கள் வீட்டை நோக்கி வந்தான்.

'அம்மாவுக்காகவா அழுகிறது? படுபாவி இப்படி விட்டுப்போய் விட்டாளே?' என்று சொல்லிக்கொண்டே என் வீட்டுக்காரன் மனைவி குழந்தையை அவனிடமிருந்து வாங்கிக் கொண்டாள்.

அவன் முகத்தில் லேசாகப் புன்னகை படர்ந்தது. எனக்கு ஆச்சரியமாக இருந்தது. பிறகு அவன் நிதானமாகச் சொன்னான். 'குழந்தை அம்மாவுக்காக அழவில்லே.'

'பின் எதற்காக அழுகிறது?'

'ஜார்ஜி, அதாவது அவள் கொண்டு போன நாய், அது வேண்டும் என்று அழுகிறது. நாயை அவள் தர மாட்டாள். இதுதான் என் கவலையாக இருக்கிறது.'

20. அல்சேஷன் வந்த தமிழ்க் கூட்டம்

அன்னதானம் தில்லிக்கு வந்து இரண்டு நாட்களாகின்றன. ஒரு கம்பெனியில் தட்டெழுத்தாளனாகப் பணியாற்ற வந்த அவன், மிகுந்த தமிழ்ப் பற்றுடையவன். கல்லூரிகளில் தமிழ்ப் பேச்சுப் போட்டிகளில் பரிசு வாங்கிய அவன், தில்லியிலும் இலக்கியக் கூட்டங்களில் கலந்துகொள்ளவேண்டுமென்று விரும்பினான்.

அவன் தான் சாப்பிட்டுக் கொண்டிருந்த மெஸ்ஸில் விசாரித்தான். 'இங்கு தமிழர்கள் சாதாரணமாக எங்கு கூடுவார்கள்?'

பெட்டியடியில் உட்கார்ந்திருந்த மணி ஐயர் சொன்னார்: 'இங்கேயும் வருவா. இன்னும் நிறைய மெஸ் இருக்கு. அங்கேயும் போவா. ஏன் யாரைப் பார்க்கணும்?'

மணி ஐயரின் தழிர்வார்த்தைக் கண்டு மனம் நொந்த அன்னதானம் கூறினான்: 'நான் தமிழர்கள் எங்கே சாப்பிட வருவார்கள் என்று கேட்கவில்லை. இலக்கியப் பசி ஏற்படும்போது எங்கே போவார்கள் என்று கேட்டேன்.'

'எல்லா ஓட்டல்லேயும் இங்கே ராத்திரி ரொட்டிதான். ரைஸ் பாதி, ரொட்டி பாதி. நீங்களும் கொஞ்ச நாள் இருந்து சாப்பிட்டேள்ன்னா ஒத்துண்டுடும். யார்ராது! இந்த டேபிளைத் தொடை! உட்காருங்கோ சார்.'

'இலக்கியப்பசி' என்றால், 'ரொட்டி சாப்பிடுங்கள்' என்கிறாரே மணி ஐயர்! முருகா! தில்லியில் இவ்வளவுதானா இலக்கிய ஆர்வம், மொழிப் பற்று! அன்னதானம் வேதனையுடன் சாப்பிட உட்கார்ந்தான்.

அங்கு சாப்பிட வந்தவர்களில் ஒருவராவது இலக்கியத்தைப் பற்றிப் பேசவில்லை.

'அசோகா ஓட்டல்லே பீகாக்ரூம்லே யார் வேணுமானாலும் போய் குடிக்கலாமாம். ஓபன் பார்!'

'நோ. நாட் நௌ. போனவாரம் ரெய்ட் நடந்தது. தெரியு மோல்லியோ?'

'கனாட் ப்ளேஸ்லே, அல்கா என்று ஒரு ஓட்டல் வந்திருக்கு, தெரியுமா? காபரே, ஐ மீன், ஃப்ரோர் ஷோ. மைகாட், இட் ஈஸ் தி திங் வித் காபிடல் டி... நாயர், இன்னும் கொஞ்சம் வெண்டைக்காய்.'

வெண்டைக்காய் கேட்டவனை அன்னதானம் உற்றுப் பார்த்தான். நல்ல வேளை, தமிழ்ப் பண்பாடு அவனைவிட்டு அடியோடு அகலவில்லை.

அப்பொழுது ஒருவர் மணி ஐயரிடம் சில நோட்டீஸ்களைக் கொண்டு வந்து கொடுத்தார்.

'இந்தாங்கோ, மணிஐயர்! மணி உங்ககிட்ட கொடுக்கச் சொல்லி நாலைஞ்சு நாள் முன்னாலே தந்தான். மறந்தே போயிட்டேன். இன்னிக்கு ஏதோ கூட்டம் போலிருக்கு. இங்கே ஒட்டி வையுங்கோ! போறவர் போகட்டும்.'

இன்பத் தேன் வந்து பாய்ந்தது அன்னதானத்தின் காதில். கையைக் கழுவிக் கொண்டு மிக வேகமாக நோட்டீஸ் கொடுத்தவனிடம் போனான்.

'என்ன சார் கூட்டம்? இலக்கிய கூட்டமா?'

அன்னதானத்தின் கையில் ஒரு நோட்டீஸைக் கொடுத்தார் மணி ஐர்.

'சைவத் திருமுறைகளைப் பற்றி ஆராமுது பேசுகிறாரா? வேடிக்கைதான்!'

'இதிலென்ன வேடிக்கை?'

'ஆராமுது என்பவர் வைஷ்ணவராக இருப்பார், இல்லையா?'

'தெரியாது. அப்படியிருந்தாலும் எனக்கு ஒரு ஆட்சேபணையும் கிடையாது' என்று ஆங்கிலத்தில் சொன்னார், அந்த நோட்டீஸ் களைக் கொடுத்தவர்.

'நானும் ஆட்சேபிக்கவில்லை. இதிலுள்ள நகைச்சுவை உங்க ளுக்குத் தெரியவில்லை?'

'மணி ஐயர், வரட்டுமா?'

அவர் போய்விட்டார்.

'இவர் யார்?'

'தமிழ்க் கழகம்' என்று இங்கே போட்டிருக்கிறதே? அதோட செகரட்டரி. இவர் பேரு டேனியல். மணியோட சினேகிதர். கூட்டத்துக்குப் போகப் போறேளா?'

'ஆமாம்.'

அவன் மெஸ் வாசலைத் தாண்டியிருக்க மாட்டான். உள்ளே ஒரு குரல் பலமாகக் கேட்டது.

'இவரு யாருய்யா மணி ஐயரே, தமிழ்லேயே இப்படி இலக்கணமா பேசி ஒளப்பிக்கிட்டு இருக்காரு?'

'அன்னதானம்னு பேரு. வந்து இரண்டு நாளாறது. ஆமாம் அவர் ஒரு மாதிரிதான்!' என்றார் மணி ஐயர்.

'அன்னதானத்துக்கு முகம் சிவந்தது. உள்ளே போய் தமிழை அவமானப்படுத்தும் தாயையும் சும்மா விடக் கூடாதென்கிற தமிழ் வீரத்தைக் காண்பிப்போம் என்று நினைத்தான். ஆனால் இதை அந்த ஸ்டாலின் மீசைக்காரன்தான் சொல்லியிருக்க வேண்டுமென்று தமிழ் விவேகம் குறுக்கிட்டவுடன் பேசாமல் போய்விட்டான்.

அன்று மாலை ஐந்தே முக்கால் மணிக்குக் கூட்டம் நடக்கும் இடத்துக்கு அவன் சென்றான். தமிழ்க் கழக அலுவலகத்தில் சுமார் நாற்பது பேருக்கு மேல் இருந்தார்கள். தில்லியில் இவ்வளவு பேர் இலக்கியக் கூட்டத்துக்கு வருவார்கள் என்று அவன் எதிர்பார்க்கவில்லை. தலைப்புதான் அவனுக்குப் பிடிக்க வில்லை. வைசத் திருமுறைகளைப் பற்றி என்ன பேச்சு வேண்டிக் கிடக்கிறது? இக்காலத் தமிழனை ஊக்குவிக்க வேண்டும்

என்றால், ஒரு காலத்தில் பாரதத்தையே ஒரு குடைக்கீழ் ஆண்ட தமிழரசர்களின் வரலாற்றைச் சொல்லும் இலக்கியத்தைப் படிக்க வேண்டும், பேச வேண்டும், சிந்திக்க வேண்டும். சந்திரனில் ஒரு அமெரிக்கன். அவன் வைத்தது, தன் நாட்டுக் கொடியாக இருந் திருக்கக் கூடாது? தமிழ் ஒலியாக இருந்திருக்கக் கூடாது? தமிழ்க் கொடி என்று எங்கே இருக்கிறதென்று கவலை வேண்டாம். விரைவில் வரத்தான் போகிறது. தமிழ் நாட்டரசின் கோரிக்கை யை மத்திய சர்க்காரால் அலட்சியம் செய்ய முடியுமோ?

ஆறு மணி சுமாருக்குக் கையில் ஒரு பையுடன் ஒருவர் அந்த ஹாலில் நுழைந்து, உட்கார்ந்திருந்தவர்களையெல்லாம் ஒரு நோட்டம் விட்டார். அவர் யாராக இருக்கும்? இவர்தான் பேச்சாளரோ? அவர் வந்ததை ஒருவரும் கவனித்ததாகத் தெரியவில்லை. எல்லோரும் ஹாலில் இருந்த பத்திரிகைகளைப் புரட்டிக் கொண்டிருந்தார்கள்.

அன்னதானம் அவரிடம் போய் தன்னை அறிமுகப்படுத்திக் கொள்ள விரும்பினான். சிறிது நேரத் தயக்கத்துக்குப் பிறகு எழுந்து சென்றான்.

'என் பெயர் அன்னதானம். இங்கு ஏதோ இலக்கியக் கூட்டம் என்று...' அவன் சொல்லி முடிப்பதற்குள் அவர் அவன் கைகளைப் பற்றிக் குலக்கினார்.

'ஆமாமாம். என் பேரு மணி, செக்ரடரி, நீங்க ஊருக்குப் புதுசோ?'

'ஆமாம். இரண்டு நாள்களாகின்றன. எனக்கு இலக்கியக் கூட்டங் களில், குறிப்பாகத் தமிழின் பெருமை பேசப்படும் இடங்களி லெல்லாம் கலந்து கொள்ள வேண்டுமென்று ஈடுபாடு.'

'அப்படியா? உங்களைப் பார்க்க ரொம்ப சந்தோஷம். உள்ளே வாருங்களேன்.'

மணி அவரைக் கழக நிர்வாக அலுவலகத்துக்குள் அழைத்துச் சென்றார்.

'இப்படி உட்காருங்கோ. கழகத்திலே ஒரு மெம்பராயிருங் களேன். சினிமா காட்டறோம். கன்ஸெஷன் உண்டு. அடுத்த வாரம் வாத்தியார் படம்.'

'இலக்கியத்தில்தான் எனக்கு அதிக ஈடுபாடு. தமிழ் மொழியின் சிறப்பை வடவரும் போற்றும்படிச் செய்வதுதான் இங்குள்ள

கழகங்களின் தலையாய பணியென்று நான் உறுதியாக நம்பு கிறேன்.'

'ஓ, எஸ். வீ ஆர் டூயிங் அவர் பிட் தட் வே ஆல்ஸோ. பாருங்களேன். இன்னிக்கு... இன்னிக்கு... அவர் பேரென்ன?' மணி நோட்டீஸை எடுத்துப் பார்த்தார். 'எஸ். ஆராமுது பேசறார். ரொம்பப் படிச்சவர். அவர் பேசறது ஒண்ணுமே புரிய மாட்டேங் கிறது சார்.'

நாமம் போட்டுக் கொண்டு டர்பன் தரித்த ஒருவர் அப்பொழுது உள்ளே நுழைந்தார். அவர் யாரென்ற அறிமுகம் தேவையில்லை யென்று தோன்றியது அன்னதானத்துக்கு.

'என் பெயர் அன்னதானம், நீங்க தானே ஆராமுது? இன்னிக்குப் பேசப் போறேள் இல்லையா?'

ஆராமுது ஒரு கணம் திகைத்து நின்றார். சைவத் திருமுறைகளைப் பற்றியோ, நாலாயிரத்தைப் பற்றியோ பேசத் தொடங்கி விடுவா ரென்று எல்லாரும் அவரைக் கண்டு அஞ்சியோடும் போது, ஒரு இளைஞன் துணிந்து தன்னை அவரிடம் அறிமுகப்படுத்திக் கொண்டு நின்றது அவருக்குப் பெரிய சவாலாக இருந்தது.

'ஊருக்குப் புதுசு. மீட்டிங் கேட்க வந்திருக்கார்' என்றார் மணி.

'ஓ!' என்று புன்னகை செய்தார் ஆராமுது.

'இங்கே எங்கே வேலையாயிருக்கேள்!' என்று வினவினார் மணி.

அன்னதானம் சொன்னான்.

'நீங்களும் மீட்டிங்ல எல்லாம் பேசறதுண்டா?' என்று கேட்டார் ஆராமுது.

'கல்லூரியில் பரிசுகள் வாங்கியிருக்கிறேன்' என்று அடக்கமாகச் சொன்னான் அன்னதானம்.

'பேஷாப் போச்சு. அடுத்த வாரம் உங்களையே புக் பண்ணிட றேன். ஞாயித்துக்கிழமை சாயங்காலம். ஆறு மணி. என்ன தலைப்பு?' என்று சொல்லிக் கொண்டே பேனாவையும் பேப்பரையும் கையில் எடுத்து வைத்துக் கொண்டார் மணி.

அன்னதானம் திடுக்கிட்டான். இவ்வளவு சீக்கிரம் தன்னுடைய மனோரதம் நிறைவேறுமென்று அவன் எதிர்பார்க்கவில்லை.

‘சிந்தித்துக் கூறலாமா?’ என்றான் அன்னதானம்.

‘ஓ எஸ். போறதுக்குள்ளே சொல்லுங்கோ. மிஸ்டர் ஆராமுது வில் ப்ரசைட்!’

‘நோ, நோ. யாராவது பெரியவாளா பார்த்துப் போடுங்கோ மிஸ்டர் மணி!’

‘உங்களைவிட யாரு பெரியவா இருக்கா, சொல்லுங்கோ!’

ஆராமுதுக்கும் வேறு யாரும் இருப்பதாகத் தோன்றவில்லை.

பேசாமலிருந்தார்.

‘என்ன மிஸ்டர்... மிஸ்டர்...’

மணியின் தயக்கத்தைக் கண்ட ஆராமுது சொன்னார், ‘அன்ன தானம்...’

‘எஸ்.எஸ். அன்னதானம். பெகூலியர் நேம். ஐ மீன் இந்தப் பேரு அதிகமாகக் கிடையாது. இல்லையா? மணிங்கிற பேரு, ரொம்பக் காமன். நானும் ஒரு சராசரியான ஆள்தான்.’

‘நோ, நோ. உங்களை யாரு சராசரின்னு சொல்லுவா.’ என்றார் ஆராமுது.

மணியின் முகத்தில் திருப்தி வெளிப்படையாகத் தெரிந்தது.

‘எஸ். சொல்ல வந்ததை மறந்துட்டு ‘டைக்ரெஸ்’ பண்ணிண்டே இருக்கேளே. ஐ மீன்... என்ன, நீங்க மெம்பரா ஆறேளா?’

‘இப்பொழுது எவ்வளவு தர வேண்டும்?’

‘மாசம் ஒரு ரூபாய்தான். வருஷத்துக்குப் பத்துரூபா. என்ன சொல்றேள், மாசமா, வருஷமா?’

இவ்வளவு குறைவாக இருக்குமென்று அன்னதானம் எதிர்பார்க்கவில்லை.

‘ஆண்டுச் சந்தாவாகவே இருக்கட்டும்.’ அவன் பையிலிருந்து பர்ஸை எடுத்துப் பத்து ரூபாயை நீட்டினான்.

‘பார்த்தேளா! ஆர்வம் இருக்கிறவா தானா வந்து சேர்றா. நாம் போய்க் கெஞ்சிக் கேக்க வேண்டாம் பாருங்கோ.’ என்று கூறிக் கொண்டே ரசீதைக் கிழித்தார் மணி.

‘மணி ஆறே காலாயிடுத்தே! கூட்டத்தை ஆரம்பிக்கலாமா?’ என்று கேட்டார் ஆராமுது.

‘எஸ். எஸ். ஆரம்பிக்க வேண்டியதுதான். ராஜகோபாலனைக் கூப்பிட்டிருக்கேன். பிரசைட் பண்ண அவரும் வரட்டும்னு பார்க்கறேன்.’

‘யாரு ராஜகோபாலன்?’ என்றார் ஆராமுது.

‘புதுசா வந்திருக்காரே, ரெயில்வே போர்டு மெம்பர். நம்ம லாங்குவேஜ், கல்சர்னா ரொம்ப இண்ட்டெரஸ்ட்.’

‘ஓ! உங்க ஆபீஸா?’

‘நோ, நோ. என்னோட ஆபீஸர்னு கூப்பிடலே, சார். நிஜமாகவே படிச்சவர். கூப்பிட்டவுடனே வரேன்னுட்டார்.’

மூவருமாக ஹாலுக்குச் சென்றனர். ஹால் பொங்கி வழிந்தது.

‘நல்ல கூட்டம்’ என்றான் அன்னதானம்.

‘இப்பொழுது இங்கு இலக்கியக் கூட்டம் நடக்கப் போகிறது. ஆகவே பத்திரிகைகளை இருந்த இடத்தில் வைத்துவிட்டு, கூட்டத்தில் பங்குகொள்ள விரும்புகிறவர்கள் இருக்கலாம்’ என்று அறிவித்தார் மணி.

கண்ணீர்ப் புகைக்குகூட அவ்வளவு சக்தி இருக்காது. அவசர அவசரமாகப் பத்திரிகைகளை இருந்த இடத்தில் வைத்துவிட்டு, வெளியில் மழை தூறிக் கொண்டிருந்தது என்பதையும் பொருட்படுத்தாமல் வெளியேறினார்கள் அங்கிருந்தவர்களில் பெரும்பான்மையோர். நாலைந்து பேர் வாசலுக்குச் சென்று ஆகாயத்தைப் பார்த்து விட்டுத் திரும்பி வந்து உட்கார்ந்தார்கள். திரும்பி வந்தவர்களில் ஒரு சர்தார்ஜியும் இருக்கக் கண்ட மணி அவரிடம் ஆங்கிலத்தில் கேட்டார்: ‘உங்களுக்குத் தமிழ் மொழியில் ஆர்வம் உண்டா?’

சர்தார்ஜி சிரித்துக் கொண்டே சொன்னார்:

‘இன்னும் இரண்டு நிமிடங்களில் பாருங்கள். மழை பலமாகப் பெய்யப்போகிறது. கீழ்த்திசையைப் பாருங்கள். எவ்வளவு கருமேகங்கள்!’

‘அவன் கிட்டே போய் என்ன பேச்சு? நாம் ஆரம்பிப்போமே?’ என்றார் ஆராமுது.

‘இல்லே. தமிழ்க் கூட்டத்துக்கு சர்தார்ஜி வந்திருக்காரேன்னு ஆச்சரியமா இருந்தது. அதுக்காகக் கேட்டேன்.’

‘இப்படி ஒவ்வொருத்தையாக் கேட்டேள்னா கடைசியிலே நாம மூணு பேரும்தான் தமிழாளா இருப்போம். எதுக்காகக் கேக்கணும்?’ என்றார் ஆராமுது.

‘அதுவும் வாஸ்தவம்தான்!’ என்று சிரித்தார் மணி. அன்னதானத்தின் ரத்தம் கொதித்தது. ‘தமிழிலக்கியக் கூட்டத்துக்கு இவ்வளவு பெரிய கூட்டமா தலைநகரில்?’ என்று தான் நினைத்தது எப்படிப் பொய்யாகி விட்டது?

தில்லித் தமிழனுக்குத் தாய் மொழிப்பற்று என்பது கிடையவே கிடையாதா? இவ்வளவு தமிழர்கள் இத்தனை ஆண்டுகளாகத் தலைநகரில் இருந்து வருகிறார்களே, என்ன செய்து வந்தார்கள்? ஊமையராய், செவிடராய் நாமமது தமிழரெனக் கொண்டிங்கு வாழ்ந்திருக்கும் தன்மையை மாற்றி அமைக்க வேண்டும். தமிழன்னை இதற்காகத்தான் தன்னைத் தேர்ந்தெடுத்து தில்லிக்கு அனுப்பியிருக்கிறாள்! ‘அன்னையே! நீ என் மீது வைத்திருக்கும் நம்பிக்கையை வீணடிக்கமாட்டேன். வடவரும் தமிழ் கற்று, தமிழே தேசிய மொழியாகும் நாள் வெகு தூரத்திலில்லை!’

அப்பொழுது கார் ஒன்று வரும் சப்தம் கேட்டது.

‘ஐ திங்க்... மிஸ்டர் ராஜகோபாலன்!’ என்றார் மணி. வேகமாக வாசலுக்குப் போனார்.

‘வாங்கோ! வாங்கோ! ’ என்று அவரை முகமெல்லாம் பல்லாக வரவேற்றார் மணி.

ராஜகோபாலனுக்கு ஐம்பது வயதிருக்கலாம். கோடைக் காலத்து ஆற்றைப் போல், தலையில் மயிர் பின் வாங்கியிருந்தது. பைப்பை வாயில் வைத்துக் கொண்டே மிக லாகவமாக அவர் கேட்டார், ‘ஹு ஈஸ் ஸ்பீக்கிங் டுடே?’

‘இவர் தான். மிஸ்டர் ஆராமுது! ஹெல்த் மினிஸ்ட்ரி!’

‘ஐ ஸீ.’

அவருக்குப் பின்னால் ஒரு பெரிய அல்சேஷன் நாய். அது மிகுந்த ஆக்ரோஷத்துடன் கூட்டத்தில் இருந்தவர்களை ஒரு பார்வை பார்த்தது.

அந்த ஹாலில் அந்த நாயைச் சேர்த்து மொத்தம் பன்னிரண்டு பேர் இருந்தார்கள்.

'மழையிலே நீங்க இப்படி வந்திருக்கிறது, என்ன சொல்றதுன்னு தெரியல்லே' என்று சொல்லிவிட்டு ஆராமுதைப் பார்த்தார் மணி.

'தி டாக் நீட்ஸ் ஸம் அவுட்டிங் ஆல்ஸோ' என்று சொல்லிவிட்டுப் பலமாகச் சிரித்தார் ராஜகோபாலன்.

மணியும் அந்தச் சிரிப்பில் சுருதி பிசகாமல் கலந்துகொண்டார்.

நடுவில் ஒருமேஜையும் மூன்று நாற்காலிகளும் போடப்பட்டிருந்தன. பேச்சைக் கேட்க வந்தவர்களுக்கென்று ஏழெட்டு வரிசை பெஞ்சுகள்.

'இப்படி வாங்கோ!' என்று ராஜகோபாலனை அழைத்துச் சென்று அவர் உட்காரவேண்டிய நாற்காலியை காட்டினார் மணி.

நாயும் கூடச் சென்றது.

'இப்போ யார் பிரசைட் பண்ணப்போறா?' என்று கேட்டார் கூட்டத்தில் ஒருவர்.

மணி கோபத்துடன் கூட்டத்தைப் பார்த்தார்: 'இதென்ன கேள்வி? ஸார் தான் பிரசைட் பணணப்போறார்.'

நடு நாற்காலியில் ராஜகோபாலன் உட்கார்ந்தார். ஒரு பக்கம் ஆராமுது, இன்னொரு பக்கம் மணி. நாய் ஆராமுது பக்கத்தில் வந்து கம்பீரமாக நின்றது. அவர் உடம்பு லேசாக நடுங்கியது.

'பயப்படாதீங்கோ! ஹீ வோன்ட் டு எனி ஹர்ம்.'

அன்னதானம் பெஞ்சில் போய் உட்கார்ந்து கொண்டான்.

'டில்லியிலே தமிழரோட நாய்க்கும் தமிழார்வத்தைப் பார்த்தியா?' என்று பின்னால் ஒருவன் மெதுவாகக் கூறிக் கொண்டிருந்தான்.

'கூட்டத்தை ஆரம்பிக்கலாமா?' என்று கேட்டார் மணி.

'எஸ்' என்றார் ராஜகோபாலன்.

'முதலில் இறை வணக்கம். பாடக் கூடியவர்கள் யாராவது இங்கு இருக்கிறார்களா?'

அல்சேஷன் மிகுந்த வெறியுடன் குரைக்க ஆரம்பித்தது.

'ஏய்! சும்மா இருடா.' என்று அதட்டினார் ராஜகோபாலன். அவர் சுற்றும் முற்றும் பார்த்தார். 'ஓ ஐ ஸீ. அந்த ஜன்னல் கதவைச் சாத்துங்கோ. வாசல்லே ஒரு நாய் போயிண்டிருக்கு பாருங்கோ! அதைப் பார்த்துட்டுக் குலைக்கிறான். ஜானி, ஷட் அப்.'

ஜானி குரைப்பதை நிறுத்தியவுடன், மணி மீண்டும் கேட்டார், 'யாராவது இறை வணக்கம்!'

'அதான் ஆயிடுத்தே. அடுத்த ஐட்டத்துக்குப் போங்க!' - என்றார் கூட்டத்திலிருந்து ஒருவர்.

மணி பதற்றத்துடன் ராஜகோபாலனைப் பார்த்தார். அவர் புன்னகை செய்து கொண்டிருந்தார். நிம்மதி வரப்பெற்றவராய் அவர் அறிவித்தார்: 'இக் கூட்டத்துக்கு மிஸ்டர் ராஜகோபாலன் அவர்கள்...' அதற்கு மேல் சொற்கள் இலக்கணமாக வர மறுத்தன. 'வந்திருக்கார்ங்கிறது ரொம்பச் சந்தோஷம் - அவர் தான்பிரசைட் பண்றார் - நம்ம இவர் ஆராமுது பேசப் போறார்.'

நோட்டீஸை எடுத்துப் பார்த்துவிட்டு மறுபடியும் தொடர்ந்தார், 'சைவத் திருமுறைன்னு ஸப்ஜெக்ட். ஆராமுதைப் பற்றி உங்களுக்கு சொல்லவேண்டாம்.'

'வேண்டாம்!' என்ற குரல் வந்த திசையை அவர் நோக்கினார். ஒரு கண நேரத் தடுமாற்றம். பிறகு உட்கார்ந்து விட்டார்.

ராஜகோபாலன் ஆராமுதைப் பார்த்துக் கூறினார். 'எஸ். யு கேன் டாக்!'

ஆராமுது எழுந்திருந்தார். பக்கத்திலிருந்த நாய் பக்கமாக அவர் பார்வை சென்றது. அதுவும் அவரை அதே சமயத்தில் நிமிர்ந்து பார்த்தது. கண்ணோடு கண் கலந்தது. ஆராமுது சொன்னார்: 'நான் அந்தப் பக்கம் போய்ப் பேசறேனே?'

'ஏன்?' என்றார் ராஜகோபாலன்.

'சைவம், அது இதுன்னு சொன்னா, அல்சேஷன் நாயோன்னோ, கோபம் வந்துடுமோன்னு பயமாயிருக்கு' என்றார் ஆராமுது.

கூட்டத்தில் சிரிப்பலை எழுந்தது.

'யு மீன்?' ராஜகோபாலனுக்கு அவர் சொன்னது விளங்கவில்லை.

மணி சொன்னார்: 'சைவம்னா வெஜிடேரியன்னு ஒரு அர்த்தம் உண்டு. அதுக்காகச் சொன்னார்!'

'ஓ ஐ ஸீ...' அவரும் லேசாகச் சிரித்து வைத்தார்.

'மணி, இந்தப் பக்கம் வாருங்கோ!' என்று கூறிக் கொண்டே மணி உட்கார்ந்திருந்த இடத்துக்குச் சென்றார் ஆராமுது.

இருவரும் இடம் மாறிய பிறகு ஆராமுது பேச ஆரம்பித்தார்.

'மொத்தம் பன்னிரண்டு திருமுறைகள். முதல் மூன்று திருமுறைகள் - திருஞானசம்பந்தர் 184 பதிகங்கள். நான்கு, ஐந்து, ஆறாம் திருமுறைகள், அப்பர் 3476 பாடல்கள். ஏழாந்திருமுறை திருவாசகம். ஒன்பதாம் திருமுறை திருவிசைப்பா, திருப்பல்லாண்டு. பத்தாம் திருமுறை, திருமந்திரம். பதினொன்றாம் திருமுறை, நாற்பதின்மரின் தனிப்பாதிகங்கள். பன்னிரெண்டாம் திருமுறை, பெரிய புராணம்...'

'மழை நின்றுவிட்டது தாங்க்யூ!' என்று கூறிக் கொண்டே எழுந்தார் சர்தார்ஜி.

அவரைத் தொடர்ந்து இன்னும் இரண்டு பேர் போனார்கள்.

போகும்போது கோதுமையும் மாமிசமும் சாப்பிடும் தினவைக் கதவின் மீது தீர்த்துக் கொண்டார் சர்தார்ஜி.

படாரென்று அறைந்து சாத்திக்கொண்டு போனார்.

ஜானி, தன் எதிர்ப்பை சந்தேகமற்ற முறையில் தெளிவான குரலில் தெரிவித்தது.

'ஷட் அப்!' என்றார் ராஜகோபாலன்.

'நமனை அஞ்சோம் என்று கூறிய அப்பர்...' என்று தொடங்கிய ஆராமுது, அப்படியே நிறுத்திவிட்டார். அவர் தலை சிறிது ஆடியது. உடம்பில் நடுக்கம்.

'எஸ். யு கோ அஹட்!' என்றார் ராஜகோபாலன்.

'நமனை அஞ்சோம் என்று கூறிய அப்பர்...' இதை அவர் சொன்னாரே தவிர மேலே வார்த்தைகள் வரவில்லை. நாயின் குரலைக் காட்டிலும் ராஜகோபாலனின் குரலைக் கேட்டு அவர் பயந்ததாகத் தெரிந்தது.

அப்பரை அந்தரத்தில் விட்டுவிட்டு, 'சீர்காழியில் பிறந்த சிறுவன்' என்று அவர் ஆரம்பித்தபோது, போவதற்கு இன்னும் இரண்டு பேர் ஆயத்தமானர். ஆராமுது மணியைப் பரிதாபமாகப் பார்த்தார்.

'இப்படி எல்லோரும் போயிட்டா பேசறவாளுக்கு என்ன உற்சாக மிருக்கும்?' என்று எழுந்து சொன்னார் மணி.

'ஒரு வேளை எல்லாருக்கும் சுவாரஸ்யமா இருக்கிற மாதிரி சப்ஜெக்ட் எடுத்துண்டு, பேசினா, இப்படிப் போக மாட்டாளோ என்னவோ?' என்றார் ராஜகோபாலன்.

'எஸ்.எஸ். வேறே எதையாவது பேசறேளா?' என்று கேட்டார் மணி.

'என்ன சொல்றேள்? வேற ஏதாவதுன்னா என்ன அர்த்தம்?' என்று கோபத்துடன் வினவினார் ஆராமுது.

'ஸம் மாடர்ன் டாபிக். ஸே தி இம்பாக்ட் ஆஃப் திருமுறை இன் மாடர்ன் டெக்னாலஜிகல் ஏஜ். பைதிவே, திருமுறைங்கிறது என்ன?'

ஆராமுது உட்கார்ந்துகொண்டார். அவருக்கு வியர்த்தது.

'திருமுறைங்கிறது... ஏ கைன்ட் ஆஃப் லிட்ரேசர். அப்படித் தானே, மிஸ்டர் ஆராமுது?'

ஆராமுது பதில் சொல்லவில்லை. அன்னதானம் எழுந்திருந்தான்.

'உட்காருங்கோ! நீங்களும் போயிட்டேள்ன்னா?' என்றார் மணி.

'மீட்டிங் முடிஞ்சுடலே?' என்று ஆச்சரியத்துடன் கேட்டார் ராஜகோபாலன்.

ஒரே இடத்திலிருந்து அலுத்துப்போன அல்சேஷன் அன்ன தானத்தை நோக்கி நடந்தது.

திருமுறையில் நம்பிக்கை வைக்காத அல்சேஷன் தன்னை என்ன செய்யுமோ என்று அஞ்சிய அன்னதானம் தமிழ்ப் பற்றை அந்த ஒரு கணத்தில் மறந்து வாசலை நோக்கி விரைந்து சென்றான்.

21. வெள்ளம்

சுனில் அந்தக் கிழவியை அணுகினான். எல்லோரும் விரைவாகத் தங்கள் தங்கள் சாமான்களைப் படகுகளில் ஏற்றிக் கொண்டு வெள்ளத்தைக் கடக்க முற்படும் போது, அந்தக் கிழவி மட்டும் அவ்வீட்டின் முதல் மாடியில் நின்றவாறு புலம்பிக் கொண்டிருந்தாள்.

சுனில், தில்லைப் பல்கலைக்கழக மாணவன். சமூக சேவையின் பொருட்டு அங்கு வந்திருக்கும் அவனுக்கு அந்தக் கிழவியின் பிரச்னை என்னவென்று அறிந்து அவளுக்கு உதவி செய்ய வேண்டுமென்று தோன்றியதில் ஆச்சர்யமில்லை. தங்களையும், தங்களுடைய உடைமைகளையும் காப்பாற்றிக் கொள்ள வேண்டுமென்ற தற்காப்புப் போராட்டத்தில், வலிமையற்ற உயிரான அக்கிழவி அவர்களுடன் போட்டியிட முடியாமல், தான் தப்பித்துக் கொள்ள வாய்ப்பே இல்லாமல் போய் விடுமோ என்று வருந்துகிறாளோ?

படகுகளைப் பங்கீடு செய்யப் போலீஸ் முன் வந்திருக்கலாம். ஆனால் அவர்கள் அப்படிச் செய்யாமல், வசதியுள்ளவர்களுக்குப் பாதுகாப்பு அளிப்பதுதான் தங்கள் கடமையென்று நினைத்து அவர்களுடைய ரெஃபிரிஜிரேட்டர்களையும் மற்றையப் பொருள்களையும் படகில் ஏற்றுவதை மேற்பார்வை பார்த்துக் கொண்டு நிற்கிறார்கள்! இதனால் அவர்களுக்கு ஆதாயம்கூட இருக்கலாம். ஆனால் இந்தக் கிழவி போன்றவர்களுக்கு யாராவது உதவி செய்துதானே ஆகவேண்டும்?

'மாதாஜி! உங்கள் பிரச்னை என்ன?' என்று கேட்டான் சுனில்.

சுனிலுக்குஅவளுடைய பிரச்னை புரிந்தது. அவளுடைய பேரன் அந்த வீட்டில், கிரவுண்ட் ஃப்ளோரைச் சேர்ந்தவர்கள் வீட்டில் சமையற்காரப் பையனாக வேலை செய்து கொணடிருந்தான். இப்பொழுது அவர்கள் படகுகளில் ஏறிச் சென்றுவிட்டார்கள். பையனைப் பற்றித் தங்களுக்கொன்றும் தெரியாது என்கிறார்கள். பையனுக்குப் பத்து, பன்னிரண்டு வயதுதான் இருக்கும். நாரை அடி உயரம்தான் இருப்பான். வெள்ளமோ, மாடல் டவுனில் ஆறடி உயரத்துக்குப் பாய்ந்து கொண்டிருக்கிறது. அந்தக் கிழவிக்கு அந்தப் பையனைத் தவிர உறவினர் வேறு யாரும் கிடையாது. பேரன் மூழ்கி விட்டானோ என்ற பயம் அந்தக் கிழவிக்கு! போலீஸ்காரர்களைக் கேட்டால் மனித உயிர் எதுவும் நஷ்டமடைந்ததாகத் தெரியவில்லை என்கிறார்கள். அப்படி யானால் அந்தப் பையன் எங்கே?

'நீங்கள் படகில் ஏறி அக்கரைக்குச் செல்லுங்கள். நான் உங்கள் பேரனைப் பற்றி விசாரித்துச் சொல்கிறேன். எனக்கும் அவன் மூழ்கியிருக்க முடியாது என்றுதான் தோன்றுகிறது' என்றான் சுனில்.

'இந்த வீட்டில்தான் அவன் இருந்தான்' என்று தீர்மானமாகச் சொன்னாள் அந்தக் கிழவி.

'மேல் மாடியில் பார்த்து விட்டீர்களா?'

'பார்த்தாகிவிட்டது. அங்கில்லை.'

'அதோ படகு வருகிறது. என்னுடன் புறப்படுங்கள். உங்கள் பேரனைத் தேடித்தருவது என் பொறுப்பு.'

படகு வந்ததும் அந்தக் கிழவி ஏறப்போன போது, ஒரு நடுத்தர வயது பஞ்சாபிக்காரன் அவளைத் தடுத்தான்.

'ஏன் தடுக்கிறீர்கள்?' என்று கேட்டான் சுனில்.

'இன்னும் எங்கள் சாமான் எல்லாம் போய்ச் சேரவில்லை. கட்டில் இருக்கிறது.'

'மனித உயிரைக் காட்டிலும் உங்களுக்கு கட்டில் முக்கியமா?'

'போலீஸ் அனுமதியுடன்தான் நான் செல்கிறேன். போலீஸ்! இந்தப் பையனைப் பாருங்கள். கலாட்டா செய்கிறான்.'

போலீஸ்காரர் ஒருவர் வந்தார். 'மாதாஜி! அடுத்த படகில் நீங்கள் போகலாம். கீழே இறங்குங்கள்!' என்றார் அவர்.

'மாதாஜி இந்த படகில்தான் போகப் போகிறாள். நானும் போகப் போகிறேன். எங்களைக் கீழே உருட்டித் தள்ளிவிட்டு நீங்கள் போங்கள்!' என்றான் சுனில்.

இவ்வாறு சொன்னதோடு மட்டுமல்லாமல், அந்தக் கிழவியைப் படகில் ஏற்றிவிட்டுத் தானும் உட்கார்ந்தான் சுனில்.

'என்னிடம் போலீஸ் கமிஷனர் உத்தரவு இருக்கிறது. கீழே இறங்கிப் போகிறாயா இல்லையா?' என்று உரத்த குரலில் சத்தமிட்டான் அந்த நடுத்தர வயதுப் பஞ்சாபிக்காரன்.

'இந்த நேரத்தில் மாடல் டவுனில் வெள்ளம் வரப்போகிறது. அப்படி வரும்போது இந்தப் படகில் நீங்கள் ஆறுதடவை போய் வருவதற்கு உத்தரவு அளிக்கிறேன் என்று கமிஷனர் எழுதித் தந்திருக்கிறாரா? எங்கே காண்பியுங்கள் அந்த உத்தரவை!'

'போலீஸ்!' என்று கூப்பிட்டுக்கொண்டே திரும்பினான் அவன். சுனிலுக்குச் சட்டம் தெரிந்திருக்கிறது என்றுணர்ந்த அந்தப் போலீஸ்காரர், அந்த இடத்தைவிட்டு ஓசைப்படாமல் நழுவி விட்டார்.

சுனிலின் துணிச்சலைக் கண்டதும் மற்றவர்களுக்கும் தைரியம் பிறந்துவிட்டது. முன்னால் நாலைந்து தடவை அந்தப் படகில் சாமான்களுடனும், உறவுக்காரர்களுடனும் அவர் சென்றபோது, ஒரு வேளை அது அவர் சொந்தப் படகோ அல்லது கமிஷனரிட மிருந்துதான் விசேஷ அனுமதி வாங்கியிருக்கிறார் போலிருக் கிறது என்று ஒதுங்கியவர்கள் இப்பொழுது படகில் ஏறி உட்கார்ந் தார்கள்.

அந்த நடுத்தர வயது பஞ்சாப்காரன், ஒன்றும் பேசாமல் படகை விட்டுக் கீழே இறங்கினான். அவன் கீழே இறங்கியபிறகு ஏதோ முணு முணுக்கத் தொடங்கினான். அவனும் இந்தப் படகிலேயே வந்திருக்கலாம் என்றுதான் தோன்றியது சுனிலுக்கு. ஆனால் அவன் கட்டில்களை விட்டுவரத் தயாராக இல்லை. அடுத்த தடவை எப்படியாவது சமாளித்துக் கட்டில்களைக் கொண்டு வரலாமென்பது அவன் யோசனையாக இருக்கலாம்.

அந்தக் கிழவி சீமாபுரியைச் சேர்ந்தவள் என்று தெரிந்து கொண்டான் சுனில். அந்தக் கிழவியிடம் இழப்பதற்குப் பேரனைத் தவிர வேறு

எந்த உடைமைப் பொருளுமில்லை என்பதை அவன் அறிந்தபோது அவனுக்கு மிகவும் கஷ்டமாக இருந்தது. 'எப்படியாவது இவளுடைய பேரனைக் கண்டுபிடித்துத் தந்தாக வேண்டும் - வெள்ளைம் வரப்போவதை முன்கூட்டியே தெரிந்து கொண்டு அவன் ஓடிப் போயிருக்கலாம். ஆனால் எங்கு?'- சீமாபுரிக்குப் போயிருக்க முடியாது. அங்கு நேற்று மாலையிலிருந்தே வெள்ளம். அவன் எந்த வீட்டில் வேலையாயிருந்தானோ, அவர்கள் இன்று காலையிலிருந்து அவனைப் பார்க்கவில்லை என்று சொன்னதாகக் கிழவி கூறுகிறாள். பத்து பன்னிரண்டு வயதுப்பையன் தன்னைப் பாதுகாத்துக் கொள்ள முடியாமலேயே வெள்ளத்தில் மூழ்கிப் போயிருப்பானோ?

படகிலிருந்து கிழவியைக் கையைப் பிடித்துக் கீழே இறங்கச் செய்தான் சுனில். ஒரே கூட்டம். கிழவியின் பேரன் இந்தக் கூட்டத்தில் இருப்பானோ? இருந்தால் எப்படித் தேடுவது?

'என்னுடைய இந்தச் சாமான் போய்விட்டது, அந்தச் சாமான் போய்விட்டது' என்று ஒரே கூச்சல், ஆரவாரம், எத்தனை அகதிகள்? 1947லும் இப்படித்தான் இருந்திருக்குமென்று பட்டது சுனிலுக்கு.

இந்தக் கிழவி தங்குவதற்கு, ஓர் ஏற்பாடு செய்துவிட்டுப் பிறகு அவளுடைய பேரனைத் தேடிப் போகலாம் என்று அவன் தீர்மானித்தான். அங்கு நிறையக் கூடாரம் கட்டியிருந்தார்கள். ஓர் அதிகாரி இந்த ஏற்பாடுகளைக் கவனித்துக் கொண்டிருந்தார்.

'இந்தக் கிழவியின் குடிசையை வெள்ளம் அடித்துக் கொண்டு போய்விட்டது. இவள் தங்குவதற்கு...' என்று அவன் முடிப்ப தற்குள் அவ்வதிகாரி குறுக்கிட்டார்: 'ரேஷன் கார்டு எங்கே?'

'குடிசை போய் விட்டதென்றால் ரேஷன் கார்டைப் பற்றிக் கேட்கிறீர்களே?'

'ரேஷன் கார்டு உள்ளவர்களுக்குத்தான் கூடாரம் ஒதுக்க வேண்டு மென்பது உத்தரவு.'

'அப்படியானால் இந்தக் கிழவி எங்கே தங்குவாள்? இவள் பேரனையும் காணோம்.'

'கிழவி அழ ஆரம்பித்துவிட்டாள்.

'ஏ கிழவி சும்மா இரு! உன் ரேஷன் கார்டு எங்கே?' என்றார் அதிகாரி.

கிழவி பதில் கூறாமல் அழுது கொண்டிருந்தாள்.

திடீரென்று மின்னிய ஃப்ளாஷ் பல்பின் காரணமாகக் கிழவியின் கண்கள் கூசின.

நாளைப் பத்திரிகையில் இப்புகைப் படத்தின் கீழே பிரசுரமாக இருக்கிற தலைப்பு சுனிலுக்குத் தெரிந்து விட்டது.

'யமுனையின் வெள்ளத்தினால் விளைந்த கிழவியின் கண்ணீர் வெள்ளம்!' 'ஆண்டின் சிறந்த புகைப்படம்!' என்ற விருதையும் இது பெறலாம். கேமராக்காரன் போய்விட்டான்.

'இந்தக் கிழவிக்கு ஒரு வழி சொல்லுங்கள்!' என்றான் சுனில் அந்த அதிகாரியிடம்.

'இந்தக் கிழவி எங்கே இருக்கிறாள்? மாடல் டவுனா?'

'இல்லை. சீமாபுரி.'

'அப்படியானால் இந்த இடத்தில் அவளுக்குக் கூடாரம் ஒதுக்கப்படவில்லை' என்றார் அதிகாரி.,

'இந்தக் கிழவியின் பேரன் இருப்பது மாடல் டவுன்.'

'எங்கே அவன்?'

'பத்து வயதுப் பையன். ஒரு வீட்டில் சமையல் வேலை செய்து கொண்டிருந்தான். அவனை இனிமேல் தேடிப் பிடித்தாக வேண்டும். இந்தக் கிழவி இங்கேயே இருக்கட்டும். நான் அவனை, அந்தப் பையனைக் கண்டுபிடித்து...'

'சரி. சரி. அதோ தூரத்திலிருக்கிறதே, அங்கு நாலாவது கூடாரத் துக்கு அழைத்துச் செல்லுங்கள். அங்கு ஏற்கெனவே நாலைந்து குடும்பங்கள் இருக்கின்றன. இந்தாருங்கள் அனுமதிச்சீட்டு.'

இக்காட்சிகளை வேடிக்கை பார்க்கக் கார்களிலும் ஸ்கூட்டர்க ளிலும் பலவேர் வந்திருந்தார்கள். ஒரு திறந்த ஸ்போர்ட்ஸ் காரில் ஐந்தாறு பேர் உட்கார்ந்து கொண்டிருந்தார்கள். பெண்கள் ஐஸ்கிரீம் சாப்பிட்டுக் கொண்டிருந்தார்கள். ஆண்கள் பீர் குடித்துக் கொண்டிருந்தார்கள்.

அவர்களின் இளைஞனாக இருந்த ஒருவன் சொன்னான்: 'என்ன பரிதாபக் காட்சி!' அவன், டம்ளரைக் காலிசெய்துவிட்டுப் பக்கத்திலிருந்தவனிடம் நீட்டினான், டம்ளர் மறுபடியும் நிறைந்தது.

ஒரு பெண் பாப்கார்னைக் கொறித்துக் கொண்டே சொன்னாள், 'இந்த மாதிரி வெள்ளம் வந்தால் தண்ணீரினால் பல வியாதிகள் வரும் என்பார்களே, என்ன செய்ய?'

'வெளி நாட்டுக்காரர்கள் மாதிரி மினரல் வாட்டர் குடிக்க வேண்டியதுதான்.'

'அது பீரைக் காட்டிலும் விலை ஜாஸ்தி.'

'விலைவாசிகள் இப்படி ஏறிக் கொண்டே போகிறதே, இதை அரசாங்கம் கட்டுப்படுத்தாமல்...'

இதற்குள் அங்கு ஒரு சலசலப்பு ஏற்பட்டது. போலீஸ்காரர்கள் திடீரென்று இயங்கத் தொடங்கினார்கள்.

சுனில், கிழவியை ஓரமாக அழைத்துச் சென்று போலீஸ்காரர் களின் இந்தத் திடீர் சுறுசுறுப்புக்கு என்ன காரணம் என்று யோசித்துக்கொண்டு நின்றான்.

காரணம் புரிந்தது.

அமைச்சர் ஒருவர் திறந்த ஜீப்பில் வந்துகொண்டிருந்தார்.

சுனில் நின்றுகொண்டிருந்த இடத்தினருகே ஜீப் வந்து நின்றது. அமைச்சரும் அதிகாரிகளும் கீழே இறங்கினார்கள்.

அமைச்சரின் முகம் கவலையில் ஆழ்ந்திருந்தது. அவர் பார்வை கிழவியிடம் லயித்தது. அவர் கிழவியை நோக்கிச் சென்றார்.

'மாதாஜி! நீங்கள் இப்படிக் கஷ்டப்படுவதைப் பார்க்கும் போது...'

கிழவி அவ்வமைச்சரை ஒன்றும் புரியாமல் விழித்துப் பார்த்தாள்.

அமைச்சர் அக்கிழவியின் கைகளைப் பற்றிக் கொண்டார்.

'கிளிக்' கேமராக்கள் இயங்கின.

'இக்கிழவிக்கு ஒரே ஆதரவாக இருந்த அவளுடைய பேரனைக் காணவில்லையாம்.' என்றான் சுனில் அமைச்சரிடம்.

அவன் சொன்னது அமைச்சரின் காதில் விழுந்ததாகத் தெரிய வில்லை. அவர் புகைப்படங்கள் எடுக்கப்பட்டு விட்டன என்று உறுதி செய்துகொண்ட பிறகு மேலே நடந்து சென்றார்.

'யார் இவர்?' என்று கேட்டாள் கிழவி.

'மேலே வாருங்கள். போகலாம்.' என்றான் சுனில்.

'எங்கே? என் பேரனைத் தேடித் தருவதாகச் சொல்லிவிட்டு என்னை எங்கே அழைத்துச் செல்கிறாய்?'

'நீங்கள் அகதி முகாமில் இருங்கள். நான் உங்கள் பேரனை எப்படியாவது...'

'நான் எங்கும் போவதாக இல்லை. எனக்கு என் பேரன் வேண்டும்.'

கிழவி அந்த இடத்திலேயே ஆணி அடித்தாற்போல் நின்றுவிட் டாள்.

அப்பொழுது சில போலீஸ்காரர்கள் வேகமாகக் கிழவிக்குப் பக்கமாக ஓடினார்கள்.

என்ன ஆகிவிட்டது?

சுனில் அவர்கள் ஓடின திசைப் பக்கமாக உற்றுப் பார்த்தான்.

இதற்குள் அவன் அருகில் வந்து கொண்டிருந்த அகதிகள் பலர் போலீஸ்காரர்கள் ஓடிச் சென்ற திசையில் தலைதெறிக்க விரைந்து போகத் தொடங்கினார்கள்.

அங்கு என்ன ஆரவாரம்? அமைச்சருக்கு ஏதாவது ஆபத்தா? மக்கள் உணர்ச்சிவசப்பட்ட நிலையில் ஏதாவது செய்து விட்டார் களா?

'மாதாஜி! இங்கேயே இருங்கள். இதோ ஒரு நிமிஷத்தில் வந்துவிட்டேன்.'

சுனில் குழப்பம் ஏற்பட்ட இடம் நோக்கிச் சென்றான்.

விஷயம் புரிந்தது.

எதிர்க் கட்சிக்காரர்கள் சார்பில் அகதிகளுக்குத் துணிமணி வழங்க, ஒரு வேன் அங்கு வந்திருக்கிறது. அக்கட்சியின் கொடி வேனில் பறந்து கொண்டிருந்தது. எதிர்க் கட்சித் தலைவரின் புகைப்படம் வேறு.

அகதிகள் துணிமணியை நான், நீ என்று போட்டி போட்டுக் கொண்டு வாங்கத் தொடங்கியிருக்கின்றனர். அவர்கள் அவ்வாறு பெற்றுக் கொள்வதற்கு முன்னால், ஒரு நிபந்தனை. எதிர்க் கட்சித் தலைவருக்கு 'ஜே!' போட வேண்டும். அந்தப் பக்கமாக அமைச்சர் வந்து கொண்டிருப்பதைப் பார்த்ததும், போலீஸ்காரர்கள் வேனைத் திருப்பி அனுப்ப முற்பட்டிருக் கிறார்கள். பூசலுக்கு இதுதான் காரணம்.

இதற்குள் அமைச்சர் அந்த இடத்துக்கே வந்துவிட்டார். போலீஸ் அதிகாரிகள் அவர் காதில் ஏதோ கிசுகிசுத்தார்கள்.

சுனில் தன்னை ஒரு ஹீரோவாக எப்பொழுதும் நினைத்துக் கொண்டதில்லை. ஆனால் இச்சூழ்நிலையில் அமைச்சரை நெருங்கி மனம் திறந்து பேசுவது நியாயம்தான் என்று அவனுக்குப்பட்டது.

'துணி மணிகள் கொடுக்கின்றவர்கள் எதிர்க்கட்சிக்காரர்களாக இருக்கலாம். கொடுப்பதில் அரசியலிருந்தாலும், பெற்றுக் கொள் கின்றவர்களைப் பொறுத்தவரையில் என்ன அரசியல் இருக்கிறது? போலீஸ் எதற்காக இதைத் தடை செய்ய வேண்டும்?'

அமைச்சர் அவனை சிறிது நேரம் உற்றுப் பார்த்தார். முகத்தில் புன்னகையின் கீற்று படிந்தது. 'வேனில் கட்சிக் கொடி பறக்கின்றதே, இது அவசியம்தானா? கட்சித் தலைவரின் புகைப்படம் மாட்டியிருக்கிறதே, இது அவசியம்தானா?'

'நான்தான் சொன்னேனே, கொடுப்பதில் அரசியல் இருக்கலாம். ஆனால்...'

'கொடுப்பதைப் புனரமைப்பு நிர்வாகிகளிடம் கொடுக்கட்டுமே! எதற்காக இங்கு வந்து கூட்டத்தில் சலசலப்பை உண்டாக்கிக் கொண்டு கொடுக்க வேண்டும்?'

'புனரமைப்பு அதிகாரிகளிடம் கொடுத்தால், இன்னார் கொடுத் தார்கள் என்று இவர்களுக்கு எப்படித் தெரியப் போகிறது?' என்றான் வேனில் வந்து துணிகளை வழங்கிய வள்ளல்.

'இன்னார் கொடுத்தார்கள் என்பது முக்கியமா அல்லது இவர்கள் உதவி பெற வேண்டியது முக்கியமா?' என்று கேட்டான் அமைச்சருடன் வந்த ஒருவன்.

'நீங்கள் அந்தக் கிழவியைப் பரிவுடன் கையைப் பிடித்துக் கொண்டு விசாரிக்கும்போது புகைப்படம் எடுத்தார்களே, அது முக்கியமா?' என்று கோபத்துடன் வினவினான் வேனில் வந்த இன்னொருவன்.

போலீஸ்காரர் ஒருவர் அவனை நெருங்கினார். அமைச்சர் கையமர்த்திப் போலீஸ்காரரை மேலே செல்ல விடாமல் தடுத்தார்.

'அவர்களுக்குப் பேச்சுரிமை இருக்கிறது. அதை நாம் தடுக்க வேண்டாம். அவர்களுடைய தலைவருக்கு 'ஜே!' போட்டால் தான் இந்த அகதிகளுக்குத் துணிகள் வழங்கவேண்டும் என்பது அவர்களுக்கிடப்பட்ட உத்தரவாயிருந்தால், இந்த ஏழை மக்கள் யார் அவர்களுக்கு அனுகூலமாக இருக்கிறார்கள், யார் இல்லை என்று தாங்களாகவே தெரிந்து கொள்ளட்டும்!' என்றார்.

'ஜே! போட்டுத்தான் உரிமைகளை இம்மக்கள் பெற வேண்டு மென்றால் நாமடைந்த சுதந்தரத்தைப் பற்றி நாமே பெருமைப் பட வேண்டியதுதான்' என்றான் சுனில்.

'நீங்கள் யார் பக்கம் பேசுகின்றீர்கள்?' என்றான் வேனில் வந்தவன்.

'நான் உங்கள் இருவருடைய பக்கமும் நிச்சயமாக இல்லை. அதோ, இங்கிருந்து ஒரு ஃபர்லாங் தூரத்தில் சத்தியத்தைப் புதைத்திருக்கிறீர்களே, அச்சத்தியத்தின் பலஹீனமான குரல்தான் என்மூலம் ஒலிக்கிறது. அரசியல் விளம்பரத்தின் பயங்கரக் கூச்சலில் இக்குரல் உங்களுக்குக் கேட்காமலேயே போகலாம்' என்று கூறினான் சுனில்.

அப்பொழுது ஓர் அதிகாரி வேகமாக வந்து அமைச்சர் காதில் ஏதோ சொன்னார். அமைச்சர் விரைவாக ஜீப்பை நோக்கி நடந்தார்.

ஒலிபெருக்கி மூலம் ஒரு குரல் அச்சமயம் கேட்டது. 'இன்னொரு மதகு உடைந்துவிட்டது. வெள்ளம் பெருக்கெடுத்து இத்திசை

நோக்கிப் பாய்ந்து வருகின்றது. இந்த இடத்தை உடனே காலி செய்யுங்கள்!'

மக்கள் தலைதெறிக்க ஓடத் தொடங்கினார்கள். வேனில் வந்தவர்கள் வேனை நோக்கிப் பாய்ந்தார்கள்.

ஒருவரையொருவர் தள்ளிக் கொண்டு ஓடுவதைப் பார்த்ததும் சுனிலுக்குக் கிழவியின் நினைவு வந்தது. அவனும் ஓடினான்.

ஆனால் அவன் அந்த இடத்தை அடைவதற்குள் அவன் பயந்தது நடந்துவிட்டது.

கிழவி கீழே விழுந்து கிடந்தாள்.

சுனில் அவளையே பார்த்துக் கொண்டு சிறிது நேரம் நின்றான்.

வேடிக்கை பார்க்க வந்தவர்கள், ஸ்கூட்டர்களிலும், கார்களிலும் விரைந்தார்கள். கீழே எங்கு பார்த்தாலும் ஐஸ்கிரீம் கோப்பைகள், காலியான பாப்கார்ன் பொட்டலங்கள், பீர் பாட்டில்கள்...

சுனில் திரும்பிப் பார்த்தான். தூரத்தில் வெள்ளம் பெருக்கெடுத்து வருவது தெரிந்தது.

தண்ணீர்ப் பிரவாகம் ராஜ்காட்டைப் பிரதட்சணம் செய்து கொண்டு வருவது அவனுக்கு ஆச்சர்யமாக இல்லை!

22. ஒரு புதிய சமுதாயம் உருவாகிறது

'என்னங்க இப்படித் தெனம், ஓச்ச ஒழிவில்லாம?' என்றாள் கீதா. ட்ரெஸ்ஸிங் டேபிள் முன்னால் உட்கார்ந்திருந்த அவள், இமையோரத்தில் ஒட்டியிருந்த பவுடர் துகளை லேசாக ஒற்றி எடுத்துக் கொண்டிருந்தாள்.

'பப்ளிக் லைஃப்னு புகுந்துட்டா, ஓச்ச ஒழிவெல்லாம் பார்த்து முடியுமா? காந்தியும் நேருவும் இப்படிப் பார்த்திருந்தாங்கன்னா நமக்குச் சுதந்தரம் கெடச்சிருக்குமா? அரசியல் சுதந்தரம் கிடைச்சாச்சு. பொருளாதார சுதந்தரம் கிடைக்கலியே! அதோ பாரு, ஒரு பிச்சைக்காரனை. பாவம்! அவனுக்குக் கையுமில்லே, காலுமில்லே. அவனை இன்னொருத்தன், குருடன் போலிருக்கு, தள்ளு வண்டியிலே தள்ளிக்கிட்டு வர்றான். நமக்குச் சுதந்தரம் கிடைச்சா என்ன, கிடைக்காட்டி என்ன?' என்று சொல்லிக் கொண்டே சட்டையில் தங்க கஃப்லிங்ஸை லாகவமாகப் போட்டுக் கொண்டான் அண்ணாமலை.

'இன்னிக்கு ஒரு லேட் ஷோ சினிமா போகலாம்னு பார்த்தேன்' சரும நிறத்திலிருந்த லிப்-ஸ்டிக்கை அவள் இதழ்களில் பூசிக் கொண்டாள்.

'அது எப்படியம்மா முடியும்? நாளைக்குக் காலையிலே பொதுக்குழுக் கூட்டம். இன்னிக்கி ராத்திரி அதைப்பேசிட்டு அப்புறம் விடியவிடிய உட்கார்ந்துண்டு நான் பொருளாதார நிலைமையை விளக்கி ஒரு தீர்மானம் வேற எழுதியாகணும். கட்சியிலிருக்கிறவங்க எல்லோரும், ஒரு பத்தாம் பசலி ஆளுக. இவங்களையும் சமாளிச்சுட்டு, நாட்டிலே ஒரு பொருளாதாரப்

புரட்சி ஏற்படுத்தணும்னா, அது எப்படித்தான் முடியப் போவுதோ?' அண்ணாமலை இவ்வாறு சொல்லிக் கொண்டே, நிலைக்கண்ணாடியின் முன்பு நின்றான். அவன் முகத்தில் திருப்தி தெரிந்தது.

கீதா அவனருகில் வந்து அவனை நிமிர்ந்து பார்த்தாள். அவன் அத்தனை உயரம். 'உலகத்தைப் பந்தாகச் சுருட்டிச் சட்டைப் பையில் என்னால் வைத்துக் கொள்ள முடியும்' என்ற திறமை தோன்ற வெளிப்படும் புன்னகை.

'போகலாமா?' அவன் கீதாவின் கன்னத்தில் ஆள்காட்டி விரலால் தட்டினான்.

'எங்கே போகலாமா? அவுங்க வருவாங்கன்னு சொன்னீங்களே?'

'ஓ! ஐஆம் ஸாரி. உன்னைப் பார்த்தாலே, 'போகலாமா?'ன்னு கேக்கத் தோணுது.'

'ஆமாம். எல்லாம் பேச்சுக்குத்தான். நாம தனியா போய்கிட்டு வந்துகிட்டிருக்கோம், பாருங்க. எப்போ பார்த்தாலும் கூட நாலு ஆளுக, அரசியல் கூட்டம், எனக்கு அலுத்துப் போச்சு.'

'டோண்ட் ஓர்ரி, மைடியர். அடுத்த வீக் என்ட் ஈஸ் எக்ஸ்க்லூஸிவ்லி ஃபார் யு. போறுமா?' அவன் அவளை இடுப்பில் கை வைத்து அணைத்தவாறு சமாதானப்படுத்தினான்.

'இந்த சென்ட் ஏது, நல்லா இருக்குதே?' என்று கேட்டுக் கொண்டே அவன் அவளுடைய காதுகளை மோந்தான்.

'போன வாரம் வாங்கினேன். நாற்பத்தஞ்சு ரூபா. பரவாயில்லையா?'

'நீ வாங்கிறது எது பழுது போறது? யுவர் சாய்ஸ் ஈஸ் ஆல்வேஸ் ரைட்' என்று சொல்லிவிட்டு அவன் புன்னகை செய்தான்.

'ஐ ஆம் நாட் வெரி ஷ்யோர்' என்றாள் கீதா.

இருவரும் சிரித்தார்கள். அவன் ஜன்னல் வழியே எட்டிப் பார்த்தான்.

'அவங்க இன்னும் ஏன் வரல்லே?' அவன் மணியைப் பார்த்தான். ஏழரை, ஏழு மணிக்கு வருவதாகச் சொன்னார்கள். காலத்தின்

அருமை தெரியாத முட்டாள்கள். மக்களுக்கு வழிகாட்ட வேண்டிய இவர்களே இப்படி இருந்தால், நாட்டின் பொருளா தாரச் சரித்திரம் காலண்டர் கணக்கில் பின்னோக்கி எப்படி இருக்கும்?

நாளைப் பொதுக் குழு கூட்டத்தில் அவன் கொண்டு வரப்போகிற பொருளாதாரத் தீர்மானம் பற்றித்தான் அவர்கள் அமைதியாக ஓரிடத்தில் உட்கார்ந்து கொண்டு விவாதிக்கப் போகிறார்கள். அவனுடைய தீர்மானம் கூட்டத்தில் ஒரு சலசலப்பை ஏற்படுத்தப் போகிறது. ஒரு பணக்காரனுக்கும் ஒரு ஏழைக்கும் இருக்கிற பொருளாதார இடைவெளி பாரதத்தில் இருப்பது போல் வேறு எந்த நாட்டிலும் கிடையாது. என்ன அவலக்கேடு? - மாற்றத்தை விரும்பாத பழம் பெருச்சாளிகள் தன்னைக் கண்டு சீறலாம். இதைப் பற்றியெல்லாம் தான் கவலைப்படக்கூடாது.

முதலில் அவன் கீதாவை அழைத்துக் கொண்டு போவதாக இல்லை. அவளுக்கு அவர்கள் அரசியல் பேசவது போர் அடிக்க லாம். ஆனால் ஒரு ஹோட்டலுக்குச் சென்று பேசுவது என்று அவர்கள் தீர்மானித்ததும், ரமேஷ் தன்னுடைய சிநேகிதியை அழைத்து வரப்போவதாகச் சொன்னான்: இதைக் கேட்டதும் சிவராமன் சும்மா இருப்பானா? அவனுக்கா சிநேகிதிகளுக்குக் குறைச்சல்? தானும் ஒருத்தியுடன் வரப்போவதாகச் சொன்னான். இப்படி இவர்கள் சிநேகிதிகளுடன் வந்திருந்தார்கள். தான் மட்டும் தனியாகச் சென்றோமென்று கீதாவுக்கு தெரிந்துவிட் டால் நாட்டின் பொருளாதார நிலைமையைச் சமாளிப்பதைக் காட்டிலும் அவளைச் சமாளிப்பது கஷ்டமென்று உணர்ந்த அவன் தானாக வலிந்து அவளை ஹோட்டலுக்குக் கூப்பிட்டு விட்டான். அவன் எதிர்பார்த்தபடியே 'யார் வரப்போகிறார்கள்?' என்று அவள் கேட்டாள். அவன் சொன்னான்:

இது அவள் வருகையைத் தீர்மானித்தது.

கீதா நல்ல அழகுதான், சந்தேகமில்லை. அவன் உயரத்தோடு ஒப்பிட்டுப் பார்க்கும்போது அவள் அவனை நிமிர்ந்து பார்க்க வேண்டுமே தவிர பெண்களுக்கு அவள் நல்ல உயரம்தான். 'கணவனும் மனைவியும் ஒருவருக்கொருவர் உடைமைப் பொருள்கள்' என்று ஒரு ஃப்யூடல் மனப்பான்மையைத் தவிர அவளிடம் வேறு குறை கிடையாது. குடும்பத்தில் ஏற்படுகின்ற சிறு சிறு பூசல்களுக்கும் இதுதான் காரணம். அவன் தன்னுடைய பரிபூரண சுதந்தரத்தை இழக்க விரும்பவில்லை. இழக்க

வேண்டியதற்குக் காரணம் ஸ்தாபன அமைப்பாயிருந்தால் என்ன, மனைவியாயிருந்தால் என்ன? ஒரு வேளை மனைவியும் இந்த ஸ்தாபன அமைப்பைச் சேர்ந்தவள்தானோ? - ஆனால் ஒருவனால் திருமணமே செய்து கொள்ளாமலிருக்க முடியுமோ?

கீதா கைக்கடிகாரத்தில் மணியைப் பார்த்தாள். ஏழே முக்கால்.

'வாங்க! நாம ஏதாவது ஹோட்டலுக்குப் போய் சாப்பிட்டுட்டு சினிமாவுக்குப் போகலாம். அவங்க வந்தா வரட்டும், வராட்டிப் போகட்டும்!' என்றாள் கீதா.

'வரேன்னு கண்டிப்பா சொல்லியிருக்காங்க. எப்படி வராம போவாங்க?' என்று சொல்லிக் கொண்டே மறுபடியும் ஜன்னல் வழியே எட்டிப் பார்த்தான் அண்ணாமலை.

அப்பொழுது போர்ட்டிகோவில் ஒரு கார் நிற்கும் சப்தம் கேட்டது. 'வந்துட்டாங்க, வா வா போகலாம். நாயர் கிச்சன்லே இருக்கானா, கூப்பிடு அவனை.'

நாயர் துண்டினால் முகத்தைத் துடைத்துக் கொண்டே வந்தான். 'நாயர் நாங்க வர லேட்டாகலாம். ஊரெல்லாம் கொலையும் கொள்ளையுமா இருக்குது. நல்லா கதவைத் தாப்பாள் போட்டுகிட்டு கவனமா இரு, என்ன! யு பெட்டர் டேக் தி கீஸ் வித் யு கீதா!' என்றான் அண்ணாமலை.

வாசலில் ஹாரன் சப்தம் கேட்டது. 'சரி வா போகலாம்.'

'இப்பத்தான் மணி ஏழா உங்களுக்கு? காலத்தோட அருமை தெரியாமத்தான் இந்த நாடு குட்டிச்சுவரா போய்கிட்டிருக்கு.'

'ஐ ஆம் ஸாரி. என்னால்தான் லேட். நான் டென்னிஸ் விளையாடப் போயிட்டு கால் மணி நேரம் முன்னாலேதான் வந்தேன்' என்றாள் ரமேஷின் சிநேகிதி லதா.

'நேத்தே ஃபோன்லே சொல்லியிருக்கேன், இன்னிச் சாயந்திரம் ரெடியா இருன்னு. கூலா மறந்து போயிட்டேங்கிறா. என்ன செய்யறது, இந்த மாதிரிப் பொம்பிளைகளோட?' என்றான் ரமேஷ்.

'நான் என் காரை எடுக்கட்டுமா?' என்றான் அண்ணாமலை.

'அதான் நல்லது. ஆறு பேர் முண்டியடிச்சுகிட்டு எதுக்காகப் போகணும்!' என்றாள் கீதா. லதா டென்னிஸ் விளையாடப்

போன பெருமையைச் சொன்னது அவளுக்குப் பிடிக்கவில்லை என்று தெரிந்தது.

'நோ, நோ, வி கான் மேனேஜ். இப்படிக் கூட நாம அட்ஜெஸ்ட் பண்ணிகிட்டு உட்காரலேன்னா, இந்த நாட்டிலே எப்படி சோஷலிஸம் வரும்?' என்றான் சிவராமன். இதற்கு அவன் சிநேகிதி புஷ்பா பலமாகச் சிரித்தாள்.

தன்னால் அந்தக் காரில் உட்கார முடியாது என்பதைக் கண் ஜாடை மூலமாகவே அண்ணாமலைக்கு உறுதியாகச் சொன்னாள் கீதா. அண்ணாமலை தயங்கி நின்றான்.

'கம் ஆன்! உட்காரு. என்ன யோசிச்சுட்டு நிக்கறே?' என்று கேட்டான் ரமேஷ்.

'ஒண்ணுக்கு ரெண்டா இருக்கிறது நல்லதுதானே, வழியிலே ஒண்ணு மக்கர் பண்ணினாலும்...' என்று சொல்லிக் கொண்டே தன்னுடைய காரை நோக்கி நடந்தான் அண்ணாமலை.

காரில் உட்கார்ந்து எஞ்ஜினை ஸ்டார்ட் செய்ததும் அண்ணாமலை கீதாவிடம் சீறி விழுந்தான், 'உனக்கு என்ன அவ்வளவு பிடிவாதம்?'

'அந்த ரெண்டு பெண்களும் டெர்ரிபில் போர். ஒண்ணுக்கு டென்னிஸைத் தவிர வேறொண்ணும் தெரியாது. இன்னொண்ணு, கதை எழுதுதாம். அதை வச்சிக்கிட்டு ஆளைக் கொன்னுடும். அந்த ரெண்டு ஸ்டுபிட் ஃபெல்லோஸ் சும்மா எப்படித்தான் இதுகளைக் கூட்டிட்டு அலையறாங்களோ, தெரியலே.'

'அவங்க ரெண்டு பேரையும் பிடிக்காட்டி நீ ஏன் ஹோட்டலுக்கு வர ஒப்புத்துக்கிட்டே?'

'நல்லாயிருக்குதே நியாயம்! கட்டிக்கிட்டவரோட நான் வர்றது தப்பாம். கல்யாணமாகாத பெண்கள் கூட வரலாமாம். அவங்க வர்றதுக்காக நான் விட்டுக்கொடுக்கணுமா? ஏன், நான் தொந்தரவா இருக்கேனா?'

'டோன்ட் பி ஸில்லி. எல்லாரும் ஒண்ணா அந்தக் காரிலே போயிருக்கலாமில்லே?'

'ஒத்தரோடு ஒத்தர் இடிச்சுகிட்டு. ஆமாம் நல்லா இருந்திருக்கும். கெடுத்துட்டேன் இல்லே?'

அவன் இதற்கு மேல் வழக்காட விரும்பவில்லை. கீதா எப்பொழுதுமே இப்படித்தான். செல்வம், கல்வி, அழகு எல்லாம் இருக்கும் போது இவளுக்கு ஏன் இந்தத் தாழ்வு மனப்பான்மை? திருமணமாகிவிட்டாலே வந்துவிடும் போலிருக்கிறது. ஆண்கள் ஒரு முரட்டுப் பாசக் கயிற்றினால் பிணைத்துக் கொண்டிருப்பது போல் ஒரு பிரமை. ஆண் தன்னை விட்டு நிச்சயம் நீங்கிவிடுவானென்ற அவநம்பிக்கை! இதைப் பார்க்கும்போது நீங்க வேண்டுமென்ற சபலம் உண்டாவதில் ஆச்சரியமில்லை.

'அந்த டென்னிஸ் பொண்ணுக்கும், கதாசிரியைக்கும் அரசியலைப் பத்தி என்ன தெரியும்? அவங்களைக் கூட்டிக்கிட்டு ஏன் வராங்க?'

'நீ வரல்லியா?'

'நான் வர்றதும், அவங்க வர்றதும் ஒண்ணா?'

'எனக்கு நீ வர்றது முக்கியம். அவங்களுக்கு அந்தப் பொண்ணுங்க வற்றது முக்கியம்.'

'நாளைக்கு என்னமோ கடுமையா ஓர் தீர்மானம் கொண்டு வரப்போறதாகவும், அதைப்பத்தி இவங்ககிட்டே பேசப் போறதாகவும் சொன்னீங்க?'

'சாப்பிட்டுகிட்டே பேசலாம்னுதான் ஹோட்டலுக்குப் போறோம். எக்ஸ்பென்ஸிவா இருந்தாலும், அதுக்குத் தகுந்த மாதிரி நல்ல ஹோட்டல். நீங்க மூணு பேரும் பொம்பளைங்க பேசிகிட்டிருங்க. இல்லாட்டி, சண்டை போட்டுகிட்டிருங்க. நாங்க எங்க காரியத்தைப் பார்க்கறோம்.'

ஹோட்டல் ஒரு ஆறு மாடிக் கட்டடம். புதிதாகத் தோன்றிய மெருகு கலையாமல் கம்பீரமாக நின்றது. அவர்கள் சென்றடைவதற்கு முன்பே ரமேஷ் மற்றவர்களுடன் காத்துக் கொண்டிருந்தான்.

'ஹாய்... கம்(ஹி)யர்.'

'இந்த ஹோட்டல் எனக்குப் பிடிக்கவே பிடிக்காது. வெரி லௌஸி' என்றாள் லதா.

'ஸில்லி! ஃபுட் இங்கேதான் பிரமாதம்' என்றான் ரமேஷ்.

‘யு ஆர் ரைட். பீஃப் இங்கேதான் நல்லா இருக்கும்’ என்றான் சிவராமன்.

‘எனக்கு இன்னிக்கு வெஜ்தான்’ என்றாள் கீதா.

‘ஏன்?’

‘செவ்வாய்க்கிழமை. விரதம்.’

‘என்னப்பா ப்ரொக்ரிஸிவ்னு, சொல்லிக்கறே. சோஷலிஸம் பேசறே. இவங்க இவ்வளவு ரியாக்‌ஷினரியா இருக்காங்களே?’ என்றான் ரமேஷ்.

‘விரதம் காக்கறதுக்கும் சோஷலிஸத்துக்கும் என்ன சம்பந்தம்?’ என்று கேட்டாள் கீதா.

‘ஒரு உண்மையான சோஷலிஸ்டுக்கு இந்த மாதிரிக் குருட்டு நம்பிக்கையெல்லாம் இருக்காது.’

‘நான் ஒரு சோஷலிஸ்ட்னு என்னைச் சொல்லிக்கலியே.’

லாபியைத் தாண்டி எல்லோரும் லிஃப்ட் அருகே போய் நின்றார்கள். இப்பொழுது லிஃப்டிலிருந்து ஒரு கதர்க் குல்லாய்க்காரர் வெளியே வந்தார். உத்திரபிரதேசத்துக்காரர். ஒரு முக்கிய கட்சிப்பிரமுகர். இளந்துருக்கியர். அண்ணாமலை அவரை அப்பொழுது அச்சமயம் அங்கு எதிர்பார்க்கவில்லை.

‘ஹலோ! எங்கே இந்தப் பக்கம் வந்தீர்கள்?’ என்றான் அண்ணா மலை.

‘வியாபார விஷயமாய். நாளைக்கு உங்கள் பொதுக்குழுக் கூட்டமாமே கேள்விப்பட்டேன்.’

‘நீங்கள் எங்கே தங்கியிருக்கிறீர்கள்?’

‘இதே ஹோட்டலில்தான். வந்து இரண்டு நாளாகிறது. நாளைக் காலை டில்லி போகிறேன்.’

அண்ணாமலை மற்றவர்களை அறிமுகம் செய்துவைத்தான்.

‘இங்கு கட்சியில் இத்தனை இளைஞர்களைப் பார்க்கும்போது சந்தோஷமாக இருக்கிறது.’

'நாளைக் கூட்டத்துக்குச் சிறப்பு விருந்தினராக வாருங்களேன். நான் ஏற்பாடு செய்கிறேன். யார் யார் பிற்போக்காளர்கள் என்று இனங் கண்டுகொள்ள முடியும்.'

'ஏன், நாளைக்கு என்ன - இப்போதே எங்களுடன் விருந்தில் கலந்து கொள்ளலாமே?' என்றான் ரமேஷ்.

'இப்போவா? மன்னிக்கவும். சில தொழில்துறை நண்பர்கள் சேர்ந்து எனக்கு ஒரு விருந்து தருகிறார்கள். அதற்குத்தான் போய்க் கொண்டிருக்கிறேன். மிஸ்டர் அண்ணாமலை! உங்களைப் போன்ற இளைஞர்கள் கையில் தான் இந்நாட்டின் எதிர்காலமிருக்கிறது. சோஷலிஸக் கொள்கைகளை நாம் தீவிரமாகச் செயலாற்ற முனையாவிட்டால் காலம் நம்மை மன்னிக்காது. இரண்டு நாள்களாகக் காரில் போகும்போது பார்க்கிறேன், சென்னையில் இத்தனைப் பிச்சைக்காரர்களா? சுதந்தரம் அடைந்துவிட்டோமென்று யாரை ஏமாற்றிக் கொண்டிருக்கிறோம்?'

சிவராமன் அவரிடம் ஒரு சிகரெட் பாக்கெட்டை நீட்டினான்.

'தாங்க்யூ. நாம் ஏதாவது செய்தாகவேண்டும். உடனடியாக செய்தாக வேண்டும்.' அவர் மணியைப் பார்த்தார். 'அச்சா! அவர்கள் காத்துக் கொண்டிருப்பார்கள். வரட்டுமா?'

அவர் போனதும் லிஃப்ட்டில் ஏறி அவர்கள் இரண்டாவது மாடிக்குச் சென்றார்கள். ரத்தச் சிவப்பில் கீழே விரிக்கப் பட்டிருந்த ரத்தினக் கம்பளம் அடங்கி ஒளிர்ந்த அவ்வெளிச்சத் திலும் பளிச்சென்று தெரிந்தது. பக்கவாட்டுச் சுவர்கள் கண்ணாடிகளால் இழைக்கப்பட்டு கண்கவர் ஓவியங்களுடன் விளங்கின. உமார்கய்யாம் பாடல்களிலிருந்து சில காட்சிகள். கூரையிலிருந்து தொங்கிய பல வண்ண விளக்குகள், மனத்தில் ஒரு சைக்கடலிக் எதிர்மாற்றத்தைத் தோற்றுவித்தன. சூழ்நிலை யிலிருந்து பிரிக்க முடியாதபடி மெல்லிய இசை, காற்றுடன் கலந்து நெஞ்சை நிறைத்தது. அழகிய பெண்கள், ஆடவர்கள்.

அண்ணாமலை ரெஸ்டாரண்டுக்குள் நுழைந்ததும் அங்கு கவிதையாய்ப் பரவியிருந்த இருட்டு எனும் இசைக்குச் சுருதி சேர்ப்பதுபோல் ப்ளோர் மியுஸிக் ஒலித்துக் கொண்டிருப்பதைக் கேட்டு எல்லையிலா ஆனந்தத்தால் கண்களை மூடிக் கொண்டான்.

‘இது எப்படி இருக்கிறது?’ என்று அவன் புஷ்பாவைக் கேட்டான்.

‘ப்யூட்டிஃபுல். இச் சூழ்நிலையை அனுபவிக்க வேண்டும். சொற்களை விரயம் செய்து இதை விளக்கக்கூடாது’ என்றாள் புஷ்பா.

‘நீ எழுதப் போகும் அந்தக் கதையில் இதைப் பற்றி எழுதிவிடு!’ என்றான் சிவராமன்.

‘அடுத்த கதை என்னவென்று சொல்லாமலிருந்தால் சரி’ என்றாள் கீதா.

புஷ்பாவுக்கு இது பிடிக்காவிட்டாலும் மற்றவர்களுடன் சிரிப்பில் கலந்து கொண்டாள்.

‘என்ன வேணும் உங்களுக்கு? விஸ்கி?’

‘எனக்கு ஜூஸ் போதும்’ என்றாள் கீதா.

‘விரதமில்லையா?’ புஷ்பா, கீதா அப்பொழுது செய்த கிண்டலுக்கு பதில் சொல்லிவிட்டாள்.

‘விரதத்துக்காக இல்லை. நான் குடிப்பது கிடையாது.’

‘இதில் என்ன புனிதத்தன்மை இருக்கிறது என்று எனக்குப் புரியவில்லை’ என்றாள் லதா.

‘ஓ.கே. வில் யு ஸ்டாப் ஆர்குயிங்? உனக்கென்ன வேண்டும், லதா? கம் ஆன் புஷ்பா, சொல்லு.’

‘ஜின்’ என்றார்கள் இருவரும் ஒரே சமயத்தில்.

‘உனக்கென்ன வேணும் ரமேஷ். ஃபார் யு, சிவராமன்?’

‘ஸ்காட்ச்’ என்றார்கள் இருவரும் ஒரே சமயத்தில்.

மேஜையில் மெழுகுவர்த்தி எரிந்து கொண்டிருந்தது. ‘விளக்கு வசதியில்லாம எத்தனை வீட்டிலே மெழுகுவர்த்தியை ஏத்தி வச்சிகிட்டு சாப்பிடறாங்க தெரியுமா?’ என்று கேட்டான் சிவராமன்.

‘ஆனா நாம இதுக்குப் பத்து மடங்கு கூட காசு கொடுத்து இங்கே வந்து சாப்பிடறோம். வி ஆர் ஆல் கிரேஸி’ என்றான் ரமேஷ்.

'இது அரசாங்க ஹோட்டல், நல்ல வேளை நம்ம காசு தனிப்பட்ட முதலாளிகளுக்குப் போகலே!' என்றான் அண்ணாமலை.

'அதாவது நாம கொடுக்கிற காசு இந்த நாட்டு ஏழை மக்களுக்காகப் போறது' என்றான் சிவராமன்.

உள்ளே கூட்டம் பொங்கி வழிந்தது.

'மாசக்கடைசியிலே எவ்வளவு கூட்டம்!' என்றாள் கீதா.

'எல்லாம் கறுப்புப்பணம்' என்றான் ரமேஷ்.

'கறுப்புப்பணமோ, வெள்ளைப்பணமோ, அரசாங்க ஹோட்டல் கள்ல, பணமுள்ளவங்க எத்தனைக்கெத்தனை செலவழிக்கின் றார்களோ, அத்தனையும் ஏழைகளுக்குச் சோறு போடற மாதிரி' என்றான் அண்ணாமலை.

'நாம சாப்பிடற பீஃப், குடிக்கிற விஸ்கி எல்லாம் அவங்களுக்காக, அப்படித்தானே?' கூறிவிட்டுச் சிரித்தான் சிவராமன்.

பணியாள் ஜின், விஸ்கி, சோடா, டம்ளர்கள் ஆகிய எல்லாவற்றையும் கொண்டு வைத்து விட்டு, 'டெல் மி வென் சார்' என்று சொல்லியவாறு சோடாவை ஊற்றத் தொடங்கினான்.

'சோஷலிஸத்தின் வெற்றிக்காக' என்று சியர்ஸ் கூறினான் அண்ணாமலை.

'கிரான் பிரிக்ஸ் டென்னிஸ் மாட்ச் டில்லியில் போய் வைத்திருக்காங்களே, மெட்ராஸ்லே வைக்கக் கூடாது?' என்று கேட்டாள் லதா.

'நீ டில்லிக்குப் போய் பார்த்திருக்கலாமே?' என்றாள் கீதா.

'எனக்கு இங்கே வேற கமிட்மெண்ட்ஸ் இருக்குது. போக முடியலே. ரொம்ப எக்ஸைடிங்கா இருக்கும். வெர்ல்ட் டாப் ஸ்டார்ஸ்... ஹூம்! அவ்வளவுதான், நாம கொடுத்து வச்சது.'

'டென்னிஸ் மாட்ச்சை ஒரு பேக்ரவுண்ட் மெட்டிரியலா வச்சுட்டு, பிரிஸ்ட்லி ஒரு நாவல் எழுதியிருக்கார். மை காட்! வாட் எ ஃபண்டாஸ்டிக் ஸ்டோரி!' என்றாள் புஷ்பா.

'அவங்க ஏதேனும் பேசிக்கிட்டிருக்கட்டும். நம்ம வேலையை நாம கவனிப்போம்' என்று சொல்லிக்கொண்டே ஒரு வெள்ளைத்

தாளையும், பேனாவையும் எடுத்துக் கொண்டான் அண்ணா மலை.

'ஸ்காட்ச்லியே, ஷீவாஸ் ரீகலுக்கு ஈடு இணை கிடையாது. என்ன சொல்றே?' என்றான் ரமேஷ்.

'இதைப் பற்றி இரண்டாவது அபிப்பிராயம் இருக்க முடியாது' என்றான் சிவராமன்.

'சின்ன வயசிலே எனக்கு அப்போ பத்து, பன்னிரெண்டு வயசிருக்கும். லார்ட்ஸ்ல கிரிக்கெட் மாட்ச் பார்த்தேன். வெஸ்ட் இன்டிஸ் விளையாடினாங்க. வாட் எ மாட்ச்!' என்றாள் லதா.

'பாரீசுக்குப் போய், செட்டில் ஆயிடணும்னு எனக்கு ஆசையா இருக்கு' என்றாள் புஷ்பா.

'லுக். நம்ம கட்சியிலிருக்கிற பிற்போக்குவாதிகளையெல்லாம் நாம அம்பலப்படுத்தணும். எவ்வளவு பேர் நம்மளோட தீர்மானத்தைக் கண்டு மிரள்றாங்கன்னு, பார்த்தா தெரியு மில்லே?' என்றான் அண்ணாமலை.

'எஸ்.யூ ஆர் ரைட். அவனைக் கூப்பிடு. ஐ வாண்ட் அனதர்.' என்றான் சிவராமன்.

'ஏய் மெதுவாச் சாப்பிடேன். என்ன அவசரம்?' என்றான் ரமேஷ்.

'நோ. இந்த நாட்டுக்கு எதிர்காலம் இருக்கா இல்லியாங்கிறது, நாம எவ்வளவு அவசரப்படறோங்கிறத்தைப் பொறுத்தது. காத்திருந்தால் காலம் நம்மை மன்னிக்காது. எஸ், அனதர் டபிள் ஆன் தி ராக்ஸ்' என்றான் சிவராமன்.

'என்ன இருந்தாலும் எனக்கு நம்ம தங்க நகையைப் பிடிக்கிறமாதிரி, வெளிநாட்டுக் காஸ்ட்யூம் ஜுவல்லரி பிடிக்கிற தில்லே' என்றாள் கீதா.

'எனக்கு நகையே பிடிக்கிறதில்லே. ஆனா வார்ட்ரோப் நிறைய தினுசுதினுசா டிரெஸ் வேணும்' என்றாள் லதா.

'டென்னிஸ் விளையாடிகிட்டே இருக்கிறவளுக்கு, டிரெஸ் இருந்து என்ன பிரயோஜனம்?' என்றாள் கீதா.

'டிரெஸ்ன்ன உடனே ஒரு ஜோக் நினைவுக்கு வருது. ஒரு ஆர்டிஸ்ட் தன் மாடலை கூப்பிட்டு, 'டிரெஸ் பண்ணிக்கோ, லெட் அஸ் ஜப்ளார்ட்'னு சொன்னானாம். அப்போ...'

'இந்த நாட்டிலே இருக்கிற அயல்நாட்டு மூலதனம் எல்லாத்தை யும் தேசியமயமாக்கணும். அப்புறம் எல்லா மேஜர் இன்ட ஸ்ட்ரீஸ், அப்புறம் ஃபிலிம் இன்டஸ்டிரி, அப்புறம், சினிமா கொட்டா, அப்புறம் நியூஸ் பேப்பர்ஸ், புஸ்தக கம்பெனி, அப்புறம்... அப்புறம்...'என்றான் அண்ணாமலை.

'இன்னொண்ணு சாப்பிடு. ஐடியாஸ் வரலாம்' என்றான் ரமேஷ்.

'ஏய். ஒய் நாட் ஐடியாஸ் தெம்ஸெல்வ்ஸ்?' என்றான் சிவராமன்.

'ஐடியாஸை நேஷனலைஸ் பண்ணி என்ன பிரயோஜனம்? ஒரு காசு தேறாது.' என்றான் ரமேஷ்.

'சோஷலிஸ்டிக் டிஸ்ட்ரிபியூஷன் ஆஃப் ஐடியாஸ் பை தி கவர்(ன்)மென்ட் ஆஃப் தி பீபிள். பை தி பீபிள் அண்ட் ஃபார் தி பீபிள். சியர்ஸ். லுக் ஹியர் மேன். ஐ வான்ட் அனெதர், டபில் ஆன்தி ராக்ஸ்' என்றான் சிவராமன்.

'இவனை அழைச்சிகிட்டே வந்திருக்கக் கூடாது. வேலையே செய்யவிடமாட்டான்' என்றான் அண்ணாமலை.

'சரி தாளைக் கொடு. நான் எழுதறேன்'என்றான் ரமேஷ்.

'எங்கே தாள், கையிலே வச்சிருந்தேனே?' எனத் தாளைத் தேடினான் அண்ணாமலை.

'பறந்து போயிருக்கும்.'

அண்ணாமலை தாளைத் தேடிக்கொண்டிருந்தான் கிடைக்க வில்லை.

23. ஆறுதல்

ராமசேஷன் இடிந்து போய் உட்கார்ந்திருந்தார். என்ன தவம் செய்து இப்படி ஒரு பிள்ளையைப் பெற்றோம்? இவனுடைய திருவிளையாடல்களுக்கு ஒரு முடிவே கிடையாதா?

எட்டாம் வகுப்பை மூன்றாம் தடவையாக முற்றுகை செய்த போது, சொல்லிக் கொள்ளாமல் பம்பாய் ஓடி விட்டான், அங்கு என்னென்ன செய்து கொண்டிருந்தானோ, தெரியாது. மூன்று மாதங்களுக்குப் பிறகு திரும்பி வந்து சேர்ந்தான். அவர் அவனை ஒன்றுமே கேட்கவில்லை. நாலைந்து மாதங்கள் வீட்டிலேயே அடைந்து கிடந்த பிறகு, வியாபாரம் செய்யப் போகிறேன் என்றான். பணம் கொடுத்தார். என்ன வியாபாரம் செய்தானோ, அதுவும் அவருக்குத் தெரியாது. கள்ளக் கடத்தலில் ஈடுபட்டிருக் கிறான் என்று போலீஸ் வந்தபோதுதான், அவனுடைய தொழில் மேதைத்தனம் அவருக்குப் புரிந்தது. மனைவியின் வற்புறுத்த லின் பேரில் பணத்தைக் கொடுத்துக் கேஸ் வராமலேயே பார்த்துக் கொண்டார். அப்பொழுது தாம் அவ்வாறு செய் திருக்கக்கூடாது என்று அவருக்கு இப்பொழுது பட்டது. அதற்குப் பிறகு, மறுபடியும் பம்பாய் போனான். சினிமாவில் சேர்ந்திருப்பதாக அவன் அம்மாவுக்குக் கடிதம் எழுதினான். திரைப்படத்தில் தன் மகன் கதாநாயகனாக வரப்போகிறான் என்று அவர் மனைவி நம்பிக் கொண்டிருந்தாள்.

கதாநாயகனாக அவன் வீட்டுக்குத் திரும்பியதுதான் மிச்சம். தினுசு தினுசான உடைகள், திரைப்படத்தில் நடிக்கவில்லையா என்று அவர் கேட்கவில்லை. கமிஷன் ஏஜண்டாக இருப்பதாக அவன் தன் அம்மாவிடம் சொல்லிக்கொண்டான். அவர் நம்பவில்லை.

ஓர் இரவு அவன் நன்றாகக் குடித்துவிட்டு வீட்டுக்கு வந்தான். வாசனை 'குப்' என்று வந்தது. அவரால் பொறுத்துக் கொள்ள முடியவில்லை.

'எதுக்காகடா, இப்படிக் குடிச்சிருக்கே?' என்று அவர் கேட்டார்.

'பிஸினஸ் விஷயமா நாலு பேரைப் பார்க்கறப்போ குடிக்காமல் இருக்க முடியுமா?'

'பிஸினஸ் விஷயமா குடிச்சியா, இல்லாட்டா குடிதான் பிஸினெஸா?'

'உங்களை நான் பணம் கேட்கலே, நான் என்ன பண்ணினால் உங்களுக்கென்ன?'

'கெட் அவுட்!'

'போக முடியாது. நீங்க என்ன வேணுமானாலும் செஞ்சுக்குங்க' என்று சொல்லிக் கொண்டு அவன் உள்ளே போய்விட்டான்.

அவருக்கு என்ன செய்வது என்றுதான் புரியவில்லை. கழுத்தைப் பிடித்து வெளியில் தள்ளலாம். விரசமாயிருக்கும். அவர் மனைவி அழுதுகொண்டே அவரைப் பார்த்தாள். அவர் வேகமாக மாடிக்குச் சென்று கதவைத் தாளிட்டுக்கொண்டார்.

அப்புறம், அவர் அவனிடம் பேசியதே கிடையாது. ஒரு மாதத் துக்குப் பிறகு புறப்பட்டுப் போனவன்தான், அவனைப்பற்றி அவருக்குத் தகவலே கிடையாது, இதுவரை.

இப்பொழுது தகவல் வந்திருக்கிறது. மூன்று வருஷங்களுக்குப் பிறகு, ஏதோ ஒரு கம்பெனியிலிருந்து அவர்களுடைய சாமான் களை விற்றுத்தருவதாகச் சொல்லிவிட்டுப் பத்தாயிரம் ரூபாய் சாமான்களை எடுத்துப் போனவன் தான். என்ன ஆனால் என்று மூன்று மாதங்களாகச் செய்தியில்லை. பம்பாயிலிருந்த இந்தக் கம்பெனிக்கு அவன் தன் வீட்டு முகவரியைத்தான் நிரந்தர விலாசமாகக் கொடுத்திருக்கிறான். அவர்கள் போலீசுக்குச் செல்வதற்கு முன்னால், ராமசேஷனை ஃபோனில் கூப்பிட்டு, விஷயத்தைச் சொன்னார்கள். போலீசுக்குச் செல்லவேண்டாம், தாம் பணத்தைக் கட்டி விடுவதாக அவர் வாக்குறுதி அளித்து விட்டார். தாம் அவ்வாறு கூறியது சரியா? குடும்பப் பெயரை அப்படியாவது காப்பாற்ற வேண்டும் என்று என்ன அவசியம்?

'என்ன இடிஞ்சு போய் உட்கார்ந்திருக்கீங்க?' என்று கேட்டுக் கொண்டே வந்தாள் அவர் மனைவி.

அவர் பதில் கூறவில்லை. இவளிடம் விஷயத்தைச் சொல்ல லாமா? அழத் தொடங்கிவிடுவாள். பணம் கொடுப்பது என்ற தம்முடைய தீர்மானத்தை அவரால் மறுபடியும் புனராலோசனை செய்யவே முடியாது. ஆனால் நாளைக்கு அலுவலகம் சென்று அவர்களோடு தொடர்பு கொண்டு 'போலீசுக்குச் சொல்லி விடுங்கள்!' என்று கூறுவதுதான் தர்மம். மனமறிந்து ஏமாற்றி யவன் ஜெயிலுக்குத்தான் போக வேண்டும். ஒரே மகன், அவன் இப்படி இருப்பதற்கு என்ன காரணம்?

அவனைத் தாம் வளர்த்ததில் என்ன தவறு நேர்ந்து விட்டது? தம்முடைய கண்டிப்பின் காரணமாக அவன் தன் எதிர்ப்பு உணர்ச்சியை இவ்வாறு காட்டுகிறான் என்று சொல்வதற்கு இட மில்லை. அவருக்கு இரைந்தே பேசத் தெரியாது. மனைவியும் அப்படித்தான். சிறு வயதிலிருந்தே அவனுக்குப் படிப்பில் அக்கறையில்லை.

'அவனைப் பற்றி ஏதாவது தெரிஞ்சுதா?' என்று கேட்டாள் அவர் மனைவி.

'எவனைப் பற்றி?'

'உங்க பிள்ளையைப் பத்தி?'

அவர் பேசாமல் இருந்தார்.

'சொல்லுங்களேன்.'

'அவனைப் பத்தி ஒண்ணுமில்லே. ஏதோ ஆபீஸ் விஷயம்...'

அவள் சோபாவில் உட்கார்ந்தாள். சில விநாடிகள் சங்கடமான மௌனம் அங்கு நிலவியது.

'மூணு வருஷமாச்சே, விசாரிக்கக் கூடாதா?'

அவர் எழுந்து மாடிக்குச் சென்றார். இன்னும் அவளோடு பேசினால், உண்மையைச் சொல்லிவிடும்படியாக இருக்கும். அவள் நம்பிக்கையை ஏன் குலைக்க வேண்டும்?

அவளால் எப்படித் தன் மகனைப் பற்றி இவ்வாறு நினைக்க முடிகிறது? பாசம் என்பது எவ்வளவு கண்மூடித்தனமாக இருக்க

வேண்டும்? தாமும் பாசத்துக்கு அடிமையாகக் கூடாது. நாளைக்கு அவர்களைப் போனில் அழைத்துச் சொல்லிவிட வேண்டும். 'அவன் என் மகன்தான். ஆரம்பத்திலிருந்தே அவன் இப்படித்தான். நீங்கள் அவனைத் தாராளமாகப் போலீசில் ஒப்படைக்கலாம்.'

அவனை இன்னும் என்னென்ன குற்றங்களுக்காக யார் யார் தேடுகின்றார்களோ? செய்தித்தாள்களில் அவனைப் பற்றி விவரங்கள் வரும். இன்னாருடைய மகன் என்ற செய்தியும் வராமலா இருக்கப் போகிறது? நம்முடைய பெயரும் இதில் இணைந்திருக்கிறது என்பதற்காக, ஒரு சமூக விரோதிக்குப் பாதுகாப்பு அளிப்பது என்ன நியாயம்? - அவன் சிறைக்குச் செல்வதுதான் சரி. தமக்கு மகனே கிடையாது. மகனே கிடையாது.

'கொஞ்சம் கீழே வரேளா?' என்று அவருடைய மனைவி கூப்பிடும் ஒலி அவர் காதுகளில் விழுந்தது. மறுபடியும் ஃபோனா? அவளுக்குத் தெரிந்து விட்டதோ? தாம் குறுக்கிடக் கூடாது. தாம் உறுதியாக இருக்கவேண்டும்.

அவர் கீழே இறங்கி வந்தார். ஹாலில் ஒரு கிழவர் உட்கார்ந்திருந் தார். நெற்றியில் பளிச்சென்று நாமம். வயது எழுபதுக்குமேல் இருக்கலாம். அவரைக் கண்டதும் கிழவர் எழுந்திருந்தார். கைகளைக் கூப்பினார். யார் இந்தக் கிழவர்?

'உட்காருங்கோ!'

கிழவர் புன்சிரிப்புடன் உட்கார்ந்தார். இந்த உச்சி வெய்யிலில் இந்தக் கிழவர் எதற்காக வந்திருக்கிறார்? அவர் கைகளில் ஒரு பிளாஸ்டிக் கைப்பை இருந்தது.

'என் பேர் ராகவன்' என்றார் கிழவர்.

'என்ன விஷயம்? இப்படி நல்ல வெய்யில்லே வந்திருக்கேளே?'

'வெளியிலே வெய்யில்தான். நிழலுக்கு வந்த மாதிரி இருக்கு.'

'கொஞ்சம் குளுமையான மோர் சாப்பிடறேளா?' என்று கேட்டாள் அவர் மனைவி.

'கொடுங்கோ! எதுவுமே வேண்டாம்னு சொல்லமாட்டேன்' என்றார் ராகவன். இவ்வாறு சொல்லிவிட்டு அவர் பலமாகச் சிரித்தார்.

ராமசேஷன் மனைவி உள்ளே சென்றாள்.

'உங்களைப்பத்தி, ரிடையர்ட் ஜட்ஜ் ஜனார்தனம் இருக்கா ரோன்னோ, அவர் நிறையச் சொன்னார்' என்றார் சிவராமன்.

ராமசேஷனுக்கு ஒன்றும் புரியவில்லை. இவர் எதற்காக இங்கு வந்திருக்கிறார்? யாசகம் கேட்கவா? பார்த்தாலும் யாசகம் கேட்பவராகத் தெரியவில்லை. வெள்ளை வெளேரென்று சட்டையும் வேட்டியும் அணிந்திருந்தார். மேலே சால்வை.

அவருடைய மனைவி ஒரு தட்டில் ஆப்பிள் துண்டுகளை நறுக்கிக் கொண்டு வந்தாள். வெள்ளித் டம்ளரில் மோர். அவற்றைக் கிழவர் முன் வைத்தாள்.

'இதெல்லாம் எதுக்கு?' என்று கேட்டுக்கொண்டே ஒரு துண்டை வாயில் போட்டுக் கொண்டார் ராகவன். அவர் முகத்தில் ஒரு புது மலர்ச்சி ஏற்பட்டது.

'உங்களைப் பார்த்தவுடனே - ஆழ்வாரோடு சேர்ந்து சந்தோஷமா பாடலாம் போல் இருக்கு. 'பொலிக பொலிக பொலிக போயிற்று வல்லுயிர்ச் சாபம், ஒலி நலியும் நரகமும் நைந்த நமனுக்கு இங்கு யாதொன்றுமில்லை.கலியும் கெடும் கண்டு கொண்மின்'னு. இது கலியுகம்ங்கறது, இங்கே வந்தவுடனே எனக்கு மறந்தே போச்சு.'

தட்டைக் காலி செய்துவிட்டு மோரைக் குடித்தார் கிழவர். பிறகு கைப் பையைத் திறந்து வெற்றிலைப் பெட்டியை எடுத்தார். நிதானமாக வெற்றிலை போட்டவாறு, புகையிலையை வாயில் அடக்கிக் கொண்டார்.

'இதெல்லாம் என்ன லௌகீகப் பழக்கம்?' என்று கேட்டார் ராமசேஷன்.

'பொகையிலையைச் சொல்றேளா? சின்ன சின்ன வயசிலேருந்து வந்தது, விடமாட்டேங்கிறது. பார்க்கப் போனா, உங்க எதிரே எனக்கு இந்த மாதிரிப் பழக்கமெல்லாம் இல்லேன்னு காட்டிக்கிறதுக்காக, நான் பேசாமல் இருந்திருக்கலாம். நான் அந்த மாதிரியெல்லாம் காட்டிக்கிறவனில்லே.'பீ ட்ரூ டு தைன் ஓன் செல்ஃப்'ன்னு ஷேக்ஸ்பியர் சொல்லியிருக்கானில்லையா?'

ராமசேஷனுக்கு ஆச்சர்யமாக இருந்தது. கிழவர் ஆங்கிலத் திருந்து மேற்கோள் காட்டுவார் என்று அவர் எதிர்பார்க்க வில்லை.

'நீங்க ஆச்சரியப்படறது எனக்குப் புரியறது. நான் நாலாம் கிளாஸ் மட்டும்தான் பள்ளிக்கூடத்திலே படிச்சிருக்கேன். பாக்கி ஞானமெல்லாம் சொந்தமா சம்பாதிச்சது. சொந்தமான்னு சொல்றது தப்பு. எல்லாம் அவன் இட்ட பிச்சை. என்னாலே ஆன மட்டும் பகவத் காரியத்தை ஒண்டி ஆளா இருந்திண்டு செய்யறேன். உடம்பிலே வலு இருக்கிற மட்டும் செய்வேன். அப்புறம் அவன் இட்ட வழி.'

அவர் கைப் பையைத் திறந்து அச்சிடப்பட்ட ஒரு தாளை ராமசேஷனிடம் நீட்டினார்.

நாலு பக்கங்கள் அடங்கிய துண்டு வெளியீடு அது. முகப்பில் ராமன், சீதைப் படங்களும் அவர்களைப் பணிந்த நிலையில் அனுமான் படமும் இருந்தன. அடுத்த பக்கத்தில் பாஸ்போர்ட் அளவில் கிழவருடைய படம் - பத்து ஆண்டுகளுக்கு முன்பு எடுக்கப்பட்டிருக்கலாம் - இருந்தது. யார் யாரோ பெரிய மனிதர்கள் கிழவருடைய பணியைப் போற்றி நற்சான்றிதழ் வழங்கிய குறிப்புகள் பிரசுரிக்கப்பட்டிருந்தன. அவர் செங்கல் பட்டு அருகே களத்தூரில் ஹனுமான் கோயில் கட்டி வருகிறா ராம்.இதற்காகத் தம் வாழ்க்கையை அர்ப்பணித்துக் கொண்ட ஒரு மகான் என்று அவரைக் குறிப்பிட்டிருந்தார்கள். மூன்றாம் பக்கத்தில் ஹனுமான் பெருமையைப் பற்றி வாசகங்கள். நாலாவது பக்கத்தில் கிழவர் வைணவ சமயத்துக்காக ஆற்றி யுள்ள தொண்டுகள் பற்றிய விவரங்கள்.

ராமசேஷனுக்குப் புரிந்தது. கிழவர் நன்கொடைக்காக வந்திருக்கிறார்.

'கோயில் கட்ட ஆரம்பிச்சாச்சா?' என்று கேட்டார் ராமசேஷன்.

'கட்டிண்டிருக்கேன். இன்னும் முடிஞ்ச பாடில்லே. எட்டு லட்ச ரூபாய் பட்ஜெட். இதுவரைக்கும் அஞ்சு ரூபாய் செலவாயிருக்கு. ஹனுமாருக்கு இந்த மாதிரிக் கோயில் யாருமே கட்டிய தில்லைங்கிறது மாதிரிக் கட்டணும்கிறது என் ஆசை. ஏழு வருஷங்களுக்கு முன்னாலே, அன்னிக்குச் சனிக்கிழமை. ஹனுமார் ராத்திரி என் கனவிலே வந்து, 'மதுராந்தகத்திலே கோதண்டராமன் இருக்கான். களத்தூரிலே நான் இருக்கக்கூடாதா?' என்று கேட்டார், அப்புறம்தான் ஆரம்பிச்சேன். நானும் பிரம்மச் சாரி, ஹனுமாரும் பிரம்மச்சாரி. ரெண்டுபேருக்கும் ரொம்பப் பொருத்தம்.'

இவ்வாறு சொல்லிக் கொண்டே ஒரு ரசீதுப் புத்தகத்தை ராம சேஷனிடம் நீட்டினார் கிழவர்.

அதில் பத்து பதினைந்து ரசீதுகள் கிழிக்கப்பட்டிருந்தன. ஒவ்வொருவரும் ஆயிரம், ஐந்நூறு என்று நன்கொடை வழங்கி யிருந்தார்கள்.

'என்னாலே இத்தனை கொடுக்க முடியாதே. நான் ரொம்ப சாதாரணமானவன்' என்றார் ராமசேஷன்.

'பணமா பெரிசு? பக்தி சிரத்தையோட எத்தனை கொடுத்தாலும் வாங்கிக்கிறேன்' என்றார் ராகவன்.

ராமசேஷன் மனைவியைப் பார்த்தார்.

'எங்களுக்கு ஒரே பிள்ளை. மூணு வருஷமா எங்கே இருக்கான்னு கூடத் தெரியலே. ஹனுமார்தான் வழி சொல்லணும்' என்றாள் அவர் மனைவி.

'பேஷா. தன்னாலே அவன் வந்து சேருவான் பாருங்கோ. நம்பின வர்களை ஹனுமார் கைவிடவே மாட்டார். இப்படித்தான் ராமசுப்பன் இருக்காரே, அவரோட பிள்ளை அமெரிக்காவி லேந்து ஒரு வெள்ளைக்காரியைத்தான் கல்யாணம் பண்ணிக்கப் போறேன்'னு கடிதாசு எழுதியிருந்தானாம். ராமசுப்பன் அத்யயனம் பண்ணினவர். கடிதாசைப் பார்த்தவுடனே இடிஞ்சு போயிட்டார். நான் அப்போ ஏதேச்சையா அவாத்துக்குப் போயிருந்தேன். கோயிலுக்குப் பத்தாயிரம் ரூபாய் கொடுத்தார். நாலாம் நாள் பிள்ளையாண்டான் கடிதாசு எழுதியிருக்கான். 'வெள்ளைக்காரிக்கும் எனக்கும் ஒத்துக்கலே. நான் ஊருக்கு வந்து நீங்க சொல்ற பொண்ணைக் கல்யாணம் பண்ணிக் கறேன்'னு. நான் பொய் சொல்றேன்னு நெனச்சுக்க வேணாம். இப்பவே வேணுமானாலும் ராமசுப்பனை ஃபோன் பண்ணிக் கேளுங்கோ! அவரோட நம்பர் தரேன்.'

ராமசேஷன் சிறிது நேரம் பேசாமல் உட்கார்ந்திருந்தார். இவர் சொல்வது உண்மையாக இருக்குமோ? கிழவருடைய வாக்கு சாதுர்யம், தம் அடிமனத்தில் அவரைப் பற்றிப் பல சந்தேகங் களை எழுப்பினாலும் தம் மகனைப் பற்றி ஒரு நம்பிக்கை வேரூன்றுவதற்கு இது காரணமாக இருக்குமென்ற அளவில் ஏன் நன்கொடை வழங்கக்கூடாது என்று அவருக்குத் தோன்றியது.

‘என்னாலே நூறு ரூபாய்தான் தர முடியும்’ என்றார் ராமசேஷன்.

‘கொடுங்கோ, வாங்கிக்கறேன். நீங்க இத்தனை தரணும், அத்தனை தரணும்னு நான் கட்டாயப்படுத்தலியே!’

ராமசேஷன் உள்ளே எழுந்து சென்றார். அவருடைய மனைவியிடம் ‘நூறு ரூபாய் கொடு. ஆளைப் பார்த்தா ஏமாத்தறவர்னு தோணலே’ என்றார்.

‘அப்போ ஐந்நூறு கொடுங்களேன். அவர் சொல்றது பலிக்கறதான்னு பார்ப்போம்.’

‘உன் பிள்ளை ஜெயிலுக்குப் போகப் போறான். இங்கே வந்து எப்படிக் குதிப்பான்?’

‘என்ன சொல்றேள்?’

அப்பொழுது தாம் காலையில் ஃபோனில் கேட்ட செய்தியை அவளிடம் கூறினார். அவர் நினைத்தபடியே அவள் அழத் தொடங்கிவிட்டாள்.

‘எதுக்காக அழறே, எல்லாம் நடக்கிறபடி நடக்கும்.’

‘அப்போ...’ அவள் மேலே சொல்வதற்குத் தயங்கினாள்.

‘அப்போ என்ன? பத்தாயிரம் ரூபாய் கொடுக்கச் சொல்றியா? ராமசுப்பன் பிள்ளை வந்தமாதிரி உன்பிள்ளையும் வருவான்னு இப்போ யாருக்குப் பத்தாயிரம் ரூபா கொடுக்கறதுன்னு புரியலே. அந்தக் கம்பெனிக்கா, ஹனுமாருக்கா?’

‘இப்படிப் பிடிவாதமா இருக்கிறது நன்னா இருக்கா?’ கம்பெனிக்குப் பத்தாயிரம் ரூபாய் கொடுங்கோ. ஹனுமாருக்கு நூறு ரூபாய் கொடுக்கறதினாலே அவனுக்கு நிச்சயம் நல்ல புத்தி வரத்தான் போறது.’

‘இதுதான் பொம்மனாட்டிகளோட ப்ராக்டிகல் லிஸ்டம்ங்கிறது. ஹனுமாருக்குப் பத்தாயிரம் ரூபா கொடுங்கோன்னு சொன்னியா நீ? ஹனுமாரை நூறு ரூபாய்க்கு நம்பற நீ, பத்தாயிரத்துக்கு ஏன் நம்பக் கூடாது?’

‘மிஸ்டர் ராமசேஷன்!’ என்று யாரோ கூப்பிடும் சத்தம் அவர் காதில் அப்பொழுது விழுந்தது. ஜனார்தனன் அனுப்பியதாக

இந்தக் கிழவர் சொல்லிக் கொண்டிருந்தார். அவரே வந்து விட்டார்.

‘சரி, நூறு ரூபாய் எடுத்துண்டு வா, நான் போறேன்.’

ஹாலில் ஜனார்தனன் நின்று கொண்டிருந்தார். கிழவரைக் காணவில்லை.

‘எப்போ வந்தேள்?’ என்று கேட்டார் ராமசேஷன்.

‘இப்போதான். என்னைக் கண்டதும் ஓடிவிட்டாரே ராகவன்! ஏன் ஏதாவது பணம் வாங்க வந்தாரா?’

‘நீங்க அனுப்பிச்சதான்னா சொன்னார்?’

‘நானா? இந்த ஃபிராட் கிழவரையா?’

‘ஃபிராடா?’

‘பின்னே என்ன? கோயில் கட்டப் போறேன்னு ஊரை ஏமாத்திண்டு திரியறார். இவர் யார்னு தெரியுமோன்னோ?’

‘யாரு?’

‘என்னோட தம்பிக்குச் சின்ன மாமனார். அண்ணா செத்துப் போகச்சே, அவுட் ஹவுஸை இவருக்குச் சாசனம் பண்ணிட்டுப் போயிட்டார். அதோட இல்லை. இவருக்கும் இவரோட பெண்டாட்டிக்கும் இவர் காலம் ஆகிற வரைக்கும் சாப்பாடு போட்டாகணும்னு ஏற்பாடு வேறே. என் தம்பி மச்சினன் சாப்பாட்டைச் சாப்பிட்டுண்டே அவனைத் துரத்திண்டு திரியறார். இவர் பெண்டாட்டி மகா உத்தமி.’

ஜனார்தனன் உட்கார்ந்திருந்தார். ராமசேஷன் மனைவி கையில் நூறு ரூபாயை எடுத்துக் கொண்டு வந்தாள். ஜனார்தனன் அதைப் பார்த்துவிட்டுச் சிரித்துக் கொண்டே கேட்டார்: ‘ஹனுமார் கோயிலுக்கு நன்கொடையா?’

‘அவர் எங்கே?’ என்று கேட்டாள் ராமசேஷனின் மனைவி.

‘அவர் இங்கே ஏன் இருக்கார்? என்னைப் பார்த்ததும் ஓடிப் போயிட்டார். சின்ன வயசிலேந்து இந்தக் கிழவர் பண்ணாத அக்கிரமம் கிடையாது. இத்தனைக்கும் நன்னா படிச்சவர்.’

‘இதே படிப்பை வச்சிண்டு நல்லபடியாவும் இருக்கலாம். இவரோட அப்பா இருக்காரே, அவர் சமஸ்கிருதத்திலேயும் சரி, தமிழிலேயும் சரி, மகா மேதை. என் தம்பி மாமனார் இருந்தாரே, இவரோட அண்ணா, பிலாஸஃபி ப்ரொஃபஸர். நல்ல பேரு. அவரோட வழி அப்படி. இவரோட வழி இப்படி. யார் நிர்ணயிக்கிறோங்கிறதுதான் புரியலே.’

ராமசேஷனுக்குத் தன் மகன் அவனுடைய எழுபத்தைந்து வயதிலே எப்படி இருப்பான் என்று மனக்கண் முன் தோன்றியது.

‘இவாளையெல்லாம் கோவிச்சுண்டு ஒரு பிரயோஜனமும் இல்லே. இதை ஒரு வகையான வியாதின்னு வேணுமானாலும் வச்சுக்கலாம்’ என்றார் ஜனார்தனன்.

‘இந்த வியாதியைக் குணப்படுத்தவே முடியாதா?’ என்று கேட்டாள் ராமசேஷனின் மனைவி.

‘தற்காலிக மருத்துவச் செலவு பத்தாயிரம் ரூபாய்’ என்று தமக்குள் கூறிக் கொண்டார் ராமசேஷன்.

24. இங்கே மழை பெய்தது

ராஜு எதிர்த்த வீட்டை நோக்கினான். அவள் நின்று கொண்டிருந்தாள்.

மேக் அப் இல்லாமல் இருந்தாள். அதிசயம்தான். மாலை வெய்யில் முகத்துக்கு மஞ்சள் பூசியது. அலை அலையாய் அடர்ந்திருந்தது கருமையான கூந்தல். தாயை ஆர்வத்தோடு தழுவும் குழந்தையைப் போல் அது கழுத்தின் முன்புறத்தை அணைத்துக் கொண்டு விழுந்திருந்தது.

உள்ளத்தில் ஒரு சிலிர்ப்பு. ராஜு விழித்தெழுந்தான். அவள் ஒழுக்கம்கெட்ட பெண். அவள் அழகாயிருந்தால் என்ன, இல்லாவிட்டால் என்ன? அழகு இயற்கை அளித்த வரப் பிரசாதம். பூஜிக்கப்பட வேண்டிய ஒன்று. அதை வியாபாரப் பொருளாக்கி விட்டாளே படுபாவி!

அந்தப் பெண் புன்னகை செய்தாள். தன் வீட்டு வாசலில் காரிலிருந்து இறங்கி வந்த ஒருவரை அவள் வரவேற்றுக் கொண்டிருந்தாள்.

அந்தப் பெண்ணைப் பற்றிய சுவை மிக்க தகவல்களை ஒரு மஞ்சள் பத்திரிகை ஏற்கெனவே தந்துவிட்டது. தில்லி முழுவதும் 'பிரசித்தி பெற்ற பெண்' என்ற தலைப்பின் கீழ் வெளுத்து வாங்கிய அந்தத் தகவல்கள் முழுதும் ராஜுவுக்குத் தலைகீழ்ப் பாடம்.

ராஜுவுக்கு இப்பொழுது அந்தத் தகவல்கள் யாவும் நினைவுக்கு வந்தன. அவனுக்குக் கோபம் கோபமாக வந்தது. யார் மீது என்று

தான் தெரியவில்லை. பால்கனியில் நின்று கொண்டிருந்த அவன், கைப்பிடிச் சுவர் மீது வேகமாகக் குத்தினான்.

‘என்ன ஆச்சு உங்களுக்கு?’ என்ற குரல் கேட்டு அவன் திரும்பினான். அவன் மனைவி தங்கம் நின்றுகொண்டிருந்தாள்.

‘அவளைப் பாரு! எவனோ ஒருத்தன் வரான். என்ன உபசாரம்?’

‘உங்களுக்கென்ன வந்தது அது பத்தி?’

‘எனக்கேன் வல்லே? பொம்மனாட்டியா இருக்கிறவா, அவளைக் கண்டா, ‘ஏன் பொம்மனாட்டியா பொறந்தோம்’னு வெட்கப்படணும். நம்நாட்டுப் பண்பாடென்ன, பெருமை என்ன, இவ இப்படி...’

தங்கம் சிரித்தாள்.

‘எதுக்குச் சிரிக்கிறே?’ ராஜுவின் குரல் படபடத்தது.

‘ரொம்பத்தான் நம்ப தேசத்தைப் பத்திக் கவலைப்படறேள்’ இதைச் சொல்லிவிட்டு அவள் உள்ளே போய்விட்டாள்.

தங்கம் எப்பொழுதும் இப்படித்தான். தூக்கி ஏறிந்தாற்போல் பேசிவிட்டுப் போய்விடுவாள். குடும்பப் பெண்களாக இருக்கிறவர்களுக்கு, அந்தப் பெண்ணைக் கண்டால் கோபம் ஏற்படுவது இயற்கை. ஆனால் தங்கம் மட்டும் ஏன் இப்படி இருக்கிறாள்?’

இரண்டு மூன்று நாள்களுக்கு முன்பு நடந்த சம்பவம் அவன் நினைவுக்கு வந்தது.

‘ஏன் இப்படி அந்தப் பெண்ணுக்காக ரொம்பப் பரிஞ்சு பேசறே?’ என்று கேட்டான் ராஜு. தங்கம் பதில் சொல்லவில்லை. ‘குடும்பப் பெண்ணா இருக்கிறவாளுக்கு அவளைப் பார்த்தால் கோபம் வரும்’ என்றான் ராஜு.

தொடர்ந்து, ‘ஏன் தெரியுமா?’ என்று கேட்டாள் தங்கம்.

‘ஏன்?’

‘தன்னை ஆக்கிக்கிறாளோ, அழிச்சிக்கிறாளோ, ஏதானும் ஒண்ணு செஞ்சுக்க அவளுக்குத் சுதந்தரம் இருக்கு. இந்தச் சுதந்தரத்தைக் கண்டுதான் குடும்பப் பெண்களுக்குப் பொறாமை.’

தங்கத்தின் வார்த்தைகளை அவன் ஜீரணம் செய்வற்குள், அவள் உள்ளே போய்விட்டாள். சுதந்தரம் என்றால் இப்படி இருக்க வேண்டும் என்று அர்த்தமா? ராஜு மனைவியை நாடி அடுக்களைச் சென்றான்.

'அந்தப் பொண்ணு மாதிரி இருந்தால்தான் சுதந்தரம் இருக்கிறதா அர்த்தமோ?' என்று கேட்டான் ராஜு.

'என் மனசிலே என்னமோ தோணித்து, சொன்னேன். ஏன் விட மாட்டேங்கிறேள்?'

'அந்தப் பெண்ணைப்பற்றி உனக்குத் தெரியுமா?'

'நீங்க ஆபீஸ் போனப்புறம் அவ இன்னிக்கு இங்கே வந்தாள்.'

இச்செய்தி ராஜுவை வியப்பில் ஆழ்த்தியது. 'எதுக்கு வந்தா இங்கே?'

'சும்மாத்தான். பொழுது போகலே.'

'என்ன சொன்னாள் அவள்?' ராஜு மீண்டும் கேட்டான்.

'என்ன கொள்ளை போயிடுத்து, ஏன் இப்படிக் கேட்கிறேள்?'

ராஜு கோபத்துடன் அந்த இடத்தை விட்டு அகன்றான். பால்கனிக்குச் சென்று சாய்வு நாற்காலியில் உட்கார்ந்து கொண்டான்.

மல்லிகையின் மணம் வீசியது, தங்கம் வந்தாள்.

'ஏன் கோபமா?' என்றாள் தங்கம், ராஜுவின் மோவாயை நிமிர்த்தியவாறே.

'இப்படி உட்கார்' என்று எதிர்தாற்போலிருந்த மோடாவைச் சுட்டிக் காட்டினான் ராஜு.

'நான் நிக்கறேன், நீங்க சொல்லுங்கோ.'

'அந்தப் பொண்ணுக்கு என்ன உத்தியோகம் தெரியுமா?'

'அதுதான் அந்தச் சர்தார்ஜி மஞ்சப் பேப்பர்லே வந்ததே...'

'அது மஞ்சள் பத்திரிகைங்கிறதினாலே அதிலுள்ள விஷயங்கள் எல்லாமே பொய்யாகிவிடாது. அந்தப் பொண்ணோட உத்தியோகம், ஹோஸ்டஸ்னா என்னன்னு தெரியுமா உனக்கு?'

'சொல்லுங்கோ!' அவள் குரல் அசிரத்தையாக ஒலித்தது. தங்கள் வீட்டுக்குக் கடிதம் கொடுக்காமல் சென்று கொண்டிருந்த தபால்காரர் மீது அவள் பார்வை நிலைத்திருந்தது.

'ஹோஸ்டஸ்ங்கிறது ஒரு கௌரவமான பேரு. பெரிய பெரிய கம்பெனிக்காரங்க சம்பளம் தரா. விருந்து கொடுக்க வேண்டியது இவள் வேலை. விருந்துக்கு வர்ற அரசாங்க உத்தியோகஸ்தர் கிட்டே கம்பெனிக்குச் சலுகைகளைச் சாமர்த்தியமா வாங்கணும். இப்போ புரிஞ்சுதா என்ன உத்தியோகம்னு?'

தங்கம் பதில் கூறாமல், சுவர் மூலையில் கைகளைக் கட்டிக் கொண்டு நின்றாள். அவள் யோசித்துக் கொண்டிருக்கிறாள் என்று அவள் முகம் எடுத்துச் சொல்லியது.

'அவ யோக்கியதை தெரிஞ்சுதா?' என்றான் ராஜு.

'இந்த உசிரைப் பிடிச்சுண்டு நிக்க ஒவ்வொருத்தரும் எப்படி எப்படிப் போராட வேண்டியிருக்கு!' என்றாள் தங்கம்.

'என்ன சொல்றே நீ?'

'தில்லியிலே, இந்தப் பொண்ணு ஒண்ணு மட்டும்தானா ஹோஸ்டஸ்? எவ்வளவு பேர்கள் இருப்பா? இப்படிப் புதுப் புது ஜாதியெல்லாம் உண்டாகறதுக்கு என்ன காரணம்? அமையற சமூகத்துக்குத் தகுந்தபடிதானே தர்மமும் உண்டாகிறது? யாரைச் சொல்லி என்ன பிரயோசனம்?'

ராஜு மனைவியை ஏறிட்டு நோக்கினான். தங்கம் சிரித்துக் கொண்டே சொன்னாள்: 'நான் சொல்லலே இது. இன்னிக்கு அவ தான் சொன்னா. அவ சொல்றதொண்ணும் எனக்குத் தப்பாப் படலே.'

இரண்டு மூன்று நாள்களுக்கு முன்பு நடந்த இந்நிகழ்ச்சி அவன் நினைவுக்கு வந்ததும், அவனுக்குத் தோன்றியது: 'தங்கத்திடம் அவள் இப்படி அந்தரங்கமாகப் பேசக் கூடிய அளவுக்கு இருவருக்குமிடையே நட்பு வளர்ந்துவிட்டதோ?'

அந்தப் பெண் அப்பொழுது டிரெஸ் செய்துகொண்டு வெளியே வந்தாள். ஆடையுடன் பிறந்த மேனியோ என்று சொல்லும்படி, உடம்புடன் ஒட்டிவிட்ட புடவை. மேக்அப் எக்கச்சக்கமாக இருந்தது. சே, என்ன ஆபாசம்! ராஜு முகத்தை, வெறுப்புடன் வேறு பக்கம் திருப்பிக் கொண்டான்.

அவளுக்கு இருந்த இயற்கை அழகு இப்பொழுது மறைந்து விட்டது. செயற்கை அலங்காரத்துடன் கெட்டுப் போவது, இயற்கை செய்யக்கூடிய சிறிய கருணை.

வெளிச்சம் மறைந்து, இருட்டில் நிற்பதை அவன் உணர்ந்தான். அவன் உள்ளே சென்றான். சோபாவில் தங்கம் உட்கார்ந்திருந் தாள். ஏதோ புத்தகம் படித்துக் கொண்டிருந்தாள்.

'மோகினி புறப்பட்டாச்சா?' என்று கேட்டாள் தங்கம்.

மனைவியைக் கோபத்துடன் பார்த்தான் ராஜு.

'கோவிச்சுக்காதீங்கோ, அவ பேரு மோகினிதான்' என்றாள் தங்கம்.

'உனக்கு ரொம்ப சிநேகிதம்னு சொல்லு.'

'ஏன் சிநேகிதியா இருக்கக்கூடாதா?'

'ஓ! பேஷா. நீயும் அவ கொடுக்கப் போகிற பார்ட்டியிலெல்லாம் கலந்துக்கப் போறே!'

'உங்களுக்குப் பைத்தியம்தான் பிடிச்சிருக்கு' என்றாள் தங்கம்.

ராஜு சோபாவில் அவள் அருகில் வந்து உட்கார்ந்தான்.

'தங்கம்! நான் சொல்றேன் கேளு, அந்தப் பொண்ணோட சிநேகிதம் உனக்கு வேண்டாம்.'

'ஏன், நானும் அவ மாதிரி ஆயிடுவேனோன்னு பயமா?' தங்கம் வெளிப்படையாகவே கேட்டு விட்டாள். ராஜுவின் முகத்தில் படீரென்று அடித்தாற் போலிருந்தது.

'அந்தப் பொண்ணு கெட்டவன்னு சொன்னா, நீ என்ன இப்படிப் பேசறே? உன் பேரிலே சந்தேகம்னு யார் சொன்னா? சந்தேகம் வர்றதுக்கு இன்னும் பத்து வருஷம் போகட்டும். அஞ்சு வருஷம் தானே ஆகிறது? கல்யாணமாகி...'

புத்தகத்தை மூடிவைத்துவிட்டுத் தங்கம் எழுந்திருந்தாள். சோம்பல் முறித்தாள்.

'இந்த மாதிரி விஷயங்களுக்குக் காலண்டரிலே வருஷத்தைக் கிழிச்சா மட்டும் போறாது. மனசுக்கு வயசே கிடையாது.'

சோம்பல் முறித்துக் கொண்டே அவள் இதைச் சொன்ன விதம், அவளுக்குத் தான் சொல்வதில் எவ்வித சந்தேகமுமில்லை என்பதைக் காட்டியது.

ராஜுவுக்கு அன்றிரவு உறக்கம் வரவில்லை. மீண்டும் மீண்டும் மோகினி நினைவுதான். தங்கம் அவளுக்காக ஏன் பரிந்து பேசுகிறாள்? வீடு மாற்றிவிடலாமென்று ஒரு கணம் நினைத்தான். தங்கம் தன்னைப் பரிகசிக்க இதுவும் ஒரு காரணமாகி விடும். வெளிப்படையாகவே கேட்டுவிட்டாளே. ‘சந்தேகப்படுகிறீர்களா?’வென்று.

தங்கம் அழுத்தமான குண இயல்புடையவள்தான், பலவீனமானவள் தான், சந்தேகமில்லை. ஒவ்வொரு தடவையும் தன்னுடைய வார்த்தைதான் கடைசி வார்த்தையாக இருக்க வேண்டும் என்று அவன் முயல்வான். ஆனால், தங்கம் சிரித்துக் கொண்டே ஏதாவது கூறி அவன் வாயை அடைத்துவிடுவாள்.

தன்னுடைய தாழ்வு மனப்பான்மை அவனுக்கு நிதரிசனமாகத் தெரிந்தது. ஒழுக்கத்தைப் பற்றி நினைக்கும்போது, தான் உணர்ச்சிவயப்படுவது போல், தங்கம் ஏன் தீவிரமாக எண்ணுவதில்லை?

அவன் திரும்பிப் பார்த்தான். தங்கம் நிம்மதியாகத் தூங்கிக் கொண்டிருந்தாள். மோகினியின் ஒழுக்கத்தைப் பற்றித் தூக்கத்தைக் கெடுத்துக் கொண்டு அவள் சிந்திக்கவில்லை. தெய்வமே! யார் எக்கேடு கெட்டால் என்ன? எனக்குத் தூக்கத்தைக் கொடு!

விடியற்காலையில்தான் அவன் சற்றுக் கண்ணயர்ந்தான். தூங்கி எழுந்தபோது மணி எட்டு. தங்கம் தன்னை ஏன் இன்னும் எழுப்பவில்லை?

அப்பொழுதுதான் அவன் நினைவுக்கு வந்தது. அன்று ஞாயிற்றுக்கிழமை. படுக்கையைவிட்டு எழுந்து பல் துலக்கிவிட்டு, பேப்பரை எடுத்துக்கொண்டு பால்கனிக்குச் சென்றான்.

மோகினி நீராடிவிட்டுக் கூந்தலை உலர்த்திக் கொண்டிருந்தாள். காஞ்சீபுரம் புடவை. நெற்றியில் பளிச்சென்று திலகம். ரவிவர்மாவின் படம் அவன் நினைவுக்கு வந்தது.

காப்பியின் மணம். தங்கம் ஆற்றிக் கொண்டிருக்கிறாள்.

'இன்னிக்கு மகாலட்சுமி வேஷம்' என்றான் காப்பியைப் பருகிக் கொண்டே.

'அவளைப் புரிஞ்சிக்கிறது கிடக்கட்டும். ஆம்பிளைகளைச் சுட்டுக் கொல்லணும்னு புரிஞ்சுண்டேன்.'

'எதுக்கு?'

'எதுக்கா? ஆம்பிளைகளோட பலவீனம்தானே இந்தப் பொண்ணுக்கு உத்தியோகம்? சந்தர்ப்பம் கிடைக்கிறவரை யிலும் ஒவ்வொருத்தனும் யோக்கியன். இத்தனை தடியங்க இங்கே வராங்களே, ஒருத்தனாவது ஒரு பிரம்மச்சாரியாவது கல்யாணம் பண்ணிக்கிறேன்னு சொல்றானா? அந்தப் பொண்ணு என்ன செய்யும்? வயத்தைப் பசிக்காதேன்னா அதான் கேட்கிறதா?'

தங்கம் இப்படி ஆவேசகமாகப் பேசி ராஜு கேட்டதேயில்லை.

'அவ ஒழுங்கா இருந்தா கல்யாணம் ஆகாமலா போயிடும். அவளுடைய அழகுக்கு யாராவது கொத்திண்டு போயிருக்க மாட்டானா?'

'அப்படிக் கொத்திண்டு போக வந்தவன்தான் அவளை இங்கே இப்படிக் கொண்டு வச்சிருக்கான். போறுமா? ஆம்பிளைகளைச் சுடாமே என்ன செய்யணுங்கறேள்?'

தங்கம் இதைச் சொல்லிவிட்டுத் டம்ளரை எடுத்துக்கொண்டு உள்ளே போனாள்.

மோகினி புல்பரப்பில் கூடை நாற்காலியில் உட்கார்ந்திருந்தாள். கையில் ஓர் ஆங்கிலக் கவர்ச்சிப் பத்திரிகை. அவள் திடீரென்று மேலே நோக்கினாள்.

அவளையே உற்று நோக்கிக் கொண்டிருந்த ராஜுவின் கண்களும், அவள் கண்களும் சந்தித்தன. அவள் புன்னகை செய்தாள். அல்லது புன்னகை செய்தது போல் ராஜுவுக்குப் பட்டது.

அவன் திரும்பிப் பார்த்தான். தங்கம் இல்லை. உள்ளே போய் விட்டாள். தன்னைப் பார்த்துதானா இந்தப் புன்னகை?

பதிலுக்குப் புன்னகை செய்ய வேண்டமா? தன் சிநேகிதியின் கணவன் என்ற முறையில் அவள் புன்னகை செய்திருக்கிறாள். தங்கம் இருக்கிறாளா என்று பார்த்துவிட்டு, இல்லையென்று அறிந்த பிறகு தான் புன்னகை செய்தால், அவள் தவறாக நினைத்துக் கொள்ளாமாட்டாளா? ஆனால் தங்கம் உள்ளே போனபிறகுதானே அவள் புன்னகை செய்தாள்?

ஒருவேளை அவள் புன்னகை செய்தது போல் தனக்குப் பிரமை ஏற்பட்டதோ?

மோகினி, ராஜுவின் சங்கடத்தை உணர்ந்ததாகத் தெரிய வில்லை. அவள் கையிலிருந்த பத்திரிகையைப் புரட்டிக் கொண்டிருந்தாள்.

தன்னுடைய புன்னகைக்காக அவள் ஏன் காத்திருக்கவில்லை? அவள் செய்தது உபகாரப் புன்னகை. ஆள் வெறும் ஜடம் என்று தீர்மானித்துவிட்டாளோ?'

'குளிச்சுட்டுச் சாப்பிட வரல்லியா?' என்று கேட்டுக் கொண்டே தங்கம் வந்தாள்.

'என்ன அவ்வளவு அவசரம்? ஞாயிற்றுக்கிழமைதானே?' என்றேன்.

'நான் லோடி ரோடு போகணும்.'

'என்ன விசேஷம்?'

'கொஞ்சம் வேலை இருக்கு.'

'எங்கே வேணுமானாலும் போ. காப்பிப் போட வந்துடு.'

'சரி. இப்போ குளிக்க வரேளா?'

சாப்பாடு முடிந்ததும் தங்கம் புறப்பட்டுவிட்டாள். ராஜு கதவைத் தாளிட்டுக் கொண்டு கட்டிலில் படுத்தான். இரவு சரியான உறக்கமில்லை. அசதியினால் நன்றாகத் தூங்கி விட் டான்.

'டக்! டக்! டக்!' யாரோ கதவைத் தட்டுவது போன்ற ஓசை. ராஜு எழுந்துபோய்க் கதவைத் திறந்தான்.

மோகினி!

அவளை நேருக்கு நேர் சந்தித்துவிட்ட அனுபவம் அவனைத் திக்குமுக்காடச் செய்தது.

'உள்ளே வாருங்கள்.'

'மிஸஸ் தங்கம்...' என்று கேள்வியைப் புருவத்தில் உயர்த்திக் காட்டினாள் மோகினி. கேள்விச் சுமையினால் கண்ணிமைகள் கொஞ்சம் படபடத்தன.

'லோடி ரோடு போயிருக்கிறாள். வந்துவிடுவாள். உள்ளே வாருங்கள்.' தன்னுடைய தைரியம் அவனுக்கு ஆச்சரியத்தைத் தந்தது.

மோகினி உள்ளே வந்தாள்.

அவள் நெற்றியில் வியர்வை அரும்பு கட்டியிருந்தது. அவள் சோபாவில் உட்கார்ந்ததும் மின்விசிறியை வேகமாகப் போட்டான் ராஜு.

'தாங்க்யூ' என்று தலையசைத்த மோகினி, விசிறிக் கொண்டிருந்த கைக்குட்டையை எடுத்துக் கைப்பையில் வைத்தாள். கைப்பை, 'கிளிப்' என்ற சப்தத்துடன் மூடிக்கொண்டது.

காலையில் உடுத்தியிருந்த காஞ்சீபுரம் இல்லை. பச்சை நிற நைலக்ஸ் புடவை கருப்பு. நிற ஸ்லீவ்லெஸ். கூந்தலை ஒரு லாகவமான அலட்சியத்துடன் அள்ளி முடிந்திருந்தாள்.

நீண்ட பெரிய கண்கள், எப்பொழுதும் ஒலி வீசக் காரணம்? அவள் புன்னகை செய்யாத நேரமேயில்லை.

'மிஸஸ் தங்கம் வர நேரமாகுமா?'

'இல்லை. வந்துவிடுவாள். காப்பி சாப்பிடும் நேரமாகி விட்டது. காப்பி தயாரிக்க வருவதாகத்தான் சொல்லிச் சென்றாள்.'

'எனக்குக் காப்பி போட வராது. இல்லாவிட்டால் போட்டுத் தந்திருப்பேன்' என்றாள் மோகினி.

'மன்னிக்கவும். எனக்குத் தெரியாது. விருந்தினர்களை உபசரிக்க வாவது இதைக் கற்றுக் கொண்டிருக்கவேண்டுமென்று உணர் கிறேன்.'

'நீங்கள் ஒரு மோசமான கணவர். மிஸஸ் தங்கத்துக்கு என் அனுதாபங்கள்' என்று சொல்லிவிட்டுச் சிரித்தாள் மோகினி. பார்க்கிறவர்கள் முகத்தில் தூய்மையை வாரி இறைக்கும் வெண்மையான பற்கள்.

இரண்டு நிமிஷப் பழக்கத்திலேயே அவள் அதிக உரிமை எடுத்துக் கொண்டுவிட்டாள் என்று தோன்றியது ராஜுவுக்கு. ஒருவேளை தங்கம் தன்னைப் பற்றி இவளிடம் அடிக்கடி விவாதித்துக் கொண்டிருப்பாளோ?

அவன் ஜன்னலருகே போய் நின்றான். கண்ணுக்கெட்டின தூரம் வரையில் ஜன நடமாட்டமில்லை. லோடி ரோடு போனால் தங்கம் சாதாரணமாக நடந்துதான் வருவாள். இன்னும் ஏன் வரக்காணோம்!

வானம் இருண்டு கொண்டு வந்தது. அங்குமிங்கும் ஒளியின் கீறல் மழை பெய்யப் போகிறது. தங்கம் ஆட்டோ ரிக்ஷாவில் வந்தாலும் வரலாம்.

'நான் விளையாட்டுக்குச் சொன்னேன். கோபமா உங்களுக்கு?' என்று கேட்டாள் மோகினி. சொற்கள் கவிதையாக இழைந்தன.

'கோபம் ஒன்றுமில்லையே! தங்கம் வருகிறாளாவென்று பார்த்தேன்.'

'ஓ!' என்றாள் மோகினி. சோபாவிலிருந்து ஒரு பக்கமாக ஒருக்களித்துக் கழுத்தின் வெண்மை தெரிய அவள் இதைச் சொல்லும் போது, உலகத்து இன்பமெல்லாம் இந்த ஓரெழுத்தில் அடங்கி விட்டது போல் ராஜுவுக்கு தோன்றியது.

சோபாவின் பின்புறமிருந்த டைனிங் டேபிளில் காணப்பட்ட ஒரு பெண்கள் பத்திரிகை மீது அவள் பார்வை சென்றது. ராஜு அதை எடுத்து அவள் கையில் கொடுத்தான்.

'மின் விசிறியின் வேகத்தைக் கொஞ்சம் குறைக்கிறீர்களா?' என்றாள் மோகினி.

மின்விசிறியின் வேகத்தைக் குறைத்துவிட்டுத் திரும்பிய ராஜுவின் கண்களுக்கு எதிரேயிருந்த பீரோவின் நிலைக் கண்ணாடி தெரிந்தது.

சோபாவின் பின்புறம் அவன் நின்று கொண்டிருந்தான். அவள் சோபாவில் உட்கார்ந்துகொண்டு கையிலிருந்த பத்திரிகையின் பக்கங்களை புரட்டிக்கொண்டிக்கும் சப்தம் மட்டும் கேட்டது.

நிலைக்கண்ணாடியில் இந்தத் தோற்றத்தைக் கண்ட ராஜுவின் உடம்பில் ஓர் ஆவேசம் புகுந்துகொண்டது.

அவள் கழுத்தில் இருந்து முதுகு வரை வெறும் வெட்டவெளியில், இளமையின் பசுமை அனாதையாகக் கிடந்தது. பாக்லெஸ் ரவிக்கை. தொட்டுப் பார்க்க வேண்டுமென்ற எம வெறி.

தன்னைக் கண்டால் எல்லோருக்கும் இளப்பம். மனைவி வாய்விட்டு சொல்லாமலே உதாசீனம் செய்கிறாள். 'நீங்கள் ஒரு மோசமான கணவர், மிஸஸ் தங்கத்துக்கு என் அனுதாபங்கள்' என்று மோகினி சொல்லக் காரணமென்ன? தான் வெறும் ஜடம், கோழை, பலஹீனமானவன். இல்லை, இல்லை.

இருண்டு வந்த மேகங்கள் ஒன்றுகூடி இடித்தன. மோகினி ஜன்னலுக்கு வெளியே நோக்கினாள். அவள் பார்வையின் பிரதிபலிப்பாக வானத்தில் மின்னல் இழைகள். உலகத்தில் எல்லாமே செத்து மறைய, தானும் மோகினியும் மட்டும்தான் அந்த அறை நிறைந்த உலகத்தில் தனித்து இருக்கிறோமென்ற நினைவு, அந்தக் கணத்தின் நிரந்தர உண்மையாக, அது அவன் உடம்பை மின்சாரமாகத் தாக்கியது.

மந்திரத்தால் கட்டுண்ட நாகம் போல் சோபாவை நோக்கி நடந்தான் ராஜு.

ஜன்னலருகே தள்ளப்பட்டபோதுதான் என்ன நடந்திருக்க வேண்டுமென்பதை அவன் உணர்ந்தான். மோகினியின் முகத்தில் கோபமில்லை, வேதனைதான்.

'உங்கள் மனைவி உங்களைப் பற்றிக் கொண்டிருக்கும் அபிப் பிராயத்துக்கு அருகதையுடையவராக இருங்கள். நான் வரு கிறேன்.'

மோகினி போய்விட்டாள். வெளியே மழை பெய்து கொண்டிருந்தது.

வாசற் கதவைத் தாளிட்டுக்கொண்டு வந்த ராஜு கட்டிலில் 'தொப்'பென்று விழுந்தான். அழவேண்டுமென்று நினைத்தான்.

அழுகை வரவில்லை. 'மனிதனாயிருந்தவனை, வெறும் சதைப் பிண்டமாக உருட்டிப் போட்டுவிட்டாள் மோகினி. ஆம்! தான் வெறும் ஜடம், கோழை, பலஹீனமானவன்.' அவன் கண்களை மூடினான்.

'டக்! டக்! டக்!' யாரோ வாசற் கதவைத் தட்டுவது போன்ற ஓசை. பிரமையோ? பிரமையில்லை. யாரோதான் தட்டுகிறார்கள்.

அப்படியானால் சற்றுமுன் நடந்ததெல்லாம் கனவோ?

வாசலிலிருந்து தங்கம் குரல் கொடுத்தாள். ராஜு எழுந்து போய்க் கதவைத் திறந்தான்.

'ஆட்டோ ரிக்ஷாவில் வந்தியா?' என்று கேட்டான் அவன்.

'எதுக்கு ஆட்டோ ரிக்ஷா? நடந்துதான் வந்தேன்.'

'மழை பெய்யலே?'

'மழையா? எங்கே மழை? இங்கே மழை பெஞ்சுதா?'

ராஜு பதில் கூறாமல் உள்ளே வந்தான். அவனுக்கு ஒரே குழப்ப மாக இருந்தது. வெளியே ஜுலை மாதத்து வெய்யில் உக்கிர மாகக் காய்ந்தது.

'மோகினி வந்தாளா?' என்று கேட்டாள் தங்கம்.

ராஜு திகைப்புடன் அவளைப் பார்த்தான்.

'அவ பேரைச் சொன்னாலே உங்களுக்கு ஏன் இவ்வளவு பயம்?' என்று கேட்டாள் தங்கம்.

'நீ எதுக்காக அந்தக் கேள்வியை இப்போ கேட்டே?'

'வரேன்னு சொல்லியிருந்தா, லோடி ரோடு போனப்புறம்தான் ஞாபகம் வந்தது.'

'லோடி ரோடு போயிட்டு வரவா உனக்கு இத்தனை நேரம்?'

'கரோல்பாக் போனோம்.'

'அப்படின்னா கரோல்பாக்கிலே மழை பெஞ்சிருக்காது. இங்கே நல்ல மழை.'

'மழை பெஞ்ச அடையாளமே தெரியலியே!'

'சுவடு தெரியாமெ மறைஞ்சு போச்சு.'

வாசற் கதவை யாரோ தட்டும் சப்தம். தங்கம் போய்த் திறந்தாள்.

'மோகினி.' ராஜுவின் இருதயம் வேகமாக அடித்துக் கொண்டது.

'நமஸ்தே!' மோகினி முறுவலித்தாள். காலையில் கட்டியிருந்த காஞ்சீவரம். நெற்றியில் திலகம், மகாலட்சுமி வேஷமில்லை, மகாலட்சுமியேதான்.

ராஜு எழுந்து சென்று மின்விசிறியை வேகமாகப் போட்டான்.

'தாங்க்யூ' என்றாள் மோகினி.

'நீங்க அவளோட கொஞ்சம் பேசிண்டிருங்கோ. காப்பி போட்டுண்டு வரேன். பொம்மனாட்டியோட பேசப் பயந்துண்டு பயந்துண்டு பாரதப் பண்பாட்டை நீங்க காப்பாத்த வேணாம்' என்று கூறிக்கொண்டே உள்ளே சென்றாள் தங்கம்.

தங்கம் இயல்பாகக் கூறினாளா அல்லது... அல்லது... ராஜுவின் குழப்பம் இன்னும் தீரவில்லை.

25. நியாயங்கள்

யானுஷ் வால்டனை நான் சந்தித்தது ஒரு கல்யாணத்தில். என் மாணவி ஒருத்தியினுடைய சகோதரனுக்கு வர்ஷாவா பக்கத்தில் ஒரு கிராமத்தில் நடந்த திருமணம் அது. வர்ஷாவில்தான் சர்ச். ஸிவில் சடங்குகள் நடந்தன. விருந்து கிராமத்தில்.

விருந்து என்றால், மதியச் சாப்பாடு என்றோ, இரவுச் சாப்பாடு என்றோ வரையறை கிடையாது. பிற்பகல் 3 மணிக்கு அலங் கரிக்கப்பட்ட மேஜைகளில் வைக்கப்படும் உணவோ வோட்கா வோ அடுத்த நாள் காலை வரை அள்ள அள்ளவோ, குடிக்கவோ குறைவில்லாமல் வளர்ந்துகொண்டே இருக்கும். பக்கத்து ஹாலில் பாட்டும் நடனமும் தொடர்ந்து நிகழும். குடிப்பதற்கும், சாப்பிடுவதற்கும் இடைவேளை நடனமாடுவதற்குத்தான்.

நான் மாலை ஆறு மணிக்கு என் மாணவியிடம், 'போய் வரு கிறேன்' என்று சொன்னபோது, அவள் என்னிடம் கூறினாள். 'இப்பொழுது போனால் விருந்துக்குச் செய்யும் அவமரியாதை யாக நினைப்பார்கள்.'

'அப்படியானால் எத்தனை மணிக்குப் போவது நல்லது?'

'நாளை காலை.'

என் தலை சுற்றியது. 'அது வரை நான் என்னசெய்வது?'

'மற்றவர்கள் செய்வதைச் செய்யவேண்டும்.'

'ஸ்லாவ் மக்களுக்கு இருக்கக்கூடிய உடல் தெம்பு எனக்குக் கிடையாது.'

அவள் சிரித்துக்கொண்டே சொன்னாள், 'வாருங்கள். ஒரு சுவாரஸ்யமான மனிதருக்கு உங்களை அறிமுகப்படுத்துகிறேன்.'

அப்பொழுதுதான் யானுஷ் வால்டனைச் சந்தித்தேன்.

அறுபது வயதிருக்கலாம் என்ற என் முதல் யூகம் தப்பாகப் போனது. எழுபத்தைந்து வயது என்று பிறகுதான் தெரிய வந்தது. தலையில் மயிர் இருந்தது என்பதற்கு அடையாளமே கிடையாது. ஆரோக்கியம், சிரிப்பிலும், தேகக் கட்டிலும் தெரிந்தது. அவர் கை குலுக்கியபோது என் கை வலித்தது.

என் மனைவி என்னை அறிமுகப்படுத்தியதோடு மட்டுமில்லாமல், நான் ஸ்லாவ் மக்களைப் பற்றிக் கூறியதையும் அவரிடம் சொன்னாள்.

அவர் பெரிதாகச் சிரித்துக்கொண்டே சொன்னார்: 'தெம்பு என்பது உடம்பைப் பொறுத்த விஷயமல்ல. மனத்தையும் பொறுத்தது. அதோ பாருங்கள், அந்தப் பெண்ணை! உல்லாசமாக நடனமாடிக் கொண்டிக்கிறாளே, அவள் ஒரு வருஷத்துக்கு முன்னால், இதே சமயத்தில் தற்கொலை செய்து கொள்ள முயற்சி செய்தாள்.'

'உரிய வேளையில் வீட்டுக்குப் போக விரும்புவதும், தற்கொலை செய்து கொள்ள முயல்வதும் ஒன்று என எனக்குத் தெரியாது.'

அவர் புன்னகை செய்தார். பிறகு என் தோளைத் தட்டிக் கொண்டே சொன்னார்: 'மனத்தெம்பில்லாதவர்கள்தான் சுலபமாகச் சலிப்படைந்து விடுவார்கள். நீங்கள் இப்பொழுது வீட்டுக்குப் போக விரும்புவதற்குக் காரணம் என்ன? உங்களுக்கு போரடிக்கிறது அவ்வளவுதானே? என்னுடன் வாருங்கள். உங்களுக்கு போர் அடிக்காமல் பார்த்துக் கொள்கிறேன்.'

'அந்தப் பெண் ஏன் தற்கொலை செய்து கொள்ள முயற்சி செய்தாள்?'

'அந்தப் பெண் ஏன் இப்பொழுது சந்தோஷமாக இருக்கிறாள்? மகிழ்ச்சி ஏற்படும்போது, நாம் இந்தக் கேள்வியைக் கேட்டுக் கொள்வதில்லை. மகிழ்ச்சியாக இருக்கத் தெரிந்திருக்கிறது. சோகம் ஏற்படும்போது நமக்கு நாமே இந்தக் கேள்வியை அடிக்கடி கேட்டுக் கொள்ளும் விளைவாகத்தான் ஏதேதோ

செய்யத் தோன்றுகிறது. எல்லாருக்கும் மகிழ்ச்சியாக இருக்கக் கற்றுத் தருவதுதான் என் வேலை.'

பிறகுதான் அவரைப் பற்றித் தெரிந்து கொண்டேன். மன நோய்க்கு சிகிச்சை பெற்று, குணமடைந்தவர்களுக்கென்று ஒரு புனரமைப்புக் கூடம் நடத்தி வருகிறாரென்று. பாட்டு, நடனம், நாடகம் ஆகியவை எல்லாம் அங்கு உண்டு. ஃபுட்பால், டென்னிஸ், டேபிள் டென்னிஸ் போன்ற விளையாட்டுகள் வேறு. இதற்கு அவர் 'புனரமைப்புக் கூடம்' என்று பெயரிட வில்லை. 'படைப்புக் கூடம்' என்றுதான் இதை அவர் குறிப்பிடுவது வழக்கம்.

யானுஷ் ஒரு மிகச்சிறந்த பாடகர். மரபு இசை, ஜாஸ் போன்றவை களில் நல்ல பயிற்சி. தனிப்பட்ட முறையில் அவருக்கு பாப் இசை பிடிக்காவிட்டாலும் அவர் நடத்திவந்த கூடத்தில் அதில் ஈடுபாடு கொண்டவர்களுக்கு மிகுந்த ஆதரவு அளித்து வந்தார். அவர் இரண்டாம் உலகப் போருக்கு முன்பு வியன்னாவில் இசை கற்றுப் பட்டம் வாங்கியவர். வியன்னாவிலிருந்தபோது, ஃப்ராய்டின் சிஷ்யப் பரம்பரையைச் சேர்ந்த சில மனோதத்துவ அறிஞர்களோடு நெருங்கிய தொடர்பு உண்டு. அவர்கள் அனைவரும் ஆஷ்விச்சில், ஹிட்லரின் 'மரண முகா'மில் இறந்து போனதைப் பற்றி அவர் என்னிடம் சொல்லியிருக்கிறார். உலகப் போருக்குப் பிறகு ஃபிரான்சிலும், அமெரிக்காவிலும் சில ஆண்டுகள் அவர் இருந்திருக்கிறார். இருந்தாலும் போலந்தைத் தவிர, வேறு எந்த நாட்டிலும் அவருக்கு இருப்புக் கொள்ள வில்லை.

அவர் ஆஷ்விச்சில் இருந்தும், உயிரோடு தப்பியது ஒரு எதேச்சையான சம்பவம். அவர் மனைவி அங்கு இறந்து போனாள். அவருடைய மூன்று வயது மகளுக்கு என்ன ஆயிற்று என்று ஜெர்மன் ராணுவ அதிகாரிகள் அவரிடம் சொல்லவே யில்லை. அவளையும் அவர்கள் கொன்றிருப்பார்கள் என்பது அவருடைய யூகம். ஆஷ்விச் அனுபவங்களைப் பற்றிப் புத்தகம் எழுதித் தரும்படி பலர் அவரைக் கேட்டிருக்கிறார்கள். அவர் மறுத்துவிட்டார்.

'ஏதோ ஒரு சந்தர்ப்பத்தில் சரித்திரத்தின் சதியினாலோ அல்லது முன்கூட்டியே வரையறுக்கப்பட்ட விதியின் தத்துவத்தாலோ ஒரு நாடு முழுவதுமே ஒரு தனி மனிதனின் கவர்ச்சிக்கு

அடிமையாகி, பைத்தியம் பிடித்து அலைந்ததென்றால் இதற்கு யாரைக் குற்றம் சொல்வது? ஹிரோஷிமா, நாகசாகி, ஹங்கேரி, செக்கோஸ்லோவேகியா, வியட்நாம், எல்சல்வடோர் ஆகியவை இன்னும் தொடர்ந்து நிகழ்ந்து கொண்டுதானே இருக்கின்றன. சரித்திரம் நமக்கு வாத்தியார் என்பதெல்லாம் வெறும் கதை. நான் ஒரு புத்தகம் எழுதி ஒரு கூட்டத்துக்குப் பாடம் கற்றுத் தருவதைக் காட்டிலும் தனி மனிதனுக்கும் உதவி செய்ய முடியுமா என்பதுதான் என் முதல் அக்கறை' என்று அவர் தாம் புத்தகம் எழுத மறுத்து விட்டதற்கான காரணத்தையும் என்னிடம் ஒரு சமயம் சொன்னார்.

முதல் தடவையாக அவருடன் அவருடைய 'படைப்புக் கூட'த் துக்குச் சென்ற அனுபவம் இன்னும் பசுமையாக நினைவில் இருக்கிறது.

சிலர் செஸ் விளையாடிக் கொண்டிருந்தனர். சிலர் புத்தகத்தில் ஆழ்ந்திருந்தனர். கிட்டார் வாசித்துக் கொண்டிருந்த சில இளைஞர்களைச் சுற்றி ஒரு சிறு கூட்டம். யானுஷ் என்னை அவர்களுக்கு அறிமுகம் செய்துவைத்தார்.

சிறிது நேரம் டேபிள் டென்னிஸ் விளையாடியபிறகு நான் அங்கிருந்த பத்திரிகைகளைப் புரட்டியவாறு ஜன்னல் அருகே இருந்த ஒரு நாற்காலியில் உட்கார்ந்திருந்தேன்.

ஒரு வயதானவர் என்னருகே வந்து உட்கார்ந்து என்னைப் பார்த்துப் புன்னகை செய்தார். நானும் பதிலுக்குப் புன்னகை செய்தேன்.

'நீங்கள் இந்தியரா?'

'ஆமாம்.'

'இந்தியா முழுவதும் காடுகள் என்கிறார்களே?' இந்தியப் பத்திரிகைகளில் வரும் செய்திகளைப் படித்துவிட்டு அவர் அவ்வாறு கூறுகிறாரா அல்லது இதுதான் அவருடைய பூகோள அறிவா என்று எனக்கு விளங்கவில்லை.

'இந்தியா முழுவதும் இல்லை. பல பகுதிகளில் காடுகள் இருக்கின்றன.'

'நீங்கள் எங்கே வசிக்கிறீர்கள்? காட்டுப் பகுதியிலா அல்லது...'

'டெல்லி. அது காட்டுப் பகுதியா, நகரமா என்று நிச்சயமாக சொல்வதற்கில்லை.'

'எனக்குக் காடுகள் என்றால் மிகவும் பிடிக்கும். நான் போலந்தின் வடகிழக்குப் பகுதியைச் சேர்ந்தவன். அங்கு காடுகள் அதிகம். நீங்கள் போயிருக்கிறீர்களா?'

'இல்லை.'

'என்ன பரிதாபத்துக்குரிய மனிதன்' என்பதுபோல் அவர் என்னைச் சிறிது நேரம் உற்றுப் பார்த்துவிட்டுப் போய்விட்டார்.

இன்னும் கொஞ்சம் நேரத்துக்குப் பிறகு ஒரு நடு வயதுக்காரர் வந்தார். சிகரெட் பாக்கெட்டை என்னிடம் நீட்டினார்.

'நான் சிகரெட் குடிப்பதில்லை.'

'நீங்கள் ஏன் பசுவைச் சாப்பிட மறுக்கிறீர்கள்?'

'நானா?'

'நீங்களில்லை. பொதுவாக இந்தியர்கள்.'

'நானும் சாப்பிடுவதில்லை. பொதுவாக நான் மாமிசமே சாப்பிடுவதில்லை. இந்தியர்களில் ஹிந்துக்கள் பசு சாப்பிடுவ தில்லை.'

'ஏன்?'

'பசு நம்மைச் சாப்பிடுகிறதா? நாம் மட்டும் பசுவை ஏன் சாப்பிட வேண்டும்?'

அவர் யோசனை செய்துகொண்டு சிகரெட்டைப் பற்றவைத்தார். சிறிது நேரம் கழித்துச் சொன்னார்: 'இதில் ஒரு பிரச்னை. நம்மைச் சாப்பிடும் மிருகங்களைத்தான் நாம் சாப்பிட வேண்டும் என்றால், சிங்கம், புலி, கரடி ஆகியவற்றைத்தான் நாம் சாப்பிட இயலும். இது சாத்தியமா?'

'கொஞ்சம் கஷ்டம்தான்.'

'முள்ளம் பன்றி. முடியவே முடியாது.'

'முட்களை எடுத்துவிட்டால் பன்றி மிஞ்சுமா என்பது சந்தேகம் தான்.'

அவர் கண்களை மூடிக்கொண்டு இந்தப் பிரச்னையைப் பற்றித் தீவிரமாக ஆராய்ந்து கொண்டிருக்கும்போது நான் எழுந்து யானுஷ் இருந்த அறைக்குச் சென்றுவிட்டேன்.

யானுஷ் ஏதோ ஒரு ஃபைலைப் புரட்டிக் கொண்டிருந்தார். என்னைப் பார்த்ததும் புன்னகை செய்தார்.

'எப்படி இருக்கிறது இந்த இடம்?'

'எல்லாரும் குணமானவர்களா?'

'எது குணம் என்பது நாம் நிர்ணயிப்பதைப் பொறுத்த விஷயம். அவர்கள் சந்தோஷமாக இருக்கிறார்கள். தேவையான அளவுக்கு உலகத்தோடு அவர்களால் அனுசரித்துப் போக முடிகிறது.'

'தேவையான அளவுக்கு அனுசரித்துக்கொண்டு போனால் போதும் என்ற மன உறுதி இருந்தால் போதும். வாழ்க்கையின் வெற்றி எதுவென்று தெரியாமல், எத்தனை விஷயங்களைத் துரத்திக்கொண்டு நம்மை நாமே சமரசப்படுத்திக்கொள்ள வேண்டியிருக்கிறது?'

'நீங்கள் சொல்வது நான் சொல்வதற்கு விமர்சனம்' என்று கூறிவிட்டு அவருக்கென்றே அமைந்த முறையில் லேசாகக் கண்ணடித்தார் யானுஷ் வால்டன்.

எனக்கும் வால்டனுக்கும் இடையே ஏற்பட்ட நட்பு, என் இந்திய நண்பர்களுக்கு விவாதத்துக்கு உரிய விஷயமாக இருந்தது.

'அவரே சிகிச்சை பெற்றுக் குணமடைந்தவராக இருக்க வேண்டும்' என்றார் ஒருவர்.

'குணமடைந்தாரா என்பது சந்தேகத்துக்குரிய விஷயம்' என்றார் இன்னொருவர்.

'நீங்கள் இருவரும் நண்பர்கள் என்பதைப் பற்றி நான் ஆச்சரியப் படவில்லை' என்றார்கள் இருவரும் சேர்ந்து.

வால்டனைப் பற்றி இந்த மாதிரி அபிப்பிராயம் உண்டாவதற்குக் காரணமும் இருந்தது. அதைப் பற்றியும் நான் சொல்ல வேண்டும்.

ஒரு சமயம் என் இந்திய நண்பர்களை என் வீட்டுக்கு அழைத்திருந்தேன். வால்டன், இந்தியர்களைச் சந்திக்க வேண்டும் என்று விருப்பம் தெரிவித்திருந்ததால் அவரையும் கூப்பிட்டிருந்தேன்.

அறிமுகங்கள் ஆன பிறகு அவர்களிடம் பேசவேயில்லை. அவர்கள் எது கேட்டாலும் 'தெரியாது' என்று பதில் சொன்னார்.

'எங்களோடு ஏன் பேச மறுக்கிறீர்கள்?'

'என்ன பேசுவதற்கு இருக்கிறது? உங்களோடு உரையாடல் சாத்தியமாக இருக்கும் என்று எனக்குத் தோன்றவில்லை.'

அவர்கள் போன பிறகு யானுஷ் கேட்டார்: 'இவர்கள் உங்கள் நண்பர்களா?'

'ஆமாம். இவர்களிடம் ஒரு தப்பும் இருப்பதாக எனக்குத் தெரியவில்லை. இவர்கள் இந்தியர்கள் என்பதைக் காட்டிலும் சராசரி மனிதர்கள் என்றுதான் சொல்லவேண்டும். போலந்திலும் நிறைய சராசரி மனிதர்கள் உண்டு.'

'உங்கள் நாட்டுப் பற்றைப் பாராட்டுகிறேன்.'

'இது நாட்டுப் பற்றல்ல. யதார்த்தப் பார்வை.'

யானுஷ் வால்டனிடம் என் இந்திய நண்பர்கள் அவரைப் பற்றிக் கொண்டிருக்கும் அபிப்பிராயத்தைச் சொன்னபோது, அவர் சிரித்துக்கொண்டே கூறினார்: 'படைப்புக் கூடத்தைச் சேர்ந்த பெண் ஒரு சமயம் கேட்டாள். 'படைப்புக் கூடத்தைச் சேராத மற்றவர்கள் ஏன் நார்மலாக இல்லை?' இதுதான் என் நினைவுக்கு வருகிறது.'

'என்னைப் பற்றிக் கூடவா இந்தக் கருத்து?'

'நீங்கள் நார்லமாக ஆவதற்கான அறிகுறிகள் தென்படுகின்றன என்பது அவர்களுடைய அபிப்பிராயம்.'

வால்டனைப் பற்றி நான் இதுவரை இவ்வளவு கூறியதால் உங்களுக்கு அவரைப் பற்றி ஒரு மனச்சித்திரம் உருவாகி யிருக்கும். தன்னம்பிக்கை உள்ளவர். நகைச்சுவை மிகுந்தவர். வாழ்க்கைச் சவால்களைப் புன்னகையுடன் சந்திக்கக் கூடிய திறன் மிக்கவர். அப்படித் தானே?

மனித சுபாவத்தை வரையறுத்து ஃபிரேம் போட்டு மாட்டிவிட முடியாது. இதே வால்டன் என்ன செய்தார் தெரியுமா? என்ன செய்தார் என்பதைவிட அவருக்கு என்ன நடந்தது என்று சொல்ல வேண்டும்.

சொல்லுகிறேன். எனக்கு ஒரு நாள் விடியற்காலை ஐந்து மணிக்கு ஃபோன் வந்தது. வால்டன் வீட்டிலிருந்து ஒரு பெண் பேசினாள்: 'உடனே புறப்பட்டு வாருங்கள்.'

'ஏன்?'

'யானுஷ் வால்டன் உங்களைப் பார்க்க விரும்புகிறார்.'

'அவருக்கு என்ன ஆனது? அவர் ஏன் பேசவில்லை?'

'புறப்பட்டு வாருங்கள். தெரியும்.'

போனேன்.

யானுஷ் கட்டிலில் படுத்திருந்தார். திடீரென்று பத்து வயது கூடிவிட்டாற் போலிருந்தது. என்னைப் பார்த்ததும் புன்னகை செய்தார். விரக்திப் புன்னகை. இவருக்கு என்ன உடம்பு?

அவரருகில் ஒரு பெண்மணி உட்கார்ந்திருந்தாள். நாற்பதோ அல்லது இன்னும் கூடவோ இருக்கலாம். அவளை நான் அதுவரை பார்த்ததே இல்லை. படைப்புக் கூடத்தைச் சேர்ந்த பெண் என்றும் தோன்றவில்லை. அவள் என்னுடன் பேசும் போது உடைந்த ஆங்கிலத்தில்தான் பேசினாள். நான் பதிலுக்குப் போலிஷில் பேச முற்பட்டபோது அவள் போலிஷ் பேசவில்லை. வேற்று நாட்டைச் சேர்ந்தவள் என்று எனக்குப் பட்டது.

'என்ன உடம்பு உங்களுக்கு?'

வால்டன் சிறிது நேரம் பேசாமலிருந்தார்.

'எனக்கு உடம்புக்கு ஒன்றுமில்லை. என்ன நடந்தது தெரியுமா?'

'சொல்லுங்கள்.'

'நான் தற்கொலை செய்து கொள்ள முயன்றேன்.'

நான் திடுக்கிட்டேன். 'நீங்களா?'

'ஆமாம். நான்தான். இந்தப் பெண்மணி இல்லாவிட்டால் என் கதை முடிந்திருக்கும். நான் தற்கொலை செய்து கொள்ள முயன்றதற்கும் இந்தப் பெண்தான் காரணம்.'

'புரியவில்லை.'

அவர் கண்களை மூடியவாறு சிறிது நேரம் மௌனமாக இருந்தார்.

அந்தப் பெண் தேநீர் கொண்டு வந்தாள். போலிஷ் முறையில் தயாரித்த தேநீர். டம்ளரில் தேயிலைத் துகள்களைப் போட்டு விட்டு அதில் சுடச்சுட வெந்நீர் ஊற்றிவிட வேண்டும். அவ்வளவுதான்.

அவர் ஆங்கிலத்தில் பேச ஆரம்பித்தார். 'நேற்றிரவு எனக்கு ஒரு கனவு. இது கனவா, நிஜமா என்று எனக்குப் புரியவில்லை. நிஜ மில்லை என்று அடியோடு ஒதுக்கிவிடவும் முடியாது. வரம்புக்கு உட்பட்ட நம் பகுத்தறிவைக் கொண்டு 'இது நிஜம், இது கற்பனை' என்று அளவிட முயல்வதும் வீண் வேலை.

ஆஷ்விச் அனுபவங்கள் தொடர்ந்து நிகழ்கின்றன. என் கண்ணெதிரே குழந்தைகளை காஸ் சேம்பருக்கு அழைத்துச் செல் கிறார்கள். 'மரணச் சுவர்' எதிரே இளைஞர்களைச் சுடுகிறார்கள். அடுக்கடுக்காக இருக்கும் குறுகிய இடங்களில் தூங்குகின்றவர் களைக் காலால் உதைத்து வேலைக்கு எழுப்புகிறார்கள். வேதனை பொறுக்க முடியாமல் தலை தெறிக்க ஓடும் ஒருவன் மின்சார வேலியைத் தொட்டு இறக்கிறான். அவன் மரணத்தை உறுதிப்படுத்துவது போல் அவன் உடலை மறுபடியும் சுடுகிறார்கள்.

இதைப் பற்றிக் கேள்விப்பட்டிருக்கிறீர்களா? இது உண்மை யாகவே அன்று நடந்தது. அப்பொழுது நடந்ததை மறுபடியும் காண்கிறேன். ஒரு யூதப் பாதிரியை அவருடைய வேதப் புத்தகத்தை எதிரே வைத்து அதன் மீது அவர் காறித் துப்பும்படி பணிக்கிறார்கள். ஓர் இளம் நாஜிப் போர்வீரன் ஒரு கவிதைப் புத்தகத்தைப் படித்துக் கொண்டே இதை மேற்பார்வை இடு கிறான். அவர் காறித் துப்புவதை நிறுத்தியதும் அவன் உறுமு கிறான். 'ஏன் நிறுத்திவிட்டாய்?' 'தொண்டை வறண்டுவிட் டது.' 'இந்தா!' அவன் அவர் வாயில் காறி உமிழ்கிறான்.

இப்படி நடந்திருக்க முடியுமா என்று நீங்கள் ஆச்சரியப்படலாம். நடந்தது. நேற்றிரவும் நான் அதைப் பார்த்தேன். இலக்கியம், இசை, நுண் கலைகள் ஆகியவை மனிதப் பண்பை வளர்க்கும் என்கிறார்களே இது பொய் என்பது ஆஷ்விச்சில் நிரூபணமாகி விட்டது. காஸ் சேம்பருக்கு அணி வகுத்துச் செல்லும்போது

வாக்னர் இசை, மரணச் சுவருக்குப் போகும்போது பாஹ். நாஜிகளுக்குக் கலை ரசனை இல்லை என்று யார் சொன்னார்கள்?

நேற்றிரவு எனக்கேற்பட்டது கனவு என்று நான் நம்பத் தயாராக இல்லை. நிஜ அனுபவம் என்றுதான் உறுதியாக நினைக்கிறேன். அதற்குக் காரணமும் உண்டு.'

'என்ன காரணம்?'

'நான் ஆஷ்விச்சிலிருந்தபோது, தேவைப்படும் என்று தூக்க மாதிரைகளை ரகசியமாக வைத்திருந்தேன். நேற்றிரவு அவற்றை - அப்பொழுது சாப்பிடாமல் வைத்திருந்த மாத்திரைகளை - சாபிட்டேன். அதன் விளைவாகத்தான்...'

'அந்த மாத்திரைகள்தான் என்று எப்படி உங்களால் நிச்சயமாகச் சொல்ல முடியும்?'

'நான் இப்பொழுது தூக்க மாதிரைகளே வைத்துக் கொள்வ தில்லை.'

'தூக்க மாத்திரைகள் சாப்பிட்டீர்கள் என்று எப்படித் தெரியும்?'

'பயங்கர வாந்தி. பொறுக்க முடியாத தலைவலி. வயிற்றை என்னவோ செய்தது.'

'பிறகு எப்படிச் சரியானது? மாற்று மருந்துகள் வைத்திருக்கிறீர் களா?'

'இல்லை. எப்படிச் சரியானது என்பதுதான் இன்னொரு விந்தை. இந்தப் பெண் என் வயிற்றைத் தடவிக் கொடுத்தாள். அவ்வளவு தான்.'

அந்தப் பெண்ணைப் பார்த்தேன். அவள் புன்னகை செய்தாள்.

'இந்தப் பெண் யார் தெரியுமா?'

'நீங்கள் இன்னும் அறிமுகப்படுத்தவில்லை.'

'என் மகள்.'

'மகளா?'

'ஆமாம். நாஜிகள் கொன்றுவிட்டார்கள் என்று நினைத்தேன். அது தவறு. தப்பியோடிய ஒரு யூதர் இவளையும் எடுத்துச்

சென்றிருக்கிறார். ரஷ்யாவுக்குச் சென்று, அங்கிருந்து இஸ்ரேலுக்குப் போயிருக்கிறார். இந்தப் பெண் வளர்ந்தது இஸ்ரேலில். இறக்கும்போதுதான் அவர் உண்மைத் தகவலை இந்தப் பெண்ணிடம் சொல்லியிருக்கிறார். அதாவது பத்து வருஷங்களுக்கு முன்னால். அன்று முதல் கொண்டு என்னைத் தேடிக்கண்டு பிடிப்பதில் முனைந்து, இந்தப் பெண் நேற்று இங்கு வந்து சேர்ந்திருக்கிறாள்.'

'மகள் வந்தது உங்களுக்குச் சந்தோஷத்தை அல்லவா தர வேண்டும்? இப்படியா நடக்கவேண்டும்?'

'அதற்குக் காரணம் இவள் சொன்ன தகவல்கள், நாஜிகள், யூதர்களுக்குச் செய்ததை யூதர்கள் இன்று வெஸ்ட் பாங்கில் செய்து வருகிறார்களாம். பெய்ரூட்டில் அவர்கள் செய்த அக்கிரமம் உங்களுக்குத் தெரிந்ததுதானே! என் மனம் கொதித்தது.'

'உங்கள் மனம் என்ன? எல்லோருடைய மனமும்தான்.'

'குறிப்பாக என் மனம். ஏன் தெரியுமா? நான் ஒரு யூதன். அது தெரியாதா உங்களுக்கு?'

ஒரே நாளில் பல அதிர்ச்சிகளை என்னால் தாங்கிக் கொள்ள முடியவில்லை.

'நேற்றிரவு ஏற்பட்டது கனவு இல்லை என்று உறுதியாக நம்புகிறீர்களா? கடைசி முறையாகக் கேட்கிறேன்' என்றேன் நான்.

'நான் ஒரு யூதன். அற்புதங்களில் எனக்கு நம்பிக்கை உண்டு. அவ்வளவுதான் என்னால் சொல்ல முடியும்.'

26. போலிகள்

ஆங்கிலத்தில் Phoney என்று ஒரு வார்த்தை இருக்கிறது. 'பாசாங்கு' என்று இதற்குப் பொருள் சொல்லலாம். சென்னைப் பல்கலைக் கழகம் வெளியிட்டிருக்கும் ஆங்கில - தமிழ் அகராதி இதற்கு என்ன பொருள் தருகிறது என்று பார்ப்பதற்காக அதைப் புரட்டினேன். அந்த வார்த்தையே காணப்படவில்லை. தமிழ்ப் பண்பாட்டில் பாசாங்குக்கு இடமில்லை என்று அந்த வார்த்தையையே ஒதுக்கிவிட்டார்கள் போல இருக்கிறது.

தமிழ் அகராதி சம்பந்தமாக ராஜாஜி சொன்னது நினைவுக்கு வருகிறது. 'ஆங்கிலத்தில் 'Slang' 'archaic" என்றெல்லாம் சில சொற்ளை வகைப்படுத்துவார்களே, அந்த மாதிரி வரையறை யெல்லாம் தமிழில் கிடையாதோ, எல்லாச் சொற்களும் இப்பொழுது புத்தகத்தில் இருப்பனபோல் கொடுக்கப்பட்டிருக் கின்றனவே...' என்று அவர் ஒரு தமிழ்ப் பேராசிரியரிடம் கேட்டபோது, அவர் பதில் கூறினாராம்: 'பண்பாட்டுக்கு ஒவ்வா சொற்களை விடுத்து, பழந்தமிழ் அருஞ் சொற்களைத் தமிழன் அன்றாட உரையாடலில் சேர்த்துப் பேச வேண்டுமென்பதுதான் எமது இலக்கு.' பேராசிரியரின் இப்பதிலைத் தவிர, Phoney என்பதற்கு வேறு சிறந்த எடுத்துக் காட்டு இருக்க முடியாது என்பது என் அபிப்பிராயம்.

சமீபத்தில் ஓர் இலக்கிய விவாதக் கூட்டத்துக்குச் சென்றிருந் தேன். பேராசிரியர்களும், இலக்கிய ஜாம்பவான்களும், விமர் சகர்களும் அடங்கிய கூட்டம். தாம் படித்த ஒரு நூலின் சிறப்பைப் பற்றி ஒருவர் கட்டுரை வாசித்தார். புலிகளுக்கு நடுவே

அகப்பட்டுக் கொண்ட ஆட்டுக்குட்டியைப் போல் அவர் காணப்பட்டார். அவர் தமக்கு அந்த நூல் ஏன் பிடித்திருந்தது என்பதற்கு மட்டும் காரணங்கள் கூறியிருந்தாரேயன்றி, சர்வதேச இலக்கிய விமர்சன அளவுகோல்கள் பற்றி அவர் ஒன்றும் குறிப்பிடவேயில்லை. அவருக்குத் தெரியவும் தெரியாது என்று தோன்றியது.

அவர் கட்டுரை வாசித்து முடித்ததும், சிறிது நேரம் அங்கு அமைதி நிலவியது. கட்டுரை படித்தவர் மிகப் பிரமாதமாக எல்லாரையும் பார்த்துக்கொண்டேயிருந்தார்.

ஒரு பேராசிரியர் கண்ணாடியைக் கழற்றிக் கைக்குட்டையினால் துடைத்துக்கொண்டே மிகவும் அடங்கிய குரலில் (அடங்கிய குரல் ஆழ்ந்த சிந்தனைக்கு ஓர் அடையாளம்!) கேட்டார். 'இந்த நூலின் 'architectonics' எப்படி இருக்கிறது?'

கட்டுரை படித்தவர் இந்தச் சொல்லைக் கேள்விப்பட்டதே யில்லை என்று தோன்றுகிறது. ஆனால் இத்தனை மெத்தப் படித்தவர்களிடையே தமது அறியாமையை வெளிப்படுத்தக் கூடாதென்று நினைத்தாரோ என்னவோ, 'நன்றாக இருக்கிறது' என்று பொதுவாகப் பதில் கூறி வைத்தார்.

'நன்றாக இருக்கிறது' என்றால் இந்தப் பதில் எனக்குப் புரிய வில்லை' என்று கூறிவிட்டு அப்பேராசிரியர் கண்ணாடியைப் போட்டுக்கொண்டு மற்றவர்களை ஒருவிதப் பெருமிதப் புன்னகையுடன் நோக்கினார்.

கட்டுரை வாசித்தவருக்கு சங்கடமாகப் போனது. 'அதாவது... மற்றைய நூல்களுடன் ஒப்பிட்டுப் பார்க்கும்போது இந்நூலில்...' என்று ஆரம்பித்தவர், பேராசிரியர் உபயோகித்த வார்த்தையைத் தாமும் சொல்ல நினைத்தார் போலிருக்கிறது. ஆனால் அது, என்ன வார்த்தை என்று மறந்துவிட்டது - 'இந்நூலில்... இந் நூலில்...' என்று இரண்டு தடவை கூறிவிட்டு, 'நீங்கள் சொன்னீர் களே! அது மிகவும் சிறப்பாக வந்திருக்கிறது' என்றார்.

இவ்வாறு சொல்லிவிட்டு அவர் மிகவும் வியர்த்துப் போயிருந்த முகத்தைக் கைக்குட்டையினால் துடைத்துக் கொண்டார்.

அப்பொழுதுதான் ஐரோப்பிய நாடுகளுக்குச் சென்று திரும்பி யிருந்த ஓர் இலக்கியப் பிரமுகர் லேசாகக் கனைத்தார். எல்லாருடைய கவனமும் அவர் பக்கம் திரும்பியது.

'Architectonics' என்ற சொல் கட்டட அமைப்புக்குரியது. இதைப் பொதுவாடுகக் காவியங்களைப் பற்றிப் பேசும்போது தான் குறிப்பிடுவது வழக்கம். நாவலைப் பற்றிக் கேட்கும்போது இச்சொல்லைப் பயன்படுத்துவது அவ்வளவு பொருத்தமாக எனக்குப்படவில்லை.'

'நாவல் என்பது காவியத்தின் வாரிசுதானே?' என்றார் பேராசிரியர்.

இதுபற்றி ஒரு சூடான விவாதம் தொடர்ந்தது. கட்டுரை வாசித்தவர் கூட்டத்தை விட்டுப் போய்விட்டார் என்பதை யாரும் கவனிக்கவில்லை.

எனக்கு ஒரு பேராசிரிய நண்பர் உண்டு. அவர் வீட்டுக்குச் சென்றால் அவர் படிக்கும் அறையில் ஒரு பெரிய அட்டவணை தொங்கும். உலகத்து இலக்கிய விற்பன்னர்களின் பிறந்த தேதி, இறந்த தேதி எல்லாம் அதில் குறிப்பிடப்பட்டிருக்கும். எந்தக் கவிஞருடைய இறந்த தேதி வந்தாலும், அவரைப் பற்றிய ஒரு கட்டுரையை அப்பேராசிரியர், செய்திப் பத்திரிகைகளின் வார இதழுக்கு எழுதி அனுப்பி விடுவார். 'இன்று இத்தாலியப் பெரும் புலவர் லுடோவிகோ அரியோஸ்டோவின் இறந்த தினம். பதினைந்தாம் நூற்றாண்டில் அவர் புரிந்த இலக்கிய சாதனைகள்' என்பது அக்கட்டுரையின் தலைப்பாக இருக்கும். ஸ்பானிஷ் புலவர்கள், ஸ்வீடிஷ் நாவலாசிரியர்கள் யாரும் அவர் பார்வையிலிருந்து தப்ப முடியாது.

அவருடைய 'கல்வி ஆற்றலை' வியந்த ஓர் அமெரிக்கப் பதிப்பகம் அவரை இந்திய பக்தி இலக்கியங்களைப் பற்றி ஒரு புத்தகம் எழுதித் தருமாறு கேட்டிருந்தது. அவரும் ஒப்புக் கொண்டார்.

இது சம்பந்தமாக என்னிடம் ஒரு சமயம் அவர் பேசிக் கொண்டிருந்தார்.

'தமிழ்ப் புலவர்' நெமஸ்வாரைப் பற்றி நீங்கள் என்ன நினைக்கிறீர்கள்?' என்று அவர் கேட்டார்.

'நெமஸ்வாரா? யார் அவர்?'

அவர் முகத்தில் ஒரு வெற்றிப் புன்னகை. நாற்காலியில் பின்புறமாகச் சாய்ந்துகொண்டே சொன்னார்: 'உங்களுக்குத் தெரியாதா? பரவாயில்லை.'

என் அறியாமையை அவர் மன்னித்துவிட்டார்.

'நெமஸ்வார்' என்று தமிழ்ப் புலவர் யாரும் இருந்ததேயில்லை.'

'எல்லோருக்கும் எல்லாம் தெரிந்திருக்க வேண்டுமென்ற அவசியமில்லை. என்னைப் போன்ற பைத்தியக்காரன்தான் எல்லாவற்றையும் கட்டிக்கொண்டு அழுவான். ஆனால் உங்களுக்குத் தெரியவில்லை என்பதற்காக, அப்படியொரு புலவன் இருந்ததேயில்லை என்று கூறாதீர்கள்.'

'நெமஸ்வார், எந்த நூற்றாண்டு?'

'எனக்கு இப்பொழுது ஒன்றும் தெரியாது. தெரிந்துகொண்டு கட்டுரை எழுதப் போகிறேன். அவர் ஒரு பக்திப் புலவர் என்று சொன்னார்கள். வைணவர் என்று நினைக்கிறேன்.'

'நம்மாழ்வாரா?'

'என்ன சொன்னீர்கள்?'

'அவர் பெயர் நம்மாழ்வார். நெமஸ்வாரல்ல,'

'ஓ! அப்படியா! காப்பி குடிக்கிறீர்களா?'

இதற்குப் பிறகு அப்பேராசிரியர் என்னிடம் பக்தி இலக்கியத்தைப் பற்றிப் பேசுவதே கிடையாது.

எனக்குத் தெரிந்த இன்னொருவர் இருக்கிறார். அவர் தம்மைப் பற்றி மிகவும் படித்தவர் என்ற அபிப்பிராயத்தை எல்லோரிடத்திலும் உருவாக்கிவிட்டார். ஆனால், அவர் வாயைத் திறந்து அநாவசியமாகப் பேச மாட்டார். ஓரிரண்டு வார்த்தைகள்தான் பேசுவார். அவ்வார்த்தைகளின் ஆழ்ந்த பொருள் என்ன என்று ஒவ்வொவரும் மயிரைப் பிய்த்துக் கொள்வார்கள். 'செத்தத்தின் வயிற்றிற் சிறியது பிறந்தால் எத்தைத் தின்று எங்கே கிடக்கும்? அத்தைத் தின்று அங்கே கிடக்கும்' - மதுர கவியும் நம்மாழ்வாரும் இந்த 'one up manship' விவகாரத்தில் வல்லவர்கள் என்று இப்பொழுதுதான் தெரிகிறது.

ஒரு சமயம் இந்த நண்பருடன் ஒரு செமினாருக்குச் சென்றிருந்தேன். ஷேக்ஸ்பியரைப் பற்றி ஒருவர் மிகவும் ஆழமான கட்டுரையொன்று படித்தார். எக்ஸிஸ்டென்ஷியலிஸம், ஃபினாமிலிஸம், ஸுப்ரா - ரியாலிட்டி என்ற வார்த்தைகள் அடிக்கடி வந்து விசுவரூபம் எடுத்து எல்லாரையும்

பயமுறுத்தின. நண்பர் முதல் வரிசையில் நாற்காலியில் உட்கார்ந்திருந்தார். அவர் கண்கள் மூடியிருந்தன. சிந்திக்கிறாரா, தூங்குகிறாரா என்று தெரியவில்லை.

கட்டுரையைப் படித்து முடித்தவர், ஆவலுடன் நண்பரின் பாராட்டுதலைப் பெறுவதற்காக, அவர் முகத்தை நோக்கினார். நண்பர் சில விநாடிகளுக்குப் பிறகு கண்களைத் திறந்தார். நிதாதனமாக பைப்பில் புகையிலையை நிரப்பினார். பற்ற வைத்துக்கொண்டார். பிறகு வெளியே நோக்கினார். உலகமே ஸ்தம்பித்து நிற்பது போலிருந்தது.

நண்பரின் பெயரைச் சொல்லி அழைத்து அவர் ஏதாவது சொல்ல விரும்புகிறாரா என்று கூட்டத்துத் தலைவர் கேட்டார்.

நண்பர் புன்னகையுடன் 'என்னையா கேட்கிறீர்கள்?' என்றார்.

'ஆமாம். உங்களைத்தான்.'

நண்பர் புகையிலையை நெருப்புக் குச்சியினால் கிளறிக் கொண்டே சொன்னார்: 'ஒரே ஒரு சின்ன சந்தேகம்தான்.'

'கேளுங்கள்.'

'ஹாம்லெட்டில், 'For this relief much thanks' என்று வருகின்றதே இதற்கும் நம்முடைய மாயா தத்துவத்துக்கும் ஏதாவது சம்பந்தம் இருக்கும் என்பது என்னுடைய நெடுநாளைய சந்தேகம்.'

கூட்டத்தில் சிறிது நேரம் அமைதி நிலவியது.

கட்டுரை படித்தவர் தயங்கிக் கொண்டே சொன்னார்: 'ஆராய்ந்து நோக்கும்போது, இருக்கலாமென்று தோன்றுகிறது.'

மாறி மாறிக் காவல் புரியும் இரு அரச சேவகர்களில் ஒருவன் இன்னொருவனை வேலையிலிருந்து விடுவிக்கும்போது முதல்வன் சொல்லும் கூற்று இது. 'For this relief much thanks' இதற்கும் மாயா தத்துவத்துக்கும் என்ன சம்பந்தம் என்று எனக்குப் புரியவில்லை.

ஆகவே நான் நண்பரைக் கேட்டேன்: 'இவ்வரிக்கும் மாயா தத்துவத்துக்கும் என்ன சம்பந்தம்?'

நண்பரின் பைப் அணைந்துவிட்டது. அவர் மறுபடியும் பற்ற வைத்துக் கொண்டிருந்தார்.

இதற்குள் ஒருவர் குறுக்கிட்டார். 'ஏன் இல்லை என்கிறீர்கள்? காண்பதெல்லாம் மாயை, இது நம்மை பந்தத்துக்கு உள்ளாக்கு கிறது. ஆகவே இதிலிருந்து ஓய்வு பெற வேண்டுமென்பது தானே, மெய்ம்மைத் தத்துவம்? - 'relief' என்பதில் 'r' பெரிய எழுத்துப் போட்டிருக்க வேண்டும்.'

'அப்படியொரு பாட பேதம் உண்டு' என்றார் நண்பர் நிதானமாக.

'உண்மையாகவா?'

'பதினேழாம் நூற்றாண்டில் வேல்ஸில் கிடைத்த ஒரு பிரதியில் இப்படித்தான் இருக்கிறது.'

'அப்படியானால் ஷேக்ஸ்பியர் சங்கர பாஷ்யம் படித்திருக்க வேண்டும்' என்றார் இன்னொருவர் மிகவும் ஆணித்தரமாக.

'ட்ரைடன், ஔரங்கசீப்பைப் பற்றி ஒரு நாடகம் எழுதியிருக்கும் போது, ஷேக்ஸ்பியர் சங்கர பாஷ்யம் ஏன் படித்திருக்க முடியாது?' என்று கேட்டார் மற்றொருவர் தமது வழுக்கைத் தலையைத் தடவிக் கொண்டே.

'ஷேக்ஸ்பியர் நாடகங்கள் - ஓர் அத்வைதக் கண்ணோட்டம்' - என்று இன்னொரு செமினாருக்கு ஏற்பாடு செய்யலாம். மத்தியக் கல்வித் துறையினரிடம் மான்யம் கேட்க உடனே விண்ணப் பித்துக் கொள்ளலாம்' என்றார் தலைவர்.

'இந்த செமினார் ஷேக்ஸ்பியர் பிறந்த இடமாகிய ஸட்ராட் ஃபோர்ட் - அப்பான் - ஏவனில் நடப்பதுதான் மிகவும் பொருத்த மாக இருக்கும்' என்றார் நண்பர்.

எல்லோரும் இக்கருத்தை ஆமோதித்தார்கள்.

'காலடியில் வைத்துக் கொண்டால் என்ன?' என்று நான் கேட்டேன்.

'சரி. அடுத்த கட்டுரையை வாசிக்கப் போகின்றவர்...' என அறிவித்துக் கொண்டிருந்தார் தலைவர்.

நான் கூறியது யார் காதிலும் விழுந்ததாகத் தெரியவில்லை.

27. இளமாறன் கொடுத்த பேட்டி

இளமாறனுக்குத் திடீரென்று விழிப்பு ஏற்பட்டது. ஒரு கெட்ட கனவின் விளைவு. அவர் உடம்பு தெப்பமாக நனைந்திருந்தது.

அவர் கைகள் இரண்டும் நீண்டு கொண்டே போகின்றன. அவரது உறவினர்கள், நண்பர்கள், உறவினருக்கு உறவினர்கள், நண்பர்களுக்கு நண்பர்கள் - எல்லோரும், நீட்டிய கையில் உட்கார்ந்து கொண்டு விடுகிறார்கள். அவர், கைகளை மடக்கப் பார்க்கிறார். முடியவில்லை. 'எல்லாரும் கீழே இறங்குங்க!' என்று கத்துகிறார். ஒருவரும் இறங்கவில்லை. சிரிக்கிறார்கள். அப்பொழுது டாக்டர் போல், ஸ்டெதஸ்கோப்பைக் கழுத்தில் மாலையாகச் சுற்றிக்கொண்டு ஒருவர் அங்கு வருகிறார். 'டாக்டர், கையை மடக்க வேண்டும்' என்கிறான் இளமாறன். 'வெட்டி எறி!' 'என்னது?' 'வெட்டி எறி!' ஒரே சிரிப்பு. நல்ல வேளை, கனவு கலைந்தது.

இளமாறன் எழுந்து உட்கார்ந்தார். கட்டிலுக்கு அருகே இருந்த சிறிய மேஜையில் வைக்கப்பட்டிருந்த கடிகாரம் பச்சை ஒளியில் மணி நான்கு என்று காட்டியது.

பக்கத்தில் படுத்திருந்த அலங்காரத்தின் உடம்பு சிறிது அசைந்தது. அவர் எழுந்தது அவள் தூக்கத்தையும் சிறிது கலைத்திருக்கவேண்டும்.

'என்ன, இவ்வளவு சீக்கிரம் எழுந்துட்டீங்க?' கொட்டாவி விட்டுக்கொண்டே கேட்டாள் அலங்காரம்.

'ஹூம்... தூக்கம் வல்லே. தலையை வேறே வலிக்குது.'

'ராத்திரி என்ன, முழு பாட்டிலா, பாதியா?'

'தலைவலி மாத்திரை வச்சிருக்கியா?' என்று கேட்டுக் கொண்டே கட்டிலிலிருந்து எழுந்தார்.

'என் ஹான்ட் பேக்கிலே பாருங்க, இருக்கா?'

'ம்...' மாத்திரையை வாயில் போட்டுக்கொண்டு தண்ணீர் குடிப்பதற்காக அவர் படுக்கையறையைவிட்டு வெளியே வந்தார்.

கூடத்தில் படுத்திருந்த கிழவிக்கும் விழிப்பு ஏற்பட்டுவிட்டது போலிருக்கிறது.

'யாரு... ஐயாவா?'

'ஆமாம்.'

'என்னங்க வேணும்?'

'தண்ணி, நான் எடுத்துக்கறேன்.'

கிழவியைத் தனக்குப் பெரியம்மா என்று அலங்காரம் சொல்லிக் கொள்கிறாள். ஆனால் கிழவியைப் பார்த்தால் பாப்பாத்தியாக அவருக்குத் தோன்றவில்லை. இதைப் பற்றித் தீவிரமான ஆராய்ச்சியும் வேண்டாமென்றே அவருக்குப்பட்டது.

தண்ணீர் குடித்துவிட்டு அவர் திரும்பி வரும்போது, அலங்காரம் மறுபடியும் நல்ல தூக்கத்தில் ஆழ்ந்திருந்தாள்.

நேற்றிரவு பாதி பாட்டிலைக் காலி செய்திருக்க வேண்டாமென்று அவருக்குத் தோன்றியது. ஆனால் சந்தோஷத்தில் வேறு என்ன செய்வதென்று அவருக்கு அப்பொழுதுபடவில்லை. ரோமில் நடக்கவிருந்த ஒரு மகாநாட்டுக்குத் தாம் போகவேண்டுமென்று முதல் மந்திரியை நச்சரித்ததற்குப் பலன் கிட்டிவிட்டது. முதல் மந்திரி தொந்தரவு பொறுக்க முடியாமல் இணங்கிவிட்டார். மற்றைய மந்திரிகளுக்கு இதுபற்றிப் பொறாமை உண்டு என்பது இளமாறனுக்குத் தெரியாமலில்லை. நேற்று சாயந்திரம் முதல் மந்திரி, அவரிடம் 'சரி போய்த்தொலை!' என்றதும் அவர் நேரே அலங்காரத்தின் வீட்டுக்கு வந்துவிட்டார். தம் வீட்டுக்குப் போகவில்லை. மகிழ்ச்சியைக் கொண்டாடுதல் என்றால் வேறு என்ன அர்த்தம்?

மேஜையிலிருந்து சிகரெட் பாக்கெட்டை எடுத்து ஒரு சிக ரெட்டைப் பற்ற வைத்துக்கொண்டார். ஆஷ்ட்ரேயை எடுத்த போது, அது கைதவறி கீழே விழுந்தது. அந்தச் சத்தத்தில் அலங் காரத்தின் தூக்கம் கலைந்தது. அவள் திரும்பிப் பார்த்தாள்.

'என்ன இப்படித் தூங்கறே?' என்றார் இளமாறன்.

'நீங்க ரோமுக்குப் போகப் போறதும் போதும், ராத்திரி பூரா...'

'சரி, தூங்கு.'

அலங்காரம் புன்னகை செய்தவாறே புரண்டு படுத்தாள். முதல் தடவையாக வெளிநாட்டுக்குப் போகப் போகிறோம். ஐந்தாறு சூட்டுகள் தைத்துக் கொள்ளவேண்டும். சூட் போட்டு அவருக்குப் பழக்கமில்லை. ஏன் பழகிக் கொள்ள முடியாது? அவரிடம் பழைய சூட் ஒன்று இருந்தது. கல்யாணத்துக்குத் தைத்தது. கல்யாணத்துக்கு அப்புறம் போட்டுக் கொள்ள சந்தர்ப்பமே ஏற்படவில்லை. வாங்கிப் பல ஆண்டுகள் ஆகிவிட்டன என்பதால் பழையது என்றிருந்தாலும், அப்படியே புதிதாகவே, சலவை கலையாமல் இருந்தது. இன்று அந்த அமெரிக்க பேப்பர்காரன் பேட்டிக்கு வரப்போகிறான். போட்டுக் கொள்ளலாம். இதை ஓர் ஒத்திகை என்று வேண்டுமானாலும் வைத்துக் கொள்ளலாம். ஆனால் டை கட்டிக் கொள்ளத் தெரியாதே?

பி.ஏ.வை 'டை கட்டிவிடு!' என்றால் நன்றாக இருக்குமா? அவனுக்குக் கட்டிக் கொள்ளத் தெரியுமோ என்னவோ?

டை கட்டிக் கொள்வதற்கேற்ற சட்டை தம்மிடம் இருக்கிறதா என்ற சந்தேகம் அவருக்கு அப்பொழுது ஏற்பட்டது. இருப்பவை எல்லாம் அநேகமாக ஜிப்பாக்கள் தாம். ஓரிரண்டு சட்டைகள் இருக்கின்றன. கழுத்து இருக்கிறதா இல்லையா என்று ஐயப்படும் அளவுக்கு பெருத்துவிட்ட இந்நிலையில், காலர் பித்தானைப் போட்டுக் கொள்ள முடியுமோ? சீ! மந்திரியாகிவிட்டால் இவ்வளவு பிரச்னைகளா?

தம்முடைய வடிவம் இப்படி இருக்கும்போது அலங்காரத்துக்குத் தம்மீது ஏன் இவ்வளவு ஈடுபாடு? அலங்காரம் நல்ல உயரம், அழகு. கட்டிலில் அவள் இப்பொழுது படுத்துறங்குவதைப் பார்க்கும் போது... அவர் தம்மைக் கட்டுப்படுத்திக் கொண்டார்.

அலங்காரத்துடன் ரோமுக்குப் போக வேண்டும். ஆனால் அது இயலாத காரியம். எதிர்க் கட்சிக்காரர்களும் பத்திரிகைக்காரர் களும் சும்மாவிடமாட்டார்கள்.சே! என்ன அரசியல் வேண்டிக் கிடக்கிறது? வடிவு, தானும் வருவேன் என்று முரண்டு பிடிப் பாள். இம்மாநாட்டுக்கு மனைவியை அழைத்துக்கொண்டு போகக் கூடாதென்று ஏதாவது சொல்லித் தப்பித்துக் கொள்ள வேண்டும். வெளிநாடுகளுக்குத் தனியாகப் போவதில் எவ்வளவு சௌகரியங்கள்?

அலங்காரம் திரும்பிப் படுக்கும்போது, அவர் விழித்துக் கொண்டு உட்கார்ந்திருக்கிறார் என்பது உள்ளுணர்வாக அவளைத் தாக்கிற்றோ என்னவோ, அவள் கண் விழித்தாள்.

'என்ன தூங்காம உட்கார்ந்திண்டிருக்கீங்க. வேணும்னா இப்படி வந்து படுங்களேன்!'

'அவ்வளவுதானா?' அலங்காரம் கண்களை மூடிய நிலையில் புன்னகை செய்தது அவருக்கு எரிச்சலூட்டியது.

'நான் புறப்படணும்.'

'எங்கே?'

'வீட்டுக்கு. இன்னிக்கிக் காலையிலே யார் யாரோ வராங்க.'

'யாரு?'

'அமெரிக்காக்காரன் ஒத்தன் வரான், பேட்டிக்கு. அப்புறம்...'

'அமெரிக்காக்காரனா! ரோமுக்குன்னாப் போகப் போறதா சொன்னீங்க?'

'அது வேற, இது வேற. உணவுப் பிரச்னை விஷயமா இவன் விவாதிக்க வரான்னு நினைக்கிறேன்.'

'உணவுப் பிரச்னைன்ன உடனே ஞாபகத்துக்கு வருது, ஆமாம், ஆப்பிள் திருத்தி வெச்சேன், ராத்திரி சாப்பிடலியா டேபிள்லே அப்படியே இருக்கே?'

'ராத்திரி மீட்டியும் கீட்டியும் திணிச்சப்புறம், ஆப்பிள் வேற சாப்பிட முடியுமா, சரிதான் போ.'

‘அப்பவே சொல்லியிருக்கணும், திருத்தி இருக்கமாட்டேனே! பாருங்க, திருத்தி வச்சு ஒரேயடியா கறுப்பா போச்சு, தூக்கி எறிய வேண்டியதுதான்.’

‘எதுக்காகத் தூக்கி எறியணும்? வேலைக்காரங்க யார் கிட்டே யாவது கொடு. சந்தோஷமா சாப்பிடுவாங்க. நாட்டிலே உணவு கிடைக்கமாட்டேங்குது. நீயானா...’

‘திடீர் திடீர்னு நீங்க அரசியல்வாதிங்கிற நினைவு வந்துடறது பாருங்க, வேடிக்கையா இருக்கு.’

‘திடீர் திடீர்னு என்ன, நான் 24 மணி நேரமும் அரசியல்வாதிதான். நாட்டு ஜனங்க...’

‘போறும், போறும். உங்களுக்கு 24 மணி நேரமும் - சாப்பிடற போது கூட சரி, வப்பாட்டிகிட்டே படுத்துக்கிறபோது கூட சரி, - ஏழைஜனங்களைப் பத்தியேதான் நினைவுன்னு நான் எல்லார் கிட்டேயும் சொல்லிடறேன். தயவு செய்து இப்போ பேச ஆரம்பிச்சுடாதீங்க.’

‘உனக்குக் கிண்டலா இருக்குது. உன் பேரிலே தப்பில்லே, நீ பொறந்த...’

‘இப்படிச் சொல்லிச் சொல்லித்தான், மந்திரியாயிட்டீங்களே, அது போறாதா, இன்னுமா சொல்லிண்டிருக்கணும்.’

அலங்காரம் எழுந்து உட்கார்ந்தாள். கொட்டாவிவிட்டுக் கொண்டே பேசினாள்.

‘உன்னோட பேசிக்கிட்டிருக்க முடியாது. நான் கிளம்பி யாவணும்’ என்று சொல்லிக்கொண்டே எழுந்தார் இளமாறன்.

‘எப்போ போகப் போறீங்க ரோமுக்கு?’

‘அடுத்த மாதம் ரெண்டு தேதிக்குப் புறப்படணும்.’

‘என்னையும் அழைச்சிண்டு போறீங்களா?’

‘உன்னையா, கூட்டிகிட்டுப் போகணும்னுதான் ஆசை. ஆனா எப்படிப் போவ முடியும்? அமர்க்களப்படுத்திவிடுவாங்க, எதிர்கட்சிக்காரங்க.’

‘இப்போ அவங்களைக் கேட்டுண்டா என்கிட்ட வர்றீங்க? வர மாதிரியே கூட்டிண்டும் போறது.’

இளமாறன் இதற்குப் பதில் கூறாமல் டெலிஃபோனருகே சென்றார்.

கார் அனுப்பும்படி வீட்டுக்குப் போன் செய்கிறான் என்று அலங்காரம் உணர்ந்துகொண்டாள். உடம்பு இச்சைக்காக அரசியல் எதிர்காலத்தை அவர் இழக்கத் தயாராக இல்லை. கூடிய மட்டும் ஒன்றுக்காக ஒன்றைத் தியாகம் செய்யாமல், இரண்டையும் அனுபவிக்க முயல்வது - இதுதான் அவர் வாழ்க்கைச் சித்தந்தம்.

ஃபோன் செய்தபிறகு, லுங்கியை அவிழ்த்தெறிந்துவிட்டு அவர் வேட்டியைக் கட்டிக்கொண்டார். ஜிப்பாவைப் போட்டுக் கொண்டார். நீண்ட அங்கவஸ்திரத்தைக் கழுத்தில் மாலையாகச் சுற்றினார். அவர் புறப்படுவதற்குத் தயாராகிவிட்டார்.

'நான் சொன்னதை ஞாபகம் வச்சிண்டிருக்கீங்களா?' என்றாள் அலங்காரம்.

'எது?'

'என்னோட உறவுக்காரப் பொண்ணு விஷயம்.'

ராத்திரி அவள் சொன்னது அரைகுறையுமாக அவர் நினைவுக்கு வந்தது.

'ஆமாம். அந்தப் பொண்ணு காலேஜ்லே வேலையா இருக்குது அப்படின்னு ஏதோ சொன்னேயில்ல?'

'ஆமாம், உங்களை அதைக் கட்டிக்கச் சொன்னேன். ஆளப் பாரு ஆளை. சொன்னதெல்லாம் மறந்துட்டுக் கேக்கறார்.'

'சொல்லேன் என்ன செய்யணும்?'

'அந்தப் பொண்ணு கும்பகோணம் காலேஜ்லே ஏதோ 'டெமான்ஸ்ட்ரேட்டராகவோ என்னவாவோ இருக்காம். அதை வேலையிலே சேர்க்க இண்டர்வியூ நடக்கப் போறதாம். நல்ல போட்டி இருக்கும் போலிருக்கு. இண்டர்வியூ நடத்தப் போறவங்களை நீங்க பாத்து...'

'இதோ பாரு. என்னைவிட பெரிய சிபாரிசு யாருக்காணும் இருந்ததுன்னா என்னாலே ஒண்ணும் செய்ய முடியாது. பார்க்கலாம்.'

'உங்களைவிட பெரிய சிபாரிசுன்னா, எனக்கு ஒண்ணும் புரியலியே!'

'எல்லாம் உனக்குப் புரியுது, கதை பண்ணாதே, என்னைச் சித்ரவதை செய்வதிலே உனக்கென்ன சந்தோஷம்...'

அலங்காரம் புன்னகை செய்தாள்.

இளமாறன் வீட்டுக்குச் சென்றபோது அவர் வீடு நிசப்தமாயிருந்தது. யாரும் எழுந்திருக்கவில்லை போலிருக்கிறது. தப்பு, வடிவு எழுந்துவிட்டாள். அவள் அறையில் விளக்கு எரிந்துகொண்டிருந்தது.

அவர் நேராகத் தம் அறைக்குச் சென்றார். குளித்துவிட்டு இன்று சூட் போட்டுக்கொள்ளவேண்டும். ஜிப்பா, பனியன் ஆகியவற்றைக் களைந்தார். எதிரேயிருந்த கண்ணாடியில் தம் உருவத்தைப் பார்த்தபோது அவருக்கே வெட்கமாக இருந்தது. தாம் இன்று இப்படி இந்நிலையில் இல்லாவிட்டால், அலங்காரம் தம்மை நாடியிருப்பாளா? அதைப்பற்றி ஏன் நினைக்க வேண்டும்?

அறைக் கதவு திறந்தது. வடிவு உள்ளே வந்தாள்.

'அந்தப் பாப்பாரச் சிறுக்கி வீட்டுக்குத்தானே போயிருந்தீங்க?'

அவர் பதில் கூறவில்லை. ஒரு சிகரெட்டைப் பற்ற வைத்துக் கொண்டார்.

'கேக்கறேன், ஏன் வாயை மூடிக்கிட்டிருக்கீங்க? சொல்லுங்க.'

'இதோ பாரு! நீ இப்போ யாரோட பொண்டாட்டின்னு நினைவு வச்சுக்க. முன்னே மாதிரியெல்லாம் அதே பாஷையைப் பேசிக் கிட்டிருக்காதே!'

'நான் உங்களைத்தான் கட்டிக்கிட்டேனே தவிர, உங்க அந்தஸ்தைக் கட்டிக்கலியே! நீங்க செய்யறது நல்லா இருக்குதா?'

'நான் செய்யறது எதுவும் நல்லா இருந்துச்சுன்னா நீ இன்னைக்கு இவ்வளவு பெரிய வீட்டிலே உட்கார்ந்துகிட்டிருக்க முடியாது. உன்னைக் கட்டிக் காக்க இவ்வளவு ஆளுக வச்சதுக்கு நன்றி சொன்னா போறும். நான் பாப்பாத்தி வீட்டுக்குப் போனேனா, பறச்சி வீட்டுக்குப் போனேனான்னு கேட்டுக்கிட்டிருக்காதே!'

‘ஊர் சிரிச்சா அது எனக்கில்ல அவமானம்.’

‘அவமானப்படறதுக்கும் ஒரு அந்தஸ்து வேணுமில்லே, அதுக்காகச் சந்தோஷப்படு!’

இளமாறன் துவாலையை எடுத்துக்கொண்டு குளிக்கப் போனார்.

வடிவு எப்போதுமே இப்படித்தான். தாம் அவளுக்கு மட்டும் தான் சொந்தம் என்ற பிடிவாதம். அருட்செல்வன் மனைவி இப்படியா இருக்கிறாள்? அருட்செல்வன் மட்டும் அரசியலில் புகுந்திராவிட்டால் தாம் எங்கே இருப்போம் என்று அவளுக்கு நிச்சயமாகத் தெரிந்திருக்காது. பங்களா, கார், வேலைக்காரர்கள், அருட்செல்வனே விருப்பப்பட்டு சில நாள்கள் வந்தால் சரி, அதோடு அவள் மனம் திருப்தியடைந்து விடுகிறது. லட்சிய மனைவி! வடிவு மட்டும் ஏன் இப்படி இருக்கிறாள்? ரோமுக்குத் தானும் வருவேன் என்று சண்டை பிடிக்கப் போகிறாள். சமாளித்தாக வேண்டும்.

ரோமைப்பற்றி அவர் படித்ததெல்லாம் ஞாபகத்துக்கு வந்தது. உடம்பை வழிபட்ட நாகரிகம். ரோமாபுரி ராணிகள்! அருவி போல் ஷவரிலிருந்து கொட்டிய தண்ணீர் அவர் உடம்பு சூட்டைத் தணித்தது. அவர் ரோமாபுரிக்குச் செல்லும்போது, காலம் திடீரென்று திசை திரும்பி, பழங்காலமாக ஆகிவிடக் கூடாதா? பகுத்தறிவுப் பாசறையிலிருந்து வந்த தாம் இதைப் பற்றியெல்லாம் இப்படி நினைக்கலாமா? பகுத்தறிவாவது, மண்ணாங்கட்டியாவது. மனிதனின் கற்பனைக்குத் தடை விதிக்கும் பகுத்தறிவு யாருக்கு வேண்டும்?

அவர் குளித்துவிட்டு வெளியே வந்தார். வடிவு காப்பியுடன் நின்று கொண்டிருந்தாள்.

‘ரோமுக்குப் போகப் போறீங்களாமே?’

‘ஆமாம்.’

‘எப்போ?’

‘அடுத்த மாதம் ரெண்டாம் தேதி.’

‘நானும் உண்டு இல்லே?’

‘உத்தியோக ரீதியிலே போறப்போ, பொண்டாட்டியைக் கூட்டிக் கிட்டுப் போகக் கூடாதும்பாங்க.’

'யாரு, கூடாதும்பாங்க?'

'சர்க்கார் சட்டத்தைச் சொல்றேன்.'

'போன மாசம் எழில் மன்னன் போனாரு, கூட்டிக்கிட்டு போகலியா?'

அவ படிச்சவ, நல்லா இருக்கா. கூட்டிக்கிட்டுப் போனாரு' என்று அவர் தம் மனதுக்குள் நினைத்துக்கொண்டார். ஆனால் சொல்லவில்லை. சொன்னால் எரிமலை வெடித்திருக்கும்.

'அது வேறே, இது வேறே' என்றார் இளமாறன்.

'அது என்ன வேறே, இது என்ன வேறே, சொல்லுங்களேன்!'

'இதோ பாரு, இதெல்லாம் விளக்கிக்கிட்டு இருந்தா உனக்குப் புரியாது. எனக்கு நேரமும் இல்லே. என்னைப் பார்க்க யார் யாரோ வரப்போறாங்க.'

'என்னைக் கூட்டிக்கிட்டுப் போக உங்களுக்கு விருப்பமில்லே.'

'அப்படித்தான் வச்சுக்கோயேன். அது கிடக்கட்டும். என்கிட்டே பழைய சூட்டு ஒண்ணு இருந்ததில்லே, கல்யாண சூட்டு, அது எங்கே இருக்குது?'

'மறுபடியும் கல்யாணமா?'

இளமாறன் அவளைக் கோபத்துடன் பார்த்தார்.

'எதுக்கு அந்த சூட்டு?'

'அமெரிக்காக்காரன் ஒத்தன் வரப்போறான், பேட்டிக்கு. போட்டுக்கலாம்னு பார்க்கிறேன்.'

'அமெரிக்காக்காரனா?'

'ஆமாம். ஒரு பத்திரிகைக்காரன். இதோ பாரு! குமரன் ஸ்டூடியோ வுக்கு போன் பண்ணி பாலனை உடனே வரச் சொல்லு! போட்டோ எடுக்கணும். ஒரு வேளை அந்தப் பத்திரிகைக்காரன் கேமராவோட வராட்டி, பாலனை எடுக்கச் சொன்னா, அமெரிக்கப் பத்திரிகையிலே, என் போட்டோ வருமில்லே?'

'நானும் புதுப் பொடவை கட்டிக்கணுமா?'

இது என்னடா புது ஆபத்து என்று அவருக்குத் தோன்றியது. ரோமுக்குத்தான் அழைத்துக்கொண்டு போகப் போவதில்லை. பாவம், இவளுக்கு இந்த அற்ப சலுகையைக் கூடவா தரக்கூடாது? ஆனால் தம்பதிகளுடைய போட்டோவை அமெரிக்கப் பத்திரிகை பிரசுரிக்குமா? இரண்டு போட்டோ எடுத்துவிட்டால் போகிறது. ஒன்று தனியாக, இன்னொன்று இவளுடன். தனியாக எடுக்கப் போகும் போட்டோவைப் பிரசுரித்துவிட்டுப் போகிறான்!

'சரி, கட்டிக்க!' என்றார் இளமாறன். வடிவு மிகுந்த மகிழ்ச்சி யுடன் உள்ளே சென்றாள்.

சூட்டைக் கொண்டு வந்து அவரிடம் கொடுத்தாள்.

'டை இல்லே?' என்று கேட்டார் இளமாறன்.

'டையா?'

'ஆமாம். கழுத்திலே மாட்டிக்கிற சுருக்கு ஒண்ணு இருந்தது போலிருந்ததே?'

'பாக்கறேன்.'

'டை கட்டிக் கொள்வதற்காகப் பி.ஏ.வைக் கூப்பிட வேண்டுமா? வடிவு, ஒரு பிள்ளையைப் பெற்றுத் தரக் கூடாது? இந்தக் காலத்துப் பிள்ளையாயிருந்து நாகரிகமெல்லாம் தெரிந்திருக்கும். சே, என்ன அதிர்ஷ்டம் வேண்டியிருக்கிறது. குழந்தை குட்டியே இல்லாமல்?

'கழுத்துச் சுருக்கையும் காணோம், ஒண்ணையும் காணோம்' சொல்லிக்கொண்டே வடிவு வந்தாள்.

'கயத்தைக் கொண்டே போட்டுக்கறேன். வவுறு தெறக்காம நீ என்ன பொம்பளையா?'

'அது யாரோட தப்புன்னு யாருக்கு தெரியும்? சாமர்த்தியம் இருந்தா அந்தப் பாப்பாத்திக்கிட்டே பெத்துக்கிறதுதானே, யாரு வேண்டாம்னாங்க?'

'அடச் சீ! சும்மா இரு.'

பாண்ட்டை எடுத்து அவர் போட்டுக்கொண்டார். இடுப்பைக் கெட்டியாகப் பிடித்துக்கொண்டது. இருமுனைகளும் ஒன்றை

யொன்று சேர மறுத்தன. இடையே நின்ற சதைப் பிரதேசத்தை வெட்டி எறியலாமா என்ற ஆத்திரம் அவருக்குள் பொங்கியது.

'எப்போ தெச்சது, இப்போ எப்படிச் சரியா இருக்கும்?' என்றாள் வடிவு.

எப்படியும் ஒரு சூட்டைப் போட்டுக்கொண்டாக வேண்டும் என்ற முரட்டுப் பிடிவாதம் அவருக்குள் தலை தூக்க ஆரம்பித்தது. அந்த அமெரிக்கப் பத்திரிகைக்காரனை தாம் வேட்டி தரித்துக் கொண்டு பார்க்கக்கூடாது. என்ன செய்யலாம்?

'அந்த டெலிபோன் டைரக்டரியை எடுத்தா!' என்றார் மனைவியிடம்.

கொண்டு வந்தாள்.

ஒரு பிரபல தொழிலதிபர் வீட்டுக்குப் போன் செய்தார். அவருக்கும் இவரைப் போலத்தான் உருவம். அவர் எப்பொழுதும் சூட் போட்டுக் கொள்கிறவர். அடிக்கடி வெளிநாடு போகிறார்.

'ஹல்லோ, நான்தான் இளமாறன் பேசறேன். வணக்கம். வந்து, உங்ககிட்டே என் அளவுக்கு சூட் இருக்குமா? புதுசா? நல்லது. ஒண்ணு போறும். ஆமாம், டையும் வேணும், சட்டையா? அதுவும் இருந்தா அனுப்புங்களேன். இல்லே, சும்மா போட்டுப் பார்க்கலாம்னுதான். அந்த விஷயமா, டிபார்ட்மெண்ட்லே சொல்லியிருக்கேன். இன்னும் பத்து நாள்ளே காரியம் ஆயிடும். ஆகாட்டிப் போன் பண்ணுங்க. தாங்க்ஸ்.'

'யாரோட பொண்டாட்டின்னு நினைவு வச்சுக்கன்னு என்கிட்ட சொல்றீங்க, சூட் கடன் வாங்குவாங்களா?' என்று கேட்டாள் வடிவு.

'நல்லா தெரிஞ்சவர், வாங்கிட்டா என்ன, அதுவும் புதுசுங்கறாரு.'

'கடன் வாங்கியாவது சூட்டு போட்டுக்காட்டி இன்னிக்கு ஆவாதா? அந்த அமெரிக்காக்காரன் திரும்பிப் போயிடுவானா?'

'அமெரிக்கப் பத்திரிகையிலே போட்டோ வரப்போ சூட்டோட இருந்தாத்தானே நல்லா இருக்கும்! வேட்டியும் ஜிப்பாவும் போட்டுகிட்டா அது எப்படி?'

'நான் இந்தப் பொடவையைக் கட்டிக்கலாமா, பாருங்க.'

அவள் கொடுத்த புடவையை அவர் வாங்கிப் பார்த்தார். பட்டுப் புடவை. பச்சை நிறம். அலங்காரத்துக்கு எடுப்பாக இருக்கும். அவள் நிறத்துக்கு.

'ஹூம். கட்டிக்க. நல்லா இருக்கு.'

'போட்டோவுக்கு இந்தக் கலர் நல்லா இருக்குமா?'

'கலர் போட்டோவா எடுக்கப் போறாங்க? பொடவை நல்லா இருக்கு, கட்டிக்க.'

'நான் நல்லா இல்லியா?'

'இதோ பாரு. இடக்கா பேசிக்கிட்டிருக்காதே! பொடவை நல்லா இருக்குதுன்னேன். கட்டிக்க. நீ நல்லா இருக்கியா, இல்லையாங் கறது இப்போ பிரச்னை இல்லே. ராஜலிங்கம் வீட்டுக்குப் போன் பண்ணி அவனை உடனே வரச் சொல்லு!'

'அமெரிக்காக்காரன் எப்போ வரப்போறான்?'

'எட்டு மணிக்கு ராஜலிங்கம் முன்னாலே வந்தா தேவலை. அவனுக்கு டை கட்டத் தெரியுமான்னு கேக்கணும்.'

'ராஜலிங்கம் இந்தக் காலத்துப் பையன், அவனுக்குத் தெரியாம இருக்குமா? உங்களுக்கு டை கட்டத் தெரியாதா? பொம்பிளை கிடைச்சா...'

'வடிவு, நீ இந்த மாதிரி வெறுமனே...'

அவள் போய்விட்டாள்.

அந்தத் தொழிலதிபர் மூலமாகவே தாம் ரோமுக்குப் புறப்பட்டுப் போவதற்கு முன்னால் ஐந்தாறு சூட்டுகள் தைத்துக்கொண்டு விடலாம். எது நல்ல துணி, கெட்டது என்று அவருக்குத் தெரிந்திருக்கும்.

வரப்போகிறானே, அந்த அமெரிக்கப் பத்திரிகைக்காரன்... என்ன கேட்பான்? கட்சிக் கொள்கைகளைப் பற்றிக் கேட்கக் கூடும். அப்புறம் உணவு பிரச்னை, உலக விவகாரங்கள், ரோமுக்கு போவது பற்றி, இது உலக மாநாடல்லவா? அமெரிக்க - இந்திய உறவு.

பிரும்மநாயகத்தை எட்டு மணிக்கு வரச் சொல்லியிருக்கிறோம். அவர் சமாளித்துக்கொள்வார். ஆங்கிலம் பேசுவதில்லை என்ற ஒரு கொள்கைப் போர்வையைப் போட்டுக்கொள்ளவேண்டும். அவர் கேள்விகளை மொழிபெயர்த்து தம்மிடம் சொல்லும் போது, என்ன பதில் சொல்வதென்று அவரையே கேட்டுவிட் டால் போகிறது. அரசியல் சம்பந்தமான கேள்விகளுக்கு மட்டும் தாம் பதில் சொன்னால் போதும்.

ராஜலிங்கம் வந்தவுடன் பிரும்மநாயகத்துக்குப் போன் செய்யச் சொல்லவேண்டும்.

ஒரு சிறிய பெட்டியைத் தூக்கிக்கொண்டு வடிவு உள்ளே வந்தாள்.

'என்ன?'

'உங்க சூட்டு. இப்போ ஒரு ஆளு வந்து கொடுத்திட்டுப் போனார்.'

அவர் பெட்டியைத் திறந்தார். நல்ல அருமையான சூட்தான், சந்தேகமில்லை. புதுசு, சட்டை, டை எல்லாமிருந்தன.

'ராஜலிங்கத்தை வரச் சொன்னியா?'

'புறப்பட்டுட்டான். வந்துடுவான்.'

அவர் பாண்ட்டின் இருமுனைகளையும் போட்டுக்கொண்டார். சரியாக இருந்தது. இருமுனைகளும் மகிழ்ச்சியோடு சந்தித்துக் கொண்டன. பக்கிளைப் போடுவதுதான் கொஞ்சம் சிரமமாக இருந்தது. அவர் குனிந்து போட்டுக் கொள்ள முயன்றார். வியர்த்தது.

'இந்தா, இதைப் போடு!' என்றார் வடிவிடம்.

'எதை?'

'இந்தக் கொக்கியை இதிலே மாட்டு!'

'கொஞ்சம் மூச்சை எக்கிக்குங்க. ஹூம். அப்படித்தான். போட்டாச்சு.'

'கீழே கால் பக்கம் 'தொள தொள'ன்னு இருக்குதா, பிடிச்ச மாதிரி இருக்குதா பாரு.'

'நீங்க தான் பாருங்களேன்.'

'கீழே குனிய முடியலே. நான் என் காலைப் பாத்து எத்தனை வருஷமாவது தெரியுமா?'

வடிவு சிரித்தாள். 'பானை பானையா, குடிச்சா எப்படி இருக்கும். உடம்பு பானையாத்தான் ஆயிடும்' என்றாள்.

அவள் கால்பக்கம் பாண்டை ஆட்டிப் பார்த்தாள். கொஞ்சம் பிடிச்ச மாதிரிதான் இருக்குது.

'அப்படித்தான் இருக்கணும்.'

'இதான் ஃபாஷன்.'

அவர் சட்டையைப் போட்டுக்கொண்டார். சட்டையும் புதுசு. பித்தான்கள் எல்லமே போட வந்தன. கழுத்துப் பித்தானைத் தவிர.

கண்ணாடி முன் நின்றுகொண்டு எவ்வளவோ முயன்றும் கழுத்துப் பித்தான் அதற்குரிய ஓட்டையில் புக மறுத்தது. முக்கால்வாசிப் புகுந்துவிட்டது போலிருக்கும். சந்தோஷத்தோடு கையை எடுப்பார். கையோடு அதுவும் வந்துவிடும். லேசாகக் காலர் அழுக்காகிக் கொண்டு வருவது போல் அவருக்குத் தோன்றியது. வேறு சட்டையை அனுப்பு என்று ஃபோன் செய்யலாமா? நன்றாக இருக்காது. அவருக்கு வியர்த்துக் கொட்டியது.

'ஃபேனைப் போடேன், நிக்கறே!' என்றார் மனைவியிடம்.

'என் பேரிலே ஏன் எரிஞ்ச விழறீங்க?'

'யாரானும் பார்த்துக்கிட்டே நின்னா என்னாலே டிரெஸ் செய்துக்க முடியாது. ஃபேனைப் போட்டுட்டு, அப்படிப் போய் உட்காரு!'

'ஆமாம். அப்படியே மன்மதன். டிரெஸ் செய்துக்கிறதைப் பார்த்துகிட்டு நிக்கறாங்க. ஏதோ புதுசு புதுசா போட்டுக்கிறீங்களேன்னு பார்த்தா...'

அவர் மறுபடியும் கண்ணாடி முன் நின்றார். காலர் பித்தானைப் பரிவுடன் தடவிக் கொடுத்தார். 'இந்தத் தடவை தயவு செய்து ஓட்டைக்குள் புகுந்துவிடு!' என்று கண்ணாடி மூலம் அதைப் பார்த்துக் கேட்டார். 'உன் கழுத்து இப்படியிருந்தால் நான் என்ன

செய்வது?' என்றது பித்தான். கழுத்தைச் சற்று ராவினால் சரியாகப் போய்விடும். பேப்பரில் செய்தி வரும். காலர் பித்தானுக்காகக் கழுத்தைச் சீவியவர். மோனை இருக்கிறது.

கழுத்து ஷட்டை பித்தானை வரவேற்றது. பள்ளிக்கூடம் போக மறுக்கும் குழந்தையை வகுப்பறைக்குள் தள்ளுவது போல், பித்தானை ஓட்டைக்குள் தள்ள முயன்றார். மறுபடியும் பித்தானுக்கே வெற்றி. அவருடைய கட்சி இதுவரை பல போராட்டங்களில் ஈடுபட்டிருக்கிறது. ஒன்றிலாவது அதற்குத் தோல்வி கிடையாது. அக் கட்சித் தலைவர் என்ற முறையில் அவர் இப்பொழுது தோல்வி அடைந்து கொண்டிருப்பது அக்கட்சிக்கே அவமானம். காலர் பித்தான் விவகாரம் கட்சிப் போராட்டமாக ஆகவேண்டுமா? போராட்ட வெறியில் பித்தானை மிகுந்த கோபத்துடன் இழுத்து ஓட்டையில் செருக முயன்றார்.

பித்தான் பிய்த்துக்கொண்டு கையோடு வந்துவிட்டது. பித்தானைக் கீழே போட்டுக் காலால் உதைத்தார்.

'பொத்தானை எதுக்கு உதைக்கிறீங்க?' என்றாள் வடிவு.

'அது பிற்போக்குச் சக்தி' என்றார் இளமாறன்.

கணவனுக்கு என்ன நேர்ந்துவிட்டது என்ற கலவரத்துடன் வடிவு அவரைப் பார்த்தாள்.

அவர் சோர்ந்து சோபாவில் உட்கார்ந்து கொண்டார். பித்தான் போய்விட்டதே, எப்படி டை கட்டிக் கொள்வது? உணவு பிரச்னையைக் காட்டிலும் இது முக்கியமான பிரச்னை. வெளியே யாரோ கதவைத் தட்டினார்கள்.

'உள்ளே வா!' என்றார் இளமாறன்.

ராஜலிங்கம் உள்ளே வந்தான்.

'ராஜு! உனக்கு டை கட்டத் தெரியுமா?' என்று அவர் கேட்டார்.

ராஜலிங்கம் அவரை ஏற இறங்கப் பார்த்தான். இவருக்கு என்ன வந்துவிட்டது. சிறுவர் பத்திகைகளில் இந்த மாதிரிப் படத்தை அவன் பார்த்திருக்கிறான். அது உயிர் பெற்றெழும் என்று அவன் எதிர்பார்க்கவேயில்லை.

'டை கட்டவா சார்? ஒரு மாதிரி தெரியும்.'

'இதோ பாரு. காலர் பொத்தான் பிஞ்சுப் போச்சுது. டை கட்ட முடியுமா?'

'பின் போட்டு கட்டிக்கலாம். அம்மா, ஒரு பின் கொடுங்க.'

வடிவு வளையத்திலிருந்து ஒரு பின்னை எடுத்துக் கொடுத்தாள்.

'சார், ஒரு ஜோக் சொல்லலாமா?'

'சொல்லு.'

பாகிஸ்தான் தளபதி பின் வாங்கினார். ஏன்?' கேள்வி. 'சட்டைக்குப் பொத்தான் இல்லாததால்.' பதில். இளமாறன் குலுங்கக் குலுங்கச் சிரித்தார்.

'ரொம்பச் சிரிக்காதீங்க. இன்னொரு பித்தானும் போயிடப் போவுது' என்றாள் வடிவு.

'ஏய் ஏய்! மெதுவா... கழுத்தை நெரிச்சுக் கொன்னுடுவே போலிருக்குதே!' என்றார் இளமாறன்.

'கொஞ்சம் கழுத்தைப் பின்பக்கம் தள்ளுங்க சார். உம்... அப்படித்தான். இதோ போட்டாச்சு.'

'என்ன அப்படியே பேசாம நிக்கிறீங்க?' என்றாள் வடிவு.

'பே..ச..மு..டி..ய..லே. குரல் வளையையும் சேர்த்துப் பின் போட்டிருக்கான் போலிருக்குது' எல்லா அரசியல்வாதிகளுக்கும் இப்படிப் பின் போட்டால் என்ன என்ற கவர்ச்சிகரமான கருத்து ராஜலிங்கத்துக்குத் தோன்றியது.

'ரொம்ப டைட் டா இருக்குதா சார்?'

'பரவாயில்லே, டை கட்டு.'

'டபுள் நாட்டா, சிங்கிள் நாட்டா, சார்!'

'ஏதாவது ஒண்ணு, கட்டு. ஆனா கழுத்து பத்திரம்.'

ராஜலிங்கம் டை கட்ட ஆரம்பித்தான்.

'எது லேட்டஸ்ட் ஃபாஷன்? அமெரிக்காக்காரங்க எப்படிக் கட்டுவாங்க?'

‘டபுள் நாட், சார்.’

‘சரி, அதே கட்டு!’

‘ரோமுக்கு போறது நிச்சயமாயிடுச்சா, சார்?’

‘ஆயிடுச்சி, அடுத்த மாசம் ரெண்டாந் தேதி’

‘நானும் உண்டா சார்?’

இவனையும் கூட்டிக்கொண்டு தான் போகவேண்டும். இல்லா விட்டால் யார் டை கட்டுவார்கள்? பிரும்மநாயகத்தைக் கேட்பது அசிங்கமாக இருக்கும். ஐ.ஏ.எஸ்.காரர்கள், திமிர் பிடித்தவர்கள்.

‘நானும் உண்டா சார்?’ ராஜலிங்கம் மறுபடியும் கேட்டான்.

‘இன்னும் நிச்சயமாகலே, சொல்றேன். ஏன் அவிழ்க்கிறே?’

‘முடிச்சு பெரிசா போச்சு. உங்களுக்கு...’ ஏதோ சொல்ல வந்தவன் பாதியிலே நிறுத்திவிட்டான்.

‘என்ன சொல்ல வந்தே, சொல்லேன்.’

‘நீங்க அவ்வளவு உயரம் இல்லே இல்லியா, பெரிய முடிச்சு நன்னா இருக்காது. ஹூம். அப்படியே நில்லுங்க. குட். முடிச்சு ஃபஸ்ட் கிளாஸா வந்திருச்சி சார். கண்ணாடியிலே பாருங்க.’

அவர் கண்ணாடியில் பார்த்துக்கொண்டார்.

‘என்னப்பா, இவ்வளவு பெரிசா இருக்குது முடிச்சு?’

‘அமெரிக்கன் டபுள் நாட். இப்படித்தான் இருக்கும். கோட் போட்டுக்கங்க!’

அவர் கோட்டை எடுத்துப் போட்டுக் கொண்டார்.

‘பிரமாதம் சார். சூட் எப்போ தெச்சீங்க?’

‘இப்பத்தான். நல்லா இருக்குதா?’

‘ஏ ஒன். எப்பவுமே நீங்க சூட் போட்டுக்கங்க சார்.’

இளமாறன் எல்லையற்ற உவகையோடு ராஜலிங்கத்தைக் தட்டிக் கொடுத்தார். இப்படியே போய் அலங்காரத்தைப் பார்த்துவிட்டு வரவேண்டுமென்று அவருக்குத் தோன்றியது. நேரம் இருக்குமா?

'மணி என்னாவுது' என்று கேட்டுக் கொண்டே அவர் கைக் கடிகாரத்தைப் பார்த்தார்.

ஏழே முக்கால். போய் வர முடியாது. அப்புறம்தான் போக வேண்டும்.

'அந்த அமெரிக்கப் பத்திரிகைக்காரன் எத்தனை மணிக்கு வரான்?' என்று அவர் ராஜலிங்கத்தைக் கேட்டார்.

'எட்டு மணிக்கு.'

'சரி நீ போ. ரிஸப்ஷன்லே உட்காரு. அவன் வந்தவுடனே என்கிட்டே வந்து சொல்லு. போட்டோகிராஃபர் பாலன் வருவான். நான் அந்தப் பத்திரிகைக்காரன்கிட்ட பேசறப்போ பாலனை ஏதேச்சையாக வந்து படம் எடுக்கற மாதிரி எடுக்கச் சொல்லு. அப்புறம், ஒரு இருபது இருபத்தஞ்சு விசிட்டிங் கார்டை வரிசையா கொண்டு வை. எல்லாரும் என்னைப் பார்க்க வந்திருக்கிற மாதிரி. தெரிஞ்சுதா?'

'சரி சார்.'

'நாம் இப்படி பிஸியா காட்டிக்கிட்டாத்தான், நம்ம பேரிலே அவன் மதிப்பு வைப்பான். இல்லியா?'

'ஆமாம், சார்.'

'பிரும்மநாயகத்துக்குப் ஃபோன் பண்ணி, அவர் புறப்பட்டுட் டாரா பாரு.'

'சரி சார்.'

'உணவு சம்பந்தமான ஃபைல்களைக் கொண்டாரச் சொல்லி யிருக்கேன். மறந்துபோயிடப் போறாரு. ஞாபகப்படுத்து.'

'சரி சார்.'

'நீ போ.'

'நாடகம் மாதிரியில்லே இருக்குது' என்றாள் வடிவு ராஜலிங்கம் போனவுடன்.

'அரசியலே நாடகம்தான்' என்றார் இளமாறன்.

பிரும்மநாயகம் உள்ளே வந்தார்.

'வணக்கம், சார்.'

'வணக்கம். அவன் வந்துட்டானா?'

'யாரு?'

'அந்த அமெரிக்கப் பத்திரிகைக்காரன்.'

'நான் பாக்கலே. ஒரு முக்கியமான விஷயம் பத்திச் சொல் லிட்டுப் போகலாம்னு வந்தேன்.'

'என்ன?'

'அரசியல் விஷயங்களை நீங்க விவாதிக்கிறப்போ, அவன் சொல்றதையோ, அல்லது நீங்க சொல்றதையோ மொழி பெயர்க்கிற வேலையை மட்டும் தயவு செய்து என்கிட்டே கொடுக்காதீங்க.'

'ஏன்? மொழி பெயர்த்தா என்ன, குடிமூழ்கிப் போயிடுமா?'

'நான் அதைச் செய்யமாட்டேன். அவ்வளவுதான் சொல்லமுடியும். நீங்க இன்னிக்கு இருக்கீங்க, நாளைக்கு போயிடுவீங்க. நாளைக்கு இன்னொரு கட்சிக்காரங்க வருவாங்க. ஆனா நிரந்தரமா இருக்கப் போறது நாங்க. இதை நினைவுல வச்சுக்குங்க.'

'நீங்க செஞ்சுதான் ஆகணும்னு நான் சொன்னா என்ன செய்வீங்க?'

'முதல்லே நான் உங்களோட மொழிபெயர்ப்புக்காரன் இல்லேங் கிறதை நினைவுபடுத்த விரும்பறேன். நீங்க பொறுப்பேத்து கிட்டிருக்கிற இலாக்கா சம்பந்தமா ஏதாவது கேள்வி கேட் டான்னா, உங்களுக்கு உதவி செய்யறதுதான் என் வேலையே தவிர, நான் உங்க ரெண்டு பேருக்கும் மொழி பெயர்ப்புக்காரனா இருக்கணுங்கிறது அவசியமில்லே. உங்களாலே என்னை ஒண்ணும் செய்ய முடியாது. நான் மத்திய சர்க்கார் ஊழியன். இதையே காரணமாக வச்சு, மாத்திக்கிட்டுப் போறதுக்கும் எனக்கு வழி தெரியும்.' இதைச் சொல்லிவிட்டுப் பிரும்மநாயகம் போய்விட்டார்.

இளமாறனுக்கு, ரத்தக் கொதிப்பு ஏற்பட்டது போல் முகம் சிவந்தது.

'இவனைத் தொலைச்சுடறேன் தொலைச்சு, என்ன நினைச்சுக் கிட்டிருக்கான்?' என்று கத்தினார்.

அப்பொழுது உள்ளே வந்த ராஜலிங்கம் சொன்னான், 'அந்த ஆளு வந்தாச்சு.'

'உனக்கு இங்கிலீஷ் தெரியுமா நல்லா?' என்று அவர் கேட்டார்.

'சுமாராகத் தெரியும்.'

'நீ இரு என்னோட, அவனைப் போகச் சொல்லு.'

'யாரை சார்?'

'பிரும்மநாயகத்தை. திமிர் பிடிச்ச ராஸ்கல்.'

'நான் எப்படி சார் சொல்றது? நீங்க...'

'நான் சொன்னேன்னு சொல்லப் போறயா, இல்லையா?'

'சரி சார்.'

இளமாறன் கண்ணாடி முன் நின்று பார்த்துக்கொண்டார்.

'நீ போ, வரேன்.'

வரவேற்பு அறையில் ஜிப்பா, வேட்டி அணிந்து ஓர் இளைஞன் உட்கார்ந்து கொண்டிருந்தான். இவன் யார் இப்பொழுது வந்திருக்கிறான்? இந்த ராஜலிங்கத்துக்கு மூளை எங்கே போனது? அமெரிக்காக்காரன் எங்கே?

'வணக்கம்' என்றான் அந்த இளைஞன்.

'வணக்கம். இப்போ முக்கியமா ஒருத்தரைப் பாக்கறதா சொல்லியிருக்கேன். அமெரிக்கன் ரிப்போர்ட்டர். நீங்க அப்புறம் வாங்க.'

'நான்தான் அந்த அமெரிக்க ரிபோர்ட்டர், என் பேர் கிருஸ்டஃபர் கோன்ஸ், தமிழன்தான். இந்தியாவிலேயே அந்த அமெரிக்கப் பத்திரிகையோட ரிப்போர்டர் நான்தான்.'

இளமாறனுக்கு, அவர் போட்டுக் கொண்டிருந்த சூட் கனத்தது. ஜிப்பா வேட்டியணிந்திருந்த அந்த இளைஞனை மிகுந்த கோபத்துடன் பார்த்தார். கழுத்திலிருந்த பின் குத்துவது போலிருந்தது.

'தமிழன்னா, தமிழ்ப் பேரு ஒண்ணு கூட வச்சுக்கக் கூடாது? பூராவுமா கிறிஸ்துவ பேரா இருக்கணும்?'

'அமெரிக்கன் வரப்போறான்னு நினைச்சீங்களா?'

'நான் ஒண்ணும் நினைக்கலே.' அவர் கழுத்தை இறுகப் பற்றி யிருந்த டையை அவிழ்த்துத் தூக்கி எறிந்தார்.

பிரும்மநாயகம் அப்பொழுது அங்கு வந்து கேட்டார், 'நான் அப்போ போகலாமா?'

அவரைக் கண்டதும், அமெரிக்கனைக் காணாத ஏமாற்றத்தில், சினத்தில் எல்லையை அடைந்திருந்த இளமாறன் கூச்சல் போட்டார்.

'போங்க, எல்லாரும் போங்க. எல்லாரும் போங்க.'

இளமாறன் கோட்டைக் கழற்றித் தூக்கிப் போட்டார்.

சூட் அணிந்துகொண்டு அலங்காரத்தைப் பார்க்கப் போக வேண்டுமென்று தீர்மானம் செய்தது, அப்பொழுது அவர் நினைவுக்கு வந்தது. மறுபடியும் 'டை கட்டிவிடு!' என்று ராஜலிங்கத்தைக் கேட்க வேண்டும். நரக வேதனை.

வடிவு, பச்சை நிறப் பட்டுப்புடவை கட்டிக்கொண்டு பால னுடன் உள்ளே வந்தாள்.

'உன்னை இப்போ இங்கே யார் வரச் சொன்னாங்க?' என்று சீறினார் இளமாறன்.

பாலன் கேமராவைச் சரி செய்யத் தொடங்கினான். கிறிஸ்டஃபர் ஜோன்ஸ் அறையைவிட்டு வெளியே சென்றான். வாசலில் கார் புறப்பட்டுச் செல்லும் சப்தம் கேட்டது.

28. ஸோலா அபிரஸ் – 56775898

விஞ்ஞானச் சாதனைகளினால் தனிமனித சமுதாயப் பிரச்னைகள் அனைத்துக்கும் தீர்வு கண்ட அந்த சொர்க்க பூமிக்கு, அவன் சிறப்பு விருந்தினனாக அழைக்கப்பட்டபோது, அவன் மனம் உற்சாகத்தால் துள்ளி விளையாடியது.

அவனை அழைத்து வருவதற்காக அவர்கள் ஒரு விண்வெளிக் கப்பலை அனுப்பியிருந்தார்கள். அக்கப்பலில் உட்கார்ந்த பிறகுதான் அவன் தன் தனிமையை உணர்ந்தான். கம்ப்யூட்டர் ஆற்றலினால் செலுத்தப்பட்ட அக்கப்பலில் அவனுக்குப் பேச்சுத் துணைக்கு யாருமேயில்லை. படிப்பதற்குப் பத்திரிகைகளும், புத்தகங்களும் ஏராளமாக இருந்தன. எவ்வளவு நேரம்தான் படித்துக்கொண்டு உட்கார்ந்திருப்பது? அவன் எப்பொழுது எப்பொழுதெல்லாம் உண்ண வேண்டும், படுக்க வேண்டும் என்பதற்கெல்லாம் கட்டளைகள் சிகப்பு ஒளியில் அவன் கண்ணெதிரே பதிவாயின.

ஆரம்பத்தில் அக்கட்டளைக்கு ஏற்ப அவன் நடந்து கொண்டான் என்றாலும், சிற்சில சமயங்களில் அலுப்பினாலோ, அல்லது கவனக்குறைவினாலோ அவன் பேசாமலிருந்தானானால், சிகப்பு ஒளிக் கட்டளைகள், திரும்பத் திரும்ப அவன் பார்வை சென்ற இடமெல்லாம் தோன்றத் தொடங்கின. இதனால் ஒரு வகையான எதிர்ப்பு உணர்ச்சிக்குட்பட்டு அவன் கண்களை மூடிக் கொண்டால், அவனுக்குள்ளிருந்து யாரோ, 'நீ உண்ண வேண்டும்' 'நீ உண்ண வேண்டும்' என்று மிகவும் சன்னமான குரலில் இயந்திர ரீதியாக சொல்லிக் கொண்டேயிருப்பது போன்ற ஓர் அனுபவம்

ஏற்பட்டது. வேறு வழியில்லை. அச்சமயத்தில் அவன் சாப்பிட்டுத்தான் ஆகவேண்டும். இல்லாவிட்டால் பைத்தியம் பிடித்து விடும்.

சாப்பாடு, படிப்பு, உறக்கம் இவற்றைத் தவிர வேறு என்ன செய் வது? எத்தனை நாள்கள் இப்படி இருக்க வேண்டும்? - 'நாள்கள்' என்றதும். அவன் தனக்குத்தானே சிரித்துக் கொண்டான். ஒளி வேகத்தில் சென்ற விண்வெளிக் கப்பலில் இருந்துகொண்டு, உலகக் கணக்காகிய 'நாள்கள்' என்று நினைப்பது முட்டாள்தனம். உலகக்கணக்கில் சொல்ல வேண்டுமென்றால், 'வருஷங்கள்' என்றுதான் சொல்ல வேண்டும். அவனுக்குப் பேச வேண்டும் போலிருந்தது. உரக்கக் குரலெழுப்பித் தனக்குத்தானே பேசிக் கொண்டான்.

'விண்வெளிக் கப்பலே, ஜடமே, என்னுடன் பேசு. பேச்சு எவ்வளவு சுவாரஸ்யமான விஷயம் தெரியுமா, உனக்கு? பேச்சின் பெருமை அமைதியில் தெரியும். ஹஹ்ஹா! உனக்குச் சிரிக்கத் தெரியுமா? உனக்கு அழத் தெரியுமா? உனக்குப் பாடத் தெரியுமா? 'சரஸ சாம தான பேத தண்ட சதுர...' மௌனத்துக்குக் கண் முளைத்து விட்டாற் போல் ஏன் என்னை இப்படிப் பார்க்கிறாய்? சாப்பிட வேண்டுமா, முடியாது.

எதையும் மறுப்பதில்தான் என் சுதந்திரம் இருக்கிறது. புரியுமா உனக்கு? சாப்பிட்டுத்தான் ஆக வேண்டுமா? ப்ளீஸ். ப்ளீஸ். உன் சிகப்புக் கண்களால் என்னைச் சித்திரவதை செய்யாதே! நீ சொல்லாமலிருந்தால், நான் சாபிடுவேன். இன்னொரு, பாட்டு பாடி விட்டுச் சாப்பிடுகிறேன். சரியா? நல்லதோர் வீணை செய்தே அதை நலங்கெடப் புழுதியில் எறிவதுண்டோ?

யுகங்கள் கழிந்தன. இன்னும் சிறிது நேரத்தில் விண்வெளிக் கப்பல் கீழே இறங்க இருக்கிறது. சொர்க்கப்புரியை வந்தடையப் போகிறோம் என்ற மகிழ்ச்சியில், தான் பயணத்தில் அனுபவித்த தனிமையின் கொடுமையை அவன் மறந்தான்.

கப்பல் இறங்கியது. அவன் இறங்குவதற்கான வசதிகள் தயாராக இருக்கின்றன என்று சிவப்பு ஒளி சொல்லியது. சிறப்பு விருந் தினனை வரவேற்க எத்தனை பேர் வந்திருப்பார்களோ? பயணம் சுகமாக இருந்தது என்று உபசாரத்துக்காகக்கூட அவர்களிடம் சொல்லக் கூடாது. இனி விருந்தினர்களை அழைத்து வர

கப்பலை அனுப்பும்போது யாரையாவது கூட அனுப்புவதுதான் நல்லது என்று அவர்களிடம் சொல்ல வேண்டும்.

அவன் இறங்கினான். அவனுக்காக அதிர்ச்சி காத்திருந்தது.

'ஸ்பேஸ் போர்ட்டி'ல் அவனை வரவேற்க மனிதர்கள் யாரும் வரவில்லை. மனித இயந்திரங்கள்தாம் (robots) வந்திருந்தன. அவனுடைய சாமான்கள் கீழே இறக்கப்பட்டன. ஒரு மனித டெர்ரா யூரஸ் 7375, 'உங்களை இப்பொழுது கோரன்டைன் அறைக்கு அழைத்துச் சென்று, உங்கள் உலகத்திலிருந்து நீங்கள் கொண்டு வந்திருக்கக் கூடிய வியாதிக் கிருமிகளைச் செயலற்றுப் போகச் செய்வதற்காக, இம்யூனைஸ் செய்த பிறகு...' என்று விளக்கிக் கொண்டே போனது.

அவனுக்கு அப்பொழுதுதான் புரிந்தது. அவனை வரவேற்க ஏன் யாரும் வரவில்லையென்று.

'எத்தனை நாள்கள் கோரன்டைனில் இருக்க வேண்டும்?'

'மூன்று.'

'எனக்குப் பேச்சுத் துணைக்கு ஆள் வேண்டும்.'

'ஏற்பாடு செய்கிறோம். மிரா பைலஸ் 67-8.'

'இயந்திரம் வேண்டாம். மனிதத் துணை வேண்டும்.'

பதிலில்லை. டெர்ரா நடக்கத் தொடங்கியது.

கோரன்டைன் அறை விசாலமாக இருந்தது. ஸ்பேஸ் போர்ட்டில் மனிதர்கள் யாராவது தென்படுகிறாரகளா என்று அவன் சுற்றும் முற்றும் பார்த்தான். எங்கும் மனித இயந்திரங்கள். அவன் அந்த அறையில் கட்டிலில் போய் உட்கார்ந்தான். மெத்தென்று இருந்தது. படுத்த உடனேயே தூக்கம் வருவது போன்ற இதம் தரும் மெத்தை.

ஒரு மனித இயந்திரப் பணியாள் ஒரு தட்டில் சிற்றுண்டி கொண்டு வந்தது.

'உன் பேர் என்ன?' என்றான் அவன்.

'அது பதில் சொல்லவில்லை.

‘உன் பெயர் என்ன?’ என்று அவன் உரக்கக் கேட்டான்.

பதிலில்லை. போய்விட்டது.

திடீரென்று அவன் கண்ணெதிரே ஒரு சிகப்பு ஒளி அறிவிப்பு தோன்றியது. ‘பணிவிடை செய்கிறவர்கள், சமூக உறவு கொள்ளும்படியாகத் திட்டமிடப்படவில்லை. ஆகவே நீங்கள் அவர்களை என்ன கேள்வி கேட்டாலும் பதில் வராது.’

அவன் சுற்றும் முற்றும் பார்த்தான். இந்த மனித இயந்திரம் அவ்வாறு திட்டமிடப்படவில்லை என்றால் அவன் கேட்ட கேள்விக்கு யார் பதில் சொல்லுகிறார்கள்?

‘ஆச்சரியப்படாதீர்கள். உங்களுடைய பேச்சு ஒரு குறிப்பிட்ட அலை ஓசையில் கேந்திர ஸ்தானத்தை உடனுக்குடன் வந்தடைகிறது. பதிலும் உங்களுக்குக் கிடைத்துவிடுகிறது. நாங்கள் உங்களைக் கவனித்துக் கொண்டிருக்கிறோம். உங்களுடைய முக பாவனையும், அசைவும், எங்கள் டி.வி. கேமராவில் பதிவாகி, இங்கு காட்சிப் படமாக வெளிப்படையாகத் தெரிகிறது. மறுபடியும் சிகப்பு ஒளி அறிவிப்பு.

அந்த மூன்று நாள்களையும் அவன் பல்லைக் கடித்துக் கொண்டு பொறுத்துக் கொண்டான்.

நாலாவது நாள். ஒரு மனித இயந்திரம் அவனிடம் வந்து சொல்லியது, ‘இனி நாம் போகலாம்.’

‘உன் பேர் என்ன?’

‘என்னை அடையாளம் தெரியவில்லையா? நான் தான் டெர்ரா யூரஸ் 7375.’

‘நீ சொன்ன... அதன் பேரென்ன? அது பேச்சுத் துணைக்கு வரவேயில்லையே?’

‘நீங்கள் தான் அப்பொழுது கேட்டபோது வேண்டாமென்று சொல்லிவிட்டீர்களே?’

‘அதனுடன் என்னால் என்ன பேசியிருக்க முடியும்?’

‘இசையைப்பற்றி.’

‘இசையா?’

'நீங்கள் விண்வெளிக்கப்பலில் வந்தபோது பாடிக் கொண்டிருந்தீர்கள், உங்களுக்கு இசை பிடித்தமானது என்று பதிவாகியிருக்கிறது.'

அவன் வெளியே வந்தான். வெறும் வனாந்திரம். வானம் இளஞ்சிகப்பு கலந்து ஊதா நிறத்தில் பார்ப்பதற்கு ரம்மியமாக இருந்தது. கண்ணுக்கெட்டிய தூரம் வரை வெறும் வெட்ட வெளி.

ஜீப் போன்ற அதைவிடப் பெரிய வாகனமொன்று அவனுக்காகக் காத்திருந்தது. அவன் அதில் ஏறி உட்கார்ந்ததும், அது புறப்பட்டது. கம்யூட்டர் ஆற்றலினால் செலுத்தப்பட்ட அதிலும் செலுத்துநர் யாருமில்லை.

வண்டி புறப்பட்டதும் அவன் திடீரென்று ஒரு சிறைக்குள் இருப்பது போலுணர்ந்தான். சிறைக் கதவுகளைப் போல் இரும்புத் தடுப்புகள் தோன்றி அவன் வெளி உலகைப் பார்க்க முடியாதவாறு செய்துவிட்டன.

'என்ன இது, நான் கைதியா? என்று அவன் கோபமாகக் கத்தினான்.

'உரிய நேரத்தில் எல்லாவற்றையும் பார்க்கலாம், அவசரப்படாதீர்கள்' என்று சிவப்பு ஒளி அறிவித்தது.

'சொர்க்கபுரியை ஆள்பவர் யார்? சிவப்பு ஒளியா?' என்றான் அவன்.

'அரசியல் பேசாதீர்கள்.'

'இது அரசியலா?'

'இவ்வுலகில் ஆள்பவர், ஆளப்போகிறவர்கள் என்ற பாகுபாடே கிடையாது, சொல்லப் போனால் மத்திய அரசாங்கம் என்று ஒன்றுமே கிடையாது.'

'அப்படியானால் ஆட்சி எப்படி நடக்கிறது?'

'அவசரப்படாதீர்கள். பொறுங்கள்.'

ஜீப் நின்றது. இரும்புத் தடுப்புகள் விலகின. அவன் கீழே இறங்கினான். எங்கு பார்த்தாலும் பலமாடிக் கட்டடங்கள் விண்ணளாவி நின்றன. தெரு வெறிச்சோடியிருந்தது.

ஜீப் நின்ற இடத்தருகில் எல்லாற்றிலும் உயர்ந்த ஒரு கட்டடம் இருந்தது. அதில்தான் நுழைய வேண்டுமோ?'

'வருக!' சிகப்பு ஒளி.

அவன் நுழைந்தான். ஒரு மனித இயந்திரம் அவனுக்காகக் காத்திருந்தது.

'என் பெயர் மாரஸ் 6785. என்னுடன் வாருங்கள்.'

அவனை அது எக்ஸ்கலேடருக்கு அழைத்துச் சென்றது. அடுத்த கணத்தில் அவன் அக்கட்டடத்தின் உச்சியிலிருப்பதை உணர்ந் தான்.

அவன் எக்ஸ்கலேடரிலிருந்து வெளியே வந்ததும், அவனுக்கு வெறும் சுவர்கள்தான் புலப்பட்டன. அறை ஏதும் இருப்பதாகத் தெரியவில்லை.

சுவர் இரண்டாகப் பிரிந்தது. மாநாடு கூட்டுவதற்கு அமைந்தாற் போன்ற ஒரு பெரிய ஹால். மனித இயந்திரங்கள் வேலை செய்து கொண்டிருந்தன. ஒன்றுகூட அவனை ஏறிட்டு நோக்கவில்லை.

அவன் அந்த ஹாலைத் தாண்டி உள்ளே அழைத்துச் செல்லப்பட் டான். அங்கு ஒரு விசாலமான அறை. ஒரு நீண்ட மேஜை போடப் பட்டிருந்தது. முதல் தடவையாக அவன் மனிதர்களைப் பார்த் தான். ஆண் பெண் அடங்கலாக இருபது பேர்கள் அம்மேஜையின் எதிரே வரிசையாக உட்கார்ந்திருந்தார்கள். வெள்ளை நிறத்தில் நீண்ட அங்கி தரித்திருந்தனர். அவனை அங்குக் கொண்டுவிட்ட மனித இயந்திரம் திரும்பிச் சென்று விட்டது.

அவர்கள் எதிரே அவன் உட்கார்ந்தான்.

'உங்களை வரவேற்பதில் எங்களுக்கு மகிழ்ச்சி' என்றான் இருபது பேர்களில் நடுவில் வீற்றிருந்த ஒருவன்.

'விண்வெளிக்கப்பலில் ஏறியதிலிருந்து கவனிக்கிறேன். என் பாஷை உங்களுக்கு எப்படித் தெரியும்?' என்றான் அவன்.

'எங்கள் பாஷையில் அறிவிப்பு செய்கிறோம். எங்கள் மொழியில் தான் மனித இயந்திரங்களும் பேசின. இப்பொழுதும் எங்கள் மொழியில்தான் நாங்கள் பேசுகிறோம். ஆனால் அவை உங்கள் மொழியில் உடனுக்குடன் ஆக்கம் செய்யப்பட்டு, காட்சி

வடிவிலும், கருத்து வடிவிலும் உங்களுக்குத் தோன்றுகின்றன. கோடிக் கணக்கான வருஷங்கள் பின்தங்கியிருப்பதால், எங்கள் மொழியில் ஆக்கம் செய்யப்படுவதில் எவரும் பிரச்னையைத் தரவில்லை. இவ்வளவு குறைபாடுகளை உடைய மொழியை நீங்கள் எப்படிப் பேசிவருகிறீர்கள் என்பதுதான் எங்களுக்கு ஆச்சரியம்.'

'குறைபாடுகள் இருக்கலாம். இது என் மொழி' என்றான் அவன்.

'நீங்கள் இங்கு விருந்தினராகத்தான் வந்திருக்கிறீர்கள். இருந் தாலும் இங்கு நிரந்தரப் பிரஜையாக இருந்துவிட விரும்புகிறீர் களா?'

'பிரஜையாகவா?'

'ஆமாம். அப்படி விரும்பினால் என், எனது, நான் என்று எண்ணு வதோ, சொல்லுவதோ கூடாது. ஏனென்றால், இங்கு எல்லாம் எல்லோருக்கும் சொந்தம். நான் என்ற முனைப்பு ஏற்பட்டால், சமூக உறவு பாதிக்கப்படும். உங்கள் உலகத்திலுள்ள பிரச்னை எதுவுமே இங்கு கிடையாது. மனிதர்களைத் தவிர வேறு உயிரினமும் இல்லை.'

'அப்படியா? பறவை, மிருகம்...'

'ஒன்றுமில்லை. மனிதனுக்கு வாழ்க்கைப் பிரச்னை கிடையாது. மரணத்தைப் பற்றிய பயமும் இல்லை. என்றும் இளமையுட னும், சிரஞ்சீவியாக இருக்கலாம். செல்கள் பலஹீனம் அடைந்துகொண்டு வருவது போல் தோன்றினால் ஹார்மோன் வொர்க் ஷாப்புக்குச் சென்று புதுப்பித்துக் கொள்ளலாம். மனிதனுக்கும் சமூகத்துக்கும் தேவையான அன்றாட வேலை களையும் அலுவலக வேலைகளையும் மனித இயந்திரங்கள் செய்துவிடுகின்றன. கம்யூட்டர்களையும், இவற்றையும் இன்ன வேலை செய்ய வேண்டும் என்று திட்டமிட்டு நிர்ணயம் செய்வதுதான் இங்கு மனிதனுக்கு முக்கியமான வேலை. இவைகள் கெட்டுவிட்டால் பழுதுபார்க்க வேண்டும்.'

'இங்கு அரசாங்கமே கிடையாது என்கிறீர்களே, இதற்கு என்ன அர்த்தம்?'

'உங்கள் உலகில் அரசியல் கட்சிகள் அரசாங்கப் பொறுப்பை ஏற்க ஏன் போட்டியிடுகின்றன? சமுதாயத்தில் போட்டி மனப்

பான்மை இருந்தால், பொருளாதாரத்தை அடிப்படையாகக் கொண்ட ஒரு சமூகத்தில் ஒவ்வொருவனும் தன் உருவத்தை நிலைநாட்டிக் கொள்ள எந்த வழியையாவது மேற்கொள்ள விரும்புவான். அரசியலில் ஈடுபட்டு அதிகாரத்தைக் கைப்பற்றிக் கொள்ள நினைப்பான். கலைத்துறைகளில் மற்றவர்களைக் காட்டிலும் தான் சிறந்தவன் என்று நிரூபித்துக் கொள்ள முயலுவான். பணத்தைக் கொண்டு அந்தஸ்தை நாடுவான். எங்கள் சமூகத்தில் இத்தகையப் பிரச்னைகள் இல்லை.

போட்டி மனப்பான்மை கூடாது என்பதற்காக குழந்தை பிறந்த நாள் முதற்கொண்டே நான், எனது என்ற முனைப்பு தோன்றாம லேயே இருக்க வேண்டுமென்பதற்காகக் கம்யூனில் வளர்க்கப் படுகிறது. அப்படி வளரும் குழந்தை சமுதாயத்தில் பொருளா தாரக் காரணங்களுக்காகவோ, அரசியல் காரணங்களுக்காகவோ சமூகத்தில் தன்னை நிரூபித்துக்காட்ட வேண்டிய அவசியமில் லாமல் சமூகத்தின் ஒரு பொறுப்பு அங்கமாக இருக்க விரும்பு வதே இயற்கை.

எங்கள் சமூகம், பொருளாதாரத்தின் அடிப்படையில் அமைந்த தல்ல. இங்குப் பணப்புழக்கம் கிடையாது. எது தேவையோ அதை யார் வேண்டுமானாலும் எப்பொழுது வேண்டுமானாலும் பெறலாம். லாபநோக்கு தவறு என்று ஒவ்வொரு மனிதனுடைய சிந்தனையும் சிறுவயதிலிருந்தே கன்டிஷன் செய்யப்படுகிறது. ஆகவே இங்கு ஆங்காங்கு டிபார்ட்மென்டுகள் இருக்கின்றனவே தவிர ஆள்பவர், ஆளப்படுகின்றவர்கள் என்ற பேச்சே கிடை யாது.'

'டிபார்ட்மென்டுகள் என்று உங்கள் பாஷையில் சொன்னோம். இங்கு இதற்கு ஸர்வீஸ் டிப்போ என்று பெயர். இவற்றை மனித இயந்திரங்கள் நிர்வகிக்கின்றன. அவை அதிகாரத்துக்கு ஆசைப்படுவதில்லை. ப்ரமோஷன் கேட்பதில்லை. வேலை நிறுத்தம் செய்வதில்லை. இதுதான் சொர்க்கபுரி.

நீங்கள் விருந்தினராக மட்டும் இருந்து விட்டுப் போகத் தீர்மானித் தால் உங்களுக்கு ஒரு கட்டுப்பாட்டுக்குள் அமைந்த சுற்றுலா ஏற்பாடு செய்யப்படும். பிரஜையாக இருக்க விரும்பினால், நீங்கள் எங்கு வேண்டுமானாலும் போகலாம். நீங்கள் என்ன வேலை செய்ய விரும்புகிறீர்களோ அதற்கான வசதி செய்து தரப்படும்.'

'நான் என்னுடைய ஊரில் இலக்கியப் பணி செய்து வந்தேன். இங்கு...'

'அதற்கு இங்கு இடமில்லை. இலக்கியம் போன்ற கலைத்துறைப் பணிகள் மனித சமுதாயத்துக்குத் தேவையில்லாத நடவடிக்கை கள் என்பது எங்கள் கருத்து. சமுதாய வாழ்வுக்கு ஒரு தொழிலின் உபயோகத்தைக் கொண்டுதான் அதன் மதிப்பு, இவ்வுலகில் நிர்ணயமாகின்றது. கலைத் துறைப் பணிகள் ஒருவனின் 'நான்' என்ற தன்முனைப்புக்குக் காரணமாக இருக்கின்றன என்பதால், இங்கு அவற்றுக்கு இடமில்லை. நீங்கள் எந்த வேலைக்குத் தகுதியானவர் என்று எங்கள் கம்யூட்டர் தீர்மானம் செய்யும். முதலில் நீங்கள் கம்யூட்டர் டெஸ்ட்டுக்குச் செல்லவேண்டும்.

கம்யூட்டர் தீர்மானம் செய்தபிறகு, அது குறிப்பிடும் இலாகா வுக்குச் சென்று நீங்கள் பதிவு செய்து கொள்ள வேண்டும்.'

'இலக்கியப்பணி செய்கின்றவர்கள் சாதாரணமாக வேறு எந்தப் பணிக்கும் தகுதியுடையவர்கள் அல்லர் என்பதுதான் என்னுடைய உலகில் நிலவி வரும் நியதி. அதே மாதிரி நான் எந்த வேலைக்கும் தகுதியுடையவன் இல்லை என்று கம்யூட்டர் தீர்மானித்து விட்டால் என்ன செய்வது?'

'இந்த மாதிரியான ஹைபதிடிக்கல், கேள்விகள் எங்கள் தத்துவத் தில் இல்லை. கம்யூட்டர் திர்மானம் செய்யட்டும்; பிறகு பார்த்துக் கொள்ளலாம். சரி. பிரஜையாக இருக்க விரும்புகிறீர்களா அல்லது...'

அவன் 'சரி' என்று தலையசைத்தான். இல்லாவிட்டால் திருப்பி அனுப்பிவிடுவார்கள். சிகப்பு ஒளியுடன் உரையாடிக் கொண்டு பயணம் செய்தாக வேண்டும். அந்த போருக்கு இது தேவலை.

'சரி. நீங்கள் போகலாம்.'

'எங்கே?'

'எங்கே வேண்டுமானாலும். நீங்கள் இவ்வுலகின் பிரஜையாகி விட்டீர்கள் என்ற செய்தி எங்களுடைய எல்லா ஸர்வீஸ் டிப்போக்களுக்கும் செய்தி அனுப்பப்பட்டுவிடும். இதற்கான பத்திரங்களை இக்கட்டடத்தின் கிரௌண்ட் ஃபுளோரிலுள்ள அலுவலகத்தில் நீங்கள் பெற்றுக் கொள்ளலாம். உங்களை டேர்மா மாரஸ் 6785 அங்கு அழைத்துச் செல்லும். நீங்கள்

எக்ஸ்கலேட்டரில் கீழே இறங்கிச் செல்வதற்குள் அவை தயாராகிவிடும்.'

அவன் எழுந்து அவர்களுடன் கைகுலுக்குவதற்காக கையை நீட்டினான்.

'மற்றொரு விஷயம். இங்கு கை குலுக்கும் பழக்கமோ, நன்றி சொல்லும் மரபோ கிடையாது. அவரவர்கள் தங்கள் தங்கள் கடமைகளைச் செய்யும்போது பாவனைக்காச் செய்யப்படும் இத்தகையச் சமூக மேற்பூச்சுகளுக்கு இடமில்லை. அனைத்துலக வரலாற்றுத் தொழிற்கூடத்தில் பயிற்சி பெற்றவன் என்ற காரணத்தால், நீங்கள் இப்படிச் செய்வது எனக்குப் புரிகிறது. மற்றவர்களுக்குப் புரியாது' என்றான் அவனிடம் இதுவரை பேசிக் கொண்டிருந்தவன்.

'வரலாற்றுத் தொழிற்கூடமா?'

'ஆமாம். இங்கு எல்லாமே தொழிற்கூடங்கள்தாம். எல்லா வற்றையும் போகப் போகப் புரிந்து கொள்வீர்கள்.'

அவன் அருகே வந்து நின்ற டேர்மா மாரஸ் 6785, 'போகலாம்' என்றது.

அவன் கீழே 37ம் எண்ணிக்கை உள்ள அறைக்கு அழைத்துச் செல்லப்பட்டான்.

'ஸோலா அபிரஸ் 56775898' என்ற பெயர் பதிவான பத்திரங்களை ஒருவன் அவனிடம் கொடுத்தான்.

'இது யாருடைய பெயர்?' என்றான் அவன்.

'உங்கள் பெயர். கம்யூட்டர் தேர்ந்தெடுத்திருக்கிறது.'

'கம்யூட்டரா?'

'ஆமாம். இங்கு எங்களுடைய பெயர்களை கம்யூட்டர்தான் தேர்ந்தெடுப்பது வழக்கம்.'

'இது என்ன எண்?'

'பெயரைவிட எண்தான் முக்கியம். நினைவு வைத்துக் கொள் ளுங்கள்.'

‘மனித இயந்திரங்களுக்குத்தான் எண், பெயர் எல்லாம் இருக்கின்றன. மனிதர்களுக்கும் இப்படித்தானா?’

‘இங்கு மனிதர்களுக்கும் மனித இயந்திரங்களுக்கும் வேறுபாடு கிடையாது.’

‘நான் தங்குவதற்கு இடம்?’

‘உங்கள் பெயரையும் எண்ணையும் சொல்லி எங்கு வேண்டுமானாலும் தங்கலாம். ஒரு வாரத்துக்குப் பிறகு ஆராய்ந்து உங்களுக்குரிய வேலையைத் தேர்ந்தெடுக்கும். ஒரு வார காலம் வரை நீங்கள் எங்கு வேண்டுமானாலும் போகலாம். என்ன வேண்டுமானாலும் செய்யலாம்.’

‘நான் இங்கு தெருக்களில் மனிதர்களையே பார்க்க முடியவில்லையே, அவர்கள் எங்கு இருக்கிறார்கள்?’

‘இது ஸர்வீஸ் டிப்போக்கள் நிறைந்த பிரதேசம். இங்கிருந்து ஐந்து யூனிட் தள்ளித்தான் மக்கள் வசிக்கிறார்கள். இந்த மாதிரிதான் ஒவ்வொரு நகரத்திலும். வாசலிலுள்ள வாகனத்தில் ஏறிக்கொண்டு நீங்கள் மக்கள் வசிக்கும் இடத்துக்குப் போகலாம்.

‘அந்த வாகனத்தை யார் ஓட்டுவது?’

‘தேவையில்லை. வாகனத்தை ஓட்ட இரண்டு வழிகள் உண்டு. ஒன்று இங்கிருந்து அதை நாங்கள் செலுத்துவோம். அல்லது நீங்கள் ஒவ்வொரு சமயமும் எங்களுடன் தொடர்பு கொள்வது என்பது முடியாத காரியமென்றால் இங்குள்ள இடங்களின் பெயர்கள் அச்சிடப்பட்ட பட்டியலை உங்களிடம் தருகிறோம். நீங்கள் அந்த வாகனத்தில் உட்கார்ந்துகொண்டு அந்த பெயரைச் சொன்னதும் அந்த ஒலி அலை கம்யூட்டரின் சங்கேத மொழியில் கட்டளையாக மாறி, கம்யூட்டர் இவ்வாகனத்தை இயக்கும். நீங்கள் விரும்பிய இடத்துக்குப் போகலாம்.’

அவன் வெளியே வந்தான். வாகனம் காத்துக் கொண்டிருந்தது. அவன் ஏறி உட்கார்ந்தான். இப்பொழுது இரும்புத் தடுப்புகள் மூடவில்லை.

அவன் பட்டியலைப் பார்த்தான். மக்கள் வசிக்கும் பகுதியின் பெயர் ‘பாப்புலா காலனியஸ்’ என்றிருந்தது. அப்பெயரைச் சொன்னான். அந்த வாகனம் புறப்பட்டது.

ஸர்வீஸ் டிப்போ நகரத்தின் எல்லை வந்ததும் வெறும் பாலை வனமாகத்தானிருந்தது. இவர்கள் எப்படி சாப்பிடுகிறார்கள் - பயிர் பச்சையே கண்ணுக்குத் தெரியவில்லை. அவன் கோரன்டைனிலிருந்த அந்த மூன்று நாள்களும் அவனுக்கு சாப்பாடு, மாத்திரை வடிவத்திலும், டின்னில் அடைக்கப்பட்ட செயற்கை உணவுமாகத்தான் கிடைத்தது. சிந்தடிக் ஃபுட். இவ்வுலகில் பயிர் பச்சை இல்லை. பறவைகளும் இல்லை. விலங்கினமும் கிடையாது. மனிதர்கள், மனித இயந்திரங்கள். இரண்டு வர்க்கங்கள்தான்!

வாகனம் நின்றது. பிரம்மாண்டமான அகலத்தில் மிகவும் விஸ்தீரணமாக கட்டடங்கள் வரிசையாகத் தெரிந்தன.

அவன் கீழே இறங்கினான்.

எல்லோரும் நீண்ட அங்கி தரித்திருக்கும் போது இவனுடைய விசித்திரமான உடை சிலருடைய கவனத்தை ஈர்த்திருக்க வேண்டும்.

'என் பெயர் ஸோலா அபிரஸ் 56773898. நான் ஸோலார் காலக்ஸியிலுள்ள பூமி என்ற கிரகத்திலிருந்து வந்திருக்கிறேன். உங்களையெல்லாம் பார்த்துப் பேசி பழக வேண்டுமென்பது என் ஆசை. நானும் இந்த உலகின் பிரஜையாகிவிட்டேன்' என்றான் அவன், முதல் முதலாகக் கண்ணில் தென்பட்ட அழகான பெண் ஒருத்தியிடம்.

பூமியின் அளவுகோலை வைத்துக் கொண்டுபார்த்தால், அவளை மிகவும் அழகானவள் என்று சொல்ல முடியாது. ஆனால் பார்ப்பதற்கு வாட்டசாட்டமாக இருந்தாள். முகத்தில் எந்த விதமான உணர்ச்சிச் சலனமும் கிடையாது. பூமியிலிருந்து வந்தவன் என்று அவன் அறிமுகப்படுத்திக்கொண்டபோதுகூட அவள் முகத்தில் எந்த விதமான ஆச்சர்யப்பாவனையும் தோன்ற வில்லை.

'என் பெயர் தியமா டெர்ரவுலஸ் 2756756. நான் சாப்பிடப் போய்க் கொண்டிருக்கிறேன். வருகிறீர்களா?'

'நன்றி' இதைச் சொல்லிவிட்டு அவன் நாக்கைக் கடித்துக் கொண்டான். அவள் அவனை ஒன்றும் புரியாமல் திரும்பிப் பார்த்தாள்.

அவள் ஒரு கட்டடத்துக்குள் நுழைந்தாள். சிறிது தூரம் உள்ளே சென்று வலப்பக்கமாகத் திரும்பியதும் அங்க பெரிய கான்டீன் ஒன்றிருந்தது.

'இங்கு எல்லாம் சிந்தடிக் ஃபுட்தானா?'

'அப்படியென்றால்? இதைத்தான் நாங்கள் பிறந்ததிலிருந்து சாப்பிட்டு வருகிறோம். சரி உங்கள் அளவு என்ன?'

'அளவா?'

'உங்கள் பத்திரத்தைக் கொடுங்கள்.'

அவள் பத்திரத்தைப் புரட்டிப் பார்த்தாள். 'ஓ! இதோ இருக்கிறது. புரோட்டீன் 1038 யூனிட். மினரல்ஸ் 6575 யூனிட். ஹும். இந்த அளவு தான் நீங்கள் தினமும் வாங்கிச் சாப்பிடவேண்டும்.'

'இதை யார் நிர்ணயித்தார்கள்?'

'கம்யூட்டர்தான் நிர்ணயித்திருக்கும்.'

அவன் கோரன்டைனில் இருந்தபோது அவனை ஒரு மனித இயந்திரம் மருத்துவப் பரிசோதனை செய்தது, அவன் நினைவுக்கு வந்தது. அதன் அடிப்படையில்தான் இவ்வுணவு நிர்ணயமாகியிருக்கும்.

'உணவு விஷயத்தில் நான் இப்படித்தான் சாப்பிட வேண்டுமென்பது கட்டாயமா?'

'ஆமாம்.'

'இல்லாவிட்டால்?'

'உடல் நிலை பாதிக்கப்படும். இது சமூகப் பிரச்னையாகி விடும். 'இப்படித்தான் இன்று எனக்குச் சாபிடத் தோன்றுகிறது' என்று நினைப்பதே 'நான்' என்ற தன்முனைப்பை ஏற்படுத்துகிறது. இது நான் பள்ளிக்கூடத்தில் படித்த பால பாடம். நீங்கள் பர்ஸனாலிட்டி அட்ஜஸ்மெண்ட் தொழில்கூடத்துக்குப் போகும்படியாக இருக்குமென்று நினைக்கிறேன்.'

அவள் தன் பத்திரத்தையும் அவனிடமிருந்த பத்திரத்தையும் வாங்கி கான்டீனில் கவுன்டரில் நின்று கொண்டிருந்த மனித

இயந்திரத்திடம் கொடுத்தாள். அது இரு பத்திரங்களையும் வாங்கிப் பார்த்துத் திருப்பிக் கொடுத்துவிட்டது.

சிறிது நேரத்தில் அவர்களுடைய உணவுப் பொட்டலங்கள் வந்தன.

இருவரும் அவற்றை எடுத்துக் கொண்டு போய் நாற்காலியில் உட்கார்ந்தனர்.

'நீங்கள் எங்கு வேலை பார்க்கிறீர்கள்?' என்றான் அவன். 'சஸமல் டேனியட்டி அன்ட் டெம்வோரல் லாஸ் ஆஃப் ஸிகுவன்ஷியஸ் பிஸிக்ஸ்.'

'பெண்கள்கூட இங்கு விஞ்ஞானிகளாக இருக்கிறார்களா?'

'இங்கு ஆண்-பெண் என்ற வேறுபாடே கிடையாது. எல்லோரும் தகுதி இருந்தால் எந்த வேலை வேண்டுமானாலும் செய்யலாம்.'

'மன்னிக்கவும், உங்களுக்குத் திருமணமாகிவிட்டதா?'

அவள் ஒன்றும் புரியாமல் அவனைப் பார்த்தாள்.

'மன்னிக்கவும்' என்று அவன் சொல்லியிருக்கக்கூடாது. அதைச் சொல்லாமல், தன் கேள்வியை அவன் திரும்பக் கேட்டான். அப்பொழுதும் அவளுக்குப் புரியவில்லை.

'திருமணம் என்றால் தெரியாது? ஆணும் பெண்ணும் ஓர் ஒப்பந்தப்படி வாழ்க்கை முழுவதும்...'

'ஓ, அப்படியா? ப்ளாக்கிரியேஷல் ஒப்பந்தங்களைப் பற்றிச் சொல்லுகிறீர்களா? நான் ஒரு முறை இந்த ஒப்பந்தத்தை நிறைவேற்றியிருக்கிறேன். குழந்தை கம்யூன்களில் வளர்கிறது.'

'நீங்கள் அதைப் பார்க்கப் போவதில்லையா?'

'எதற்காக?'

'பார்க்கவேண்டும் என்ற ஒரு பாச உணர்வுகூட உங்களுக்குத் தோன்றுவதில்லையா?'

அவள் ஒன்றும் புரியாமல் அவனைப் பார்த்தாள்.

'உங்கள் குழந்தை யாரென்று இப்பொழுது அடையாளம் கண்டு பிடித்துச் சொல்ல முடியுமா?'

‘எதற்காக? என் ப்ளாக்கிரியேஷன்ஸ் பார்ட்னரையே என்னால் இப்போது அடையாளம் கண்டுபிடிக்க முடியாது. எண் நினைவு இருக்கிறது. *3567856*, அப்படி பார்ட்டனரைத் தேர்ந்தெடுத்த வுடனே பதிவு செய்துகொள்ளவேண்டும். இதோ பாருங்கள், பத்திரத்தில் முத்திரை குத்தியிருக்கிறார்கள். நான்கு வருஷங் களுக்கு முன்னால் அவனுடன் மூன்று மாதங்கள் இருந்தேன். நான் கருவுற்றதும் போய்விட்டான்.’

‘ஒருவருடன் மூன்று மாதங்கள்தான் இருக்க முடியும்?’

‘அப்படியொன்றுமில்லை. இதில் கட்டுப்பாடு கிடையாது. இங்கு டபிள் ரூம் கிடைப்பது கடினம். மூன்று மாதங்களுக்குப் பிறகு டபிள் ரூமை திரும்ப ஒப்படைத்தாகவேண்டும்.’

‘அப்படியானால் இச்சமூகத்தில் ஒவ்வொருவருக்கும் தனி அறை தானா?’

‘அதற்கு மேல் எதற்கு?’

‘ஆண் பெண் நிரந்தரமாகச் சேர்ந்தே வாழ்வதில்லையா?’

‘நிரந்தரமாகச் சேர்ந்து வாழ்வதா?’ அவள் ஒன்றும் புரியாமல் அவனை விழித்துப் பார்த்தாள்.

‘ஒருவரை நீங்கள் மிகவும் விரும்புகிறீர்கள் என்று வைத்துக் கொள்ளுங்கள். அவரை விட்டுப் பிரிய உங்களுக்கு மனம் இல்லையென்றால்...’

‘நீங்கள் சொல்வது ஒன்றும் எனக்குப் புரியவில்லை. நிரந்தரமாக இருக்க வேண்டுமென்றால்? இதற்கு என்ன அர்த்தம்?’

அப்பொழுதுதான் அவனுக்கு அவர்கள் சிரஞ்சீவிகள் என்பது நினைவுக்கு வந்தது.

‘மறந்துவிட்டேன். உங்களுக்கு மரணமே கிடையாது என்பது.’

‘மரணமா?’

‘ஆமாம். எங்கள் உலகில் வாழ்க்கைக்குக் காலவரையறை உண்டு.’

‘அப்படியென்றால்?’

'இறந்துவிடுவோம். அதாவது நான் எழுபது வருஷங்கள் உயிரோடு இருந்துவிட்டு அப்புறம் இல்லாமல் போய் விடுவேன். இப்படி நீங்கள் நிரந்தரமான இளமையோடு இருப்பது உங்களுக்கு அலுப்புத் தரவில்லையா?' இதுவும் அவளுக்குப் புரியவில்லை.

'மரணம் என்று ஒன்றிருந்தால்தான், இக்கால வரையறைக்குள் இதைச் செய்தாக வேண்டுமென்ற உத்வேகம் மனிதனுக்கு ஏற்படும். இதுதான் வாழ்க்கைக்கு அர்த்தம் தருகிறது. மரணத்தைக் கண்ட பயம்தான் மனிதனுக்கு ஓர் அவசர லட்சியத்தை வகுத்துக்கொண்டு வாழவேண்டுமென்ற ஒரு துடிப்பையும் ஏற்படுத்துகிறது.'

அவள் ஒன்றும் பேசாமல் அவனையே பார்த்துக் கொண்டிருந்தாள்.

இனி அவனால் அந்த உலகை விட்டுப் போக முடியாது. அவனுக்கு அழுகை அழுகையாக வந்தது.

'உங்களை பர்ஸனாலிட்டி அட்ஜெஸ்ட்மெண்ட் தொழிற்கூடத்திற்கு அழைத்துச் செல்கிறேன். உங்களுக்கு மூன்று வருஷ கண்டிஷன்ஸ் தேவை' என்றாள் தியாமா டெர்புலஸ் 2856756.

29. கமனிய கனவுகள்

தில்லி மாரிஸ் நகர் பஸ்டாப்பில் காத்துக் கொண்டிருந்த கல்யாணியின் மனம் சந்தோஷத்தால் நிறைந்திருந்தது. அவள் முதலில் அகில இந்தியப் பல்கலைக்கழகக் கவிதைப் போட்டி யில் கலந்து கொள்வதாகவே இல்லை.

போட்டி எதுவானாலும் அது ஒருவகை விலங்கினப் போராட்டம் தான் என்பது அவள் எண்ணம்.

இலக்கியம் என்பது ஒவ்வொருவருடைய தனிப்பட்ட கலை அனுபவம். இவ்வனுபவங்களைத் தராசிலிட்டு, எதனுடைய எடை அதிகம், எதனுடைய எடை குறைவு என்று தீர்மானம் செய்வது எவ்வளவு கொச்சைத்தனமானது என்றுதான் அவள் ஆரம்பத்தில் நினைத்தாள். ஆனால் அவள் இனிய தோழி ரேணுவின் நச்சரிப்புத் தாங்க முடியாமல் போட்டிக்கு ஒரு கவிதையை அனுப்பி வைத்தாள்.

அதற்குத்தான் முதல் பரிசு என்று கல்லூரித் தலைவர் காலையில் நடந்த கூட்டத்தில் அறிவித்தபோது, சக மாணவர்களும், மாணவிகளும் கைதட்டி இச் செய்தியை வரவேற்றபோது, போட்டிகளைப் பற்றிய அவளுடைய கொள்கை எதுவாக இருந்தாலும், அவள் மனத்தைத் திடீரென்று ஆக்கிரமித்த அந்த மகிழ்ச்சி உணர்வு, அவளுக்குச் சிறிது ஆச்சரியத்தைத் தந்தது.

ஒவ்வொருவருக்குள்ளும் இந்த விலங்கு உணர்ச்சி எங்கோ ஒளிந்து கொண்டிருக்கின்றது என்பதை ஒப்புக்கொண்டுதான் ஆக வேண்டும்.

வெளிச்சம் தன்மீது படாமல், ஒதுங்கியே நின்று பழகிய அவளுக்கு, அரங்கத்தின் மத்தியில் ஒளிப் பிழம்பு அவளை ஆவேசமாக அறிவிக்க, எல்லோருடைய பார்வையும் அவள் மீது லயித்திருக்கிறதென்ற அனுபவம் கூச்சத்தைத் தந்தது,

மாணவர்களும், மாணவிகளும் அவளிடம் வந்து தனிப்பட்ட முறையில் பாராட்டுகள் தெரிவித்தபோது, இயந்திரரீதியாகப் புன்னகை செய்து அவள் அவற்றை ஏற்றுக் கொண்டாளே தவிர, அவள் அடிமனத்தில் ஏற்பட்ட ஒரு சங்கட உணர்வை அவளால் தவிர்க்க முடியவில்லை.

கவிதைகளாக வெளிவந்த அவளுடைய சின்னச் சின்ன கனவுகள் வியாபாரச் சந்தைக்கு வந்துவிட்டன.

முதல் பரிசு பெற்றிருக்கும் இக்கனவின் விலை மூவாயிரம் ரூபாய்.

இருப்பினும் அவள் மனம் சந்தோஷத்தால் நிறைந்திருக்கின்றது என்பதை அவளால் மறுத்துவிட முடியுமா? சந்தோஷத்துக்குக் காரணம் அவள் கனவுக்குச் சமூக அந்தஸ்து ஏற்பட்டிருக்கிறது என்பதுதான். வணிக பாஷையில் இதைச் சொல்ல முடியுமென்பதுதான் மனத்தை லேசாக உறுத்துகிறது.

ரேணு அவளை இறுகக் கட்டிக்கொண்டாள். பரிசு அவளுக்குக் கிடைத்துவிட்டாற் போன்ற ஆனந்தம், கல்யாணி போட்டியில் கலந்து கொள்ள முதலில் மறுத்தது பற்றியும், பிறகு, தான் எப்படி அவளைக் கட்டாயப்படுத்திப் போட்டியில் பங்கேற்கச் செய்தாள் என்பது பற்றியும், அலுப்புச் சலிப்பு இல்லாமல் எல்லோரிடமும் சொல்லிக் கொண்டிருந்தாள். ரேணுவின் இலக்கிய ரசனையைப் பொறுத்த விஷயமல்ல இது. சொல்லப்போனால் அவளுக்கு இலக்கியத்தில் ஈடுபாடே கிடையாது. காமிக்ஸ், மில்ஸ் அன்ட் பூன். எனிட் ப்யிட்டன் - இந்தப் புத்தகங்களைத் தாண்டி, இலக்கிய உலகத்துக்குள் அவள் எட்டிப் பார்த்ததே கிடையாது. ஆனால் கல்யாணியிடம் அவளுக்கு அப்படியொரு பிடிப்பு - அவள் எழுதும் கவிதை நன்றாகத்தான் இருக்கவேண்டும் என்ற அப்படியொரு பிடிப்பு - அவள் எழுதும் கவிதை நன்றாகத்தான் இருக்க வேண்டும் என்ற அப்படியொரு அசாத்திய நம்பிக்கை.

கவிதையைப் படித்து, 'இது மிகவும் நன்றாக இருக்கிறது, அனுப்பு!' என்று தான் சொன்னதாகவும் அவள் ஜம்பம் அடித்துக் கொள்ளவில்லை. 'கல்யாணி எழுதும் கவிதை எனக்குப் புரியா

விட்டாலும் கல்யாணியை நான் புரிந்து கொண்டிருக்கிறேன். அதனால்தான் அனுப்பு என்று அவளை வற்புறுத்தினேன்' என்று அவள் எல்லோரிடமும் சொன்னாள்.

இரண்டு பெண்களுக்கிடையே ஆழ்ந்த நட்புணர்வு இருக்க முடியாதென்று அவள் எங்கேயோ படித்திருக்கிறாள். தற்காப்புணர்விலேயே பெண்கள் வளரும்படியாகச் செய்து விட்ட, ஆண் ஆதிக்கம் செலுத்தும் சமுதாயப் பாரம்பரியப் பிரக்ஞைதான் இதற்குக் காரணம் என்று சொல்லுவார்கள். ரேணுவுக்கும் அவளுக்கும் இடையே உள்ள சிநேகிதம், மனித வாழ்க்கையை இத்தகைய வறட்டுக் கொள்கைகளுக்குள் அடைத்துவிட முடியாது என்பதைத்தான் காட்டுகிறது.

முதல் சந்திப்பிலேயே இருவரும் நெருங்கிய சிநேகிதிகளாகி விட்டனர்.

குணப் பண்புகளும் இருவருக்கும் வேறு வேறானவை. ரேணு வெளிப்போக்கான மன இயல்புடையவள்.

உணர்ச்சிகளை ஆரவாரமாகத் தெரிவிப்பவள்.

அவள் எத்தனை தூரத்திலிருந்தாலும், அவள் சிரிப்பிலிருந்து அவள் எங்கிருக்கிறாள் என்று கண்டு கொள்ளலாம்.

மனத்தடை ஏதுமில்லாமல் அவளால் பேச முடியும்.

அவளுக்கு நூற்றுக்கணக்கான நண்பர்கள் உண்டு.

ஆண், பெண் என்ற பாகுபாடில்லை, என்றாலும் கல்யாணிதான் அவளுடைய, பிரத்யேக சிநேகிதி!

ரேணுவுக்கும் அவளுக்குமிடையே இருந்த பிணைப்பு பலரை ஆச்சரியத்துக்குள்ளாக்கியது என்பதும் அவளுக்குத் தெரிந்தது தான்.

ஒரு சமயம் பல்கலைக்கழக காஃபி ஹவுசில் நடந்த சம்பவம் அவளுக்கு ஞாபகம் வந்தது.

ஐந்தாறு பெண்களுடன் அங்கு உட்கார்ந்திருந்த ரேணு, காஃபி ஹவுஸ் வழி குறுக்கு வழி என்பதால் அதைத் தாண்டிச் சென்று கொண்டிருந்த கல்யாணியைப் பார்த்ததும், அவளைக் கூப்பிட்டாள்.

கல்யாணி வந்து உட்கார்ந்ததும் ரமா சோப்ரா சொன்னாள்: 'ரேணு, எனக்கு ஒன்று புரியவில்லை. நீ தூங்கும் சமயங்களில் தவிர மற்றைய பொழுதில் வாயை மூடுவதில்லை. கல்யாணி வாயைத் திறந்து பேசி நான் பார்த்ததில்லை. எப்படி நீங்கள் இருவரும் இணை பிரியாத சிநேகிதிகளாக இருக்கிறீர்கள்?'

'உங்களுடைய அசட்டுத்தனமான பேச்சைக்காட்டிலும், அவளுடைய புத்திசாலித்தனமான மௌனம் எனக்குப் பிடித்திருக்கிறது' என்றாள் ரேணு.

'அப்படியானால் உன் மீதே உனக்கு வெறுப்பு ஏற்பட்டிருக்க வேண்டுமே?' என்றாள் கீதாஞ்சலி.

எல்லோரும் சிரித்தார்கள்.

'நீ சொல்வது சரிதான். உங்களுடைய அசட்டுப் பேச்சுகளைக் கேட்டுகொண்டு நானும் அசட்டுத்தனமாகப் பேசிக் கொண்டிருக்க வேண்டியிருக்கிறதே என்று நினைக்கும்போது என்மீதே வெறுப்பு ஏற்படுவதுண்டு. கல்யாணியின் பூப்போன்ற மென்மையான சுபாவம்தான் என் அடி மனத்துக் கனவாக இருக்க வேண்டும். அதனால்தான் அவள் மீது எனக்கு இவ்வளவு ஈடுபாடு' என்று சொல்லியவாறு கல்யாணியின் தோளைத் தொட்டாள் ரேணு.

'ஒரு வேளை...' என்று சொல்லிவிட்டு, மேலே தொடராமல் நிறுத்தினாள் வீணா.

'ஒரு வேளை... என்ன சொல்லேன்!'

'உன்னிடம் மேல் ஹார்மோன்ஸ் கொஞ்சம் கூடவே இருக்கலாம்.

'ஷட் அப்' என்று சீறிக் கொண்டு எழுந்த ரேணுவின் கையைப் பற்றி இழுத்து உட்கார வைத்தாள் கல்யாணி.

காஃபி ஹவுசில் இருந்த மற்றவர்கள் அவர்களைப் பார்த்துக் கொண்டிருந்தார்கள் என்று கல்யாணி உணர்ந்திருந்தாள்.

சிரிப்பும் கொம்மாளமுமாய் இருந்த அந்த அறையில் திடீரென்று ஏற்பட்ட அமைதி அதை உணர்த்தியது.

'ஐ ஆம் ஸாரி. கல்யாணி, லெட் அஸ் கெட் அவுட் திஸ் ஜாயின்ட்...' என்று சொல்லிக் கொண்டே எழுந்தாள் ரேணு.

கல்யாணியின் வீட்டிலும் அவளுக்கும் ரேணுவுக்கும் இடையே இருந்த நட்பு, அடிக்கடி விமரிசிக்கப்பட்ட ஒரு விஷயம்.

கல்யாணியின் அப்பா, அம்மா, கார் விபத்தில் திடீரென்று போய்விட்டார்கள். அப்பொழுது அவளுக்கு எட்டு வயது.

அன்று முதல் கொண்டு அண்ணன் பொறுப்பில் வளர்ந்தவள். அவளுக்கும் அவள் அண்ணனுக்கும் பதினாறு வயது வித்தியாசம். அப்பா, அம்மா போனபோது, நல்ல வேளை, அண்ணா வேலையிலிருந்தான்.

அப்பா, அம்மா போய், இரண்டு வருஷங்களுக்குப் பிறகு கல்யாணம் செய்துகொண்டான். மன்னிக்கும் அப்பா கிடையாது. அம்மாதான்.

ஒரே பெண். அவளும் பெண்ணுடன் அந்த வீட்டில் குடியேறிவிட்டாள்.

அண்ணாவுக்கு இரண்டு குழந்தைகள்.

மூத்தவன் சுரேஷ், பத்து வயது. அடுத்தவள் பெண், சுமதி. ஆறு வயது. குழந்தைகள் பிறந்த பிறகுதான் மன்னியின் அம்மாவினுடைய குணம் தெரியத்தொடங்கியது.

மன்னி அடிப்படையில் நல்லவள்தான்.

ஆனால் அம்மாவுக்கு அடங்கிய பெண்.

மன்னியின் அம்மா படித்திருந்தால், ஒரு பெரிய ராஜதந்திரியாக ஆகியிருப்பாள்.

அவளுக்கு எத்தனை முகங்கள் என்று அளவிட்டுச் சொல்ல முடியாது.

'இந்தத் தாயில்லாப் பெண்ணின் மீது எப்படிப் பாசத்தைப் பொழிகிறாள்!' என்று உலகத்துக்குத் தோன்றும்.

அவளுடைய நிஜமான முகத்தைக் கண்டு பிடிக்கக் கல்யாணிக்கே பல வருஷங்களானது.

ஆனால் இதைப் பற்றி அவள் அவளுடைய அண்ணனுடன் விவாதித்ததே கிடையாது.

'ஹலோ கல்யாணி! கங்கிராட்ஸ்.'

கல்யாணி திரும்பிப் பார்த்தாள்.

ஷோபாதவான். அவள் வழக்கம் போல் தன் பாய் ஃபிரெண்ட் வினோத்துடன் மோட்டார் சைக்கிளில் பிலியன் ஸீட்டில் உட்கார்ந்துகொண்டு வந்தவள், அவனை வண்டியை நிறுத்தச் சொல்லி, தன் பாராட்டைத் தெரிவித்தாள்.

வினோத்தும் பாராட்டைத் தெரிவித்தான்.

'தாங்க்ஸ்.'

'அப்பொழுதே புறப்பட்டு விட்டாயே, இன்னுமா பஸ் வர வில்லை?'

'ஒன்றரை மணி ஸ்பெஷல் கான்சல் செய்து விட்டார்கள் போலிருக்கிறது. மணி இரண்டரையாகிறது. முக்கால் மணியாக நின்று கொண்டிருக்கிறேன்.'

'எங்கே போக வேண்டும்?' என்றான் வினோத்.

'கல்யாணி உன்னுடன் வரமாட்டாள். எதற்கு வீணாக அலட்டிக் கொள்கிறாய்?' என்று சிரித்துக்கொண்டே சொன்னாள், ஷோபா.

'ஒரு பைக்கில் இரண்டு பேர்தான் போக முடியும் என்று நினைக்கிறேன்' என்றாள் கல்யாணி.

'நான் பக்கத்தில் சிவில் லைன்ஸ்தான் போக வேண்டும். மூவரு மாகப் போனால், என்னை அங்கே இறக்கிவிட்டு சௌத் டெல்லிக்கு உன்னை அழைத்துச் செல்ல வினோத் தயார். நீ தயாரா?' என்றாள் ஷோபா.

சிகரெட்டைப் பற்ற வைத்துக்கொண்டே வினோத் 'இட் ஈஸ் நோ ப்ராப்ளம்.'

'நீங்கள் எங்கே இருக்கிறீர்கள்?' என்றாள் கல்யாணி.

'அவனிருப்பது மாடல் டவுனில். எதிர்த்திசை. ஆனால் இதுவரை அழகான பெண்களுக்கு மட்டும் லிஃப்ட் கொடுத்துக் கொண்டி ருந்தவன் ஒரு மாறுதலுக்கு அழகான கெட்டிக்காரப் பெண்களுக் கும் லிஃப்ட் கொடுக்க விரும்புகிறான். அப்படித்தானே வினோத்?'

'டோன்ட் பி ஸில்லி' என்று அவள் சொன்னதை ரசித்தவாறு, பொய்க் கோபம் குரலில் தோன்றச் சொன்னான் வினோத்.

'அதோ 01 வருகிறது. ஜந்தர் மந்திரில் இறங்கி கிரீன் பார்க் போகிறேன். தாங்க்யூ ஷோபா, தாங்க்யூ வினோத்' என்று கூறிக் கொண்டே பஸ்ஸை நோக்கி விரைந்து சென்றாள் கல்யாணி.

பஸ்ஸில் நல்ல வேளையாக உட்கார இடம் கிடைத்தது. அவள் அநேகமாக ரேணுவுடன் தான்வீட்டுக்குத் திரும்புவது வழக்கம். ரேணு முனீர்காவில் இருந்தாள். ஆனால் இன்று அவளுடைய மாமாவின் பிள்ளைக்கு 'முண்டன்' கல்யாணம். சக்தி நகர் போவதை ரத்து செய்துவிட்டு, கல்யாணியின் வீட்டுக்கு வந்து அவள் பரிசு பெற்ற சந்தோஷச் செய்தியை அவள் மன்னியிடம் தானே சொல்லப் போவதாகத்தான் ரேணு முதலில் சொன்னாள். கல்யாணி, அவள் 'முண்டன்' கல்யாணத்துக்குப் போகாவிட் டால் நன்றாக இருக்காது என்று சொல்லி அனுப்பி வைத்தாள்.

ரேணுவைப் பற்றி அவள் மன்னியின் அம்மா என்ன நினைக் கிறாள் என்று கல்யாணிக்குத் தெரியும். ரேணுவைப் பற்றி அவளுக்கு நல்ல அபிப்பிராயம் இல்லை என்பது முக்கிய மில்லை. ரேணுவின் சகவாசத்தினால் கல்யாணி கெட்டுவிடக் கூடும் என்று நினைக்கிறாள் என்பதுகூட முக்கியமில்லை. ஆனால் ரேணுவை ஒரு காரணமாகக் காட்டி, வேறு ஒன்று சாதிக்க விரும்புகிறாள் என்பதுதான் முக்கியமான விஷயம்.

கல்யாணிக்கு அந்தச் சம்பவம் நினைவுக்கு வந்தது. மன்னியின் அம்மாவை அப்பொழுதுதான் அவளுக்குப் புரிந்து கொள்ள முடிந்தது.

கல்யாணி அறையில் தூங்குவதாக நினைத்துக்கொண்டு பாகீரதி மாமி - அவள் தான் மன்னியின் அம்மா - மகளுடன் பேசிக் கொண்டிருந்தாள்.

'தோ பாரு சியாமளி, நான் பழங்காலத்து மனுஷி தான். நல்லது பொல்லாதது நாலும் தெரிஞ்சவ. மாப்ளேகிட்டே சொல்லி, கல்யாணியோட கல்யாணத்துக்கு ஏற்பாடு பண்ணச் சொல்லு. வயத்திலே நெருப்பைக் கட்டிக்கொண்டு யாராலே இருக்க முடியும்?'

'இப்போத்தானே எம்.ஏ. சேர்ந்திருக்கா. அதுக்குள்ளே என்ன அவசரம்பார் அவர்.'

'என்னடி, எம்.ஏ. படிச்சாத்தான் ஆச்சோ? இப்பத்தான் கையிலே தடியூனிண்டு, கிழவிங்கள்ளாம் பரிட்சை எழுதறாளே, கல்யாணம் பண்ணிண்ட்டு படிக்கிறது, யார் வேண்டாம்னா? தோ பாரு கல்யாணி நல்ல பொண்ணுதான். இங்லேங்கலே. ஆனா அவ சிநேகிதின்னு ஒருத்தி வராளே, அவ பேரென்ன, ரேணுவோ கேணுவோ அது போடற ஸ்டைல் இருக்கே எனக்குக் கொஞ்சம் கூடப் பிடிக்கலே. ஹிந்திக்காரப் பொண்ணு. இவளைத் தவிர கல்யாணிக்கு நம்மூர்க்காரப் பொண்ணு யாருமே சிநேகம் இல்லியோ? அவதானே அடிக்கடி வரா, போறா? அவ குதிப்பும், கொம்மாளமும். நாளைக்குத் தாறுமாறா ஏதானும் ஆயிட்டுதுன்னா நாமதாண்டி பொறுப்பு. யோசிச்சுப் பாரு.'

'கல்யாணி அப்படியெல்லாம் ஒண்ணும் பண்ணமாட்டா.'

'கல்யாணி நல்ல பொண்ணுதான். வாஸ்தவம். ஆனா வயசும், சகவாசதோஷமும் ஒண்ணு சேர்ந்துட்டா! எனக்கு என்னமோடி யம்மா, பகீரென்கிறது, நினைச்சுப் பார்த்தாலே. நான் சொல் றதைக் கேளு. பேசாம, நாணுப் பிள்ளை இருக்கானே மணி, அவனுக்குக் கொடுத்துடலாம் கல்யாணியை.'

'மணிக்கா?' என்று திடுக்கிட்டுக் கேட்டாள் மன்னி. அவ்வாறு திடுக்கிட்டு கேட்டது, கல்யாணிக்கு ஓரளவு ஆறுதலாக இருந் தது. திடுக்கிட வேண்டிய விஷயம்தான்.

'ஏண்டி மணிக்கு என்ன குறைச்சல்? கொஞ்சம் பூசின மாதிரி இருக்கான் அவ்வளவுதானே?'

'என்ன குண்டு? பூசின மாதிரிங்கறியே? அதுவும் ரெண்டாந் தாரமாக் கொடுக்கணும்கிறியே, என்னம்மா இது?'

'அவனுக்கு என்ன வயசுன்னு நினைச்சே? முப்பத்தாறு. கடங்காரி கல்யாணமான ஆறு மாசத்துக்குள்ளேயே போயிட்டா. முப்பது வயசிலே அவன் கிழவானகி விடுவானா? ஏராளமான சொத்து. அவன் கடையிலே ஒரு நாளைக்கு ஜவுளி பத்தாயிரம் ரூபா. 'கல்யாணியைக் கொடுப்பாளா'ன்னு நாணுவே போனவருஷம் என்னைக் கேட்டான். ஒரு காலணா செலவில்லே. எல்லாம் அவனே பார்த்துப்பான். இது நேர்ந்ததுன்னா கல்யாணிக்கு அதிர்ஷ்டம்னு வச்சுக்கோ.'

'கல்யாணி படிச்சிருக்கா. அவ மணியைக் கல்யாணம் பண்ணிக்க சம்மதிப்பாளா?'

'ஏன், அவன் படிப்புக்கென்ன குறைச்சல்? பி.ஏ. பரீட்சை எழுதினான். ஒரு தடவை தவறிடுத்து. அப்புறம் எழுதலே. கடைவச்சுக் கொழிச்சுண்டிருக்கான். எம்.ஏ., ஐ.ஏ.எஸ். படிச்சாத் தான் ஆச்சா? அப்படிப் படிச்சவாள்ளாம் மூணு நாலு மாசத்திலே சம்பாதிக்கிறதை அவன் ஒரு நாள்லே சம்பாதிக்கிறான். பேசாம, சொல்றதைக் கேளு. உன் ஆம்படையான் கிட்டே சொல்லி...'

'அவரும் சம்மதிக்க மாட்டார்.'

'ஏன்? ஐ.ஏ.எஸ். மாப்பிள்ளை தேடறாறோ? செலவழிக்கக் காசு கையிலே ஏராளமா இருக்கோ? உனக்கும் ரெண்டு குழந்தைங்க இருக்கு, ஞாபகம் இருக்கட்டும்.'

மணியைத் தான் கணவனாக எண்ணிப் பார்த்தபோது, கல்யாணிக்குச் சிரிப்பு வந்தது. அளவுக்கு மீறிய ஆரோக்கிய உடம்பு, சின்னக் கண்கள், பிரபல தமிழ் வாரப் பத்திரிகைகளில் வரும் நகைச்சுவைத் துணுக்குகளைப் பார்த்துவிட்டுக் கண்களில் நீர் வரும்வரை சிரிக்கும் அட்டகாசமான ஆரவாரம், சாப்பிடும் போது அதை ஒரு போராட்டமாக நினைத்துப் பல முனைகளில் தாக்கி, வெற்றி ஏப்பமாக வெளிவரும்போது, அதை தானே ரசிக்கும் ஆனந்தம். அவனை மணந்தால் தினம் ஒரு புதுப் பட்டுப் புடவை கட்டிக் கொள்ளலாம். கவிதை எழுத முடியுமா?

மன்னி, அவள் அண்ணனிடம் இந்தச் சம்பவத்தைப் பற்றிப் பேசியதாகத் தெரியவில்லை. ஆனால் அவளால் எத்தனை நாள்களுக்கு அம்மா சொல்வதைப் பொருட்படுத்தாமல் தாக்கு பிடிக்க முடியும்? அண்ணா இதற்குச் சம்மதிக்க மாட்டானென்று அவளுக்கு நிச்சயம் தெரியும்.

பாகீரதி மாமி ரேணுவைப் பற்றி இப்படியொரு அபிப்பிராயம் வைத்திருக்கிறாளே, ஆனால் அவள் வீட்டுக்கு வந்தால், அதுவும் அவள் காரில் வந்துவிட்டால் போதும், அவள் ரேணுவை வரவேற்கும் விதம், செய்யும் உபகாரங்கள்... ரேணுகூட அடிக்கடி சொல்வாள்: 'தட் ஓல்ட் லேடி ஈஸ் ஆல் ஸ்வீட்னஸ் அண்ட் லைட்.'

பாகீரதி மாமியின் உண்மையான முகத்தைப் பற்றி அவள், ரேணுவிடம் கூடச் சொன்னதில்லை.

க்ரீன் பார்க் வந்ததும் கல்யாணி இறங்கினாள்.

அவள் வீட்டுக்குச் சென்று மணியை அடித்ததும், முரளி கதவைத் திறந்தது அவளுக்கு ஆச்சரியமாக இருந்தது.

'என்ன அண்ணா, சீக்கிரம் வந்துட்டே?' அவன் இந்த நேரத்தில் வீட்டில் இருப்பான் என்று அவள் எதிர்பார்க்கவே இல்லை.

முரளி பதில் சொல்லாமலேயே உள்ளே போனான்.

மன்னி பிரமை பிடித்தாற்போல் சோபாவில் உட்கார்ந்திருந்தாள். வீட்டில் ஏதோ ஓர் அசாதாரணமான அமைதி நிலவுவது போல் அவளுக்குப்பட்டது.

முரளி ஒரு சிகரெட்டைப் பற்றவைத்துக் கொண்டு மன்னியின் பக்கத்தில் உட்கார்ந்துகொண்டு சிந்தனையில் ஆழ்ந்தான்.

கல்யாணி தன் அறைக்குச் சென்று புத்தகங்களை வைத்தாள்.

அண்ணா இவ்வளவு சீக்கிரத்தில் ஏன் வீட்டுக்க வந்துவிட்டான்? சாதாரணமாக சாயந்திரம் ஏழு மணி, அல்லது எட்டு மணிக்குத் தான் திரும்புவான்.

ஒரு நிறுவனத்தில் எஞ்ஜினியராக இருந்தவன், வேலையை இரண்டு வருஷங்களுக்கு முன் ராஜினாமா செய்துவிட்டு, சொந்த மாகத் தொழில் ஆரம்பித்து நடத்தி வருகிறான்.

ஏன் அவளுடைய கேள்விக்கு அவன் பதில் சொல்லவில்லை? மன்னியும் மௌனமாக பிரமை பிடித்தாற்போல் உட்கார்ந்திருக் கிறாள்? என்ன நடந்துவிட்டது.

அவள் அறையைவிட்டு வெளியே வந்தாள்.

பாகீரதி மாமி வராந்தாவில் உட்கார்ந்தவாறு வானத்தைப் பார்த்துக்கொண்டிருந்தாள்.

அவளுடைய மௌனமும் கல்யாணியை ஆச்சரியத்தில் ஆழ்த்தியது.

தனக்குப் பரிசு கிடைத்திருக்கிறது என்ற சந்தோஷச் செய்தியைச் சொல்ல வந்தவளுக்கு வீட்டுச் சூழ்நிலை எத்தகைய ஏமாற்றம்?

'என்ன மாமி, ஏன் எல்லோரும் இப்படி உட்கார்ந்திருக்கீங்க, என்ன ஆச்சு?' என்றாள் கல்யாணி பாகீரதியிடம்.

பாகீரதி ஒன்றும் பேசாமல், 'அவளுடைய அண்ணனைப் போய்க் கேட்டுக்கொள்' என்பதற்கு அடையாளமாக கையைக் காட்டினாள்.

கல்யாணி ஹாலுக்குள் நுழைந்தாள்.

'ஆல் இண்டியா யுனிவர்ஸிட்டி பொயட்ரி காம்படீஷன்'லே எனக்கு ஃபர்ஸ்ட் ப்ரைஸ் அண்ணா!'

'எத்தனை ரூபா?' என்ற வராந்தாவிலிருந்து குரல் வந்தது.

'குட்.' என்றான் முரளி.

'இன்னிக்குத் தான் சொன்னா' என்றாள் மன்னி.

'ஆமாம்.'

பாகீரதி அறை வாசல்லே நின்றாள். 'முதல்லே உள்ள வா, சுத்திப் போடறேன். எத்தனை ரூபா?'

'மூவாயிரம்.'

'அப்போ நிச்சயமாச் சுத்திப் போடணும். எப்போ கொடுப்பாளாம்?'

'தெரியாது.'

'உள்ளே வந்து முதல்லே சாப்பிடு. கைகால் அலம்பிண்டு வா!'

முரளி சொன்னான், 'கல்யாணி! ஐ ஹாவ் எ ப்ராப்ளம்.'

'குழந்தை சாப்பிட்டுட்டு வரட்டுமே!' என்றாள் பாகீரதி.

'சரி. சாப்பிட்டுட்டு வா!'

கல்யாணி சாப்பிடும்போது கேட்டாள்: 'என்ன ப்ராப்ளம் மாமி?'

'எனக்கு என்ன தெரியும்? வெளிலே போய்ச் சம்பாதிக்கப் போறவாளுக்கு நூறு இருக்கும்.'

'அதுக்கும் எனக்கும் என்ன சம்பந்தம்?'

'அதுவும் எனக்குத் தெரியாது. சாப்பிட்டுட்டுப் போய்க் கேளேன்.'

கல்யாணிக்கு ஒன்றுமே புரியவில்லை. அண்ணாவும் அவளைப் போல்தான். வாயைத் திறந்து ஒன்றும் பேசமாட்டான்.

அவளிடம் அவனுக்குள்ள பாசம் உணர்ந்து கொள்ள வேண்டிய விஷயம்தான். வேலையில் கெட்டிக்காரன் என்று மற்றவர்கள் சொல்லித்தான் அவளுக்குத் தெரியும். இந்தக் கெட்டிக்காரத் தனத்தின் காரணமாகத்தான் சொந்தத்திலேயே தொழில் செய்வ தென்று அவன் ஆரம்பித்தான். ஓக்லாவில் ஃபாக்டரி.

பாகீரதி மாமிக்கு விஷயம் தெரியும் போல்தான்படுகிறது. எவ்வளவு சிக்கலான பிரச்னையாயிருந்தாலும், அவளால் புரிந்து கொள்ள முடியும். மன்னிக்கு அந்தத் திறமை கிடையாது. 'எனக் கென்ன தெரியும்' என்று கேட்கும்போதே முகத்தில் தெரிந்த பாவனை அவளைக் காட்டிக் கொடுத்துவிட்டது. இது தன்னைப் பற்றிய விஷயமாக இருக்கவேண்டும். அண்ணனும் தங்கையும் பேசி முடிவு செய்து கொள்ளட்டும் என்று அவள் நினைக்கிறாள்.

கல்யாணி கையை அலம்பிக்கொண்டு ஹாலுக்கு வந்தாள்.

முரளி இரண்டாவது சிகரெட்டை மறுபடியும் பற்ற வைத்துக் கொண்டிருந்தான்.

கல்யாணி அவன் எதிரே போய் உட்கார்ந்தாள்.

முரளி ஆங்கிலத்தில் பேச ஆரம்பித்தான். 'நான் ஒரு பெரிய வியாபாரக் குழப்பத்தில் மாட்டிக் கொண்டிருக்கிறேன். இதிலிருந்து மீள வேண்டுமென்றால் மூன்று லட்ச ரூபாய் உடனடியாகத் தேவைப்படுகிறது.'

இதைச் சொல்லிவிட்டு அவன் சிறிது நேரம் அமைதியாக இருந் தான். இதை அவன் தன்னிடம் எதற்காகச் சொல்லவேண்டும் என்று கல்யாணிக்குப் புரியவில்லை. 'எத்தனை ரூபாய் பரிசு?' என்று பாகீரதி மாமி கேட்டபோது மூன்று லட்ச ரூபாயாக இருக்கும் என்று எதிர்பார்த்திருப்பாளோ? இது அவளுக்கு வேடிக்கையாகப்பட்டது.

வேலையில் கெட்டிக்காரன் என்கிறார்கள்.

அண்ணா எப்படி இந்த மாதிரியான ஒரு வியாபாரக் குழப்பத்தில் மாட்டிக் கொண்டான்? என்ஜினியர் என்றால் வியாபார நுணுக்கங்கள் தெரிந்திருக்கவேண்டுமென்று அவசியமா?

மூன்று லட்ச ரூபாய்! மை காட், எத்தனைப் பெரிய தொகை!

முரளி தொடர்ந்தான்.

'நான் பல இடங்களில் முயற்சி செய்து பார்த்துவிட்டேன். கிடைக்கவில்லை.பேங்க் ஓவர் ட்ராஃப்ட்டுக்கும் ஓர் எல்லை உண்டு. கையை விரித்து விட்டார்கள். இதைச் சந்தர்ப்பமாகப் பயன்படுத்திக் கொண்டு என்னை ஒரேயடியாக அழுத்திவிடப் பார்க்கிறார்கள், பெரிய தொழில் நிறுவன முதலைகள். மூன்று லட்ச ரூபாய் இருந்தால்தான் என்னால் நிமிர்ந்து நிற்க முடியும். இது ஒரு நெருக்கடியான நிலைமை. இரண்டு நாள்களுக்குள் சமாளித்தாக வேண்டும். ஆஃபிஸிலிருந்து நான் சீக்கிரம் வந்து விட்டதற்குக் காரணம், உன் மன்னியின் மாமா இருக்கிறாரே, நாணு அய்யர், அவருடன் தொடர்புகொண்டு அவரைக் கேட்க லாம் என்றுதான். அவர் தரத் தயாராக இருக்கிறார். ஆனால்...'

கல்யாணிக்குப் புரிந்துவிட்டது.

'அளவுக்கு மீறிய ஆரோக்கியமான உடம்பு, சின்னக் கண்கள்...' இப்பொழுது இது சிரிப்பதற்கு விஷயமில்லை.

அண்ணா அவளைத் தினம் ஒரு புதுப் பட்டுப் புடவை கட்டிக் கொள் என்கிறார். கவிதை எழுத வேண்டாமாம்.

'எனக்கு அவருடைய நிபந்தனை பிடிக்கவில்லை. முதலில் பணம் வேண்டாம் என்று சொல்லிவிட்டு ஃபோனைக் கீழே வைத்துவிட்டேன். ஆனால்...'

கல்யாணி பேசாமல் இருந்தாள். வெள்ளைப் புரவியில் ஏறி, மேக மண்டலத்திலிருந்து ஒரு நெடிய உருவம் அவளை நோக்கி வருவது போல் அவள் அடிக்கடி கனவு காண்பதுண்டு. அந்த உருவம் நிச்சயம் ஜவுளிக் கடை வைத்திருக்காது. அசட்டு ஹாஸ்யங்களுக்குச் சிரிக்காது. உரக்கச் சப்தமெழுப்பி ஏப்பம் விடாது.

அவள் கண்ணில் நீர் பனித்தது.

'உனக்குத் தெரியுமா, கல்யாணி, அந்த நிபந்தனை என்ன வென்று?' என்றான் முரளி.

அவள் கண்களில் பனித்த நீர், அவளுக்குத் தெரியும் என்பதைப் பூசலிட்டது.

'தெரியும்' என்றாள் கீழ்க் குரலில். அவன் பார்வையை அவள் சந்திக்க விரும்பவில்லை.

சிறிது நேரம் அங்கு அமைதி நிலவியது. அண்ணனும் தங்கையும் ஆங்கிலத்தில் பேசிக் கொண்டது பாகீரதிக்குப் பிடிக்கவில்லை என்பது அவள் முகத்திலிருந்து தெரிந்தது. அவள் அடிக்கடி மன்னியின் முகத்தைப் பார்த்துக்கொண்டிருந்தாள். மன்னியின் முகத்தில் ஏற்படும் மாறுதல்களிலிருந்து அவர்கள் என்ன பேசிக் கொள்கிறார்கள் என்று அறிந்துகொள்ள முடியுமா என்ற முயற்சி.

கடைசியில் ஆவல் பொறுக்கமாட்டாமல் கேட்டே விட்டாள்: ‘சியாமளி, கல்யாணி என்னடி சொல்றா?’

‘மணியைப் பண்ணிக்க உனக்கு இஷ்டமில்லையா, கல்யாணி?’ என்றாள் மன்னி.

‘இதென்ன கேள்வி? அவள் மாட்டேன்னு சொன்னாளா? மணிக்கு என்ன குறைச்சல்? சூதுவாது தெரியாத பிள்ளை. பட்டணத்திலே பெரிய்ய கடை, மாளிகை மாதிரி வீடு, மூத்தா - கடன்காரி போனவுடனே கல்யாணமே பண்ணிக்க மாட்டேன் னுட்டான். நம்ம கல்யாணியைப் பார்த்தப்புறம்தான் மனசு மாறி, இப்போ சரிங்கறான். இந்த மூணு லட்ச ரூபா, நாணுவுக்கு ஒண்ணும் பெரிய காசில்லே. மாப்ளே திருப்பித் தரேன்னு சொன்னாரே தவிர, கல்யாணி அவாத்துக்குப் போயிட்டா திருப்பித் தான்னு கேட்கக்கூட மாட்டான். அவன் ஒரு மாசத்திலே சம்பாதிக்கிற காசு இது.’ என்றாள் பாகீரதி.

‘என்னோட விலை மூணு லட்ச ரூபாயா? இப்போத்தான் என் மதிப்பு எனக்குப் புரியறது’ என்றாள் கல்யாணி ஒரு வறட்சிப் புன்னகையுடன்.

‘யார்றீ உன்னை விக்கறா? நீ அந்தாத்துப் பொண்ணா வரணும்னு நாணு சந்தோஷத்தோட தரான். தோ பாரு, சியாமளி, கல்யாணிக்கும் அவ அண்ணாவோட கஷ்டநஷ்டத்திலே தனக்குப் பங்குண்டுன்னு நன்னாத் தெரியும். அப்பா அம்மா போன வேதனை தெரியாம இத்தனை நாள் அருமையா வளர்த்திருக்கார். இந்தக் காலத்திலே, சொந்த அப்பா, அம்மா கூட, இவர் மாதிரி கண்ணும் கருத்துமா இப்படி வளர்த்திருக்க மாட்டா. அப்பேர்ப்பட்ட அண்ணாவுக்கு ஒரு கஷ்டம்னா கல்யாணி மனசைத் துடைச்செறிஞ்சுட்டு இந்தச் சம்பந்தம் வேண்டாம்னு சொல்லிவிடுவாளோ? நம்ம கல்யாணியை நமக்குத் தெரியாதா?’

'நீங்க கொஞ்சம் சும்மா இருக்கேளா மாமி. இது நானும் அண்ணாவும் சேர்ந்து முடிவு பண்ண வேண்டிய விஷயம்' என்றாள் கல்யாணி.

'இதென்னடி, வேத்து மனுஷாள்கிட்டே பேசற மாதிரி பேசறே? உனக்குப் புடவை கட்டிக்கக் கத்துக் குடுத்தது நான். ஒரு நிமிஷத்திலே தூக்கி எறிஞ்சுட்டயே! இன்னொண்ணு வச்சுக்க. நான், உன் மன்னி, அண்ணா எல்லாரும் உனக்கு நல்லதைத் தவிர வேறொன்றும் நினைக்க மாட்டோம். நாங்க உனக்கு ஒரு கிழவனைப் பார்த்துக் கல்யாணம் பண்ணி வைக்கலே. மணிக்கு முப்பது வயதுதான் ஆறது. கவடு தெரியாத பையன். உடம்பு வஞ்சனையில்லாமக் கொஞ்சம் வளர்ந்திருக்கு. நீயே ஓடிசலா ஒரு பையனைப் பார்த்துக் கல்யாணம் பண்ணிக்கறேன்னு வச்சுக்கோ, அவன் கல்யாணம் ஆனப்புறம் குண்டாகப் போக மாட்டான்னு என்ன நிச்சயம்? பத்து வயசு வித்தியாசம் இருக்கேன்னு நீ சொல்லலாம். எனக்கும் உன் மன்னியோட அப்பாவுக்கும் எத்தனை வயசு வித்தியாசம் தெரியுமா? இருபது வயசு. பத்து வருஷம்தான் குடித்தனம் நடத்தினோம். சந்தோஷமா இருந்தோம். முப்பது வருஷம் எலியும் பூனையுமாகக் குடித்தனம் நடத்துவதை விட இது எவ்வளவோ மேல். நான் எம்.ஏ. படிக்கிறேன். அவன் என்ன படிச்சிருக்கான்னு கேட்பே. அவன் படிப்புக்கு ஒண்ணும் குறைச்சல் இல்லே. பி.ஏ. மட்டும் படிச்சிருக்கான். ஆனா ஆம்படையான் பெண்டாட்டின்னு குடித்தனம் நடத்தச்சே, இந்தப் படிப்பா உங்களுக்கு உதவப் போகிறது? காசுதான் எல்லாத்துக்கும் வேணும். இந்தக் கிழவிக்கு என்ன தெரியும்னு நீ நினைக்கலாம். நான் சொல்றதைச் சொல்லிட்டேன். அப்புறம் உன்பாடு. உன் அண்ணா பாடு' என்று பொரிந்து தள்ளிவிட்டு உள்ளே சென்றாள் பாகீரதி.

முரளி இன்னொரு சிகரெட்டைப் பற்ற வைத்துக்கொண்டு மௌனமாக உட்கார்ந்திருந்தான்.

சிறிது நேரம் கழித்துக் கல்யாணி சொன்னாள்: 'மணி குண்டாயிருக்கார், ரெண்டாந்தாரம்ங்கறதெல்லாம் என்னுடைய தயக்கத்துக்குக் காரணமில்லே. வந்து...வந்து...'

'சொல்லேன்!' என்றாள் மன்னி.

கல்யாணி ஆங்கிலத்தில் சொன்னாள்: 'எங்களுடைய சிந்தனை ஒரே அலைவரிசையில் இருக்காது.'

‘உன் அண்ணாவோட பிரச்னை உனக்கு அவ்வளவு முக்கியமாப் படலியா?’ என்றாள் மன்னி.

கல்யாணி முரளியைப் பார்த்தாள். அவன் கண்களை மூடிய நிலையில் யோசனையில் ஆழ்ந்திருந்தான். அவனைப் பார்த்துக் கொண்டேயிருந்தால் உணர்ச்சிவயப்பட்டு, இந்த ஏற்பாட்டுக்கு இணங்கிவிடுவோமோ என்று பயந்தாள். அப்படி இணங்கி விட்டால் இதற்கு விலையாக அவள் தரப்போவது என்ன? அவளுடைய கனவுகள்! அவள் கனவுகளின் விலை மூன்று லட்ச ரூபாயா?

இது ஆண்களின் சமூகம். சந்தேகமேயில்லை. வரலாற்றுரீதியாக இதுதான் நடந்து கொண்டிருக்கிறது. வலிமை மிக்க அரசர்கள் தங்கள் மீது படையெடுத்துவிடப் போகிறார்கள் என்று அஞ்சி - அவர்களுக்கு ஏற்கெனவே திருமணமாகி எத்தனை மனைவிகள் இருந்தாலும் - தங்கள் தங்கள் பெண்களையோ, தங்கைகளையோ மறுபடியும் அந்த வலிமை மிக்க அரசர்களுக்குக் கல்யாணம் செய்துவித்துத் தங்களுடைய பாதுகாப்பைத் தேடிக்கொண்ட கோழை மன்னர்கள் எத்தனையோ பேர்! தருமன் சூதாடியபோது பாஞ்சாலியைக் கேட்டா அவளைப் பணயம் வைத்தான்?

‘கடிகமர் மின்னுருவை - ஒரு
கமனியக் கனவினைக் காதலினை
வடிவுரு பேரழகை - இன்ப
வளத்தினைச் சூதினிற் பணயமென்றே
கொடியவ ரவைக்களத்தில் - அறக்
கோமகன் வைத்திடல் குறித்துவிட்டான்’

பாரதியின் ஆவேசம் அவளுக்கு புரிகிறது. ஆனால் அந்த பாரதியாலும் வரலாற்றுரீதியாக வந்த பண்பாட்டுப் பிரக்ஞையைத் தவிர்க்க முடியவில்லை. ‘வீரமிலா நாய்கள்’ என்றெல்லாம் சீறும் அவன், ‘நெட்டை மரங்களென நின்று’ என்று பெண் இனத்தைத் தன்னை அறியாமல் குறைவுபடுத்திப் பேசியிருக்கிறானே! பெண்கள் புலம்பலாமேயன்றி, அவர்களால் செயலாற்ற முடியாது என்றுதானே அர்த்தம்?

முரளி நல்லவன்தான். தருமன் மாதிரி. ஆனால் அவன் அவளைப் பணயம் வைத்தா அவனுடைய தன்மானத்தைக் காப்பாற்றிக் கொள்ள வேண்டும்?

இதை ஒரு 'பணயமாக' அண்ணாவோ, மன்னியோ அல்லது பாகீரதி மாமியோ நினைக்கவில்லை என்பதுதான் இதன் துன்ப உணர்வை இன்னும் அதிகமாக்குகின்றது. அவளைப் பொறுத்த வரையில் மணியின் உடலமைப்போ, அவள் இரண்டாந்தாரம் என்பதோ இரண்டாம் பட்சமான குறைகள். ஆனால் அடிப்படை ஆட்சேபணை - மணி மணியாக இருக்கிறான், கல்யாணி கல்யாணியாக இருக்கிறாள் என்பதை அவர்கள் புரிந்துகொள்ளப் போவதில்லை.

இந்த வயசில் - இப்பொழுதே - அவள் தன்னுடைய கனவுகளை அகற்றத் தயாராக இல்லை. 'நன்றிக் கடன்' என்று சொல்லிக் கொண்டு, அண்ணாவின் ஏற்பாட்டுக்கு இணங்கி, தன்னளவில் அவள் தன்னை ஒரு தியாகியாகப் பாவித்துக்கொண்டு இந்த செண்டிமெண்டலிஸம் தருகிற அசட்டுச் சுகத்தில் வாழ்க்கை முழுவதும் இளைப்பாற வேண்டியது அவசியம்தானா? வாழ்க்கை முழுவதும் என்று சொல்ல முடியாது. இன்னும் நாலைந்து வருஷங்களுக்குள் இப்பொழுதிருக்கிற கல்யாணியை அழித்துவிட்டு, புதுக் கல்யாணியாக ஆகிவிடலாம். இது சூழ்நிலையால் அவள் எப்படிப் பாதிக்கப்படுகிறாள் என்பதைப் பொறுத்த விஷயம்.

'என்ன கல்யாணி! என்ன சொல்றே?' என்றாள் மன்னி மீண்டும்.

'கொஞ்சம் டயம் கொடுங்கோ. யோசிச்சுச் சொல்றேன்.'

மன்னி அண்ணாவைப் பார்த்தாள். அவன் கண்கள் மூடியிருந்தன.

'டயம்னா, எப்பச் சொல்லுவே?' என்றாள் மன்னி.

'இத சமாளிக்க வேற வழியே இல்லியா அண்ணா?'

முரளி கண்களைத் திறக்காமலேயே சொன்னான். 'ஃபாக்டரியை ஒழிக்க வேண்டியதுதான். அப்படியானால் அது என் தோல்வியை ஒப்புக் கொண்ட மாதிரி. இட் ஈஸ் மாரல் டெத் ஃபார் மீ. நான் என்னைப்பத்தி நினைச்சுண்டதெல்லாம் பொய்னு ஆயிடும். நான் தொழில் துறையிலே என்னவெல்லாம் செய்யணும்னு பாக்கறேன். அதுக்கு முதல்லே தன்னம்பிக்கை வேணும். ஆரம்பத்திலேயே அது போயிடுத்துன்னா, ஐ டோண்ட் நோ.'

முரளிக்கும் கனவுகள் இருக்கின்றன. தொழில்துறையைப் பற்றிய கனவுகள், அவளுடைய கனவுகள் வர்ஸஸ் கனவுகள்.

அவனுக்குக் கவலையில்லை, எவை தாழ்ந்தவை என்று எப்படிச் சொல்ல முடியும்? ஆனால் முரளியின் கனவுகள் ப்ரொடக்டிவ். இது பொருளாதார உலகம். வணிக பாஷைதான் தெரியும்.

'சரி. நாளைக் காலம்பற பதில் சொல் போறும்!' என்று சொல்லிக் கொண்டே எழுந்தான் முரளி.

2

'ஹல்லோ! ரேணுவா? மை காட்! வாட் எ ஸர்ப்ரைஸ். எப்பொழுது சென்னைக்கு வந்தாய்? நேற்றா? குட். நாமிருவரும் சந்தித்து எத்தனை வருஷங்கள் இருக்கும்? எஸ். பத்து வருஷங்கள். நீ ஒரு டிராவல் ஏஜென்ஸீஸ் நிறுவனத்தில் மானேஜ ராக இருக்கிறாய் என்றார்கள். அப்படியா? வெரிகுட். நானா? ஆமாம். யூ ஆர் ரைட். கல்யாணமான பிறகு கூட நான் எழுதுவதில் அவருக்கு ஆட்சேபணை இல்லை என்றார் என் கணவர். இப்பொழுது ஆங்கிலத்தில் எழுதுவதில்லை. தமிழில்தான் எழுதுகிறேன். தமிழில் கவிதை எழுதினால் பேர் வராது. நாவல்கள் எழுதுகிறேன். மூன்று நாவல்கள் திரைப்படங்களாகி விட்டன. எஸ். யூ ஆர் ரைட். நான் இப்பொழுது ஒரு நட்சத்திர எழுத்தாளர். என் புகைப்படங்களைப் பத்திரிகைகள் பிரசுரிக் கின்றன. படத்தில் நடிக்கக்கூடக் கூப்பிட்டார்கள். 'அழகு இருக்கிறது, ஆற்றல் இருக்கிறது, ஏன் நீங்கள் நடிக்கக் கூடாது?' என்று வற்புறுத்தினார்கள். நான் மறுத்துவிட்டேன். எனக்கு இரண்டு குழந்தைகள். ஸ்வீட் டார்லிங்ஸ். நீ வந்து அவர்களைப் பார்க்கவேண்டும். ஆமாம் பெண்கள். எட்டு வயது, ஆறு வயது. வீட்டுக்குக் கட்டாயம் வா! ஹாடோஸ் ரோடு. அங்கு வந்து, 'எழுத்தாளர் கல்யாணி வீடு எது?' என்று கேட்டாயானால் ஒரு சின்னக் குழந்தைகூட அழைத்துக்கொண்டு வந்துவிடும். நான் என்ன செய்ய முடியும்? அவ்வளவு பிரபலம் நான். உன் கணவர் வரவில்லையா? ஏன்? பிரிந்து வீட்டீர்களா? மை காட்! எப்பொழுது? எனக்குத் தெரியாதே! ஐ ஆம் சாரி. ஓ.கே. இன்று சாயந்திரம் வருகிறாயா? ப்ளீஸ். பை! பை!'

அன்று மாலை ரேணு கல்யாணியின் வீட்டுக்கு எந்தச் சின்னக் குழந்தையின் உதவியுமின்றித் தானாகவே போய்ச் சேர்ந்தாள்.

மாளிகை மாதிரி வீடு இருந்தது.

அவள் போனபோது ஹாலில் கல்யாணி இரண்டு மூன்று பேர்களுடன் பேசிக் கொண்டிருந்தாள். ரேணுவைக் கண்டதும், எழுந்துபோய் அவளைக் கட்டிக் கொண்டாள்.

'என் சிநேகிதி ரேணு. இவர் ஃபிலிம் ப்ரொட்யூஸர் திருநாவுக்கரசு. மற்றவர்கள் அவருடைய நண்பர்கள். நான் சமீபத்தில் எழுதிய நாவல் ஒன்றைத் திரைப்படமாக்க விரும்புகிறார்கள். நான் தில்லியிலிருந்தபோது ரேணு என்னுடைய நெருங்கிய சிநேகிதி.'

கல்யாணி இவ்வாறு படபடவென்று பேசி ரேணு பார்த்ததேயில்லை.

திருநாவுக்கரசுவின் முகத்தில் பற்கள் தாம் பளீரென்று தெரிந்தன. அவர் எழுந்து கைகளைக் கூப்பியவர் புன்னகைத்துக்கொண்டே இருந்தார்.

ரேணு உட்கார்ந்தாள்.

'அம்மா, குட்ரைட்டர். ஏ சென்டர், பி சென்டர், ஸி சென்டர், ஸக்ஸஸ்.' என்றார் திருநாவுக்கரசர்.

ரேணுவுக்கு அவர் என்ன சொல்கிறார் என்று புரியவில்லை.

திருநாவுக்கரசு தொடர்ந்தார். 'அம்மா யுவர் ஃப்ரெண்ட், குட் ஃபேஸ்கட். ஃபிலிம் ட்ரை.'

ரேணு, கல்யாணியைப் பார்த்தாள். ஃபேஸ்கட் என்றால் என்ன அர்த்தம்? அவள் தன் முகத்தைத் தடவிப் பார்த்துக் கொண்டாள். ஏதாவது காயம் ஏற்பட்டிருக்கிறதா?

'அம்மா ஆல்ஸோ குட் ஃபேஸ் கட். ஆக்ட், ஆக்ட் ஐ ஸே. நோ, நோ, நோ, அம்மா ஸே.'

கல்யாணி ஒன்றும் பேசாமல் ரேணுவைப் பார்த்துப் புன்னகை செய்தாள்.

'என்ன சொல்கிறார், எனக்கு ஒன்றும் புரியவில்லை' என்றாள் ரேணு.

'உனக்கு முகம் அழகாக இருக்கிறதாம். நீ படத்தில் நடிக்க வேண்டுமென்கிறார்.'

ரேணு வாய்விட்டுப் பலமாகச் சிரித்தாள்.

'இவர் மிகவும் நல்லவர். கதையை முழுப்பணமும் கொடுத்து வாங்கிக்கொண்டு போய்விடுவார். அவர் எடுக்கும் படத்துக்கும் என் கதைக்கும் எவ்விதச் சம்பந்தமுமில்லாமலும் இருக்கலாம். ஆனால் திரைப்பட உலகில் இது சகஜம். பணம் கிடைக்கிறது. விளம்பரம் கிடைக்கிறது. நான் எதற்காக குறை சொல்ல வேண்டும்?' என்றாள் கல்யாணி.

'யுவர் ஃப்ரெண்ட் விஷ் ஆக்டிங்?' என்றார் திருநாவுக்கரசு.

'நோ. தாங்க்யூ' என்றாள் ரேணு.

'அம்மா ஸ்டோரி குட். நோ ஸைட் ஹீரோயின். ஹீரோயின். ப்ராமிஸ்.'

'நோ. தாங்க்யூ.'

திருநாவுக்கரசுவின் முகத்தில் ஏமாற்றம் படர்ந்தது.

'எப்படி என்னைத் தமிழ்ப் படத்தில் நடிக்கத் தைரியமாக இவர் கூப்பிடுகிறார்?' என்றாள் ரேணு.

'இதுதான் இப்பொழுது தமிழ்நாட்டில் நடந்து கொண்டிருக் கிறது. தமிழ் தெரியாதவர்கள் நடித்தால்தான் படம் ஓடுகிறது. பின்னணியில் குரல் கொடுக்கப் பலர் இருக்கிறார்கள். சரி. நீ வா! என் அறைக்கு அழைத்துச் செல்கிறேன். இவர்களைப் பேசி அனுப்பிவிட்டு வருகிறேன்.'

கல்யாணி அவளைத் தன் அறைக்கு அழைத்துச் சென்றாள்.

பெரிய அறைதான். பல புத்தக அலமாரிகள், ஏராளமான புத்தகங்கள்.

அறைக்கு வெளியே ஒரு மரம் கிளைகளுடன் பூத்துக் குலுங் கியது. அறையில் பரவிய இதமான நறுமணம்.

சுவருக்கு சுவர் பெர்ஸியன் கார்ப்பெட்.

கல்யாணி ஒரு ஸ்விட்சைப் போட்டாள். மெல்லிய இசை காற்றில் மிதந்து வந்தது.

'நீ புத்தகங்களைப் பார்த்துக் கொண்டிரு. வந்துவிடுகிறேன். சரி. என்ன குடிக்கிறாய் காஃபி, டீ, கூல் ட்ரிங்க்ஸ்...'

'காஃபி!'

'சரி. அனுப்புகிறேன்' என்று சொல்லிவிட்டு வெளியே சென்றாள் கல்யாணி.

அங்கிருந்த புத்தகங்களில் பெரும்பான்மையானவை தற்காலத்திய அமெரிக்கன் 'ப்ளாக் பஸ்டர்ஸ்.' இந்தப் புத்தகங்களையா கல்யாணி இப்பொழுது படிக்கிறாள்? ஒரு காலத்தில் தன்னை 'மில்ஸ் அன்ட் பூன்' படிப்பதற்காகக் கேலி செய்தவள்.

க்ளாஸிக்ஸ் புத்தகங்களும் இருந்தன. ஆனால் அவை வைக்கப் பட்டிருந்த அலமாரி பூட்டப்பட்டிருந்தது.

ஏராளமான தமிழ்ப் பத்திரிகைகள். அறையில் கண்டபடங்கள் வர்ண ஆபரணங்களாக இருந்தன. கல்யாணியின் கதைகள் இப்பத்திரிகைகளில் பிரசுரமாகியிருக்கின்றன என்று அவளால் கற்பனை செய்துகூடப் பார்க்க முடியவில்லை.

'ஈஸ் மாரேஜ் ஸோ டிமாரலைசிங் ஆஸ் ஆல் தட்?'

ஒரு காலத்தில் போட்டிக்குக் கவிதை அனுப்புவது விலங்கினப் போராட்டத்தின் அறிகுறி என்று சொன்னவள், இரைந்த சொல் பேசுவது ரசனைக் குறைவு என்று வாதாடியவள், வெளிச்சத்தில் நின்றால், அதுவே ஒருவருடைய நுண்ணுணர்வின் சாவு என்று கூறியவள், சொற்களின் இடையே அர்த்தபுஷ்டியான மௌனத்தை உருவாக்க முயன்றால், அதுவே ஒரு சிறந்த கவிதை என்றவள், உலகத்தில் கீட்ஸைக் காட்டிலும் ஓர் உயர்ந்த கவிஞன் இல்லை என்ற கொள்கை உடையவள்.

அவளா இப்பொழுது ஹாலில் உரக்கக் குரல் எழுப்பிச் சிரித்து, ஆர்ப்பரித்து...

மை காட்! அந்தக் கல்யாணி எங்கே?

ரேணுவின் இதயத்தில் ஒரு பெரிய சுமை ஏறிவிட்டாற்போல் தோன்றியது.

அறையில் கல்யாணி பல பொது நிகழ்ச்சிகளில் கலந்து கொண்டதற்கு அடையாளமாக புகைப்படங்கள் ஆங்காங்கு வைக்கப் பட்டிருந்தன.

பல பரிசுகள் வாங்கியிருக்கிறாள் போலிருக்கிறது. மந்திரிக ளுடன் எடுத்துக் கொண்ட படங்கள். கையை உயர்த்தி ஆரவார மாகப் பேசும் படங்கள்.

சிறிது நேரம் கழித்துக் கல்யாணி உள்ளே வந்தாள். அவளுடன் இரண்டு பெண் குழந்தைகள், அவளுடைய பெண்கள் போல் இருக்கிறது.

'ஆன்டிக்கு நமஸ்தே சொல்லுங்கள்.'

'நமஸ்தே! நமஸ்தே!'

'உங்கள் பேரைச் சொல்லுங்கள்.'

'ரமா.'

'உமா.'

'ஆன்டிக்கு ஒரு பாட்டுப் பாடிக் காண்பியுங்கள்!'

அவர்கள் கீச்சுக் குரலில் பாடிக் காண்பித்தார்கள்.

'கெட்டிக்காரப் பெண்கள். வகுப்பில் முதல்' என்றாள் கல்யாணி.

'அப்படியா? வெரி குட்.'

'சரி. நீங்கள் விளையாடப் போகலாம்.'

'அவர்கள் போன பிறகு கல்யாணி ஓர் அடுக்குப் புத்தகங்களைக் கொண்டு வந்தாள்.

'நான் எழுதிய புத்தகங்கள்.'

ஒவ்வொரு புத்தகத்திலும் தன் கையெழுத்திட்டு அதை ரேணுவிடம் கொடுத்தாள்.

'எனக்குத் தமிழ்ப் படிக்கத் தெரியாதே!'

'தெரியாவிட்டால் என்ன? ஒரு பிரபல எழுத்தாளருடைய சிநேகிதி என்பது உனக்குப் பெருமை இல்லையா?'

'பத்து வருஷத்தில் இத்தனை புத்தகங்களா எழுதியிருக்கிறாய்?'

'இன்னும் சில புத்தகங்கள் என்னிடம் இல்லை. மறுபதிப்பு வரவேண்டும்.'

'கவிதை எழுதுவதே இல்லையா?'

'கவிதைக்கு தமிழில் மதிப்பும் இல்லை. எனக்குக் கவிதை எழுதுவதென்பதும் மறந்தே போய்விட்டது.'

ரேணு தன் கைப் பையைத் திறந்து ஒரு கசங்கிய - நாள்பட்டுப் போன - ஒரு காகிதத்தைக் கொடுத்தாள்.

'அந்தக் கவிதையைப் பார், எப்படி இருக்கிறதென்று சொல்!' என்றாள் ரேணு.

ஆங்கிலக் கவிதை.

'நாய்
மண்ணைத் தோண்டுகிறது
எலும்பு கிடைத்த ஆனந்தத்தில் அது
எம்பிக் குதிக்கிறது.
யுக யுகாந்திரங்களுக்கு முன்
அது புதைந்திருந்த
ஆத்மா அதுதானென்று
அதற்குத் தெரியாது...'

'இது யார் எழுதிய கவிதை?' என்று கேட்டாள் கல்யாணி. 'நீயா?'

'நானா? நான் கவிதை எழுதுவதில்லையென்று உனக்குத் தெரியுமே?'

'அப்படியென்றால் யார் எழுதிய கவிதை இது?...'

ரேணு பதில் சொல்லவில்லை. அங்கு அலங்காரமாக வைக்கப் பட்டிருந்த கல்யாணியின் புகைப்படங்களைப் பார்த்துக் கொண்டிருந்தாள்.

30. வாழ்க்கைத் திரைப்படங்கள்

பத்து மணிக்கு வருவதாகச் சொன்னவன் பன்னிரண்டாகியும் வரவில்லை.

தம்முடைய கதையைப் படமாக்கப் போவதாக அவன் முன்வந்ததே அவருக்கு ஆச்சரியத்தைத் தந்தது.

அதனுடன் இல்லாமல், அவரை ஒரு ஹோட்டலில் தங்க வைத்துத் திரைப்படக் கதையையும், வசனத்தையும் அவரை எழுதச் சொல்லி நான்கு நாள்களுக்கு முன்பு வாங்கிக்கொண்டு போனவன், இன்று பத்து மணிக்கு வருவதாகச் சொன்னான்.

இன்னும் வரவில்லை.

முதலில் அவனைப் பார்த்தபோது, அவன் படம் எடுக்கக் கூடியவனாக அவருக்குத் தோன்றவில்லை.

இளைஞன். முகத்தில் இன்னும் கல்லூரிக் களை அகலவில்லை.

இவனை நம்பி முதலீடு செய்வார்களா என்றுதான் அவருக்குத் தோன்றியது.

ஆனால் அவன் மிகுந்த உற்சாகத்துடனும் நம்பிக்கையுடனும் பேசினான்.

‘இதோ பாருங்க, இது ஸீரியஸ் சப்ஜெக்ட்தான் ஒத்துக்கறேன். ஆனா இப்போ க்ளைமேட் மாறிகிட்டு வருதுங்க. ஏ சென்டர்லே தியேட்டர் நிறைஞ்சா போதுமே! போட்ட பணம் தன்னாலே வந்துடும். நாலைஞ்சு பேர் என்கிட்டச் சொல்லியிருக்காங்க.

'தம்பி பிளாக் அண்ட் வொய்ட் வேணாம், கலர்லியே எடு, என்ன கூட ரெண்டு லட்சம் ஆகப் போகுது, அவ்வளவுதானேன்னு. அவங்க தயாராயிருக்காங்க.'

அவர் அவனுடைய நம்பிக்கையில் நம்பிக்கை வைத்து அந்த ஹோட்டலில் ஒரு மாதம் தங்கி, திரைப்படக் கதையையும் வசனத்தையும் எழுதிக்கொடுத்தார்.

அவன் வராமலிருந்துவிட்டால் என்ன செய்வது?

அவனுடைய முகவரி அவருக்குத் தெரியாது.

கம்பெனிப் பெயரைப் பதிவு செய்துகொண்டு கோடம்பாக்கத்தில் ஒரு பெரிய வீட்டை வாடகைக்கு எடுத்துக் கொள்ளப் போவதாகச் சொன்னான்.

அவன் வராமலேயே இருந்துவிட்டானானால் ஹோட்டல் செலவு முழுவதையும் அவர் கொடுத்தாக வேண்டும்.

பாதிப் பணத்தை அவர் அட்வான்ஸாகக் கொடுத்திருக்கிறார். அவன் அப்பொழுது சொன்னான்: 'இப்போ கொடுங்க, ஃபைனான்ஸ் செட்அப் ஆன உடனே திருப்பிக் கொடுத்துடறேன்.'

திரைக்கதை வசனத்தைப் பார்த்தவுடனே அந்த நாலைந்து பேர்கள் பின்வாங்கிவிட்டார்களோ? இன்னும் அவன் ஏன் வரவில்லை?

அப்பொழுது அறைக் கதவைத் தட்டும் சப்தம் கேட்டது.

அவர் எழுந்து சென்று கதவைத் திறந்தார்.

அவன் தான். இன்னும் இரண்டு இளைஞர்கள், தலை நரைத்த ஒருவர், ஆகிய மூவர் அவனுடன் வந்திருந்தார்கள்.

அவர்கள் ஏககாலத்தில் புன்னகை செய்தவாறு அவருக்குக் கை கூப்பினார்கள்.

'இவர்தான் 'திருமூலர்' கதாசிரியர்' என்று அவரை அவர்களுக்கு அறிமுகப்படுத்தி வைத்தான் அவன்.

அவர் 'திருமூலராக' இருப்பதில் அவர்களுக்கு ஆட்சேபணை ஏதுமில்லை என்பதுபோல் அவர்கள் தலையசைத்தார்கள்.

‘இவர்தான் நம்ம படத்தை டைரக்ட் செய்யப் போறார். இவர் பெயரை நீங்க கேள்விப்பட்டிருப்பீங்களே, சிவநேசன்.’

அவர் கேள்விப்பட்டதில்லை. இருந்தாலும் ஒப்புக்குத் தலையசைத்தார். சிவநேசன், சிகரெட் பைப் ரக டைரக்டர் இல்லை. வெற்றிலை, பாக்கு, புகையிலை ரகம். வாய் வீங்கியிருந்தது. அவர் உடம்பைப் பார்த்தால் சாப்பாடே தாம்பூலம்போல்தான் தோன்றியது. ஓர் எலும்புக் கூடு, அரைக்கை சட்டையையும், வேட்டியும் அணிந்து உட்கார்ந்து கொண்டிருந்தது.

‘இவர் நிறையப் படத்துக்கு அஸிஸ்டென்ட் டைரக்டரா இருந்திருக்காரு. இவர் டைரக்ட் செய்த படம் ‘பிணம் சிரித்தால்’ பார்த்திருப்பீங்களே! பெரிய ஹிட்.’

‘கதையும் என் கதைதான்’ என்றார் சிவநேசன்.

‘ஆக்டிங்?’ என்றார் திருமூலர்.

‘சிவாஜி. விஜயா. எல்லாரும் டாப் ஸ்டார்தான்’ என்றார் சிவநேசன். இவ்வாறு சொல்லிக் கொண்டே அவர் ஜன்னலருகே சென்றார். வீதியில் இரு மருங்கிலும் நோக்கினார்.

‘பாத்ரூமிலே துப்புங்க!’ என்றார் திருமூலர்.

சிவநேசன் பாத்ரூமை நோக்கிச் சென்றார்.

திருமூலர் அந்த இரண்டு இளைஞர்களையும் உற்றுப் பார்த்தார். ஒருவனுக்கு இருபது வயதிருக்கலாம். மற்றவனுக்கு இரண்டு வயசு கூட இருக்கலாம். இருவரும் அவரைப் பார்த்து ஓயாமல் புன்னகை செய்து கொண்டிருந்தார்கள்.

‘இவன் பேரு சொக்கேசன்.இவன் நம்ப படத்துக்கு புரொடக்ஷன் அஸிஸ்டெண்ட்’ என்றான் அவன், அந்த இருபது வயதுக் காரனைக் குறிப்பிட்டு. அவன் கையில் அவருடைய திரைக்கதை வசனம் ஃபைல் இருந்தது. அவன் மறுபடியும் அவருக்குக் கைகூப்பினான்.

‘இவன் பேரு ரமேஷ். அடையாறு இன்ஸ்டிடியூட்டிலே ஒரு வருஷம் படிச்சிருக்கான். நல்ல ஆக்டர்.’

‘இப்போ மூணு படத்திலே சின்ன ரோல் செஞ்சிண்டிருக்கேன்’ என்றான் ரமேஷ்.

சிறிது நேரம் அங்கு அமைதி நிலவியது. 'ஃபைனான்ஸ் செட்அப் ஆனவுடனே ஷூட்டிங்கை ஆரம்பிச்சுட வேண்டியதுதான்' என்றான் சிவநேசன்.

'அந்த நாலைஞ்சு பேரைப் பார்த்தீங்களா?' என்று கேட்டார் திருமூலர்.

'எந்த நாலைஞ்சு பேர்?' என்று ஒரு கணம் திகைத்தான் அவன்.

'கலர்லே எடுன்னு சொன்னாங்களே...'

'ஓ! அவங்களா? ஹூம்... பார்த்தேன். ராம்குமாரைப் போட்டு எடுங்கிறாரு ஒருத்தரு. ராம்குமாருக்கு உங்க கதைன்னா உசிருன்னு ஒரு பேட்டியிலே சொல்லியிருக்காரு. அவர் ரேட்டு இப்போ எழுபத்தஞ்சு. உங்க கதைன்னா சீரியஸ் ஸப்ஜெக்ட்னு இருபதுக்கு வரலாம்னு நினைக்கிறேன். அதுக்குத்தான் டைரக்டர் சொன்னாரு. நாம அவரைப் போய்ப் பார்த்துட்டு வந்துடலாம்னு. ஒரு மணிக்கு வர்றோம்னு அவர்கிட்ட அப்பாயிண்ட்மெண்ட் வாங்கியிருக் கேன். நீங்க எங்ககூட வந்தா...'

'நானா? என்று திடுக்கிட்டார் திருமூலர்.

'உங்க பேரிலே அவருக்கு ரொம்ப மதிப்புங்க' என்றார் சிவநேசன்.

'உங்களைக் கூட்டிக்கிட்டு வரோம்னவுடனே அவருக்கு ஒரேயடியா சந்தோஷங்க' என்றான் அவன்.

ராம்குமார் ஒரு பிரபல நடிகன். தம்முடைய கதைகள் என்றால் உயிர் என்று அவன் ஒரு பேட்டியில் சொல்லியிருப்பதாக வேறு சிலரும் அவரிடம் சொல்லியிருக்கிறார்கள். இது அவருக்கு ஆச்சரியமாக இருந்தது. பிரபல நடிகன் என்றாலும், தனிப்பட்ட ரீதியாக அவனுக்கு வேறு முகம் இருக்கலாம். அவனைப் பார்த்து விட்டால்தான் என்ன என்று அவருக்குத் தோன்றியது.

'சரி, புறப்படுங்க' என்றார் சிவநேசன்.

அவன் அந்த இளைஞர்களிடம் சொன்னான்: 'நீங்க கோடம் பாக்கத்துக்குப் போய் அந்த வீடு விஷயமா வீட்டுக்காரர் என்ன சொல்றாருன்னு விசாரிச்சு வையுங்க. நான் சாயந்திரம் வந்து பேசிக்கிறேன். சொக்கேசன், அந்தப் ஃபைலைக் கொடுத்துட்டுப் போ.'

அவர்கள் மறுபடியும் கை கூப்பிவிட்டு வெளியே சென்றார்கள்.

ராம்குமார் வீட்டு வாசலில் ஒரு கூர்க்கா நின்று கொண்டிருந்தான். டாக்ஸியிலிருந்து அவர்கள் இறங்கியதும், மூவரையும் அவன் சந்தேகத்துடன் பார்த்தான்.

'சாப் நை ஹை.' என்றான் அவன்.

'எல்லாம் இருக்காருப்பா. சொல்லிவிட்டுத்தான் வர்றோம்' என்று கூறியவாறு உள்ளே நுழைந்தார் சிவநேசன். அவர் மிகுந்த உரிமையுடன் செல்வதைப் பார்த்தும் அவன் பேசாமலிருந்து விட்டான்.

வராந்தாவில் ஒருவர் நின்று கொண்டிருந்தார். நாற்பது வயதிருக்கும். முன் பக்கம் வழுக்கை. பின்பக்கம் நீண்ட முடி, நரைத்திருந்தது.

'என்னண்ணே வாங்க!' என்றார் அவர் சிவநேசனைப் பார்த்ததும்.

'குமாரு இருக்காருல்ல? ஒரு மணிக்கு வரச் சொல்லியிருந்தாரு.'

'இதோ பார்த்துச் சொல்றேன்' என்று அவர் உள்ளே சென்றார்.

'இவர் பேரு மாணிக்கம். பழம்பெரும் நாடக நடிகர். அதிர்ஷ்ட மில்லே' என்றார் சிவநேசன்.

'இவரையும் நாம் பயன்படுத்திக்கலாம்' என்றான் அவன்.

கண்களையும் புருவங்களையும் உயர்த்திப் பெரிதாகத் தலை யாட்டினார் சிவநேசன். பிறகு கீழ்க் குரலில் திருமூலரிடம் சொன்னார்: 'குமாரு விடமாட்டாரு. இப்போ அவருக்கு வீட்டிலே ஒத்தாசையா இருக்காரு. நடிக்க ஆரம்பிச்சு அதிர்ஷ்டம் திரும்பிச்சுன்னா...' என்று அவர் சொல்லி முடிப்பதற்குள் மாணிக்கம் வந்தார்.

'மாடிக்கு வாங்க! அவர் வரேன்னாரு.'

மாணிக்கம் மிக விரைவாக மாடிக்குச் சென்றார்.

'சாதாரணமாகத் தெரிஞ்சவங்களைக் கீழே பேசி அனுப்பிச்சிடு வாரு. நான் வந்திருக்கேன்னு மாணிக்கம் சொல்லியிருப்பாரு' என்றார் சிவநேசன்.

மாடியில் வரவேற்பறை பெரிதாக இருந்தது. ராம்குமார் பெற்றிருந்த பரிசுப் பொருள்கள் கண்ணாடி அறைகளில் வைக்கப்பட்டிருந்தன. உள்ளே நுழைந்தவுடன் எல்லாருடைய கவனத்தையும் ஈர்க்கக்கூடிய அளவுக்கு சுவரில் ஒரு மூதாட்டி யின் புகைப்படம். அதை ஒரு ஜரிகை மாலை அலங்கரித்தது.

திருமூலர் அதைப் பார்ப்பதைக் கண்டு மாணிக்கம் சொன்னார்: 'அவரோட அம்மா. போன வருஷம்தான் போனாங்க. கடைசி வரைக்கும் அவங்க கிழிச்ச கோட்டை தாண்ட மாட்டாரு.'

'ஆமாம்' என்று தலையாட்டினார் சிவநேசன்.

அவர்கள் எல்லாரும் உட்கார்ந்த பிறகு சிறிது நேரம் அங்கு அமைதி நிலவியது. மாணிக்கம் நின்று கொண்டிருப்பதைப் பார்த்ததும் திருமூலர் சொன்னார்: 'நீங்களும் உட்காருங்க.'

'பரவாயில்லே' என்றார் மாணிக்கம்.

சிவநேசன் அவரைப் புரிந்து கொண்டார். அவரைப் பார்த்துப் புன்னகை செய்தார்.

'இப்பத்தான் ஷூட்டிங் முடிஞ்சு வந்தாரு, மத்தியானச் சாப்பாட்டுக்கு. மறுபடியும் மூணு மணிக்குப் போகணும். நாளைக் காலையிலே பெங்களூருக்குப் போறாரு. அங்கே....' அதோ வந்துட்டாரு.'

திருமூலர் திரும்பிப் பார்த்தார். சினிமாவில் பார்க்கும்போது நல்ல உயரமாக தெரிந்தவன், நேரில் பார்க்கும் போதுதான் அவ்வளவு உயரமில்லை என்று தெரிகிறது. மேக்-அப்பைக் கலைக்கவில்லை. காலையில் ஒரு புராணப் படத்திலோ அல்லது சரித்திரப் படத்திலோ நடித்திருப்பான் என்று தோன்றுகிறது.

'வணக்கம்' என்று எல்லோருக்கும் கை கூப்பிவிட்டு அவன் சோபாவில் அமர்ந்தான்.

'இவர்தான் திருமூலர்' என்றான் அவன்.

'ஐ ஸீ' என்று அவரை ஒரு கணம் பார்த்துவிட்டு 'படம் எடுக்கப் போறவரு யாரு, நீங்கதானே?' என்று அவனைக் கேட்டான்.

'ஆமாம்.'

‘சிவநேசன், நீங்களா டைரக்டர்?’ என்று அவன் கேட்ட த்வனியில் தெரிந்தது ஆச்சரியமா, பயமா எதுவென்று திருமூல ருக்குப் புரியவில்லை.

‘ஆமாம், தம்பி ரொம்ப வற்புறுத்துது’ என்று அதைத் தம்மால் தவிர்க்க முடியவில்லை என்பதுபோல் ஒப்புக்கொண்டார் சிவநேசன்.

ராம்குமார் மாணிக்கம் பக்கம் திரும்பினான். ‘காப்பி கொண்டாரச் சொல்லுங்க!’

மாணிக்கம் வாசலை நோக்கிச் சென்றார்.

‘மாணிக்கம்!’ என்று மறுபடியும் கூப்பிட்டான் ராம்குமார். அவர் திரும்பிப் பார்த்தார்.

‘கீழே சிகரெட் டின்னும் லைட்டரும் இருக்குது. அதை முதல்லே கொண்டு வந்து கொடுத்துட்டுப் போங்க!’

‘சரிங்க.’

ராம்குமார் கால் மேல் கால் போட்டுக்கொண்டு சற்று இளைப் பாறுபவன் போல் சோபாவில் சாய்ந்துகொண்டான்.

‘திருமூலருடைய கதைன்னா உங்களுக்கு உயிர்னு ஒரு பேட்டியில சொல்லியருக்கீங்கல்லே?’ என்றான் தயாரிப்பாளர் - இளைஞன்.

‘ஆமாம். நீங்க பாட்டும் எழுதியிருக்கீங்கல்லே?’

திருமூலர் இளைஞனைப் பார்த்தார். அவர் பார்வையைத் தவிர்க்க முயல்வதுபோல் அவன் வெளியே பார்த்துக்கொண்டிருந்தான்.

‘உங்க கதையெல்லாம் கொஞ்சம் வித்தியாசமானதா இருக்கு மில்லையா? அதாவது வழக்கம்போல இல்லாம, வேறே மாதிரி வித்தியாசமா... அப்படித்தானே? எனக்கு ரொம்பப் பிடிக்கும். அப்படித்தான் இருக்கணும், வேற மாதிரி வித்தியாசமா. பின்னே அரைச்ச மாவை அரைச்சுக்கிட்டிருந்தா எப்படி? என்ன சொல்றீங்க, சிவநேசன்?’

‘ஆமாமாம்.’

மாணிக்கம் சிகரெட் டின்னையும் லைட்டரையும் அவனிடம் கொண்டுவந்து கொடுத்தார்.

‘சிகரெட்?’ என்று அவன் திருமூலரைக் கேட்டான்.

‘நோ. தாங்க்யூ.’

அவன் தயாரிப்பாளரையோ சிவநேசனையோ கேட்கவில்லை. ஒரு சிகரெட் பற்ற வைத்துக்கொண்டே சொன்னான்: ‘ப்ரொட்யூஸர் இவ்வளவு சின்னவரா இருப்பார்னு நான் எதிர்பார்க்கலே? ஃபைனான்ஷியல் ஸெட்-அப் எப்படிங்க?’

‘உங்களுக்குப் பிடிச்ச ரைட்டர். வித்தியாசமான கதை. நீங்க நடிக்கிறதாச் சொல்லுங்க போதும், உடனே நாலு ஏரியா வித்துப் போயிடும்.’

‘ஓ! நான்தான் முதலா?’

‘இல்லீங்க. தேவகோட்டை ராமசாரி செட்டியாரு கமிட் பண்ணிக் கிட்டிருக்காரு. ஆனா, அவரோட கண்டிஷன் நீங்க ஆக்ட் செய்யணும்.’

ராம்குமார் சிறிது நேரம் மௌனமாகச் சிகரெட் புகையை உள்ளுக்குள் இறக்கிக்கொண்டிருந்தான். பிறகு சிரித்துக் கொண்டே சிவநேசனைப் பார்த்துக் கேட்டான்: ‘உங்க படம் என்ன ஆச்சு?’ ‘பஸ்ஸில் கட்டிய தாலி!’ அதானே பேரு?’

‘இல்லீங்க. ‘ரயிலில் கட்டிய தாலி!’ முக்காலே மூணு வாசி முடிஞ் சாச்சு. அதுக்குள்ளாறத்தான் ஏரியாவையெல்லாம் வித்துட்டு அந்த ப்ரொட்யூஸர் அட்ரஸ் தெரியாம பூட்டாங்களே!’

‘ஏன் ஓடிப்போனான்?’

‘அதான், புரியலீங்க. இன்னும் நாற்பது ரூபா இருந்தா படத்தை முடிச்சுடலாம். நீங்க சரின்னு சொல்லுங்க. பாக்கி இருக்கிறதை உங்களை வச்சி கம்ப்ளீட் செஞ்சிடலாம். படமும் நல்லா ஓடும். பப்ளிஸிட்டிக்கு பப்ளிஸிட்டி.’

‘உங்க ஹீரோ ஒப்புத்துக்குவாரா?’

‘அவரை என்னங்க கேள்வி? நாலு வருஷத்துக்கு முன்னாலே எடுத்த படம். அவருக்கு இப்போ மார்கெட் டவுன்தானுங்களே?’

‘என்ன ஸப்ஜெக்ட்?’

‘செண்டிமெண்ட்தாங்க. படம் ஆரம்பமே ரொம்பப் பிரமாதங்க. ஒரு பிராமணப் பொண்ணு ஓடியாரா. அவளைத் துரத்திக்கிட்டு

அஞ்சாறு ரௌடிப் பசங்க வராங்க. அவ ஓடற ரயில்லே ஏறி உட்கார்ந்துக்கறா. அந்த கம்பார்ட்மெண்ட்லே ஒரு ஹரிஜன வாலிபன். அவன்தான் அவனுக்கு அடைக்கலம் தரான்.'

'சண்டை உண்டா?'

'இல்லீங்க. சேத்துடலாம். அந்த பொண்ணு அந்த வாலிபனைப் பார்த்துக்கிட்டிருக்கா. அப்போ வண்டி ஓடறது. 'தாலி கட்டு, தாலி கட்டு'ன்னு சப்தம் போட்டுக்கிட்டு ஓடற மாதிரி அவளுக் கொரு பிரமை. உடனே டைட்டில்ஸ். பேக்ரௌண்ட்லே 'தாலி கட்டு, தாலி கட்டு'ங்கற ரயில் போடற சப்தம். கொஞ்சம் கொஞ்சமாக சவுண்ட் கூடிக்கிட்டே போறது. காட்சியிலே ஒரு பித்தளைப் பாத்திரத்தைக் கடப்பாறையினாலே உடைக்கிற மாதிரி... டங்!'

'என்ன ஆக்ஸிடெண்டா?'

'இல்லீங்க, அந்த ஹரிஜன வாலிபனும் பிராமணப் பெண்ணும் ஒருத்தரை ஒருத்தர் பார்த்துகிட்டிருக்காங்கல்லே, ரெண்டு பேருக்கும் காதல் ஏற்படற மாதிரி வச்சுக்கோங்களேன்.'

'அதுவும் ஆக்ஸிடெண்ட்தானே!' என்று சொல்லிவிட்டுப் பலமாகச் சிரித்தான் ராம்குமார்.

சிவநேசனும் வாய் விட்டு உரக்கச் சிரித்தர்.

அந்த எலும்புருவம் சிரித்தபோது, பார்ப்பதற்கு எல்லோரையும் சற்று அச்சுறுத்துவதாக இருந்தது. திடீரென்று ஓர் அமைதி.

'இந்தப் படத்தோட கதையை நீங்க இன்னும் கேக்கலையே?' என்றான் இளைஞன், மிகவும் பலவீனமான குரலில், சிறிது நேரம் கழித்து.

'ஆமாமாம். என்ன கதை? ஆசிரியரே சொல்லட்டும்.'

'எனக்குக் கதை சொல்ல வராது.'

'பின்னே என்ன கதை எழுதறீங்க? அன்னிக்கு ஒரு எழுத்தாளரு ஏ.வி.எம்லே அவர் எழுதின கதையைச் சொல்லிக்கிட்டிருந்தாரு, பாருங்க, டைட்டில்லேந்து மங்களம் வரைக்கும் டயலாக்கோட. அங்கே இங்கே கொஞ்சம்கூட ஒரு தடுமாற்றமில்லாம. அப்படிச் சொல்லத் தெரியணும், என்னங்க சிவநேசன்?'

‘கரெக்ட். நீங்க பிரியப்பட்டா இந்தப் படத்தை முதல்லே முடிச்சிரலாம்’ என்றார் சிவநேசன்.

‘பஸ்ஸில் கட்டிய தாலி?’

‘ரயிலில் கட்டிய தாலி!’

‘சரி. பார்க்கலாம். தம்பி! நீங்க ஒரு மாசம் கழிச்சு வந்து பாருங்க. அதுக்குள்ளே ஆசிரியரும் கதையைச் சொல்லப் பழகிட்டிருப்பாரு, என்னங்க?’

ராம்குமார் எழுந்துவிட்டான்.

காப்பி வந்தது.

‘ஓ! காப்பியா? மறந்துட்டேன். உட்காருங்க. காப்பி குடிச்சுட்டுப் போங்க!’ என்றான் ராம்குமார்.

திருமூலர் ஒன்றும் பேசாமல் அறையைவிட்டு வெளியே சென்றார்.

இளைஞன் அவரைத் துரத்திக் கொண்டு வெளியே சென்றான்.

‘என்னங்க இப்படித் திடுதிடுப்புன்னு கோவிச்சுக்கிட்டுப் புறப்பட்டுட்டீங்க?’ என்றான் அவன், அவ்வீட்டை விட்டு வெளியே வந்ததும்.

‘ஒரு கோவமுமில்லே. நீங்க அந்த ஹோட்டல் பில்லை செட்டில் செய்துடுங்க போறும்.’

‘இல்லீங்க. நாம இப்போ அந்த ஃபைனான்ஷியரைப் போய்ப் பார்ப்போம். சிவநேசன் இப்படிச் செய்வாருன்னு நான் எதிர்பார்க்கலீங்க.’

‘நான் ஒரு ஃபைனான்ஷிரையும் பார்க்க வரல்லே.’

‘தயவு செஞ்சு கேளுங்க. அவர் நல்ல மாதிரிங்க. படிச்சவரு. சினிமாவுக்கு ஃபைனான்ஸ் செய்துகிட்டிருந்தாலும் எஜுகேஷனல் டாய்ஸ், எஞ்ஜினீயரிங் ஸ்பேர் பார்ட்ஸ் இதெல்லாமும் செஞ்சுகிட்டிருக்காரு. கிண்டியிலே ஒரு பெரிய ஃபாக்டரி இருக்குதுங்க. வாங்க! அவரைப் போய்ப் பார்ப்போம்.’

‘நான் எங்கயும் வரத் தயாராயில்லே. என்னை ஆளை விடுங்க போறும்.’

‘இப்படிச் சொன்னா எப்படி? நான் அவரைச் சாயந்திரம் கூட்டிக் கிட்டு வரட்டுமா? நீங்க ரூம்லே இருங்க, என்ன?’

திருமூலருக்கு அந்த இடத்தை விட்டு உடனே சென்றால் தேவலை என்று தோன்றியது. இந்தப் பையன் லேசில் விடமாட்டான் போல் பட்டது.

‘சரி, சரி. அழைச்சுண்டு வாங்க.’

திருமூலர் அறைக்குச்சென்று படுத்தவர்தான். எழுந்திருக்கும் போது மணி ஐந்தரை. மத்தியானம் வேறு சாப்பிடவில்லை. நல்ல பசி. கீழே சென்று சாப்பிட்டுவிட்டு வரலாமா என்று யோசித்தார்.

அப்பொழுது கதவு தட்டும் சப்தம் கேட்டது. அவர் எழுந்து சென்று கதவைத் திறந்தார்.

ப்ரொட்யூஸர் பையன்தான். அவனருகில் ‘அல்லையாண்டு அமைந்த மேனியாக’ ஒரு நெடிய உருவம் நின்று கொண்டிருந்தது.

‘இவர்தாங்க மிஸ்டர் கண்ணப்பன்.’ என்றான் அவன். அவர் கையில் வைத்திருந்த அந்தக் கனமான டாக்டர் பையை மிகவும் சிரமப்பட்டுச் சற்று உயரத் தூக்கி வணக்கம் தெரிவித்தார்.

அந்தப் பை இவ்வளவு கனமாக இருப்பதற்கு என்ன காரணம்? முழுவதும் கரென்ஸி நோட்டுகளா? இந்தக் சுகமான கற்பனை அவர் மனத்துக்குச் சற்று உற்சாகத்தைத் தந்தது.

‘நீங்க டெல்லியிலே புரொபஸரா இருக்கீங்கன்னு தம்பி சொல்லிச்சு’என்றார் கண்ணப்பன்.

‘ஆமாம்.’

‘இவர் கிட்டக் கதையைச் சொன்னேன்!’

‘நீங்க வேற யாரோ தேவகோட்டை ராமசாமின்னு சொல்லிக் கிட்டிருந்தீங்களே?’

‘அவர் வேறங்க. அவரு ராம்குமாரைப் போட்டாத்தான் பணம் கொடுப்பாரு. நாமதான் ராம்குமார் வேணாம்னு முடிவு செய்திட் டோமே! நீங்க யாரைப் போடணுங்கறீங்க?’

‘நானா?’ என்று சற்றுத் திடுக்கிட்டார் கண்ணப்பன்.

'இவர் யாரையும் சொல்லலீங்க. எல்லாம் புதுமுகமாகவே போட்டுக்கலாம். கதை இவருக்குப் பிடிச்சுருக்கு. என்னங்க?'

தம்மிடம்தான் அவன் கேட்கிறான் என்பதைக் கண்ணப்பன் உணர்ந்ததாகத் தெரியவில்லை. அவர் திருமூலரையே உற்றுப் பார்த்துக்கொண்டிருந்தார்.

'என்னங்க மிஸ்டர் கண்ணப்பன். கதை உங்களுக்குப் பிடிச்சிருக்கில்லே?'

'ஓ! நல்லா... நீங்க எத்தனை வருஷமா டில்லியிலே இருக்கீங்க?'

'இருபத்தஞ்சு வருஷமா.'

'வெரி குட். அப்போ டில்லியிலே உங்களைத் தெரியாதவங்க யாரும் இருக்க மாட்டாங்க. என்ன அப்படித்தானே?' என்று கூறிவிட்டுக் காரணமில்லாமல் சிரித்தார் கண்ணப்பன்.

'அப்படீன்னு அவசியமில்லே.'

'அடக்கத்துக்காகச் சொல்றீங்க. நல்லா படிச்சவங்ககிட்டத்தான் இந்த மாதிரி அடக்கத்தை நான் பார்க்கிறேன். அரை குறைகதான் துள்ளிக் குதிக்கும். என்ன தம்பி?'

'ஆமாம். ஏரியா விக்கணும்னா எல்லாரையும் புதுமுகமாப் போட முடியுமா? உங்களுக்குத்தான் கமலை நல்லாத் தெரியும்னீங்களே, கேட்டுப் பாருங்களேன்!'

'கேப்போம், டில்லியிலே சுமார் எத்தனை பள்ளிக்கூடம் இருக்குங்க?'

'நான் எண்ணினதில்லே.'

'கமல் அடுத்தவாரம் அமெரிக்கா போறதாச் சொல்றாங்க, இப்பமே கேட்டுடறது நல்லது.'

'கேப்போம். எண்ணிப் பார்க்க வேண்டாங்க. நீங்களும் ஒரு எஜுகேஷனிஸ்ட். ஒரு உத்தேசமாத் தெரியுமில்லே? ஐந்நூறு இருக்குமா? நர்ஸரி, மிடில் ஸ்கூல், கான்வென்ட், செகன்டரி ஸ்கூல் எல்லாம் சேர்த்து?'

'இருக்கலாம். எதுக்குக் கேக்கறீங்க?' பையைத் திறந்தார்.

அதிலிருந்து பலவிதமான நிறங்களிலிருந்த காகிதங்களை எடுத்தார். அப்பையில் கரன்ஸி நோட்டுகள் இருக்கலாம் என்ற கற்பனைக்கும் இனி இடமில்லை.

அவர் நிதானமாக அக்காகிதங்களைத் திருமூலரிடம் கொடுத்தார்.

'என்னங்க இதெல்லாம்?'

'லிட்டரேச்சர், எஜுகேஷனல் டாய்ஸ் பற்றி இதெல்லாம் லேட்டஸ்ட்டுங்க. இப்ப சாக்பீஸ், ப்ளாக்போர்ட் ஒண்ணும் வேணாம். இந்த டாய்ஸை வச்சுக்கிட்டே, குவாட்ரி லாட்ரல் தீரம் எல்லாம் சொல்லிக் கொடுத்துடலாம். விளையாட்டுக்கும் விளையாட்டு, படிப்புக்கும் படிப்பு, இதோ பாருங்க!' என்று சொல்லிக்கொண்டே திருமூலர் அருகில் வந்து உட்கார்ந்து அக்காகிதங்களில் கண்ட படங்களை விளக்கத் தொடங்கினார் கண்ணப்பன்.

'நான் என்ன செய்யணுங்கறீங்க?'

'டில்லியிலே, பள்ளிக்கூடங்ள்லே, இந்த டாய்ஸை அறிமுகப் படுத்துங்களேன். இத்தனை வருஷமா டில்லியிலே இருக்கீங்க, உங்களுக்கும் நல்ல இன்ஃபுளூயன்ஸ் இருக்கும். கமிஷனும் தரோம். நூத்துக்குப் பதினைஞ்சு. பார்த்துக்குங்களேன், பத்தாயிரம் ரூபாய்க்கு வித்தீங்கன்னா, ஆரியத்தைந்நூறு ரூபாய். சிலோன், மலேஷியா, சிங்கப்பூர்க்கெல்லாம் எக்ஸ்போர்ட் செய்யறோம், போன வருஷமே இரண்டு லட்ச ரூபாய்க்கு வித்திருக்கோம்.'

'நான் ஒண்ணு சொல்றேன், கேக்கறீங்களா?' என்றார் திருமூலர்.

'என்ன?'

'இவரை உங்க ரெப்ரஸென்டேட்டிவா டில்லியிலே போடுங்க. இவரும் பி.காம் படிச்சிருக்காரு. படம் எடுக்கற ஆசையெல்லாம் வேணாம்னு சொல்லுங்க. வேலைக்கும் வேலை, பணத்துக்கும் பணம்.' என்றார் திருமூலர்.

'நல்ல யோசனை. என்ன சொல்றீங்க தம்பி?' என்றார் கண்ணப்பன்.

31. மனம் என்ற இருட்டு

ஸ்டேஷனிலிருந்து திரும்பிக்கொண்டிருந்தான் அவன். நள்ளிரவு. லேசாக மழை தூறிக்கொண்டிருந்தது.

சுவர்க் கோழிகளின் இடையறாத சப்தம். இயற்கை, இருளோடு அந்தரங்கமாக ரகசியம் பேசியது.

இருண்ட மனத்துடன் வந்துகொண்டிருந்த அவன், காலருகே ஏதோ பளபளப்பதைக் கண்டான்.

அதன் வழவழப்பான, அசட்டுப் பிரகாசம் அவனுக்கு அரு வெறுப்பைத் தந்தது.

தவளை ஒன்றைத் துரத்திக் கொண்டு ஓடிய பாம்பு, பாம்பைப் பிடித்துக்கொன்று விழுங்குவது போல் ஒரு பிரமை. மூளையில் புழுவொன்று நெளிவதுபோல் ஒரு மயக்கம்.

இருமங்கிலும் நெடிது வளர்ந்திருந்த மரங்கள் ஆவேசமாக கூத்தாடின. அவன் ஓடத்தொடங்கினான்.

மின்சாரம் போல் உடம்பெங்கும் பயம் பரவியது. மயிர்க்கால்கள் குத்திட்டு நின்றன.

உடம்பு தெப்பமாக நனைந்திருந்தது.

வியர்வையினாலா அல்லது மழைத் தூறலினாலாவென்று அவனுக்குத் தெரியவில்லை. அவன் ஓடுவதை நிறுத்தவில்லை.

ஏதோ ஒன்று வேகமாக அவன் மீது மோதியது. கால் தடுக்கியது.

அவன் தலைக்குப்புற விழுந்தான். நினைவு தப்பியது. மனத்தின் உட்கதவுகள் திறந்துகொண்டன.

குழந்தைப் பருவ நிகழ்ச்சிகள்! அவனுக்கு அப்பொழுது ஐந்துவயதிருக்கும். பாயில் படுத்துக்கொண்டிருக்கிறான்.

ஒரு அவலட்சணமான, கரிய உருவம் அங்கே தோன்றுகின்றது.

கண்கள் நெருப்புத் துண்டமாக ஒளி வீசுகின்றன.

அம்மா கையில் கண்ணாடியுடன் உட்கார்ந்திருக்கிறாள். சிவந்த மேனி.

கம்பீரமான தோற்றம். உள்ளே நுழைந்த உருவம் அந்தக் கண்ணாடியைப் பிடிங்கித் தூர எறிகிறது.

பிறகு அம்மாவை அடிக்கத்தொடங்குகிறது.

அம்மா அதைப் பிடித்து ஒரு தள்ளு தள்ளுகிறாள். உடைந்த கண்ணாடிச் சிதறல் அதனுடைய காலைக் குத்திவிடுகின்றது.

ரத்தம் கசிகின்றது. பிறகு அவளுக்கு ஒன்றும் நினைவில்லை.

அந்த அவலட்சணமான தோற்றம்தான் அவனுடைய அப்பா.

மற்றொரு காட்சி: அவனுக்கு அப்பொழுது எட்டு வயது. அவன் கண்களை மூடிக்கொண்டு படுத்திருக்கிறான்.

அம்மாவுக்கும் அப்பாவுக்கும் சண்டை. அவன் கண்களைத் திறந்து பார்க்கிறான்.

அம்மாவை அப்பா சுவரோடு சுவராக வைத்து மோதுகிறார்.

அம்மாவின் நெற்றியில் ரத்தம். அடித்த வேகத்தில் களைத்து அவர் படுக்கையில் விழுகிறார். அளவுக்கு மீறிக் குடித்துவிட்ட போதை. அம்மா நிதானமாக வாசற்கதவைச் சாத்திக்கொண்டு வருகிறாள்.

தன் படுக்கையருகே அம்மா வந்து நிற்பதை அவன் உணர்கிறான்.

கண்களைத் திறந்து பார்க்க அவன் விரும்பவில்லை.

அம்மா அவன் மீது போர்வையைப் போர்த்துகிறாள்.

சிறிது நேரம் கழித்து அவன் போர்வையை விலக்கிப் பார்க்கிறான். அம்மா துர்க்கை படத்தருகே நின்றுகொண்டிருக்கிறாள். ரவிக்கை கிழிந்திருந்தது.

அவிழ்ந்த கூந்தல். நெற்றியில் ரத்தம் வந்த இடம் அலம்பப் பட்டுத் துப்பரவாக இருந்தது. மெழுகிவைத்த தரையைப்போல. அம்மா அழுதுகொண்டிருந்தாள்.

அம்மாவைப் பார்த்தபோது, இன்னும் பத்து வயது கூடிவிட்டாள் போல் தோன்றியது.

அப்பா மாரடைப்பில் போய் விட்டாரென்று அம்மா சொன்னாள். இந்தச் செய்தி அவனுக்கு ஏனோ அதிர்ச்சியைத் தரவில்லை. இது அவளுக்கு ஆச்சரியமாகவிருந்தது.

இருபது நாள்கள் தான் மயங்கிக் கிடந்தோமென்று கேட்டதும் அவன் வியப்பிலாழ்ந்தான். டாக்டருக்கும் இது விளங்க வில்லையாம்.

அப்பா போனதற்கு அழ வேண்டுமென்று அவன் நினைத்தான். ஆனால் அழுகை வரவில்லை. இது அவனுக்கு வெட்கமாக இருந்தது.

காட்சிகள் மாறுகின்றன. அப்பொழுது அவனுக்கு பதினைந்து, பதினாறு வயதிருக்கும். அவன் தன்னறையில் உட்கார்ந்து படித்துக்கொண்டிருந்தான். இரவு நேரம், ஊரடங்கிவிட்டது. திடீரென்று விளக்கணைந்தது. நாற்காலியில் அப்படியே சாய்ந்தான். சிறிது நேரம் கண் அயரலாமென்று, ஆனால் கண்ணிமைகள் மீது பாரத்தை வைத்து அழுத்துவது போலிருந்தது.

வேகமாக வீசிய காற்றினால் ஜன்னல் கதவுகள் படீரென்று அடித்துக்கொண்டன. அவற்றைச் சாத்துவதற்கு எழுந்திருந்தான். எழுந்திருக்க முடியவில்லை. கால்களில் பனிக்கட்டியை வைத்துவிட்டாற் போன்ற ஓருணர்வு. உடம்பு ஜில்லிட்டது. பயம் பற்றிக்கொண்டது. அவன் கீழே விழத் தொடங்கினான். கீழே இன்னும் கீழே...

திடீரென்று ஒரு குரல் ஒலித்தது. அவன் சுற்றும் முற்றும் பார்த்தான். அவனுக்குள்ளிருந்து யாரோ பேசுவதுபோல் கேட்டது. நெஞ்சோடு நெஞ்சாக, அந்தரங்கமாகக் கேட்டது.

'நான் மாரடைப்பில் போகவில்லை. எப்படிப் போனேன் தெரியுமா? துர்க்கையைக் கேள்.'

அவன் திடுக்கிட்டு எழுந்திருந்தான். விளக்கு மீண்டும் வந்தது. அவன் கண்டது கனவா, அல்லது உள் நினைவின் பிரத்தி யட்சமா? ஒன்றும் அவனுக்கு விளங்கவில்லை.

அறையை விட்டு வெளியே வந்தான். துர்க்கை படத்தருகே சிறிய குத்துவிளக்கு எரிந்துகொண்டிருந்தது. அம்மா நிம்மதியாக உறங்கிக் கொண்டிருந்தாள். அவள் முகத்தில் ஒரு புன்னகையின் சாயை தெரிவதுபோல் அவனுக்குப் பட்டது. காதுக்குள் எறும்பு புகுந்துவிட்டாற் போல் ஒரு நமைச்சல், இனம் தெரியாத கோபம், யார்மீது எதற்காகவென்று ஒன்றும் புரியவில்லை.

அடுத்த காட்சி. அவனுக்குப் பதினெட்டு வயது இருக்கும். தஞ்சாவூர் நந்தியைச் சொல்வார்களே, அது போல் அவன் வளர்ந்துகொண்டே போகிறான். வயதுக்கு மீறிய ஆகிருதி. அம்மாவைக் கொண்டிருந்தானென்று எல்லோரும் சொன்னார் கள். அவன் கூடத்தில் உட்கார்ந்து படித்துக்கொண்டிருக்கிறான். கோடிவீட்டுச் சாமா அய்யர் மனைவி - இரண்டாந்தாரம் - அம்மாவைத் தேடிக்கொண்டு வந்தாள்.

'அம்மா வெளியே போயிருக்கா!' என்று அவன் சொன்ன பிறகும் அவள் போகவில்லை. அவன் பக்கத்தில் வந்து உட்கார்ந்து புத்தகத்துக்குள் எட்டிப் பார்த்தாள். அவன் மூச்சு மிக உஷ்ணமாக அவள் மீது பட்டது. அவன் சற்று நகர்ந்து உட்கார்ந்தான். அவள் அவன் கையிலிருந்த புத்தகத்தைப் பிடுங்கினாள். பிறகு, அவனைப் பார்த்து ஒரு மாதிரியாக சிரித்தாள். பிறகு, அவன் எழுந்து போய் ஜன்னலருகே நின்றான்.

அதை அவள் எதிர்பார்க்கவில்லை. முழு ஆண்மையைப் பிரயோகித்து அவளை அவன் உதறித் தள்ளினான். அவள் ஊஞ்சலருகே போய் விழுந்தாள்.

வாசற்கதவு தட்டப்படும் சப்தம், கதவைத் சாத்திக்கொண்டு அவள் வந்திருக்கிறாள் என்பதை அவன் உணர்ந்தான். ஆத்திர மாக வந்தது.

அம்மா வாசலில் நின்றுகொண்டிருந்தாள். அவன் கதவை திறந்துவிட்டு, அம்மாவைத் தாண்டிக்கொண்டு வெளியே

போனான். இரவு திரும்பி வந்தபோது, அம்மா ஏதாவது கேட்பா ளென்று நினைத்தான். கேட்கவில்லை. இது அவனுக்கு ஏமாற்ற மாக இருந்தது. தானாகவும் அவன் ஒன்றும் சொல்ல விரும்ப வில்லை. தவறு செய்திருந்தால்தானே தான் விளக்கம் கூறவேண் டும்? அம்மாவின் மௌனம் அவனுக்கு எரிச்சலைத் தந்தது.

வேறொரு காட்சி. அப்பொழுது அவன் சென்னையில் கல்லூரி யில் படித்துக் கொண்டிருந்தான். எங்கோ சுற்றி அயர்ந்துவிட்டு நேரம் கழித்து ஹாஸ்டலுக்குதத் திரும்பிக் கொண்டிருந்தான். நல்ல மழை. கையில் குடை இல்லை. அவன் ஒரு இடிந்த சுவர்ப் பக்கமாக ஒதுங்கினான்.

சுவரின் மறுபக்கம் பேச்சரவம்.

'என்னா, நீ - அது அங்கே செத்துண்டிருக்குது. நெஞ்சைத் தொடச்சுப் போட்டுட்டுவாறே!'

இது ஆண் குரல்.

'ஆ...மா...ம். அது தினமும்தான் சாகும் - எமன் வந்துட்டு, வந்துட்டு, வெறும் கையோடல்ல போறான்.'

இது பெண் குரல்.

'அதைத்தான் கட்டிக்குவேன்னியே, ஏன் இப்போ இப்படிப் பேசறே?'

'அப்போ அதுக்குக் கை, கால் இருந்திச்சே! எப்படி இருக்கும் தெரியுமா அது அப்போ? கண்ட இடத்திலே நாயா அலைஞ்சு, இப்போ...'

'அட, சீ! சொல்ல வந்த ஆளைப் பாரு' - இருவரும் சிரித்தனர்.

அவனால் அதற்குமேல் நிற்க முடியவில்லை. வயிற்றைக் குமட்டிக்கொண்டுவந்தது. அந்த இடத்தைவிட்டுப் புறப்பட்டான்.

சிறிது தூரம் சென்றிருப்பான். மங்கலாக எரிந்து கொண்டிருந்த கார்ப்பரேஷன் விளக்கடியில் ஒரு உருவம். பிச்சைக்காரன் ஒருவன் குளிரில் நடுங்கிக்கொண்டிருந்தான். உடம்பு அழுகிச் சொட்டியது. கண்களில் ஈரக்கசிவு, அந்த உடம்பில் உயிர் இன்னும் எதற்காக ஒட்டிக் கொண்டிருக்கிறது? இவ்வளவு நாட்களாக இருந்துவிட்ட ஒரு பழக்கமா?

அப்பொழுது அவனுக்குச் சற்றுமுன் கேட்ட அந்தச் சம்பாஷணை நினைவுக்கு வந்தது. அவன் உடம்பு பற்றி எரிவது போல் ஒருணர்வு. உலகத்திலுள்ள பெண்களை எல்லாம் கழுத்தை நெறித்துக் கொன்றுவிட வேண்டுமென்ற ஒரு ஆத்திரம்.

அப்பா அவனுக்குள்ளிருந்து சிரித்தார். 'உன் அம்மா துர்க்கை என்பாள், துர்க்கையின் திருவிளையாடலைப் பார்!'

எங்கோ ஒரு நாய் கெட்ட சொப்பனம் கண்டு அழுது அரற்றிக் கொண்டிருந்தது.

வலிப்பு கண்டதுபோல் அந்தப் பிச்சைக்காரன் உடம்பு, உதற ஆரம்பிப்பது. கண்கள் செருகின. சிலுப்பப்பட்ட தயிரைப் போல் கடைவாயில் நுரை ததும்பியது.

வாய்விட்டு ஏதோ சொல்ல முயன்றான். குரல் எழும்பவில்லை. அந்தப் பிச்சைக்காரன் வேண்டி நின்றது விடுதலை. உடம்பு உயிருக்குத் தடையாக இருந்தது. போதாத சட்டையை மாட்டிக் கொண்ட பிறகு அதைக் கழற்ற முடியாமலிருப்பது போல் ஒரு தவிப்பு. சட்டையைக் கழற்ற உதவி செய்தால் என்ன என்ற ஆவேசம் அவனுக்குள் எழுந்தது. அவன் தலை சுற்றியது. மனம் குழம்பியது. அவன் நினைவிழந்தான்.

மயக்கம் தெளிந்து கண்களை விழித்துப் பார்த்தான். பக்கத்தில் பிச்சைக்காரன் செத்துக்கிடந்தான். அவன் தலை சுற்றியது. மனம் குழம்பியது. அவன் நினைவிழந்தான்.

மயக்கம் தெளிந்து கண்களை விழித்துப் பார்த்தான். பக்கத்தில் பிச்சைக்காரன் செத்துக்கிடந்தான். அவன் அந்த இடத்தைவிட்டு ஓடத்தொடங்கினான்.

ஹாஸ்டலுக்குச் சென்று படுக்கையில் விழுந்தான். அந்தப் பிச்சைக்காரன் தானாகவா இறந்து போனான்? அப்படித் தானிருக்கவேண்டும். அப்படித்தானிருக்கவேண்டும். அப்பா அவனுக்குள்ளிருந்து சன்னமாகச் சிரித்தார்.

மற்றொரு காட்சி. ஹாஸ்டலில் இருந்தபோது அது நடந்தது. ஒரு நாள் மிகுந்த மனச்சோர்வுடன் அவன் படுக்கையில் கிடந்தான். அப்பொழுது அவன் சிநேகிதன் வந்தான். மனச்சோர்வைத் தீர்க்க வழி சொல்லுவதாக அழைத்துச் சென்றான். அவன் எங்கே அழைத்துப் போகிறானென்பது அவன் அறிந்ததுதான். ஆனால்

ஆட்சேபிக்கவில்லை. உடம்பில் ஏதோ புகுந்துகொண்டு அவனை விரட்டியது.

அவளுக்கு முப்பது வயதிருக்கலாம். ஆனால் பாவாடையும் தாவணியும் அணிந்திருந்தாள். கண்ணுக்குத் தீட்டிய மையைக் காட்டிலும், கண்ணுக்குக் கீழே தெரிந்த நிழல் கருமையாகத் தெரிந்தது. முகத்தில் காணப்பட்ட கரும்புள்ளிகளைப் பவுடர் மூலம் மறைக்க முயன்றிருந்தாள். மலிவான செண்ட்டின் ஆவேசமான மணம். அறையில் இரவு விளக்கின் மங்கலான சிவப்பு வெளிச்சம்.

அவன் கட்டிலில் உட்கார்ந்தான். அவள் அருகில் வந்து நின்றாள். ரவிக்கை, தோளருகே விட்டிருந்தது. அந்தப் பளபளப்பான பட்டுத்துணி அவனுக்கு எரிச்சலைத் தந்தது.

அவள் புன்னகை செய்தாள். பற்களுக்கிடையே தெரிந்த ஓட்டை, அவனுள்ளத்தில் சூன்யத்தை விரித்தது. அவன் கண்களை மூடிக் கொண்டான்.

'என்னங்க! தூங்கவா வந்தீங்க?' அவன் கண்களை விழித்துப் பார்த்தான். கடவுள் படைத்த உடம்பு நின்று கொண்டிருந்தது.

உலகச் சரித்திரத்தின் திறவு கோலா இது? ஆகர்ஷணத்தின் தத்துவம் இங்குதானா அடங்கிக் கிடக்கிறது? அன்று கார்ப்பரேஷன் விளக்கடியில் கண்ட அந்த உடம்புக்கும் இந்த உடம்புக்கும் என்ன வித்தியாசம்? மரணத்தின் சன்னிதானத்தில் ஏற்பட்ட அந்தப் புனிதத்தன்மைகூட இங்கில்லை. வெறும் உடம்பு!

ஒரு வெறி அவனை ஆட்கொண்டது. அவன் அவளை அப்படியே தூக்கிக் கட்டிலில் எறிந்தான். அந்த உடம்பு படுக்கையில் புழுவாய் நெளிந்தது. கதவைப் படீரென்று சாத்திக் கொண்டு அவன் அறையைவிட்டு வெளியே ஓடினான்.

அடுத்த நாள் அவன் எழுந்தபோது அவன் நண்பன் முதல் நாளிரவு அனுபவத்தைப் பற்றி ஒன்றும் பேசவில்லை. தான் கண்டது கனவாவென்று இவனுக்குச் சந்தேகம்.

தன் வாழ்க்கையில் எது நிஜம், எது கனவு என்று அவனுக்கு விளங்கவில்லை.

அடுத்த காட்சி. கட்டாயப்படுத்தி அவனைத் திருமணத்துக்கு இசைய வைக்கிறாள் அவன் தாய். அவன் ஒரு மாதிரி என்றறிந்து

ஒருவரும் பெண் கொடுக்க முன் வரவில்லை. குதிர்ந்த வரனை விட அவன் தாய்க்கு மனசில்லை.

தாலி கட்டும்போதுதான் அந்தப் பெண்ணின் முகத்தை ஏறிட்டு நோக்குகிறான்.

அவள் நெற்றியில் குங்குமமா, அல்லது ரத்தமா?

அம்மாவைச் சுவரோடு சுவராக வைத்து அப்பா மோதுகிறார், அம்மாவின் நெற்றியில் ரத்தம். அன்றிரவு, அம்மா துர்க்கையைப் போல் தோன்றிய காட்சி, கிழிந்த ரவிக்கை, அவிழ்ந்த கூந்தல். நெற்றியில் ரத்தம் மறைகிறது. குங்குமம் மறைகிறது. ஏன், ஏன்?

திடீரென்று பயம் அவனைப் பற்றிக்கொண்டது. எதிரே நெருப்புப் பற்றிக்கொண்டு எரிகிறது. மேலே, இன்னும் மேலே... அப்பா அவனுக்குள் சிரித்தார். 'உனக்கும் ஒரு துர்க்கை அகப்பட்டு விட்டாளா?'

மனத்திரையில் பல சித்திரங்கள். சாமா அய்யரின் மனைவி அவளை அணைக்கிறாள். 'என்னா நீ, அது அங்கே செத்துண்டிருக்கு. நெஞ்சைத் தொடச்சுப் போட்டுட்டு வாறே' இரவு விளக்கின் மங்கலான சிவப்பு வெளிச்சம். அவன் நினை விழந்தான்.

அவன் கண் விழித்தபோது அவன் தாய் அவனருகில் உட்கார்ந்திருக்கிறாள். அன்றும் அப்படித்தான். அம்மா துர்க்கையாகத் தோன்றியதைக் கண்டு அவன் மயங்கி மீண்டும் தெளிவுற்றபோது அம்மா பக்கத்தில் உட்கார்ந்திருந்தாள். அம்மாவின் நெற்றி துப்புரவாக இருந்தது. மெழுகிவைத்த தரையைப் போல். ஒருவேளை, தான் இன்னும் சிறுவனாகத்தானிருக்கிறோமா? இதுவரை கண்டதெல்லாம் கனவா?

இல்லை. அதோ, அவன் தாலி கட்டிய மனைவி நிற்கிறாள். அவள் நெற்றியில் மிகச் சிறிய குங்குமப் பொட்டு. அம்மாவைப் போல் அவ்வளவு அகலமாக அவள் இட்டுக் கொள்ளவில்லை.

அம்மா அந்த அறையைவிட்டு எழுந்து சென்றாள்.

அவன் அவளை அருகில் வரும்படிக் கூப்பிட்டான்.

'இப்படி உங்களுக்கு அடிக்கடி மயக்கம் வருமா?'

'தெரியாது.'

‘அப்படியென்றால்...’

‘எனக்கு எது மயக்கம், எது எது தெளிவு, எது நிஜம், எது கனவு என்று ஒன்றும் தெரியவில்லை.’

அவள் கன்னம் குழியச் சிரித்தாள். அது அவனுக்கு மிகவும் பிடித்திருந்தது.

‘இது தான் நிஜம். இது நிஜமாகவே இருக்க வேண்டும்.’

‘எது?’

‘உன் கன்னம் குழியும் போது நிலவொளி வீசுகின்றது.’

அவள் அவனை மருட்சியுடன் பார்த்தாள். அவன் அவள் கைகளைப் பற்றி பக்கத்தில் உட்கார வைத்துக்கொண்டான். அவன் பேசியதொன்றும் அவளுக்குப் புரியவில்லை.

வேறொரு காட்சி! அவன் அம்மா அவன் பக்கத்தில் வந்து உட்காருகிறாள்.

‘என்னடா இது, பைத்தியமாக இருக்கிறாய்!’

‘ஏன், என்ன?’

‘அவளுக்கும் ஆசை இருக்காதா?’

‘எவளுக்கு? என்ன ஆசை?’

‘உன் பெண்டாட்டிக்குத்தான். அவளும் எல்லாரையும்போல் பெண்தானே?’

‘எல்லாரையும் போல் இருக்கக்கூடாதென்பதுதான் என் ஆசை.’

‘என்னடா உளருகிறாய்?’

‘உளறவில்லை. நான் சொல்வது உனக்குப் புரிந்திருக்கும்.’

‘ஏதாவது பித்துப் பிடித்துவிட்டதா, உனக்கு?’ அவன் பதில் சொல்லவில்லை. துர்க்கைப் படத்தைப் பார்த்துக் கொண்டிருந்தான்.

‘எனக்கும் மடியில் வைத்துக் கொஞ்ச ஒரு பேரன் வேண்டாமா?’

அவனுக்கு எல்லையற்ற கோபம் ஏற்பட்டது. அவன் எழுந்திருந்தான்.

'சொல்லேண்டா!'

'துர்க்கையைக் கேள்.' அவன் வெளியே போய்விட்டான்.

எல்லோரையும் போல் அவளும் ஒரு பெண்! இவ்வளவுதானா? நான் சொல்வதைக் கேட்பதுபோல் இருந்ததெல்லாம் ஒரு பாவனையா? அம்மாவைத் தூது அனுப்புகிறாள். பெண்களுக்கு இருப்பதெல்லாம் உடம்புதான். அப்பா அவனுக்குள்ளிருந்து சிரித்தார்.

அவன் அந்த ஊரைவிட்டே சென்றான்.

காட்சி மாறுகின்றது. எவ்வளவு ஆண்டுகள் அப்படிச் சுற்றினா னென்று அவனுக்குத் தெரியாது. திரும்பி வந்தபோது அம்மா செத்துக்கொண்டிருந்தாள். மனைவி வீட்டிலில்லை. பிறந்த வீட்டுக்குப் போயிருக்கவேண்டும்.

வீட்டில் ஒருவருமில்லை, அம்மாவைத் தவிர. அவள் உயிர் ஊசலாடிக்கொண்டிருந்தது.

அம்மாவின் குரல் அலைபாய்ந்திருந்தது. சிவந்த மேனியும், கம்பீரத் தோற்றமும், குறுகிக் கூனியிருந்தன.

ஒருவருக்கு வயதாவதே அவருக்குத் தண்டனை. அம்மாவை அவன் பரிதாபத்துடன் நோக்கினான்.

அம்மா தன் நீண்ட கூந்தலைத் தளரவிட்டுக் கொண்டு, கையில் கண்ணாடியைப் பிடுங்கித் தூர எறிவது. அம்மாவுக்கும், அப்பாவுக்கும் சண்டை. தோற்றங்கள் மாறி மாறி வருகின்றன. இதோ, அந்த உடம்பு கால ஓட்டத்தில் கரைந்து கொண்டிருக் கிறது. உலகத்தில் எதற்குத்தான் அர்த்தமுண்டு? தன் மனத்தில் தோன்றிய பைத்தியக்கார எண்ணங்களுக்கும், சந்தேகங்களுக் கும், லட்சியங்களுக்கும், எவைக்குத்தான் அர்த்தமுண்டு?

திடீரென்று அந்த உடம்புக்கு இழுப்புகண்டது. சட்டையை மாற்ற அவசரம்.

பயம் அவனைப் பற்றிக்கொண்டது.மனம் குழம்பியது. அவன் நினைவிழந்தான்.

நினைவு தெளிந்தபோது பக்கத்தில் கிடக்கும் உடம்பைப் பார்த்தான்.

அங்கே சுற்றியிருந்த கூட்டம் அவன் கடமையை உணர்த்தியது.

அடுத்த காட்சி. அவன் மனைவியைப் பிறந்த வீட்டிலிருந்து அழைத்துக்கொண்டு வந்தான். முதலில் அவள் மாமனார் மறுத்தார். ஆனால் மனைவி பிடிவாதமாகப் புறப்பட்டுவிட்டாள்.

ஆனால் கணவன் - மனைவி இருவருக்குமிடையே ஒரு மௌனச் சுவர் எழும்பிவிட்டது. அவளும் அவனை ஒன்றும் கேட்கவில்லை. அவனாகவும் சொல்லவில்லை. வாழ்க்கை என்ற காலக்கணக்கை முடிக்கவேண்டுமென்ற நிர்பந்தத்தினால் உந்தப்பட்டவர்கள்போல் இருவரும் இயங்கினார்கள்.

அப்பொழுது அவன் சிநேகிதன் ஊருக்கு வந்தான், ஒரு காரியமாக. ஒருமாத காலம் தங்கும்படி ஏற்பட்டது. சிநேகிதனைத் தன் வீட்டிலிருக்கும்படி வற்புறுத்துகிறான் அவன்.

அவன் ஒரு வாரம் வெளியூருக்குப் போனான். வந்ததும் மனைவியைக் கேட்டான்: 'ஏதாவது விசேஷமுண்டா?'

'என்ன விசேஷம்?'

அவன் பதிலொன்றும் சொல்லவில்லை. அவள் அவனைச் சுட்டெரிப்பவள் போல் பார்த்தாள். அவன் சிநேகிதன் அவனைக் கேட்டான். 'எங்கே போயிருந்தாய், சொல்லாமலும், கொள்ளாமலும்?'

'ஏன் ஏதாவது விசேஷமுண்டா?' என்று கேட்டான், அவன் பதிலுக்கு.

நண்பன் பதில் சொல்லவில்லை.

அதற்குப் பிறகு இரவு அவனுக்கு உறக்கமே வருவதில்லை. தூங்குவது போல் கண்களை மூடிக் கொள்வான். கண்களைத் திறந்து பார்க்கும்போது மனைவி நம்மதியாக உறங்கிக் கொண்டிருப்பாள். கூடத்தில் நண்பனின் குறட்டை ஒலி கேட்கும். இது அவனுக்கு எரிச்சலை தந்தது. விவரம் புரியாத ஒரு ஆத்திரம். நான், ஏமாறாமல் ஏமாந்து கொண்டிருக்கிறேனே என்று அளவு கடந்த சினம்.

நண்பன் ஊருக்குப் புறப்பட்டான்.

ஸ்டேஷனுக்குப் போகும்போது அவன் கேட்டான்: 'நான் ஒரு வாரம் ஊரிலில்லாதபோது ஏதாவது நடந்ததா?'

நண்பன் அவன் கன்னத்தில் பளாரென்று அடித்தான். அவன் அதற்குப் பிறகு ஒன்றும் பேசவில்லை.

குழந்தைப் பருவ நிகழ்ச்சிகள், தொடர்ந்து அவன் வாழ்க்கையிலேற்பட்ட சம்பவங்கள் எல்லாம் ஒவ்வொன்றாக நினைவுக்கு வந்து மறைகின்றன.

அவன் எழுந்து நின்றான். பளிச்சென்று வீசியது மின்னல். அவன் மைல்கல்லின்மீது மோதித் தடுக்கி விழுந்திருக்கிறான்.

அவன் தலையைத் தொட்டுப் பார்த்தான். கையில் ரத்தம்.

அவனை அவன் நண்பன் ஏமாற்றிவிட்டான். மனைவி ஏமாற்றிவிட்டாள். தன்னை ஏமாற்றாமல் ஏமாற்றிவிட்டார்கள். எல்லோரும் அவனைப் பார்த்துச் சிரிக்கிறார்கள்.

உடம்பிலிருப்பதே உயிரின் குற்றம். அது ஒரு வேண்டாத இடைச்செருகல்.

எல்லோரும் சிரிக்கட்டும். உலகத்தை அதன் பௌதிகத்திலிருந்து காப்பாற்றுவது தன் கடமை.

அம்மா கையில் கண்ணாடியுடன் தோன்றுகின்றாள். இரவின் மங்கலான சிவப்பொளியில் அந்த உடம்பு தன்னைப் பார்த்து ஏளனம் செய்வது போல் புழுவாக நெளிகின்றது.

தவளையை விழுங்கப் பாம்பு ஓடுகின்றது. பௌதிக நியதி உள்ளவரை இந்த ஓயாத போராட்டம்.

ஆயிரமாயிரம் தவளைகளைத் துரத்திக்கொண்டு ஆயிரமாயிரம் பாம்புகள் ஓடுகின்றன.

அவன் வீட்டுக்கு ஓடினான். ஆவேசம் வந்ததுபோல் கதவைக் காலால் உதைத்தான்.

கண்களைக் கசக்கிக்கொண்டு எதிரே நின்றது உடம்பு.

சைதன்யத்தை அதன் உடம்பிலிருந்து காப்பாற்றவேண்டும்.

எதிரே அம்மா கையில் கண்ணாடியுடன் நின்றாள். கிழிந்த ரவிக்கை, அவிழ்ந்த கூந்தல்.

அவன் மனைவிக்கு ஆச்சரியப்படக்கூட நேரமில்லை.

32. ‘ஒரு அட்டையை என்னிடம் கொடுங்கள்’

டி-65, டிஃபென்ஸ் காலனி. இந்த வீடுதான்.

பச்சைப் பசேல் என்றிருந்த தோட்டத்துக்குள்ளே வெள்ளை வெளேரென்றிருந்தது வீடு. வெள்ளை பரிசுத்தம், ஆனால் இது ஆஸ்பத்திரி வெள்ளை. திகில் கொடுக்கும் வெள்ளை. அதோடு, இவ்வளவு செடி கொடிகளும் இருக்கின்றனவே, பாம்பு வராது! பாம்பு என்றால் அவனுக்குப் பயம்.

கும்பகோணத்தில் அவன் சின்னப் பையனாக இருந்தபோது ஒரு நாள் விடியற்காலையில் கொல்லைப்புறம் போனான். புடலைக் கொடியருகே சலசலத்தது. கையிலிருந்த அரிக்கேன் விளக்கைப் பெரிதாக்கிக் குனிந்து பார்த்தான். புடலைதான். ஆனால் கொடியி லிருந்து இறங்கி நெளிந்தது போல அவனுக்குத் தோன்றியது. அவ்வளவுதான், கையிலிருந்த விளக்கு கீழே விழுந்தது. ‘பாம்பு!’ என்று கத்தினான். மறுபடியும் தோட்டத்து வேலிக்கப்பால் சலசலப்பு. இரண்டு பேர் ஓடி வந்தனர். மாடியில் குடியிருந்த காலேஜ் பையன் வேம்புவும், கூடத்திலிருந்த சரக்கு மாஸ்டர் கிட்டாவின் பெண் அவயமும், பாம்புக்கோ அல்லது அவனுக்கோ பயந்து இருவரும் உள்ளே போய்விட்டார்கள். அதற்குப் பிறகு ஐந்தாறு மாதம் கழித்து அவயம் கிணற்றில் விழுந்து செத்துப் போனாள். வேம்புவை எல்லோரும் திட்டினார்கள். அவன் அவர்களைத் தோட்டத்தில் பார்த்த ஒரு மாதத்துக்குப் பிறகு வேம்பு அறையை காலி செய்துகொண்டு போய்விட்டான்.

பாம்பு சைத்தான். அதைக் கொல்லவேண்டும். சே, நான் கிறிஸ்து வனா, இப்படி நினைக்க? - ஃப்ராயிட் என்ன சொல்லுகிறான், இதைப் பற்றி?

என்ன பைத்தியக்காரத்தனம்? வேலை வேண்டி ஒரு பெரிய மனிதரைப் பார்க்க வந்திருக்கிறோம். பாம்புக் குறியீட்டைப் பற்றி ஃப்ராயிட் என்ன சொல்லுகிறான் என்று யோசிக்க இதுவா நேரம்?

வீட்டுக்குள் நுழையலாமா? - நாய் இருக்குமோ? - பக்கத்து வீட்டு மாடியில் கம்பீரமாக நின்றது ஒரு அல்சேஷன். அது அவனது நடவடிக்கைகளைக் கவனித்துக்கொண்டிருந்தது. அவன் அதைப் பார்த்து ஒரு புன்னகை செய்தான். உடனே அது வேறுபக்கம் திரும்பிக்கொண்டது. நாய்களுக்கு கிளாஸ் கான்ஷியஸ்னெஸ் எப்படி உண்டாகிறது? பங்களா நாய்கள் அழுக்குச் சட்டையைப் பார்த்துக் குரைக்கின்றன. குடிசை நாய்கள் வெள்ளைச் சட்டையைச் சீறுகின்றன.

அவன் இரும்பு கேட் பக்கத்தில் ஏதாவது 'நாய் ஜாக்கிரதை' என்ற பலகை தொங்குகிறதா என்று பார்த்தான், இல்லை. 'ஆர், திருமலை அய்யங்கார்' என்று மின்விளக்கில் ஒளிரும் பெயர். எச்சரிக்கைக்கு, ஒரு வேளை இதுவே போதுமோ?

இரும்பு கேட்டை மெதுவாகத் திறந்தான். அங்கிருந்து தொடங்கி, கேரேஜ் மட்டும் செல்லும் நீண்ட சிமெண்ட் காங்க்ரீட் பாதை. பங்களா வாயில் முகப்பில் பசுமை கிளைத்துத் தொடங்கியது. நிழலின் சுகத்தில் ஆழ்ந்த வெராந்தா. கூடை நாற்காலிகள் ஐந்தாறு போடப்பட்டிருந்தன.

அவன் தயங்கிக்கொண்டே வராந்தாப்படிகளில் ஏறினான். காலிங் பெல்லை அழுத்தினான். உள்ளே ஸ்வரங்கள் சிதறின.

யார் மீதோ கல்லை விட்டெறிந்துவிட்டாற் போல் பயம். இவ்வளவு பெரிய வீட்டுக்கு வந்து காலிங் பெல்லை அழுத்தி விட்டோமே. திருமலை அய்யங்காரே வந்து கதவைத் திறந்தால் அவரிடம் என்ன பேசுவது? ஒத்திகை பார்க்காமல் வந்துவிட்டது தப்பு. 'என் பெயர் முரளி. கும்பகோணம் ஹெட்மாஸ்டர் கிருஷ்ணமூர்த்திராவ் பிள்ளை. டில்லிக்கு வந்தேன். ஒரு வேலைக்காக. கிடைக்கவில்லை. அப்பா இருந்தபோது உங்களைப் பற்றி அடிக்கடி சொல்லுவார். உங்கள் அட்ரஸ் நேற்றுத்தான் கிடைத்தது.' இப்படியே இரண்டு தடவை சொல்லிப் பார்த்துக் கொண்டான்.

இன்னும் ஏன் கதவைத் திறக்கவில்லை? - மறுபடியும் பெல்லை அழுத்தினான்.

‘கோன் ஹை?’ - ஒரு பெண் குரல். கடவுளே, இதற்கு எப்படிப் பதில் சொல்வது? - ‘கும்பகோணம் ஹெட் மாஸ்டர் கிருஷ்ண மூர்த்தி ராவ் பிள்ளை முரளி’ - இவ்வளவு நீண்ட வாக்கியத்தைக் கத்த முடியுமா? கத்தினால் வேடிக்கையாக இருக்கும்.

‘கோன் ஹை?’ - குரல் அதட்டி ஒலித்தது.

‘முரளி’ என்று சொன்னால் அவர்களுக்கு என்ன புரியப் போகிறது? ‘இந்திரா காந்தி’ என்று சொல்லிப்பார்க்கலாமா? கதவைத் திறக்கலாம். ஆனால் பைத்தியத்துக்கு வேலை கொடுக்கமாட்டார்களே?

மறுபடியும் ஒருமுறை பெல்லை அழுத்தலாமா? - எனக்கு இந்தச் சின்ன விஷயங்கள் கூடவா பிரச்னையாகப் போகவேண்டும்? திரும்பி போய் விடுவதுதான் நல்லது. பக்கத்து வீட்டு மாடியில் அல்சேஷன் நின்றுகொண்டிருந்தது. நின்றதோடு மட்டுமல்லா மல் முறைத்துப் பார்த்துக்கொண்டிருந்தது.

முரளி மூன்றாவது தடவையாக பெல்லை அழுத்தினான்.

‘கியா பாத் ஹை?’ - என்று சொல்லிக்கொண்டே கோபத்துடன் கதவைத் திறந்தாள் ஒரு பெண்.

பதினாலு, பதினைந்து வயதிருக்கும். சல்வார், கமீஸ் அணிந் திருந்த அவள் ஐஸ்கிரீம் சாப்பிட்டுக் கொண்டிருந்தாள்.

‘திருமலை அய்யங்கார்!’ என்று கூறிவிட்டு நிறுத்தினான் முரளி. ஒத்திகை பார்த்ததை இவளிடம் சொல்லி வீணாக்குவானேன்?

‘ஆப் கோன் ஹை?’

ஒத்திகை பார்த்தது சௌகரியமாகப் போனது. ‘கடகட’வென்று ஒப்பித்தான் முரளி.

அந்தப் பெண் அவனை ஏற இறங்கப் பார்த்தாள். ஒன்றும் பதில் சொல்லவில்லை. தான் சொன்னது அவளுக்குப் புரியவில்லை என்று தோன்றியது அவனுக்கு.

அந்தப் பெண் உள்ளே போய் சோபாவில் உட்கார்ந்து கொண்டாள். அவள் பக்கத்தில் இருந்த ரேடியோகிராமிலிருந்து பாப் மியூசிக் வந்து கொண்டிருந்தது.

முரளிக்கு என்ன செய்வதென்று புரியவில்லை. உள்ளே போவதா, வேண்டாமா?

அந்தப் பெண் திடீரென்று நினைத்துக் கொண்டவள் போல், 'மம்மி! ஸம்படி...' என்று சொல்லிவிட்டு இசைக்குத் தகுந்த படிக்காலை ஆட்டத்தொடங்கினாள்.

சிறிது நேரம் கழித்து 'மம்மி' வந்தபோது அவனுக்கு ஆச்சரியம் காத்திருந்தது. அய்யங்கார்க் கட்டுடன் நெற்றியில் வட்டமான குங்குமத்துடன், வைரத்தோடு ஜொலிப்புடன்தான் 'மம்மி' வந்தாள். 'யாரு?' என்றாள் அவள்.

முரளி மறுபடியும் ஒப்பித்தான்.

'அப்படியா? இப்படி உட்காருங்கோ. பூஜை பண்ணிண்டிருக்கார். முடியற நேரம்தான்.'

அவன் சோபா நாற்காலியில் உட்கார்ந்தான். அந்தப் பெண்ணின் ஒரு கையில் காமிக்ஸ், இன்னொரு கையில் ஐஸ்கிரீம். உடம்பும் காலும் தாளத்தில் இசைந்தன. அவள் அவன் உள்ளே வந்து உட்கார்ந்தபோது கூட ஏறிட்டுப் பார்க்கவில்லை.

சம்பிரதாயக் கோலத்துடன் காட்சி அளிக்கும் தன் அம்மாவை, அவள் 'மம்மி' என்று கூப்பிடுவது ஏன் அவளுக்கே வேடிக்கை யாகப்படவில்லை? - அல்லது அந்த அம்மாவுக்குத்தான் ஏன் தோன்றவில்லை? ஒரே வீட்டில் இரண்டு கண்டங்கள் இப்படி இணைந்து வாழ்வதைப் பார்ப்பது அவனுக்கு அதுதான் முதல் அனுபவம்.

'திருமலை அய்யங்கார்' என்ற பெயரையும், 'பூஜை பண்ணிண்டி ருக்கார்' என்று அந்த அம்மா சொல்வதையும் பார்த்தால் அவரும் அனுஷ்டானங்களிலே ஊறியவர் என்றுதான் தோன்றுகிறது. ஆனால் அவர் பார்த்து வந்த உத்தியோகமோ, ஐந்தாறு கம்பெனி களின் நலன்களை டில்லியில் கவனித்து வரும் பொறுப்பு. அதோ, அந்த ரெஃப்ரிஜிரேட்டரைத் திறந்தால் கலர் கலராகத் தெரியலாம். அதற்காக அவரும் குடிக்கிறார் என்று அர்த்தமா? கசாப்புத் தொழில் செய்து வந்தாலும், பெற்றோருக்கு உரிய முறையில் பணிவிடை செய்து வந்த உத்தமனைப் பற்றிப் புராணங்கள் சொல்லவில்லையா? இருந்தாலும் ரெஃப்ரிஜிரேட் டரைத் திறந்து பார்க்கவேண்டுமென்ற ஆசை அவனுக்கு ஏற்பட்டது.

அப்பொழுது உள் பக்கத்து அறையில் இருந்து பூதாகாரமான உடலுடன் ஒருவர் வந்தார். இவர் தான் திருமலை அய்யங்காராக இருக்க வேண்டும். நெற்றியில் பளிச்சென்ற நாமம். அகன்ற முகம். இரு பக்கமும் வரப்புக் கட்டிவிட்டாற் போன்ற மயிரைத் தவிர, மற்றபடி தலை வழுக்கை. நீண்ட வாய். காதை எட்டிப் பிடிக்காத குறைதான்.

முரளி எழுந்து நின்றான். அவர் அவனை ஏறிட்டு நோக்கினார். முரளி ஒப்பித்தான்.

'ஹூம்... உட்காரு!' என்று அவர் சொன்னதும் அவன் உட்கார்ந்தான். அவர் சோபாவில் சாய்ந்துகொண்டார்.

ஒருவன் பயபக்தியுடன் வெள்ளி வெற்றிலைப் பெட்டியை டீபாய் மீது வைத்து, அதை அவரிடம் நகர்த்தினான். பழைய மொகலாய மன்னர்களுக்குப் பணியாட்கள் ஹூக்காவை எடுத்துக் கொடுப்பது போலிருந்தது அவனது செய்கை.

'ஹூம்...' என்றபடி அவர் வெற்றிலையைக் காம்பு கிள்ளிக் கிரமமாகப் போட ஆரம்பித்தார்.

'ஹூம்...' என்று இரண்டாவது தடவையாகச் சப்தம் வந்தது. அது கேள்வியா, அல்லது அவர் சிரம பரிகாரம் செய்து கொள்கிறாரா என்று முரளிக்குப் புரியவில்லை.

'கிருஷ்ணமூர்த்தி ராவ் போயிட்டாரா? பாவம்!' என்றார் திருமலை அய்யங்கார்.

முரளி பேசாமலிருந்தான்.

'அந்த மாதிரி டீச்சர் இப்போ ஏது? அவரைக் கண்டா எங்களுக்கெல்லாம் சிம்மசொப்பனம். இப்போ வாத்தியாரை சிகரெட்டுக்கு நெருப்புக் கேக்கறானுக பசங்க. டிசிப்பிளன் எங்கே இருக்கு - இந்தக் கன்ட்ரி உருப்படாது.'

புகையிலையை உருட்டி இடக் கன்னத்தில் அடக்கிக் கொண்டபடியே 'எப்போ போனார், கிருஷ்ணமூர்த்தி ராவ்?' என்று கேட்டார்.

'ஏழெட்டு வருஷமாறது.'

'நீ படிச்சிண்டிருந்தியோ?'

'ஆமாம். இந்த வருஷம்தான் பி.ஏ. பாஸ் பண்ணினேன், செகண்ட் கிளாஸ்.'

திருமலை அய்யங்கார் இடைமறித்தார். 'அவருக்கு என்ன உடம்பு, எப்படிப் போனார்?'

'டி.பி. சரியாச் சாப்பிடறதே கிடையாது. நாங்க ஒன்பது பேர். அஞ்சு அக்காக்களுக்குக் கல்யாணம் ஆயிடுத்து. கல்யாணத்துக்கு இன்னும் ரெண்டு தங்கை இருக்கா. கடைசித் தம்பி ஒருத்தன் இருக்கான், படிக்கிறான்.'

'ஹீ வாஸ் எ வெரி குட் டீச்சர். அதோ இருக்காளே என் டாட்டர், அவ பள்ளிக் கூடத்திலே என்ன சொல்லிக் கொடுக்கறா, கேளு. ஒரு மண்ணும் கிடையாது. பீஸ் மட்டும் நூறு ரூபா. அதைத் தவிர அதுக்கு இதுக்குன்னு இன்னும் ஐம்பது ரூபா.'

அந்தப் பெண் திரும்பிப் பார்த்தாள். 'வாட், டாடி?' என்றபடி.

'உங்க ஸ்கூலைப் பத்திச் சொன்னேன் - ஒண்ணும் சொல்லித் தராம மாசம் நூத்தம்பது ரூபா வாங்கிக்கறான்னேன்.'

'ஓ!' என்று சொல்லிவிட்டு, தோளைக் குலக்கிக்கொண்டு, மறுபடியும் காமிக்ஸில் ஆழ்ந்துவிட்டாள் அந்தப் பெண்.

'உங்கப்பாவுக்கு நாங்க பேர் கூட வெச்சிருந்தோம் - 'போளி ஸார்' - 'போளி ஸார் வரார், போறார்'னு ரகசியமாப் பேசிப்போம் - வராகக் குளக்கரைங்கிட்டேதானே உங்க வீடு?'

'ஆமாம். அந்த வீடு ஏலம் போயிடுத்து. அப்புறம் கர்ணக் கொல்லை அக்கிரஹாரத்துக்குக் குடிவந்தோம். அப்பா போனப்புறம் எங்கம்மா ரொம்பக் கஷ்டப்பட்டு எங்களைப் படிக்க வெச்சா.'

'ஏலம் போச்சுன்னியே, அந்த வீட்டு வாசல் திண்ணையிலே உட்கார்ந்துதான் நாங்க லூட்டி அடிக்கிறது வழக்கம். நானும் ரெண்டு, மூணு வீடு தள்ளித்தான் குடியிருந்தேன். அப்போ உங்காத்திலே வெங்கடேசன்னு ஒரு பையன் இருந்தான். சரியான வால். அவனோடதான் விளையாடுவோம். இப்போ அவன் எங்கே இருக்கானோ, தெரியலே.'

'கோயில்லே திருமஞ்சனத்துக்குத் தண்ணி இழுத்துக் கொண்டிருக்கார்.'

'த்ஸொ, த்ஸொ, பாவம்! நம்ம நாட்டிலே டேலண்ட்டெல்லாம் இப்படித்தான் வீணாப் போயிண்டிருக்கு. காப்பி சாப்பிடறியா?'

'தாங்க் யூ. இப்போதான் சாப்பிட்டுட்டு வந்தேன்.'

'பரவாயில்லே. இன்னொரு தடவை சாப்பிடு. ரகுவீர் சிங், ஏக் கப் காஃபி லாவ்.'

நழுவி விழுந்த பட்டு அங்கவஸ்திரத்தை மறுபடியும் மேலே போர்த்திக் கொண்ட அவர், 'அந்தத் தலைவேதனையை நிறுத்தேம்மா' என்று தம் மகளிடம் ரேடியோகிராமைச் சுட்டிக் காட்டினார்.

'ஸாரி டாடி. இஃப் யூ வான்ட் யூ கான் கோ அப்.'

'பாத்தியோன்னோ? நான் மாடிக்குப் போகணுமாம்! எவ்வளவு ரிகார்ட் வாங்கிப் போட்டிருக்கேங்கிற? அரியக்குடி, செம்மங்குடி, மதுரை மணி, முசிறி, செம்பை, எம்.எஸ். எல்லாம் இருக்கு. ஆனா இவ கேக்கிறது என்னவோ, நாள் பூரா, பாப் ம்யூஸிக். இதான் இந்தக் காலத்து யூத். என்ன சொல்றே நீ?'

'ஆமாம். நீங்க சொல்றது வாஸ்தவம்தான்.'

'போறாக்குறைக்கு ஜெனரேஷன் கேப், அது இதுன்னு பத்திரிகையிலே வேறே எழுதித் தொலைச்சுடறானுகள். ஒண்ணு மட்டும் நிச்சயம், இந்தத் தலைமுறைக்கு கேரக்டரே கிடையாது. டிஸிப்ளின் பூஜ்யம். காப்பி சாப்பிடு!' வேலைக்காரன் கொண்டு வந்த காப்பியை எடுத்துப் பருகத் தொடங்கிய முரளி, 'நீங்க சாப்பிடலியா?' என்று கேட்டான்.

'நோ நோ. நான் அதிகமாகக் காப்பி சாப்பிடறதில்லே.பிளட் பிரஷர். ஓச்சல் ஒழிவில்லாமெ அலைச்சல். பிளட் பிரஷர் வராம என்ன செய்யும்? நேத்து ராத்திரிதான் பெங்களூர்லேருந்து வந்தேன். அதுக்கு ரெண்டுநாள் முன்னாலே கல்கத்தா, போன வாரம் பூரா பம்பாய், கொச்சின், ஹைதராபாத்துனு ஒரே சுத்தல். 'பறந்துண்டுதானே இருக்கான். இதிலே என்ன சிரமம்?'னு தெரியாதவா சொல்லுவா. போய்ப் பார்த்தான் தெரியும் என்ன சொல்றே நீ?'

'ஆமாம். நீங்க சொல்றது வாஸ்தவம்தான்.'

'சுல்தான்பூர் மகாராஜா ஃபாரின் கோலாபரேஷனோட ஒரு எருமை தோல் ஃபாக்டரி ஆரம்பிக்கிறதா இருக்கான். இப்போ

எருமைத் தோலுக்கு நாடு பூரா ஏகப்பட்ட டிமாண்டு. இதைப் பத்தி ஒரு ஸ்டேட் மினிஸ்டரோட பேசிண்டிருக்கிறபோது, அதை எவனோ ஒருத்தன் டேப்ரிகார்ட் பண்ணி வெளியிலே விட்டுட்டான். காபினெட்டிலே தான் ஏகப்பட்ட குரூப் இருக்கே! ஒருத்தன் பேசறதை இன்னொருத்தன் பக் பண்ணறது, இதான் வேலை. தேசத்திலே ஒழுக்கம் எங்கே இருக்கு சொல்லு?'

'இப்போ என்ன ஆச்சு அந்த டீல்?'

'என்ன ஆறது? அந்த மந்திரி போய் இன்னொரு மந்திரி வந்துட்டான். அவனுக்கு அழுது தொலைச்சாச்சு. இவனுக்கு இப்போ அழணும். சுல்தான்பூர் மகாராஜா என்னை விடமாட்டேங்கறான். 'நீ தான் இதை முடிச்சுத் தரணும்ங்கிறான். அதான் ஒரே அலைச்சல். வெள்ளைக் காரன் காலத்திலே ஐ.ஸி. எஸ்ஸை வளைச்சுக்கட்டினாப்போறும். இப்போ மந்திரி வேறே இருக்கானே! நீ ஏதோ நம்மூர்ப் பையன் கிறதாலே எல்லாத்தையும் உங்கிட்டே சொல்றேன். இந்த வேலை இருக்கே, இது நாய் பிடிக்கிற மாதிரி. சாமர்த்தியமாப் பிடிச்சா பிடிக்க லாம். கொஞ்சம் தப்பிட்டா, ஆள் மேலே விழுந்து கடிச்சுக் குதறிடும். பாரேன், போன வருஷம் பேப்பர்லே அடிபட்டுதே, ராமசேஷன் விவ காரம். நம்மூர்க்காரர்தான். மந்திரியும் தப்பிச்சுண்டுட்டான், செகரட் டரியும் தப்பிச்சுண்டுட்டான். ராமசேஷன் கம்பி எண்ணிண்டிருக்கார். இந்த வேலை உனக்கு வேண்டாம். வேறே பாரு.'

'இந்த வேலைதான் வேணும்னு நான் சொல்லல்லே. உங்களுக்கு ரொம்பப்பேர் தெரிஞ்சவா இருப்பா. உங்க சிபாரிசிலே...'

'யார் இருக்காங்கிற? விஜிலன்ஸ் கமிஷன், அது இதுன்னு எல்லாரும் பயப்படறானுக. நானும் யாரானும் கவர்ன்மெண்ட் ஆபீஸர் வீட்டுக் கல்யாணத்துக்குப் போனாகூட பின்னாலேயே ஸி.ஐ.டி. வராத குறைதான். அவ்வளவு கெடுபிடி, தடபுடல் எல்லாம். சம்பாதிச்சது போறும்னு நானே ரிடையராயிடலாம்னு பாக்கறேன். என்ன சொல்றே நீ?'

அப்பொழுது டெலிபோன் ஒலித்தது. அந்தப் பெண் எழுந்து சென்று டெலிபோனை எடுத்தாள். 'டாடி, ஃபார் யூ' என்றாள்.

திருமலை அய்யங்கார் எழுந்து போனார்.

'எஸ். திருமலை ஹியர். ஓ, நீங்களா? நமஸ்காரம் ஸார். அப்படியா? இப்போ உடம்பு தேவலையா? ஆமாம். இன்னிக்கு

லண்டன்லேருந்து பி.ஓ.ஏ.ஸி. நைட் ஃப்ளைட்லே வரது. கிளியரன்ஸுக்கு ஏற்பாடு பண்ணிடுங்கோ. தட் ஈஸ் ஆல்ரைட். இது ஒண்ணும் பெரிய விஷயமில்லே. அப்புறம், அந்த மேத்தா விவகாரம் என்ன ஆச்சு? ஆல்ரைட். நீங்களே வரேளா இங்கே? ஓ! இன்னிக்கு செகன்ட் ஸாட்டர்டேயா? சரி. வாங்கோ.'

திருமலை அய்யங்கார் மறுபடியும் சோபாவில் வந்து உட்கார்ந்தார். 'சரி. அப்புறம் என்ன விஷயம். சொல்லு.'

'கொஞ்சம் ஹெல்ப் பண்ணினேள்னா தேவலை. ரொம்பக் கஷ்டமா இருக்கு. டில்லிக்கு வந்து ரெண்டு மாசமாறது.'

'நான் என்னத்தைச் செய்ய முடியும் சொல்லு? உன் அட்ரஸைக் குடுத்துட்டுப் போ. ஐ வில் ரைட் டு யூ இஃப் எனிதிங் கம்ஸ். நீயும் என்னையே நம்பிண்டிருக்காதே. வேணும்னா இப்போ உனக்கு அஞ்சு பத்து தரேன். இஃப் யூ ஆர் ஷார்ட் ஆஃப் மணி.'

அந்தப் பெண் அவனை அப்பொழுது நிமிர்ந்து பார்த்தாள். அவன் முகத்தில் ரத்தம் பாய்ந்தது. பூதாகாரமான அந்த உடம்பைக் கண்ட துண்டமாக வெட்டினால் எவ்வளவு கிலோ சதை தேறும்? சிபி சக்கரவர்த்தி கண்ட பருந்து இவரைப் பார்த்திருந்தால் புறாவை நாடியே இருக்காது.

அந்தப் பெண் எழுந்து சென்று ஃப்ரிட்ஜிலிருந்து இன்னொரு கப் ஐஸ்கிரீம் எடுத்துக்கொண்டாள். முரளி நினைத்தது சரிதான். ரெஃப்ரிட்ஜிரேட்டரில் கலர்கலராகத் தெரிந்தன, 'வாட் 69 ஓல்ட்' ஸ்மக்ளர் அந்த செல்லாரில் இருக்கலாம். பியர் பாட்டில்கள் இன்னும் என்னென்னவோ அவனுக்குத் தெரியாத பெயர்கள்.

'நோ. இப்படி ஐஸ்கிரீம் சாப்பிட்டா என்மாதிரி ஆயிடுவே.' - திருமலை அய்யங்கார் இதைச் சொல்லிவிட்டுக் குலுங்கி குலுங்கிச் சிரித்தார்.

'ஹௌ கேர்ஸ்?' என்றாள் அந்தப் பெண்.

அப்பொழுதுதான் அவனுக்கு திடீரென்று அந்த எண்ணம் தோன்றியது. 'ஹௌ கேர்ஸ்?'

'வந்து, ஒரு ரிக்வெஸ்ட்.' என்று ஆரம்பித்தான் முரளி. 'நீங்களோ வேலை வாங்கித்தரது கஷ்டங்கறேள். இந்த விஷயத்திலே உங்களுக்கு அனாவசியமா நான் தொந்தரவு கொடுக்க விரும்பல்லே. பட்...'

‘அதான் தெரியுமே எனக்கு! பணம் கேக்கத்தான் வந்திருக்கே, அப்படித்தானே? ஐ கான் கிவ் யூ டென் ருபீஸ்.’

முரளி கஷ்டப்பட்டுக் கோபத்தை அடக்கிக்கொண்டான். ‘பணம் வேண்டாம் எனக்கு.’

‘பின்னே என்ன வேணும்?’

‘கான் ஐ ஹாவ் எ டிரிங்க், வாட் - 69? நான் சாப்பிட்டுப் பார்த்ததே இல்லே.’

அந்தப் பெண் அவனைத் திரும்பிப் பார்த்தாள். அவள் முகத்தில் புன்னகை. முரளியின் மனம் உற்சாகத்தால் பொங்கி வழிந்தது. திருமலை அய்யங்காரோ மின்சாரத்தால் தாக்குண்டவர் போல், ‘வாட், வாட், வாட்?’ என்றார். அதற்கு மேல் அவரால் பேச முடியவில்லை. ஆகாயத்தில் உட்கார்ந்தபடி குனிந்து பேசிக் கொண்டிருந்தவரை ஒரே நிமிஷத்தில் இழுத்துத் தரைமட்டத்தில் தனக்குச் சமமாக உட்காரவைத்துப் பேசிவிட்டானே!

‘கிருஷ்ணமூர்த்தி ராவ் பிள்ளையாடா நீ? கேரக்டர்லெஸ் ரோக். என்கிட்டியே வந்து விஸ்கி கேக்கறியா? கெட் அவுட், ஐ ஸே கெட் அவுட்.’

‘தாங்க்யூ, மிஸ்டர் திருமலை அய்யங்கார்’ பயந்துகொண்டே உள்ளே போனவன், நிம்மதியுடன், சந்தோஷத்துடன் வெளியே வந்தான்.

‘மிஸ்டர். ஒன் மினிட்...’

அவன் திரும்பிப் பார்த்தான். திருமலை அய்யங்காரின் பெண் தான். ‘யூ ஹாவ் கட்ஸ். ஐ லைக் யூ’ என்றாள் அவள்.

‘தாங்க்யூ’ என்று அவன் சொன்னதும் அவள் உள்ளே போய்விட் டாள்.

அப்பொழுது ஏற்பட்ட தன்னம்பிக்கையில் அவன் எது வேண்டு மானாலும் செய்யத் தயாராக இருந்தான்.

எங்கே போவது? பையில் பத்துப் பைசாவைத் தவிர வேறு காசே இல்லை. கட்ஸ் மட்டும் இருந்து என்ன பிரயோஜனம்? பஸ்ஸில் டிக்கெட் இல்லாமல் போகமுடியாது. மெஸ்ஸில் கடன் சொல்லிச் சாப்பிடமுடியாது. போன மாதம், அப்படிச் சாப்பிட்டுக்

கொண்டிருந்த பையன் ஓடிவிட்டான். அதிலிருந்து நாயருக்கு பயம். 'பணம் வெச்சாத்தான் ஸாரே, சாப்பாடு' என்று சொல்லி விட்டான். டிஃபென்ஸ் காலனியிலிருந்து கரோல்பாக்குக்கு நடந்து போவதென்பது சாதாரணக் காரியமல்ல. கௌரவத்தை விழுங்கிவிட்டு அவரிடம் பத்து ரூபாயை வாங்கிக்கொண்டிருக்க லாம். ஆனால் பணம் வாங்கத்தான் வந்திருகிறோமென்று அவர் நினைத்துக் கொள்வார். அதையும்தான் அவர் சொல்லிவிட் டாரே!

அவன் அப்படியே நடந்து போய்க்கொண்டே இருந்தான். சப்தர் ஜங் தாண்டி செம் பார்ட் கிளப்பையும் கடந்து பிரதம மந்திரி வீட்டருகே வந்துவிட்டான். அங்கே பெரிய கூட்டம். பேங்குளைத் தேசியமயமாக்கியதற்காகப் பிரதம மந்திரியைப் பாராட்டச் சென்ற அரசாங்கக் கைதிகளின் கூட்டம். போலீஸ் பந்தோபஸ்து பலமாக இருந்தது.

'ஏழைகளுக்காக நான் உழைப்பதைப் பணக்காரர்கள் விரும் பில்லை. என்னை ஒழித்துவிடப் பார்க்கின்றனர். இந்நாட்டில் வறுமை தொலைய, பேங்கிலுள்ள ஒவ்வொரு பைசாவும், ஏழையின் கண்ணீரைத் துடைக்க நான் பாடுபடுவேன். அரசாங்கம் பேங்குகளை எடுத்துக் கொண்டதற்கு இதுவே காரணம். கைதிகளாகிய நீங்கள் திருந்தி இந்நாட்டில் சோஷலிஸம் ஏற்படப் பாடுபடுங்கள்' பிரதம மந்திரியின் இப்பேச்சை எல்லாரும் ஆரவாரத்தோடு வரவேற்றனர். முரளி சிறிது நேரம் அங்கேயே நின்று கொண்டிருந்தான்.

இந்நாட்டில் ஏழைகளே இல்லாமல் போய்விட்டால் யாரைக் காரணமாக வைத்துக் கொண்டு இந்த அரசியல்வாதிகளால் போராட முடியும்? ஜனநாயகத்துக்கு அறிகுறி அரசியல் கட்சிகள். ஏழைகள் இருந்தால்தான், அவர்களுக்காகப் போராடு வதாகச் சொல்லிக்கொண்டு அரசியல் கட்சிகள் நிலைபெற் றிருக்க முடியும். ஆகவே, ஜனநாயகத்துக்கு அறிகுறி ஏழைகள். எனக்கு தர்க்க அறிவு இல்லை என்று யார் சொன்னார்கள்?'

சோஷலிஸ மழை பெய்துவிட்டு பிரதம மந்திரி உள்ளே போன பிறகும், கூட்டத்தின் கோஷங்கள் வானத்தைப் பிளந்தன. முரளிக்குப் பசி வயிற்றைக் கிள்ளியது. வெறும் காப்பியைக் கொடுத்து அனுப்பிவிட்டார். வாட் 69 கொடுக்காவிட்டாலும், ஏதாவது டிபனாவது தந்திருக்கலாம்.

அப்பொழுது ஒரு சிறிய கூட்டம் பிரதம மந்திரியின் வீட்டு வாயிலில் வந்து நின்றது. ஐம்பது பேர்கள் இருக்கலாம். அவர்கள் கையில் பல குச்சிகள் இருந்தன. ஒவ்வொன்றிலும் ஒரு அட்டை தொங்கியது. அதில் ஏதோ எழுதப்பட்டிருந்தது. முரளி அவர் களை நோக்கிச் சென்றான். இரண்டு ராஜ்யங்களுக்கிடையே உள்ள எல்லைத் தகராறு பற்றிய விவகாரம். ஒரு குறிப்பிட்ட கிராமத்தை இரண்டாகத் தடுத்து ஆளுக்குப் பாதியாகக் கொடு என்பது கோரிக்கை. இல்லாவிட்டால் பிரதமர் வீட்டெதிரே 'சாகும்வரை உண்ணாவிரதம்'.

முரளி அவர்களுடைய தலைவரிடம் சென்று பேச்சுக் கொடுத் தான். 'நான் உங்களை ஆதரிக்கிறேன்.'

'நீங்கள் யார்?'

'தமிழ்நாடு. உங்கள் கோரிக்கையை ஆதரித்து நானும் உண்ணா விரதம் இருக்கிறேன்.'

'நன்றி. உங்களுக்குப் பழக்கம் இருக்கிறதா?'

'இருக்கிறது. ஏற்கெனவே பத்து நாட்களாகப் பட்டினி.'

'சாகும்வரை என்பதில்லை, இன்றைக்கோ நாளைக்கோ கூட முடிந்துவிடும்.'

'தெரியும். அப்புறம் நிச்சயமாக சாப்பாடு கிடைக்குமா?'

'சாப்பாடு மட்டுமல்ல. வேறொரு ராஜ்யத்திலிருந்து வந்து எங்களை ஆதரிக்கும் உங்களைத் தலைவராகக்கூட ஆக்கிவிட லாம்.'

'சரி, ஒரு அட்டையை என்னிடம் கொடுங்கள்!' அவன் மனம் திருமலை அய்யங்காரை வாழ்த்தியது.

33. மயில்பொறி

டாக்டர் சதானந்தன் மிகவும் கோபமாக இருந்தார். இதற்கு இரண்டு காரணங்கள். ஒன்று, காலையில் எழுந்ததும் அவர் செய்தித்தாளில் படித்த கட்டுரை. இரண்டு, பக்கத்து அறையில் ரேடியோ அலறிக் கொண்டிருந்தபோது ஏற்பட்ட அசுர சப்தம்.

அவர் நாற்காலியிலிருந்து அசாத்திய எரிச்சலுடன் எழுந்திருந்தார். எழுந்த வேகத்தில் நாற்காலி மொஸைக் தரையில் கிறீச்சிட்டது. சோபாவில் படுத்தவாறு காலைக் கனவு மயக்கத்தில் ஆழ்ந்திருந்த சீஸர் பாதிக் கண்களைத் திறந்து, அவரை வெறுப்புடன் நோக்கியது.

பக்கத்து அறையில் ஒருவருமில்லை. ரேடியோவை நிறுத்திவிட்டு அவர் திரும்பினார். ரவி எதிரே வந்தான். அவன்தான் அவருடைய மூத்த மகன். பி.எஸ்.ஸி. படிக்கிறான்.

'டேய், எவ்வளவு தடவை சொல்லியிருக்கேன். உன்கிட்டே? ரேடியோவை அலறவிட்டுட்டு பாத்ரூம் கோகணுமா? 'மியூசிக் - இன் - அட்டெண்டன்ஸ்' வேண்டியிருக்கா? மறுபடியும் பண்ணே, ரேடியோவை உடைச்சுப் போட்டுடுவேன், ஜாக்கிரதை!'

ரவி அவரை ஆச்சரியத்துடன் நோக்கினான். அப்பாவுக்கு ஏன் இவ்வளவு கோபம்?

பதில் சொல்வதைக் காட்டிலும் மௌனமே சிறந்ததென்று நினைத்து அவன் ஒன்றும் பேசாமல், அவர் மூலையில் விட்டெறிந்திருந்த செய்தித்தாளை எடுத்துக்கொண்டு சோபாவில்

உட்கார்ந்தான். சோபாவில் படுத்துக் கொண்டிருந்த சீஸர் லேசாகக் கண்களைத் திறந்து வாலை ஆட்டியது.

செய்தித்தாளில் வந்திருந்த அந்தக் கட்டுரையைப் படித்த போதுதான் ரவிக்கு அப்பாவின் கோபத்துக்கு காரணம் புரிந்தது.

‘சுதந்தரத்துக்குப் பிறகு பயனடைந்தவர்களில் குறிப்பிடத் தக்கவர்கள் அரசியல்வாதிகள். அப்புறம், விஞ்ஞானிகள். விஞ்ஞானிகளுக்குக் கை நிறைய சம்பளம், நினைத்தபோது வெளிநாட்டுப் பயணம். கோடிக் கணக்கான பணம் செலவழித்து ஏற்படுத்தப் பட்டுள்ள விஞ்ஞான ஆய்வுக் கூடங்களில் என்ன நடக்கிறது? பொது மக்கள் பணம் இப்படியா விரயமாக வேண்டும்? பார்லிமெண்ட் இதைப்பற்றிச் சிந்தித்தல் அவசியம்.’

ரவி இதைப் படித்துக்கொண்டிருந்தபோது, டெலிபோன் ஒலித்தது. கையில் பேப்பரை எடுத்துக்கொண்டு அவன் டெலிபோன் அருகே சென்றான். அதற்குள் அவன் தங்கை சுதா எங்கிருந்தோ ஓடி வந்து டெலிபோனை எடுத்துவிட்டாள். இவளுக்கு என்ன இவ்வளவு அவசரம்? பாய் ஃபிரெண்டாக இருக்குமோ?

சுதாவின் முகத்தில் ஏமாற்றம் வெளிப்படையாகத் தெரிந்தது.

‘எஸ். ஐ வில் கால் ஹிம்’ என்றாள் சுதா.

அவள் டெலிபோன் வாயை ஒரு கையினால் மூடிக் கொண்டு, ‘அப்பா உங்களுக்கு போன், டாக்டர் கோஸ்லா’ என்றாள்.

சதானந்தன் குளிக்கப் போனவர், இடுப்பில் துண்டுடன் வந்தார்.

‘எஸ். சதானந்தன். குட் மார்னிங்.’

‘கட்டுரையைப் படித்தீர்களா?’

டாக்டர் கோஸ்லாவின் குரலில் சற்று நடுக்கம் கண்டிருப்பது போல் சதானந்தனுக்குப்பட்டது. டைரக்டர் என்ற பொறுப்பு அவருக்கு இருப்பதால், நாளைக்குப் பார்லிமெண்டில் கேள்விகள் வந்தால், அவர்தானே பதில் சொல்லியாக வேண்டும்?

‘படித்தேன். ஆபீஸுக்குச் சீக்கிரம் வருகிறேன், விவாதிக்கலாம்.’

‘குட். சீக்கிரம் வாருங்கள்.’

அவர் டெலிபோனைக் கீழே வைத்துவிட்டுத் திரும்பும்போது சுதா மறுபடியும் அவரைக் கூப்பிட்டாள்.

'அப்பா! உங்களைத் தேடிண்டு யாரோ வந்திருக்கா.'

'இப்போ, டயம் இல்லே, சொல்லு.'

'நமஸ்காரம்.'

இதற்குள் தேடி வந்தவர் உள்ளே வந்துவிட்டார்.

கிராப்புத் தலை. நெற்றியில் நாமம். காதில் சிவப்புக் கடுக்கன். பஞ்ச கச்சம். பழங்காலத்து அல்பாக்கா கோட்டு, கறுப்பு நிறம்.

'என் பேரு தேசிகன். மன்னார்குடியிலேந்து வரேன்.' மன்னார் குடியிலிருந்து தில்லி வரை நடந்தே வந்திருப்பார் போலிருக் கிறது. முகத்தில் அவ்வளவு அசதி. வரும்படியில்லாத வக்கீலோ, யாசகம் கேட்க வந்திருக்கிறாரோ, என்னவோ?

'எனக்கு இப்போ உங்களோட பேச நேரமில்லை. ஞாயித்துக் கிழமை கார்த்தாலே வந்தேள்னா...' என்று சதானந்தன் சொல்லி முடிப்பதற்குள் அவர் குறுக்கிட்டார்.

'ஒரே நிமிஷம். கேட்டேள்னா, போறும்.'

'என்ன?' - சதானந்தன் அலுப்புடன் கேட்டார்.

தேசிகன் கையிலிருந்த தஞ்சாவூர் சீவல் கடை விளம்பரப் பையிலிருந்து ஏதோ ஒரு ஃபைலை எடுத்தார். அதிலிருந்து ஒரு காகிதத்தை மிகுந்த பணிவுடன் சதானந்தனிடம் நீட்டினார். யாசகம்தான், சந்தேகமில்லை.

'என்ன எழுதியிருக்கு இதிலே? கண்ணாடி இல்லாமே என்னாலே வாசிக்க முடியாது.'

'டாக்டர் திவாரியைத் தெரியுமே உங்களுக்கு. ஹிஸ்டரி ப்ரொஃபஸர். இப்போ எம்.பி.யா.இருக்காரே? அவர் எழுதிக் கொடுத்திருக்கிற லெட்டர் இது.'

'என்ன எழுதியிருக்கார்?'

'என்கிட்ட பழைய ஏட்டுச் சுவடி சிலது இருக்கு. எங்காத்தை இடிச்சு கட்டறபோது கிடைச்சுது. ரொம்ப விசேஷமான

விஷயங்களைப் பத்தியெல்லாம் சொல்றது. அது கிடக்கட்டும், நீங்க சீவக சிந்தாமணி படிச்சிருக்கேளா?'

சதானந்தனுக்கு என்ன பதில் சொல்வதென்று தெரியவில்லை. மன்னார்குடியிலிருந்து பஞ்ச கச்சம் கட்டிக்கொண்டு ஒருவர், காலையில் வந்து 'சீவக சிந்தாமணி படித்திருக்கிறீர்களா?' என்று கேட்பாரென்று அவர் எதிர்பார்க்கவில்லை.

'சீவக சிந்தாமணியிலே சொல்றான், ஒரு மயில் பொறி விமானம் எப்படிப் பறக்கிறதுன்னு. பண்டவழ் விரலிற் பாவை பொறி வலந்திருப்பப் பொங்கி, விண்டவழ் மேகம் போழ்ந்து விசும்பிடைப் பறக்கும்.'

அவர் உற்சாகத்துடன் சொல்லிக்கொண்டிருக்கும் பொழுது சதானந்தன் அவரை இடைமறித்தார்.

'எனக்கு இப்போ வேலை இருக்கு. இன்னொரு நாள் சாவகாசமா வாங்கோ. சீவக சிந்தாமணி என்ன, பஞ்ச காவியங்களைப் பத்தியும் பேசுவோம். சரி, வரட்டுமா?'

'மன்னிக்கணும். நீங்க விஞ்ஞானி, இதிலே ஒரு விஷயத்தைப் புரிஞ்சுக்கணும். விசயைங்கிறவ தப்பிச்சுண்டு போற இந்த விமானம், ஒரு புல்லட்-ப்ரூஃப் ஜெட் மாதிரியெல்லாம் அந்தக் காலத்திலே விமானம் செஞ்சிருக்கா. என்கிட்டே அகப்பட்டிருக் கிற ஏட்டுச் சுவடி அதைப் பத்தித்தான்.'

'ஆல் ரைட். இதெல்லாம் இன்னொரு நாள் வாங்கோ, நிதானமா பேசிக்கலாம். இப்போ ப்ளீஸ் ஃபர் கிவ் மீ.'

சதானந்தன் உள்ளே போய்விட்டார்.

தேசிகன் சிறிது நேரம் அப்படியே பேசாமல் நின்று கொண்டிருந் தார். பிறகு கையிலிருந்த தாளை ஃபைலுக்குள் வைத்து, அதைப் பையில் போட்டுக்கொண்டார்.

'சரி, வரேம்மா.'

போனில் எண்களைச் சுழற்றிக் கொண்டிருந்த சுதா, புன்சிரிப் புடன் தலையை அசைத்தாள்.

'திவாரி ரொம்ப இன்ஃப்ளூயன்ஷல் ஃபெல்லோ.'

'அப்பா இவரை வெட்டு ஒன்று துண்டு இரண்டா பேசி அனுப்பி யிருக்கக்கூடாது' என்றான் ரவி.

'அப்பா உள்ளே இருக்கிறார், போய்ச் சொல்!' என்று சொல்வது போல், உள்ளே கையைக் காட்டினாள் சுதா.

'அது கிடக்கட்டும், நீ யாருக்குப் போன் பண்றே?' என்றான் ரவி.

சுதா பதில் சொல்லவில்லை.

'இந்த வீட்டிலே டிஸிப்ளினே கிடையாது' என்று சொல்லிக் கொண்டே கையிலிருந்த செய்தித்தாளால் சுதாவின் தலையில் லேசாகத் தட்டினான் ரவி.

சுதா புன்னகை செய்தாள்.

டாக்டர் சதானந்தன் போனபோது, டாக்டர் கோஸ்லா தீவிர யோசனையில் ஆழ்ந்திருந்தார். அவர் சதானந்தை உட்காரும்படி கையசைத்தார்.

டாக்டர் கோஸ்லாவைப் பற்றிச் சதானந்தனுக்கு நல்ல அபிப் பிராயம் கிடையாது. எங்கோ ஒரு பல்கலைக் கழகத்தில் பௌதீகப் பேராசிரியராக இருந்தவர், அரசியல் செல்வாக்கி னால் டைரக்டராக வந்துவிட்டார் என்பதுதான் அவரைப் பற்றி மற்றைய விஞ்ஞானிகளுடைய கருத்தும் கூட. பைப்பை வாயிலிருந்து எடுக்காமல் ஆங்கிலத்தில் அவரால் சரளமாகப் பேச முடியும்.

'என்ன செய்யலாம் என்கிறீர்கள்?' என்றார் டாக்டர் கோஸ்லா.

'எதற்கு?'

'எதற்கா? இந்தக் கட்டுரையை எழுதியுள்ளவர் (அவர் மேஜையி லிருந்த செய்தித்தாளைப் பைப்பினால் சுட்டிக் காண்பித்தார்) யாரென்று தெரியுமா உங்களுக்கு?'

'டாக்டர் திவாரி இருக்கிறாரே, எம்.பி. அவருடைய தம்பி. பார்லிமெண்ட் சிந்திக்க வேண்டுமென்பதில் உள்ளர்த்தம் ஏதோ இருக்கிறது. நாம் ஜாக்கிரதையாக இருக்கவேண்டும்.'

டாக்டர் திவாரி, காலையில் மன்னார்குடியில் இருந்து வந்திருப்ப தாகச் சொன்னாரே தேசிகன், அவர் திவாரியிடமிருந்து கடிதம்

கொண்டு வந்திருப்பதாகத்தானே கூறினார்! - அதற்கும் இதற்கும் ஏதாவது சம்பந்தம் உண்டோ?

'என்ன யோசிக்கிறீர்கள்?' என்றார் கோஸ்லா. அணைந்துபோன பைப்பை மறுபடியும் பற்ற வைத்துக்கொண்டே அவர் கேட்டார்: 'டாக்டர் திவாரி என்றால், சரித்திரப் பேராசிரியர் திவாரியா?'

'ஆமாம். அவருக்கு யாரையாவது குற்றம் குறை சொல்லாவிட்டால் தூக்கம் வராது. அது கிடக்கட்டும். எனக்கு ஒரு யோசனை. நாம் உடனுக்குடனே ஒரு ப்ராஜெக்ட்டை எடுத்துக் கொண்டு, ஏதாவது சென்ஸேஷனலாகச் செய்தால்தான், இந்த ஜனநாயக உலகைத் திருப்தி செய்ய முடியும். என்ன சொல்லுகிறீர்கள்?'

'நாம் ஆய்வுக் கூடமே, ஃபண்டெமெண்டல் பிஸிக்ஸில் ஆராய்ச்சி செய்யத்தான். சென்ஸேஷனலாக என்ன செய்ய முடியும்?'

'நீங்கள்தான் சொல்ல வேண்டும்.'

சதானந்தனுக்கு எரிச்சலாக வந்தது. சென்ஸேஷன்லாக ஏதாவது செய்யவேண்டுமே, அரசியலில் இருக்க வேண்டியவர்களெல்லாம் ஆராய்ச்சித்துறைக்கு வந்தால்!

'எனக்கு ஒன்றும் தோன்றவில்லை. ஆனால், திவாரி என்றதும் ஞாபகத்துக்கு வருகிறது.' என்று சொல்லிவிட்டு அவர் அன்று காலையில் பத்திரிகையில் வந்த செய்தியைப் பற்றிச் சொல்லிவிட்டு, தேசிகன் வந்துபோன விஷயத்தையும் சொன்னார்.

டாக்டர் கோஸ்லாவின் முகத்தில் ஒரு மலர்ச்சி ஏற்பட்டது.

'அவர் எங்கே இப்பொழுது?' என்றார் கோஸ்லா.

'எவர்?'

'மிஸ்டர் தேசிகன். இதுவே நம்முடைய ப்ராஜெக்டாக இருக்கட்டும்.'

'என்ன சொல்லுகிறீர்கள்? அவர் ஏதோ உளறிக் கொட்டுகிறார்.'

'உங்களுக்கு எப்படித் தெரியும் உளறலென்று? நான் உடனே அவரைப் பார்க்க வேண்டும்.'

'மன்னிக்கவும், நீங்கள் சுய பிரக்ஞையுடன் பேசுகிறீர்களா?'

'விஞ்ஞானத்திலும் உங்களுக்கு ஒரு வைதீக மனப்பான்மை. இல்லாவிட்டால் இப்படி அபத்தமாகப் பேசமாட்டீர்கள். நான் தேசிகனைப் பார்க்க வேண்டும்.'

சதானந்தனுக்கு எல்லையற்ற சினத்தால் பேச்சு வரவில்லை. சிறிது நேரம் பேசவில்லை.

'பொதுமக்கள் பணத்தை விரயமாக்குவதில் நான் பங்கு கொள்ள இஷ்டப்படவில்லை. சென்ஸேஷனலுக்காக எதையும் செய்ய நான் விரும்பவில்லை. இதைப் பற்றி மேலும் விவாதம் வேண்டாம்' என்றார் சிறிது நேரம் கழித்து.

'உங்கள் கருத்தை எழுதி அனுப்புங்கள். அதுதான் நாணயமான தும்' என்றார் கோஸ்லா.

'ஆல் ரைட், தாங்க் யூ.'

சதானந்தன் எழுந்திருந்தார்.

'இன்னொன்று, நான் திவாரியுடன் தொடர்புகொண்டு தேசிகனைப் பற்றிக் கேட்டறிந்து இந்த ப்ராஜெக்டை ஆராய நடவடிக்கைகள் மேற்கொண்டால், பிறகு, நீங்கள் வருத்தப்பட நேரிடலாம்.'

சதானந்தன் ஒன்றும் பேசாமல், அறையைவிட்டு வெளியேறி னார்.

ஒரு பயித்திரக்கார மனுஷன் ஏதோ ஏட்டுச்சுவடி கிடைத்தது என்று உளறினால், அதைச் செய்தியின் சுவாரஸ்யத்துக்காக ஆராய்ச்சிமேற்கொள்ள வேண்டுமென்று வீம்புக்கு செய் கிறானே, இவனை எதிர்த்துத் தம்மால் நிற்க முடியுமா? ஒரு வேளை, அந்த ஏட்டுச் சுவடிகளை பார்க்காமல் தாம் முடிவு செய்வது தப்பாகப் போய்விட்டால்? நான்ஸென்ஸ். புல்லட் பரூஃப் ஜெட்டாம், சீவக சிந்தாமணியாம்.

அவர் கோபத்துடன் தம் நாற்காலியில் போய் உட்கார்ந்தார். தம்முடைய அஸிஸ்டென்டைக் கூப்பிட்டுத் தம் கருத்தை டிக்டேட் செய்யத் தொடங்கினார்.

இரண்டு நாள்கள் கழித்து அவர் ஆபீசுக்குச் சென்றபோது, தேசிகனும் உள்ளே நுழைவதைப் பார்த்தார்.

'நமஸ்காரம்.'

'ஓ! நீங்களா?'

'டாக்டர் கோஸ்லா கூப்பிட்டனுப்பிச்சார். பார்க்கலாம்னு!'

'அப்படியா?'

அவர் அதற்கு மேல் ஒன்றும் சொல்லாமல் தனது அறைக்குப் போனார். மேஜையில் அவர் பார்வைக்காக ஒரு கடிதம் இருந்தது.

'உங்களுடைய ஆட்சேபணைக் குறிப்பை மிகுந்த அக்கறையுடன் படித்தேன். ஆனால், ஏற்றுக்கொள்ள முடியவில்லை - கோஸ்லா!'

அவர் கடிதத்தை ஃபைலுக்குள் எடுத்து வைத்துவிட்டுச் சிறிது நேரம் ஜன்னல் வழியே வெளியே பார்த்துக் கொண்டிருந்தார். மழை பெய்யும் போலிருந்தது. குடையைக்கொண்டு வந்திருக்கலாமென்று அவருக்குத் தோன்றியது. அன்று அவர் கார் கொண்டு வரவில்லை. சர்வீசுக்குப் போயிருந்தது.

'வாட் ஈஸ் திஸ்?' என்ற குரலைக் கேட்டதும் அவர் திரும்பிப் பார்த்தார்.

வரதன். இளம் விஞ்ஞானி. விரைவாக முன்னேறிக் கொண்டிருந் தான். போன மாதம் கல்கத்தாவில் ஒரு கருத்தரங்கில் அவன் பேப்பருக்குப் பல பாராட்டுக் கடிதங்கள் வந்தன.

'வாட் ஈஸ் வாட்?' என்றார் சதானந்தன்.

'திஸ் மயில் பொறி பிஸினஸ்.'

சதானந்தன் பதில் சொல்லவில்லை.

'என்னமோ புல்லட் - ப்ரூஃப் ஜெட்டாம். நேத்து கோஸ்லா ரொம்ப உற்சாகமா சொல்லிண்டிருந்தார். நீங்க இந்த ப்ராஜெக்ட்டை எதிர்க்கிறதாகவும் சொன்னார்.'

'இந்த ப்ராஜெக்ட்டுக்கும் நமக்கும் என்ன சம்பந்தம்னு எனக்குப் புரியலே. அப்படி ஏதாவது இருந்தா, ஐ மீன், அந்தக் காலத்தி லேயே சூப்பர்ஸானிக் ஜெட்டெல்லாம் பண்ணான்னு

இருந்தாக்கூட, இது டிஃபன்ஸ் ஸயன்ஸ் லாபரெடரி எடுத்துக் கொள்ள வேண்டிய பிராப்ளம்ங்கறது என் அபிப்பிராயம்.'

'யூ ஆர் ரைட்.'

அப்பொழுது சப்ராஸி ஒருவன் வந்து வரதனை டாக்டர் கோஸ்லா கூப்பிடுவதாகச் சொன்னான்.

'நீங்க போங்கோ. மயில் பொறி எக்ஸ்பெர்ட் மிஸ்டர் தேசிகன் வந்திருக்கார். கோஸ்லாகிட்டே, விவாதிக்கக் கூப்பிடறார் போலிருக்கு.' என்றார் சதானந்தன்.

வரதன் எழுந்து சென்றான்.

ஒரு மணி நேரத்துக்குப் பிறகு திரும்பி வந்தான் வரதன்.

'ஹௌ ஈஸ் தி ப்ராஜெக்ட்?' என்றார் சதானந்தன்.

'டாக்டர் திவாரி தெரியுமா உங்களுக்கு, ஹிஸ்டரி ப்ரொபஸர், எம்.பி. அன்ட் வாட் நாட்! அவர் இந்த ப்ராஜெக்டிலே ஒரு தனி அக்கறை காட்டறதா தெரியறது. மினிஸ்டிரி மூலமா, சி.எஸ்.ஐ. ஆரை, ஒரு விசேஷக் குழு இதுக்குன்னு நியமிக்க அனுமதி வாங்கிக்கொடுக்கிறதா சொல்லியிருக்காராம். இரண்டு மூன்று லட்ச ரூபா கிராண்ட் கிடைக்கும் போலிருக்கு, இந்த திட்டத்தை பரிசீலனை செய்ய. இந்த ஒர்க்கை கோ ஆர்டினேட் செய்யறதுக் காக என்னைப் போடப் போறதா சொல்றார் கோஸ்லா. ஆனா...' என்று நிறுத்தினான் வரதன்.

'ஆனா, என்ன?' என்றார் சதானந்தன்.

'ஐ ஆம் நாட் இன் தி யூஸியாஸிடிக்.'

'அப்படிச் சொல்லாதீங்கோ. நான் மறுக்கலாம். ஆட்சேபணை சொல்லலாம். எனக்கு இன்னும் மூணு நாலு வருஷம் இருக்கு ரிடையர் ஆக. நீங்க அப்படியில்லே. முன்னுக்கு வர வேண்டி யவர். அதையும் ஞாபகம் வைச்சுண்டு வேலை செய்யணும்.'

இதைச் சொல்லும்போது இரண்டு நாட்களுக்கு முன்பு தாம் படித்த கட்டுரை அவர் நினைவுக்கு வந்தது. அப்பொழுது தமக்கு அவ்வளவு கோபம் வரக் காரணம் என்ன? கொள்கை உறுதி யாவது, மண்ணாங்கட்டியாவது? எதிர்காலம்தான் முக்கியம்.

சென்ஸேஷனலாக ஏதாவது செய்யவேண்டும். நாளைக்கே கோஸ்லாவைப் போல் வரதனும் டைரக்டராக வரக்கூடும்!

வரதன் பேசாமலிருந்தான். 'வாட் ஈஸ் திஸ் மயில் பொறி பிஸினஸ்?' என்று கேட்ட அந்த வேகம் இப்பொழுதில்லை. விசேஷக் குழுவுக்கு உதவி செய்யவேண்டுமென்றால், முக்கியப் பட்டவர்களுடன் தொடர்பு ஏற்படும் என்பது நிச்சயம். இந்த வாய்ப்பை விட்டுவிட்டு, மனச்சாட்சியைக் கட்டிக் கொண்டு மாரடிக்க அவன் என்ன பயித்தியமா?

'சரி. பெரியவர் நீங்கள் சொல்றேள். உங்க ஆசீர்வாதத்திலே...'

சதானந்தன் சிரித்தார். 'வெற்றியின் ரகசியம் உனக்குப் புரிஞ்சிருக் குன்னு எனக்கு ரொம்ப சந்தோஷம்.'

'நோ.நோ.நோ. நான் ஒரு சந்தர்ப்பவாதின்னு நினைக்காதீங்கோ. வந்து...'

அவர் இடைமறித்தார். 'டோண்ட் ஆர்கியு. எனக்கும் உன் பேரிலே இன்ட்ரெஸ்ட் உண்டு. இதுவரையிலும் எனக்குத் தெரியாதுன்னு நீ நினைச்சிண்டிருக்கலாம். ஆனா...'

வரதன் முகம் வெட்கத்தால் சிவந்தது. அவன் எழுந்து நின்றான். 'சரி, நான் வரேன்.'

'இந்த அதிர்ச்சி இவனுக்கு போறும். இனிமே ஆத்துக்கு அடிக்கடி போன் செய்ய கொஞ்சம் தயங்குவான்' என்று நினைத்துக்கொண்டார் சதானந்தன். இந்தச் செய்தியை சுதா விடம் சொன்னாலும் தப்பு ஒன்றுமில்லை.

ஒரு வாரத்துக்குப் பிறகு வரதன் திடீரென்று சதானந்தனிடம் வந்தான்.

'நாங்க நாளைக்கு மெட்ராஸ் புறப்பட்டுப் போறோம். மன்னார்குடிக்குப் போய் அங்கிருந்து நாலைஞ்சு மைல் பக்கத்திலே ஒரு கிராமத்திலே யாரோ ஒரு வயசான ஸ்காலர் இருக்காராம். அவரைப் பார்த்தா ஏட்டுச் சுவடி விஷயங்களை நன்னாத் தெரிஞ்சுக்கலாங்கிறார் தேசிகன்' என்றான் வரதன்.

'குட். விஷ் யூ தி பெஸ்ட் ஆஃப் லக்.'

'நாளைக்கு எல்லா பேப்பர்லேயும் இதைப்பத்தி ரிப்போர்ட் வரது. டாக்டர் திவாரி ஏற்பாடு பண்ணியிருக்கார். கோஸ்லா வைப் பத்தி அவரே கட்டுரை எழுதறார்.'

'குட்.'

'எனக்கு டெம்பரரி ப்ரமோஷன் கொடுத்திருக்கா, இந்த ப்ராஜெக்ட் நல்லபடியா முடிஞ்சா கன்ஃபார்ம் ஆகும்னு நினைக்கிறேன்.'

'ஓ! வெரி குட்.'

'வரட்டுமா?'

'வரபோது கும்பகோணத்திலே இறங்கி நல்ல சீவலா வாங்கிண்டு வாங்கோ. மறந்திடாதீங்கோ!'

டாக்டர் சதானந்தன் ப்ராஜெக்டைப் பற்றி ஒன்றும் பேசாமல் 'சீவல் வாங்கிக்கொண்டு வாங்கோ!' என்று சொன்னது வரத னுக்கு என்னவோ போலிருந்தது. 'ஸ்னிக்' என்று மனதுக்குள் நினைத்துக் கொண்டான்.

'சரி.' அவன் குரலில் ஏமாற்றம் தொனித்தது. சுதாவுக்கு என்ன வேண்டுமென்று அவளையே நேரில் கேட்டுக்கொள்ளலாம், இதற்காக மத்தியானம் மிராண்டா ஹவுஸ் போயாகவேண்டும்.

அடுத்தநாள் செய்தித்தாளில் வரதன் சொன்ன ரிப்போர்ட் வந்திருந்தது. கோஸ்லாவின் புகைப்படமும் (பத்து வருஷங்க ளுக்கு முன்னால் எடுத்த படமாக இருக்கவேண்டும்) அவரைப் பற்றியும் டாக்டர் திவாரியின் கட்டுரையும் ஒரு அரைப் பக்கத்தை அலங்கரித்தன.

தமிழ் நூல்களில் காணப்படும் குறிப்புகளைக் கொண்டு ஆராய்ச்சி நடத்தப் போகின்றார்கள் என்பதால், தமிழக அமைச்சர்கள் 'கல் தோன்றி மண் தோன்றா காலத்தே வாளுடன் பிறந்த மூத்த தமிழ்க்குடியின் நாகரிக மேம்பாட்டைப் பற்றி விளக்கி ஒரு அறிக்கை விட்டிருந்தார்கள். கோஸ்லாவுக்கு கேடயம் வழங்கப் படவேண்டுமென்று ஒரு மாவட்ட தமிழ் மன்றம் 'நன்றி மறவா தமிழரை' வேண்டிக் கொண்டிருந்தது.

விசேஷக் குழுவில் மூன்று விஞ்ஞானிகளும், இரண்டு பார்லி மெண்ட் அங்கத்தினர்களும் இருந்தார்கள். வரதன் இணைப்புச்

செயலாளர். எல்லாருடைய புகைப்படங்களும் செய்தித்தாளில் வந்திருந்தன. சுதா திருப்பித் திருப்பி அப்பக்கத்தையே பார்த்துக் கொண்டிருந்தாள்.

‘ஏம்மா, அந்தப் பக்கத்தையே பார்த்திண்டிருக்கே?’ என்று கேட்டார் சதானந்தன்.

சுதா அவசர அவசரமாக பக்கத்தைத் திருப்பிக்கொண்டே ‘இல்லையே!’ என்றாள்.

சதானந்தன் சிரித்தார். ‘எனக்கு எல்லாம் தெரியும்.’

‘உங்களுக்கு இந்த ப்ராஜெக்ட்லே நம்பிக்கை இல்லையாமே!’ என்றாள் சுதா கொஞ்சம் துணிவுடன்.

‘யாரு, வரதன் சொன்னாரோ?’ என்று கேட்டார் சதாநந்தன்.

‘ஆமாம்.’

சதானந்தன் உடனே பதில் சொல்லவில்லை.

‘எதையும் ஆராய்ஞ்சு பார்த்து அப்புறம்தான் முடிவு செய்யணும்!’ என்றாள் சுதா.

‘வரதனுக்கு நம்பிக்கை இருக்கோன்னோ, அது போதும். அவருக்கு கிரேட் ஸி சையன்டிஸ்ட்டா டெம்பொரரி ப்ரமோஷன் ஆகியிருக்கு. நம்பிக்கை இல்லாட்டா ஆகுமா?’

அப்பாவின் பேச்சில் இருந்த கிண்டல் சுதாவுக்குப் புரியாம லில்லை. இதற்கு மேல் அவள் விவாதத்தைத் தொடர விரும்ப வில்லை. எழுந்து உள்ளே போனாள்.

வரதனுக்கு இந்த மயில் பொறி விவகாரம் ஆரம்பத்தில் சிரிப்பைத் தான் உண்டு பண்ணியது. ஆனால் கோஸ்லாவின் இந்த ப்ராஜெக்டை மேற்கொள்வதனால் வரதனுக்கு ஏற்படக்கூடிய அனுகூலங்களைப் பற்றிச் சொன்னவுடன், இவ்வாராய்ச்சியில் அவன் மனம் ஈடுபட ஆரம்பித்தது. சென்னையில் இதற்காகப் பல இடங்களுக்குச் செல்லக்கூடிய வாய்ப்பு ஏற்படப் போகின்றது என்றதும் அவனுக்கு மகிழ்ச்சி ஏற்பட்டது. ஆடுதுறைக்குச் சென்று அவன் அம்மாவைச் சந்தித்து சுதாவைப் பற்றிச் சொல்லி அவள் அனுமதியும் வாங்கிவிடலாம் கல்யாணத்துக்கு.

சென்னையில் போய் இறங்கியதும், விசேஷக் குழுவைச் சார்ந்த பார்லிமெண்ட் அங்கத்தினர்கள் அவர்களுடைய தொகுதிக்குச் சுற்றுப்பயணம் செய்யப்போய்விட்டார்கள்.

கலியுக விஞ்ஞானிகள். 'நல்லா யோசிச்சுச் செய்யுங்க. எப்படியும் விஷயத்தைப் புரிஞ்சுகிட்டு செய்யப் போறவங்க நீங்கதானே? நாங்க என்னாத்துக்கு. கையெழுத்துப் போடத்தானே?' என்பது அவர்கள் வாதம்.

மன்னார்குடி நகரசபை, விஞ்ஞானிகளுக்கும் தேசிகனுக்கும் ஒரு வரவேற்பு அளித்தது. இரண்டு மூன்று நாள்கள் இப்படிக் கேளிக்கைகளிலும் விருந்துகளிலும் கழித்த பிறகுதான் தம்மிடமிருந்த ஏட்டுச்சுவடிகளையெல்லாம் இக்குழுவிடம் சமர்ப்பித்தார் தேசிகன். இதற்காக அவருக்கு ஏற்கெனவே வாக்களிக்கப்பட்டிருந்த 20,000 ரூபாய்க்கான ஒரு செக்கை வழங்கினார் குழுவின் தலைவர்.

'ஏட்டுச் சுவடிகளைப் பார்த்து உபயோகமா என்று புரிந்த பிறகு கொடுக்கலாமே!' என்றான் வரதன்.

'டாக்டர் திவாரி ஏட்டுச் சுவடிகளைப் பெற்றுக் கொண்ட பிறகு, செக்கைக் கொடுக்கவேண்டுமென்று சொல்லியிருக்கிறார். இவருக்கும் அது தெரியும்' என்றார் குழுவின் தலைவர்.

ஏட்டுச் சுவடிகளைப் பார்த்த வரதனுக்கு ஒன்றும் புரியவில்லை. எல்லாம் பாட்டாகவே இருந்தன.

தேசிகன் சொன்னார்: 'இந்த மன்னார்குடியில் அந்தக் காலத்தில் ஒரு மயில்பொறித்தளம் இருந்திருக்கலாம் என்று தோன்றுகிறது. அந்த இடத்தையும் காட்டுகிறேன். வாருங்கள்!'

அவர் அவர்களை வயற்புறமாக அழைத்துச் சென்றார். அவர் சுட்டிக் காட்டிய இடத்தில் மாடுகள் மேய்ந்து கொண்டிருந்தன.

'எப்படிச் சொல்லுகிறீர்கள்?' என்றான் வரதன்.

'விண்ணிழி பொறியமை குடதிசை என்றால் என்ன அர்த்தம்? என்றார் தேசிகன்.

'தெரியாது.'

தேசிகன் சிரித்தார். 'குடதிசை என்றால் மேற்கு - இதுதான் மேற்கு. 'விண்ணிழி பொறி' என்றால், 'மயில் பொறி.'

புரிந்ததா?' - இவ்வாறு சொல்லிவிட்டு அவர் எல்லாரையும் பெருமிதத்தோடு நோக்கினார்.

'நம்மிடம் அந்தக் காலத்திலேயே விமானங்கள் இருந்திருந்தால் அவை ஏன் பிறகு வழக்கிழந்து போகவேண்டும்?' என்றார் குழுவில் இருந்த ஒரு விஞ்ஞானி.

தேசிகனிடம் அதற்கும் பதில் தயாராக இருந்தது. 'நாம் நம் அனுஷ்டானங்களை விட்டுப் பிறருடைய ஆசாரத்தை மேற் கொண்டதினால் ஏற்பட்ட தெய்வ சாபம்.'

குழுவைச் சேர்ந்தவர்கள் ஒருவரையொருவர் பார்த்துக் கொண்டார்கள். விடுதிக்குச் சென்றதும், வரதன் சொன்னான்: 'நாம் அவசரப்பட்டு செக்கைக் கொடுத்திருக்க வேண்டாம்.'

குழுவின் தலைவர் பதில் சொல்லவில்லை. யோசனையில் ஆழ்ந்திருந்தார்.

அடுத்த நாள் செய்தித் தாளில் வந்திருந்த ஒரு செய்தியைக் கண்டு வரதன் திடுக்கிட்டான். ஓர் அமைச்சர் தமிழ் நாட்டுச் சட்ட சபையில் பேசியிருந்தார் - 'மயில் பொறி என்று சீவக சிந்தாமணி யில் பயின்று வரும் சொல் கற்பனையல்ல. தமிழனுக்கு ஆகாய விமானங்கள் செய்ய அன்றே தெரியும். அண்மையில் கண்டெடுத்த சில ஏட்டுச் சுவடிகள் இதற்குச் சான்று பகர்கின்றன. தமிழ்நாடு அரசு மத்ய சர்க்காரிடம் வற்புறுத்தி, இதைப் பற்றி ஆராய்வதற்கான பூர்வாங்க ஏற்பாடுகளைச் செய்துள்ளது. நம் அரசாங்கத்தின் சாதனைகளில் இதுவும் ஒன்று.'

குழுவின் தலைவரிடம் அவன் இதைப் படித்துக் காட்டியபோது, அவர் இரு கைகளையும் கன்னத்தில் வைத்துக்கொண்டார்.

'இதற்கு இப்பொழுது அரசியல் முக்கியத்துவம் ஏற்பட்டு விட்டதே, இப்பொழுது என்ன செய்வது?' என்றான் வரதன்.

'ஐ டோண்ட் லைக் தி ஹோல் பிஸினஸ்' என்றார் அவர்.

அவர்கள் அன்று மத்தியானம் மன்னார்குடிக்குப் பக்கத்திலிருந்த 'ஏற்றகுடி' என்ற கிராமத்துக்கு திட்டமிட்டபடி, அந்த ஸ்காலரைச் சந்திக்கச் சென்றார்கள்.

அவருக்கு அறுபது வயதுக்கு மேல் இருக்கும். தலை முழுவதும் வழுக்கையாக இருந்தது. தேசிகன் அவர்களுடன் செல்வதாக

இருந்தது. ஆனால் கடைசி நிமிஷத்தில் குழந்தைக்கு உடம்பு சரியில்லை என்ற காரணத்தால் வர இயலாது என்று சொல்லி விட்டார். விசேஷக் குழுவினரைக் கண்டதும், அந்த அறிஞர் கேட்ட முதல் கேள்வி: 'தேசிகன் எங்கே?'

'அவர் வரல்லே. ' என்றான் வரதன்.

'ஏன்?'

'குழந்தைக்கு உடம்பு சரியில்லேன்னார்.'

'குழந்தைக்கா? அவனுக்குக் கல்யாணமே ஆகலியே...!''

வரதனுக்கு ஒன்றும் புரியவில்லை. தேசிகன் எதற்காக இந்தப் பொய்யைச் சொன்னார்?

'அவன் கிட்டே பணத்தைக் கொடுத்தாச்சா?'

'கொடுத்தாச்சு.'

'அதான் தப்பு. அவன் எங்கேயாவது ஓடிப் போயிட்டானா?'

'என்ன சொல்றேள்?'

'ஏட்டுச் சுவடியாவது மண்ணாங்கட்டியாவது - எல்லாம் பொய். அந்த ஏட்டுச் சுவடி விஷயங்கள் எல்லாம் பிராணயாமத்தைப் பத்தினது. என்கிட்டே வந்து அவனோட ஒத்துப்பாடச் சொன்னான், முந்தா நாள். முடியாதுன்னுட்டேன். அப்புறம் உங்களையும் அழைச்சுண்டு வந்தான்னா, உங்ககிட்டேயே விஷயத்தைச் சொல்வோம்னு சரின்னேன். ஆயிரம் ரூபா தரேன்னான். இப்போ அவனை ஓடிப் போக விட்டுட்டேளே!'

வரதன் வாயடைத்து நின்றான். குழுவின் தலைவரிடம் கிழவர் தமிழில் சொன்னதை ஆங்கிலத்தில் மொழி பெயர்த்துக் கூறி யதும், எல்லோருடைய முகத்திலும் ஈயாடவில்லை.

'கிராஸ் செக்தானே, அவரை சுலபமாகக் கண்டுபிடித்து விட லாம். அவரால் செக்கை மாற்ற முடியாது!' என்றார் குழுவின் தலைவர் சிறிது நேரம் கழித்து.

அந்தக் கிழவர், குழுவின் தலைவர் என்ன சொல்கிறார் என்று கேட்டார். வரதன் சொன்னான்:

'அவனா? யாரிடமாவது செக்கைக் கொடுத்துப் பணம் வாங்கிண்டு பறந்து போயிருப்பான். எமகாதகன். ஒரு அரசாங்கத்தையே ஏமாத்தறவனுக்கு இதுவா கஷ்டம்?'

வரதனுக்கு பண நஷ்டம்கூட அவ்வளவு முக்கியமாகப் படவில்லை. கரியைப் பூசிக்கொள்ள யார் முன் வருவார்கள்? மத்திய சர்க்காரா, தமிழ் நாடு அரசா? டாக்டர் திவாரி எம்.பி.யா? அல்லது எல்லோருமாகச் சேர்ந்து பழியை விஞ்ஞானிகள் மீது போட்டு விடுவார்களா? அந்தக் காலத்தில் தமிழன் ஆகாய விமானம் செய்யவில்லை என்று ஆகிவிட்டால், இது எந்த அளவு அரசியலைப் பாதிக்கும்? கடவுளே, திருத்தக்க தேவர் வந்துதான் விஞ்ஞானிகளை இந்த இக்கட்டான நிலையிலிருந்து காப்பாற்ற வேண்டும்!

தில்லியில் டாக்டர் கோஸ்லாவின் அறையில் விசேஷக் குழுவினர், டாக்டர் திவாரி எம்.பி. ஆகியோர் கூடியிருந்தனர். அவர்களுடைய முகத்தில் கலவரம் குடிகொண்டிருந்தது. தமிழ்நாடு அரசு மத்திய மந்திரிக்கு அனுப்பியிருந்த ஒரு குறிப்பின் நகல் கோஸ்லாவின் மேஜையில் இருந்தது.

'சரியாக ஆராயாமல் அவசரப்பட்டுக்கொண்டு மேற்கொண்ட ஒரு திட்டத்தை விளம்பரப்படுத்திய பொறுப்பு மத்திய அரசாங்கத்தையே சாரும். இதையும் நம்பி நல்லெண்ணத்துடன் தமிழ்நாடு அரசு மக்களிடையே இதற்கு ஆதரவு தேடியது குற்றமாகாது. தமிழன் அக்காலத்தில் ஆகாய விமானம் செய்தான் என்ற காரணத்தால், இது உண்மைதான் என்று நிரூபித்துக் காட்ட வேண்டிய கடமை தலைவருடையது என்று சொல்வதில் தவறில்லை. அதற்கான நடவடிக்கைகளை மத்திய மந்திரி மேற்கொள்ள வேண்டும்.'

'என்ன செய்வது இப்பொழுது?' என்றார் டாக்டர் கோஸ்லா.

'இன்னொரு தேசிகனைத் தேடவேண்டும்' என்றார் தலைவர்.

'டாக்டர் திவாரி இவ்விஷயத்தில் நமக்கு உதவி செய்ய முடியும்' என்றார் பார்லிமெண்ட் அங்கத்தினர்களில் ஒருவர்.

எல்லோரும் சிரித்தார்கள். டாக்டர் திவாரியின் முகம் கோபத்தால் சிவந்தது. 'மை இன்டென்ஷன் வேர் குட்' என்றார் டாக்டர் திவாரி.

‘அதே நல்லெண்ணத்துடன் இன்னொரு தேசிகனைக் கண்டு பிடிக்கச் சொல்லவேண்டியது உங்கள் பொறுப்பு’ என்றார் அந்த எம்.பி.விடாமல்.

வரதன், டாக்டர் சதானந்தன் எதிரே கீழே குனிந்து கொண்டு உட்கார்ந்திருந்தான்.

‘என்ன முடிவாச்சு?’ என்றார் சதானந்தன்.

‘இன்னொரு தேசிகனைக் கண்டுபிடிச்சாகணும்’ என்றான் வரதன் புன்னகையுடன்.

‘அப்போ, டெம்பொரரி ப்ரமோஷன் இல்லே, கன்ஃபார்ம்னு சொல்லுங்கோ, இப்படியே வாழ்க்கை பூரா ஓட்டிடலாமே, ரிடையர் ஆகிற வரையில்...’

‘ஐ வில் கெட் அவுட் திஸ் ஜாயிண்ட்...’ என்றான் வரதன்.

‘இந்த நாட்டைவிட்டு ஓடிப் போனாத்தான் அது முடியும். போறபோது சுதாவை மறந்திடாதீங்கோ!’ என்றார் சதானந்தன் சிரித்துக்கொண்டே.

34. காரணம்

வாசல் கதவைத் தட்டிவிட்டுப் போய்விட்டான் எமன். நாடகத்துக்கு முதல் விசிலா?

டாக்டர்கள் ஆச்சர்யப்பட்டார்கள். ‘ இவ்வளவு பெரிய அட்டாக், நீங்கள் தப்பிச்சது மிராக்கிள்தான்.’

தப்பித்தது எதற்காக என்று யோசித்தார் நடேசன். உலகத்தில் நடப்பன அனைத்துக்கும் காரணம் இருக்கவேண்டும் என்று சிலர் சொல்லுகிறார்கள். எதேச்சையாக நடந்துவிடுகின்ற ஒற்றுமையை வைத்துக்கொண்டு இதைக் காரணம் என்று குழப்பிக்கொள்வது முட்டாள்தனம் என்று கூறுகின்றவர்களும் இருக்கிறார்கள். காரணம் இருக்கின்றது என்று நம்பினால் , தப்பித்தது அவர் இருப்புக்கு ஓர் அர்த்தம் கற்பித்து, அவருக்கு ஓர் அடையாளத்தைத் தருகின்றது. இனிமேல் என்ன சாதனை சாத்தியம், எண்பது வயதுக்கு மேல்?

இது வரையில் என்ன சாதித்திருக்கிறேன், உண்பது, உறங்குவது, இனப் பெருக்கம் என்பன தவிர என்று சிந்தித்தார் நடேசன். நல்ல வேளை, இனப் பெருக்கம் ஒன்றோடு நின்றுவிட்டது. இதுவே மனித சமுதாயத்துக்குப் பெரிய உதவி இல்லையா?

அவர் தப்பித்தது, எதேச்சையாய் நிகழ்ந்துவிட்ட ஓர் ஒற்றுமையாக இருக்கக்கூடும்.

எமன் ஒரு முக்கியமான ஃபைலைக் கொண்டு வர மறந்திருக்கலாம். எடுத்துவரத் திரும்பிப் போயிருக்கானோ என்னவோ!.

‘அறுவைச் சிகிச்சைச் செய்ய இயலாது, நீங்கள்தான் ஜாக்கிரதை யாக இருக்கவேண்டும்’ என்று டாக்டர்கள் சொன்னது, எதுவும் எப்பொழுது வேண்டுமானாலும் நிகழலாம் என்ற காரணத்தி னால் என்பது இப்பொழுது புரிகிறது.

ஒரே வாரிசு போன மாதம் அமெரிக்காவிலிருந்து மூன்று வார விடுப் பில் வந்தபோது, ஆரோக்கியமாக இருந்துவிட்டு, அவன் திரும்பிப் போனவுடன், இப்படி மாரடைப்பு அவருக்கு வந்தால், மகன் மனத்தில் ஓடும் எண்ணங்களை என்னவென்று சொல்லமுடியும்?

‘போன மாதம் நான் வந்திருந்தபோதே இது வந்திருக்கக் கூடாது? மறுபடியும் நான் இப்பொழுது லீவ் எடுத்தாக வேண்டும்!’ அப்படி அவன் நினைத்தால் தப்பில்லை. அவன் பாஸ் எப்படிப் பட்டவனோ?

ரெயில், விமானம் இவற்றுக்குக் கால அட்டவணை இருப்பது போல், மனிதனுடைய பிறப்புக்கும் இறப்புக்கும் அது இருக்கக் கூடாது? வெளி நாடுகளில் மகன்களும் மகள்களும் லீவ் எடுத்துக் கொண்டு வர எவ்வளவு செளகர்யமாக இருக்கும்? இரண்டாம் தடவை லீவில் வந்திருக்கிறான்,பாவம் அவருடைய பிள்ளை!

ஆனால்,எதுவும் டாக்டர்களாலேயே உறுதியாகச் சொல்ல முடிய வில்லை! கால அட்டவணை இருந்தால், நிச்சியமற்றத்தன்மை யும், காலனின் வருகையில் ஒரு சஸ்பென்ஸூம் இருக்காது!

அல்லது, பீஷ்மருடைய அதிர்ஷ்டம் இருந்தால், அவர் உத்திரா யணம் வரை மரணத்தை ஒத்திப் போட்டதுபோல், மகனுடைய விடுமுறையை ஒட்டி அவர் தம்முடைய மரணத் தேதியை வைத்துக் கொள்ளலாம்.

‘நான் பத்து வருஷத்துக்கு முன்னாலியே சொன்னேன். - அம்மா போனவுடனே - எங்ககூட அமெரிக்காவுக்கு வந்துடுங்கன்னு, நீங்க பிடிவாதமா கேக்கலே’ என்றான் அவர் மகன் பிரபு, மருந்து மாத்திரையை அவரிடம் கொடுத்துக்கொண்டே.

‘என்ன ஆகியிருக்கும்? அங்கே அட்டாக் வந்திருக்காதா?’ என்றார் நடேசன்.

‘வந்திருக்கலாம், ஆனா உதவிக்கு நாங்க கூடவே இருக்கோமே? டாக்டர் இப்போ உங்ககூட ஆள் இருந்துண்டே இருக்கணுங் கிறாரே?’

அமெரிக்காவில், கூடவே ஆள் இருந்திருக்க முடியுமா? கணவன், மனைவி இருவரும் வேலைக்குப் போகிறார்கள். அவர்க ளுடைய இரண்டு மகள்களும் வெளியூர்களில் கல்லூரிகளில் படிக்கிறார்கள். இதைப் பற்றிக் கேட்டால், இதற்கு பதில் கூற இயலாமை அவன் மனச் சங்கடத்தை அதிகரிக்கும்.

அவனும் இதைப் பற்றி யோசிக்காமல் இருந்திருக்கமாட்டான். தன் மனச் சமாதானத்துக்காக இப்படிச் சொல்லிக் கொள்ளுகிறான்.

'இப்பொ என்ன செய்யறதுன்னே தெரியலியே! பத்து வருஷத் துக்கு முன்னாலியே வந்திருந்தீங்கன்னா, இப்போ அமரிக்கன் சிட்டிஸனா கூட ஆகியிருக்கலாம்' என்றான் பிரபு.

'அப்போ புஷ்ஷுக்குப் பயந்துண்டு ஹார்ட் அட்டாக் வந்திருக்காதா?'

'அப்பா, உங்க குதர்க்கத்துக்கு என்னால் பதில் சொல்லமுடியாது. நீங்க இனிமே தனியா இந்த வீட்டிலே இருக்கமுடியாது. அமெரிக்காவுக்கு என்கூட வரதும் சாத்தியமில்லே. டோன்ட் யூ ரியலைஸ் தி சிச்சுவேஷன்?'

'நீ சொல்லறது புரியறது. சொல்யூஷன் என் கையிலே இல்லியே, உனக்கே இப்போ புரிஞ்சிருக்கும். எவ்வளவு பெரிய அட்டாக்! அன்ட் ஐ ஹவ் ஸர்வைவ்ட்!'

'மறுபடியும் ஆரம்பிச்சுட்டீங்களா? நான் குற்ற உணர்வினாலே கஷ்டப்படணும்னே பேசறீங்களா?'

'நோ! இப்போ என்ன செய்யணுங்கிறே, சொல்லு கேக்கறேன்.'

அவன் சோபாவில் உட்கார்ந்தான். சிறிது நேரம் பேசாமல் உத்தரத்தைப் பார்த்துக்கொண்டிருந்தான். சொல்லத் தயங்கு கிறான் என்று தோன்றியது நடேசனுக்கு.

'சொல்லு, என்ன யோசிக்கறே?'

'ரிடைரிங் ஹோம்ஸ் பத்தி என்ன நினைக்கறீங்க, ஸம் ஆஃப் தெம் ஆர் ரியலி குட்' என்றான் பிரபு.

'இந்த வீட்டை என்ன செய்யறது?'

'இட் ஈஸ் அப் டு யூ. பூட்டி வச்சுக்கலாம், வாடகைக்கு விடலாம், விக்கணும்னாலும் விக்கலாம். வீடு ஈஸ் நாட் எ பிக் டீல்.'

'எனக்கு பிக் டீல்தான். மூணு தலைமுறை இந்த வீட்லே இருந் திருக்கு.'

'இது உங்களோட ஸென்டிமெண்டல் ஸப்ஜெக்ட், நான் இதைப் பத்திப் பேச விரும்பலே. உங்களைப் பத்திதான் என் அக்கறை.'

அவருக்கு எது நல்ல ஏற்பாடு என்பதைப் பற்றி அவன் ஏற் கெனவே தீர்மானித்துவிட்டான். சில இடங்களைப் பார்த்து விட்டும் வந்திருக்கிறான் என்றும் தெரிகிறது.

'நான் நம்ம வீட்டிலேயே இருக்கிறதிலே உனக்கென்ன ஆட் சேபணை?' என்றார் நடேசன். அவர் எழுந்து, சோம்பல் முறித்துக் கொண்டே உலாவ ஆரம்பித்தார்.

'வீட்டை மானேஜ் பண்ணறது அவ்வளவு சுலபமில்லே, அப்பா. அந்த ஸ்ட்ரெஸ் உங்க ஹார்ட்டுக்கு அவ்வளவு நல்லதில்லேங் கிறார் டாக்டர். ஹோம்லே நீங்க நிம்மதியா இருக்கலாம். வேளச்சேரியைதாண்டி ஒரு இடத்திலே ஒரு ப்யூட்டிஃபுல் ஹோம் இருக்கு. அஞ்சு நட்சத்திர ஹோட்டல் வசதி. இதைத் தவிர வசதி வேணும்னாலும் நாமே பண்ணிக்கலாம். மொசைக் தரை, கார்ப்பெட் இல்லே. 'போட்டுக்கலாமா'ன்னு கேட்டேன், 'சரி'ன்னுட்டான். உங்களுக்கு என்ன, புஸ்தகம்தானே படிக்க ணும், உங்க பர்ஸனல் லைப்ரரியை அங்கே மூவ் பண்ணிக்க லாம். இப்பொல்லாம், கம்மூயுனிகேஷனைப் பத்திக் கவலையே இல்லே. இன்டெர்னெட், வீடியோ கான்ஃப்ரென்ஸிங், அது, இதுன்னு வந்தாச்சு. வி கான் ஆல்வேஸ் பி இன் டச். உங்களுக்கு என்ன ஆச்சோன்னு எங்களுக்கும் கவலையில்லாம இருக்கும். கம்யூனிட்டி லைஃப், ஒத்தரை ஒருத்தர் பாத்துக்க முடியும். யோசிச்சு சொல்லுங்க. எனக்கு நாலு வாரம்தான் லீவு, அதுக்குள்ள ஏதானும் ஏற்பாடு செய்தாகணும்.'

'நான் என்ன யோசிக்கிறதுக்கு இருக்கு? எனக்காக நீ நிறைய யோசிச்சு வச்சிருக்கே போலிருக்கே?'

'அங்கே முழுநேர டாக்டர் ஒருத்தர் இருக்கார். இரண்டு நர்ஸ். கிளினிக். பார்மஸி எல்லாம் இருக்கு. ஸ்பெஷலிஸ்ட்டைப் பாக்கணும்னாலும் ஏற்பாடு செய்து தருவா. நீங்க இடத்தைப் பாருங்க, யூ வில் லைக் இட்.'

நடேசன், உலாவிக் கொண்டிருந்தவர், சோபாவில் உட்கார்ந்தார். அவர் கண்களை மூடிக்கொண்டார்.

‘என்னப்பா சொல்றீங்க?’ என்றான் பிரபு.

‘ இன்னும் இருக்கிற மூணு வாரத்திலே இந்த வீட்டை உன்னால வித்துடமுடியுமா?’

‘ஏன் முடியாது? ப்ரைம் லொக்கலிட்டி, பெரிய வீடு, பிரச்னையே இருக்காது.போட்டிப் போட்டுண்டு வருவாங்க.’

‘யாரையானும் பாத்து வச்சிருக்கியா?’

‘என்னப்பா, இப்படிப் பேசறீங்க, நீங்க ‘எஸ்’னு சொல்லாம நான் விக்கறதுக்கு ஆளைப் பாப்பேனா?’ என்றான் பிரபு சற்றுக் கோபத்துடன்.

‘உன் அப்பா, அம்மா, தாத்தா, பாட்டி, இருந்த வீட்லே இருக்கணுங்கிற ஆசையே உனக்கு இல்லையா?’ என்றார் அவர் கண்களைத் திறந்துகொண்டே.

‘அப்பா, நாம கொஞ்சம் ப்ராக்டிகலா பேசுவோம். நான் திரும்பி வந்து இங்கே இருப்பேனான்னு எனக்கு இப்போ தெரியலே. உலகம் மாறிண்டே இருக்கு. வீ ஹவ் டு மூவ் ஆன். உங்க சென்டிமென்ட் எனக்குப் புரியறது. என்னையும் நீங்க புரிஞ்சுக்கணும்.’

நடேசன் ஒன்றும் கூறாமல் அவனையே சிறிது நேரம் பார்த்துக் கொண்டிருந்தார்.

‘சென்டிமென்டைக் கொன்றுவிடு’, அல்லது ‘மூச்சை நிறுத்தி விடு’ என்று பாரதி பாடியிருக்கவேண்டும். பிரபுவின் நிலையில் நின்று பார்த்தால் அவனைப் புரிந்துகொள்ள முடிகிறது.

‘நாளைக்கு நான் சொன்ன இடத்தைப் பாக்கலாமா, அப்பா?’ என்றான் பிரபு.

அவர் ‘சரி’யென்று தலை அசைத்தார்.

நகரத்தை விட்டுத் தள்ளியிருந்தாலும் துப்புரவாக இருந்தது அந்த இடம். பிரபு சொன்னது போல் எல்லா வசதிகளுமிருந்தன. ஏ.சி, டி.வி, ஃபர்னிச்சர், எல்லாம் முதல் தரத்தில் இருந்தன. நூல் நிலையத்தில் தமிழிலும் ஆங்கிலத்திலும் பிரபலப் பத்திரிகைகள் எல்லாம் இருந்தன. சில புத்தகங்களும் இருந்தன. ‘குறுகிய காலத்தில் வெற்றிப் பெறுவது எப்படி?’ என்ற நூல் ஒன்றை நடேசன் வயதை ஒத்த ஒருவர் படித்துக்கொண்டிருந்தார்.

'இந்த நம்பிக்கை தமக்கும் வரக்கூடிய சாத்தியம் இருக்கிறது' என்ற எண்ணம் வந்ததும் புன்னகை செய்தார் நடேசன்.

ஒரு கோயில் இருந்தது. சிவன், விஷ்ணு, முருகன், பிள்ளையார், துர்க்கை, ஆகிய எல்லா தெய்வங்களுக்கும் சன்னதி. நவக்கிரக வழிப்பாட்டுக்கும் வசதி இருந்தது.

அவர்கள் போனபோது ருத்ர ஹோமம் நடந்து கொண்டிருந்தது. மாதிரி இல்லத்தைக் காட்டவேண்டுமென்பதற்காக நிர்வாகி அவர்களை ஒருவர் அப்பார்ட்மெண்ட்டுக்கு, அவர் அனுமதி கேட்டு அழைத்துச் சென்றார்.

அவருக்கு எண்பத்தைந்து வயதிருக்கும். முதுகு கூனியிருந்தது. கூர்மையான பார்வை.

'வாங்கோ!' என்று முகமே புன்னகையாக வரவேற்றார்.

'கொள்ளுப் பேத்தி அழுதிண்டிருந்தா. நீங்க வந்தேள்!' என்றார் அவர்.

நடேசன் சுற்றுமுற்றும் பார்த்தார். யாருமில்லை.

'என்ன பாக்கிறேள், யாரையும் காணோம்னா? இதோ பாருங்கோ!' என்று சொல்லிக்கொண்டே கிழவர் கையிலிருந்த ரிமோட்டை இயக்கினார்.

டி.வி. யில் படங்கள் வந்தன. ஒரு குழந்தை தொட்டிலில் இருந்தது. அதைச் சுற்றி சிலர் குனிந்து அதைப் பார்த்துக் கொண்டிருந்தனர்.

'வலது பக்கம் நிக்கிறானே, அவன்தான் என் பிள்ளை. அவன் பக்கத்திலே என் பேரன். இந்தப் பக்கமா நிக்கறது, என் மாட்டுப் பொண்ணு. அவ பக்கத்திலே அவ மாட்டுப் பொண்ணு. தொட்டில்லே என் கொள்ளுப் பேரன். செளன்ட் போடட்டுமா?'' என்று கூறியவாறு ரிமோட்டை அழுத்தினார் அவர்.

குழந்தை காலை உதைத்துக்கொண்டு அழுதது.

'என் பிள்ளையும் இப்படித்தான் அழுவான் சின்ன வயசிலே' என்றார் கிழவர். அவர் கண்கள் கசிந்திருந்தன.

அவர்கள் வீட்டுக்குத் திரும்பியதும், பிரபு கேட்டான்: 'எப்படிப்பா இருக்கு?'

‘குட். ஆனா இது அப்பர் மிடில்கிளாஸுக்குத்தான்னு நினக்கிறேன், இல்லியா?’ என்றார் நடேசன்.

‘அஃப் கோர்ஸ். முக்கால்வாசிப் பேர்களுடைய குழந்தைகள் வெளிநாடுகள்ளே இருக்காங்க. அந்தக் கிழவர் வீட்டுக்குப் போனேமே, அவர் எவ்வளவு சந்தோஷமா இருக்கார் பாத்தீங்களா? அதுதான் அவருக்கு ரியாலிட்டி, இல்லியா?’ என்றான் பிரபு.

நடேசன் பதில் ஒன்றும் கூறவில்லை.

‘உங்களுக்குப் பிடிச்சிருக்கான்னு கேட்டேன், நீங்க பதிலே சொல்லலியே?’

‘நம்ம நாட்டிலேயே இருக்கிற வசதி இல்லாத ஏழை அப்பா அம்மா எல்லாரும் என்ன பண்ணுவா? மாட்டுப் பொண்ணு போட்டத்தான் சோறுன்னு இருப்பாளா?’ என்றார் நடேசன்.

‘நீங்க என்ன கேக்கிறேள்னு எனக்குப் புரியலே, நான் கேட்டதுக்கும் நீங்க பதில் சொல்லறதுக்கும் என்ன சம்பந்தம்?’ என்றான் பிரபு சற்று உரத்த குரலில்.

‘சம்பந்தம் இருக்கு. நீயே சொன்னே நம்ம வீடு பெரிசு, வாங்கிற வங்க கொத்திண்டு போயிடுவாங்கன்னு. வீட்டை விக்கணும்னு அவசியமில்லே’ என்று சொல்லிவிட்டு நிறுத்தினார் நடேசன்.

‘ஓ.கே. விக்க வேண்டாம். என்ன பண்ணணுங்கிறீங்க?’

‘நம்ம வீட்டையே ஹோம் ஆக்கப் போறேன். நாலு ஏழைக் குடும்பம் தாராளமா இங்கே இருக்கலாம். துணக்குத் துணையும் ஆச்சு, நீயும் உங்க ஊர்லே அப்பாவைப் பத்திக் கவலைப் படாம இருக்கலாம். நான் இந்தத் தடவை ஹார்ட் அட்டாக்லேந்து ஏன் தப்பிச்சேன்னு எனக்கு இப்போ புரியறது. எல்லாத்துக்கும் காரணம் இருக்கத்தான் வேணும். அது ஈஸ்வர சித்தமோ என்னவோ, என்னன்னு எனக்குச் சொல்லத் தெரியலே. இன்னொரு விஷயம். உனக்குப் பேரனோ பேத்தியோ பொறந்தா, வீடியோ எடுத்து அனுப்பு, மறந்துடாதே!’ என்றார் நடேசன்.

35. கங்கா

பாபு ஸ்தம்பித்து நின்றார். அவளைச் சிறிது நேரம் உற்றுப் பார்த்தார். அவளேதான், சந்தேகமில்லை. நாற்பது வருஷங்களுக்கு முன்பு பார்த்த முகம்தான். நினைவுக்குக் கொண்டு வருவதில் தடுமாற்றம் ஏற்படக் கூடுமென்பதை ஒதுக்கிவிடமுடியாதுதான். ஆனால், சிரிக்கும்போது குழிவு உண்டாகும் இடத்தில், வட்டவடிவான மச்சம், இடது கன்னத்தில் இருக்கின்றதே அதை ஒதுக்கிவிட முடியுமா?

அவள், ஸ்வாமி தரிசனத்தில் ஆழ்ந்திருந்தாள். அவளாக இருந்தால், இது சாத்தியமா? அவள் கடவுள் நம்பிக்கையைப் பற்றி அப்பொழுது அவளுடன் விவாதித்ததாக அவருக்கு நினைவில்லை. விவாதிப்பதற்கு வேறு எத்தனையோ விஷயங்கள் இருந்தன.

முதல் இரவன்றே அவள் பேசித் தீர்த்துவிட்டாள். 'என்னைக் கட்டாயப்படுத்தித்தான் இந்தக் கல்யாணம் நடந்திருக்கு. நீங்க உங்களைக் கண்ணாடியிலே பாத்துக்கிற வழக்கம் உண்டா இல்லையான்னு எனக்குத் தெரியாது. பாக்கற வழக்கம் உண்டுன்னா நான் சொல்றது உங்களுக்குப் புரியும். தஞ்சாவூர் ஆர்ட் சித்திரங்கள் மாதிரி, மனுஷா, குண்டா இருக்கிறதுதான் அழகுங்கிறது உங்க அபிப்பிராயம்னா, அப்புறம் நான் என்ன சொல்றத்துக்கு இருக்கு? எனக்குப் பிடிக்கலே, அவ்வளவுதான்.'

'பிடிக்கலேன்னு உன்னோட அண்ணாகிட்டே சொல்லியிருக்கலாமே?'

'அப்பா, அம்மா இருந்தா அவா கேட்டிருக்கக்கூடும். ரெண்டு பேருமே இல்லாத துரதிர்ஷ்டசாலி நான். அண்ணாவுக்கும் மன்னிக்கும் என்னைத் தள்ளிவிட்டா போறும்னு இருந்தது. அப்போ என்ன செய்ய முடியும் என்னாலே?'

'அப்போ என்ன செய்யணுங்கிறே, சொல்லு! கேக்கறேன். முடிஞ்சமட்டும் இளைக்கப் பாக்கறேன்.'

அவள் சிறிது நேரம் அவரை உற்றுப் பார்த்தாள். பிறகு, முகத்தில் லேசாகப் புன்னகையின் கீற்று. பரிதாபப் புன்னகை.

'நீங்க குண்டாயிருக்கீங்ககிறது மட்டும் என் பிரச்னையில்லே.'

'வேற என்ன பிரச்னை?'

அவள் சிறிது நேரம் பேசாமலிருந்தாள்.

பிறகு சொன்னாள்: 'எனக்கு ஒரு சினேகிதன் இருக்கான். கிறிஸ்டியன், பாப் ஸிங்கர். எனக்கும் அந்த லைஃப்தான் பிடிச்சிருக்கு. உங்களுக்காக நான் என் லைஃப் ஸ்டைலையே மாத்திண்டாகணும். முடியுமாங்கிறது தெரியலே.'

'இதெல்லாம் உன் அண்ணனுக்குத் தெரியுமா?'

'தெரிஞ்சதினால்தான் இந்த அவசரக் கல்யாணம்.'

'உன்னாலே இதைப்பத்தி என்கிட்டே எப்படிச் சொல்ல முடியறது? நீ ஒரு ஆச்சர்யமான பொண்ணு.'

'நீங்களும் ஒரு ஆச்சர்யமான மனுஷர்தான். கேட்டுட்டுக் கோபப்படாம நிதானமா பேசறீங்களே?'

' நீ நாளைக்கே உன் சிநேகிதன் வீட்டுக்குப் போகலாம். எனக்கு ஒரு ஆட்சேபணையுமில்லே. தப்பு நடந்து போச்சு, திருத்திக் கிறதுதான் முக்கியம்.'

'உங்களுக்கும் அப்பா கிடையாது. ஆனா அம்மா இருக்கா, அவர்கிட்டே என்ன சொல்வீங்க?'

'இது என் பிரச்னை. நீ கவலைப்படாதே.'

அவள் புறப்படும்போதுதான் பாபுவின் அம்மாவுக்குத் தெரிய வந்தது, அவள் நிரந்தரமாகப் போகின்றாள் என்பது.

‘என்ன இது கூத்து, எனக்கு ஒண்ணுமே புரியலியே!’ என்றாள் அவள்.

‘இது கூத்து இல்லேம்மா, இதுதான் வாழ்க்கை’ என்று பாபு சொன்னதும், அம்மா அவளை, இதற்கு விளக்கம் வேண்டுபவள் போல் ஏற இறங்கப் பார்த்தாள்.

அவள் சூட்கேஸை இறுகப் பூட்டிக் கொண்டிருந்தாள்.

பாபு கண்ணாடியையும் பார்க்கவில்லை. மறுபடியும் திருமண மும் செய்து கொள்ளவில்லை.

பாபுவின் செல்வத்தைக் குறிவைத்து, அவள் மனைவியின் சகோதரன், மனைவியைப் புறக்கணித்ததாக அவர் மீது கோர்ட்டில் வழக்குத் தொடுத்தான். தானே விரும்பி விலகியதாக அவள் கோர்ட்டில் சாட்சி கூறினாள். இதனால், பாபுவின் மதிப்பில் அவள் உயர்ந்தாள்.

இதற்குப் பிறகு, அவள் அந்த சிநேகிதனுடன் பம்பாய் போய் விட்டதாகச் சொன்னார்கள். அவளும் பாப் பாடகியாகப் பிரபலமாகத் தொடங்கியவுடன் அவள் புகைப்படம் பத்திரிகை களில் வரத் தொடங்கியது. பிறகு, அவள் இந்தியாவைவிட்டு, அமெரிக்கா போய்விட்டதாகச் செய்தி.

அவருடைய அம்மா இருந்தவரைக்கும் மீண்டும் கல்யாணம் செய்து கொள்ளும்படி அவரை நச்சரித்து வந்தாள். ‘குடும்பத் துக்குப் பாந்தமான பெண்களின்’ விண்ணப்பங்களும் வந்து குவிந்தன. ஆனால் அவர் பிடிவாதமாக மறுத்துவிட்டார்.

அவருடைய அப்பா வழக்கறிஞராக இருந்து ஏராளமாகச் சம்பாதித்துத் திடீரென்று போய்விட்டார். வசதியில் கொஞ்சம் சுமாராக இருந்த அத்தையின் குடும்பத்துக்கு அவர்தான் தரவு. அத்தைக்கு இரண்டு பிள்ளைகள். இருவரும் அவரைவிடப் பெரியவர்கள். அவர்களுக்குப் படிப்பு வராவிட்டாலும், அவர்களுடைய பெண்கள் நன்றாகப் படித்தார்கள். அவர்களுக்கு நல்ல இடத்தில் கல்யாணம் செய்து கொடுத்ததும் பாபுதான். இரண்டு பெண்களும் அமெரிக்காவில் இருந்தார்கள். ஒருத்தி கலிபோர்னியாவில், இன்னொருத்தி மிசௌரியில்.

அவர்களுடைய வற்புறுத்தலின் பேரில் பாபு அமெரிக்காவுக்கு வந்திருந்தார். மிசௌரி செயின்ட் லூயிஸில், அத்தையின்

இரண்டாவது பேத்தியுடன் தங்கியிருந்தார். கணவன், மனைவி இருவரும் மென்பொருள் துறையில் வேலையாக இருந்தார்கள்

உலகம் எவ்வளவு சிறியது! நாற்பது வருஷங்களுக்குப் பிறகு அவளை, தன் மாஜி மனைவியை, நடுமேற்கு அமெரிக்காவில், ஒரு இந்தியக் கோயிலில் பார்க்கப் போகிறோமென்று அவர் எதிர்பார்த்திருக்கவே முடியாது! உலகம் சிறியது என்பதைக் காட்டிலும் எவ்வளவு விசித்திரமானது!

கங்காவும் - அதுதான் அவளுடைய பழைய பெயர், பெயரை மாற்றி வைத்துக் கொண்டாளே, அந்தப் புதுப் பெயர் மறந்து போய்விட்டது - அவரை அங்கு எதிர்பார்த்திருக்கமாட்டாள்.

மெய்ம்மறந்த நிலையில் எப்படி அவளால் வழிபடமுடிகிறது? ஸ்வாமி தரிசனதுக்கு வந்திருக்கின்றாள் என்றால், அவள் மதம் மாற வில்லையோ? தலை பளீரென்று நரைத்திருந்தது. முகத்தின் வயது, தலை மயிரோடு போட்டியிடாமல் பின் தங்கிவிட்டது போல் தோன்றியது.

பாபு அன்றுதான் சரயூவின் - அவர் சகோதரியின் மகள் - வற்புறுத்தலின் பேரில் கோயிலுக்கு வந்திருந்தார்.

சரயூவுக்கும் அவள் கணவன் நரேனுக்கும், மாதம் இருமுறை கோயிலுக்குப் போவது என்பது ஒரு முக்கிய கடமை. இதில் எந்த அளவு ஆன்மிகம் இருக்கிறது, எந்த அளவு கலாசார அடையாள வேட்டை இருக்கிறது என்று அவருக்குத் தெரியாது.

அவர் கோயிலுக்கு வர பலதடவைகள் மறுத்துவிட்டு, இன்று வரச் சம்மதித்ததும் சரயூ சிரித்துக்கொண்டே சொன்னாள்: 'மாமா, உங்களைப் பார்த்ததும் நாஸ்திகர்னு யாருக்குமே நினைக்கத் தோணாது.'

'கோயிலுக்கு வரமாட்டேன்னு சொன்னேன்னா நாஸ்திகன்னு அர்த்தமா? ஒரு முழு நாஸ்திகனா மாறணும்னா கோயிலுக்குப் போனாத்தான் அது முடியும்.'

'உங்க குதர்க்கத்தை ஆரம்பிச்சுட்டீங்களே, நாங்கள்ளாம் முழு நம்பிக்கையோடத்தான் கோயிலுக்குப் போறோம், வந்து பாருங்க.'

காலதேசவர்த்தமானத்தின்படி, அமெரிக்க பாலாஜி தூய்மையில் மிகவும் கண்டிப்பாக இருந்தார் என்று அவருக்குத் தோன்றியது.

துப்புரவாக இருந்தது கோயில். பாலாஜியின் விசேஷ பங்களா வில் அவரைக் கண்டு, உரையாடச் செல்வது போலிருந்தது பாபுவுக்கு.

கங்காவும் அவருடன் மனத்தளவில் உரையாடிக்கொண்டிருக்கக் கூடும்.

சொல்ல வேண்டியன நிறைய இருக்கலாம்.

கங்காவின் கண்கள் திறந்தன.

அவள் யாரையும் கவனித்ததாகத் தெரியவில்லை.

எழுந்து பிரகாரத்தைச் சுற்றி வந்தாள்.

அவளிடம் சென்று தம்மை அறிமுகப்படுத்திக் கொள்ளலாமா? இப்பொழுது அவர் உருவம் முற்றிலும் மாறிவிட்டது. அவள் அடிமனத்தில் நிலைப் பெற்றிருக்கக் கூடியது ஒரு குண்டான உருவம். இங்கு, அமெரிக்காவில், என் நினைவுவரப் பெற்ற நிலையில், தன் மனத்தைத் துழாவி என் அடையாளத்தைத் தேடிக் கண்டுபிடிக்கவும் அவளுக்குத் தோணாது.

அறிமுகப்படுத்திக்கொண்டால், அவள் என்ன செய்வாள்? இரண்டு சாத்தியங்கள் உண்டு. ஒன்று, அதிர்ச்சி அடையலாம். அல்லது அதிர்ச்சி அடைவதைக் காட்டிக் கொள்ளாமலிருப்பதற் காகத் தம்மை யாரென்று அறியாதவள் போல் போய்விடலாம்.

இரண்டாவதுதான், அநேகமாக நடக்கக்கூடும்.

இரண்டாவது நடந்தால், அவருக்கு ஏமாற்றமாக இருக்குமோ? உள்ளத்தின் எங்கோ ஓர் அடிமூலையில், விட்ட குறை, தொட்ட குறையாக அவளை அவர் எங்கேனும், எப்பொழுதாவது சந்திக்கலாம் என்ற நைப்பாசையிலிருந்தார் என்று அர்த்தமா? அவர் மனம் சற்றுக் குழம்பியது.

'என்ன மாமா, அவளையே பாத்திண்டிருக்கீங்க? அவ யார் தெரியுமா?' என்றாள் சரயூ.

'அவளை எங்கேயோ பாத்த மாதிரி இருக்கு. யார் அவ?'

'அவளைச் சுத்தி மர்ம முடிச்சுகள் நிறைய இருக்கும் போலிருக்கு. கோயிலுக்கு வருவா, யாரோடையும் பேசமாட்டா. அவாவா

கற்பனைக்குத் தோணியபடி அவளைப் பத்திச் சொல்றா. எது உண்மைன்னு யாருக்கும் தெரியாது.'

'லெட் மீ கோ அண்ட் டாக் டு ஹர்?' என்று சொல்லிக்கொண்டே பாபு அகன்றார்.

சரயூவுக்கு பாபுவின் நடத்தை ஆச்சர்யத்தைத் தந்தது. அவர் இந்த மாதிரி யாரிடமும் வலுவில் சென்று தாமாகப் பேச மாட்டார். அவர் போனபோது, அவள் நவக்கிரகப் பிரகாரத்தைச் சுற்றிக் கொண்டிருந்தாள்.

அவள் சுற்றி முடிக்கும் வரைக் காத்திருந்துவிட்டு, அவள் திரும்பியதும், பாபு அவள் முன் சென்று, 'என்னைத் தெரிகிறதா? அப்போ குண்டாயிருந்தேன், இப்போ இளைச்சு போயிட்டேன்' என்று சிரித்துக்கொண்டே சொன்னார்.

அவள் நெஞ்சின் அடித்தளத்தில் அவர் யாரென்று அவளுக்கு மின்னியிருக்கவேண்டுமென்று அவருக்குத் தோன்றியது. அதனால் முகத்தில் தோன்றவிருந்த கலவர உணர்வைத் திடீரென்று சமாளித்துக் கொண்டு, மிக இயல்பாக அவள் 'ஐ' ம் ஸாரி. ஐ டோன்ட் கெட் யூ' என்றாள்.

'லுக், நாம அடல்ட்ஸ், குழந்தைக இல்லே. நாப்பது வருஷங்க ளுக்கு முன்னாலே நடந்த அந்தச் சம்பவத்தோட இன்டென் ஸிடியை இப்போ நம்மாலே உணர முடியாது. உணர வேண்டிய அவசியமுமில்லே. நீ கங்காதான், எனக்குத் தெரியும். நீ என்னை இங்கு எதிர்பார்த்திருக்கவே முடியாது. நானும் உன்னை இங்கே சந்திப்பேன்னும் நினைக்கவேயில்லே. எதுக்கு நாம இப்போ கண்ணாமூச்சி விளையாட்டு விளையாடணும்? ரன்ட் வி க்ரோன் அப்?' என்றார் பாபு.

அவரை அவள் அங்கு எதிர்பார்க்கவில்லை என்பதைவிட, அவர் இப்படிப் பேசுவாரென்று அவள் எதிர்பார்க்கவில்லை என்பது அவள் முக பாவனையிலிருந்து தோன்றியது.

'ஐ' ம் நாட் கங்கா, ஐ ம் ஸாரி.' அவள் குரல் பலகீனமாய் ஒலித்தது.

அவர் புன்சிரிப்புடன் கூறினார்: ' ஐ நோ. உன் புதுப் பேர் எனக்கு மறந்து போச்சு.இப்போவும் எனக்கு பாப் ம்யூசிக்லே இன்ட் ரெஸ்ட் ஏற்படலே, தட் ஈஸ் மை ட்ராஜெடி.'

அவள் சிறிது நேரம் மௌனமாக அவரையே பார்த்துக்கொண்டு நின்றாள். பிறகு கேட்டாள்: 'இங்கே எங்கே இருக்கீங்க நீங்க, வித் யுவர் சன் ஆர் டாட்டர்?'

'நான் கல்யாணம் பண்ணிக்கலே, ஐ ம் ஸ்டேயிங் வித் மை நீஸ் இன் செஸ்டர்ஃபீல்ட்.'

அவள் தன் கைப் பையைத் திறந்து, ஒரு துண்டுக் காகிதத்தில் ஏதோ எழுதினாள். அந்தக் காகிதத்தை அவரிடம் கொடுத்துக் கொண்டே சொன்னாள்:

'இது என் அட்ரஸ். டு யூ ட்ரைவ்?'

'நோ.'

'உங்க அட்ரஸைக் கொடுங்க. நான் ஃபோன் பண்ணிட்டு வந்து உங்களை பிக் அப் பண்றேன். வீட்டிலே சாவகாசமா பேசலாம், ஓகே?' என்றாள் கங்கா.

'ஸாரி, அட்ரஸ் எனக்குச் சரியாத் தெரியாது. என் நீஸைக் கேக்கணும். அவளும் கோயிலுக்கு வந்திருக்கா. வுட் யூ லைக் டு மீட் ஹர்?'

'நாட் நௌ. உங்க டெலிஃபோன் நம்பரைக் கொடுங்க, ஐ வில் கால் யூ டு நோ யுவர் அட்ரஸ், ஓகே?'

அவர் தம் தொலைபேசி எண்ணைச் சொன்னார். அவள் எழுதிகொண்டாள்.

அவள் சொன்னாள்: 'இன்னொரு விஷயம், நான் யாருன்னு உங்க நீஸுக்கு நீங்க சொல்ல வேணாம், ப்ளீஸ்.'

'நான் கல்யாணம் பண்ணிக்கலேன்னுதான் என் நீஸ் நினைச்சிண்டிருக்கா. இத நான் எதுக்காக இத அவகிட்டே சொல்லணும்?'

அவள் போய்விட்டாள்.

பாபுவைக் கண்டதும், சரயூ கேட்டாள்: 'அவளைத் தெரியுமா, மாமா, உங்களுக்கு?'

'என்னோட காலேஜ்லே படிச்சா.'

'அப்போ நம்ம சௌத் இண்டியன் மாமிதானா? நார்த் இண்டியன்னு நினைச்சேன். பேரு?'

‘ கங்கா.’

‘இத்தனை வருஷம் கழிச்சு எப்படி அவளை ஞாபகம் வச்சிண்டிருந்தீங்க, மாமா?’ என்று குரலில் விஷமத்தின் சாயை தொனிக்க அவள் கேட்டாள்.

‘மூஞ்சி நன்னாயிருந்தா எப்படி மறக்கும்?’ என்றான் நரேன் குறும்புச் சிரிப்புடன்.

அவர்கள் சொன்னது காதில் விழாதது போல் அவர் பேசாமலிருந்தார்.

‘துண்டுக் காகிதத்திலே ஏதோ எழுதிக் கொடுத்தாளே?’ என்றாள் சரயூ.

அவர் அக்காகிதத்தை அவளிடம் கொடுத்தார்.

‘ஓ! அட்ரஸா? டௌன் டவுன்லியா இருக்கா? ஆச்சர்யமா இருக்கே!’ என்று சொல்லிக்கொண்டே கணவனைப் பார்த்தாள் சரயூ. அவன் அக்காகிதத்தை வாங்கிப் பார்த்துவிட்டு, அதை அவரிடம் கொடுத்தான்.

‘ஏன்? என்ன ஆச்சர்யம்?’

‘டௌன் டவுன்னா, டெல்லிலே, ஓல்ட் டெல்லி, மெட்ராஸ்லே, ஜார்ஜ் டவுன் மாதிரி ஒரே நெரிசல். இண்டியன்ஸ் ஜெனரலா டௌன் டவுன்லே இருக்க மாட்டா.’ என்றான் நரேன்.

‘ஸோ?’

‘ஸோ... வாட்? ஒண்ணுமில்லே. அன்யூசுவலா இருக்குன்னு சொன்னேன். உங்களை வீட்டுக்குக் கூப்பிட்டாளா?’ என்றான் நரேன்.

அவர் தலையசைத்தார்.

‘பொழுது சாஞ்சா, மாமி இருக்கிற இடம் ரொம்ப பத்தான இடம்’ என்றான் நரேன்.

‘ஏன்?’ என்றார் பாபு.

‘ட்ரக்ஸ். வாரத்துக்கு ரெண்டு ஷூட்டிங்காவது இருக்கும். இந்த மாமி எப்படி இந்த இடத்திலே இருக்கா?’ என்றான் நரேன்.

‘மாமா, ஃபோன் பண்ணி மாமியை நம்ம வீட்டுக்கு வரச் சொல்லுங்கோ, நீங்க போக வேண்டாம்’ என்றாள் சரயூ.

‘மாமியைப் பத்தி மர்ம முடிச்சு இறுகறதா, சரயூ? ’ என்று சிரித்துக் கொண்டே கேட்டார் பாபு.

‘மர்ம முடிச்சா? வாட் டு யூ மீன்?’ என்று கார்க் கதவை திறந்து கொண்டே கேட்டான் நரேன்.

‘ஐ டோன்ட் நோ! சரயூதான் சொன்னா, அவளைப் பத்தி மர்ம முடிச்சுகள் நிறைய இருக்குன்னு, இல்லையா சரயூ?’

‘அப்படின்னு பேசிக்கறான்னு சொன்னேன், எனக்கென்ன தெரியும்?’

‘அவளுடைய ஹஸ்பெண்ட் என்ன செய்யறார்?’ என்றான் நரேன் காரை ஸ்டார்ட் செய்துகொண்டே.

‘ஹாஸ் ஷி ஒன்? என்ன மாமா உங்களுக்கு ஏதாவது தெரியுமா?’ என்றாள் சரயூ.

‘செஸ்டர்ஃபீல்டும் மைலாப்பூரும் பக்கத்துப் பக்கத்திலே இருக்கிற மாதிரி இருக்கு’ என்றார் பாபு புன்னகையுடன்.

‘என்ன சொல்றீங்க, புரியலே.’

‘வம்பு. ஹாஸ் ஷி ஒன்னு கேட்டியே, உனக்கு எப்படித் தெரியும் அவளுக்குப் புருஷன் இல்லேன்னு?’

‘கோயில்லே எத்தனையோ தடவை மாமியைப் பாத்திருக்கேன், ஒரு தடவையாவது புருஷன் கூட பாத்ததில்லே. மத்தவாளும் அதைத்தான் சொல்றா.’

‘தனியா இருந்தாள்னா இப்போ இருக்கிற இடத்திலே இருக்கிறத்துக்கு அசாத்திய துணிச்சல் வேணும்’ என்றான் நரேன்.

பாபுவுக்கு அவளைப் பற்றிய கர்வம் அதிகரித்தது. அவள் அந்த இடத்தில் ஏன் தனியாக வசிக்க வேண்டும்? தனியாகத்தான் இருக்கிறாள் என்று எப்படித் தெரியும்?

அன்றிரவு அவருக்குத் தூக்கம் வரவில்லை. கங்காவைப் பற்றிய பல சாத்தியக்கூறுகள் அவர் மனத்தை அலைக்கழித்தன.

ஒரு வாரம் கழித்து அவள் ஃபோன் செய்தாள். ஃபோன் வந்தால், சாதாரணமாக பாபு எடுப்பதில்லை. சரயூவுக்கோ, நரேனுக்குத் தான் வரும். இயந்திரத்தில் ஒலிக்கும் அமெரிக்கன் உச்சரிப்பு அவருக்குப் புரிவதில்லை. ஃபோன் செய்கின்றவர்கள் மெஸேஜ் வைத்துவிடுவார்கள்.

மெஸேஜில் கங்காவின் குரல் கேட்டதும், அவர் அவசரம் அவசரமாக ஃபோனை எடுத்துக் கூறினார்: 'ஐ'ம் பாபு ஹியர்.'

சில விநாடிகள் மௌனம்.

'இன்று மாலை 6 மணிக்கு உங்களால் வர முடியுமா? நான் வந்து உங்களை அழைத்துக்கொண்டு போகிறேன். உங்கள் முகவரி யைச் சொல்லுங்கள்' என்றாள் அவள் ஆங்கிலத்தில்.

அவர் முகவரியைக் கூறிவிட்டுச் சொன்னார். 'இன்விடேஷனுக்கு ரொம்ப தாங்க்ஸ். என் நீஸ் அஞ்சு மணிக்கு வருவா. வந்ததும், அவ கிட்டே சொல்லிட்டு உனக்கு ஃபோன் பண்றேன், ஓகே?'

'அவள் அனுமதி வேண்டுமா?'

'அனுமதி இல்லே, கர்டஸி. அவளோட தங்கியிருக்கேன் இல்லையா?'

'எஸ். எஸ். கர்டஸி. என்ன சொல்லிட்டு வருவீங்க, பழைய கேர்ள் ஃப்ரெண்ட்னு சொல்லுவீங்களா?' என்று கேட்டுவிட்டு செயற்கையாகச் சிரித்தாள்.

'நீ என்னோட காலேஜ்லே படிச்சேன்னு சொல்லியிருக்கேன். அவ்வளவுதான். வேற எதாவது அவகிட்டே சொல்லணுங் கறயா?'

'ப்ளீஸ், நோ! உங்ககிட்டே நிறையப் பேசணும். பீ ரெடி ஃபார் ஷாக்ஸ்.'

அன்று மாலை சரயூ வந்ததும், அவளிடம், கங்காவிடமிருந்து ஃபோன் வந்ததைப்பற்றிச் சொன்னார்.

'போகப் போறேளா?'

'ஆமாம்'

'நரேன் சொன்னானே, அந்த இடம் டேஞ்சரஸ் ப்லேஸ்னு. போய்த்தான் ஆகணுமா?'

'அவ அழைச்சிண்டு போகப் போறா, கொண்டுவிடப் போறா, எனக்கென்ன ரிஸ்க் இதிலே?'

'எனக்கு ஒண்ணும் புரியலே, மாமா. நீங்க எங்களோட இருக்கீங்க. நார்மலா அவ எங்களையும் வீட்டுக்குக் கூப்பிட ணும். இதுதான் முறை. அவ எங்களை ஏன் அவாய்ட் பண்றா? மாமா, ஐ டோன்ட் லைக் இட், ஐ ம் ஸாரி டு ஸே திஸ்.'

'அப்போ நான் போக வேண்டாங்கிறியா?'

'நோ. நோ. போகறதும், போகாம இருக்கறதும் உங்க இஷ்டம். ஷீ ஈஸ் எ ஸ்ட்ரேஞ்ச் வுமன், இஸ் இன்ட் ஷி?'

'இருக்கலாம்.'

'நான் உங்களை எம்பராஸ் பண்ற மாதிரி இருந்தா, பதில் சொல்ல வேணாம். நீங்க ஏன் கல்யாணமே பண்ணிக்காம இருந்தீட்டீங்க, மாமா?'

அவள் ஏன் இப்படிக் கேட்கிறாள் என்று அவருக்குப் புரிந்தது. கங்காவும் அவரும் கல்லூரியில் படிக்கும்போது காதலர்களாக இருந்து, ஏதோ ஒரு காரணத்தால், கல்யாணம் நடைபெறாமல் போக, அந்த விரக்தியில் அவர் திருமணமே செய்துகொள்ள வில்லை என்று நினைக்கிறாளோ என்னவோ!

'பதில் சொல்ல விருப்பமில்லேன்னா, சொல்லவேணாம், மாமா.'

'நீ சொல்லறது சினிமாக் கதை. வாழ்க்கையோட சம்பந்தமில்லா தது. அவ என்னோட மாஜி காதலி இல்லே' என்று சொல்லி விட்டு சிரித்தார் பாபு.

'அப்போ போறதுன்னு தீர்மானம் பண்ணிட்டேளா?'

'ஆறு மணிக்குப் போயிட்டு எட்டு எட்டரை மணிக்கெல்லாம் வந்துடுவேன். அவ என்கிட்டே பேசணுங்கிறா, என்னன்னு தெரியலே.'

'உங்க இஷ்டம். தேவைப்பட்டா எங்களுக்கு ஃபோன் பண்ணுங்க.'

கங்கா 5.55க்கு வந்து காலிங் பெல்லை அழுத்தினாள்.

சரயூ கதவைத் திறந்தாள்.

வெள்ளை பைஜாமா, நீல குர்த்தா. உடைஎடுப்பாக இருந்தது.

'ஹாய்! நான்தான் சரயூ, மிஸ்டர் பாபுவோட நீஸ். உள்ள வாங்க ளேன்.'

'ஹாய்! உங்களைச் சந்திப்பதில் மகிழ்ச்சி. இன்னொருநாள் வரு கிறேனே! ஹாய்! மிஸ்டர் பாபு, நீங்கள் புறப்படத் தயாரா?'

உள்ளிருந்த வந்த பாபு, சரயூவைப் பார்த்தார். கங்காவின் முகத்தில் அதிருப்தி தெரிந்தது.

' நான் எட்டரை மணிக்குள்ளே வந்துடறேன், சரயூ' என்றார் பாபு.

'பை,பை!' என்றாள் கங்கா புன்னகையுடன்.

'எட்டரை மணிக்குள்ளே அவரைக் கொண்டு விட்டுடுங்கோ. மாமா, வி வில் வெய்ட் ஃபார் யூ ஃபர் டின்னர்' என்றாள் சரயூ.

'இல்லை! அவரை டின்னருக்குத்தான் நான் அழைத்துக்கொண்டு போகிறேன். எட்டரை மணிக்கு வந்துவிடுவார். கவலைப் படாதீர்கள்!' என்றாள் கங்கா.

'என்கிட்டே பேசணும்னு நீ சொன்னாயே தவிர, ஐ ம் ஸாரி, நீ டின்னர்னு சொல்லலே. எனக்கு டின்னர் இங்கேதான்' என்றார் பாபு.

'டின்னர் அவ்வளவு முக்கியமான பிரச்னையா? ஓகே, டின்னருக்கு வந்துடுவார்' என்றாள் கங்கா.

கங்கா சொல்வது சரிதான், டின்னர் அவ்வளவு முக்கியமான பிரச்னையா?

சரயூ இதைப் பிரச்னையாகக்கியதற்குத் தாம் உதவியிருக்க வேண்டியதில்லை என்று தோன்றியது அவருக்கு.

'பை, மாமா, மாமி!' என்றாள் சரயூ. 'மாமி' என்று வேண்டு மென்றே சொன்னாளா அல்லது தன்னிச்சையாகச் சொன்னாளா என்று தெரியவில்லை. 'மாமி' என்ற சொல் காதில் விழுந்ததும், அவள் சடக்கென்று சரயூ பக்கம் திரும்பி, இரண்டு மூன்று

விநாடிகள் சங்கடமான அமைதிக்குப் பிறகு, அவளைப் பார்த்துப் புன்னகை செய்தாள்.

காரில் உட்கார்ந்த பிறகு, சிறிது நேரம் இருவரும் பேசாமலிருந் தனர்.

'உங்கள் நீஸ் ஒரு சுவாரஸ்யமான பெண்' என்றாள் கங்கா.

'அவள் வழியில்' என்றார் பாபு.

' புரியவில்லை.'

' நாம் எல்லாருமே சுவாரஸ்யமானவர்கள்தாம் நம் நம் வழியில்.'

அவள் மௌனமாகக் காரை ஓட்டிக் கொண்டு சென்றாள்.

அக்டோபர் மாதம் என்பதால் இருட்டிவிட்டது. ஆனால் குளிர் தொடங்கவில்லை. மரங்கள் அற்புதமாக நிறம் மாறத் தொடங்கி யிருந்தன.

அவள் இருந்த இடம் நெரிசலான இடம்தான். ஃப்ரோ - அமெரிக்க இளைஞர்கள் பாடிக் கொண்டு சென்றார்கள். சிலர் ஒருவரையொருவர் துரத்திக் கொண்டு சென்று பிடித்ததும் விளையாட்டுக்காகச் சண்டையிட்டுக் கொண்டனர். ஒரே ஆரவாரம், மகிழ்ச்சி! பகலிலேயே ஆள் நடமாட்டம் இல்லாமல் மௌனச் சமாதியில் வாழும் மத்தியத்தர, பணக்காரர்களைப் போலல்லாமல், இந்தக் காலனி எப்பொழுதும் உயிர்த்திருப்பது போல் அவருக்குப் பட்டது.

கார் நின்றது. அவள் இறங்கினாள். அவர் அவளைப் பின் தொடர்ந்தார்.

ஒன்றை ஒன்று தொட்டுக்கொண்டு ஐந்தாறு வீடுகள். கறுப்பர்கள் வசிக்கும் காலனி.

'இந்த இடத்திலே இருக்கறதுக்கு அசாத்திய துணிச்சல் வேணும் என்றான் நரேன், சரயூ ஹஸ்பண்ட்' என்றார் பாபு.

'இவர்கள் ரொம்ப நல்லவர்கள், வெரி ஹெல்ப்ஃபுல். பணக் காரர்களைப் போல ஹிபாக்ரிட்ஸ் இல்லை.'

'ஹாய்! மிஸ் ஏஞ்சல்! ஹௌ வாஸ் யுவர் டே?' என்று கேட்டுக் கொண்டே ஒரு எட்டு வயது பெண் அவளிடம் வந்து ஒட்டிக்

கொண்டது. எஸ், அவள் புதுப் பெயர் ஏஞ்சல் என்பது அவர் நினைவுக்கு வந்தது.

'ஃபைன் டார்லிங்' என்று கூறியவாறு அவள் தன் கைப்பை யிலிருந்து சாக்லெட்டை எடுத்து அச் சிறுமியிடம் கொடுத்தாள்.

'தாங்க் யூ, மிஸ் ஏஞ்சல்' என்று கூறியவாறு, கங்காவின் இரு கன்னத்திலும் முத்தம் கொடுத்தது அக்குழந்தை.

நெஞ்சைத் தொடும் ஒரு அனுபவமாக அது அவருக்கு இருந்தது.

அவள் தன் வீட்டுக்குச் சென்று வாசல் மணியை அழுத்தினாள். அவள் தனியாக இல்லை.

ஒரு கறுப்புப் பெண் கதவைத் திறந்தாள். அவளுக்குப் பதினான்கு வயதிருக்கும். களையான முகம். பளீரென்ற புன்னகை.

'ரோசலின். இவர் மிஸ்டர் பாபு, இந்தியாவிலிருந்து வந்திருக்கும் என் நண்பர்' ரோசலின் அவருடன் கைக் குலுக்கினார்.

உள்ளே சென்று உட்கார்ந்ததும், கங்கா கேட்டாள்: 'என்ன குடிக்கிறீர்கள், காஃபி?'

அவர் தலையசைத்தார்.

'நான் காஃபி கொண்டு வருகிறேன். நீங்கள் உட்காருங்கள்' என்றாள் ரோசலின் கங்காவிடம்.

'தாங்க்ஸ். பால், சக்கரை?' என்றாள் பாபுவிடம்.

'இரண்டும் வேண்டாம்' என்றார் அவர் ரோசலினிடம் புன்னகை யுடன்.

சிறிது நேர அமைதிக்குப் பிறகு, கங்கா சொன்னாள்: 'ஸோ மறுபடியும் நாம மீட் பண்றோம். நான் நினைக்கவேயில்லே!'

'நானும் நினைக்கலே. நீ நியூயார்க், லாஸ் ஏஞ்சலஸ்னு அந்த மாதிரி இடங்களிலே இருப்பேன்னு நினைச்சேன்.'

'நான் 'அந்த மாதிரி' இடங்களிலெல்லாம் - நீங்க எந்த அர்த்தத் திலே 'அந்த மாதிரி இடங்கள்'னு சொல்றீங்கன்னு புரியலே - இருந்துட்டுதான் இங்கே வந்திருக்கேன். எட்டு வருஷமா இங்கே இருக்கேன். சந்தோஷமா இருக்கு.'

‘முன்னாலே சந்தோஷமா இல்லையா?’

ஆங்கிலத்தில் அவள் சொல்லத்தொடங்கினாள்: ‘நான் வாழ்க்கையை வீணடித்துக்கொண்டுவிட்டேன். அதைப் பற்றியெல்லாம் நான் பேச விரும்பவில்லை. செயின்ட் லூயிஸுக்கு ஒரு இசை விழாவுக்கு வந்தேன். வாழ்க்கையின் விளிம்பில் நிற்பது போல் ஓர் உணர்வு என்னை ஆட்கொண்டது. ஓரிரவு, ஹோட்டல் அறையில் குடித்துக் கொண்டே இருந்தேன். அப்பொழுது, ஜோயி அறைக்குள் வந்தார். பாட்டிலைப் பிடுங்கித் தள்ளி வைத்தார். ‘தற்கொலையா உன் திட்டம்? நீ அப்படிச் செய்து கொண்டால் உன்னை ஏமாற்றியவனுக்கு அவனுக்குத் தகுதி இல்லாத ஓர் அந்தஸ்தைத் தருகிறாய் என்று அர்த்தம்’ என்று கத்தினார்.

‘யார் அவன்? அவனுக்காகத்தானே நீ என்னைவிட்டுப் போனாய்?’ என்றார் பாபு.

‘பாபு, நீங்கள் எளிமையானவர். வாழ்க்கை அவ்வளவு எளிமையானதல்ல. என்னை உங்களிடமிருந்து பம்பாய்க்கு அழைத்துக் கொண்டு போனவன், பம்பாயிலேயே என்னை விட்டுவிட்டுப் போய்விட்டான். என்னை அமெரிக்காவுக்கு அழைத்துக் கொண்டு வந்தவன் வேறொருவன். அவனுடன் சில வருஷங்கள் இருந்தேன். அவனுடன் நரக வாழ்க்கை. அவனிடமிருந்து நானே விலகிப் பல வருஷங்கள் தனியே இருந்தேன்.’

ரோஸலின் காபி கொண்டு வந்தாள்.

காபி நன்றாக இருந்தது.

‘நன்றி. அருமையான காஃபி’ என்றார் அவர் ரோஸலினிடம்.

‘நன்றி’ என்றாள் அவள் அழகான புன்சிரிப்புடன்.

‘ரோஸலின் என் வளர்ப்புப் பெண். வளர்ப்புப் பையன் உள்ளே இருக்கிறான்’ என்றாள் கங்கா.

‘ஜோயி என்பவர் யார்?’ என்றார் பாபு.

‘ரோஸலினுக்கும் உள்ளே இருக்கிற அவள் தம்பிக்கும் அப்பா. மனித வாழ்க்கையின் அர்த்தத்தை எனக்குக் கற்றுக் கொடுத்த குரு. என்னை அவர் என்னிடமிருந்து காப்பாற்றினார். எதோ ஒரு

விடலைப் பையன், என்னைக் காட்டிலும் பல வருஷங்கள் சிறியவன், என்னைக் காதலிப்பதாகச் சொன்னபோது, அவன் காதலித்தது என்னையா என் பணத்தையா என்று கூடத்தெரியாத முட்டாளாக இருந்து அவனுக்காக என்னை அழித்துக் கொள்ள முயன்றபோது என்னைக் காப்பாற்றினார். பல வருஷங்கள் தனியாக இருந்த நான் அவன் தோற்றத்திலும், கெட்டிக்காரத் தனமான பேச்சிலும், அற்புதமான குரலிலும் மயங்கினேன். அவனுக்கு நான் இன்னொருத்தி என்று அறிந்தபோது, நானே என்னை ஏமாற்றிக் கொண்டதற்குப் பரிகாரமாகக் குடித்தே சாவது என்று தீர்மானித்தேன். ஜோயி என்னைக் காப்பாற்றினார். அவர் செயிண்ட் லூயிஸைச் சேர்ந்தவர். சாக்ஸஃபோன் வாசித்து வந்தார். அவர் என்னைத் தம் வீட்டுக்கு அழைத்துக்கொண்டு போனார். அவருக்கு மனைவி இல்லை. ரோஸலின் தம்பிக்குப் பிறந்ததிலிருந்து சிஎம்டி. கான்ஜனிடல் மஸ்குலர் டிஸ்ட்ராஃபி. படுத்த படுக்கைதான். இரண்டு குழந்தைகளையும் அவர்தான் பரமாரித்து வந்தார். அவர் கூறினார்: 'பார், நான் என்றோ தற்கொலை செய்து கொண்டிருக்க வேண்டும். செய்து கொள்ள வில்லை. காரணம். இது மனித உயிர். முடிந்தவரை இதைக் காப்பாற்றத்தான் இறைவன் என்னைப் படைத்திருக்கிறான் என்று எனக்கு நானே சொல்லிக்கொண்டேன். இது என் வாழ்க்கைக்கு அர்த்தம் கற்பித்தது' என்று அவர் என்னிடம் சொன்னார்.

இந் நிகழ்ச்சி என்னை உலுக்கிவிட்டது. எனக்கு ஏன் அந்தக் கணத்தில் மன மாற்றம் ஏற்பட்டது என்பதற்குக் காரணத்தை விளக்கிக் கூற முடியாது. விதியாக இருக்கலாம், இறைவன் அருளாகவும் இருக்கலாம். திடீரென்று ஒரு முடிவு எடுத்தேன், அவருடன் இருந்துவிடுவதென்று. அவர் முதலில் தயங்கினார். பிறகு சம்மதித்தார். வீணடித்த என் வாழ்க்கைக்கும் அர்த்தம் கற்பித்துக்கொள்ளவேண்டுமென்று எனக்குத் தோன்றியது.

நான்கு வருஷங்களுக்கு முன்னால் ஒரு குழந்தையைக் காப்பாற்ற முயலும்போது தீ விபத்தில் ஜோயி இறந்து போனார். இக் குழந்தைகளுக்கு இப்பொழுது நான்தான் தாய், தகப்பன் எல்லாம்.'

சிறிது நேரம் அங்கு அமைதி நிலவியது.

பாபு கேட்டார்: 'ரோஸலின் தம்பியைப் பார்க்கலாமா?'

'நிச்சயமாகப் பார்க்க விரும்புகிறீர்களா?'

'ஆமாம்.'

அவர் அவரை மாடியிலிருந்த படுக்கையறைக்கு அழைத்துச் சென்றாள்.

'அவன் பெயர் என்ன?' என்றார் பாபு.

'மைக்.'

அறையில் மங்கலான ஒளி. அவன் உருவத்தைக் கண்டு திடுக்கிட் டார் பாபு.

மிகப் பெரிய தலை. தோள், உடம்பு, கை, கால் எல்லாம் நாரா யிருந்தன. பெரிய கண்கள். அமைதியற்றுச் சுழன்று கொண்டே இருந்தன.

'மைக் டார்லிங், நமக்கு ஒரு விருந்தினர் வந்திருக்கிறார்' என்றாள் கங்கா.

அவன் அவள் சொன்னதைக் காதில் வாங்கிக்கொண்டதாகவே தெரியவில்லை.

அவன் பார்வை எங்கோ இருந்தது.

கங்கா இவனுக்காகவா வாழ்கிறாள்! தம்மால் இதைச் செய்ய முடியுமா?

கங்கா சொன்னாள்: 'நீங்கள் சற்று வெளியே போகமுடியுமா? இவனைச் சுத்தம் செய்ய வேண்டும்?'

'ஆஸ்பத்திரியிலே இவனை வச்சுக்க மாட்டாங்களா?' என்றார் பாபு.

'இந்த வியாதியைக் குணப்படுத்த மருந்தே கிடையாது. அதிக பட்சம் இருபது வயது மட்டும் இருப்பான் என்கிறார்கள். இப்பொழுது இவனுக்கு வயது பத்து. என்னை அவனால் சில சமயங்களில் அடையாளம் கண்டு கொள்ள முடிகிறது. புன்னகை செய்வான். அச்சமயங்கள்தாம் என் வாழ்க்கையின் பொன் தருணங்கள். என் வாழ்வுக்கு அர்த்தம் தரும் கணங்கள். சரி, சற்று வெளியே போகிறீர்களா?' என்றாள்கங்கா.

பாபு வெளியே வந்தார். முதல் இரவில் அவர் கண்ட கங்காவா இவள்? வாழ்க்கை அவளை எங்கே அழைத்துக்கொண்டு போயிருக்கிறது! பார்க்கப் போனால், இரண்டு கங்காக்களுக்கும் முரண்பாடில்லை. முதல் இரவன்று, உண்மையைப் பேச அவள் தயங்கவில்லை. கோர்ட்டில் அவருக்கு எதிராக சாட்சி கூற வில்லை. நடத்தையில் நேர்மையிருந்தது. அடிப்படையிலிருந்த இந்த நேர்மையினால்தான், ஜோயியின் மகத்தான தியாகத்தின் உயர்வை அவளால் உணர முடிந்தது.

அவள் வெளியே வந்தாள்.

'ஒரு முக்கியமான கேள்வியை நீங்கள் இன்னும் கேட்கவில்லை' என்றாள் கங்கா.

'என்ன?'

'சர்ச்சுக்குப் போகாமல், நான் ஏன் பாலாஜி கோயிலுக்குப் போகிறேன் என்று.'

'மத நம்பிக்கை என்பது, உனக்கும் உன்னைப் படைத்தவனுக்கு மிடையே உள்ள அந்தரங்கம். நான் ஏன் குறுக்கிட வேண்டும்?'

'என்னுடைய பழைய அடையாளத்தை நான் முற்றிலும் தொலைத்துவிட விரும்பவில்லை. கோயிலுக்கு வருவது எனக்கு நிம்மதியைத் தருகிறது. ஆனால் நான் இந்தியர்களைச் சந்திப்ப தில் ஆர்வமாக இல்லை.'

'ஒரு இந்தியனைத் தவிர', என்று கூறிவிட்டுப் புன்னகை செய்தார் பாபு.

'உங்களைப் பற்றி நான் அடிக்கடி நினைப்பதுண்டு.'

'ரியலி?'

'நான் முதல் இரவு அன்று உங்களிடம் சொன்னதைப் போல் வேறு யாரிடமாவது சொல்லியிருந்தால் படுக்கை அறை போர்க் களமாகியிருக்கும். நானும் அதைத்தான் எதிர்பார்த்தேன். உங்கள் கண்ணியம் என்னைப் பிற்காலங்களில் குற்ற உணர்வுக்கு உள்ளாக்கியது. நான் தற்கொலைக்குச் சமானமாக என்னை மெல்ல மெல்ல அழித்துக்கொள்ள முயன்றதற்கும் இந்த குற்ற உணர்வுகூட காரணமாக இருக்கலாம். ஜோயியின் தியாகத்தைப்

பார்த்ததும் என்னையும் அவர் குடும்பத்தோடு ஐக்கியப்படுத்திக் கொண்டதற்கும், பிராயச்சித்தம் என்றளவில் இது காரணமாக இருக்கலாம்' என்றாள் கங்கா.

'நான் ஒரு சிம்பிள் மேன். ரொம்ப ஆராய்ச்சி செய்ய விரும்பலே. மணி எட்டேகால். என் நீஸ் எனக்காகக் காத்துண்டிருப்பா. போக லாமா?' என்றார் பாபு.

'எஸ். போகலாம். இவரை அவர் வீட்டில் கொண்டு விட்டு வருகிறேன், ரோஸி. மைக்குக்கு நான் வந்து சாப்பாடு தரு கிறேன், ஓகே?'

ரோஸலின் புன்னகையுடன் தலை அசைத்தவாறு, பாபுவோடு கை குலுக்கினாள்.

இருவரும் காரில் உட்கார்ந்ததும், பாபு சொன்னார்: 'ஸ்வீட் கேர்ள். ஐ லைக் ஹர்.'

'உங்கள் நீஸிடம் என்ன சொல்லப் போறீங்க?' என்றாள் கங்கா.

'உண்மையைக் காட்டிலும் சௌகர்யமானது வேறு எதுவு மில்லை.'

'எஸ். யூ ஆர் ரைட். நீங்கள் உண்மையைச் சொல்லுவதில் எனக்கு ஒரு ஆட்சேபணையுமில்லை. அதுதான் நியாயமானதும் கூட. என்னை மறுபடியும் சந்திக்க வருவீர்களா?'

'அஃப் கோர்ஸ், கங்கா.'

36. அஸ்வத்தாமா

எனக்குக் காலையில் நான்கு மணிக்கே விழிப்பு வந்துவிடும். என் வீட்டுக்கு வெளியே உள்ள காம்பவுண்ட்டைச் சுற்றி யிருக்கும் மின் விளக்குகள், புலர்ந்தும் புலராத வெளிச்ச மயக்கத்தைத் தோற்றுவிக்கும். எழுந்து மணியைப் பார்ப்பேன். மூன்று அல்லது நான்கு மணியாக இருக்கும். மூன்று மணியாக இருந்தால், மீண்டும் படுத்தால் தூக்கம் வருவதற்கான சாத்தியக் கூறு உண்டு. நான்கு மணியாக இருந்தால் வராது.

காரணம், என் வயது. வயதாகிவிட்டால் தூக்கம் குறையும் என் கிறார்கள். போவதற்குள், விழித்திருக்கும் நேரத்தில், உலகத்தை அதிக நேரம் பார்க்கலாமே என்ற ஆசையாகவுமிருக்கலாம். ஒரு மணி நேரம் புஸ்தகம் படிப்பேன். பிறகு, தேநீர் போட்டுக் குடித்துவிட்டு, வாக்கிங் போகக் கிளம்பிவிடுவேன்.

நான் உலாவப் போகும் இடம் நாகேஸ்வரராவ் பூங்கா. நாகேஸ் வரராவ் பூங்கா, மைலாப்பூர் மத்திய தர வர்கத்தைப் பிரதி பலிக்கும் ஒரு சுவாரஸ்யமான இடம். கணவர்களிடம், மருமகள்கள் மீது குற்றம் சுமத்திக்கொண்டே, மூட்டுவலிக் கால்களுடன் கஷ்டப்பட்டு நடக்கும் நடுத்தர வயதைக் கடந்த பெண்கள், அவர்கள் சொல்வதை 'ஹூம்! ஹூம்!' என்று தலை அசைத்து இயந்திரரீதியாகக் கேட்டுக்கொண்டு வரும் அவர்க ளுடைய கணவர்கள், சட்ட நுணுக்கங்களை உரத்த குரலில் விவாதித்துக்கொண்டு செல்லும் வக்கீல்கள், வங்கி நிர்வாகிகள், காதை ஐ பாட் அலங்கரிக்க , ஜாக் செய்யும் இளம் பெண்கள், ஆண்கள் என்று பலதிறப்பட்ட ஜன சமூகத்தை அங்குப்

பார்க்கமுடியும். குழந்தைகளுக்கு என்றிருக்கும் பகுதியில் பெரியவர்கள் ஊஞ்சலாடிக்கொண்டிருப்பார்கள். வயது என்பது மனத்தைப் பொறுத்த விஷயம் என்று சொல்வது சரிதான் என்று எனக்குத் தோன்றும்.

எனக்கு அன்று இரண்டரை மணிக்கே விழிப்பு வந்துவிட்டது. விழிப்பும், பாத்-ரூம் அழைப்பும் ஒரே சமயத்தில் நிகழ்ந்தன. விழிப்பினால் அழைப்பா, அழைப்பினால் விழிப்பா என்பது, கோழி முந்தியதா அல்லது முட்டை முந்தியாதா போன்ற தத்து வார்த்த பிரச்னையாகவும் இருக்கலாம்.

நான் பாத்ரூம் போய்விட்டுப் படுத்துக்கொண்டேன். விழித்துக் கொண்டிருக்கிறேன் என்ற பிரக்ஞை இருக்கிறது. ஆனால் ஒன்றுக்கொன்று சம்பந்தமில்லாத சொப்பனங்களும் வருகின் றன. இவற்றை, முழு விழிப்பு ஏற்பட்ட நிலையில், நினைவு படுத்திக்கொண்டு எழுத முடிந்தால், ஓர் அற்புதமான பின்நவீனத்வ படைப்பு உருவாகக்கூடுமென்று தோன்றியது.

எப்பொழுது தூங்கினேன் என்று தெரியாது. திடீரென்று விழிப்பு வந்தது.

மணியைப் பார்த்தேன். ஐந்து. எழுந்து பல் விளக்கிவிட்டு, தேநீர் போட்டுக் குடித்த பிறகு, வீட்டைப் பூட்டிக்கொண்டு, பூங்காவை நோக்கித் தூக்கத்தில் நடப்பவன் போல் நடந்தேன்.

பூங்காவில் வழக்கமானவர்கள் வந்துவிட்டார்கள். மேல் கோர்ட்டுக்கு அப்பீல் செய்யப்போவது பற்றி உற்சாகமாகச் சொல்லிக்கொண்டு சென்றார் முழு வழுக்கையாக இருந்த வக்கீல் ஒருவர். வேகமாக நடந்துகொண்டே பேசியதினால் அவருக்குச் சற்று மூச்சு வாங்கியது.

பூங்காவை ஆறு தடவைகள் சுற்றுவதுதான் என் வழக்கம். ஒரு சுற்று சுற்றிவர ஐந்து நிமிஷங்கள் பிடிக்கும். வீட்டிலிருந்து இங்கு வர பத்து நிமிஷங்கள், திரும்பிப் போக பத்து நிமிஷங்கள். மொத்தம் நாற்பது நிமிஷங்கள். சில நாள்கள் அங்கேயிருக்கும் பெஞ்சில் பத்து நிமிஷங்கள் உட்காருவதும் உண்டு.

அன்று வழக்கத்தை மீறி ஆறு சுற்றுகளுக்கும் மேல் சுற்றி விட்டேன். சற்று இளைப்பாறினால் தேவலை என்று தோன்றியது.

பெஞ்சின் ஓரமாக யாரோ உட்கார்ந்திருப்பது போல் எனக்குப் பட்டது. வேறு பெஞ்சில் உட்காரலாமா, இல்லாவிட்டால், அங்கேயே உட்காரலாமா என்று சில விநாடிகள் யோசித்த பிறகு, மறு ஓரத்தில் உட்கார்ந்தேன்.

அங்கு உட்கார்ந்திருந்தவரை நான் இதற்கு முன் பூங்காவில் பார்த்ததில்லை. வயது என்னவென்று நிர்ணயிக்கமுடியாத முகம். ஒரு சமயம் இளைஞன் போல் தோன்றியது. கவனமாகப் பார்த்தால், நடுவயதுக்காரன் போல் தெரிந்தது. இன்னும் சற்று ஊன்றிப் பார்த்தால், நல்ல வயதானவர்போல்பட்டது! எனக்கு ஒன்றும் புரியவில்லை. என் தூக்கம் இன்னும் கலையவில்லையா? அல்லது அங்கு ஒருவருமே உட்கார்ந்திராமல், அது என் மனப் பிரமையில் உருவான தோற்றமா?

அவர் ஒரு நீண்ட கறுப்பு அங்கி அணிந்திருந்தார். அவருடைய உயரத்துக்கு அது எடுப்பாக இருந்தது. அவர் கண்கள் மூடியிருந்தன. தியானத்தில் இருப்பவர் போல் தோன்றியது.

நான் அவரைக் கவனிப்பதைத் தவிர்த்து வீட்டுக்குத் திரும்புவது பற்றி யோசித்தேன்.

ஆனால் அவருடன் பேசவேண்டுமென்ற ஓர் அடக்கமுடியாத ஆசை எனக்குள் ஏற்பட்டதென்பது எனக்கு ஆச்சர்யத்தைத் தந்தது. யார் இவர்?

அவர் கண்கள் திறந்தன.

'இன்னிக்கு வெதர் பரவாயில்லே' என்று நான் அவரிடம் சொன்னேன்.

அவர் என்னைத் திரும்பிப் பார்த்தார். தீட்சண்யமான கண்கள். புன்னகை செய்தார்.

'நான் தினம் இந்த பார்க்குக்கு வரேன், உங்களை நான் பார்த்ததில்லே. என் பேர் விஸ்வேஸ்வரன்' என்றேன் நான்.

'பார்த்திருக்கமுடியாது. ஆனா என் பேரைச் சொன்னா நீங்க என்னைப் பத்திக் கேள்விப்பட்டிருக்கக் கூடும்' என்றார் அவர்.

பேரைக் கேள்விப்பட்டிருக்கலாமென்றால், சினிமா நடிகரோ அல்லது அரசியல்வாதியோ? உடையைப் பார்த்தால், ஸ்வாமிஜியாகவும் இருக்கக்கூடும். ஒருவேளை, சினிமா நடிகராக இருந்து,

பிறகு அரசியல்வாதியாக மாறி, இரண்டிலும் விரக்தி ஏற்பட்டபின், ஸ்வாமிஜியாக மாறியவரோ?

'என்ன பேசாமே இருக்கீங்க?' என்றார் அவர்.

'பேரைச் சொல்லாம, கேள்விப்பட்டிருக்கலாம்னா என்ன அர்த்தம்?' என்றேன் நான்.

'என் பேர் அஸ்வத்தாமா.'

அஸ்வத்தாமா! என் நினைவுக்கு வந்தவர் ஒரு பெண். தியாகராஜ பாகவதருடன் 'சிந்தாமணி'யில் நடித்தவர். முகம் நினைவுக்கு வரவில்லை. அப்பொழுது நான் ஒரு சின்ன பையன்.

'நான் சினிமாவில் நடிச்சதில்லே. நான் பெண்ணுமில்லே, ஆண்' என்றார் அவர்.

எனக்குத் தூக்கிவாரிப் போட்டது. என் மனத்தில் ஓடும் எண்ணங் களை இவரால் எப்படி அறிய முடிகிறது?

'உங்களுக்கு டெலிபதி தெரியுமோ?' என்றேன் நான்.

'அது ஒரு முக்கியமான பிரச்னையில்லே. வேற எந்த அஸ்வத் தாமாவையும் உங்களுக்குத் தெரியாதா?'

'மஹாபாரதத்து அஸ்வத்தாமாவைத் தெரியும்.'

'அந்த அஸ்வத்தாமாதான் நான்.'

அவர் பைத்தியமா, அல்லது எனக்குத்தான் பைத்தியம் பிடித்து விட்டதா என்று எனக்குத் திட்டமாகத் தெரியவில்லை.

தொடர்ந்து கனவு கண்டுகொண்டிருக்கிறேனா அல்லது தூக்கத்தி லிருந்து எழுந்து விட்டேனா என்றும் எனக்குப் புரியவில்லை. இது தூக்கமில்லை, நிஜம்தான். அதோ மேல் கோர்ட்டுக்கு அப்பீல் செய்யப் போகிற வக்கீல் இன்னும் உற்சாகமாகப் பேசிக்கொண்டு போகிறார், வழுக்கைத் தலையைத் தடவிக் கொண்டு.

மஹாபாரதத்து அஸ்வத்தாமா! துரோணருடைய மகன்.

'மஹாபாரதத்திலே கிருஷ்ணன் எனக்கு என்ன சாபம் கொடுத் தான், ஞாபகமிருக்கா?' என்றார் அவர்.

யோசித்தேன். பாரதப்போர் முடிந்த அன்று நள்ளிரவில் அஸ்வத்தாமா, பாண்டவர்கள் இல்லாத சமயத்தில், அவர்கள் படை வீட்டுக்குத் தீ வைத்து, பாண்டவ புத்திரர்கள் அனைவரையும் கொன்றுவிடுகின்றான். துருபதன் மகன் திருஷ்டத்யும்னனை அவன் வில்லினாலேயே அவன் கழுத்தை ஈவு இரக்கமில்லாமல் துண்டிக்கிறான். வரலாற்றின் முதல் பயங்கரவாதி. என் உடம்பு லேசாக நடுங்கியது.

அப்பொழுது கிருஷ்ணன் அஸ்வத்தாமாவுக்குச் சாபம் கொடுத்தது என் ஞாபகத்துக்கு வந்தது.

'சாவே இல்லாம, நிரந்தரமா, அன்னம் ஆகாரமில்லாம உலகம் பூரா காலம் காலமா சுற்றி அலையணுங்கிற சாபம். அதானே!' என்றேன் நான்.

'ஆமாம்.'

'அதைப் பத்தி எனக்கு மூணு சந்தேகம்' என்றேன் நான்.

'என்ன மூணு சந்தேகம்?'

'உலகத்திலே எல்லாருக்கும் பிறந்தப்புறம் சாகாம இருக்கணுங்கிறதுதானே ஆசை? சிலபேருடைய அதிர்ஷ்டம் அவங்களுக்கு அமிர்தம் கிடைக்கிறது, மத்தவங்களுக்குக் கிடைக்கலே. அப்படியிருக்கிறப்போ, கிருஷ்ணன் உங்களுக்குச் சாவு கிடையாதுன்னு சொன்னது, சாபமா, வாழ்த்தா?'

'உனக்கு இப்போ என்ன வயசாறது?'

'ஏன்?'

'சொல்லு.'

'எழுபத்தேழு.'

'இப்போ உனக்கு நெருங்கிய உறவினர்கள்னோ, நெருங்கிய சிநேகிதர்கள்னோ, உன் வயசோ அல்லது கொஞ்சம் முன்ன பின்னயோ இருக்கிறமாதிரி எத்தனை பேர் இருப்பாங்க?'

'மூணு அல்லது நாலு பேர் இருக்கலாம். குறைஞ்சிண்டே வராங்க' என்றேன் சிறிது நேரம் யோசித்துவிட்டு.

'காரணம்?'

‘பாதி பேரு போயாச்சு. இருக்கிறவங்கள்ளயும் ஓரிரண்டு பேரோடதான் என்னாலே மனம்விட்டுப் பேசமுடியும். இது ஒத்த அலைவரிசையைப் பொறுத்த விஷயம்.’

‘சரி, நீ சாகாமயே இருக்க வேணாம். நூறு வருஷம் இருந்தா என்ன ஆகும்?’

‘மை காட்! வேணவே வேணாம்.’

‘நான் நூறு வருஷம் இருந்து பாருன்னு சொன்னதே உனக்குச் சாபமா படறது. இல்லையா? காரணம், உன் எண்ண அலை வரிசையிலே இருக்கக்கூடிய உன் உறவினர்கள், நெருங்கிய சிநேகதர்கள்ளாம் செத்துப் போயிருப்பாங்க. அவங்களுக்கும் உனக்கும் ஏற்பட்ட பொதுவான அனுபவங்களைப் பற்றிய நினைவுகளையும், சிந்தனைகளையும் இனிமே யாரோட உன்னாலே பகிர்ந்துக்க முடியும்? இதுதான் நீ உயிரோட இருக்கிறபோதே சாவுறது. உயிரோட இருக்கிற சாவைவிட செத்துப் போறது எவ்வளவோ மேல். ‘நீ சாகாம உயிரோட இரு’ன்னு எனக்குச் சாபம் கொடுக்க முடிஞ்ச கிருஷ்ணனாலே உயிரோட இருந்திருக்க முடியாதா? வேடன் கையாலே அவன் ஏன் சாகணும்? சாகாம எப்போதும் உயிரோட இருக்கிறதைக் காட்டிலும் வேறு நரகம் எதுவும் கிடையாதுன்னு அவனுக்கு நிச்சயம் தெரியும். சாகாம நிரந்தரமா இருக்கிறது சாபமா வாழ்த்தான்னு இப்பொ புரியறதா? சரி, உன் இரண்டாவது சந்தேகம் என்ன?’ என்றார் அஸ்வத்தாமா புன்னகையுடன்.

‘அன்ன ஆகாரமில்லாம சிரஞ்சீவியா இருக்கமுடியும்னா அது சாபமா? அன்ன ஆகாரம் இல்லாம மனுஷனாலே வாழ்நாள் முழுவதும் இருக்க முடிஞ்சா, வாழ்க்கையிலே அவன் அல்லாட வேண்டிய அவசியமே இல்லையே! வயத்துப் பிரச்னைதானே அவனோட முதல் பிரச்னை?’ என்றேன் நான்.

‘அன்ன ஆகாரமில்லாமன்னு கிருஷ்ணன் சொன்னானே தவிர, பசி எடுக்காதுன்னு அவன் சொல்லலே. பயங்கரப் பசி வயத்தைக் கிள்ளும். ஆனா சாப்பிடமுடியாது. திட உணவு எதுவும் வயத்துக் குள்ளே செல்லாது. தண்ணியோ, பாலோ திரவப் பொருள் எதுவானும் சாப்பிட்டுப் பசி தீருமான்னு பாக்கவேண்டியதுதான். தீராது. வயத்துக்குள்ளே அக்னி இருக்கிறமாதிரி ஓர் உணர்வு. இதை அனுபவிச்சுப் பாத்தாதான் புரியும். சரி, மூணாவது சந்தேகம்?’

'உலகம் பூரா சுத்தணுங்கிறது சாபமா? விசா கிடையாது, செக்யூரிட்டி தொந்தரவுகள் இல்லே. நினைச்ச மாத்திரத்திலே எங்கே வேணுமானாலும் போகலாம். நியூயார்க், சென்ட்ரல் பார்க், லண்டன் ஹைட்பார்க், இந்தியா நாகேஸ்வரராவ் பார்க் அப்படின்னு. இதைச் சாபம்னு சொல்லமுடியுமா?'

'நான் நினைக்கிற இடத்துக்கு நினைச்ச மாத்திரத்திலே என்னாலே போகமுடியாது. மனம் மாதிரி நிலைகொள்ளாமல் தவிக்கற பொருள் வேறு எதுவுமே இல்லே. அது எங்கே போகறதோ அங்கேதான் என்னாலே போகமுடியும். இன்னிக்கு இது என்னை இங்கே நாகேஸ்வரராவ் பார்க்குக்குக் கூட்டிண்டு வந்திருக்கு. அவ்வளவுதான். ஒரு நாளைக்கு மேலே என்னாலே எங்கேயும் இருக்க முடியாது. என் மனம் என்னை இருக்கவும் விடாது. ஓயாம இப்படிச் சுத்திண்டே இருக்கிறது எவ்வளவு அலுப்புத் தருகிற விஷயம் தெரியுமா உனக்கு. இதுக்கு உங்க செக்யூரிட்டி தொந்தரவுகள் எவ்வளவோ தேவலை. கிருஷ்ணனுக்கு என்ன, அவன் எனக்குச் சாபத்தைக் கொடுத்துட்டு, அவதாரத்தை முடிச்சிண்டு, சௌகர்யமா பாம்புப் படுக்கையிலே போய் படுத்துண்டுட்டான் ஓய்வு எடுக்க. சரி, எனக்குப் பசி தாங்க முடியலே, வெளியிலே போய் எங்கேயாவது காப்பி குடிப்போமா?' என்றார் அஸ்வத்தாமா.

கேட்டதோடு மட்டுமல்லாமல் எழுந்தும்விட்டார். பக்கத்தில் வைத்திருந்த ஒரு பெரிய பையைக் கையிலே எடுத்துக் கொண்டார். எவ்வளவு பெரிய பை!

அந்தப் பையில் என்ன வைத்திருப்பார்? துணிமணிகளா?

'என் வீட்டுக்குப் போகலாம். ஆனால், காப்பி கிடைக்காது. டீதான்' என்றேன் நான்.

'ஏதோ குடிப்பதற்கு ஒரு பானம். காப்பியாக இருந்தால் என்ன, டீயாக இருந்தால் என்ன, சோம பானமாக இருந்தால் என்ன? ராமன் கள்ளு குடிச்சானா, சோமபானம் குடிச்சானான்னு, உங்க நாட்டிலே சமீபத்திலே ஒரு பட்டி மன்றமே நடத்தாத குறையா பேசினீங்க இல்லே? உங்க நாட்டிலே இருக்கிற மாதிரி வேலையத்தவங்க உலகத்திலே எங்கேயுமே கிடையாது' என்று சொல்லிவிட்டு உரக்கச் சிரித்தார் அஸ்வத்தாமா.

பக்கத்தில் போய்க்கொண்டிருந்தவர்கள் எங்களை உற்றுப் பார்த்தார்கள்.

வீட்டுக்குப் போனதும், அவர் கேட்டார்: 'நீ தனியாகவா இருக்கே?'

'ஆமாம்.'

'நான் உன்னை இப்படியே சிரஞ்சீவியா இருன்னு சொன்னா அது வாழ்த்து ஆகுமா?'

அவர் எதற்காக இதைச் சொன்னார் என்பதைப் புரிந்துகொண்டு புன்னகை செய்தேன்.

சமையலறைக்குச் சென்று, தேநீர் போட்டு, இரண்டு கோப்பை களில் கொண்டு வந்தேன். அவரிடம் ஒரு கோப்பையைக் கொடுத்துவிட்டு, இன்னொரு கோப்பையைக் கையில் வைத்துக் கொண்டு, அவரேதிரே உட்கார்ந்தேன்.

'சோமபானம் மாதிரி இருக்கு' என்று சொல்லிவிட்டு அவர் புன்னகை செய்தார்.

'சோமபானம் நான் குடிச்சதில்லே' என்றேன்.

'நீ போடற டீ மாதிரியிருக்கும், அவ்வளவுதான். எல்லாமே நம்ம மனசிலேதான் இருக்கு.'

'நான் உங்களை ஒண்ணு கேட்கலாமா?' என்றேன் நான்.

'எது வேணுமானாலும் கேளு.'

'நீங்க வெவ்வேறு யுகத்திலே இருந்திருக்கீங்க. காலம் மாறிண்டே வந்திண்டிருக்கு. காலத்துக்கு ஏத்த மாதிரி வாழ்க்கைக் கண்ணோட் டமும் மாறுது. புதுப்புது மதிப்பீடுகள். உலகச் சரித்திரத்திலே புதுப்புது அத்தியாயங்கள். ஒரு காலத்திலே 'இது சரி, இது தப்பு'ங்கிறதெல்லாம் இன்னொரு காலத்திலே அர்த்தமில்லாம போயிடறது. இது எல்லாத்தையுமே போன யுகத்திலேந்து இப்போ வரைக்கும் பாத்திண்டே வர்ற உங்களுக்கு வாழ்க்கை சுவாரஸ்ய மான்னா இருக்கணும்? பாதிக்கப்படுகிறவரா இல்லாம பார்வை யாளராக இருக்கிற சௌகர்யம் வேறு உங்களுக்கு இருக்கு. வாழ்க்கை அலுத்துப் போக உங்களுக்குக் காரணமே இல்லையே!' என்றேன் நான்.

அவர் சிறிது நேரம் என்னை உற்றுப் பார்த்துவிட்டுப் புன்னகை செய்தார்.

‘மாறலேங்கிறது உங்க அபிப்பிராயமா?’ என்றேன் நான்.

‘பெரிய பெரிய வார்த்தையெல்லாம் போட்டு நீ பேசறது எனக்கு ஆச்சர்யமா இருக்கு. ‘சரித்திரத்திலே புதுப் புது அத்தியாயங் கள்’னு ஒரு அரசியல்வாதி மாதிரி, ரெட்டரிக்கலா என்னவோல் லாம் சொல்றே. எனக்கு ஒண்ணுமே புரியலே!’

‘தயவு செய்து என்னை அரசியல்வாதின்னு சொல்லித் திட்டாதீங்க!’ என்றேன் நான்.

அவர் சிரித்தார்.

‘ஒண்ணுமே மாறலேங்கிறதுதான் உங்க அபிப்பிராயமா?’ என்று மறுபடியும் கேட்டேன்.

‘சரித்திரத்திலே புதுப் புது அத்தியாயங்கள் எழுதப்படறதா எனக்குத் தெரியலே. ஒரே அத்தியாயம்தான் விதம் விதமா வெவ்வேறு பாஷைகளில் எழுதப்பட்டுண்டு வருதுங்கிறது என் அபிப்பிராயம். அந்த ஒரு அத்தியாயத்தையும் ஒரு வரியிலே சுருக்கிச் சொல்லிவிடலாம். ‘நாற்காலி எனக்குத்தான்’ங்கிறதுதான் அந்த வரி. அது அரசியல் நாற்காலியோ, சமய நாற்காலியோ, கலையுலக நாற்காலியோ, ஆன்மிக நாற்காலியோ எது வேணுமானாலும் இருக்கலாம். மனித நாகரிகத்தின் வரலாறே இந்த நாற்காலிப் போராட்டம்தான். மனித சுபாவத்தின் மையப்புள்ளி அதிகார ஆசை. இது மாறவே மாறாது’ என்றார் அஸ்வத்தாமா.

‘அந்தக் காலத்திலே பிறவியின் காரணமாகச் சில பேருக்குச் சமூகத்திலே கிடைக்கிற சலுகைகள் சரிதான்னு நம்ம சமூகச் சட்டங்களே சொல்லித்து. அந்தந்த பிறவிக்குக் காரணம் கர்மா என்று சொன்னாங்க. ஆனா, இப்போ நாம இதை ஏத்துக் கிறதில்லே, இல்லையா?’ என்றேன் நான்.

‘ஆனா, நடைமுறையிலே என்ன நடக்கிறது? அந்தக் காலத்திலே ராஜா பிள்ளை ராஜாவானான். இப்போ மந்திரி பிள்ளை மந்திரி யாறான், அதானே? இது என்ன மாறுதல்? ஏன் உங்க நாட்டிலேயே, சுதந்தரம் கிடைச்சு அறுபது வருஷமாறது. மூணு பிரதம மந்திரி ஒரே குடும்பத்திலிருந்துதானே? நாலாவதும் கூடிய சீக்கிரத்திலே நடக்கலாம். ஒவ்வொரு ராஜ்யத்திலும் இப்படித்தான். அப்பா - பிள்ளை, புருஷன் - பொண்டாட்டின்னு குடும்ப அரசியல்தானே? இது பிறப்பினாலே வருகிற சலுகை இல்லையா?’

'நான் சொல்ல வந்ததே வேறே. ஒரு குறிபிட்ட ஜாதியிலே பிறந்துவிட்டதினாலே அவனுக்குக் கிடைக்கிற சலுகைகளைப் பத்திச் சொல்றேன். அவன் அப்படிப் பிறந்தது அவன் பூர்வ ஜென்ம பலன்கிற மாதிரி மக்களுடைய நம்பிக்கை. இந்த நம்பிக் கையை அந்தக் காலத்திலே யாருமே எதிர்த்தது கிடையாது, அதைச் சொல்றேன்.'

'ஏன் இல்லே? எல்லாக் காலத்திலேயும் எதிர்ப்பு இருந்திருக்கு, இது ஒண்ணும் புதுசில்லே! துரியோதனன், ஒரு தேர்ப் பாகன் மகனை அங்க தேசத்துக்கு அதிபதி ஆக்கலியா? கர்ணன் க்ஷத்திரி யன்தான்னு அவனுக்கு அப்போ தெரியாது! இது எப்பேர்ப்பட்ட புரட்சி! அந்தக்காலத்திலே! துரியோதனன் மேலே எனக்கு மதிப்பு ஏற்பட்டதற்கு இது ஒரு முக்கிய காரணம்.'

'சரி, அந்தக் காலத்திலே அடிமைகள்னு வச்சுக்கிறதுங்கிறதைத் தப்பாவே நினைக்கலே. எல்லா சமூகத்திலும் இந்த ஆண்டை அடிமைங்கிறது இருந்திருக்கு. நம் நாட்டிலே ஜாதியும் இதற்கு ஒரு காரணம். ஆனா இப்போ...' என்று நான் சொல்லி முடிப்பதற்குள் அவர் குறுக்கிட்டுச் சொன்னார்: 'நீ என்ன சொல்ல வரேன்னு புரியறது. ஆனா எதுவும் மாறலே. எல்லாம் அப்படியேத்தான் இருக்கு. வடிவம்தான் மாறியிருக்கே தவிர, அடிமை, ஆண்டை - அடிமை மனோபாவம் மாறலே. அந்தக் காலத்து அடிமை, மேல் துணி இல்லாம, இடுப்புத் துணியோட ஆண்டை சொல்லறத்துக் கெல்லாம் அடி பணிஞ்சான்னா, இந்தக் காலத்து ப்யூரோக்ராட், பாண்ட், சட்டை போட்டுண்டு, மந்திரி சொல்றதுக்கெல்லாம், அது சரியோ தப்போ மறு வார்த்தை சொல்லாம சொன்னபடியெல்லாம் கேக்கறான். அடிமைத்தனம் எங்கே போச்சு? அந்தக் காலத்திலே ராஜா, இப்போ மந்திரி. அதுதானே வித்தியாசம்?'

'அந்தக் காலத்திலே ராஜாவை மக்கள் தேர்ந்தெடுக்கலியே? ராஜா கெட்டவனா இருந்தாலும், ஜனங்களாலே அவனைத் தேர்தல்லே தோற்கடிச்சு வெளியிலே அனுப்ப முடியாதே? இப்போ இது பெரிய மாறுதல் இல்லையா?' என்றேன் நான்.

'சரி. அவனைத் தேர்தல்லே தோற்கடிச்சு, இன்னொருத்தனைக் கொண்டு வரே. அவன் என்ன செய்யறான்? முன்னாலிருந்த வனை நல்லவனாக்கிடறான். இன்னொரு தேர்தல். வேறொருத் தன் வரான். அதுக்கப்புறமும் அதே கதைதான். மஹாபாரதக் காலத்திலேந்து இது நடந்துண்டிருக்கு. 'நாற்காலி எனக்குத்தான்

வேணுங்'கிற போராட்டம். அப்போ அது குருக்ஷேத்திரத்திலே போய் முடிஞ்சது, இப்போ பார்லிமெண்ட் தேர்தல். இரண்டுக்கும் வித்தியாசம் இருக்கிறதா எனக்குத் தெரியலே. சரி, எனக்கு இன்னொரு கப் டீ கொடு. பசிக்கிறது.'

நான் சமையலறை சென்று ஒரு பெரிய ஃபிளாஸ்க்கில் தேநீர் போட்டுக்கொண்டு வந்தேன்.

ஃப்ளாஸ்க்கிலேயே கொண்டு வந்துட்டியா, நல்லதுதான். கொண்டா அதை!' என்று ஃப்ளாஸ்க்கை வாங்கி அதைத் திறந்து தம் கோப்பையில் தேநீரை ஊற்றிக்கொண்டார்.

'உனக்கு?' என்று கேட்டார்.

'எனக்கு போறும். நான் அப்புறம் திடப் பொருள் சாப்பிட்டா கணும்' என்று சொன்னேன் சிரித்துக்கொண்டே.

அவர் கோப்பையை எடுத்துத் தேநீரைக் குடித்துக்கொண்டே கேட்டார்: 'ராஜ சூய யாகம்னா என்னன்னு உனக்குத் தெரியுமா?'

'சொல்லுங்க.'

'அந்தக் காலத்திலே ஒரு ராஜா சுத்து வட்டாரத்திலே இருக்கிற எல்லா ராஜாக்களோடும் சண்டைப் போட்டுத் தோற்கடிச்சு வெற்றியைக் கொண்டாட செய்யற யாகம். இப்போ புஷ் செய்யறது என்ன? ஜனநாயக யாகம். ஈராக்குக்கு ஜனநாயகம், அமெரிக்காவுக்கு எண்ணெய். அந்தக் காலத்திலே ராஜாக்கள் செய்த ராஜசூய யாகத்துக்கும் இப்போ புஷ் செய்யற ஜனநாயக ஏற்றுமதிக்கும் என்ன வித்தியாசம்? ரெண்டுமே அப்பட்டமான ஆக்ரமிப்பு. ஐக்கிய நாட்டு சபை, அது, இது உன்னாலே கூச்சல் போட முடிஞ்சதே! வேறு என்ன செய்ய முடிஞ்சது? தர்மப் போர், அதர்மப் போர்னு எதுவும் கிடையாது. போர்னாலேயே அதர்மம் தான். 'தர்மக்ஷேத்ரே குருக்ஷேத்ரே'ங்கிறது கிருஷ்ணனுடைய சொற்சிலம்பம். உங்களுடைய அரசியல் கோஷங்கள் மாதிரி!'

'போர்னாலேயே அதர்மம்னு சொல்ற நீங்க, குருக்ஷேத்திரப் போர்லே கலந்திண்டதோடு மட்டுமில்லாம, அதர்மத்தை ஆதரிச்சுப் போராடியிருக்கீங்க துரியோதனன் பக்கம். அதுவும் நீங்க ஜாதியிலே பிராமணர், போர் செய்யறது உங்க வேலையு மில்லே' என்றேன் நான் சற்று உஷ்ணத்துடன்.

‘பிராமணன்னா என்ன அர்த்தம்? இப்போ உங்க பாஷையிலே சொல்லப் போனா, படிச்சவன், அறிவு ஜீவி. அறிவு ஜீவின்னா யாரு? யார் நாட்டை ஆள்றானோ, அவன் செய்யறதை நியாயப் படுத்தறத்துக்காக விலைக்கு வாங்கப்பட்ட கையாளு. துரியோத னுடைய கையாள் நான். அந்தக் காலத்திலே உங்க புலவர்கள்லாம் என்ன பண்ணாங்க? ராஜாவைப் புகழ்ந்து துதி பாடினாங்க. இப்போவும் அதைத்தானே செஞ்சிண்டிருக்காங்க? அப்போ ராஜா, இப்போ மந்திரி. ஜாதிங்கிறது செய்யற தொழிலைப் பொறுத்தது. என் அப்பா பிறவியிலே பிராமணர், ஆனா தொழில்லே க்ஷத்திரியர். நானும் என் அப்பாவைப் பின்பற்றியதிலே என்ன தப்பு? இப்போ சினிமா நடிகன் பிள்ளை, சினிமா நடிகன் ஆகிறான், அரசியல்வாதி பிள்ளை அரசியல்வாதி ஆகிறான், தொழிலதிபர் பிள்ளை தொழில் அதிபர் ஆகிறான். அந்தக் காலத்திலே, ஜாதிப் பிரிவுகளும் இப்படித்தானே வந்திருக்கணும்?’ என்று சொல்லிக்கொண்டே கோப்பையில் தேநீரை ஊற்றிக்கொண்டார்.

‘தொழில்னாலே ஜாதி வந்தது சரி, ஜாதியிலே இது உயர்ந்தது, இது தாழ்ந்ததுன்னு எப்படி வந்தது?’

‘எந்தெந்தக் காலத்திலே எந்தத் தொழிலின் கை ஓங்குகிறதோ, அந்தத் தொழிலைச் சார்ந்த ஜாதிக்கும் உயர்வுதான்.’

‘ஜாதி அடிப்டையிலே பாக்கிறபோது, அரசியல்வாதி என்ன ஜாதி? க்ஷத்திரியனா?’ என்று சிரித்துக் கொண்டே கேட்டேன்.

‘இப்போ எல்லாமே வியாபாரம்தான். ஆஸ்திக வியாபாரம், நாஸ்திக வியாபாரம், அரசியல் வியாபாரம், கல்வி வியாபாரம், கலை வியாபாரம், வியாபாரத்திலே சம்பத்தப்படாதது எதுவுமே இல்லே. இப்படிப் பார்க்கிறபோது, எல்லாருமே வைஸ்யர்கள்’ என்றார் அவர்.

தேநீரைக் குடித்துவிட்டுக் கோப்பையைக் கீழே வைத்தார்.

‘இந்த ஃப்ளாஸ்க் தீந்தப்புறம் டீ வேணும்னா, கேளுங்க. தயக்கம் வேணாம். நான் தினமுமா அஸ்வத்தாமாவைப் பாக்கப் போறேன்? நாளைக்கு எங்கே இருப்பீங்களோ?’ என்றேன் நான்.

அவர் மௌனமாக இருந்தார்.

‘இன்னிக்கு என்னோட தங்கிட்டு நாளைக்குப் போங்களேன்.’

அவர் பதில் கூறாமல் என்னைப் பார்த்துப் புன்னகை செய்தார்.

அவர் ஃப்ளாஸ்க்கிலிருந்து கோப்பையில் தேநீர் ஊற்றிக் கொண்டார்.

'பதில் சொல்லமுடியாட்டா, நான் வற்புறுத்தலே' என்றேன் நான்.

அவர் தாம் கொண்டு வந்த பையை எடுத்தார். அதைத் திறந்து காட்டினார்.

பை நிறைய பூக்கள்! ஒன்றுகூட வாடாமல், புதுப் பொலிவுடன் ஒளிர்ந்தன.

மனசுக்கு நிறைவாக இருந்தது.

ஆனால், எதற்காகத் திறந்து காட்டினாரென்று எனக்குப் புரிய வில்லை.

'நீங்க இங்கே தங்க முடியாததற்கும் இதற்கும் என்ன சம்பந்தம்?' என்றேன் நான்.

'நான் ராத்திரி வேளையிலே எந்த வீட்டிலும் தங்கறதில்லே, தங்கவும் முடியாது.'

'ஏன்?'

'வெளியிலே ஜனங்களே இல்லாத ஒரு மைதானத்திலோ, பார்க்லயோதான் தங்குவேன்.'

'காரணம்?'

'ராத்திரியானா ஒரு வெறி வந்துடும். பக்கத்திலே யாரா இருந் தாலும் பாக்கமாட்டேன். குழந்தைகள், பெண்கள், வயதான வங்க, யாராக இருந்தாலும் சரி, கழுத்தை நெரித்துக் கொன்னுடு வேன். அன்னிக்கி, அந்த ராத்திரி ஏற்பட்ட வெறி இன்னும் அடங்கலே. அதனாலே, ராத்திரி வருவதற்கு முன்னாலே, ஜனங்களே இல்லாத இடத்துக்கு நானே போயிடுவேன்' என்று கூறிவிட்டு சில விநாடிகள் மௌனமாக இருந்தார்.

'இதற்கும் இந்தப் பூக்களுக்கும் என்ன சம்பந்தம்?' என்று நான் நடுங்கிக்கொண்டே கேட்டேன்.

'சொல்றேன். கிருஷ்ணன் சாபத்தைக் கொடுத்துட்டுப் போயிட்டான். யார்கிட்டே அப்பீலுக்குப் போறதுன்னு யோசிச்சேன். விஷ்ணுகிட்டேயே போனேன். 'நீ யார் யாருக்கோ, அவதாரமெடுக்கிறபோது சாப விமோசனத்துக்கு வழி பண்றே. எனக்கு இப்போ ஒரு வழி காட்டு'ன்னு சொன்னேன். விஷ்ணு சொன்னார்: 'இப்போ உனக்கு இருக்கிற சாபத்தின்படி, ராத்திரி ராத்திரி இந்த வெறி வந்துடும். அப்போ நீ ஜனங்களே இல்லாத இடத்திலே போய் இருந்து, ராத்திரி முழுவதும் உன்னைக் கட்டுப்படுத்திக்கொள்ள முடிஞ்சா, அடுத்த நாள் காலையில், ஒரு பையிலே ஒரு பூவைப் பறித்துப் போடு. எப்போ அந்தப் பை நிறையறதோ அப்போ உனக்கு சாப விமோசனம்'னு. இப்போ பை நிறைஞ்சாச்சு. எனக்கு இன்னிக்கு

சாப விமோசனம்' என்றார் அஸ்வத்தாமா.

'அப்போ என்னைப் பார்த்த உடனே உங்களுக்குச் சாப விமோசனமா?' என்றேன் சிரித்துக்கொண்டே.

அவர் எழுந்து பையிலிருந்த பூக்களை எடுத்து வாரி இறைத்தார். அறை முழுவதும் மலர்கள்! வண்ணம் வண்ணமான மலர்கள்! இத்தனை மலர்களா அந்தப் பையில் இருந்தன!

பூமியை ரத்தக்களரியாக்கியவரைக்கொண்டே, பூமியைப் பூக்களால் அலங்கரிக்கச் செய்வதென்பது என்ன அழகான சாப விமோசனம்!

அந்த அற்புதமான காட்சியை மனத்துக்குள் வாங்கிக்கொள்ள வேண்டுமென்பதற்காகவோ என்னவோ என் கண்கள் தாமாகவே மூடின.

அப்பொழுது ஆலய மணி ஒலிப்பதுபோல் கேட்டது.

திடீரென்று விழித்துக் கொண்டு எழுந்தேன். அது ஆலயமணி இல்லை. என் வீட்டு வாசல் மணி!

அஸ்வத்தாமவைக் காணவில்லை! மறைந்துவிட்டார்!

கடிகாரத்தைப் பார்த்தேன். மணி ஏழு! வேலைக்காரி வந்துவிட்டாள்.

எழுந்து போய் கதவைத் திறந்தேன்.

‘பத்து நிமிஷமா மணி அடிச்சுகிட்டிருக்கேன், எனக்கு பயமா போச்சுய்யா!’ என்றாள் மல்லிகா.

அறைக்குள் நுழைந்ததும் ‘இந்தாங்க பூ!’ என்றாள்.

‘பூவா?’

‘வாசக்கதவிலே மாட்டியிருந்திச்சு. பூக்கார அம்மா வச்சிட்டுப் போயிருக்காங்க போலிருக்கு. நீங்க பூசைக்குப் பூ கேட்டிங்களா?’

‘நான் கேட்கவில்லை’ என்று சொல்ல நினைத்தேன். சொல்ல வில்லை. பூவை வாங்கிக் கொண்டேன்.

37. மரத்தில் மறைந்தது பூச்சி

அவர் படுக்கை அறை விளக்கைப் போட்டதும், அது பரபரத்து ஓடியது. சிகப்பாய் இருக்கும் ஒன்றை ஏன் கரப்பான் பூச்சி என்று அழைக்கின்றார்கள் என்று அவர் யோசிப்பதற்குள், அது அவருடைய கட்டிலின் கீழே ஓடிவிட்டது.

அவர் கட்டில் வாமனாவதாரம். தரையிலிருந்து இரண்டடி உயரம். விளக்கிருந்தாலும், கட்டிலின் கீழே, ஒளியின் ஆட்சிக்கு இடமில்லை. குனிந்து பார்த்தால், ஒரே இருட்டாக இருக்கும்.

இந்தக் கரப்பான் பூச்சி கட்டிலின் கீழே எங்கிருக்கின்றது என்று எப்படித் தேடுவது?

முழங்காலிட்டுக் குனிந்து அவரால் தேடமுடியாது என்பது வேறு விஷயம். ஆனால் அந்தப் பூச்சி அந்த அறையில் இருக்கின்றது என்ற நினைவுடன் அவரால் அன்றிரவு உறங்கமுடியாது.

கட்டிலுக்குக் கீழே இருப்பது, விளக்கை அணைத்தவுடன் அது தன் பயணத்தைத் தொடங்கலாம். அது கட்டிலின் மேலே ஏறி, அவர் மெத்தையின் சுகத்தில் இளைப்பாறி, அவர் சரீரத்தின் மீது ஊர்வது போல் ஓர் உணர்வு தாக்கியதும், அவர் சிலிர்த்துக் கொண்டார். ‘நோ. இருவர்க்கு இந்த அறையில் இடமில்லை’ என்று அவர் தமக்குத் தாமே கூறிக்கொண்டார்.

கட்டிலின் ஒரு பக்கம் சுவரை ஒட்டியிருந்தது. அந்தப் பக்கமாகத் தான் பூச்சி ஓடியது.

நல்ல கனமான அந்த எஃகுக் கட்டிலை அவரால், இந்த வயதில், ஓரங்குலம் கூட நகர்த்த முடியாது. சுவர்ப் பக்கம் இருந்த

பகுதியில் அந்தப் பூச்சி ஒளிந்துகொண்டிருந்தால், கட்டிலை நகர்த்தி அவரால் எப்படி அதைத் தேட முடியும்?

கட்டிலின் கால் அதற்கு அடைக்கலம் தந்திருக்கக்கூடிய சாத்தியக் கூறு உண்டு.

அவர் அலமாரியிலிருந்து டார்ச் லைட்டை எடுத்தார். மிகச் சிரமப்பட்டுத் தரையில் படுத்துப் பக்கவாட்டமாகத் திரும்பிக் கட்டிலுக்குக் கீழே கைவிளக்கின் ஒளியைச் செலுத்தினார். கண்ணுக்குத் தென்படவில்லை பூச்சி. எங்கே போயிருக்கமுடியும்? ஒளியைச் சுற்று முற்றும் துழாவினார். பூச்சியைக் காணோம்! அப்படியானால், அவர் அப்பொழுது பார்த்ததாக நினைத்தது அவர் மனப் பிரமையா? எப்படியிருக்க முடியும்? விளக்கைப்போட்டதும், அது வேகமாக ஓடிக் கட்டிலுக்கு அடியில் புகுந்து கொண்டது, ஒரு படக் காட்சியைப் போல் அவர் மனத் திரையில் நின்றது.

கண்ணுக்கு ஒரு கணம் தோன்றி, மறு கணம் மறைவதைப் பார்த்தால், கரப்பான்பூச்சி கடவுளாயிருக்குமோ? ஏன் இது ஓர் அவதாரமாக இருக்கக்கூடாது?

மீனாக, ஆமையாக, பன்றியாக, சிங்கமாகத் தோன்றும்போது, கரப்பான் பூச்சி அவதாரம் எடுக்கக்கூடாதா? கரப்பான் பூச்சி, உலக மூத்த குடிமக்களுள் ஒன்று.

பல நூறாயிரம் வருஷங்களுக்கு முன் தோன்றிய காலத்திலிருந்து, சூழ்நிலை பாதிப்பேற்கேற்ப மாற வேண்டிய அவசியமில்லாமல், அன்று தொட்டு இன்று வரை படைக்கப்பட்ட மேனிக்கு பங்கமில்லாமல் இருந்து வருகின்றது இந்தப் பூச்சி.

பனிப் பிரதேசமாக இருந்தாலும் சரி, பாலைவனமாக இருந்தாலும் சரி, அங்கு இங்கு எனாதபடி இது, எல்லா இடங்களிலும் நீக்கமற நிறந்திருப்பதைப் பார்க்கும்போது, எறும்பையும் மறக்காமல், 'திருவெறும்பூர்' என்று அதற்கு க்ஷேத்திரத்தை உருவாக்கியவர்கள், கரப்பான் பூச்சியை ஏன் மறந்துவிட்டார்கள் என்பது அவருக்கு ஆச்சர்யமாக இருந்தது.

தரையில் படுத்த நிலையிலிருந்து மீண்டு, உட்காரும் நிலைக்கு வருவதற்கு அவருக்குச் சில நிமிஷங்களாகின. இடுப்பைப் பிடித்துக்கொண்டே, அவர் படுக்கையை நோக்கினார். தலையணை ஓரத்திலிருந்த கரப்பான் பூச்சியும் நோக்கியது.

காதல் பிறப்பதற்குப் பதிலாகக் கவலைதான் தலை தூக்கியது. 'மை காட்! இதை எப்படியாவது கொல்லவேண்டும் அல்லது அறையைவிட்டு வெளியே அடித்து விரட்டவேண்டும்' என்ற ஆவேசம் அவரை ஆட்கொண்டது.

கால் செருப்பை கையில் ஆயுதமாகக் கொண்டு அடி மேல் அடி வைத்து கட்டிலை நோக்கி முன்னேறினார். தன்னை நோக்கி அவர் முன்னேறி வருவதின் உள்நோக்கம் அந்தப் பூச்சிக்குத் தெரிந்திருக்கவேண்டும். அது உடனே தலையணை அருகிலிருந்து நீங்கி, கட்டில் கால் வழியாக இறங்கி இருளில் கரைந்தது.

மறுபடியும் குனிந்து, தரையில் கிடந்த வண்ணக் கோலம் கொண்டு அந்தப் பூச்சியைத் தேடமுடியுமென்று அவருக்குத் தோன்றவில்லை. ஆனால் அந்தப் பூச்சி தம் கட்டிலைச் சுற்றியிருக்கும் பிராந்தியத்தில் எங்கோ இருக்கின்றது என்ற நினைவு உள்ளவரை அவரால் உறங்க முடியாது.

வாட்ச்மேனைக் கூப்பிட்டுக் கட்டிலைச் சற்று நகர்த்தி, இந்தப் பூச்சிப் பிரச்னைக்கு ஓர் 'இறுதித் தீர்வு' காணலாம் என்று அவருக்குப் பட்டது.

அவர் வாசலுக்குச் சென்றார்.

வாசலில் ஒரு நேபாளிய இளைஞர் அணி கூடியிருந்த மாதிரி அவருக்குத் தோன்றியது. நாலந்து பேர் கூடிப் பேசிக் கொண்டிருந்தார்கள். இவர் வீட்டுக் காவலாளி பகதூர்தான் தலைவனாக இருக்கவேண்டுமென்று அவர் நினைத்தார்.

அவன் நடுநாயகமாக வீற்றிருந்தான்.

அவரைப் பார்த்ததும் பகதூர் எழுந்திருந்தான்.

அவர் அவனைத் தம்முடன் வரும்படி சைகை செய்தார்.

படுக்கை அறைக்குள் சென்றதும், கரப்பான் பூச்சிக்கு ஹிந்தியில் என்ன சொல்வார்கள் என்பதைத் தாம் மறந்துவிட்டிருப்பதை அவர் உணர்ந்தார்.

வேற்று மொழி எதுவாக இருந்தால் என்ன என்ற நினைவினாலோ என்னவோ அவர் கட்டிலைச் சுட்டிக்காட்டி, 'காக்ரோச்' என்றார் அவனிடம்.

அவர் சொன்னதை அவன் சுத்தமாகப் புரிந்துகொள்ளவில்லை என்று அவன் முக பாவனை காட்டியது.

'லால்வாலே! பூச்சி!' என்றார் அவர் ஹிந்தி - தமிழில்.

'கரப்பான் பூச்சியா?' என்றான் பகதூர் தமிழில்.

'கரெக்ட். உனக்குத் தமிழ் தெரியுமா?'

'நல்லா தெரியும். பத்து வயசிலேந்து இங்கே இருக்கு, பதிமூணு வருஷமா' என்றான் அவன் புன்னகையுடன்.

'கரப்பான் பூச்சி அங்கே ஓடியிருக்கு. கட்டிலை நகர்த்திப் பாரு!' என்று சுவர்ப் புறமாகக் கையைச் சுட்டிக் காட்டினார் அவர்.

அவன் சுவர்ப் புறம் சென்று மேலோட்டமாகக் கட்டிலின் மீது ஒரு பார்வையைச் செலுத்தினான்.

பிறகு குனிந்து கட்டிலை ஒரு கையால் ஒரு தள்ளு தள்ளினான். அவன் சொந்த நாட்டில் வறுமையைப் போக்குவதற்குப் பயன் படாவிட்டாலும், சென்னையில் கட்டிலைத் தள்ளுவதற்காக வாவது அவன் கைவலிமை பயன்படுகின்றதே என்று அவர் சந்தோஷப்பட்டார்.

'டார்ச் லைட்டைக் கொடுக்கும்படி அவன் சைகை செய்தான். அவர் கொடுத்தார்.

அவன் தரையளவு குனிந்து கட்டிலுக்குக் கீழே டார்ச் லைட்டை அடித்துப் பார்த்தான்.

கட்டிலே கரப்பான் பூச்சியாக மாறி விட்டாற்போன்ற ஓர் எண்ணம் தாக்கியதும் அவர் சற்றுத் திடுக்கிட்டார்.

'கட்டிலில் மறைந்தது கரப்பான் பூச்சி!

கட்டிலை மறைத்தது கரப்பான் பூச்சி'

என்று அவர் வாய் முணுமுணுத்தது.

'இங்கே இல்லே, ஸாப். படுக்கையைப் பாக்கலாமா?' என்றான் பகதூர்.

'பாரு.'

அவன் தலையணைகளை எடுத்து ஒவ்வொன்றையும் தட்டிப் பார்த்தான். உறைகளை உருவினான். பூச்சியைக் காணவில்லை. மெத்தையின் மீதிருந்த விரிப்பை எடுத்து உதறினான். மெத்தையை எடுத்துக் கீழே போட்டான். பூச்சி இல்லை.

'நீங்க பூச்சியைப் பாத்தீங்களா, ஸாப்?'

'நீங்கள் கடவுளைப் பார்த்திருக்கிறீர்களா?' என்பதுபோல் ஒலித்தது அந்தக் கேள்வி.

'பார்த்ததினாலேதானே உன்னைக் கூப்பிட்டேன்' என்றார் அவர். அவன் சில விநாடிகள் அவரைப் பார்த்துக்கொண்டே மௌன மாக நின்றான்.

அடுத்ததாக என்ன செய்வது என்று அவரைக் கேட்பது போலிருந்தது அவன் நின்ற தோற்றம்.

'மெத்தையை எடுத்துக் கட்டிலிலே போட்டுடு!' என்றார் அவர்.

அவன் படுக்கையை முன்பு இருந்தபடியே விரித்துவிட்டு, 'பூச்சி வெளியிலே போயிடிச்சி ஸாப், இங்கே இல்லே' என்றான்.

'போகலே. இங்கேதான் இருக்கு. அதை கண்டுபிடிச்சுக் கொன்னுட் டியானா முப்பது ரூபா தரேன்' என்று பரிசை அறிவித்தார் அவர்.

வாழ்க்கையில் பலருக்கு எதைத் தேடுகிறோம், எதற்காகத் தேடுகிறோம் என்று தெரிவதில்லை. இப்பொழுது இவனுக்கு எதைத் தேடுகிறோமென்ற ஓர் இலக்கும் எதற்காகத் தேடுகிறோ மென்ற ஒரு காரணத்தையும் தந்துவிட்ட மகிழ்ச்சி அவர் முகத்தில் தெரிந்தது.

'அந்த அலமாரியிலே பாக்கலாமா, ஸாப்?' என்று கேட்டான் அவன் உற்சாகத்துடன்.

'அங்கே எப்படிப் போயிருக்கும்? கட்டில் பக்கமாத்தான் ஓடித்து, நான் பார்த்தேன்' என்றார் அவர்.

'நீங்க என்னைக் கூப்பிட வெளியிலே வந்தப்போ அங்கே போயிருக்கலாம். கட்டில் பக்கம் இல்லே ஸாப்.'

அவர் அலமாரியில் பொருள்கள் தாறுமாறாகக் கிடந்தன. ஒவ்வொரு நாளும் அதைச் சரி செய்யவேண்டுமென்று அவர்

நினைப்பார். சோம்பலோ அல்லது சரி செய்து என்ன ஆகப் போகின்றது என்ற ஓர் அலட்சியமோ சரி செய்ய முடியாமல் போய்விட்டது.

தம்முடைய பொறுப்பின்மை இவனுக்குத் தெரிய வேண்டுமா என்று ஒரு கணம் நினைத்தார். அதே சமயத்தில், கரப்பான் பூச்சியைத் தேடும் முயற்சியைச் சாக்காக வைத்துக்கொண்டு இவன் உதவியுடன் அலமாரியை ஒழுங்கு செய்துவிடலாமென்ற எண்ணமும் தோன்றியது.

அவர் அலமாரியைத் திறந்தார்.

யசோதை கிருஷ்ணன் வாயில் கண்டது போல் ஒன்றுக்கு ஒன்று சம்பந்தமில்லாத ஏராளமான பொருள்கள் கண்ணுக்குத் தெரிந்தன. துணிமணிகள், காகிதக் குப்பைகள், ஃபைல்கள், பழங் குடைகள், அழுக்குத் தலையணை உறைகள், அழுக்கேறிய பயணப் பைகள், காஸெட்டுகள், புத்தகங்கள் என்று ஒரு பழம் பொருள்கள் விற்கும் ஒரு பல்பொருள்அங்காடிக் கடையாகக் காட்சி அளித்தது அந்த அலமாரி. கரப்பான் பூச்சி இங்கிருந்து உற்பத்தியாகி வெளியே வந்திருக்கக்கூடுமென்றுகூட அவருக்குத் தோன்றியது.

அலமாரியின் மேல் தட்டைப் பார்ப்பதற்கு ஒரு நாற்காலி வேண்டுமென்று அவர் உணர்ந்தார்.

'ஹாலுக்குப் போய் ஒரு குர்ஸி எடுத்துண்டு வா!' என்றார் அவர்.

அவன் நாற்காலியைக் கொண்டு வந்ததும், அதன் மீது பேப்பரைப் போட்டுக்கொண்டே 'மேலே ஏறிப் பாரு!' என்றார்.

அவன் ஒரு வல்லுனனின் சாமர்த்தியத்துடன் மெதுவாக ஒவ்வொரு பொருளையும் பூச்சி இருக்கின்றதா என்ற ஆராய்ந்து விட்டு, அவர் கையில் கொடுத்தான்.

அவர் பயன்படுத்தாத அழுக்கு பனியன்கள், டீ-ஷர்ட்டுகள், பழைய வாரப் பத்திரிகைகள் என்று விதம்விதமான பொருள்கள் அத்தட்டில் குவிந்து கிடந்தது அவருக்கு ஆச்சர்யமாக இருந்தது. இத்தனைப் பொருள்கள் ஒரு தட்டில் இருக்க முடியுமா?

அத்தனையையும் அவனிடம் கொடுத்துவிடுவது என்று அவர் தீர்மானித்தார்.

உள்ளங்கை அளவுக்கிருந்த ஒரு எஃப். எம் ரேடியோவை எடுத்து அவன் திருப்பித் திருப்பிப் பார்த்தான். அதை அவர் கடந்த ஆறு

மாதங்களாகத் தேடிக்கொண்டிருந்தார். சிங்கப்பூரிலிருந்து அவர் நண்பர் ஒருவர் அவருக்காக வாங்கிக்கொண்டு வந்தது.

'இது என்ன, ஸாப்?'

'ரேடியோ, காதில் வச்சாதான் கேட்கும். மத்தவங்களுக்குத் தொந்தரவு கொடுக்காம கேக்கலாம்.'

'அச்சா ஹை, ஸாப்' என்றான் பகதூர்.

அவர் அதை வாங்கிக்கொண்டார்.

பழைய துணிமணிகளை மட்டும் கொடுத்துவிட்டு, ரேடியோ வைத் தாம் வைத்துக்கொண்டால், அவனுக்கு ஏமாற்றமாக இருக்குமென்று அவருக்குப் பட்டது.

பூச்சியை அவன் தேடிக் கண்டு பிடித்தாலும் சரி, கண்டுபிடிக்கா விட்டாலும் சரி, அவனுக்கு முப்பது ரூபாய் கொடுக்கப் போகிறோம், ரேடியோவைக் கொடுக்கவில்லை என்றால் அவன் ஏமாற்றமடைவதில் என்ன நியாயம் இருக்கின்றது என்று தம்மைதாமே சமாதானமும் செய்து கொண்டார்.

அவன் நாற்காலியிலிருந்து கீழே இறங்கி, இரண்டாவது தட்டி லிருந்த சாமான்களையும் ஆராய்ந்தான். அத்தட்டில், அவர் அன்றாடும் உபயோகித்து வந்த நல்ல துணிமணிகள் இருந்தன. வேட்டிகள், உள் உடைகள், டவல்கள், போன்றவை.

'நீ மேல்தட்டிலிருந்து எடுத்துப் போட்ட எல்லா சாமான்களையும் எடுத்துண்டு போகலாம்' என்றார் அவர்.

அவன் புன்னகை செய்தான்.

'எதுக்குச் சிரிக்கறே?' என்று கேட்டார் அவர்.

'குச் நை ,ஸாப்.'

'பழைய பொருள்களோடு ஒன்றாக, ரேடியோவை மேல் தட்டில் வீசி எறிந்துவிட்டு, நான் தேடி எடுத்துக் கொடுத்தவுடன், ரேடியோவை வைத்துக்கொண்டு குப்பைகளை எனக்குத் தருகிறாயே. இந்த வயதில் உனக்குப் பொருள் மீது ஆசை உன்னைவிட்டு இன்னுமா நீங்க வில்லை?' என்று சிரிக்கிறானோ என்ற எண்ணம் அவருக்குத் தோன்றியது.

அவன் மேல் தட்டிலிருந்த பழம்பொருள்கள் அனைத்தையும் ஒரு மூட்டையாகக் கட்டினான். இரண்டாம் தட்டிலிருந்த துணிமணி களை ஒழுங்காக மடித்து வைத்தான்.

‘பூச்சி இல்லே, ஸாப்’ என்றான் அவன்.

‘எங்கே போயிருக்கும்? ஜன்னல் கதவெல்லாம் சாத்தியிருக்கு. உன்னைக் கூப்பிட வந்தபோது, அறைக் கதவையும் சாத்திட்டுத் தான் வந்தேன்.’

‘இந்தக் கேள்விக்கு நான் என்ன பதில் சொல்லமுடியுமென்று எதிர் பார்க்கிறாய்?’ என்பது போல் முகத்தை வைத்துக்கொண்டு அவரை உற்று நோக்கினான் பகதூர். பூச்சியையும் கண்டுபிடிக்க முடிய வில்லை, வாக்களித்த முப்பது ரூபாயையும் கொடுக்காமல், வெறும் பழந்துணி மூட்டைகளுடன் அனுப்பிவிடுவாரோ என்ற சந்தேகமும் அந்தப் பார்வையில் தெரிவதுபோல் அவருக்குப் பட்டது.

அவன் பார்வை கம்ப்யூட்டர் மேஜையில் அவர் வைத்திருந்த ரேடியோ மேல் லயித்திருந்தது. அவர் அறைக் கதவு ஹாங்கரில் தொங்கிக் கொண்டிருந்த பாண்ட்டிலிருந்து பர்ஸை எடுத்து, அதிலிருந்து மூன்று பத்து ரூபாய் நோட்டுகளை எடுத்து அவ னிடம் நீட்டினார்.

‘பர்வா நை, ஸாப். பூச்சி கிடைக்கலே’ என்று கூறித் தன் கண்ணியத்தையும் நேர்மையையும் புலப்படுத்திப் பணத்தை வாங்கிக்கொள்ள அரைமனத்தோடு மறுத்தான் பகதூர்.

‘வாங்கிக்கோ!’ என்று அவன் கைகளில் பணத்தைத் திணித்தார் அவர்.

‘அச்சா, ஸாப்’ என்று சொல்லிக்கொண்டே அவன் வெளியே போனான்.

கட்டி வைத்த துணி மூட்டையை அவன் எடுத்துக்கொண்டு போக வில்லை. அவரும் அதை அவனிடம் நினைவூட்ட விரும்ப வில்லை.

அவர் விளக்கை அணைத்துவிட்டுப் படுத்தார்.

உறக்கம் வரவில்லை. எங்கே போயிருக்கும் அந்தக் கரப்பான் பூச்சி? தூக்க மாத்திரை அரைக்குப் பதிலாக முழு மாத்திரையை விழுங்கினார்.

காலையில் எழுந்து பார்க்கும்போது தாம் ஒரு ராட்சசக் கரப்பான் பூச்சியாக மாறியிருக்கக் கூடும் என்று தோன்றியது. சே! இப்படிக் காஃப்காவின் கதையில் அல்லவா வருகிறது! அவர் ஏன் தம்மைப் பற்றி அவ்வாறு நினைக்க வேண்டும்?

காஃப்கா, பூச்சி என்றுதான் சொல்லுகிறானே தவிர, கரப்பான் பூச்சி என்று குறிப்பிடவில்லை. டைலர் நாக்ஸ் என்பவன் கதையில், ஒரு கரப்பான் பூச்சி ஒரு நாள் காலையில் எழுந்து, ஒரு மனிதனாக மாறியிருப்பதை உணர்கிறது! சாதாரண மனிதனில்லை. நியூயார்க் டைம்ஸ் சதுக்கத்தில் அட்டூழியங்கள் நிகழ்த்தும் ஒரு ரௌடி!

கொசுக்களைப் போலவோ, அல்லது தேள் போன்ற விஷ ஜந்துக்களைப் போலவோ வியாதிகளுக்கும் விஷக்கடிக்கும் காரணமாக இல்லாமல் சாதுவாக இருக்கும் கரப்பான் பூச்சியைப் பார்த்து மனிதன் ஏன் அருவருப்பு கொள்ளவேண்டுமென்ற கேள்வி அவர் மனத்துள் எழுந்தது.

அதன் அசிங்கமான பளபளப்பும், இருட்டுக்கும் அதற்குமுள்ள சிநேகமும் காரணமாக இருக்கலாம். அப்பொழுது திடீரென்று ஒரு பெரிய கரப்பான் பூச்சி அவர் கண்முன் தோன்றியது.

'நான்தான் கரப்பான் பூச்சிகளுக்கெல்லாம் மூலத் தாய். கோடிக் கணக்கான சிசுக்கள் என்னிடமிருந்து உற்பத்தி ஆகின்றன. அணுகுண்டுப் போர் ஏற்பட்டு, நீங்கள் எல்லோரும் பூண்டோடு அழிந்தாலும், நாங்கள் சாக மாட்டோம் என்ற விஞ்ஞான உண்மை உனக்குத் தெரியுமா? ரேடியம் கதிர்வீச்சை எதிர் கொள்ளும் சக்தி எங்களுக்கு உங்களைவிட பதின் மடங்கு அதிகம். எங்களையா நீ கொல்லப் பார்க்கிறாய்? ஹஹ்ஹா ஹஹ்ஹா!' என்று உரக்கச் சிரித்தது அது.

பயத்தில் அவருக்கு வியர்த்துக்கொட்டியது.

அவர் எழுந்து உட்கார்ந்தார். என்ன பயங்கரக் கனவு!

அவருக்கு விளக்கைப் போட பயம்! அறை முழுவதும் கரப்பான் பூச்சிகள் இருந்துவிட்டால்? இந்தப் படுக்கையில் அவை இல்லை என்று என்ன நிச்சயம்? உடம்பு முழுவதும் அவை ஊர்வது போன்ற உணர்வு.

அவர் கட்டிலிலிருந்து மெதுவாக இறங்கி, அறைக் கதவின் பக்கச் சுவரிலிருந்த ஸ்விட்ச்சைப் போட்டார்.

கரப்பான் பூச்சிகள் எதுவுமில்லை. எல்லாம் அவர் மனத்தில் ஊர்ந்தவைதாம்!

அது போல், இரவு படுப்பதற்கு முன் அவர் பார்த்ததும் அவர் மனத்தில் விளைந்த தோற்றமோ?

எது நிஜம், எது போலி?

அக்கணத்தில் அவர் கண்ட காட்சி, அவர் இருதயத்தை ஓரிரு விநாடிகளாவது நிறுத்திவைத்திருக்க வேண்டுமென்று அவருக்குப்பட்டது.

அவர் திடுக்கிட்டு நின்றார்.

பகதூர், அலமாரியிலிருந்து கண்டெடுத்த ரேடியோவை அவர் கம்ப்யூட்டர் மேஜையின்மீது வைத்திருந்தார். அதன் மீது ஒரு கரப்பான் பூச்சி குப்புறக் கிடந்தது!

செத்தப் பூச்சியின் சடலம்! இதுதான் அவர் முதலில் பார்த்த பூச்சியோ? பிறந்தபின் நிகழும் ஒரே உண்மையை அது சுட்டிக் காட்டியது.

அவர் வாசலுக்கு விரைந்தார்.

பகதூர் தூங்கிக் கொண்டிருந்தான். அவர் அவனை எழுப்பினார்.

'க்யா, ஸாப்?'

'உள்ளே வா!' என்று அவனை அழைத்தார்.

அவன் சற்று சுணங்கிக்கொண்டே வந்தான்.

'அதோ பார்!' என்று ரேடியோவைச் சுட்டிக் காட்டினார்.

'க்யா, ஸாப்?' என்று அவன் ஒன்றும் புரியாமல் அவரைப் பார்த்தான்.

'அந்த ரேடியோவை நீ எடுத்துக்கோ. அந்தக் கரப்பான் பூச்சியை அடக்கம் செய்துவிடு!' என்றார்அவர்.

அவன் ரேடியோவைக் கையில் எடுத்துக்கொண்டு அவரைக் கேட்டான், 'எந்தப் பூச்சி, பூச்சி எங்கே, ஸாப்?'

38. கோமளி என்ன செய்தாள்?

போன நூற்றாண்டில், நாற்பதுகளில் நடந்த கதை இது. அப்பொழுது செங்கோட்டையில் 'யூனியன் ஜாக்'தான் பறந்துகொண்டிருந்தது. அதாவது 1947 -க்கு முன்னால். இது நடந்தது நான் கும்பகோணம் அரசினர் கல்லூரியில் சேர்ந்திருந்த புதிதில்.

'பெண்ணியம்' என்றால் அப்பொழுது யாருக்கும் ஒன்றும் தெரியாது. பெண் விடுதலையைப் பற்றி பாரதியார் பாடியிருக்கின்றார் என்று சிலர் கேட்டிருக்கக் கூடும். ஆனால் நான் வசித்து வந்த சாரங்கபாணி சன்னதித் தெருவில், பெண் விடுதலையை விடுங்கள், பாரதியாரைப் பற்றி அறிந்திருப்பார்களா என்பதே சந்தேகம்தான்.

அந்த அக்கிரஹாரத்தில் கோயிலை நம்பி வாழ்ந்த குடும்பங்கள் தாம் மிகுந்திருந்தன. கோயில் உற்சவங்களின் போது பங்கேற்பதினால், ஏதோ கொஞ்சம் மான்யத்தை அனுபவித்துவந்த குடும்பங்கள். பெரிய வருமானம் ஒன்றும் இல்லை. அடுப்பில் உறங்கவரும் பூனைகளை அடித்து விரட்ட முடியும். பெரிய வருமானம் இல்லாவிட்டாலும், ஒவ்வொரு வீட்டிலும் பெரிய குடும்பம்.

அந்தத் தெருவிலிருந்த ஒவ்வொருவருக்கும் வேடிக்கையான பெயர்கள். 'குடை சாரங்கன்' உற்சவக்காலங்களில் இவர் உற்சவருக்குக் குடைப் பிடிப்பது வழக்கம். 'கருடன் ஆராமுது' கருட வாகனம் இவர் பொறுப்பு. நாளடைவில் பெயர் சுருங்கி 'கருடன்' என்றாகிவிட்டது. அந்தப் பெயர் வைத்ததினால்

அவருக்கு கருட மூக்காகிவிட்டதா அல்லது பிறவியிலேயே ஏற்பட்டுவிட்ட கருட மூக்கினால் அவருக்கு 'கருடன்' என்ற பெயர் வந்ததா அல்லது கருட வாகனம் அவர் பொறுப்பு என்பதினால் அவர் பெயருக்கு 'கருடன்' என்பது அடைமொழி யாயிற்றா என்பது பற்றி அக்கிராஹாரத்து வரலாற்றாசிரியர் களுக்குத் தெரிந்திருக்கக்கூடும்.

சொல்லப்போனால், எங்கள் குடும்பம் அந்ததெருவுக்கு 'வந்தேறி கள்.' சென்னையிலிருந்த என் அப்பா வேலையை ராஜினாமா செய்துவிட்டு கும்பகோணத்தில் ஏன் குடியேறினார் என்பது எனக்கு இப்பொழுதும் புரியாத மர்மம். இரண்டாம் உலகப் போர் காரணமாக இருக்கலாம். அல்லது, என் அப்பாவின் வார்த்தை களில் 'எதற்காக வெள்ளைக்காரனுக்கு உழைக்க வேண்டும்?' என்ற என் அப்பாவின் தேசபக்தி காரணமாகவும் இருக்கலாம்.

எங்கள் வீட்டைப் 'பட்டணத்துக்காரா வீடு' என்று சன்னதித் தெருக்காரர்கள் குறிப்பிட்டு வந்தார்கள்.

'பலப்பத்தை', 'சிலேட்டுக் குச்சி' என்றும், 'எண்பதை' 'எம்பது' என்று சொல்லிப் பழக ஆரம்பித்தபிறகுதான், எனக்கு சிநேகிதர்கள் கிடைத்தார்கள். முக்கியமான நண்பன், எங்கள் வீட்டிலிருந்து நாலாவது வீட்டிலிருந்த பையன். பெயர் பிச்சை. முதல் இரண்டு குழந்தைகள் இறந்தபிறகு பிறந்ததினால் 'பிச்சை' என்று பெயர். அவனுக்குப் பிறகு ஆறு குழந்தைகள் பிறக்கப் போகின்றன என்பதை அவன் பெற்றோர்கள் எதிர்பார்த்திருக்க மாட்டார்கள் என்று தோன்றுகிறது.

பிச்சையின் வீட்டைச் சங்கப் பலகை என்றுதான் சொல்லவேண்டும். 49 பேர் அந்தச் சின்ன வீட்டிலிருந்தார்கள். பிச்சையின் அப்பாவுக்கு ஒன்பது சகோதரர்கள், ஐந்து சகோதரிகள். மூன்று சகோதரிகள், சின்ன வயதிலேயே கல்யாணமாகி, கணவர்கள் முகம்கூட ஞாபகமில்லா மல், பிறந்த வீட்டுக்கு வந்துவிட்டார்கள். சகோதரர்களுக்கு புத்திர பாக்கியத்துக்குக் குறைவில்லை. அந்தச் சின்ன வீட்டில் இத்தனைக் குழந்தைகள் பிறப்பது என்பது எப்படி சாத்தியமானது என்பதுதான் என் ஆச்சர்யம்.

'எப்படிச் சாத்தியம் என்பது எனக்கு இரண்டு வயதிலேயே தெரியும்,' என்று சிறிது வெட்கப் பட்டுக்கொண்டே சொல்வான் பிச்சை.

கதை ஆரம்பத்தில், 'பெண்ணிய'த்தைப் பற்றிக் குறிப்பிட்டேன் நினைவிருக்கிறதா? இந்தக் கதைக்கும் பெண்ணியத்துக்கும் என்ன சம்பந்தம் என்பது நியாயமான கேள்வி.

ஒரு கதையில் 'அவ்வறையில் மேஜையில் ஒரு துப்பாக்கி இருந்தது' என்று கதாசிரியன் சித்தரித்திருந்தால், கதை முடிவில், அந்தத் துப்பாக்கி சுடப்பட்டிருக்கவேண்டுமென்று ஒரு நல்ல கதையின் இலக்கணமாகக் கூறுவார்களல்லவா? அது போல், பெண்ணியத்தைப் பற்றி நான் ஏன் குறிப்பிட்டேன் என்று நான் சொல்லியாக வேண்டும்.

இந்தக் கதையின் கதாநாயகி, பாரதியார் கவிதைகளையோ, பெண்ணியப் போராட்டங்களைப் பற்றியோ ஏதும் அறித்திருக்க வில்லை. ஆனால் ஒரு குறிப்பிட்ட சூழ்நிலையில் அவள் எப்படிப் போராடுகின்றாள் என்பதைப் பற்றிய கதை இது. 'அறையிலிருக்கும் துப்பாக்கியே,' அவள்தான்!

போராடியவள், பிச்சையின் கடைசி சித்தப்பாவின் மனைவி. பிச்சையின் அப்பாவுக்கு ஐம்பது வயதுக்கு மேலிருக்கும். பெரிய கடைத்தெருவிலிருந்த ஒரு சின்ன அனுமார் கோயிலில் அர்ச்சகராக இருந்தார். அனுமன் பிரம்மச்சாரியாக இருந்திருக்க லாம், ஆனால் அதற்கு ஈடு செய்வது போல், அவருடைய அர்ச்சகருக்கு, கட்டிய மனைவியைத் தவிர, நாகேஸ்வரன் கோயில் தெருவில் ஒரு 'தொடுப்பு' உண்டு. நல்ல பெண்மணி.

அந்தக் குடும்பதிலேயே ஐந்தாம் வகுப்பைத் தாண்டிய ஒரே நபர் பிச்சையின் -அவன் என்னுடன் கல்லூரியில் படித்தான் - கல்விச் செலவை ஏற்றுக் கொண்டிருந்தாள். அர்ச்சகரின் அதிர்ஷ்டம் அப்படி! அவருடைய கடைசித் தம்பிக்கு இருபத்தைந்து வயதிருக்கும்.

அவன் பெயர் சின்ன மொட்டை. அந்தக் குடும்பத்தில் மூன்று மொட்டைகள் உண்டு.

'பெரிய மொட்டை', 'நடு மொட்டை', 'சின்ன மொட்டை.' சின்ன மொட்டைக்குக் கல்யாணமாகி மூன்று குழந்தைகள். அவன்தான் அந்த வீட்டில் கோயிலோடு சம்பந்தப்படாத ஒரு செக்குலர் வேலையிலிருந்தான். அதாவது, காந்தி பார்க் எதிரிலிருந்த போர்டர் டவுன் ஹாலில் சீட்டாடிக்கொண்டிருந்த நகரப் பெருமக்களுக்கு ஹோட்டலிலிருந்து காப்பி வாங்கிக்

கொண்டுவருவது, சீட்டாட்டத்தின்போது யோஜனை சொல்வது, இன்னும் சொல்லப்படவியலாத வேறு பல வேலைகளும் உண்டு. ஞாபகம், ஹால் அங்கத்தினர்கள், 'பெரிய மனிதர்கள்' அல்லவா?

சின்ன மொட்டையே மைனர் கணக்காக இருப்பான். கழுத்திலும், கையிலும் சங்கிலி, சென்ட், ஜவ்வாது, அத்தர். அவன் அருகில் வந்தால் 'கம கம' என்று மணம் வீசும்.

வாயில் பன்னீர்ப் புகையிலை சகிதம் 'விடயம்.' (கும்பகோணத் துக்கே உரிய சொல்லாட்சி, பீடா என்று அர்த்தம்). பெரிய மனிதர்களின் வலது கை என்ற காரணத்தினாலோ என்னவோ அவனுக்கு அசாத்திய திமிர். தினவேறிய அவன் தோள்களையும், 'மொச மொச' என்று முடி வளர்ந்திருக்கும் அவன் அகன்ற மார்பையும் பார்த்தாலே பயமாக இருக்கும். அக்கிரஹாரத்துப் பல நடு வயது விதவைகளோடு அவனை இணைத்துப் பேசுவது, அக்கிரஹாரத்துப் பெண்களின் பொழுது போக்கு.

அந்த நடு வயது விதவைகளே இந்த வதந்திகளைப் பரப்பிக் கொண்டிருந்தார்களோ என்ற சந்தேகம் எனக்குண்டு.

அவன் மனைவியைப் பார்க்கும்போதெல்லாம் எனக்கு மிகவும் கஷ்டமாக இருக்கும். இருபது வயதுக்குள் மூன்று குழந்தைகள். பார்ப்பதற்குக் கொடி போல் இருப்பாள்.

கண்களில் அப்படியொரு அழகு! தெருக்கோடியிலிருந்த பெருமாள் ஆராவமுதுக்கு என்ன ஒரு குரூர ஹாஸ்யம் என்று எனக்குத் தோன்றும். இவளைப்போய், இவனுக்கு ஜோடி சேர்த்து வைத்திருக்கிறானே என்று!

சின்ன மொட்டை சன்னதித் தெருவில் ஒரு தர்பாரே நடத்தி வந்தான். அவனை யாரும் ஒன்றும் கேட்கமுடியாது. அவன் வீட்டுக்கெதிரே இருந்த கோயில் பட்டாச்சார் வீட்டுத் திண்ணை மிகவும் பெரியது. ஒரே சமயத்தில் நாலு குழுக்கள், ஆறு ஆறு பேராகச் சீட்டாட முடியும். ஆடினார்கள், சின்ன மொட்டையின் மேற்பார்வையில்.

அவர் தினந்தோறும் அர்ச்சிக்கும் ஆராவமுதே இந்த விஷயத்தில் குறுக்கிடாதபோது, பாவம், பட்டாச்சாரால் என்ன செய்ய முடியும்?

ஆனால் ஒன்று, சின்ன மொட்டை சீட்டாடுவதில்லை. அவன் நிர்வாகத்தில் ஆடுகிறார்கள் என்ற காரணத்தினால், யார் ஜெயித் தாலும், அவனுக்குக் கமிஷன் உண்டு. அவனை ஏமாற்றமுடி யாது. அவர்கள் ஆடும்போது அங்கு உட்கார்ந்திருப்பானே தவிர, யாருக்கும் யோசனைகள் சொல்வதில்லை. தப்பாக ஆடினால் ஓங்கிக் குட்டுவான். வலி உயிர் போய்விடும்.

அவனுக்கு அந்தரங்க வாழ்க்கை என்று எதுவும் கிடையாது. கோமளியோடு - அவள்தான் அவன் மனைவி - சண்டை என்றால், அவன் உரக்க, வாசலில் நின்று அவளைத் திட்ட ஆரம்பித்தானானால் வசவுகள் வண்ணம் வண்ணமாக இருக்கும். எதிர் வார்த்தை வந்தால் போதும், அவளை வாசலில் இழுத்து வந்து அடித்து, தான் எப்பேர்ப்பட்ட ஆண் என்று தெருவாசி களுக்கு நிரூபிப்பான்! அடித்து முடித்த பிறகு, பயங்கரமாக ஓர் ஆணவச் சிரிப்பு. இது அவன் முத்திரை!

நான் பிச்சையைக் கேட்டேன், 'இப்படி அடிச்சுக் கொல்றானே, உங்க அப்பாதானே பெரியவர்! ஒண்ணும் சொல்லாமே இருக்காரே?' என்று.

'அவருக்குக் கேட்க என்ன யோக்கியதை இருக்கு? இந்த தெருலே யார்தான் பொண்டாட்டியை அடிக்கறதில்லே? மத்தவா எல்லாம், ஆத்துக்குள்ளே அடிக்கறா. இவன் வெளி யிலே அடிக்கறான். அதான் வித்தியாசம்' என்பான் பிச்சை.

கோமளி வாயைத் திறக்கமாட்டாள். அழவும்மாட்டாள். அதுதான் ஆச்சர்யம்! சின்ன மொட்டை அவள் மௌனத்தைக் கண்டு எரிச்சலடைந்து கோபத்தில் கத்துவான்: 'அழுது தொலையேண்டி, நாற முண்டை.' அவள் அப்பொழுதும் அவனைப் பார்த்துக் கொண்டே இருப்பாளே தவிர, பேசாமாட்டாள். ' அவன்தான் சொல்றான், அழேன்' என்பார்கள் அவளுடைய நாத்தனார்கள். அவள் எதற்கும் அசைந்து கொடுப்பதில்லை.

மௌனம்தான் அவள் எதிர்ப்புக் கவசம்.

நான் பிச்சையை ஒரு நாள் கேட்டேன்: ' இவா ரெண்டு பேருக்கும் எதனாலே சண்டை வரும்? உன் சித்திதான் உங்க சித்தப்பா என்ன சொன்னாலும் பேசாமதானேருக்கா?'

'சித்தப்பா, சித்திகிட்டே பேசறதெல்லாம் என் காதிலே விழும். நாக்கைப் பிடுங்கிண்டு சாகலாம் போல இருக்கும்.'

‘என்ன சொல்வார்?’

‘வேண்டாண்டா உனக்கு அதெல்லாம். நீ நல்ல பையன்.’

‘நான் நல்ல பையன் இல்லேடா, சொல்லுடா?’

அவன் உடனே சொல்லமாட்டான். சுற்றுமுற்றும் பார்ப்பான். திடீரென்று கத்துவான்: ‘அது அசிங்கண்டா, வேணாம்.’

அவன் ‘அசிங்கம்’ என்று சொன்னதும் என் ஆவல் அதிகமாகும். சொல்லும்படி அவனை வற்புறுத்துவேன். அவன் அம்மாவுக்கு என் அம்மா பல வகைகளில் உதவி செய்து வந்தாள் என்பதை என் பலமாகக் கொண்டு நான் அவனை வற்புறுத்துவேன்.

அவன் அழாக் குறையாகச் சொல்வான்: ‘நேத்தி ராத்திரி எப்படிடி இருந்ததுன்னு காத்தாலே வெட்கம் மானமில்லாம கேப்பார், அதுக்கு அவ பதில் சொல்லியாகணும். இல்லாட்டா, வசவு, அடி, குத்து இதுதான். அவ வலி பொறுக்கமுடியாம, நன்னா இருந்ததுன்னு சொன்னான்னு வச்சுக்கோ, ‘இவ்வளவு வேண்டி யிருக்காடி உனக்கு!’ன்னு, மறுபடியும் அடி, உதைதான். அவளாலெ என்னதான் பண்ணமுடியும் சொல்லு!’

‘சில பேருக்கு இப்படி வக்கிரமா இருக்கிறதே சந்தோஷமா இருக்கும்னு நான் எங்கேயோ படிச்சேண்டா’ என்பேன் நான்.

எனக்கு அப்பொழுது வயது பதினாறு. கோமளி என்னைவிட ஆறு வயது பெரியவள். மூன்று குழந்தைகளுக்குத் தாயாகியும், முகத்தில் இளமை அப்படியே இருந்தது.

நான் பிச்சை வீட்டுக்குச் சில சமயங்களில் போயிருக்கிறேன். குகைக்குள் போய் வரும் அனுபவம்தான். பிச்சை, பகல் பொழு திலேயே சிம்னி விளக்கு தேவைப்படும் ஒரு சின்ன அறையில் படித்துக்கொண்டிருப்பான். அங்கிருந்து முற்றம் தெரியும்.

கோமளி அங்கு உட்கார்ந்து பாத்திரம் தேய்த்துக் கொண்டிருப் பாள். அவள் ஓரிரண்டு தடவை என்னைப் பார்த்தபோது, அவள் முகத்தில் ஒரு சோகப் புன்னகையின் நிழல் படிந்திருப்பது போல் எனக்குப் படும். திடீரென்று என்னை இனம் தெரியாத வேதனை கவ்வும். இந்த சின்ன மொட்டை என்ற ராட்சசனிடமிருந்து அவளைக் காப்பாற்ற வேண்டுமென்ற வெறி என்னை ஆட்கொள் ளும். அது எப்படி சாத்தியமாகும் என்ற நடைமுறை உணர்வு

தோன்றியவுடன் எனக்கு அழ வேண்டும்போலிருக்கும். உடனே புறப்பட்டு வந்து விடுவேன்.

நான் அப்பொழுது ஷெல்லிதாசன். ஷெல்லியின் புரட்சிக் கருத்துகள் என்னை ஈர்த்தன. ஷெல்லி, 'நாத்திகத்தின் அவசியம்' என்று ஒரு கட்டுரை எழுதி, ஆக்ஸ்ஃபோர்டில் முதல் வருஷம் படிக்கும்போதே கல்லூரியிலிருந்து ஷெல்லி நீக்கப்பட்டான் என்ற செய்தி என்னுள் பலவிதமான ரொமான்டிக் சலனங்களை ஏற்படுத்தின. அதைவிட ரொமான்டிக் செய்தி, கல்லூரியிலிருந்து நீக்கப்பட்ட ஷெல்லிக்கு உதவி செய்வதற்கென்று அவன் சகோதரியால் அனுப்பப்பட்ட மேரி வெஸ்ட்ப்ரூக் என்ற கல்வி அறிவில்லாத ஓர் அநாதைப் பெண்ணை அவன் மணந்ததுதான்! அவனுக்கு வயது அப்பொழுது வயது 18, அவளுக்கு 17!

கோமளியிடம் எப்படியாவது பேசி, இருவரும் கும்பகோணத்தை விட்டு ஓடிவிடலாமா என்றுகூட நான் யோசித்ததுண்டு. கோமளியைக் கல்யாணம் செய்துகொள்ள வேண்டுமென்பது என் எண்ணமில்லை. சின்ன மொட்டை என்ற அந்த ராட்சசனை எப்படியாவது தண்டிக்க வேண்டுமென்பதுதான் என் நோக்கம்!

பிச்சையிடம் என் நோக்கத்தைப் பகிர்ந்த கொண்டபோது, இருவரும் காவேரி ஆற்றங்கரையில் உட்கார்ந்துகொண்டிருந்தோம். (அப்பொழுதெல்லாம் காவேரியில் தண்ணீர் இருந்தது.) ஆற்றின்மீது சிறிய சிறிய கற்களை வீசிக் கொண்டிருந்த பிச்சை தான் செய்து கொண்டிருந்ததை நிறுத்திவிட்டு என்னை ஏற இறங்கப் பார்த்தான். அந்தப் பார்வை என்னைக் கொஞ்சம் சங்கடப்படுத்தியது.

'என்னடா அப்படிப் பாக்கறே?' என்றேன்.

'உனக்குப் பயித்த்தியம், கியித்தியம் ஏதாவது பிடிச்சுடுத்தா? உனக்கேண்டா என் சித்தி பேரிலே அவ்வளவு அக்கறை? காதலா?' என்றான் பிச்சை சிறிது கோபம் கலந்த குரலில். அவன் ஏன் கோபப்படவேண்டுமென்று எனக்குப் புரியவில்லை.

'கொச்சைப் படுத்திப் பேசாதேடா என்னோட உயர்ந்த நோக்கத்தை!' என்று நான் குரலைச் சற்று உயர்த்திச் சொன்னேன். அவன் பதிலொன்றும் சொல்லாமல், 'விரு'ட்டென்று எழுந்து போய்விட்டான்.

நான் வீட்டுக்கு வந்ததும் அம்மாவிடம் இதைப் பற்றிப் பேச வேண்டுமென்று எனக்குத் தோன்றியது.

அம்மா கூடத்தில் உட்கார்ந்துகொண்டிருந்தாள். அவள் கையில் 'ஜகன்மோகினி.'

நான் அம்மா பக்கத்தில் போய் உட்கார்ந்தேன். அம்மா, பார்வையை அப் பத்திரிகையிலிருந்து விலக்காமலேயே சொன்னாள்: 'போய் கை, காலை அலம்பிக்கொண்டு வந்து உட்காரு!'

'அம்மா, உன்னை ஒண்ணு கேட்கணும்.'

அம்மா மூக்குக் கண்ணாடியைச் சற்று இறக்கி, கீழ்ப் பார்வையாக என்னைப் பார்த்துக் கேட்டாள்: 'என்ன?'

'அந்த முரடன், சின்ன மொட்டை அவன் ஆம்படையாளை, பாவம், அப்படிப் போட்டு ஆத்து வாசல்லே நிறுத்தி வச்சு அடிக்கிறானே, கேட்க ஆளே இல்லையா?'

'நீ போய் கேளேன்! உன்னையும் நாலு சாத்து சாத்துவான்.'

'அப்பா, இங்கிலீஷ்காரன்கிட்டே வேலை செய்யக்கூடாதுன்னு வந்துட்டாங்கிறே, இப்போ இந்த அநியாயத்தைப் பாத்துண்டு ஏன் பேசாம இருக்கா?'

அம்மா பதில் சொல்லவில்லை. 'ஜகன்மோகினி'யில் ஆழ்ந்து விட்டாள்.

அப்பொழுதான் எனக்கு அந்த சந்தேகம் வந்தது. அப்பா கும்பகோணத்துக்குக் குடியேறிய உண்மையான காரணம் யுத்தம்தானா?

'சரி, கை காலை அலம்பிண்டு டிபன் சாப்பிடலாம் வா. ஊர்க் கவலையெல்லாம் நமக்கு வேணாம்' என்றாள் சிறிது நேரம் கழித்து.

'நீயும் பெண்தானே, உனக்கு இது தப்பா படலியாம்மா?'

அம்மா எழுந்துகொண்டே சொன்னாள்: 'நான் ஒண்ணு சொல்லட்டுமா?'

'சொல்லு!'

'நீ நினைக்கிறமாதிரி, அந்தப் பொண்ணு ஒரு அப்பாவிப் பொண்ணு இல்லே. அவனை எப்படி சமாளிக்கணும்னு அவளுக்குத் தெரிஞ்சிருக்கலாம்னுதான் எனக்குப் படறது. அவ வாயைத் திறந்து நீ பாத்திருக்கியா? அவ்வளவு நெஞ்சழுத்தம்!'

இரண்டு நாள் கழித்து பிச்சை வீட்டு வாசலில் ஒரே ரகளை. சின்ன மொட்டை தெருவே இரண்டுபடும்படியாகக் கத்திக் கொண்டிருந்தான்.

நல்ல மழை பெய்துகொண்டிருந்தது.

அப்பாவினால் அவன் வையும் வசவுகளைப் பொறுத்துக் கொள்ள முடியவில்லை.

குடையை எடுத்துக்கொண்டு வாசலுக்குச் சென்றார்.

'வருத்தப்பட்டிண்டிருந்தியே, உங்கப்பா கேட்கக்கூடாதான்னு, அதோ போறார் பாரு, நீயும் போ!' என்றாள் அம்மா என்னிடம் சிரித்துக்கொண்டே.

அம்மா பெருமையுடன் சொல்வது போல் எனக்குப் பட்டது.

நானும் சென்றேன்.

சின்ன மொட்டை, விறகுக் கட்டையைக் கொண்டு கோமளியை அடித்துக்கொண்டிருந்தான். அவனை யாரும் ஒன்றும் கேட்கவில்லை.

கோமளியின் கண்களிலிருந்து ஒரு பொட்டுக் கண்ணீர்கூட வரவில்லை. மௌனமாக அவனையே பார்த்துக் கொண்டிருந்தாள்.

'ஏண்டா! அவளைப் போட்டு இப்படிக் கொல்றே? பிடிக்கலேன்னா அவளைத் தள்ளி வச்சுட்டு இன்னொரு கல்யாணம் பண்ணிக்கோயேன்!' என்றார் பார்வையாளராக வந்திருந்த கிழவர் ஒருவர்.

'சின்ன மொட்டை, நீ செய்யறது தப்பு!' என்றார் என் அப்பா பலகீனமான குரலில். சின்ன மொட்டை அப்பாவைத் திரும்பிப் பார்த்தான். அப்பாவின் உடம்பு லேசாக நடுங்குவது போல் எனக்குப்பட்டது.

‘பட்டணத்துக்காரரே, அவளுக்குப் பதிலா அடி நீங்க வாங்கிக்கி றேளா?’ என்றான் அவன் நிதானமான குரலில்.

‘அவர் எதுக்காக வாங்கிக்கணும்? உங்க முரட்டுதனத்துக்கு முடிவே கிடையாதா?’ என்றேன் நான். என் குரலைக் கேட்டு எனக்கே ஆச்சர்யமாக இருந்தது.

‘வாடா விடலைப் பயலே!’ என்று சொல்லிவிட்டு, பயங்கரமாகச் சிரித்தான் சின்ன மொட்டை.

‘நீ ஆத்துக்குப் போ!’ என்றார் அப்பா என்னிடம் கண்டிப்பான குரலில்.

‘நான் ஊரிலே இல்லேன்னு நினைச்சுண்டு,ஆகாசத்தைப் பாத்துண்டு, நல்ல மழையிலே, ஆத்து முத்தத்திலே சதிராடறா இந்தத் தேவடியா! நான் இவளை அடிக்கறது தப்புன்னு, நியாயம் சொல்ல வந்துட்டேளே, அப்பனும் பிள்ளையுமா! உங்களைக் கட்டி வச்சு உதைக்க வேணாம்? இவளை ஒரு வழி பண்ணிட்டு உங்ககிட்டே வரேன்’ என்றான் அவன் ஆக்ரோஷத்துடன்.

கோமளியின் புடைவை ஈரத்தில் நனைந்து, உடம்போடு ஒட்டிக் கொண்டிருந்தது. பார்வையாளர்களின் கூட்டம் அதிகரித்துக் கொண்டே போனது.

அப்பா என் கையை இழுத்துக்கொண்டு வீட்டுக்கு வந்துவிட்டார்.

கோமளி அவன் அடித்ததைப் பற்றிக் கவலைப்பட்டதாகத் தெரியவில்லை. ஆனந்தமாக மழையில் நனைந்துகொண்டு ஆகாயத்தைப் பார்த்தது, சின்ன மொட்டை ஊரிலில்லை என்பதினால் ஏற்பட்ட விடுதலை உணர்வின் காரணமாக இருந் திருக்கலாம் என்று எனக்கு இப்பொழுது தோன்றுகிறது. அவன் திடீரென்று ஊரிலிருந்து திரும்பி வந்தது அவள் துரதிர்ஷ்டம்!

அன்றிரவு எனக்கு வெகு நேரம் வரைத் தூக்கமே வரவில்லை. பிச்சையின் வீட்டில் இருப்பவர்களை ஒவ்வொருவராக எண்ணிப் பார்த்தேன். அப்பொழுதும் உறக்கம் வர மறுத்து விட்டது!

மணி என்ன இருக்கும்? நள்ளிரவு என்று தோன்றியது. அப் பொழுது வாசலில் பயங்கர கூச்சல் ஒன்று கேட்டது. சின்ன மொட்டை ஆவேசமாகக் கத்திக்கொண்டிருந்தான்.

‘அடி பாவி! இப்படி செஞ்சுட்டியேடி! இதென்ன அக்கிரமம்! ஆராமுதா! பாத்திண்டுதானே இருக்கே நீயும்!’ என்று அலறினான் சின்ன மொட்டை.

கோமளி தற்கொலை செய்துகொண்டு விட்டாளோ என்று தோன்றிக்யது எனக்கு.

அப்பாவும் அம்மாவும் எழுந்துகொண்டு விட்டனர்.

நான் வாசலை நோக்கிச் சென்றேன்.

‘நீ போக வேணாம். தற்கொலையா இருந்தா நாம சாட்சி சொல்லும்படியா இருக்கும்’ என்றார் அப்பா.

‘இந்தத்தெருவிலே சின்ன மொட்டைக்கு எதிரா யாரும் சாட்சி சொல்லமாட்டா. அவன் சாயந்திரம் அந்தப் பொண்ணைப் படுத்தின பாட்டைப் போலிசுக்குச் சொல்லித்தான் ஆகணும். நீ போடா, நானும் வரேன்’ என்றாள் அம்மா.

இந்த அம்மா எனக்குப் புதிதாக இருந்தாள். எனக்குப் பெருமை யாகவும் இருந்தது.

பட்டாச்சார் வீட்டு வாசலில் பெரிய கூட்டம்.

அவர் வீட்டுத் திண்ணையில் தினந்தோறும் அஞ்சாறு பேராவது தூங்குவது வழக்கம். எல்லாரும் எழுந்துவிட்டார்கள்.

நடுநாயகமாக நின்று கொண்டிருந்தான் சின்ன மொட்டை!

கடவுளே! அவன் கையில் கோமளியின் தலைமயிர்!

கோமளி சாகவில்லை! சந்தோஷமாக இருந்தது எனக்கு.

பட்டாச்சார் வீட்டுத் திண்ணையில் அவ்வப்பொழுது உறங்கும் ‘கோண வாய்’ கோண்டனின் குடுமி இன்னொருவர் கையிலி ருந்தது! கோண்டனுக்கு, ஹேமரிஷி மண்டபத்தில் மடப்பள்ளி வேலை. அழுக்கு வேட்டி, துண்டு. பார்ப்பதற்கே அருவருப்பாக இருக்கும். அவன் என்ன செய்தான்?

அப்பாவும் அங்கு வந்துவிட்டார்.

‘பட்டணத்துக்காரரே, சாயங்காலம், இவளுக்குப் பரிஞ்சுண்டு வந்தேளே, இந்த ஊமக் கோட்டன் என்ன செஞ்சுது தெரியுமா?’ என்றார் கணக்குப் பிள்ளை மாமா.

'என்ன பண்ணா?' என்று கேட்டாள் அம்மா.

'பொம்னாட்டிக்கெல்லாம் இங்கே இடமில்லே. நீங்க ஆத்துக்குப் போங்கோ முதல்லே!' என்றார் இன்னொருவர்.

அப்பொழுது அசாத்திய வலிமையுடன், சின்ன மொட்டை கைகளிலிருந்து திமிறி விலகினாள் கோமளி.

'நான் சொல்றேன் என்ன பண்ணேன்னு. என் ஆம்படையான் ஆம்பிளைக் கொட்டத்தை அடக்க ஏதானும் பண்ணணும்னு எனக்குத் தோணித்து. ராத்திரி வாசலுக்கு வந்தேன். இதோ நிக்கிறாரே, இவர் யாருன்னுகூட எனக்குத் தெரியாது. ஒரே இருட்டு. இவர் பக்கத்திலே படுத்துண்டுட்டேன், அவ்வளவு தான்!' என்று சொல்லிவிட்டு உரக்கச் சிரிக்கத் தொடங்கினாள் கோமளி.

அங்கே கூடியிருந்தவர்களும் சிரிக்கத் தொடங்கினர்.

முதல் தடவையாக சின்ன மொட்டையைப் பார்க்க எனக்குப் பரிதாபமாக இருந்தது.

39. கல்லும் கனவும்

அக்கல்லை செந்தில், பழனிமீது விளையாட்டாகத்தான் எறிந்தான். அது ஒரு பொடிக் கல்தான். அவன் குறி பார்த்தும் எறியவில்லை. பழனி தன்னைக் கிண்டல் செய்ததற்கு எதிர்ப்புத் தெரிவிக்கும் வகையில், கையில் அகப்பட்ட ஒரு சின்ன கல்லை அவன் மீது எறிந்தான். பழனி சற்றுத் தள்ளி நின்றுகொண்டிருந்தான். கல் அவன் மீது பட்டாகவேண்டுமென்று செந்தில் நினைக்கவும் இல்லை.

ஆனால் அந்தக் கல் ராம பாணம் போல் சென்று பழனியின் நெற்றியைத் தாக்கியது.

பழனி சுருண்டு கீழே விழுந்தான். செந்தில் திடுக்கிட்டு நண்பனை நோக்கி ஓடினான். அது கருங்கல்லோ, கூழாங்கலோ கூட இல்லை. நெற்றியில் பட்டதும் மண்ணாக உதிர்ந்துபோன இந்தப் பொடிக்கல் தாக்கியா பழனி சுருண்டுவிழுந்தான்? செந்திலுக்கு ஒன்றுமே புரியவில்லை.

அவன் தலையைத் தூக்கித் தன் மடியில் வைத்துக்கொண்டு, செந்தில் அழுகையை அடக்கமாடாத குரலில், 'பழனி! பழனி!' என்று கூப்பிட்டான்.

பழனி மயக்கமுற்றிருந்தான். கல் தாக்கிய இடத்தில் காயமேதும் இருந்ததாகத் தெரியவில்லை. ரத்தக் கசிவோ, வீக்கமோ இல்லை. பொடிக்கல் மேலே பட்டு மயக்கமுறுவது சாத்தியமா? செந்திலுக்கு ஒன்றுமே புரியவில்லை.

நண்பர்கள் இருவருக்கும் ஒரே வயது. பன்னிரெண்டு. ஒரே பள்ளிக்கூடத்தில்தான் படித்தார்கள். ஏழாம் வகுப்பு. பழனியின் அப்பா ஆளும் கட்சி அங்கத்தினராக இருந்தார். எட்டு ஆண்டு களுக்கு முன்பு திடீரென்று காணாமல் போனார்.

குழந்தையாக இருந்த பழனியையும் அழைத்துக்கொண்டு வெளியே போனவர், எப்படிக் குழந்தையைத் தனியாக விட்டு விட்டுக் காணாமல் போயிருக்க முடியுமென்று தெரியவில்லை. குழந்தை மயங்கித் தெருவில் விழுந்திருந்தான் என்று கூட்டிக்கொண்டு வந்தார்கள். அவன் அப்பா போன இடம் தெரியவில்லை. மகனை அப்படித் தனியாக விட்டுவிட்டுப் போகக் கூடியவரும் அவரில்லை. போலீஸ் அலுவலகத்தில் சில ஆண்டுகள் அவர் ஃபைலாகக் கிடந்ததுதான் மிச்சம். அப்புறம் ஃபைலையும் மூடிவிட்டார்கள்.

பழனியின் அம்மாவுக்கு அரசாங்க ஆஸ்பத்திரியில் வேலை கிடைத்தது. அலுவலகப் பிரிவில்.

செந்திலின் அப்பாவுக்குப் பழ வியாபாரம். அவருடைய தள்ளு வண்டி ஆஞ்சனேயர் கோயில் பக்கத்திலிருந்தது. செந்திலின் அம்மா அவன் அப்பாவுக்குப் பழ வியாபாரத்தில் உதவியாக இருந்து வந்தாள்.

செந்தில் அங்கு அப்பொழுது வந்த ஆட்டோவை நிறுத்தினான்.

‘என் சிநேகிதன் இவன். மயக்கம் போட்டு விழுந்துட்டான். இவ னோட அம்மா ஆஸ்பத்திரிலே வேலை செய்யறாங்க. இவனைக் கூட்டிக்கினு போகணும்’ என்றான் செந்தில் ஆட்டோக்காரரிடம்.

ஆட்டோக்காரர் சற்று வயதானவர். இரண்டு சிறுவர்களையும் ஏற இறங்கப் பார்த்தார். மயக்கமுற்றிருந்த பழனியைப் பார்த்து சிலுவையிட்டுக்கொண்டே வண்டியை விட்டு இறங்கி வந்தார்.

பழனியின் நாடியைப் பிடித்துப் பார்த்தார்.

‘பசியா இருக்கலாம்’ என்று தமக்குத் தாமே சொல்லிக்கொண்டு பழனியைத் தூக்கி, வண்டியில் படுக்க வைத்தார்.

‘நீயும் வர்றியா?’ என்றார் ஆட்டோக்காரர்.

‘நான் வராம? இவன் அம்மாவை உங்களுக்கு எப்படித் தெரியும்?’ என்றான் செந்தில்.

சற்றும் சிந்திக்காமல் தாம் கேட்ட கேள்வியை ஒரு பொடிப் பையன் சுட்டிக் காட்டியது அவர் முகத்தில் புன்னகையை வரவழைத்தது.

'சரி. நீ புத்திசாலிப் பயதான், வண்டியிலே ஏறு!' என்றார் அவர்.

ஆட்டோ ஆஸ்பத்திரி வாசலில் நின்றது.

'சரி, நான் இவனைத் தூக்கிட்டு வாரேன். நீ போய் இவன் அம்மாவைக் கூட்டிக்கினு வா!' என்றார் ஆட்டோக்காரர்.

ஆஸ்பத்திரியில் ஒரே கூட்டம். செந்திலுக்குப் பழனியின் அம்மா பெயர் உடனே நினைவுக்கு வரவில்லை. அவன் அவளை 'அக்கா, அக்கா' என்றுதான் கூப்பிட்டுப் பழக்கம். அக்கா எங்கே இருக்கிறாள் என்று எப்படி விசாரிப்பது?

அவன் அதிர்ஷ்டம் குறுக்கே வந்தது, பழனியின் அம்மாவே எதிரே வந்தாள்.

'இங்கே எதுக்குடா வந்தே?' என்றாள் அவள் செந்திலிடம்.

அக்காவின் பெயர் அவன் நினைவுக்கு வந்துவிட்டது.

சொர்ணம்.

'நாங்க விளையாடிக்கினுருக்கிறப்போ பழனி மயக்கம் போட்டு விழுந்துட்டான் அக்கா!' என்றான் செந்தில்.

இதற்குள் ஆட்டோகாரர் பழனியைத் தோள்மீது சார்த்தி அங்கு வந்தார்.

'என் மவனுக்கு என்ன ஆச்சு? ஐயோ கடவுளே! பழனி! பழனி!' என்று ஆட்டோக்காரர் தோள் மீதிருந்த தன் மகனை உலுக்கினாள் சொர்ணம்.

'பதட்டப்படாதேம்மா! நீ இங்கே வேலை செய்யறே, எந்த டாக்டர்கிட்டே கூட்டிக்கினு போகணும்னு தெரியுமில்லே? முதல்ல அதை செய்!' என்றார் ஆட்டோக்காரர்.

சொர்ணம் உள்ளே போனாள். சிறிது நேரத்துக்குப்பிறகு ஸ்ட்ரெச்சரைத் தள்ளிக்கொண்டு ஒருவன் வந்தான். சொர்ணமும் வந்தாள். பழனி அதில் படுக்க வைக்கப்பட்டான். ஸ்ட்ரெச்சரை வேகமாகத் தள்ளிக்கொண்டு போனவன் நடைக்கு ஈடு

கொடுக்கும் வண்ணம், சொர்ணமும் ஓட்டமும் நடையுமாகப் பின் தொடர்ந்தாள்.

ஆட்டோக்காரருக்குப் பணம் கொடுக்கவில்லை என்பது செந்தில் நினைவுக்கு வந்தது.

'நான் உள்ளே போய் அக்காகிட்டே பணம் வாங்கிட்டு வரேன்' என்றான் அவன் ஆட்டோக்கரரிடம்.

அவர் புன்னகை செய்தார். 'நீ போய் முதல்ல உன் சிநேகிதனைக் கவனி. பணத்தைப் பத்தி அப்புறம் பாத்துக்கலாம்' என்று சொல்லிக்கொண்டே அவர் வெளியில் போனார்.

சொர்ணத்தைத் துரத்திக்கொண்டு வேகமாகப் போனான் செந்தில். பழனியை அவசரச் சிகிச்சை அறைக்குள் எடுத்துச் சென்றார்கள். சொர்ணத்தைப் பின்பற்றி அந்த அறைக்குள் நுழைந்தான் செந்தில்.

அங்கே ஸ்டெதஸ்கோப்பைக் கழுத்தில் மாலையாகப் போட்டுக் கொண்டு ஒரு இளம் வயது டாக்டர் நின்றுகொண்டிருந்தான்.

'என்ன சொர்ணம், உங்க மகனா?' என்றான் அவன்.

'ஆமாங்க' என்றாள் அவள் அழுகை கலந்த குரலில்.

'என்ன ஆச்சுது? எப்படி மயக்கம் போட்டுவிழுந்தான்?' என்று கேட்டுக்கொண்டே பழனியைப் பரிசோதிக்கத் தொடங்கினான் டாக்டர் ரவி. சொர்ணம் செந்திலைப் பார்த்தாள்.

உண்மையைச் சொல்வதா என்று ஒரு கணம் யோசித்தான் செந்தில். அப்படிச் சொல்லாமலிருந்த காரணத்தால் பழனிக்கு எந்த ஆபத்தும் வந்துவிடக்கூடாது.

'நாங்க விளயாடிக்கினுருந்தோம், சார். இவன் என்னைக் கிண்டல் செய்தான். நான் விளையாட்டா ஒரு பொடிக்கல்லை எடுத்து, அது வெறும் மண்கல்தான் சார், அவன் மேலே வீசினேன். அது அவன் நெத்திலேபட்டதும் அப்படியே கீழே விழுந்துட்டான், சார். நெத்திலே காயமோ, சிராய்ப்போ ஒண்ணுமில்லே, நீங்களே பாருங்க, சார். சத்தியமா சொல்றேன், அது வெறும் மண் கல்தான் சார்' என்றான் செந்தில்.

'அட, பாவி! இதை ஏண்டா என்கிட்டே சொல்லலே?' என்றாள் சொர்ணம்.

நெற்றியைத் தடவிப் பார்த்த ரவி சொன்னான்: 'கல்லு பட்டதி னாலே எதுவும் இல்லேம்மா. அடியே சுத்தமா அவனுக்குப் படலே. காக்கா உட்கார பனம்பழம் விழுந்த கதைதான். சரி, முன்னாலே அவன் இந்த மாதிரி மயக்கம் போட்டு விழுந்திருக் கானாம்மா?'

சொர்ணம் தயங்கினாள்.

'சொல்லுங்கம்மா, டாக்டர்கிட்டேயும், வக்கீல்கிட்டேயும் எதையும் மறைக்கக்கூடாது' என்றான் ரவி.

'இவன் குழந்தையாயிருக்கிறப்போ, இவன் அப்பா இவனை வெளியிலே கூட்டிக்கினு போனாரு. அப்போ போனவர்தான்.' அவளால் அழுகையை அடக்க முடியவில்லை.

ரவிக்கு அவளைப் பற்றிய விவரங்கள் தெரியுமென்பதால், அவன் பேசாமலிருந்தான்.

'இவன் மயக்கமா இருந்தான்னு, இவனை வீட்டுக்குக் கூட்டிக் கினு வந்தாங்க தெரிஞ்சவங்க. இவனைத் தனியா விட்டுட்டு இவன் அப்பா எங்கே போனார்னு யாருக்கும் தெரியலே' என்று தொடர்ந்து சொன்னாள்.

'அப்போ டாக்டர்கிட்டே காண்பிச்சீங்களா?'

'இல்ல. கொஞ்ச நேரம்தான் மயக்கமா இருந்தான், அப்புறம் சரியா போயிடிச்சி.'

'இது நடந்து எத்தனை வருஷமாறது?'

'அவனுக்கு அப்போ நாலு வயசு. இப்பொ பனிரெண்டுங்க.'

ரவி சிறிது நேரம் பேசாமலிருந்தான். பிறகு சொன்னான்: 'சரி, நீங்க ரெண்டு பேரும் வெளியிலே இருங்க. டெஸ்ட் செய்துட்டு கூப்பிடறேன்.'

அவர்கள் இருவரும் வெளியே சென்றார்கள்.

'அரசியல், அரசியல்னு இவன் அப்பன் என் கழுத்தை அறுத் துட்டு போயே போயிட்டான். இவனை நம்பித்தான் நான் இருக்கேன். கடவுளே! இவனுக்கு என்ன ஆச்சோ தெரியலியே!' என்றாள் சொர்ணம்.

‘ஒண்ணும் ஆகலக்கா. பள்ளிக்கூடத்திலேந்து வந்து சோறு தின்னானா?’ என்று கேட்டான் செந்தில்.

‘தெரியலியே! நான் ஆஸ்பத்திரியிலே இருக்கேன். வழக்கமா சாப்பிடுவான். இன்னிக்கு என்ன செய்தானோ தெரியல.’

‘ஆட்டோக்காரரு பசியாருக்கலாம்னாரு.’

‘அட கடவுளே! அவரை மறந்துட்டோமே, அவருக்கு பைசா கொடுக்க வேணாம்?’ என்றாள் சொர்ணம்.

‘அவரு ரொம்ப நல்லவரு, அக்கா. ‘பைசா வேணாம், உன் சிநேகிதனை கவனி’ன்னு சொல்லிட்டுப் போயிட்டாரு.’

‘இப்படி நல்லவங்கள்ளாம் உதவி செய்திருக்காங்க, என் மகனுக்கு ஒண்ணும் ஆகியிருக்காது’ என்றாள் சொர்ணம்.

‘என்னை மன்னிச்சுடுங்கக்கா. என்னால்தான் பழனிக்கு இப்படி...’ என்று சொல்லிக்கொண்டே சொர்ணத்தின் கைகளைப் பற்றிக் கொண்டான் செந்தில்.

‘பைத்தியம்! உன்னால ஒண்ணுமில்லேடா, டாக்டர் சொன்னாரில்லே, கேட்டுக்கினுதானே இருந்தே? சரி, நீ வீட்டுக்குப் போ, உங்கம்மா தேடிக்கினு இருப்பா. போ, போ’ என்றாள் சொர்ணம்.

‘டாக்டர் என்ன சொல்றார்னு கேட்டுகிட்டுப் போறேன், அக்கா!’

சொர்ணம் அவனை அணைத்துக் கொண்டாள்.

சிறிது நேரம் கழித்து ஒரு நர்ஸ் வெளியே வந்து, டாக்டர் அவளைக் கூப்பிடுவதாகச் சொன்னாள்.

சொர்ணமும் செந்திலும் உள்ளே விரைந்தனர்.

பழனியின் கண்கள் திறந்திருந்தன. ஆனால் அவன் யாரையும் குறிப்பிட்டுப் பார்த்ததாகத் தெரியவில்லை.

சொர்ணம் அவன் அருகில் சென்று அவனைக் குனிந்து பார்த்தாள்.

‘பழனிக்கண்ணு, என்னம்மா ஆச்சு?’ என்று குரல் உடைந்த நிலையில் கேட்டாள் சொர்ணம். பழனி தொடர்ந்து உத்தரத்தைப் பார்த்துக் கொண்டிருந்தான்.

‘அவனுக்கு நினைவு இல்லீங்களா, டாக்டர்?’ என்று கேட்டான் செந்தில்.

'நினைவு இருக்குன்னுதான் நினைக்கிறேன். திடீர்னு கண்ணைத் திறந்து 'அப்பா'ன்னான்.'

சொர்ணம் திடுக்கிட்டு டாக்டரைப் பார்த்தாள். 'அப்பான்னானா?' என்றாள் அவள் வியப்புடன்.

'என் காதிலே அப்படித்தான் விழுந்தது. அது தப்பாகவுமிருக்கலாம். அவன் 'அம்மா'ன்னு சொன்னதுதான் என் காதிலே அப்படி விழுந்ததோ என்னவோ!' என்றான் ரவி.

'இல்லே டாக்டர், என் காதிலேயும் 'அப்பா'ன்னுதான் விழுந்தது' என்றாள் நர்ஸ்.

'நான்தான் இவனுக்கு இப்போ அப்பா, அம்மா, எல்லாம். அப்படியிருக்கிறப்போ அவன் அப்பாவைக் கூப்பிட்டது ஆச்சர்யமாயிருக்கே, டாக்டர்!'

'அதான் எனக்குப் புரியலே. அவனுக்கு உடம்பைப் பொறுத்த வரைக்கும் ஒண்ணுமில்லே. ஹி ஈஸ் பெர்ஃபெக்ட்லி ஆல்ரைட்' என்றான் ரவி.

சொர்ணம் மறுபடியும் குனிந்து, 'பழனிக்கண்ணு!' என்றாள் பரிவுடன். பழனியின் பார்வை அவள் பக்கம் திரும்பியது.

சிறிது நேரத்துக்குப் பிறகு, 'அம்மா!' என்றான் சன்னமான குரலில்.

சொர்ணம் அவன் முகத்தை இரு கைகளினாலும் பற்றி, 'கண்ணு, உனக்கு என்னடா ஆச்சு?' என்றாள்.

'சொப்பனம்மா, அப்பாவைப் பாத்தேன்' என்றான் பழனி.

'அப்பாவைப் பாத்தியா? என்னடா சொல்றே?'

அவன் சுற்றுமுற்றும் பார்த்தான். 'இது ஆஸ்பத்திரியாம்மா?' என்று கேட்டான்.

'ஆமாம். ஏன் கேக்கறே?'

அவன் பதில் கூறாமல் கண்களை மூடிக்கொண்டான்.

'உங்ககிட்டே தனியா பேச விரும்பறான் போலிருக்கு' என்றான் ரவி சொர்ணத்திடம்.

‘ஆமாம்மா, வீட்டுக்குப் போகலாமா, டாக்டர்?’ என்றான் பழனி கண்களைத் திறந்து.

‘உன் உடம்பைப் பொறுத்தவரைக்கும் ஒரு பிரச்னையும் இல்லே. நீ தாராளமா வீட்டுக்குப் போகலாம். ஆனா, உன் ஃபிரெண்ட் உன் மேலே விட்டெறிஞ்சதோ ஒரு பொடிக்கல்லு. அதனால உனக்கு அடியும் படலே, அப்படியிருக்கிறப்போ, ஏன் மயங்கி விழுந் தேங்கிறதுதான் ஆச்சர்யமாயிருக்கு. பயத்திலே விழுந்திருக்க லாம். என்ன பயம்? உங்கப்பா காணாம போனப்போ, மயக்கத் திலே இருந்த உன்னை, மத்தவங்க உங்க வீட்டுக்குக் கொண்டு வந்ததா உங்கம்மா சொன்னாங்க. இப்போ உனக்கு உங்கப்பாவைப் பத்தின சொப்பனம். உனக்கு விருப்பமிருந்தா என்ன சொப்பனம்னு விவரமா என்கிட்டேயும் சொல்லலாம். டாக்டர்ங்கிற முறையிலே உன் பிரச்னையை நான் புரிஞ்சுக்கலாமான்னு பாக்கறேன். ஆனா நான் உன்னைக் கட்டாயப்படுத்தலே’ என்றான் ரவி.

பழனி அம்மாவைப் பார்த்தான்.

‘டாக்டர்கிட்டே எதையும் மறைக்கக் கூடாது, சொல்லு!’ என்றாள் சொர்ணம்.

ரவி, நர்ஸையும், செந்திலையும் வெளியே போகும்படிச் சைகை செய்தான்.

‘செந்தில் இருக்கட்டும்’ என்றாள் சொர்ணம்.

நர்ஸ் வெளியே சென்றாள்.

‘ஒரு பயங்கரமான சொப்பனம்மா. நானும் அப்பாவும் போயிட்டி ருக்கோம். அப்போ திடீர்னு ஒரு கார் வந்து எங்க பக்கத்திலே நிக்குது. கார்லேந்து ஒத்தர் இறங்கறாரு. அப்பாகிட்டே கோபமா பேசறாரு. அப்பாவும் கோபமா பதில் சொல்றாரு. அப்போ கார்லேந்து இரண்டு முரடனுங்க கீழே இறங்கறாங்க. ஒருத்தன் அப்பாவைக் காருக்குள்ளார தள்றான். நான் கத்தறேன். இன்னொரு முரடன், செந்தில் எறிஞ்ச கல்லு என் மேலே பாஞ்சு வந்தமாதிரி என் மேலே பாஞ்சு, வாயைப் பொத்தித் தலை மேலே ஓங்கி அடிக்கறான். நினைச்சாலே பயமாருக்கும்மா!’ என்று சொல்லிவிட்டு அவன் கண்களை மூடிக் கொள்ளுகிறான்.

சொர்ணம் கட்டிலில் உட்கார்ந்து அவனை அணைத்துக் கொண்டாள்.

சிறிது நேரம் அங்கு மௌனம் நிலவியது.

பிறகு ரவி சொன்னான்: 'செந்தில் எறிஞ்ச கல்லு பாஞ்சு வந்த வேகத்திலே உங்க மகனோட அடிமனத்தைக் கிளறி, பழைய நினைவெல்லாம் சொப்பனமா வந்திருக்கு. உங்க புருஷன் காணாமப் போகலே. கடத்திக்கிட்டுப் போகப்பட்டிருக்கலாம். கார்லேந்து இறங்கி வந்தவர் முகம் இப்போ உனக்கு நினைவிருக்கா தம்பி?'

'சொப்பனத்திலே அவர் தெரிஞ்சவர் மாதிரி எனக்கு ஒரு உணர்வு இருந்தது. இப்போ முகம் நினைவுக்கு வல்லே' என்றான் பழனி.

'அப்போ அவரு உயிரோட இருக்காருங்கிறீங்களா, டாக்டர்?' என்றாள் சொர்ணம் நம்பிக்கையுடன்.

'காணாமப் போயிருந்தா உயிரோட இருக்கக்கூடிய சாத்திய முண்டு. கடத்திக்கிட்டுப் போயிருந்தா என்னம்மா சொல்றது? இது அரசியல் விவகாரம், எது வேணுமானாலும் நடந்திருக்கலாம்.'

சொர்ணம் பொங்கிவந்த அழுகையை அடக்கிக்கொண்டு, கண்களைத் துடைத்துக்கொண்டாள்.

'அப்போ நான் கண்டது சொப்பனமில்லே, நிஜமாகவே நடந்ததுதான் என் ஞாபகத்துக்கு வந்திருக்குதுங்கிறீங்களா, டாக்டர்?' என்றான் பழனி.

'இருக்கலாம். மனித மூளையைக் காட்டிலும் ஆச்சர்யமான விஷயம் உலகத்திலே வேறு எதுவுமே கிடையாது. உன் ஃபிரெண்ட் விட்டெறிஞ்ச அந்தச் சின்ன கல்லு உன் மனசிலே இருந்த இருட்டான பகுதிக்கு விளக்கேத்தி, சொப்பனமா வந்திருக்கு, பாரேன். இது எப்படி நடந்ததுங்கிறது ஆராயப் படவேண்டிய விஷயம். எனக்குத் தெரிஞ்ச ஒரு பெரிய நியூராலி ஜிஸ்ட் இருக்காரு, அவருக்கு சைக்காலிஜியும் அத்துப்படி. நான் உன்னை அவர்கிட்டே கூட்டிக்கிட்டுப் போறேன். பணம் ஒண்ணும் கொடுக்க வேணாம்' என்றான் ரவி.

'அப்பா கிடைச்சிடுவாரா, டாக்டர்?' என்று கேட்டான் பழனி.

'உனக்கு இப்போ அப்பா, அம்மா ரெண்டு பேருமே உன்னோட அம்மாதான். அப்பா கிடைச்சிட்டார்னா, போனஸ்' என்று சிரித்துக்கொண்டே சொன்னான் ரவி.

செந்தில், பழனியருகில் வந்து அவன் கைகளைப் பற்றிக் கொண்டு, 'சாரிடா பழனி!' என்றான். பழனி அவனைப் பார்த்து, 'நீ இங்கேயா இருக்கே இத்தனை நேரம்? வீட்டிலே உங்கம்மா தேடுவாங்கடா!' என்றான்.

'நாம போறபோது அவனை வீட்லே விட்டுட்டுப் போகலாம்' என்றாள் சொர்ணம்.

'நான் போய்க்கிறேன் அக்கா, நீங்க வர வேணாம். பழனியை நேரே வீட்டுக்குக் கூட்டிக்கிட்டுப் போங்க. அவன் ரெஸ்ட் எடுக்கட்டும். நான் வரேன், பழனி!' என்று சொல்லிக்கொண்டே போய்விட்டான் செந்தில்.

'இந்தமாதிரிப் பசங்களைப் பாக்கறதே மனசுக்கு சந்தோஷமா யிருக்கு. தன்னாலே ஏதானும் ஆயிடிச்சோன்னு என்ன கவலை, கரிசனம்! சரி, சொர்ணம், நான் டாக்டர் கிருஷ்ணன்கிட்டே அப்பாயிண்ட்மெண்ட் ஃபிக்ஸ் செய்துட்டு உங்ககிட்டே சொல்றேன். இவனைக் கூட்டிக்கிட்டு போகலாம்' என்றான் ரவி.

வீட்டுக்கு வந்தபிறகு, பழனி இயல்பாக இல்லாமலிருப்பது போல் சொர்ணத்துக்குப்பட்டது. அவன் அடிக்கடி எதைப் பற்றியோ சிந்தனையில் ஆழ்ந்துவிடுவது போல் அவளுக்குத் தோன்றியது.

'என்னடா யோசனை எப்போ பார்த்தாலும்' என்று அவள் அவனைக் கேட்டும் பார்த்தாள்.

'ஒண்ணுமில்லேம்மா' என்று சொன்னானே தவிர, அதைப் பற்றி விவாதிக்க அவன் விரும்பவில்லை என்பது போல் அவளுக்குப் பட்டது.

'உனக்கு எப்படிம்மா ஆஸ்பத்திரிலே வேலை கிடைச்சுது?' என்று ஒரு நாள் திடீரென்று கேட்டான்.

'ஏன் எதுக்குக் கேக்கறே?'

'சும்மாத்தாம்மா. அப்பா காணாமபோயிட்டார்னு அரசாங்கத் திலே, கருணையினாலே வேலை போட்டு கொடுத்தாங்கன்னு நீ சொன்னதா ஞாபகம்.'

'ஆமாம், அதுக்கு இப்போ என்ன?'

‘அப்பா, கட்சிச் சண்டையிலே காணாம போனா, அரசாங்கம் எதுக்காக உதவி செய்யணும்னு எனக்குப் புரியலே.’

‘உங்கப்பா எந்தக்கட்சிலே இருந்தாரோ, அந்தக் கட்சி அப்போ வும் சரி, இப்போவும் சரி, பதவியிலே இருக்குது. புரியுதா?’

பழனி பதிலைக் கேட்டுவிட்டு யோசனையில் ஆழ்ந்தான்.

‘என்னனடா யோசிக்கறே?’

பழனி பதில் சொல்லவில்லை. பள்ளிக்கூடம் போய்விட்டான்.

அன்று பள்ளிக்கூடம் விட்டதும், அவன் செந்திலிடம் சொன் னான்: ‘நான் உன்கிட்டே கொஞ்சம் பேசணும். பார்க் பக்கம் போகலாம், வரியா?’

செந்தில் அவனை வியப்புடன் பார்த்தான். ‘எதைப் பத்தி?’

‘வாயேன் சொல்றேன்.’

பார்க்கில் அவர்கள் போய் உட்கார்ந்தார்கள்.

பழனி சொன்னான்: ‘அன்னிக்கு டாக்டர் சொன்னது ஞாபகம் இருக்கா? ஒரு பெரிய டாக்டர்கிட்ட போனா அவர் செய்யற பரிசோதனையிலே, எங்கப்பாவைக் கடத்திக்கிட்டுப் போனவர் முகம் என் ஞாபகத்துக்கு வரலாம்னு.’

‘ஆமாம். அந்த டாக்டர்கிட்டே போனியா?’

‘இன்னும் இல்லே. ஆனா என் சொப்பனத்திலே வந்தவர் யார்னு எனக்கு இப்போ தெரிஞ்சு போச்சு. திடீர்னு மூஞ்சியிலே அறையற மாதிரி நினைவுக்கு வந்தது அந்த முகம். ஏன்னா அவர் முகம் அநேகமா தினம் பேப்பர்லே வந்துகிட்டிருக்கு.’

‘யாருடா அவர்?’

பழனி சொன்னான்.

‘அட பாவி!’ என்று உரக்கக் கூவினான் செந்தில்.

‘ஆஸ்பத்திரியிலேந்து வந்த அடுத்த நாள், பேப்பரைப் பாக்கறப்போ, எனக்குப் புரிஞ்சுது. என் அப்பா காணாம போறப்போ அந்த ஆளு கட்சியிலே பெரிய புள்ளி. இப்போ? உனக்குத் தெரியும் என்னவா இருக்கார்னு.என் அப்பாவைக்

கடத்திக்கிட்டுப் போகிற அளவுக்கு என் அப்பா அவருக்கு என்ன செய்தார்னு எனக்குத் தெரியலே. அரசியல்லே இருக்கிறவங்க யாருமே யோக்கியங்க இல்லேடா, செந்தில்' என்றான் பழனி.

'இப்போ நீ என்ன செய்யப் போறே?' என்று கேட்டான் செந்தில்.

'ஒண்ணும் செய்யப் போறதில்லே. அந்த ஸ்பெலிஸ்ட் டாக்டர் கிட்டே வரல்லேன்னு டாக்டர் ரவிகிட்டே சொல்லப் போறேன்.'

'ஏன்?'

'எனக்கு இப்போ அந்த ஆளு யாருன்னு தெரிஞ்சு போச்சு. என் கனவிலே அவர் வந்தார்ங்கிறதை வச்சிகிட்டு அவர் மேலே கேஸ் போடமுடியுமா? கனவைச் சாட்சியா கூப்பிடமுடியா தில்லே? அவரு இப்போ அதிகாரரீதியா உச்சாணிக் கொம்பிலே இருக்காரு. டாக்டர் ரவி சொன்ன மாதிரி, எங்கப்பாவைக் கடத்திக்கிட்டுப் போயிருந்தாங்கன்னா, அவருக்கு என்ன வேணுமானாலும் ஆகியிருக்கலாம்.

எங்கப்பாவுக்குச் செய்த துரோகத்துக்காக, எங்கம்மாவுக்கு வேலை போட்டுக் கொடுத்திருக்காங்க. இது இந்தக் காலத்துக்கேற்றமாதிரி, நம்ம மாதிரி ஏழைகளுக்குக் கிடைக்கக் கூடிய அதிக பட்சமான நியாயம்னு பேசாம இருக்க வேண்டியதுதான்' என்றான் பழனி.

'உங்கப்பாவை ஏன் கடத்திக்கிட்டுப் போனாங்கன்னு நீ தெரிஞ்சுக்க விரும்பலியா?' என்று கேட்டான் செந்தில்.

'இல்ல. எங்கம்மா சொல்ற மாதிரி, அரசியல் ஒரு சாக்கடை. சாக்கடைன்னு தெரிஞ்சும் அதிலே விழுந்தவர்தான் என்னோட அப்பா. எலி, பெருச்சாளி எல்லாம்தான் இருக்கும். ஜீவிக் கணும்னா அந்தச் சாக்கடையிலே ஒண்ணோட ஒண்ணு சண்டை போட்டுத்தானே ஆகணும்? என்ன சண்டைன்னு ஆராயறதிலே யாருக்கு என்ன லாபம்? எங்கப்பாதான் வந்துடப்போறாரா? நான் படிச்சு டாக்டரா ஆகப் போறேன்' என்றான் பழனி.

பழனியை ஒரு புது மரியாதையுடன் ஏறிட்டு நோக்கினான் செந்தில்.

40. குரு தட்சிணை

அது பசுபதிக்குப் பிடித்தமான பாண்ட். தமிழில் என்ன சொல்வார்கள் பாண்டுக்கு? 'இகந்த வட்டுடை' என்று மணிமேகலையில் வருகிறது. 'இகந்த' என்றால் 'தொள தொள' என்றிருப்பது. பைஜாமாவாக இருக்கலாம். அப்படியென்றால், 'வட்டுடை' என்பது பாண்ட்டைக் குறிக்கவேண்டும்.

அந்தக் காலத்தில் தமிழர்கள் பாண்ட் போட்டுக் கொண்டிருப்பார்களா என்று அவர் ஒரு கணம் யோசித்தார். அந்த யோசனை எதற்கு இப்பொழுது அநாவசியமாக என்று அவருக்குப்பட்டது. 'வட்டுடை' என்றால் யாருக்குப் புரியப் போகிறது? 'கால் சட்டை' என்பதே சரி.

இப்பொழுதைய பிரச்னை, அவருக்கு மிகவும் பிடித்தமான மரூன் நிற கால்சட்டையில், அதை இடுப்பில் நிறுத்தி வைப்பதற்கு உதவிய இரண்டு ஊக்கிகள், அவர் அதைப் போட்டுக் கொள்ள முயன்றபோது பிய்ந்து கீழே விழுந்துவிட்டன. அவர் சுற்று முற்றும் பார்த்தார். அவை கண்ணுக்குத் தென்படவில்லை.

கட்டிலுக்குக் கீழே விழுந்திருக்கலாம். கட்டில் அவ்வளவு உயரமான கட்டில் இல்லை. சரீரத்தையே முழுவதும் குறுக்கிக் கீழே குனிந்து கட்டிலுக்குக் கீழே பார்ப்பதென்பது அவருக்கு இந்த வயதில் இயலாத காரியம். அரசியலில் இருந்திருந்தால் அப்படி வளைந்து பார்ப்பதற்கான பயிற்சி அவருக்கு ஏற்பட்டிருக்கக் கூடும்.

அவர் கட்டிலைப் பிடித்துக்கொண்டு தரையில் உட்கார்ந்தார். குனிந்து கட்டிலுக்குக் கீழே நோக்கினார். இருட்டாக இருந்தது.

ஊக்கிகள் இருந்திருந்தாலும் கண்ணுக்குப் புலப்படவில்லை. இடுப்புப் பிடித்துக் கொண்டதுதான் மிச்சம். மிகவும் கஷ்டப் பட்டு எழுந்து நின்றார்.

அப்படியே ஊக்கிகள் கிடைத்தாலும் அவரால் என்ன செய்திருக்க முடியும்?

அவருக்குத் தைக்கத் தெரியாது. அவருக்குப் புத்தகங்களுக்கு அட்டைபோடக் கூடத் தெரியாது. இதனால், அவர் அந்தக் காலத்தில் தம்முடைய குழந்தைகளின் மதிப்பில் உயர்ந்திருக்க வில்லை என்பதும் அவர் நினைவுக்கு வந்தது.

ஊக்கிகள் இல்லாத காரணத்தினால் அந்தக் கால்சட்டையை அவர் தியாகம்செய்ய விரும்பவில்லை. அது அவர் மனைவி அவள் போவதற்கு ஒரு மாதத்துக்கு முன்னால் அவருடைய பிறந்த தினப் பரிசாகப் பதினைந்து வருஷங்களுக்கு முன்பு அளித்தது.

அவர் அதைப் போட்டுக்கொண்ட நாள்கள் எல்லாம் அதிர்ஷ்ட

நாள்கள். போஸ்ட் ஆபீஸ் போனால் க்யூ இருக்காது. மெஸ்ஸி லிருந்து சாப்பாடு சரியான சமயத்துக்கு வந்துவிடும். எதிர்த்த வீட்டு பத்மநாபன், நாட்டு நடப்புகள் பற்றிப் பத்திரிகை ஆசிரியர்களுக்கு அவர் எழுதிய கடிதங்களைப் படித்துக் காண்பிக்க, தாம் வெளியில் போகும்போது வழிமறிக்க மாட்டார். இந்த மாதிரிச் சின்ன சின்ன அதிர்ஷ்டங்களை அடுக்கிக்கொண்டே போகலாம்.

அவர் கால்சட்டையை போட்டுப் பார்த்தார். அது இடுப்பில் தங்க மறுத்தது. இந்தக் காலத்தில், இந்தமாதிரி ஊக்கிகள் தைப்பது போன்ற சின்ன வேலைகள் செய்ய தையல்காரன் எங்குக் கிடைப்பான்? பிராண்ட் பெயர்களுடன், பெரிய பெரிய தையல் கடைகள்! பியர்ஸ் போஸ்னனுக்கும் அமிதாப் பச்சனுக்கும் டிசைனர் சூட் தைத்துக் கொடுக்கும் அவை பதினைந்து வருஷத்திய பழைய பாண்ட்டுக்கு ஊக்கிகள் தைத்துக் கொடுக்குமா?

வாசல் மணி ஒலித்தது.

பசுபதி கதவைத் திறந்தார்.

பத்மநாபன்! அவர் கையில் காகிதம் ஏதுமில்லை. பசுபதிக்கு ஆறுதலாக இருந்தது.

‘வெளியிலே கிளம்பிண்டிருக்கேளோ?’

‘ஆமாம்’ என்று சொல்லவேண்டியதுதான். இல்லாவிட்டால், ‘ஆசிரியருக்குக் கடிதங்களை’ சட்டைக்குள் உள்ளே மறைத்து வைத்துக்கொண்டிருந்து, ‘இல்லை’ என்றதும் அவற்றை எடுத்துப் படிக்கத்தொடங்கி விட்டால்?

‘பொய்மையும் வாய்மையிடத்து’ என்று வள்ளுவர் சும்மாவா சொன்னார்?

‘போகலாம்னுதானிருக்கேன். உங்களை ஒண்ணு கேட்கணும்’ என்றார் பசுபதி.

‘தாராளமா கேளுங்க. தெரிஞ்சா பதில் சொல்றேன், இல்லாட்டா தெரியாதுன்னு சொல்றேன், அவ்வளவுதானே!’ என்று சொல்லிவிட்டுப் பெரிதாகச் சிரித்தார் பத்மநாபன்.

புத்திசாலித்தனமாகப் பதில் சொன்னது போல் சிரிக்கிறாரே என்று பசுபதிக்கு பத்மாநாபன்மீது சிறிது எரிச்சல் ஏற்பட்டது.

‘பாண்ட்டுக்கு பக்கிள் போயிடுத்து. அதைத் தைக்க யாரானும் கிடைப்பானா?’ என்றார் அவர்.

‘எந்த உலகத்திலே இருக்கீங்க, ஸ்வாமி? கத்திக்குச் சாணை பிடிக்கிறவன், ஈயம் பூசறவன் இவங்கள்லாம் முன்னே தெருவிலே வந்திண்டிருப்பாங்களே, இப்போ பாக்கிறேளோ? உலகம் மாறிண்டிருக்கு. ஒண்ணு, நீங்களே அதைத் தைச்சுக் கோங்க, இல்லேன்னா, வாசல்லேருக்கிற வாட்ச்மேனுக்கு பாண்ட்டைக் கொடுத்துடுங்கோ. இப்படிப் பழசைத் தைச்சு தைச்சு வச்சிண்டிருந்தேள்னா, நாம எப்போ வெஸ்டேர்ன் எக்கானமியோட போட்டி போடறது?’ என்றார் பத்மநாபன்.

‘ஆசிரியருக்குக் கடிதம்’ அன்று எழுதாத குறையைப் பேசித் தீர்க்க முயல்கிறார் என்று பசுபதிக்குத் தோன்றியது.

அவர் பேசாமல் பத்மநாபனையே சிறிது நேரம் பார்த்தார். தாம் அவ்வாறு பதில் சொன்னது பசுபதிக்குப் பிடிக்கவில்லையோ என்று நினைத்த பத்மநாபன், சமாதானம் செய்பவர் போல், ‘பாண்ட் புதுசோ?’ என்றார்.

‘இல்லே. பதினஞ்சு வருஷமாறது அதை வாங்கி.’

‘பதினஞ்சு வருஷமா? மை காட்! எதாவது செண்டிமெண்ட்...’

‘எக்ஸாக்ட்லி. அதை எனக்கு ப்ரெஸெண்ட் பண்ணவ போய் பதினஞ்சு வருஷமாறது.’

‘ஐ ஆம் வெரி ஸாரி, பசுபதி. எனக்கு இப்போ புரியறது. எனக்கும் பக்கிள் தைக்கத் தெரியாது. நானும் உங்க நிலையிலேதானிருக் கேன்.’

‘உங்களுக்காவது ‘லெட்டெர்ஸ் டு தி எடிட்டர்’ எழுதத் தெரியுமே?’ என்றார் பசுபதி.

‘எழுதத் தெரியும். ஆனா ஒண்ணும் பப்ளிஷ் ஆக மாட்டேங் கிறதே!’ என்றார் பத்மநாபன் ஏக்கத்துடன்.

‘எழுதறதினாலே உங்களுக்கு சந்தோஷமா இருக்கு இல்லையா?’

‘நிச்சயமா. அரசியல், சமூகச் சீர்கேடுகளைப் பாக்கிறபோது கோபம் பொத்துண்டு வரது. எழுதறேன். எழுதினப்புறம் நிம்மதியா இருக்கு.’

‘உயர்ந்த இலக்கியத்துக்கு இதுதான் அடையாளம். எழுதறதை அப்படியே வச்சுக்கங்க. கிழிச்சுப் போட்டுடாதீங்க. நீங்க போனப்புறம் இதனுடைய உண்மையான மதிப்பு எல்லாருக்கும் தெரிய வரும். காஃப்கா என்கிற ஒரு எழுத்தாளர் எழுதினதெல் லாம் அவர் செத்தப்புறம் பிரசுரமாகி, அவரைப் பத்தி இப்போ ஷேக்ஸ்பியர் தரத்திலே பேசிக்கிறா. உங்களுக்கும் அந்தமாதிரி புகழ் வரலாம்.’

‘நான் செத்தப்புறமா?’

‘செத்தப்புறம் வந்தாதான் என்ன? உங்க புகழ்தான் நீங்க உங்க சந்ததிகளுக்குத் தரப் போற அழியாத சொத்து.’ பத்மநாபன், அந்த எதிர்காலம் பற்றிய கற்பனையைத் தம் மனக் கண்ணினால்

பார்ப்பவர்போல் சிறிது நேரம் நின்றார். பசுபதி உள்ளே போய் தம் கால்சட்டையை எடுத்து வந்தார்.

‘பக்கிள் போன பாண்ட் இதுதானா?’ என்றார் பத்மநாபன்.

‘ஆமாம்.’

‘ஒண்ணு பண்ணுங்கோ. டவுனுக்குப் போனா அங்கே இதை தைக்கிறத்துக்கு ஆள் கிடைக்கலாம். சின்னச் சின்ன கடைகள் அங்கே நிறைய இருக்கு.’

‘ஜார்ஜ் டவுனா?’

‘ஆமாம். ஆனா நீங்க பஸ்ஸிலே போக மாட்டேள். ஆட்டோலே போயிட்டு வர செலவுக்கு ஒரு புது பாண்ட் வாங்கிடலாம். வேணும்னா, இது உங்க சென்டிமெண்ட்டுக்குத் தரப் போற விலையா நினைச்சிண்டு போயிட்டு வந்துடுங்கோ!’ என்றார் பத்மநாபன்.

‘ஆட்டோக்காரன் எத்தனை கேப்பான்?’

‘போய் வர, இருநூத்தம்பதுக்கு நிச்சயம் குறையமாட்டான்.’

‘அப்போ என் சென்டிமெண்ட் விலை இருநூத்தம்பது ரூபா.’

‘சேச்சே, நான் அந்த அர்த்தத்திலே சொல்லலே, ஸ்வாமி. உங்களோட பேசறதே கஷ்டமா இருக்கும் போலிருக்கே!’ என்றார் பத்மநாபன்.

‘நான் விளையாட்டுக்குச் சொன்னேன். தப்பா நினைச்சுக்காதீங்க. நான் இப்போவே போயிட்டு வரலாம்னு பாக்கிறேன்’ என்றார் பசுபதி.

‘நானும் வரவா?’

‘நோ.நோ. நானே போறேன். ரொம்ப தாங்க்ஸ்’ என்றார் பசுபதி.

பத்மநாபன் போன பிறகு, ஒரு துணிப் பையில் கால்சட்டையை எடுத்துக்கொண்டு புறப்பட்டார் பசுபதி.

காலியாக சென்ற ஒரு ஆட்டோவை நிறுத்தினார் அவர். ஆட்டோக்காரரும் அவரைப் போல் வயதானவராகத் தெரிந்தார்.

‘டவுனுக்குப் போயிட்டு வரணும்’ என்றார் பசுபதி.

ஆட்டோக்காரர் உடனே பதில் சொல்லவில்லை. பசுபதியை ஏற இறங்கப் பார்த்தார்.

‘எவ்வளவு கொடுப்பீங்க?’ என்றார் சில விநாடிகளுக்குப் பிறகு.

‘இருநூத்தம்பது?’

'இன்னும் அம்பது ரூபா போட்டுக் கொடுங்க. ஏறுங்க!'

பசுபதி சிறிது நேரத் தயக்கத்துக்குப் பிறகு ஏறினார். சிறிது தூரம் சென்றதும், ஆட்டோக்காரர் தூங்குகிறாரோ என்ற சந்தேகம் பசுபதிக்கு ஏற்பட்டது. அவ்வளவு மெதுவாக வண்டியை ஓட்டிக்கொண்டு சென்றார். பசுபதி குனிந்து பக்க வாட்டமாக ஆட்டோக்காரரின் முகத்தைப் பார்த்தார்.

'என்ன பாக்கறீங்க?' என்றார் ஆட்டோக்காரர்.

'ஏன் இவ்வளவு மெதுவா போறீங்க?'

'சின்ன வயசிலே நேரம் பத்தலே. கால்ல ரெக்கயைக் கட்டிக்கினு பறக்றோம். வயசாயிடிச்சின்னா, இன்னும் கொஞ்ச நாள்தானே இருக்கப் போறோம், உலகத்தை நிதானமா பாத்துட்டுப் போவோமேன்னு தோணுது. அவசரத்தைக் குறைச்சா, நம்ம நேரம் இன்னும் கூடுதில்லே?' என்று கூறிவிட்டுச் சிரித்தார் ஆட்டோக்காரர்.

ஆட்டோக்காரர் தத்துவம் பேசுவாரென்று பசுபதி எதிர்பார்க்க வில்லை.

'என்னங்க நான் சொல்றது சரிதானே?' என்றார் ஆட்டோக்காரர்.

'எனக்குப் பரவாயில்லே. எனக்கும் வயசாயிடுத்து. உலகத்தை நானும் உங்க மாதிரி நிதானமா பாக்கத் தயார். ஆனா,ஆபீஸ் போற சின்னவங்க உங்க வண்டியிலே ஏறினா என்ன செய்வீங்க?'

'அவங்க ஏறி உட்கார்றப்போவே சொல்லிடுவேன், 'இதோ பாருங்க, வண்டி கொஞ்சம் நிதானமாத்தான் போகும், உங்களுக்கு அவசரமா இருந்தா வேற வண்டியிலே போயிடுங்க'ன்னு.'

'என்கிட்டே நீங்க அப்படிச் சொல்லலியே?'

'உங்களையும் சின்னவங்களைப் பாக்கிறமாதிரி நான் பாத்திருக் கணுங்கிறீங்க, அப்படிதானே?' என்று கூறிவிட்டு ஆட்டோக் காரர் சிரித்தார், பசுபதியும் சிரித்தார்.

சிறிது நேர மௌனத்துக்குப் பிறகு, பசுபதி ஆட்டோக்காரரைக் கேட்டார்: 'நீங்க இந்த வயசிலே ஏன் வண்டி ஓட்டணும்? உங்களுக்குப் பசங்க யாருமில்லியா?'

ஆட்டோக்கரர் உடனே பதில் சொல்லவில்லை. சிறிது நேரம் பேசாமல் இருந்தார்.

'நீங்க பதில் சொல்ல விரும்பலேன்னா சொல்ல வேணாம்' என்றார் பசுபதி.

'நானாவது ஆட்டோ ஓட்டறேன். என்னவிட வயசானவங்க நல்ல வெயில்லே, வேர்க்க விறுவிறுக்க, பொதிவண்டி இளுத்துக்கினு போறாங்களே, பாத்திருக்கிங்களா? இந்தியா பணக்கார நாடா ஆய்க்கினுருக்குன்னு பேப்பர்லே அவன் பாட்டுக்குப் போடறான். பணக்காரன் இன்னும் பெரிய பணக் காரனா ஆறான். ஏளை இன்னும் ஏளையா போய்கினுருக்கான். இதான் இப்பொளுதைய நிலவரம். ஏளை விவசாயி நிலத்தைப் பிடுங்கிக் கம்பூட்டர் பார்க் கட்டிக்குனுருக்காங்க படுபாவிக. இல்லாட்டி, ஏன் இத்தனை விவசாயிக வடக்கே, அது என்ன ஊரு? அங்கே தற்கொலை செய்துகிட்டு சாவறாங்க?' என்றார் ஆட்டோக்கரார்.

'நாக்பூரைச் சொல்றீங்களா?' என்றார் பசுபதி.

'ஆமாம். நம்ம தமிழ்நாட்டிலே மட்டும் என்ன? பேப்பர்லே வந்ததே, பாத்தீங்களா? சீக்காளி வயசான அம்மாவுக்குச் சோறு போடாம, அவளை ஊர் தள்ளி எங்கேயோ நடு ரோட்லே இளுத்து வுட்டுட்டாங்க மகளுக. வறுமைதாங்க இதுக்குக் காரணம். இந்த நிலைமை எனக்கு வரக் கூடாதுன்னுதான் என் கையை நம்பி நான் இன்னும் பொளைச்சுகினுருக்கேன். வண்டி ஓடற மட்டும் ஓடட்டும். என்ன சொல்றீங்க?'

'நீங்க சொல்றது சரிதான்' என்றார் பசுபதி.

அவருக்குக் குழந்தைகள் உண்டா என்கிற கேள்விக்கு ஆட்டோக்காரர் பதில் சொல்லவில்லை என்பதை பசுபதி உணர்ந்தார். மீண்டும் கேட்க விரும்பவில்லை. இதற்குப் பிறகு ஆட்டோக்காரர் பேசவில்லை. மௌனமாக வண்டியை அவருடைய இயல்பான வேகத்தில் ஓட்டிச் சென்றார்.

'டவுன் வந்தாச்சுங்க. எங்கே போகணும்?' என்று ஆட்டோக்காரர் கேட்டபோதுதான் தாம் உறங்கிவிட்டதைப் பசுபதியால் உணரமுடிந்தது.

அவர் கண்களை விழித்துச் சுற்று முற்றும் பார்த்தார்.

'அட்ரஸ் இருக்குதுங்களா?' என்றார் ஆட்டோக்காரர்.

பசுபதி துணிப் பையிலிருந்து கால்சட்டையை எடுத்தார்.

'இந்த பாண்டுக்கு ஊக்கி போயிடுத்து. இதை தைக்கணும். இந்தச் சின்ன வேலையைச் செய்யற தையல்காரன் யாரானும் இங்கே இருப்பானா?' என்று கேட்டார் பசுபதி.

'இதுக்காகவா ஆள்வார்பேட்டையிலேந்து இம்மாந்தூரம் வந்தீங்க?' என்று அவரை ஏற இறங்க பார்த்துக்கொண்டே கேட்டார் ஆட்டோக்காரர்.

'சின்ன வேலை செய்யற தையல்காரங்க இப்போ எங்கே இருக்காங்க? எல்லாம் பெரிய பெரிய கடைகள். சின்ன கடைகள் டவுன்லே இருக்கலாம்னு என் ஃபிரெண்ட் சொன்னார். உங்களுக்கு எதாவது கடை தெரியுமா இங்கே?' என்றார் பசுபதி.

ஆட்டோக்காரர் சிறிது நேரம் பேசாமலிருந்தார்.

பிறகு சொன்னார்: 'ஆள்வார்பேட்டையிலயும் மைலாப்பூர்லயும் உங்க கண்ணுக்குச் சின்ன வேலை செய்யற தையல்காரர் தென்படலேன்னு சொல்லுங்க. உங்க மாதிரி இருக்கிறவங்க வேலைக்காரங்களுக்குக் கால்சட்டையோ, சட்டையோ கொடுத்தா, அதை ஆல்டர் செய்து தர அங்கே தையல்காரன் இல்லாமலா போயிடுவான்? எல்லாராலேயுமா சிடி சென்டர்லியும், ஸ்பென்ஸர் பிளாஸாவுலயும் ரெடிமேட் துணி வாங்க முடியும்? எட்டாவது மாடியிலேந்து, தரையிலே ஊர்ந்து போற எறும்பைப் பாக்கமுடியுமா? நீங்க எட்டாவது மாடியிலே இருக்கிறவங்க. உங்க கண்ணுக்கு ஆள்வார்பேட்டையிலே சின்ன வேலை செய்யற டெய்லர் யாரும் தெரியலே, அவ்வளவுதான்.'

'நான் எட்டாவது மாடியிலே இருக்கிறவன் இல்லே. எப்போவோ பாத்த வேலைக்குப் பென்ஷன் வாங்கிண்டிருக்கிறவன். இந்த மாதிரி பழைய கால்சட்டைக்கு பிஞ்சு போன ஊக்கியைத் தச்சுப் போட்டுக்கிறவன்.'

ஆட்டோக்காரர் சிரித்தார்.

'எதுக்குச் சிரிக்கறீங்க?' என்று கேட்டார் பசுபதி.

'இந்த வேலைக்கு டெய்லர் பத்து ரூபா கேப்பார்னு வச்சுக்குங்க. அப்போ ஊக்கி விலை முந்நூத்திபத்து ரூபா. இத்தனை விலை

கொடுத்து பழைய பாண்ட்டுக்கு ஊக்கிப் போடறவரைப் பத்தி நான் என்னங்க நினைக்கிறது?' என்றார் ஆட்டோக்காரர்.

'நான் பணக்காரன் இல்லே, பைத்தியம்னு நினைச்சுக்குங்க. ஆழ்வார்பேட்டையிலே உங்களுக்குத் தெரிஞ்ச டெய்லர் இருந்தா சொல்லுங்கோ, திரும்பிப் போயிடுவோம்' என்றார் பசுபதி.

'வந்ததுதான் வந்தோம். இங்கே இருக்காரான்னு பாப்போம்' என்றார் ஆட்டோக்காரர்.

அவர்கள் கொஞ்ச தூரம் சென்றதும், ஆட்டோக்காரர் 'அதோ ஒரு கடை இருக்கு, பாருங்க!' என்றார்.

'பெரிய கடையா இருக்கும் போலிருக்கே, தைப்பானா?'

'போய் கேட்டுப் பாருங்க, கேக்கறதிலே என்ன தப்பு? நீங்க இறங்குங்க. நான் வண்டியை தெரு மூலையிலே நிறுத்தறேன். இங்கே நிறுத்தக் கூடாது' என்றார் ஆட்டோக்காரர்.

பெரிய கடைதான். உள்ளே புகுந்ததும் குளிர் காற்று வீசியது. ஒவ்வொரு கவுண்டரிலும் இருந்தவன் ஒரு வாடிக்கைக்காரரிடம் பேசிக்கொண்டிருந்தான். ஒருவன் அவரை அங்கே போடப் பட்டிருந்த சோபாவில் உட்காரும்படி சைகை காட்டினான்.

வாடிக்கைக்கார்கள் அனைவரும் இளைஞர்கள், அல்லது நடுத்தர வயதினர். சூட்டோ, ஷெர்வானியோ தைத்துக்கொள்ள வந்திருப்பவர்கள் போல் தோன்றியது.

அவர் முறை வந்ததும், ட்ரிம்மாக உடைத்தரித்து இன்முகத்துடன் வரவேற்கும் அந்தக் கடைக்கார இளைஞனிடம் சென்று, துணிப் பையிலிருந்து தம்முடைய பழைய பாண்ட்டை எடுத்து ஊக்கித் தைத்துத் தர முடியுமா என்று அவனைக் கேட்டால் எப்படி இருக்கும்? அவருக்கு நினைக்கவே கூச்சமாக இருந்தது. எழுந்து போய்விடலாமென்று தீர்மானித்தார். அதற்குள் அந்தக் கடையைச் சேர்ந்த நடுவயதுக்காரன் ஒருவன், தம் கவுண்ட்டர் காலியாகிவிட்டதினால், அவரிடம் வந்துவிட்டான்.

'வாங்க!' என்றான் அவன்.

அவர் மிகுந்த தயக்கத்துடன் சொன்னார்: 'என்னுடையது பெரிய வேலையில்லே. ரொம்பச் சின்ன வேலை' என்று கூறிவிட்டு சில விநாடிகள் பேசாமலிருந்தார்.

‘சொல்லுங்க!’ கடைக்காரன் பொறுமையை இழந்து வருவது போல் அவருக்குத் தோன்றியது.

அவர் துணிப் பையிலிருந்து கால்சட்டையை எடுத்துக் கொண்டே சொன்னார்: ‘இது ரொம்ப பழைய பாண்ட். ஆனா எனக்கு செண்டிமென்டல் வால்யு. இதுக்கு இடுப்பிலே பக்கிள் போயிடுத்து. தைச்சுத் தரமுடியுமா?’

அவன் அவரைப் பார்த்துப் புன்னகை செய்தான். அந்தப் புன்னகையின் அர்த்தத்தைப் புரிந்துகொள்ள முடியாத அளவுக்கு பசுபதி முட்டாள் இல்லை.

அவர் பாண்ட்டை துணிப்பைக்குள் வைத்தார். ‘சரி, நான் வரேன்’ என்றார் அவர். அதற்கு அவன் புன்னகைதான் பதில்.

அவர் ஆட்டோக்காரரை அடைந்தபோது, அவர் சாப்பிட்டு முடித்திருந்தார். கைகளைக் கழுவிக் கொண்டிருந்தார்.

‘ஐயா சாப்பிட்டப்புறம்தானே புறப்பட்டீங்க?’ என்றார் ஆட்டோக்காரர்.

‘ஆமாம்.’

‘போன காரியம் என்ன ஆச்சு?’

‘அது பெரிய கடைதான். என் துணியை வெளியிலே எடுத்தவுடனேயே கடைக்காரன் சிரிச்சான். நான் வந்துட்டேன்’ என்றார் பசுபதி.

ஆட்டோக்காரர் புன்னகை செய்தார்.

‘எதுக்குச் சிரிக்கறீங்க?’

‘இந்த வயசான காலத்திலே, பழைய பாண்ட்டுக்கு ஊக்குபோட, இந்த நல்ல வெயில்லே அலைஞ்சுக்கினுருக்கீங்களே, எனக்கு வேறே முந்நூறு ரூபா. இது உங்களுக்கு வேடிக்கையா இல்லே? சரி, வண்டியிலே உட்காருங்க போகலாம். வேற சின்னக் கடையா பாக்கணுமா?’

பசுபதி வண்டியில் உட்கார்ந்தார்.

‘இது பழசா இருக்கலாம். ஆனா இது என் வீட்டுக்கார அம்மா என் பொறந்த தினப் பரிசா பதினஞ்சு வருஷத்துக்கு முன்னாலே

கொடுத்தது. அவ போயும் பதினஞ்சு வருஷமாறது. இப்போ புரிஞ்சுதா?' என்றார் பசுபதி.

ஆட்டோக்கரர் சிறிது நேரம் பேசாமலிருந்தார். தம் உணர்வுக்கு மதிப்பளித்து அவர் மௌனம் காத்தது பசுபதிக்கு ஆறுதலாக இருந்தது.

ஆட்டோக்காரர் சில விநாடிகளுக்குப் பிறகு கேட்டார்: 'நீங்க இந்தப் பாண்ட்டைப் போற போது கொண்டு போக முடியுமா?'

'எங்கே போறபோது?'

'நான் கேக்கறதை நீங்க புரிஞ்சுக்கினுருக்கீங்க. எங்கே எல்லாரும் போயாகணுங்கிறதைப் பத்தி யோசிக்க நீங்க இப்போ விரும்பலே. ஒத்தன் செத்தப்புறம் அவனுக்குக் கோடி உடுத்திட்டு அப்புறம் உருவிடுறாங்களே,ஏன்? 'உன்னாலெ இதனைக் கட்டிக்கினு அங்கே போக முடியாது'ன்னுதானே அர்த்தம்? உங்க வீட்டுக் காரம்மா கிட்டே இந்த பாண்ட்டைப் போட்டுக்கினா போகப் போறீங்க? பாசம், பந்தம் எல்லாத்தையும் நான் பாத்தவன்தான். அந்த ஆடம்பரமெல்லாம் நமக்குக் கட்டி வராதுன்னு தீர்மானிச்சிட்டேன். இப்போ நான் அமைச்சிக்கினு வாள்ற வாள்க்கையிலே ஒரு சிக்கலுமில்லே. கை ஓயற வரைக்கும் உளைச்சு இந்த வவுத்துக்குச் சோறு போடணும். மத்தவங்களை எதிர்பார்த்து வாளக்கூடாது. அவ்வளவுதான்' என்று சொல்லிக் கொண்டே வண்டியை ஸ்டார்ட் செய்தார் ஆட்டோக்காரர்.

'இப்போ நீங்க என்ன சொல்றீங்க? இந்தப் பழைய பாண்ட்டைத் தெருவிலே கடாசணுங்கிறீங்களா?' என்றார் பசுபதி.

'கடாச வேணாம். பளசா இருந்தாலும் கிளியலே, கண்டிஷனா ருக்கு. தகுதியா இருக்கிறவங்க யாருக்கானும் கொடுங்களேன். ஊக்கு தச்சு போட்டுப்பான். உங்க வீட்டுக்கார அம்மா எங்கே யிருந்தாலும் அவங்க மனசும் குளிரும்' என்றார் ஆட்டோக்காரர்.

சிறிது நேரத்துக்குப் பிறகு, பசுபதி சொன்னார்: 'நீங்க தப்பா நினைச்சிக்கலேன்னா ஒண்ணு சொல்லட்டுமா?'

'சொல்லுங்க!'

'நீங்களே இதை எடுத்துக்குங்களேன். இதை நீங்க பழசுன்னு பாக்கக்கூடாது. இது என் உணர்ச்சி சம்பந்தப்பட்ட விஷயம். இதற்கு விலையே இல்லே.'

ஆட்டோக்காரர் முகச் சலனம் ஏதுமில்லாமல் பசுபதியைத் திரும்பிப் பார்த்தார். ஒன்றும் கூறவில்லை. பசுபதிக்குத் தாம் அவ்வாறு சொல்லியிருக்கக்கூடாதோ என்று தோன்றியது. வீடு வந்து சேரும்வரை ஆட்டோக்காரர் பேசவில்லை.

வண்டிலிருந்து இறங்கியவுடன், பசுபதி சொன்னார்: 'நான் அப்படி உங்களிடம் சொன்னது தப்புதான். யோசிக்காம பேசிட்டேன். மன்னிச்சுடுங்க.'

'பாண்ட்டைக் கொடுங்க' என்றார் ஆட்டோக்காரர். பசுபதிக்கு ஒன்றும் புரியவில்லை.

'நான் 'பாண்ட்டை எடுத்துக்கிறேன். ஆனா ஒரு கண்டிஷன். நீங்கதான் என்னோட ஸ்பென்ஸர் பிளாஸா. உங்ககிட்டேருந்து நான் இந்த பாண்ட்டை விலைக்கு வாங்கிக்கறேன். நீங்க எனக்கு முந்நூறு ரூபா கொடுக்க வேணாம். அதுதான் விலை. நான் யார்கிட்டேருந்தும் எதையும் தானமா வாங்கினதில்லே. உங்க உணர்ச்சியை விலை பேசறேன்னு நினைக்க வேணாம். நான் சும்மா வாங்கிக்கினு போனேன்னா எனக்குத் தூக்கம் வராது. இது நான் என் தூக்கத்துக்குக் கொடுக்கிற விலை' என்றார் ஆட்டோக்காரர்.

'இது தானமில்லே, தட்சிணை. நீங்கதான் என் குரு. உங்ககிட்டே யிருந்து நான் பல விஷயங்களைக் கத்துண்டிருக்கேன்' என்றார் பசுபதி.

கால்சட்டையை வாங்கிக்கொண்டு, பசுபதி கூறியது காதில் விழாதவர் போல் வண்டியை ஸ்டார்ட் செய்து போய்விட்டார் ஆட்டோக்காரர்.

வண்டி சற்று வேகமாக போவதுபோல் பசுபதிக்குத் தோன்றியது.

41. கிறுக்கன்

பெரிய வீடு. எது வாசல், எது பின்புறம் என்று தெரியவில்லை. நான்கு புறமும் நுழைவாயில்கள். மதுரை மீனாட்சி அம்மன் கோயிலை மனத்தில் கொண்டு கட்டப்பட்ட வீடு போல் தோன்றியது.

'நாய் ஜாக்கிரதை' என்ற பலகையைப் பார்த்தபோது, இதுதான் வாசல் புறமாக இருக்கவேண்டும் என்று அவனுக்குப்பட்டது. பாதுகாப்பு, நாய்க்கா, மனிதனுக்கா? இது பலதடவை அவன் தனக்குள் கேட்டுக் கொண்ட கேள்வி.

கேட்டுக்கு வெளியே நின்றான். 'நாய் ஜாக்கிரதை' என்று பலகையைத் தொங்க விடுகிறவர்கள் கேட்டுக்கு வெளியே அழைப்பு மணியை வைத்திருக்கவேண்டும். இல்லாவிட்டால், உள்ளே இருப்பவர்களை எப்படிக் கூப்பிடுவது? தெருவில் நின்றுகொண்டு 'ஐயா!' என்று உரக்கக் குரலெழுப்பிக் கூப்பிட்டால் அநாகரிகமாக இருக்கும்.

அவன் சிறிது நேரம் நின்றான். யாராவது வீட்டின் உட்புறத்திலிருந்து வெளியே வரக்கூடுமென்ற நம்பிக்கை. வீடு நிசப்தமாக இருந்தது.

அவன் கைக்கடிகாரத்தில் மணியைப் பார்த்தான். ஏழே முக்கால். ஒரு வேளை, இவ்வளவு சீக்கிரமாகக் காலையில் வந்திருக்கக் கூடாதோ என்னவோ? காலையில் சென்றால்தான் அவரைப் பார்க்கமுடியும் என்றார்கள். மிகவும் பிஸியாக இருக்கும், வியாபாரி, அரசியல்வாதி, ஆளும் கட்சிப் பிரமுகர். பலமுறை

தொலைபேசியில் பேச முயன்றிருக்கிறான். முடியவில்லை. ஆகவேதான் அவரை இன்று எப்படியாவது பார்த்துவிடுவது என்று வந்திருக்கின்றான்.

உள்ளிருந்து யாரும் வருவதாகத் தெரியவில்லை.

'ஐயா!' அவன் குரலைச் சற்று உயர்த்திக் கூப்பிடத் துணிந்தான்.

'ஐயா!' யாரும் வரவில்லை. ஒரு நாய் வந்தது. அல்சேஷன். வாசல் போர்டிகோவில் உட்கார்ந்து அவனை யாரென்று பார்த்தது. குரைக்கவில்லை. உட்கார்ந்திருந்த நிலையில் கிட்டத்தட்ட அவன் உயரம் இருக்கும். இவனைப் பார்த்துக் குரைத்துக் குரலைச் சிரமப்படுத்தவேண்டாம். பார்வையே போதும் என்று அது தீர்மானித்திருக்க வேண்டும். அதன் குரைப்பைப் பெறக்கூட அவனுக்குத் தகுதியில்லை. அவனுக்குச் சற்று ஏமாற்றமாக இருந்தது.

'சார்!'. அவன் ஆங்கிலத்தில் கூப்பிட்டான். அல்சேஷன் நாய்க்கு ஆங்கிலம் தெரிந்திருக்கவேண்டும்.

அல்சேஷன் அவனைத் தொடர்ந்து பார்த்துக் கொண்டேயிருந்தது. குரைக்கவில்லை. இவனால் வீட்டுக்கு எந்தவிதமான ஆபத்துமில்லை என்று அவ்வளவு உறுதி அதற்கு. சிறிது நேரம் உற்றுப் பார்த்துக்கொண்டிருந்த அது, இன்னும் அவனை அலட்சியப்படுத்துவது போல், பக்கவாட்டமாகக் கழுத்தைத் திருப்பி வீதியை நோக்கியது!

அந்த நாயின் பிறப்பின் மூலத்தை சந்தேகிப்பது போல் அதை ஆங்கிலத்தில் திட்டினான் அவன். இனத் தூய்மையைக் காப்பாற்றிவருவது போல் தோன்றிய அந்நாயை அப்படித் திட்டியிருக்கக்கூடாது என்று அவனுக்குப்பட்டது.

அல்சேஷனின் வால் தன்னிச்சையாக ஆடத் தொடங்கியது. அதன் பார்வை உட்புறமாகச் சென்றது. 'அல்லையாண்டு அமைந்த மேனியராய்', அடர்த்தியான மீசையுடன், ரத்தச் சிகப்பேறிய கண்களுடன், வாட்டச் சாட்டமான தேக வளத்துடன், கழுத்தின் சங்கிலியும், விரல்களின் மோதிரமும் மின்ன ஒருவர் நின்று கொண்டிருந்தார். ஆடத் தொடங்கிய வால் விரைவாக ஆட, ஆட்டத்தின் இசையாக குரைப்பு உச்ச ஸ்தாயியைத் தொட, அந்நாய் அங்கு வந்து நின்றவரிடம் குழைந்து, அவரைச் சுற்றிச் சுற்றி வந்தது.

'யார் நீ?'

குரைப்பின் இரைச்சலில் அவர்தான் இக்கேள்வியைக் கேட்டாரா, அல்லது நாயின் குரைப்புதான் இக்கேள்வியாக அவன் மனப் பிரமையில் ஒலித்ததா என்று அவனுக்கு நிச்சியமாகத் தெரிய வில்லை.

'ஐயாவைப் பாக்கணும்' என்றான் அவன்.

'வேலை ஒண்ணும் காலியில்லே.'

'வேலைக்கு இல்லீங்க.'

அவர் சில கணங்கள் நிதானித்தார்.

'சரி, வா உள்ளே!'

அவன் நாயைப் பார்த்தான். பய உணர்வு அவன் முகத்தில் படர்ந்திருந்தது.

'பாண்டியா, போ உள்ளே!' என்று அதட்டினார் அவர். ஒரு காலத் தில் மதுரையை ஆட்டிப் படைத்த பாண்டிய மன்னர்களுக்கு இந்தக் கதி வர வேண்டுமா என்று அவனுக்குத் தோன்றியது.

'பாண்டிய மாமன்னர்' வாலைப் பின்காலில் இடுக்கிக்கொண்டு அடிபணிந்து உள்ளே சென்றுவிட்டார்.

அவன் கேட்டைத் திறந்துகொண்டு உள்ளே போனான்.

டேல் கார்னகியை மனத்தில் தியானித்துக்கொண்டு, மிக வசீகர மான புன்னகை செய்தவாறு, அவன் அவரைப் பார்த்துக் கைகளைக் கூப்பிக்கொண்டே, 'வணக்கங்க!' என்றான்.

அவர் மௌனமாக உள்ளே சென்றார்.

அவனும் தொடர்ந்தான்.

பெரிய ஹால். சோபா செட்டுகளும் மற்றைய அலங்கார உப கரணங்களும், அவ்வீட்டின் செல்வச் செழிப்பை உணர்த்தின.

அவர் சோபாவில் உட்கார்ந்தார். அவரருகே இருந்த மேஜையில் பெரியாரின் புகைப்படம்.

'என்ன வேணும்? சொல்லு!' அவர் அவனை உட்காரச் சொல்ல வில்லை.

‘கருப்பஞ்சாவடியிலே தலித் பெரியவர்களுக்கு ஒரு ராத்திரிப் பள்ளிக்கூடம் தொடங்கலாம்னு ஒரு ஏற்பாடு. ஊருக்குப் பெரியவரு நீங்க, வந்து ஆரம்பிச்சு வச்சு. வாழ்த்தினா...’ அவர் இடை மறித்தார்.

‘உட்காரு.’

அவன் உட்கார்ந்தான்.

‘உன் பேரென்ன?’

‘வேணு.’

‘மொட்டையா ‘வேணு’ன்னா?’

‘வேணுகோபாலன்.’

‘இன்னும் மொட்டையாத்தான் இருக்கு. நீ என்ன பிராம்மணப் பையனா?’

மௌனம்தான் இதற்குச் சரியான பதில் என்று அவனுக்குத் தோன்றியது.

‘உனக்கு எந்த ஊரு?’

‘விருதுநகர்.’

‘அப்பா பேரு?’

‘பலராம நாய்க்கர்’ என்று சொன்னதும் பல்லைக் கடித்துக் கொண்டான். அவருக்குத் தேவையான பதில் அவருக்குக் கிடைத்துவிட்டது.

‘அதென்ன தம்பி, தலித் பெரியவங்கன்னு அவங்க சாதியைச் சொல்றே, உன் சாதியைச் சொல்லக்கூடாதா?’

‘தலித்னா சாதியில்லே, ஒடுக்கப்பட்ட இனம்னு அர்த்தம். இந்தியா பூரா இருக்குது. அந்த அர்த்தத்திலே சொன்னேன்’ என்றான் வேணு.

அவர் சிறிது நேரம் பேசாமலிருந்தார்.

பிறகு உள்ளே பார்த்துக் குரல் கொடுத்தார். ‘சுந்தரேசா, ரெண்டு காப்பி எடுத்தா.’

'எனக்கு வேண்டாங்க, நான் காப்பி குடிக்கறதில்லே' என்றான் வேணு.

அவர் அவனை ஏற இறங்க சில விநாடிகள் பார்த்தார்.

'அப்படியா? ஒண்ணு கொண்டாடா போதும்' என்றார்.

' நானும் நாய்க்கர்தான், தெரிஞ்சுதான் வந்தியோ?' என்றார் அவர்.

'இல்லீங்க, எனக்குச் சாதியிலே நம்பிக்கையில்லே' என்றான் வேணு சற்று அழுத்தமாக.

'எனக்கு மட்டுமா நம்பிக்கை இருக்குது, இங்கே யார் படம் இருக்குது பாத்தியா?' என்று பெரியார் படத்தைச் சுட்டிக் கொண்டே சொன்னார். 'நம்பிக்கை வேறே, நடைமுறை நிலவரம் வேறே. ரெண்டையும் போட்டுக் குளப்பிக்கக் கூடாது. சரி, உன்னைப் பத்திச் சொல்லு. படிச்ச பையனா தெரியுது, இதென்ன, ராப்பள்ளிக்கூடம், பகல் பள்ளிக்கூடம், அதுவும், யாருக்குன்னு சொன்னே, தலித் பெரியவர்களுக்கு?' என்று கேட்ட அவர் முகத்தில் ஏளனப் புன்னகையின் கீற்று லேசாகப் படர்ந்தது.

' படிச்சவங்க செய்யாமே வேறு யாரு செய்வாங்க? நம்ம நாடு முன்னேற வேண்டாமா? நீங்க இந்த வட்டாரப் பெரியவரு, அரசியல்லே இருக்கீங்க, நீங்களே இப்படிப் பேசினா...' என்ற அவனை, அவர் மீண்டும் இடை மறித்தார்.

'தப்புன்னு சொல்லலே தம்பி, நீ தப்பா புரிஞ்சுகிட்டே. இதென்ன உனக்கு முழு நேர வேலையா, இல்லாட்டி, வேற வேலை செய்துகிட்டே இதைச் செய்யறீயான்னு கேட்டேன். புரியுதா?'

'இல்லீங்க. சமூகப் பணிதான் என் முழு நேர வேலை. அதிலே தான் நான் பட்டம் வாங்கியிருக்கேன். இதைத்தான் செய்யணுங் கிறது என் விருப்பமும் கூட.'

'நீ என்ன கட்சி?'

'ஒரு கட்சியுமில்லீங்க. மக்களுக்கு நல்லது செய்யணுங்கிற கட்சின்னு வேணும்னா வச்சுக்கங்க.'

காப்பி வந்தது. நிதானமாகக் குடித்தார்.

'அப்போ, கட்சிலே இருக்கிறவங்க மக்களுக்கு நல்லது செய்ய லேங்கிறே, அதானே?' என்றார் காப்பித் டம்ளரைப் பக்கத்து மேஜையில் வைத்துக்கொண்டே.

'நான் அப்படிச் சொல்லலீங்க, கட்சியிலே இல்லாமயும் மக்க ளுக்கு நல்லது செய்ய முடியும்ங்கிறேன். கட்சியிலே இருக்கிற தும், இல்லாமலே இருக்கிறதும் அவங்க அவங்க பிரியம்' என்றான் வேணு.

'டேய், சுந்தரேசா, காப்பித் டம்ளரை எடுத்திட்டுப் போ!' என்று குரல் கொடுத்துவிட்டு அவர் எழுந்தார். அவனும் எழுந்து போக வேண்டியதுதானா என்று வேணுவுக்குப் புரியவில்லை. அவர் அவிழத் தொடங்கியிருந்த வேட்டியை இறுகக் கட்டிக் கொண்டு உட்கார்ந்தார். காப்பி டம்ளரை எடுத்துச் சென்றான் சுந்தரேசன்.

'தம்பி! உன் பேர் என்ன சொன்னே? ஹாங்... வேணு! உன்னை வேணுன்னுதானே கூப்பிடுவாங்க? தம்பி வேணு! என்னப் பாக்க வரவங்க பெரும்பாலும் பணம் பிடுங்கத்தான் வருவாங்க, இங்கே மாநாடு நடக்குது, அங்கே மாநாடு நடக்குது, இந்தத் தலை வருது, அந்தத் தலை வருதுன்னு சொல்லிக்கிட்டு. பணம் கொடுக்காமயும் இருக்க முடியாது, என் யாவாரம் நடக்கணு மில்லே? அதுவும் இந்தத் தடவை, நடக்கப் போறத் தேர்தலுக்கு சீட்டு தரேன்னுருக்காங்க. எதுக்குச் சொல்ல வரேன், நீ வித்தியாச மான பையனா இருக்கே, நீ என்னைப் பணம் கேக்கலே, உன்னோடப் பள்ளிக்கூடத்தை ஆரம்பிச்சு வைக்கக் கூப்பிட்டே, இல்லியா? ஆமாம், பள்ளிக்கூடம் நடத்த பணம் வேணாமா, அதை எப்படி நடத்தப் போறே?' என்றார் அவர்.

'பஞ்சாயத் போர்டு அவங்க நடத்தற பள்ளிக்கூடத்திலே இடம் தராங்க. இது ராத்திரிப் பள்ளிக்கூடம்தானே? எழுதப் படிக்க மட்டுமில்லே, சுற்றுப்புறத்தைத் தூய்மையா வச்சுக்கிறது எப்படி, பொது நலச் சுகாதாரம் எல்லாம்தான் சொல்லித்தரப் போறோம்.'

'போறோம்னா?'

'என் கூட இன்னும் ரெண்டு பேர் இருக்காங்க. என் கூடப் படிச்ச வங்க. சேர்ந்துதான் செய்யறோம். எங்ககிட்டே கொஞ்சம் பணம் இருக்கு, போகப் போக பாத்துப்போம். இப்பவே படிக்க நூறு பேர் காத்துக்கிட்டிருக்காங்க. கருப்பஞ்சாவடியைச் சுத்தியுள்ள கிராமங்கள்ளேருந்தும் வருவாங்க' என்றான் அவன் உற்சாகமாக.

'அப்போ உன் கையிலே தலித் சனங்களுடைய வோட்டெல்லாம் இருக்குதுன்னு சொல்லு!' என்றார் அவர் புன்னகையுடன்.

விஷயம் வேறு திசையை நோக்கிப் போய்க்கொண்டிருப்பதை உணர்ந்தான் வேணு.

'தேர்தலுக்கும் இதுக்கும் சம்பந்தமில்லீங்க. நாங்க செய்யறது, ஒடுக்கப்பட்ட மக்களுக்கு ஒரு விழிப்புணர்ச்சியை உண்டாக்கணும்னு. அவ்வளவுதான், இது தேர்தலை மனசிலே வச்சுகிட்டு செய்யலே' என்றான் வேணு.

'ஏன் தேர்தலை மனசிலே வச்சுகிட்டு செய்யக்கூடாது? அவங்க முற்போக்கான சீர்திருத்தவாதிகளுக்கு வோட்டு போட்டாத்தானே அவங்களுக்கு ஒரு நல்ல அரசாங்கம் கிடைக்கும்? இதையும் அவங்களுக்கு எடுத்துச் சொல்லணும், தம்பி! இந்த மாசக் கடைசியிலே இங்கே சாதி, மூட நம்பிக்கை ஒழிப்பு மாநாடு நடக்கப் போவுது. நான்தான் நடத்தப் போறேன். தலைவரும் கலந்துக்கப் போறாரு. இதை நீ உன் 'தலித் பெரியவர்களுக்கு' எடுத்துச் சொல்ல வேணாமா? அப்போதானே அவங்க பாத்து சரியா வோட்டு போடமுடியும்?'

வேணு பதில் கூறாமல் மௌனமாயிருந்தான்.

'இதோ பாரு, வேணு, நீ, உன் கூட்டாளி எல்லாரும், சின்னவங்க. உங்க பணத்தை வச்சுகிட்டு ஒண்ணும் நடத்த வேணாம். நானே அந்தப் பள்ளிக்கூடம் நடத்தற செலவெல்லாம் ஏத்துக்கிறேன். போதுமா? ராப்பள்ளிக்கூடம், பகல் பள்ளிக்கூடம், அப்புறம் என்னென்னவோவெல்லாம் சொன்னியே, அதெல்லாம் நீ நடத்திகிட்டிருக்கிறப்படி நடத்திக்க. ஆனா, தேர்தல்லே யாருக்கு வோட்டுப் போடணும்னு மட்டும் அவங்களுக்கு விளக்கமா சொல்ல வேண்டியது உன் பொறுப்பு. அது போதும். சரியா?'

அவர் காலடியில் படுத்திருந்த பாண்டியன் திடீரென்று எழுந்து குரைக்கத் தொடங்கினான்.

அப்பொழுது ஒருவர் வாசலிலிருந்து உள்ளே வந்தார். கழுத்தில் ருத்திராட்ச மாலை. காதில் ஒளிர்ந்த வைரக் கடுக்கன். கட்டுக் குடுமி. பஞ்சகக்கச்சம்.

'நமஸ்காரம் நாய்க்கரே!' என்று சொல்லிக்கொண்டே உள்ளே வந்தார்.

'வணக்கம். வாங்க அய்யரே! இன்னிக்கு என்ன லேட்டு?'

'கோயில்லே கொஞ்சம் வேலை இருந்தது.'

அய்யர், வேணுவை அவன் யாரென்றறியும் பார்வையுடன் நோக்கினார்.

'இவரும் நாய்க்கர் பையன்தான். சமூகச் சேவை செய்யறாரு.'

'பேஷா செய்யட்டும். ஈஸ்வர அனுக்கிரகம் நிச்சியமா உண்டு. பிரசாதம் வாங்கிண்டு போங்கோ!' என்று வேணுவைப் பார்த்துக் கூறினார் அய்யர்.

'பிரசாதமா?' என்று ஒன்றும் புரியாமல் கேட்டான் வேணு.

'அய்யரு ஒவ்வொரு சனிக் கிளமையும், காலையிலே வந்து சனி பகவானுக்குப் பூசை செய்திட்டுப் போவாரு, அந்தப் பிரசாதத்தைச் சொல்றாரு.'

'அய்யாவுக்கு ஏழரைச் சனி. முடியப்போறது, கடைசி இரண்டரை வருஷம். பொங்கு சனின்னு சொல்லுவா. அய்யா தேர்தல்லே நிக்கப் போறாரு, மந்திரிப் பதவி கொடுக்காம போகமாட்டான் சனி.' என்றார் அய்யர்.

'இதப் போய் தம்பிக்கிட்டே எதுக்குச் சொல்றீங்க? என் மாதிரி தம்பிக்கும் இதிலெல்லாம் நம்பிக்கை இல்லே. ஏதோ, நான் என் நயினாவுக்குக் கொடுத்த வாக்கு, காப்பாத்திகிட்டிருக்கேன், அப்படித்தானே அய்யரே?'

'ஆமாமாம், உங்களுக்கு ஏது நம்பிக்கை? நீங்க நன்னா இருக்கணும்னு, என் திருப்திக்காக நான் செய்யறேன் இந்தப் பூஜை, புனஸ்காரமெல்லாம். தம்பியும் உங்க சாதி, மூட நம்பிக்கை ஒழிப்பு மாநாட்டிலே கலந்துக்கப் போறாங்களா?'

'இல்லே. நான் வேற காரியமா வந்தேன். சரி, அப்போ நான் வரட்டுங்களா?' என்று எழுந்திருந்தான் வேணு.

'எப்போ, என்னிக்கி, பள்ளிக்கூடத் திறப்பு விழா அப்படின்னு, ஒரு விவரமும் சொல்லாமே கிளம்பறியே தம்பி?'

'உங்க ஃபோன் நம்பர் என் கிட்டே இருக்கு. வேணும்னா, ஃபோன் பண்றேன்'என்று சொல்லிக்கொண்டே வெளியே போனான் வேணு.

‘தம்பி கொஞ்சம் கிறுக்கு போலிருக்கு, திடுதிப்புனு இப்படி எழுந்து போறாரே!’ என்று அய்யர் சொல்வது அவன் காதில் விழுந்தது.

அவன் வீட்டு வாசலை அடைந்ததும் திரும்பிப் பார்த்தான்.

‘பாண்டியன்’ நின்றுகொண்டிருந்தார். இப்பொழுது ‘அவர்’ அவனைப் பார்த்துக் குரைக்கத் தொடங்கினார்.

42. முடியாத கதை

'தானே எரியும் கோலம் கண்டே சாகும் காலம்.'

இது எதில் வருகிறது? சண்முகத்துக்கு அப்பொழுது நினைவுக்கு வரவில்லை. அவன் கண்ணெதிரே அவன் எழுதிய எழுநூறு பக்க நாவல் அக்னிக்கு உணவாவதை அவன் பார்த்துக்கொண்டு நின்றான்.

அவனே எரிந்து கொண்டிருப்பது போல் அவனுக்குத் தோன்றியது. இந்த அனுபவம் எத்தனைப் பேருக்குக் கிடைக்கும்? அதோ அங்கே எரிந்துகொண்டிருக்கும் ஒவ்வொரு எழுத்தும் அவன் உதிரத்தில் பிறந்தது. அவனுக்கே சொந்தமானது. அவனுக்கே மட்டும் புரியக்கூடிய புனிதமான அந்தரங்கம்.

இலக்கிய உலகம் அவன் எழுத்தைப் புரிந்துகொள்ள மறுக்கிறது. அதனால்தான் அவன் தன்னுடைய மாபெரும் படைப்பை எரிதழலுக்கு அர்ப்பணித்துவிட்டான். அதோ அது எரிந்து கொண்டிருக்கிறது!

'தலைப்பு நன்றாக இருக்கிறது. இதை வைத்துக்கொண்டு வேறொரு நாவல் எழுதித் தாருங்களேன்!' என்கிறான் ஒருவன். இன்னொருவன், 'இதை எட்டுப் பக்கங்களில் ஒரு சிறு கதை யாக்கித் தர முடியுமா?' என்று கேட்கின்றான். எல்லாவற்றையும் விட, தன்னை ஒரு விமர்சகனாகப் பாவித்துக் கொண்டவன் சொன்னதுதான், தான் எழுதியதை எரிக்கத் தூண்டியது அவனை. 'நல்ல எழுத்து ஜவ்வு மிட்டாய் மாதிரி மெல்வதற்குச் சுலபமாக இருக்கவேண்டும். கூழாங்கற்களாய் இருந்தால் யாரால் மெல்ல முடியும்?' என்றான் அவன்.

அவன் எரிகின்ற ஜ்வாலையில் ஒரு சிகரெட்டைப் பற்ற வைத்தான். அவன் எழுதிய எழுத்துகள் புகைபுகையாக வெளி வந்தன. பிறகு வட்ட வடிவமான வளையங்களாக. என்ன அழகான வளையங்கள்!

அவன் கட்டிலில் போய் சாய்ந்து கொண்டான். திடீரென்று ஒரு விவரிக்க இயலாத சோகம் அவனை ஆட்கொண்டது. அவன் ஒரு தோல்வியா? இந்தக் கேள்வி விஸ்வரூபம் எடுத்து அவன் முன் நின்றது.

எது வெற்றி? எது தோல்வி?

அவன் நண்பன் ஐ.ஏ.எஸ் பாஸ் செய்துவிட்டு அரிச்சுவடிகூட தெரியாத மந்திரிகளிடம் மண்டியிட்டுக்கொண்டிருக்கிறான். இதுவா வெற்றி? அவனால் அவன் எழுதியவற்றை எரிக்க முடியும், அவன் நண்பனால் அலுவலகக் கோப்புகளை எரிக்க முடியுமா? அவ்வாறு எரிப்பதற்கு முன்னால், அவன் எத்தனை விஷயங்களை நினைவில் வைத்துக்கொள்ள வேண்டுமென்பது அவசியமாகிறது! அரசாங்கம் அவனுக்குக் கொடுத்திருக்கும் கார், மனைவியின் சிவந்த உடலை அலங்கரிக்கும் தங்க ஆபரணங்கள், வைர நெக்லெஸ், பங்களா, வேலைக்காரர்கள். தேவைக்கு மேல் தேவையை அதிகரித்துக்கொண்டு ஆடுகின்ற சூதாட்டத்தின் விலை. மந்திரிகளிடம் மண்டியிட வேண்டும்!

ஆனால் தான் யாரிடமும் மண்டியிட வேண்டிய அவசியமில்லை. எழுதி எழுதி எரிக்கலாம். அவனைப் படைப்பாளியாகப் பெறுவதற்கு இந்தத் தமிழ் உலகுக்குத் தகுதி இல்லை என்பதி னால் நஷ்டம் யாருக்கு?

அனைத்துப் பக்கங்களும் எரிந்து ஓய்ந்தன. அவன் அதனருகில் சென்று அந்தச் சாம்பலைச் சற்று நேரம் உற்றுப் பார்த்துக் கொண்டிருந்தான். திடீரென்று அவனுக்கு ஓர் எண்ணம் தோன்றியது. இந்தச் சாம்பலைப் பொட்டலமாகக் கட்டி அந்த விமர்சகனுக்கு அனுப்பி வைக்கலாமா? 'இது என் நாவலின் எளிய மறு வடிவம். ஜவ்வு மிட்டாய் மாதிரி இல்லாவிட்டாலும், இப்பொழுது இந்த வடிவில், மெல்வது கடினமில்லை,' என்ற குறிப்புடன்.

சாம்பல் புனிதமானது. அது அஸ்தி. அவனுள் இருந்த ஏதோ ஒன்று எழுத்தாக மாறி, எரிந்து போன அஸ்தி.

ஒரு பிடிச் சாம்பலைக் கையில் எடுத்து உள்ளங்கைகளில் வைத்துக் கொண்டான். 'நீ என் ரத்தம். என் சிந்தனை. என் கற்பனை. நீ வேறல்ல, நான் வேறல்ல. நீதான் நான், நான்தான் அஸ்தியாகப் போகிற நான், அஸ்தியாகிவிட்ட என்னையே பார்த்துக் கொண்டிருக்கிறேன். பார்க்கின்றவனும், பார்க்கபடுகின்றவனும் ஒருவனே! தத்வமஸி.' என்று உரக்க நாடகத்தில் வசனம் சொல்பவன் போல தனக்குத் தானே சொல்லிக் கொண்டான்.

'இந்த வாசக உலகம் என்னைப் புரிந்துகொள்ள வேண்டுமென்ற அக்கறை எனக்குள் ஏன் எழுகிறது?' என்ற கேள்வி அவனுக்குள் எழுந்தது. அவன் எழுதுவது அவனுக்குப் புரிகிறது, இதுதானே சுய உருவ வேட்டையின் எல்லைக்கல்? அப்படியிருக்கும் போது, அவன் ஏன் எழுநூறு பக்கங்களைத் தீயிலிட்டான்? யாரைப் பழி வாங்க வேண்டுமென்று?

தன்னையேதான்.

திடீரென்று அவனுக்கு அழுகை வந்தது. 'சொல்லடி சிவசக்தி என்னைச் சுடர் மிகு அறிவுடன் படைத்து விட்டாய்!' ஆனால், ஆனால், அவன் வாழ்க்கையில் ஒரு தோல்வி..

அவனுக்கு வாசிப்பவர்களை ஈர்க்கும்படி எழுத வரவில்லை என்கிறார்கள். அந்த விமர்சகன் சொல்வது உண்மையாக இருக்க லாம். அற்புதமான அழகு மாளிகை அவன் மணக்கண் முன் நிற்கிறது. ஆனால் அதைத் திறந்து மற்றவர்களுக்குக் காட்ட, சாவி அவனிடம் இல்லை!

அவனுக்கு எழுத வரவில்லை என்று யார் சொன்னார்கள்? அவனுக்குப் பிடித்திருக்கிறது

அவன் எழுதுவது, அவன் அவனுக்காகத்தான் எழுதுகிறான். அப்படியானால் பிரசுரமாக வேண்டுமென்று ஏன் இந்த அரிப்பு? எழுதி எழுதி எரித்துத் தன்னையே அழித்துக்கொண்டு அவன் எழுதுகிறான். தினம் ஒரு தற்கொலை! இலக்கியம் படைப்பதே ஒரு தற்கொலைதான்! படைத்து முடித்த பிறகு எஞ்சியிருப்பது என்ன? முடிந்துவிட்டதே என்று வரையறுத்துச் சொல்ல முடியாத ஏக்கம்.

அப்பொழுது அறைக் கதவைத் தட்டும் சப்தம் அவனுக்குத் துல்லியமாகக் கேட்டது. கனவு உலகத்திலிருந்த அவனுக்கு அது ஆயிரம் மைல்களுக்கு அப்பாலிருந்து ஒலிப்பது போலிருந்தது.

ஓசை இப்பொழுது பலமாகக் கேட்டது. ஆயிரம் மைல்கள் தூரம் குறைந்து கொண்டே வந்து, யதார்த்த உலகின் 'நான் - நீ' உறவை நிச்சயப்படுத்துவதாக, மிகவும் உரக்கக் கேட்டது.

அவன் கதவைத் திறந்தான்.

அவன் மனைவி கோகிலா நின்று கொண்டிருந்தாள்.

அவள் பார்வை அறை ஓரத்தில் குவிந்திருந்த சாம்பலின் மீது விழுந்தது.

'என்ன அது?' என்றாள் கோகிலா.

'நான்' என்றான் சண்முகம்.

'நானா?'

'ஆமாம், நான்தான் எரிஞ்சு சாம்பலாயிட்டேன்.'

அவள் அவனைச் சற்று நேரம் உற்றுப் பார்த்துக்கொண்டே இருந்தாள்.

'நீங்க எழுதிகிட்டிருந்தீங்களே அந்த நாவலா?'

அவளுக்குத் தெரிந்திருக்கிறது. சீண்டுவதற்கென்றே கேட்கிறாள்.

அவன் பதில் கூறவில்லை. ஒரு சிகரெட்டைப் பற்ற வைத்துக் கொண்டான்.

மேஜையிலிருந்த ஒரு தாளில், அவள் நிதானமாகச் சென்று அந்தச் சாம்பலை ஒரு குவியலாக அள்ளிப் போட்டாள்.

'இனிமே நீங்க எழுதப் போறதில்லையா?' அவள் கேட்டபோது குரலில் ஒரு நம்பிக்கை தொனிப்பது போல் அவனுக்குப் பட்டது.

'உனக்குச் சந்தோஷந்தானே?'

அவள் அந்தக் குவியலை மேஜையின் மீது வைத்துவிட்டு அவனருகில் வந்தாள்.

'எனக்கென்ன சந்தோஷம்? உங்களுக்கே தெரியணும்? கல்யாணம் செய்துகிட்டீங்க, ரெண்டு பசங்களையும் பெத்துக்கிட்டீங்க. அவங்களும் உங்க படைப்புக்கள்தானே, அவங்க எதிர்காலத்தைப் பத்தி யோசிச்சீங்களா? எங்க வீட்டுக்காரர்

அற்புதமான கதாசிரியர்னு சொன்னா, எந்த மளிகைக்கடைக் காரரு லட்சியம் பண்றாரு? 'சரிதாம்மா, ரெண்டு மாசமா பாக்கி வச்சிருக்கீங்க, அதை கொடுத்திட்டு இந்த மாச சாமான் வாங்கிக்கங்கங்கிறாரு. இப்போ குழம்புக்கு மசாலா பொடி இல்லே, வாங்கிட்டு வாங்க' என்றாள் அவள்.

'மசாலா பொடி இல்லாம செய்!'

'உப்பு சப்பில்லாம எனக்குக் குழம்பு செய்யத் தெரியாது. நீங்க உங்க கதையிலே மசாலா போடறதில்லேங்கிறதினாலேதான் ஒரு பப்ளிஷரும் உங்க கதையைப் போட மாட்டேங்கிறான். உங்க ஃபிரெண்ட் ரெங்கராஜனைப் பாருங்க, வரிக்கு வரி மசாலா, அதான் அவர் எழுத்துக்கு அவ்வளவு டிமான்ட் இருக்கு.'

'மை காட்! நீயும் லிட்டரரி கிரிடிக்கா ஆயிட்டியா? நான் கதை எழுதறதையே விட்டுவிட வேண்டியதுதான்.'

'குட் நியூஸ். பிழைக்க வழி பாருங்க. கல்யாணம் ஆன பத்து வருஷத்திலே ரெண்டு குழந்தைங்க, ஆறு உத்தியோகம். மூணு மாசமா வேலையும் இல்லே. யாரும் பப்ளிஷ் செய்ய மாட்டேங் கிறான்னா எதுக்காக எழுதணும்?'

'நான் உனக்காகவோ, யாரோ என்னைப் படிக்கப் போறாங்கங் கிறத்துக்காகவோ எழுதலே. எனக்காக எழுதுகிறேன். இது சுய உருவ வேட்டை. என் அடையாளம்' என்றான் சண்முகம் சிறிது உஷ்ணத்துடன்.

'இதோ இருக்குது உங்க அடையாளம்' என்று சாம்பல் பொட்ட லத்தைக் காட்டிவிட்டுச் சொன்னாள். 'இது சமைக்க அடுப்பு மூட்டக்கூட உதவாது. நம்ம வீட்டிலே அடுப்பு எரியறதுக்குப் பதிலா கதை கதையா எரிஞ்சுகிட்டிருக்குது. பேசாம, நான் சொல்லறதைக் கேளுங்க. அண்ணா சாலையிலே ஒரு கம்பனி யிலே ஸ்டோர் கிளார்க் வேலை காலியிருக்காம். சுந்தரம் மாமா வந்து சொல்லிட்டுப் போனாரு. அவருக்கு மானேஜர் தெரிஞ்ச வராம். அவருக்கு ஃபோன் போட்டுச் சொல்றேன்னாரு. நீங்க என்ன பண்றீங்க, காலையிலே டிபனுக்கப்புறம் பத்து மணிக்கு அவரைப் போய் பாக்கறீங்க.'

'ஸ்டோர் கிளார்க் வேலைக்கா?'

'என்ன நினைச்சுகிட்டுருக்கீங்க நீங்க? பத்து வருஷத்திலே எட்டு உத்தியோகம் பாத்தவங்களுக்கு வேற என்ன வேலை

கிடைக்கும்? எத்தனை நாளைக்குத்தான் வேலையில்லாம குப்பை கொட்ட முடியும்? கல்யாணத்துக்கு முன்னாலே நான் வேலையி லேருந்தேன். அதையும் நிப்பாட்டினது நீங்கதானே? நீங்க இப்போ போகாட்டி, நான் போய் பாக்கறேன். நீங்க கதை எழுதி எழுதி எரிச்சுகிட்டிருங்க!' என்று குரலைச் சற்று உயர்த்திக் கூறினாள்.

'சரி சரி. நான் போறேன். கத்த ஆரம்பிச்சுடாதே!'

அவனுக்கு வேறு என்ன பதில் சொல்வதென்று தெரியவில்லை. ஏதாவதுபேசினால் இன்னும் பெரிய சண்டையாகி விடும்.

அவன் பார்வை சுவரின் மீது சென்றது. ஒரு பல்லி விளக்குக்கு அருகேயிருந்த பூச்சியை எப்படிப் பிடிக்கலாமென்ற மோன தவத்தில் ஆழ்ந்திருந்தது. அதற்கும் வயிற்றுப் பிரச்னைதான். ஆனால் பல்லிக்கு அதற்கு என்ன வேண்டுமென்று தெரிந்திருக் கிறது. அவனுக்குத் தெரியுமா? தெரிந்திருந்தால் அவன் கல்யாணமே செய்து கொண்டிருக்க மாட்டான்.

அடுத்த நாள் குறித்த நேரத்தில் அண்ணா சாலயிலிருந்த அந்த அலுவலகத்துக்குச் சென்றான்.

வரவேற்பு அறை மிகவும் குளுமையாக இருந்தது. கவுண்ட்டரில் இருந்த பெண் ஜீன்ஸ், டீ ஷர்ட்டில் இருந்தாள். அழகாக இருந் தாள். தொலைபேசியில் உதட்டளவு ஆங்கிலத்தை நேர்த்தியாகப் பேசிக்கொண்டிருந்தாள். இயந்திர கதியில் முகத்தில் தோன்றிய புன்னகையுடன், அவனை உட்காரும்படி சமிக்ஞை செய்தாள். முகத்தில் புன்னகை வந்த வேகத்தில் மறைந்தது.

சிறிது நேரம் கழித்து அவனைப் பார்த்து, 'எஸ்?' என்று அழகான புருவத்தை உயர்த்திக் கேட்டாள்.

'என் பேர் சண்முகம். மானேஜர் மிஸ்டர் கல்யாணராமனைப் பார்க்க வேண்டும். அவர் என்னை வரச் சொல்லியிருக்கிறார்.'

தொலைபேசியில் மறுபடியும் சன்னமான உரையாடல்.

' உட்காருங்கள். கூப்பிடுகிறேன்.'

அவன் உட்கார்ந்தான்.

எத்தனை நேரம் காத்திருக்கவேண்டும்? நேற்று அவன் நண் பனைப் பற்றி யோசித்தது, அவன் நினைவுக்கு வந்தது, அவனால்

அலுவலகக் கோப்புக்களை எரிக்க முடியுமா என்று. இப்பொழுது தன்னால் போய்விட முடியுமா, நீயும் வேண்டாம், உன் வேலையும் வேண்டாமென்று? நண்பன் வேறு எத்தனையோ விஷயங்களைப் பற்றிச் சிந்தித்தாக வேண்டுமென்றால், தன் வீட்டில் அடுப்பு எரிவதைப் பற்றி அவன் நினைத்தாகவேண்டும்.

மனைவியும் வேண்டாம், குழந்தைகளும் வேண்டாமென்று போய்விடலாமா, சித்தார்த்தனைப் போல். சித்தார்த்தன் அரச குமாரன். அவன் குடும்பம் பட்டினிக் கிடந்திருக்க வேண்டிய அவசியமில்லை.

அந்தப் பெண் அப்பொழுது அவனைப் பெயர் சொல்லிக் கூப்பிட்டாள்.

'முதல் மாடி. மூன்றாவது அறை. செக்ரட்ரியைப் பாருங்கள். அவள் உங்களை அழைத்துக் கொண்டு போவாள்.'

அலுவலகத்தின் துப்புரவு அவனை அச்சுறுத்தியது. அவன் மூன்றாவது மாடிக்குச் சென்று அங்கு உட்கார்ந்திருந்த மற்றொரு இளம் பெண்ணிடம் தன்னை அறிமுகப்படுத்திக் கொண்டான்.

' ஓ எஸ். என்னுடன் வாருங்கள்!'

அவன் அவளைத் தொடர்ந்தான்.

பெரிய அறை. பளபளப்பான மேஜை. மிஸ்டர் கல்யாணராமனுக்கு அவன் வயதுதான் இருக்கும். கழுத்தில் சங்கிலி மின்னுவது தெரிந்ததே ஒழிய, கழுத்துத் தெரியவில்லை. அவ்வளவு வளப்பமான சரீரம். அதற்கேற்ற உயரம்.

அவனை உட்காரும்படி கையமர்த்தினான் கல்யாணராமன்.

சண்முகம் உட்கார்ந்தான்.

'மிஸ்டர் மீனாட்சிசுந்தரம் உங்களுக்கு...?' என்றான் அவன்.

'என் மனைவியின் மாமா.'

'உங்க சர்டிஃபிகேட்ஸ்லாம் அப்புறம் ஆஃபீஸ்லே கொடுங்க. நீங்க எம்.ஏ லிட்ரேச்சர் அப்படின்னாரு மிஸ்டர் மீனாட்சி சுந்தரம்.'

'ஆமாம்.'

'ப்ரொஃபஸரா போயிருக்கலாமே?'

அவன் பதில் சொல்லவில்லை.

'இப்போ இந்த எங்க ஆபீஸ் வேலை பெரிய வேலையில்லே, உங்க க்வாலிஃபிகேஷனுக்கு. அதுக்காகச் சொன்னேன்.'

அவன் தொடர்ந்து பேசாமலிருந்தான்.

'நீங்க ரைட்டர்னு சொன்னார் மிஸ்டர் சுந்தரம். எதிலே எழுதறீங்க?'

'எதுலயும் இல்லே.'

'அப்படின்னா?'

'நான் ஒரு கிளார்க் வேலைக்கு வந்திருக்கேன். ரைட்டரா இருக்கிறதுக்கும் இதுக்கும் என்ன சம்பந்தம்? ஒரு வேளை, அந்தக் காலத்திலே கிளார்க்குக்கும் ரைட்டர்னுதான் பேரு. ஈஸ்ட் இண்டியா கம்பனிக் காலத்திலே. கல்கத்தாவிலேருக்கிற செக்ரடேரியட்டுக்கும் அதனால்தான், 'ரைட்டர்ஸ் பில்டிங்'னு பேரு. அந்த அர்த்ததிலே சொல்றீங்களா?'

கல்யாணராமன் அவனை ஏற இறங்கப் பார்த்தான்.

'எனக்கும் கொஞ்சம் லிட்ரச்சர்லே ஈடுபாடு உண்டு. அதனாலே கேட்டேன்' என்றான் கல்யாணம்.

'ரியலி? ஐ ஆம் ஸாரி. நான் சீரியஸா எழுதறதினாலே இது வரைக்கும் எதுவும் பப்ளிஷ் ஆகலே. நான் தமிழ்லே எழுதறேன்.'

'ஐ ஸீ. நான் டமிள்லே அதிகம் படிச்சதில்லே. என் வொய்ஃப் டமிள் நிறைய படிப்பா. உங்க ஸ்கிரிப்ட்டைக் கொடுத்தீங்கன்னா அவ ஒரு வேளை படிக்கலாம். எனக்கு டமிள் படிக்கணும்னுதான் ஆசை. எங்கே டைம்' இருக்கு. நீங்க எந்த மாதிரி நாவல் எழுது வீங்க?'

'ஆர்ட் நாவல்.'

'சிற்பங்களைப் பத்தியா? நாங்க 'antique things' எக்ஸ்போர்ட் செய்யறோம். உங்களுக்கு ஆர்ட்டைப் பத்தியெல்லாம் தெரியுங் கிறது எங்களுக்கு ஒரு போனஸ்.'

‘இல்லே. ஆர்ட் நாவல்ங்கிறது ஒரு வகை, ஒரு genre. அதுக்கும் சிற்பங்களுக்கும் சம்பந்தமில்லே. ஹென்றி ஜேம்ஸ் படிச்சிருக்கீங்களா?’

'Who? படிச்சிருப்பேன். நீங்க எழுதின நாவலையெல்லாம் கொண்டு கொடுங்க. படிச்சுப் பாக்கறேன். பை தி வே... இப்போ ‘ஸ்டாக் டேக்கிங் செக்‌ஷன்’லே உங்களுக்கு வேலை போட்டுக் கொடுக்கலாம்னுருக்கேன். உங்க மாமா மிஸ்டர் சுந்தரம் ஒரு நல்ல மனுஷன். என்னுடைய இன்கம் டாக்ஸ் பிரச்னையெல்லாம் அவர்தான் பாத்துக்கிட்டிருக்காரு. வொண்டர்ஃபுல் மேன்! அவருக்காக நான் ப்ரொஸீஜர் அதெல்லாம் ஒண்ணும் பாக்காம உங்களுக்கு வேலை போட்டுக் கொடுக்கிறேன். புரிஞ்சுதா? நீங்க அடிக்கடி வேலையை விட்டுடுறீங்கன்னு சுந்தரம் வருத்தப்பட்டுகிட்டாரு. இங்கேயே பொறுமையா வேலை செய்தீங்கன்னா, ப்ரொமோஷன் கிடைக்கும்.’

‘என்ன ப்ரொமோஷன்?’ என்றான் சண்முகம்.

‘ஹெட் கிளார்க் ஆகலாம். ஆனா ஒண்ணு, ஆஃபீஸ்லே கதை எழுதக்கூடாது.’

‘ஸ்டாக் டேகிங்னா என்ன?’

கல்யாணம் மணியை அழுத்தினான். ஒரு பணியாள் வந்தான்.

‘இவரை ஜடாதரன்கிட்டே கூட்டிக்கிட்டு போ. மிஸ்டர் சண்முகம், ஜடாதரன் எல்லாத்தையும் உங்களுக்கு விளக்கமா சொல்வாரு. ஸ்டாக் டேகிங் வேலையிலே மூழ்கிட்டீங்கன்னா, அதுலயே ஆழ்ந்துடுவீங்க. கதை எழுதறதெல்லாம் மறந்துடுவீங்க. இட் ஈஸ் எ குட் ரெமெடி ஃப்ர் சச் இல்னெஸ்’ என்று கூறிவிட்டு உரக்கச் சிரித்தான் கல்யாணம்.

சண்முகத்துக்குக் கோபத்தில் முகம் சிவந்தது. ஆனால், ஆனால், வீட்டில் அடுப்பு எரிந்தாகவேண்டும்.

சண்முகம் அறையைவிட்டு வேளியே வந்தான். அந்தப் பணியாள் அவனை ஜடாதரனிடம் அழைத்துச் சென்றான்.

கீழே இருந்த பேஸ்மெண்ட்டில் ஜடாதரன் அலுவலகம் இருந்தது.

பெயருக்குப் பொருத்தமான தலைமுடியுடனும், ஒரு நீண்ட வெண் தாடியுடனும் இருந்தார் ஜடாதரன். அவர் வயதை

நிர்ணயித்துச் சொல்ல முடியாது போல் தோன்றியது. ஐம்பதும் இருக்கலாம், நூறும் இருக்கலாம்.

'என் பேரு சண்முகம். உங்க செக்ஷன்லே வேலைக்குச் சேரப் போறேன். முதல்லே இந்த வேலையைப் பத்தித் தெரிஞ்சக் கணும். மிஸ்டர் கல்யாண ராமன் உங்ககிட்டே அனுப்பினார்' என்றன் சண்முகம்.

'முதல்லே பாஸ்னு சொல்லப் பழகிக்கோங்க!' என்றார் ஜடாதரன்.

'ஐ ஆம் ஸாரி பாஸ்! நீங்க எத்தனை வருஷமா இங்கே இருக்கீங்க?'

'நினைவில்லே. ரொம்ப வருஷமா. ஸ்டாக் டேக்கிங்கறது அவ்வளவு சுலபமா முடிஞ்சுடற வேலையில்லே. உங்களைவிட இன்னும் சின்னவனா இந்த வேலைக்கு வந்தேன். இன்னும் ஸ்டாக் டேக்கிங் எடுத்திண்டிருக்கேன்.'

'எப்போ முடியும்?'

'அது முடியாது. நாமதான் முடிஞ்சுடுவோம். நான் போயிடு வேன். இப்போ நீங்க வந்திருக்கீங்க. உங்களுக்கப்புறம் இன்னொ ருத்தன் வருவான். ஸ்டாக் டேக்கிங் நடந்துண்டே இருக்கும்' என்று கூறிவிட்டு அவர் உரக்க வாய்விட்டுச் சிரிக்க ஆரம்பித்தார். அவர் சிரிப்பு ஓயவேயில்லை.

சண்முகத்துக்கு அவரைப் பார்க்க பயமாக இருந்தது. அவனுக் கும் நீண்ட ஒரு வெண் தாடி வளர்ந்து விட்டாற்போல ஒரு பிரமை அவனுக்கு ஏற்பட்டது.

43. தகுதி

அரசு எதிர்பார்க்கவில்லை, அவனுக்கும் அவன் நெருங்கிய நண்பன் அனந்துவுக்கும் பள்ளி இறுதித் தேர்வில் ஒத்த மதிப் பெண்கள் கிடைக்குமென்று. நட்பின் அடையாளம் இதுதான் போலிருக்கிறது என்று அவன் நினைத்துக் கொண்டான். பாடங் களிலும் அநேகமாக மதிப்பெண்கள் ஒத்திருந்தன.

அரசுவுக்கும் அனந்துவுக்கும் நட்பு உருவானதே ஓர் ஆச்சர்ய மான சம்பவம். அரசு, ஆறாம் வகுப்பில்தான் அனந்து படித்த பள்ளிக்கூடத்தில் சேர்ந்தான். பணக்கார வீட்டுப் பையன் என்பது முதல் நாளே தெரிந்தது. பென்ஸ் காரில் வந்தான். அனநது வகுப்பில் சில விஷமக்கார மாணவர்கள் இருந்தார்கள்.

ஒரு நாள், அரசுவை அழைத்துப் போக கார் வந்தபோது, அரசு டாய்லெட் போயிருந்தான். அந்த விஷமக்கார மாணவர்களில் ஒருவன், டிரைவரிடம், அரசுவை அவனுடைய அப்பா அழைத்துக் கொண்டு போய்விட்டதாகப் பொய் சொல்லியிருக்கிறான். வந்த கார் போய்விட்டது. அதே பள்ளிக்கூடத்தில் வேலை பார்த்த அனந்துவின் அம்மா, அரசு காருக்காகக் காத்திருந்ததைப் பார்த்து விட்டு, பள்ளி அலுவலகத்திலிருந்து அரசுவின் வீட்டுக்கு ஃபோன் செய்த போது, அரசுவின் அப்பா அவனை அழைத்துக் கொண்டு போய்விட்டதாகச் சொல்லியிருக்கிறார்கள். அரசு பயத்தில் அழத் தொடங்கிவிட்டான். அனந்துவின் அம்மா அரசுவைப் பக்கத்தி லிருந்த தன் வீட்டுக்கு அழைத்துக்கொண்டு போய்ச் சமாதானப்படுத்தி, அரசு தன் வீட்டிலிருக்கும் செய்தியை அரசு வீட்டாரிடம் சொல்லி, வந்து அழைத்துப் போகும்படி சொன்னாள்.

அன்றைய தினத்திலிருந்து, அரசுவுக்கும் அனந்துவுக்கும் ஒரு பிணைப்பு ஏற்பட்டது.

அரசுவின் அப்பா ஆளுங்கட்சிப் பிரமுகர், கட்டடத் தொழிலில் ஈடுபட்டிருந்தார். ஆழ்வார்பேட்டையில் வீனஸ் கார்டனில் பெரிய வீடு.

அனந்துவுக்கு அப்பா கிடையாது. அவனுக்கு மூன்று வயதாகும் போதே , ஒரு கடிதத்தை எழுதி வைத்துவிட்டுப் போய்விட்டார். எங்கே போனார் என்று தெரியாது. துறவற மனப்பான்மையில், ஹிமாலயம் போயிருக்கலாம் என்பது ஒரு சந்தேகம்.

அவருக்குக் கல்யாணம் பண்ணிக் கொள்ளவே இஷ்டமில்லையாம். வற்புறுத்தித் திருமணம் செய்துவிட்டார்கள் என்பார்கள். அவன் அம்மா அவனிடம் ஒரு சமயம் சொல்லியிருக்கிறாள்: 'உங்கப்பா என் கிட்டே பேசினதே கிடையாது. ஒரே ஒரு தடவைதான் பேசினார்' என்று. 'என்ன பேசினார்?' என்று அவன் கேட்டான். 'அதுக்கு அடையாளமா நீதான் இருக்கியே!' என்று சிரித்துக் கொண்டே பதில் சொன்னாள்.சொன்னபின் வாயைக் கடித்துக் கொண்டாள். குழந்தையிடம் அப்படிப் பேசியிருக்கக் கூடாது. அவள் சொன்னது அவனுக்குப் புரியவில்லை.

கணவன் போன பிறகு, அனந்துவின் அம்மா ஆசிரியர் பயிற்சி முடித்துவிட்டு, ஒரு பள்ளிக்கூடத்தில் ஆரம்பப் பள்ளி டீச்சராக இருந்தாள். கோபாலபுரம் எல்லையம்மன் காலனியில் ஒரு நெருப்புப் பெட்டி வடிவில் அமைந்த அடுக்கு மாடி வீட்டில் மூன்றாம் மாடியில் இருந்தார்கள். இரண்டு சின்ன அறைகள்.

அரசுவுக்கு அம்மா கிடையாது. அவனுக்கு இரண்டு வயதாகும் போது ஒரு கார் விபத்தில் போய்விட்டாள். அவன் அப்பா மறு மணம் செய்து கொள்ளவில்லையே தவிர, நிறையத் தொடர்புகள் இருந்தன. அம்மா போய் இந்த பதினான்கு ஆண்டுகளில், அரசு, வீட்டில் ஐந்தாறு பெண்களைப் பார்த்திருக்கிறான். ஒருத்திதான் அதிக பட்சம் மூன்று வருஷங்கள் தொடர்ந்து இருந்திருக்கிறாள். இதனால் அவன் தன் அப்பாவை வெறுத்தான் என்று சொல்ல முடியாது. அவரிடம் பாசம் அதிகம் இல்லை என்ற காரணத்தி னாலோ என்னவோ அவருடைய இந்த நடவடிக்கை அவனை அவ்வளவாகப் பாதிக்கவில்லை.

அரசுவுக்கும் அனந்துவுக்கும் ஒரே வயதுதான். ஆனால் அரசு, அவன் வயதுக்கு மீறிய முதிர்ச்சியுடன், பொது விவகாரங்களைப்

பற்றி விவாதிப்பது, அனந்துவின் அம்மாவை ஆச்சர்யத்தில் ஆழ்த்தும். அவன் அப்பா அரசியல்வாதி என்பதால், இந்தத் திறமையை அவரிடமிருந்து பிதுர்ராஜிதமாக பெற்றிருக்கலாம் என்று அவள் நினைப்பதுண்டு. இத்தனைக்கும், அப்பாவும் பிள்ளையும் ஒரு நாளைக்குச் சேர்ந்தாற்போல் பத்து நிமிஷம் பேசினால் அதிகம். மகனின் பொது விஷய அக்கறையைப் பற்றி அப்பாவுக்குத் தெரிந்திருக்குமா என்றும் அனந்துவின் அம்மா யோசித்திருக்கிறாள்.

தாயன்பை ஈடு செய்வது போல், அனந்துவின் அம்மா அரசுவிடம் மிகவும் பிரியமாக இருந்தாள். சக மாணவர்கள் இவர்கள் இருவரையும் லாரல் அண்ட் ஹார்டி என்று கேலி செய்வார்கள். அனந்து வளர்த்தியாக இருப்பான், அரசுவோ ஒல்லியாக இருந்தான்.

ஒரே பிள்ளை என்பதாலும், அரசியலிலும், வியாபாரத்திலும் பிஸியாக இருந்ததால், அரசுவின் அப்பா, அவனுக்கும் அனந்துவுக்குமிடைய நிலவிய நட்பில் குறுக்கிட்டதில்லை. சொல்லப் போனால், விடுமுறை நாட்களிலெல்லாம், அரசு அனந்துவின் வீட்டில்தான் இருந்தான். அரசியலில் இருந்ததால் அவன் அப்பாவுக்கு விதம் விதமான நண்பர்கள். அவர்கள் யாரையும் அவனுக்குப் பிடிக்கவில்லை. அனந்துவின் வீட்டில் இருப்பதைத்தான் அவன் விரும்பினான்.

இறுதித் தேர்வில் ஒத்த மதிப்பெண்கள் பெற்றிருந்தாலும், இருவரையும் பிரிக்கும் அந்தப் பிரச்னை உருவாகும் என்று இரண்டு பேருமே எதிர்பார்க்கவில்லை. இருவருமே மருத்துவம் படிக்க விரும்பினார்கள். ஆனால், அரசு பிற்பட்ட வகுப்பைச் சார்ந்தவன் என்பதால், அவன் பெற்றிருந்த மதிப்பெண் அதற்கு அவனைத் தகுதி உடையவனாக ஆக்கி இருந்தது. ஆனால், அனந்து மேல்வகுப்பு என்பதால் அதே மதிப்பெண் அவனைத் தகுதி உடையவனாக ஆக்கவில்லை.

‘நீ டாக்டருக்குப் படி. நான் பார்மஸி படிக்கிறேன். உனக்குக் கம்பவுண்டர் வேணுமில்லையா?’ என்றான் அனந்து சிரித்துக் கொண்டே.

‘இது என்ன நான்ஸென்ஸ்? நான் எந்த வகையிலே பின் தங்கிய வகுப்பு? என்னை இன்ஸல்ட் பண்ற மாதிரி இருக்கு? நான் என்

அப்பாகிட்டே கேக்கறேன். ஒண்ணு, நாம ரெண்டு பேரும் டாக்டருக்குப் படிக்கணும், இல்லாட்டி ரெண்டு பேரும் படிக்க வேணாம்' என்றான் அரசு.

'நாங்க மூன்றாம் மாடியிலே இருக்கோமில்லியா, அதனாலே நாங்க மேல் வகுப்புன்னு அரசாங்கம் சொல்லறது' என்றாள் அனந்துவின் அம்மா சிரித்துக் கொண்டே.

'நான் என் அப்பாகிட்டே பேசறேன், இதப் பத்தி' என்றான் அரசு.

'உங்கப்பாவாலே என்ன செய்ய முடியும், சட்டம்னா சட்டம்தான்' என்றாள் அனந்துவின் தாயார்.

'சட்டமா இருக்கலாம், இது நியாயமா? ரெண்டு பேரும் ஒரே மார்க் வாங்கியிருக்கோம், எனக்குத் தகுதியிருக்கு, அனந்துவுக்கு இல்லையா?' என்று கோபத்துடன் வினவினான் அரசு.

'அரசு, நான் சொல்லறதைக் கேளு. யார் பேரிலேயும் தப்பில்லே. இதுக்காக உங்கப்பாகிட்டே போய் இதைப் பத்திக் கேட்டு அவரைத் தொந்தரவு பண்ணாதே! அனந்துக்கு எங்கே இடம் கிடைக்கிறதோ அங்கே சேரட்டும்.'

அரசு பதிலொன்றும் கூறாமல் வெளியே சென்றான்.

அவன் வீட்டை அடைந்தபோது, ஹாலில் அப்பா நாலைந்து கட்சிக்காரர்களுடன் பேசிக்கொண்டிருந்தார். அப்பாவைத் தனியே சந்தித்துப் பேச நினைத்த அவனுக்குச் சற்று ஏமாற்றமாக இருந்தது. அவன் உள்ளே நுழைவதைப் பார்த்ததும் அவர் அவனை ஏறிட்டு நோக்கினார்.

'ராஜா, இங்கே வா!' என்றார் அவர். 'அரசு' என்று தமிழில் பெயர் வைத்திருந்தும், அவர் அவனை 'ராஜா!' என்றுதான் செல்லமாகக் கூப்பிடுவது வழக்கம்.

அவன் அருகே சென்று நின்றான்.

'தம்பி டாக்டரா ஆகப் போறீங்க, எனக்கு வைத்தியம் பாப்பீங்களா?' என்றார் அங்கிருந்தவர்களில் ஒருவர். அவர் கண்கள் சிவந்தும், உதடுகள் கறுத்தும் இருந்தன. அடித் தொண்டையில் பேசுவது போலிருந்தது. அவர் சிரித்தபோது, மீசை துடிப்பதுபோல் அவனுக்குப் பட்டது.

‘அப்பா உங்ககிட்டே கொஞ்சம் பேசணும்’ என்றான் அரசு.

‘என்ன, சொல்லு! இவங்க நமக்கு வேண்டியவங்கதான்.’

‘கொஞ்சம் உள்ளே வர்றீங்களா?’ என்றான் அரசு சற்றுப் பொறுமையை இழந்த குரலில்.

‘நீங்க போங்க, தம்பி கூப்பிடுது. நாங்களும் வாறோம்’ என்று சொல்லிக் கொண்டே அவர்கள் புறப்பட்டார்கள்.

அவர்கள் போனவுடன் அவன் அப்பா சிறிது கோபத்துடன் கேட்டார்: ‘ என்னடா, ரகசியம்?’

‘ரகசியம் ஒண்ணுமில்லே. எனக்கும் அனந்துவுக்கும் ஒரே மார்க்தான். அதென்ன, மெடிக்கல்லே சேர எனக்குத் தகுதி இருக்கு, அவனுக்கில்லே?’

‘அவன் ஃபார்வேர்ட் காஸ்ட். இன்னும் நிறைய மார்க் வாங்கியிருக்கணும்? இது கூடத் தெரியலியா?’

‘என்ன ஃபார்வேர்ட் காஸ்ட்? ஒரு நெருப்புப் பெட்டி மாதிரிக் கட்டடத்திலே மூணாம் மாடியிலே ரெண்டு ரூம்லே அவங்க அவஸ்தபட்டுகிட்டிருக்காங்க. நாம, இவ்வளவு பெரிய பங்களா, பென்ஸ் கார் வச்சுகிட்டு பாக்வேர்டா? இது சரியா?’

‘என்ன செய்யச் சொல்றே, உன் சீட்டை நீ அவனுக்குக் கொடுக்க முடியாது. சட்டப்படிச் செல்லாது. சமூக நீதிப்படி அவங்க ஃபார்வேர்ட்தான். நாம பாக்வேர்ட்தான். உன்னோட தாத்தா கொத்து வேலையிலே சித்தாளா இருந்தாரு. அவனோட தாத்தா என்ன செய்தாருன்னு அவனையே கேளேன். நிச்சயமா சித்தாளா இருந்திருக்க மாட்டாரு.’

‘எனக்கு பாக்வேர்ட் காஸ்ட்னு முத்திரை குத்தி மெடிக்கல்லே சீட் வாங்கறது பிடிக்கலே. பொய் சொல்றதுக்கும் இதுக்கும் வித்தியாசமே இல்லே. அனந்து அம்மா எவ்வளவு கஷ்டப்பட்டு அவனைப் படிக்க வைக்கிறாங்கன்னு எனக்குத் தெரியும். அவங்க தான் பொருளாதாரரீதியா நிஜமாகவே பாக்வேர்ட். அனந்துக்குத் தகுதி இல்லேன்னா, எனக்குமில்லே. நான் கவுன்ஸலிங்குக்குப் போகப் போறதில்லே’ என்று தீர்மானமாகச் சொன்னான் அரசு.

அவனுடைய அப்பா அவனைச் சிறிது நேரம் கோபத்துடன் பார்த்துவிட்டு என்ன செய்வதன்றறியாமல் போய்விட்டார்.

இரண்டு நாள்கள் கழித்து, அனந்துவின் அம்மா அரசுவைப் பார்க்க அவன் வீட்டுக்கு வந்தாள்.

அரசு சந்தோஷமாக வரவேற்றான். 'அனந்து வரலியா, மாமி?' என்று கேட்டான்.

'இல்லே. நான்தான் உன்னைப் பாக்க வந்தேன்.'

'என்ன மாமி, என்ன விஷயம்?'

'உங்கப்பா நீ மெடிக்கல் படிக்கிறதைத்தான் விரும்பறார். உங்கம்மா போனப்புறம் உன்னைப் பிரியமா, வேற கல்யாணம் கூட பண்ணிக்காம வளர்த்திருக்கார். அவர் மனசை நீ நோகடிக்கக் கூடாது. அனந்துவுக்கு மெடிக்கல்லே இடம் கிடைக்கலேன்னா, நீயுமா அதுக்காக, மெடிக்கல் படிக்க மாட்டேன்னு சொல்ல ணும்? அது தப்பு, ராஜா!' என்றாள் அனந்துவின் அம்மா.

'அப்பா உங்களை வந்து பாத்து என்கிட்டே பேசச் சொன்னாரா?' என்று கேட்டான் அரசு.

அவள் சற்று வியப்புடன், 'உனக்கு எப்படித் தெரியும்?' என்பது போல் அவனைப் பார்த்தது, அவளைக் காட்டிக் கொடுத்து விட்டது.

'அனந்துவுக்கு மெடிக்கல்லே இடம் கிடைக்கலேங்கிறத்துக்காக நானும் 'மெடிக்கல் படிக்க மாட்டேன்னு சொல்லலே. நான் பிற்பட்ட வகுப்புன்னு சொல்லி இடம் வாங்க விரும்பலே. நான் சேரலேன்னா, நிஜமாகவே ஒரு பிற்பட்ட வகுப்பு மாணவ னுக்கோ, மாணவிக்கோ என்னுடைய இடம் கிடைக்கப் போவு துன்னு நான் நம்பவுமில்லே. இந்த சிஸ்டமே ஒரு அரசியல் மோசடி. இதிலே நான் பங்கு கொள்ள விரும்பலே, அவ்வளவு தான்.'

'இப்படியெல்லாம் பேச உனக்கு யார் சொல்லிக் கொடுத்தாங்க?'

'யார் சொல்லிக் கொடுக்கணும்? மீன்குட்டிக்கு யார் நீந்தக் கத்துத் தராங்க? ஒரு அரசியல்வாதி பிள்ளைக்கு யாரானும் சொல்லிக் கொடுத்துதான் இதெல்லாம் தெரியணுமா? நான் பேப்பர் படிக்கலியா?'

'உங்கப்பா அனந்துவுக்கு இடம் கிடைக்கலேங்கிற காரணத்துக் காகத்தான் நீயும் மெடிக்கல்லே சேர விரும்பலேன்னு

நினைக்கிறார். பாக்கப் போனா, இதுவே உன் முதல் காரணமாக வும் இருக்கலாம். நீ அப்போ என்கிட்டே என்ன சொன்னே, எனக்கும் அனந்துவுக்கும் ஒரே மார்க். ஆனா, எனக்கு இடம் உண்டு, அவனுக்கில்லேங்கிறது என்ன நியாயம்னுதானே கேட்டே?'

அவள் தொடர்வதற்குள், அரசு இடைமறித்தான்: 'எக்ஸாட்லி. என்ன காரணம்?, நான் பிற்பட்ட வகுப்புன்னுதானே? எனக்கு யாருடைய அனுதாபமும் தேவையில்லேன்னு நான் இப்போ சொல்றேன், இடம் எனக்காக இல்லே என் பிறந்த வகுப்புக்காக, இதுதான் எனக்குப் பிடிக்கலே. புரியுதா?' என்றான் அரசு.

அரசுவைப் பற்றி அனந்துவின் அம்மாவுக்கு நன்றாகத் தெரியும். அவன் தன் மனத்துக்குச் சரி என்று பட்டாலொழிய எடுக்கின்ற தீர்மானங்களிலிருந்து பின் வாங்க மாட்டான். அவன் அப்பா அவளிடம் வந்து அவன் மனத்தை மாற்றும்படிக் கேட்டபோது அவளால் மறுக்க முடியவில்லை. அனந்துக்கு இடம் கிடைக்க வில்லை என்பதற்காக அவனும் மெடிக்கலில் சேர மறுக்கின்றான் என்று அவர் சொன்னபோது, இப்பிரச்னையில் அவளும் சம்பந்தப்பட்டிருக்கிறாள் என்பதை அவள் உணர்ந்தாள்.

ஆனால், அரசு கூறுவதைப் பார்த்தால் அது அவ்வளவு முக்கிய மானதில்லை என்று படுகிறது.

இதற்கு மேல் அவனோடு பேசுவதில் பயனில்லை என்று அவளுக்குத் தோன்றியது. அவன் தன் கொள்கை என்று ஒன்றை நிலைநிறுத்தி வாதாடும்போது, அவனுடைய உணர்வுக்கு மதிப்பளிக்க வேண்டுமென்று அவளுக்குப் பட்டது.

அவள் திரும்பிப்போக புறப்படும்போது, அரசுவின் அப்பா உள்ளே நுழைந்தார்.

'என்ன அவன் நீங்க சொல்றபடி செய்யறேங்கிறானா?' என்று அவர் கேட்டார் நம்பிக்கை தோய்ந்த குரலில்.

'நான் அப்படிச் சொல்லலே, உங்ககிட்டே சொன்னதைத்தான் அவங்ககிட்டேயும் சொன்னேன்' என்றான் அரசு.

'சொல்லலியா? உனக்கு எவ்வளவு திமிர் இருக்கணும்? பெரியவங்க சொல்றதைக் கேக்காம என்ன செய்யப் போறே?' என்று கோபத்தில் கத்தினார் அவர்.

அனந்துவின் அம்மாவுக்கு என்ன செய்வதென்று புரியவில்லை. அவள், அவர் போட்ட சப்தத்தைக் கேட்டுச் சற்று பயந்து விட்டாள்.

'இதோ பாருங்கம்மா, உங்க மகனுக்கும் நான் ஒரு மெடிக்கல் காலேஜ்லே, பணம் கொடுப்பேனோ என்ன செய்வேனோ தெரியாது, இடம் வாங்கிக் கொடுத்துடறேன். இவனுக்கு ஸ்டான்லி மெடிக்கல் காலேஜ்லே ப்ராமிஸ் பண்ணியிருக்காங்க, இவன் அங்கே சேர்ந்தாவணும். நாங்க இப்போத்தானே, தலை நிமிர்ந்து நிக்கறோம், இதுக்கு முன்னாலே எங்க தாத்தாக்கள் ளாம், உங்க கழனியிலே வேலை செஞ்சவங்கதானே? தன்மானத்தைப் பத்தி இவர் பேச வந்துட்டாரு, பெரிய ஆளா! தன்மானம் அது இதுன்னு ஒரு புண்ணாக்கும் வேணாம். அவன் நான் சொல்றபடி கேக்காட்டி, வீட்டை விட்டு எங்கே வேணுமானாலும் போகட்டும்' என்றார் அவர்.

உரத்த குரலில் பேசியதினால், அவருக்கு மூச்சு வாங்கியது.

அனந்துவின் அம்மா சிறிது நேரம் அவரையே பார்த்துக் கொண்டு நின்றாள்.

'அனந்துவைப் பணம் கொடுத்து நீங்க மெடிக்கல்லே சேக்க வேண்டிய அவசியமில்லே' என்றான் அரசு.

'உனக்கென்ன நாட்டாமை அதைப் பத்திச் சொல்ல? அனந்து உன் மாதிரி தனக்கு எது நல்லதுன்னு தெரியாத முட்டாளா இருக்க மாட்டான், இல்லையாம்மா?'

அனந்துவின் அம்மாவுக்குத் தர்ம சங்கடமாக இருந்தது. பணம் கொடுத்துச் சேர்ப்பதென்றால் சும்மா இல்லை. இருபது லட்சம், முப்பது லட்சமாவது இருக்கும்.தன் மகன் மீதுள்ள பாசத்தினால் அவர் இதற்குத் தயாராக இருக்கிறார். மகன் மீ து பாசமா, அல்லது சுய கௌரவப் பிரச்னையா? இந்தப் பணம் அவருக்குப் பொருட்டில்லைதான். ஆனால் அவள் எதற்கு இந்த சமரச ஏற்பாட்டுக்கு உடன்படவேண்டும்? அவர்களுக்குத் தன்மானம் கிடையாதா? 'சரி' என்று சொல்லிவிட்டால் அரசு அவளைப் பற்றி என்ன நினைப்பான்?

'அனந்து என் ஃபிரெண்ட், அவனைப் பத்தி எனக்குத் தெரியும்' என்றான் அரசு.

‘நான் வரேங்க’ என்று சொல்லிக்கொண்டே அவள் கிளம்பினாள்.

‘என்ன வரேங்க? நான் சொன்னதுக்கு பதிலொண்ணும் சொல்லாம வரேங்கன்னா?’

கும்மிடிப்பூண்டியோ, குடமுருட்டியோ, பக்கத்திலே ஒரு ஊர்லே மெடிக்கல் காலேஜ் இருக்குது. காசை விட்டெறிஞ்சா இடம் கிடைக்காம போவாது. உங்க பையனுக்கு அங்கே இடம் வாங்கித் தர வேண்டியது என் பொறுப்பு. அவனை விட்டு இந்த புத்தி கெட்ட பயல்கிட்டே சொல்லச் சொல்லுங்க. ரெண்டு பேரும் இங்கேயே இருக்கலாம்.ரெண்டு பேரும் மெடிக்கல். எந்த காலேஜா இருந்தா என்ன? ஊசி போட்டா ஸ்டான்லிலே வலிக்காது, கும்மிடிப்பூண்டிலே போட்டா வலிக்குமா?’

‘சரி. நான் அவன்கிட்டே சொல்றேன், நான் வரேன்.’

வீட்டுக்குப் போனதும், அனந்து கேட்டான்: ‘என்னம்மா நடந்தது?’

அவள் பதில் கூறாமல் உள்ளே போய், அரை லிட்டர் தண்ணீர் குடித்தாள்.

கட்டிலில் உட்கார்ந்தாள்.

‘அரசு கவுன்சிலிங் போறானா?’ என்று கேட்டான் அனந்து.

எப்படி விஷயத்தை விளக்கிச் சொல்வது என்று அவளுக்குப் புரியவில்லை.சிறிது நேரம் மௌனமாக இருந்தாள்.

‘என்னம்மா, போறானா, இல்லியா?’

‘அவனோட அப்பா அவன் போய்தான் ஆகணும்னு ஒத்தைக் கால்லே நிக்கறார். ஆனா, உனக்குத்தான் தெரியுமே, அவன் மனசுக்கு எது சரின்னு படறதோ, அதைத்தான் செய்வான்னு. போக மாட்டான்னுதான் நினைக்கிறேன். இன்னொரு விஷயம், அவன் அப்பா உனக்கு கும்மிடிப்பூண்டியிலா இருக்கிற ஒரு மெடிக்கல் காலேஜ்லே அவர் தான் பணம் கொடுத்து இடம் வாங்கித் தர்றேங்கிறார். நீ மெடிக்கல் படிக்காம, அரசு படிக்கத் தயாரில்லேங்கிறமாதிரி, அவனை அவர் புரிஞ்சிண்டுருக்கார். நீ அந்த மெடிக்கல் காலேஜ்லே சேர்ந்தா ஒரு வேளை அவனும் சேரலாம்னு நினைக்கிறார். பணம் கொடுத்து படிக்க நீ

ஒப்புத்துக்க மாட்டேன்னு அரசு கண்டிப்பா அவர்கிட்டே சொன்னான். உன் பேரிலே அவனுக்கு அவ்வளவு நம்பிக்கை. அவனைப் பொறுத்த வரைக்கும் பாக்வெர்ட் காஸ்ட்னு சொல்லிண்டு, இடம் வாங்கிப் படிக்க அவனுக்கு இஷ்டமே யில்லே. இப்போ இதுதான் பிரச்னை.'

'அவன் அப்பா எனக்காக எதுக்குப் பணம் தரணும்? பணம் கொடுத்துப் படிக்கணும்னு எனக்கு அவசியமேயில்லே' என்று சொன்னான் அனந்து உறுதியான குரலில்.

அவன் அப்படிச் சொன்னது அவன் அம்மாவுக்குச் சந்தோஷமாக இருந்தது. ஒரு வேலை, மெடிக்கல் படிக்கவேண்டுமென்ற ஆசையில், அவ்வாறு சேர்வதைப் பற்றி யோசிக்கத் தொடங்கி விடுவானோ என்று அவள் பயந்தாள்.அவனை அப்படித் தப்பாக எடைப் போட்டதற்குத் தன்னைதானே நொந்துகொண்டாள்.

அப்பொழுது ஃபோன் ஒலித்தது. அனந்து எடுத்தான்.

' நான் மறுபடியும் போர்ட் எக்ஸாம் எழுதி, ராங்க் வாங்கி அடுத்த வருஷம், என் மதிப்பெண் தகுதியிலேயே, மெடிக்கல் சேரலாம் னுருக்கேன். நீ என்ன சொல்றே? என்றான் அரசு.

'நானும்தான்' என்றான் அனந்து மகிழ்ச்சியுடன், அம்மாவைப் பார்த்துக் கொண்டே.

---

www.ingramcontent.com/pod-product-compliance
Lightning Source LLC
LaVergne TN
LVHW100411051026
849518LV00004B/1238